வாழ்க்கை வழிகள்

G.S. **சிவகுமார்**

உலகப்புகழ் பெற்ற *Horlicks* பானத்தை உற்பத்தி செய்யும் Glaxo Smithkline Beecham என்று இன்று அழைக்கப்படும் நிறுவனத்தில் தமிழ் நாட்டில் விற்பனை பிரதிநிதியாகத் தொடங்கி விற்பனை துறையில் பற்பல பரிசுகளை வாங்கிக் குவித்து விற்பனை மேலாளராக தமிழ்நாடு, ஆந்திரம், கேரளம் போன்ற மாநிலங்களில் பணியாற்றிச் சாதனைகள் புரிந்தவர்.

கெவின் கேர் நிறுவனத்தில் Regional Manager ஆகவும் டாபர் நிறுவனத்தில் Zonal Manager ஆகவும் செயலாற்றியபின்பு மத்திய கிழக்கு நாடுகளில் புகழ் வாய்ந்த பன்னாட்டு நிறுவனமாகிய Rashideen Group-ல் துபாயில் சேல்ஸ் மற்றும் மார்கெட்டிங் துறைகளில் மேலாளராகவும் பணியாற்றி மத்தியகிழக்கு, ஐரோப்பிய விற்பனை வட்டாரங்களில் தனக்கென்று ஒரு இடம் பிடித்தவர்.

தற்போது இந்தியாவில் முன்னேறி வரும் நிறுவனங்களுக்கு விற்பனைத் துறையில் ஆலோசனை மற்றும் பயிற்சிகளை வழங்கி வருகிறார்.

இவர் எழுதிய 'சூப்பர் சேல்ஸ்-சக்ஸஸ் ஃபார்முலா' புத்தகம் கிழக்கு பதிப்பகத்தில் வாசகர்களால் பெரிதும் பாராட்டப்பட்ட புத்தகங்களுள் ஒன்றாகும்.

வாழ்க்கை வழிகள்

G.S. சிவகுமார்

கிழக்கு

வாழ்க்கை வழிகள்
Vazhkai Vazhigal

G.S. Sivakumar ©

First Edition: December 2019
232 Pages
Printed in India.

ISBN: 978-93-86737-84-7
Kizhakku 1173

Kizhakku Pathippagam
177/103, First Floor, Ambal's Building, Lloyds Road,
Royapettah, Chennai - 600 014. Ph: +91-44-4200-9603
Email : support@nhm.in Website : www.nhm.in

kizhakkupathippagam kizhakku_nhm

Author's Email: jaysiva.siva@gmail.com

Kizhakku Pathippagam is an imprint of New Horizon Media Private Limited

சமர்ப்பணம்

என் வாழ்க்கை பாதையை
செம்மைப்படுத்திய ஒப்பற்ற ஞானிகளுக்கும்
அந்தப் பாதையில் நான் நன்றாக நடைபோட
எனக்கு உறுதுணையாய் இருக்கும் என் மனைவிக்கும்

பொருளடக்கம்

பகுதி 2

தனி மனித வாழ்க்கை விதிகள்

பகுதி 3

குடும்பம் நடத்துவதன் விதிகள்

பகுதி 4

சமுதாய விதிகள்

பகுதி 5

வாழ்க்கையில் முழுமை

முன்னுரை

வாழ்க்கை வழிகள் என்ற தலைப்பில் இந்தப் புத்தகத்தை எழுதத் தொடங்கும்போது நான் எனது வாழ்வில் நேரில் கண்ட அற்புதமான மனிதர்களின் நினைவு என் மனதில் அலை மோதுகிறது.

இன்று இந்த வாழ்க்கை வழிகளை அல்லது விதிகளைப் பற்றி என்னால் எழுத முடிகிறது என்றால் இந்த மாமனிதர்களின் கூட்டுறவே என்னை இயக்குகின்றது என்று என்னால் அழுத்தமாகக் கூற முடியும்.

திருவண்ணாமலை ஸ்ரீரமணரின் நேர் சீடராக இருந்த ஸ்ரீ அண்ணாமலை ஸ்வாமிகள் எனது வாலிபப் பருவத்தில் எனக்கு ஞான வழியை மிக எளிமையாக எடுத்துக்காட்டியவர். அவர் கையால் உணவு பரிமாறி நான் உண்டது என் வாழ்வில் எனக்குக் கிடைத்த பெரும் பாக்கியம் என்று கருதுகிறேன். ஸ்தூல உணவுடன் சூட்சும ஞானத்தையும் சேர்த்தல்லவா அவர் பரிமாறினார்!

அவரது சீடர் சுந்தரம் ஸ்வாமி மூலம் JK என்று எல்லோராலும் அன்போடு அழைக்கப்பட்ட ஜே. கிருஷ்ண மூர்த்தியின் ஆன்மிக உரைகளுக்குச் சென்று அங்கே அவர் பகிர்ந்துகொண்ட அனுபவத்தை உள்வாங்கிக்கொள்ளும் பெரும் பேறு எனக்கு கிட்டியது. ஒருமுறை அவரைச் சந்தித்து சிறு உரையாடலில் ஈடுபட்ட அனுபவம் என் இதயத்தில் இன்றும் நிலைத்து நிற்கிறது.

அடுத்ததாக ஞான வழியைக் குறைக்காமல் திரிக்காமல் விளக்கிய திரு. T G N என்று எல்லோராலும் பாசத்தோடு அழைக்கப்பட்ட திரு. டி.ஜி. நாராயண சுவாமி அவர்களின் தொடர்பு. மிக நுண்ணிய கருத்துக்களை, தத்துவங்களை அனுபவமாக நாம் பெறும் வண்ணம் அவர் வழங்கிய விதத்தை சொல்வதற்கு வார்த்தைகள் இல்லை. அந்த மாமனிதரின் அன்புக்குத் தலை வணங்குகிறேன்.

இந்தப் புத்தகத்தில் இவர்கள் வாயிலாக நான் கண்டுகொண்ட தத்துவங்களை என்னால் இயன்ற அளவு உங்களுடன் பகிர்ந்து கொள்ள முயற்சித்திருக்கிறேன்.

இவர்களைத் தவிர நான் கண்ட அற்புதமான மனிதர்கள், நான் விவேகானந்தா கல்லூரியில் மாணவனாக இருந்தபோது படித்த ஆன்ம ஞான விளக்கங்கள், கேட்ட உரைகள், பலரிடம் பெற்ற, கண்ட, கேட்டறிந்த அனுபவங்கள் இவை எல்லாம் இந்தப் புத்தகத்துக்கு அடிப்படையாக அமைந்திருக்கின்றன.

இந்த வழிகளை/விதிகளை நம் வாழ்க்கையின் பல அம்சங்களாகப் பிரித்து பொதுவான விதிகள், தனிமனித விதிகள், குடும்பத்துக்கான விதிகள், சமுதாய விதிகள், வாழ்வு நிறைவு பெறுவதற்கான விதிகள் என்று தனித்தனியாகக் கொடுத்திருந்தாலும் ஓர் அங்கத்தின் விதி மற்றொரு அங்கத்திலும் பாய்வதற்கு வாய்ப்புண்டு.

சரி, இந்த விதிகளைப் பற்றி இவ்வளவு எழுதி இருக்கிறேனே, நான் அனைத்திலும் தேறிவிட்டேனா என்றால், அதுதான் இல்லை! பரமபத விளையாட்டின் ஏணிகளில் ஏறிக்கொண்டும், பாம்புகளில் சறுக்கிக் கொண்டும்தான் இருக்கிறேன். ஆனால், ஒவ்வொரு சறுக்கலிலும் ஒரு பாடம் படித்துக்கொண்டு தொடர்கிறேன்.

இந்த வாழ்க்கை பயணத்தில் நாம் எல்லோரும் சம தளத்தில்தான் சென்று கொண்டிருக்கிறோம். என்ன, சிலர் முன்னேயும், சிலர் பின்னேயுமாக, அவ்வளவுதான்!

இப்புத்தகத்தின் வாயிலாக நான் பகிர்ந்துகொண்ட அனுபவங்கள் மூலம் நீங்கள் வாழ்க்கையின் விதிகளை நன்றாக உள்வாங்கிக் கொண்டு உங்கள் வாழ்க்கையை செம்மையாக நடத்துவது மட்டுமல்லாமல் உங்கள் வாழ்க்கையின் குறிக்கோளை எய்தவேண்டும் என்பதுதான் எனது இதயபூர்வமான பிரார்த்தனை.

உங்களுக்கு என் இதயம் கனிந்த நல் வாழ்த்துக்கள்!

G.S. சிவகுமார்

வாழ்க்கை எனும் விளையாட்டு

‘தேடிச் சோறுநிதந் தின்று - பல
சின்னஞ் சிறுகதைகள் பேசி - மனம்
வாடித் துன்பமிக உழன்று - பிறர்
வாடப் பலசெயல்கள் செய்து - நரை
கூடிக் கிழப்பருவ மெய்தி - கொடுங்
கூற்றுக் கிரையெனப் பின்மாயும் - பல
வேடிக்கை மனிதரைப் போலே - நான்
வீழ்வே னென்று நினைத் தாயோ?’

- *பாரதியார்*

ஒரு புள்ளியில் தொடங்கி, உருவம் பெற்று, வளர்ந்து, ஆட்டங்கள் பல ஆடி, ஓய்ந்து பின் புள்ளிகளாகக் கரைந்து மறையும் இந்த வாழ்க்கையை பலர் பலவிதமாகக் காண்கின்றனர்.

உணர்ச்சிப்பிழம்பாக வாழ்க்கையோடு இணைந்து உறவாடி கோபத்துடனும் தாபத்துடனும் வாழ்க்கையை நடத்தி வாழ்க்கை எனும் புதிரை விடுவிக்க முடியாமலேயே மடிந்து விடுபவர் பலர்.

ஒரு சுவாரஸ்யமும் இன்றி ஏதோ வளர்ந்தோம், ஏதோ வாழ்ந்தோம் என்று வாழ்ந்து ஓர் அடையாளத்தையும் விட்டு வைக்காமல் காணாமல் போய் விடுபவர்கள் ஏராளம், ஏராளம்!

வாழ்க்கை என்பது செல்வங்களை வாரிக் குவிப்பது, இன்பங்களைத் தேடி அனுபவிப்பது, சுவையான காப்பி குடிப்பது முதல் சூடான சிற்றின்ப அனுபவங்கள் வரை அனைத்தையும் ஒரு கை

பார்ப்பதுதான் என்றும் அவ்வாறு இன்ப வேட்டை ஆடுவதில் எந்த சட்ட திட்டமும் தேவை இல்லை என்றும் கண்மூடித்தனமாக வாழ்பவர்கள் ஒரு ரகம்.

எப்படியோ வாழ்ந்தோம் என்றில்லாமல் இப்படித்தான் வாழ்வேன் என்று தனக்குள் ஒரு வரையறை வகுத்துக்கொண்டு தனது கொள்கைக்காக வாழ்பவர்கள் சிலர்.

வாழ்க்கை என்பது ஒரு சுமை, ஏன்தான் இந்தக் கொடுமையான உலகத்துக்கு வந்தோமோ என்ற பாவனையில் வாழ்க்கையை எப்படியோ ஓட்டிக்கொண்டு தன் அருமை மகனைப் பார்க்கும்போதும், 'ஏன் பிறந்தாய் மகனே ஏன் பிறந்தாயோ' என்று விரக்தியாகப் பாடிக் கொண்டு வாழ்க்கையை ஒரு சோக கீதமாக மாற்றிக்கொள்பவர்கள் பலர்.

கஷ்டப்பட்டு பாரம் சுமப்பதுதான் வாழ்க்கை! தலைவிதி எப்படியோ அப்படி போகட்டும், கர்மாதான் இப்படி படுத்துகின்றது. அனுபவித்துத் தீர்த்து விடுவதைத் தவிர வேறு வழி இல்லை என்று ஓடும் வண்டியிலும் முதுகில் பாரத்தைச் சுமந்துகொண்டு பயணிப்பவர்களும் நம்மில் அதிகம் உண்டு.

உறவுகளுக்காகவே பாடுபட்டு உழைத்து அந்த உறவுகளை நன்கு வளர்த்துவிட்டுப் பின் அதே உறவுகளால் நன்றியுடன் பேணப் படுபவர்களும் உண்டு. அவர்களாலேயே வெறுக்கப்பட்டு, கை விடப்பட்டு நொந்துகொண்டே வாழ்பவர்களும் உண்டு.

அதே சமயத்தில் உறவாவது மண்ணாவது, ஏறி மிதித்தாவது முன்னேறவேண்டும் என்று வெட்டி மடிபவர்கள், சகோதரர் களுடனேயே சண்டை இட்டு, கேஸ் தொடுத்து கோர்ட் வாசலில் பழி கிடப்பவர்கள் நம்மில் இல்லையா?

இன்னொரு பக்கம், 'இந்த வாழ்க்கை என்பது ஒரு கானல் நீர். உண்மை போலத் தோன்றும், ஆனால் உண்மை அல்ல. இது ஒரு மாயை. மாட்டிக்கொண்டு தவிக்காதீர்கள்' என்று அறிவுறுத்துபவர்கள் வேதாந்திகள்.

இப்படி பலர் பல விதமாக அணுகும் இந்த வாழ்க்கை என்னும் புதிர்தான் என்ன? இந்த முடிச்சை எப்படி அவிழ்ப்பது?

நான் அணுகும் விதம் இவை எல்லாவற்றையும்விட சற்று வித்தியாசமானது.

நான் இந்த வாழ்க்கையை ஒரு விளையாட்டாக பார்க்கிறேன். அறிந்தோ அறியாமலோ நாம் இந்த விளையாட்டை விளையாடிக் கொண்டுதான் இருக்கிறோம்!

நம்மிடம் இருக்கும் வேறுபாடுகள் நாம் எவ்விதம் இந்த விளையாட்டைப் புரிந்துகொண்டிருக்கிறோம் என்பதில்தான்.

விளையாட்டை விளையாட்டாகப் பார்க்காமல் சீரியஸாக எடுத்துக் கொண்டு எடுத்ததற்கெல்லாம் கோபப்பட்டுக்கொண்டு, அச்சத்தில் மூழ்கி, தொட்டால் சுருங்கிகளாகி, B.P., சுகர் என்று நோய்களில் சிக்கி, உண்ணும் உணவைக்காட்டிலும் மாத்திரைகளை அதிகம் விழுங்கும் மனிதர்களாக நாம் மாறிக்கொண்டிருக்கிறோம் என்பதுதான் நிதர்சனமான உண்மை.

விளையாட்டு என்றாலே அதற்கு விதிகள் பல உண்டு அல்லவா? அந்த விதிகளும் நிரந்தரமானவைகள் என்று கூறவும் முடியாது.

அன்று டெஸ்ட் மாட்ச் ஆடிக்கொண்டிருந்தது முதல் இன்று IPL மாட்ச்சுகள் வரை பாருங்கள், விதிகள் எப்படி மாறி விட்டிருக்கின்றன!

ஆனாலும் எல்லா விதிகளும் மாறி விடுபவை அல்ல. சில பொதுவான விதிகள் நிரந்தரமானவைகள். காலத்தால் மாற்றப்பட முடியாதவைகள்!

எனவே நண்பர்களே, நாம் வாழ்க்கையை ஒரு விளையாட்டாகப் பார்க்க ஆரம்பிப்போம்.

அதன் விதிகளை நன்றாகப் புரிந்துகொள்வோம். அந்த விதிகளின்படி ஆடும்போது எப்படி சுவாரஸ்யம் கூடுகின்றது என்பதை நாமே உணரலாம்.

இத்தனை காலம் துன்பக் களமாக இருந்த இந்த வாழ்க்கை எப்படி ஓர் இன்பம் தரும் விளையாட்டாக உருப்பெறுகின்றது என்பதை அனுபவபூர்வமாக உணரலாம்.

அப்போது பாரதியைப் போன்று நாமும் பாடலாம், 'எத்தனை கோடி இன்பம் வைத்தாய் எங்கள் இறைவா, இறைவா!'

பகுதி 1

பொதுவான விதிகள்

நம் வாழ்க்கையின்
பொதுவான அடிப்படை
விதிகள் யாவை?
இயற்கை அவற்றை
எப்படி இயக்குகின்றது?
நாம் எப்படி
அவைகளைக் கையாள்வது?

1

விதியும் தலைவிதியும்

வாழ்க்கை என்பது ஒரு விளையாட்டு என்று சொன்னேன் அல்லவா? அப்படி என்றால் ஒவ்வொரு விளையாட்டுக்கும் உள்ள விதிகளைப் போன்று வாழ்க்கை விளையாட்டுக்கும் விதிகள் இருக்கவேண்டும் அல்லவா?

இந்த விதிகளைப் புரிந்து கொள்ளாதவர்கள்தான் தலைவிதி என்ற ஒரு பூதத்தைக் கிளப்பிவிட்டு அதன் பயத்திலேயே வாழ்ந்துவிட்டு அதன் பிடியிலேயே சிக்கி சின்னா பின்னமாகி முடிவில் அதன் வாயிலேயே விழுந்து விழுங்கப்படுகிறார்கள்!

விதிகளின்படி விளையாடவேண்டும் என்று சொல்லும்போது எனக்கு விதிகளை மீறி ஒருவர் உலகக்கோப்பையையே தட்டிக் கொண்டு போன ஒரு சம்பவம் நினைவுக்கு வருகிறது.

வருடம் 1986. உலகக்கோப்பை கால்பந்தாட்டத்தின் குவார்ட்டர் ஃபைனல் மாட்ச். டீகோ மாரடோனா அர்ஜெண்டினாவுக்கு ஆடிக் கொண்டிருக்கிறார்.

ஆட்டம் மிக சுவாரஸ்யமாக போய்க்கொண்டிருக்கிறது. இந்த மாட்ச்சை எப்படியாவது வென்றாகவேண்டும் என்ற வேகம் மாரடோனாவுக்கு. மாட்ச் முடியும் முன்பு 5 ஆங்கிலேய வீரர்களை லாகவமாகக் கடந்துகொண்டு கோலை நோக்கி முன்னேறுகிறார். இறுதியாக பந்தை கோலுக்குள் தள்ளி வெற்றிவாகையும் சூடுகிறார் மாரடோனா.

ஆனால் இங்கேதான் சூட்சுமம், பந்தை யாரும் அறியாத வண்ணம் கைகளால் தட்டி விட்டிருக்கிறார் மனிதர்!

கண்களில் விளக்கெண்ணெய் விட்டுக்கொண்டு பார்க்கும் மாட்ச் ரெஃபெரிகளாலும் இந்த மாய்மாலத்தைக் கண்டு பிடிக்க முடியவில்லை என்றால் பாருங்களேன், இந்த மாய வித்தைக்காரரின் ஜாலத்தை!

அதன் பின் என்ன? செமி ஃபைனல், ஃபைனல் என்று போய் உலகக்கோப்பையை தட்டிக்கொண்டு போனது அர்ஜென்டினா.

பின்னால் குட்டு வெளிப்பட்டதும் அவர்கூறிய மறுமொழி என்ன தெரியுமா? அது கடவுளின் கை! (It was the hand of God!)

எப்படியோ தப்பித்துக்கொண்டார் அவர். ஆனால் கால்பந்து உலக கோப்பை வரலாற்றில் அழிக்க முடியாத களங்கத்தை அல்லவா அர்ஜெண்டினாவுக்கு வாங்கித் தந்துவிட்டார் இந்த மாயவித்தைக்காரர்!

சரி, இப்போது தலைவிதிக்கு வருவோம்.

நடப்பது நடந்தே தீரும், எல்லாம் ஏற்கெனவே எழுதப்பட்டு விட்டது, மாற்ற முடியாது, நம்மால் ஆகக்கூடியது ஒன்றும் இல்லை என்று நம்பி கண்களைத் திறந்துகொண்டே கிணற்றில் விழுவது போன்றது இந்த நிலைப்பாடு.

விதிகள் உண்டு, அவை தரும் விளைவுகள் உண்டு. விதிகளுடன் உடன்பட்டு விளையாடினால் நன்மைகள் விளைகின்றன. விதிகளை மீறி நடந்தாலோ துன்பங்கள் தவறாமல் தொடர்கின்றன என்பதை நன்றாகப் புரிந்துகொண்டு வாழ்க்கையை சுவாரஸ்யமாக ஆக்கி வெற்றிகரமாக வாழ்க்கை நடத்துபவர்களும் உண்டு.

மகாபாரதத்தில் அர்ஜுனன் அவன் முன்பொருமுறை பெற்ற ஒரு சாபத்தால் ஒரு குறிப்பிட்ட காலம் அவன் அலியாக வாழ வேண்டிய சூழ்நிலை உருவாகிறது.

அது அவன் ஒருமுறை விதிகளை மீறி நடந்ததால் ஏற்பட்ட ஒரு பிரச்னை. ஆனால் அவன் எப்படி தனக்கு சாதகமாக அதை உபயோகப்படுத்திக்கொண்டான் என்பதுதான் அவனது மதியை பயன் படுத்திய விதம்! மறைந்து வாழவேண்டிய ஒரு வருடத்துக்கு அவனுக்கு இந்த அலி வேடம் கன கச்சிதமாகப் பொருந்தி அவனுக்கு அதுவொரு பாதுகாப்பாகவே இருந்திருக்கிறது.

பழைய கதை ஒன்றும் நினைவுக்கு வருகிறது. கடவுளை நம்பும் ஒரு பாதிரியார் கடவுளை நம்பாத நாத்திகவாதிகளாகிய ரஸ்ஸல், இங்கர்சால் போன்றவர்களை நினைத்து பச்சாதாபப்படுகிறார்.

இறைவனை நம்பாத காரணத்தால் அவர்கள் நரகத்துக்கு அல்லவா செல்ல வேண்டி வரும் என்று நினைத்தவாறே உறங்கிப்போகிறார்.

அவர் கனவில் அவர் மேல் உலகிற்குச் செல்கிறார். சொர்க்கத்தின் கதவுகள் அவருக்கு திறக்கப்படுகின்றன. ஆனால் அவருக்கு ஒரு யோசனை. நான் சொர்க்கத்துக்கு செல்வதற்கு முன், இந்த நாத்திக வாதிகள் எப்படி நரகத்தில் கஷ்டப்படுகின்றார்களோ, அவர்களைப் பார்த்து ஆறுதல் சொல்லிவிட்டுப்போகலாம் என்று நினைத்து தேவ தூதனிடம் எனக்கு முதலில் நரகங்களைக் காண்பியுங்கள் என்று வேண்டுகிறார்.

அவர்கள் ஒவ்வொரு நரகமாக அவருக்குக் காண்பிக்கிறார்கள். படிப்படியாக வேதனைகள் அதிகம் உள்ள நரகங்களை பாதிரியார் காண்கிறார். ஆனால் இவை ஒன்றிலும் அந்த நாத்திகர்களை காண முடியவில்லை.

இறுதியாக கொடும் நரகமென்று சொல்லப்பட்ட கடைநிலை நரகத்துக்கு வருகிறார். ஆனால் இங்கே மற்ற நரகங்களில் கண்டது போன்ற வேதனைகளையோ, தண்டனைகளையோ அவரால் காண முடியவில்லை.

எங்கு நோக்கிலும் பசுமை! இன்பகரமான காட்சிகள்! அவருக்கு வியப்பாகிவிட்டது. அப்போது அவர் வெறுத்த நாத்திகவாதிகளான இங்கர்சால் போன்றவர்கள் மகிழ்ச்சியாக உரையாடியவாறே அவரிடம் வருகிறார்கள்.

பாதிரியாரின் சந்தேகத்தைப் புரிந்துகொண்டு அவருக்கு விளக்கம் தருகிறார்கள். 'ஐயா, நாங்கள் வரும்போது இங்கும் கொடுமையாகத் தான் இருந்தது. ஒரே சேறும் சகதியுமாக, மலமும், மூத்திரமுமாக! தண்டனை கொடுக்க பழுக்கக் காய்ச்சிய கம்பிகளால் எங்களுக்கு 'பூசை' நடத்தப்பட்டது.'

'ஆனால் நாங்கள் சிந்தித்தோம். அந்தக் கம்பிகளையே தளவாடங்களாக மாற்றி, அங்கு நிரம்பிக்கிடந்த மலத்தையே உரமாக ஆக்கி உழ ஆரம்பித்தோம்.'

'எங்கள் முதுகைப் பதம் பார்த்த மரக்கிளைகளை நட்டோம். எங்களைக் கட்டிப்போடப் பயன்படுத்திய கொடிகளைப் படர வைத்தோம். இப்படி ஒவ்வொன்றாக எங்களுக்கு எவை எல்லாம் துன்பம் தந்தனவோ அவை அனைத்துக்கும் ஒரு மாற்று உபயோகம் கண்டு பிடித்து இந்த நரகத்தையே ஒரு சொர்க்கமாக ஆக்கிக் கொண்டிருக்கிறோம்.' என்று சொல்லி முடித்தார்கள்.

வியந்துபோன பாதிரியாரும் உறக்கத்திலிருந்து விழிக்கிறார். ஒரு மகத்தான உண்மையைப் புரிந்துகொள்கிறார் என்று முடிகிறது அந்தக் கதை.

எனது வாழ்க்கையையே நான் சற்று திரும்பிப்பார்க்கிறேன். PUCயில் 93 சதவிகிதம் மார்க்குகள் எடுத்தும் நான் விரும்பிய எஞ்சினியரிங் படிப்பை அடைய முடியாத அரசியல் சூழ்நிலை. முதலில் எனக்கு அதுவொரு அதிர்ச்சியாகத்தான் இருந்தது. எனது கனவு சாம்ராஜ்ஜியம் முடிந்துவிட்டதாக நினைத்தேன்.

ஆனால் உடனே மீண்டு வந்துவிட்டேன். அடுத்தது என்ன என்று சிந்தித்தேன். விவேகானந்தா கல்லூரியில் பட்டப்படிப்பு படித்து கல்லூரியில் முதல்வனாக வந்து தங்க மெடலை வாங்கினேன்.

விற்பனைத்துறையில் நுழைந்து கடுமையாக உழைத்தேன். வேலை செய்துகொண்டே முதுநிலை மேனேஜ்மெண்ட் கோர்ஸில் முதன்மை யாகத் தேறினேன். பல பன்னாட்டு நிறுவனங்களில் மேலாளராகப் பணி புரிந்தேன். துபாயில் விற்பனைத் துறையில் என் முத்திரையைப் பதித்தேன். 55 வயதுக்குள் நான் பெற விரும்பிய பொருளாதார சுதந்திரத்தைப் பெற்று இன்று நான் விரும்பிய நற்செயல்களைச் செய்து கொண்டிருக்கிறேன்.

என்னைப்பற்றித் தம்பட்டம் அடித்துக்கொள்வதாக நினைக் காதீர்கள். ஒவ்வொருவரும் அம்பேத்கரையும், அப்துல் கலாமையும் உதாரணம் காட்டிக்கொண்டிருந்தால் போதாது. எளியவர்களான நாமும் உழைத்தால் அவர்களைப்போல் முன்னேற முடியும், உயர முடியும் என்று அறிவுறுத்துவதற்காகவே இந்த சுருக்கமான சுயசரிதை!

- தலைவிதி என்று உங்களை முடக்கிக்கொள்ளாதீர்கள்.
- இயற்கை விதிகளைப் புரிந்துகொண்டு நடக்கப்பாருங்கள்.
- முயற்சி திருவினை ஆக்கும் என்பதை ஒருபோதும் மறவாதீர்கள்.
- உங்களுக்குப் பாதகமாக உள்ள அனைத்தையும் உங்களுக்குச் சாதகமாக ஆக்கிக்கொள்ள வழி தேடி அதில் உழைப்பைச் செலுத்துங்கள்.
- ஊக்கத்தை ஒரு போதும் கை விடாதீர்கள்.

2

உயிராற்றல் என்னும் மூலதனம்

எனது விற்பனை வாழ்க்கையின் ஆரம்ப கட்டத்தில் நான் கோயம்பத்தூரில் பணி புரிந்துகொண்டிருந்த காலம். அப்போது அங்கே அன்னபூர்ணா - கௌரி சங்கர் சிற்றுண்டி சாலை உணவுத் தொழிலில் முதன்மை ஸ்தானத்திலிருந்தது. கோயம்பத்தூர் சென்று விட்டு அன்னபூர்ணாவில் சிற்றுண்டி சாப்பிடவில்லை என்றால் கோவை சென்றதில் பயனே இல்லை என்று சொல்லும் அளவுக்கு அவர்களின் தரம் வாய்ந்த சிற்றுண்டிகள் பெயர் பெற்றிருந்தன. அதுவும் அவர்கள் கொடுக்கும் காபியை அடித்துக்கொள்ள இந்தியாவில் எந்த ஹோட்டலாலும் முடியாது என்ற நிலை.

ஒருநாள் அங்கே உணவு அருந்திவிட்டு காபி குடித்து முடித்திருந்தேன். அப்போதுதான் அங்கே நுழைந்த என் நண்பன் ரவி, எனக்கு எதிரில் அமர்ந்து 'சிவா, காபி சாப்பிடலாமா' என்று அன்போடு கேட்டான்.

'இப்போதுதான் குடித்து முடித்தேன்' என்றாலும் அவன் விடுவதாக இல்லை. 'எனக்காக இன்னொன்று' என்று சொல்லிவிட்டு என் பதிலுக்கு கூட காத்திராமல் இரண்டு காபி ஆர்டர் செய்தான். அந்த காபியின் நறுமணத்திலும், சுவையிலும் மனதை பறிகொடுத்திருந்த நான் அதை மறுக்கத் தயாராயில்லை.

சுடச்சுட நறுமண காபியும் வந்தது. ஆவலுடன் அதை உறிஞ்சினேன். நன்றாகத்தான் இருந்தது. ஆனால் முதலில் குடித்த அளவுக்கு அதை நான் அனுபவிக்க முடியவில்லை.

நண்பனுடன் உரையாடியவாறே அதைக் குடித்து முடித்தேன்; என் மனதில் தோன்றிய கேள்விக்கு விடை தேடியவாறே.

அதே காபி, அதே மணம், அதே சுவை, சுவைப்பவனும் நானே, ஆனால் இரண்டாவது காபியில் ஏன் அதே அனுபவம் இல்லாது போயிற்று?

பின்னர் நான் மாலை நேர முதுகலை மேலாண்மை படிப்பில் சேர்ந்த போது ஒரு கருத்து என்னிடம் கூறப்பட்டது.

அதாவது 'Law of diminishing mariginal utility' என்ற ஒரு தத்துவம். அதன்படி ஒரு பொருள் உங்களை முதலில் மகிழ்வித்தது போன்று மறுபடியும் மகிழ்விக்க முடியாது. காரணம் மனது சலித்து விடுகின்றது. முதன்முறை உங்களது திருப்தி பூஜ்யத்தில் தொடங்கி ஒரு குறிப்பிட்ட அளவுக்கு வளர்கிறது.

ஆனால் இரண்டாம்முறை அது பூஜ்யத்தில் தொடங்காமல் ஏற்கெனவே வளர்ந்த நிலையில் தொடங்குவதால், அதனால் வரும் திருப்தியும் அளவில் குறையத்தான் செய்யும் என்கிறது அந்த தியரி.

இந்த தியரி லாஜிகலாக தோன்றினாலும் ஏதோ ஒரு லின்க் மிஸ் ஆவதைப்போன்று உணர்ந்தேன்.

இதற்கு பல ஆண்டுகளுக்குப்பின் நான் திரு. TGN என்று எல்லோராலும் அழைக்கப்பட்ட திரு. T.G. நாராயண சுவாமி அவர்களின் உரையைக் கேட்டபோது என்றோ எனக்கு ஏற்பட்ட சந்தேகத்துக்கு சரியான விளக்கம் கிடைத்தது.

அவர் விளக்குகிறார், 'மனிதன் பிறக்கும்போதே ஒரு மூலதனத்துடன் தான் பிறக்கிறான். அதுதான் உயிராற்றல் என்பது. அந்த உயிராற்றலை செலவழித்துத்தான் மனிதன் இன்ப அனுபவங்களைப் பெறுகிறான். ஒருமுறை அவன் இன்பத்தை நுகரும்போது குறிப்பிட்ட அளவு உயிராற்றல் செலவழிக்கப்படுகிறது. மீண்டும் அவன் அந்த இன்பத்தை நுகர அவனுக்கு இருக்கும் உயிராற்றலின் அளவு குன்றுகிறது. ஆகவே அவனுக்கு ஏற்படும் இன்ப அனுபவமும் அதற்கேற்றாற் போல் குறைகின்றது. இந்த விஞ்ஞானத்தைப் புரிந்துகொண்டவன் வாழ்க்கையில் துன்பம் உறுவதில்லை' என்று ஆணித்தரமாக அவர் கூறியது எனக்கு மிகவும் ஏற்புடையதாக இருந்தது.

இந்த வெளிச்சத்தில் நாம் நமது ஔவை மூதாட்டி எழுதிய பாடலை பார்ப்போம்.

‘ஆன முதலில் அதிகம் செலவானால்
மானமழிந்து மதிகெட்டு - போன திசை
எல்லார்க்கும் கள்ளனாய் எழுபிறப்பும் தீயனாய்
நல்லார்க்கும் பொல்லனாம் நாடு’

மேலெழுந்தவாரியாகப் பார்க்கும்போது இது ஏதோ வரவைக் காட்டிலும் அதிகம் பொருளைச் செலவழித்த ஒருவன் எப்படி கஷ்டப்படுவான் என்று விளக்குவதைப்போல இருக்கிறது.

அப்படியானால் ஏன் ‘ஏழ் பிறப்பும் தீயனாய்’ என்ற வார்த்தையை மூதாட்டி பயன்படுத்தினார்?

இப்பிறப்பில் கடன் வாங்கி வாழ்பவன் ஏன் ஏழ் பிறப்பிலும் தீயவனாகி துன்புறுகிறான்?

இங்குதான் நாம் ‘முதல்’ என்னும் சொல்லுக்கு TGN குறிப்பிடுகின்ற உயிராற்றல் என்பதை சப்ளை செய்துகொள்ளவேண்டும்.

ஒருவன் தனக்குக் கிடைத்த உயிராற்றல் என்ற மூல தனத்தை இன்ப நாட்டத்தில் அதிக அளவில் செலவழித்தால் அவனது உயிராற்றல் குன்ற, அவன் தனது பண்பை இழந்து, அவன் மூலம் வருகின்ற ஏழு தலைமுறைகளுக்கும் தீமை செய்தவனாகிறான்.

ஜெனடிக்ஸ் விஞ்ஞானமும் இதைத்தானே கூறுகின்றது.

ஒருவனது மரபணுக்கள் பாதிக்கப்பட்டால் அந்த பாதிப்பு பல தலைமுறைகள்வரை நீளலாம் என்றுதானே மரபணு விஞ்ஞானம் அறிவுறுத்துகின்றது?

ஒருவருக்கு சர்க்கரை நோயோ இதயக் கோளாறோ இருந்தால் அவரது தலைமுறைகளுக்கும் இத்தகைய கோளாறுகள் வருவது மிகச் சாத்தியமே என்கிறார்கள்.

எனது உறவினர் ஒருவரது மகனது தலைமுடி பழுப்பு நிறத்தில் இருந்தது. அவனது தந்தை, பாட்டனார்வரை எல்லோருக்கும் தலை முடி கறுப்புதான். பின்னர் ஆராய்ந்து பார்த்ததில் அவனது முப்பாட்டனார் ஒருவர் இந்த மாதிரி பழுப்பு முடி பெற்றிருந்தவராம்.

பாருங்கள் எத்தனை தலைமுறை கழித்து இந்த பாதிப்பு வந்திருக்கிறது! எனவே இந்த உயிராற்றலின் வகை அறிந்து அதை செலவிடுவதில் கவனமாக இருக்க வேண்டும்.

இந்த உயிராற்றல் ஒருவனது மூளையில் ஒரு திரவ வடிவில் உற்பத்தியாகி முதுகுத் தண்டின் வழியாக இறங்கி அவனது முதுகுத் தண்டின் கீழே சேமிக்கப்படுகின்றது.

கீழே இறங்கியதை ஈர்ப்பு விசைக்கு எதிராக மேலே ஏற்றுவது என்பது இயலாத ஒன்று. ஆனால் அதன் ஆற்றலை மேலே ஏற்ற முடியும் என்று கண்டார்கள் நமது யோகியர்கள். அதன் சாரத்தை மீண்டும் மூளைக்குக் கொண்டுவந்து அதைச் சேமிக்கும்போது அது ஓஜஸ் எனப்படும் ஆற்றலாக மூளையில் இயங்கி அவர்களுக்கு அதீத சக்தியை வழங்குகிறது. அதன்மூலம்தான் அவர்கள் செயற்கரிய செயல்களைச் செய்ய முடிகின்றது.

இந்த உயிராற்றலின் எண்ணிக்கையைக் கூட்ட முடியாவிட்டாலும் அதன் சக்தியைக் கூட்ட முடியும். எப்படி என்றால் நற்செயல்கள் செய்வதின் மூலம்.

ஒருவன் பிறருக்கு நன்மை செய்யும்போது உதவி பெறுபவரிடம் இருந்து ஓர் ஆசி வருகிறது. அது இந்த உயிராற்றலின் சக்தியை கூட்டுகின்றது. எனவே உங்களுக்கு மட்டுமல்லாது உங்கள் அடுத்த தலைமுறை களுக்கும் நீங்கள் நன்மை செய்ய விரும்பினால்,

- உயிராற்றலின் அளவறிந்து இன்ப நாட்டத்தில் ஈடுபடுங்கள்.
- புலன்களை அவற்றின் இஷ்டத்துக்கு அலையவிடாமல் அவற்றின் மேல் ஒரு கண் வைத்திருங்கள்.
- நற்செயல்கள் செய்து இந்த உயிராற்றலின் வீர்யத்தைக் கூட்ட முயலுங்கள்.
- தீய செயல்களில் ஈடுபட்டு உயிராற்றல் குன்றி துன்பங்களில் சிக்கிச் சின்னாபின்னமாகாமல் காத்துக்கொள்ளுங்கள்.

உயிராற்றலின் எண்ணிக்கையைக்
கூட்ட முடியாவிட்டாலும் அதன்
சக்தியைக் கூட்ட முடியும்.
எப்படி என்றால் நற்செயல்கள்
செய்வதின் மூலம்.

3

போகங்களில் ஈடுபடுவது தவறா?

எனக்கு விற்பனைத்துறையில் குருவாக இருந்த திரு. நாராயணன் ஒரு முறை என்னிடம் ஒரு மிகப்பெரும் செல்வந்தரைப்பற்றிக் கூறினார்.

அவர் கப்பல்களை வைத்து வியாபாரம் செய்து, மிகப் படாடோபமான வாழ்க்கை வாழ்ந்து வந்தவர். ஆனால் அவரிடம் ஒரு பலவீனம் இருந்தது. ஒரு கவர்ச்சிப்பெண்ணின் மாயவலையில் விழுந்து விட்டிருந்தார் அவர்.

மனம்போன போக்கில் பணத்தைச் செலவழித்தார். அவளும் இவரது பலவீனத்தைப் பயன்படுத்திக்கொண்டு இவரது சொத்துக்கள் ஒவ்வொன்றாக கபளீகரம் செய்ய ஆரம்பித்தாள். இறுதியில் கப்பல்களை விற்று இன்ப நாட்டத்தில் செலவழிக்கும் அளவுக்கு மோகம் தலைக்கேறியது. விளைவு... சில வருடங்களில் அவர் ஓட்டாண்டி ஆனார்!

அதற்குப் பின் புத்தி வந்தது, என்ன பயன்?

உங்கள் கப்பல்கள் என்ன ஆயின என்று யாராவது கேட்கும்போது, ‘பெண் என்ற நீர்ச்சுழியில் அகப்பட்டு மூழ்கிப்போயின’ என்று விரக்தியாகக் கூறினாராம் அவர்!

எனக்கு தூரத்து உறவினர் ஒருவர், எப்பேறப்பட்ட புத்திசாலிகளையும் திணறடிக்கும் C.A பரிட்சையில் முதல் முயற்சியிலேயே முதன்மையாகத் தேறியவர்.

ஒரு வங்கியில் நல்ல உத்தியோகத்தில் அமர்ந்து நன்றாக சம்பாதித்துக் கொண்டிருந்தார். அவரது கெட்ட காலம், சில நண்பர்கள் அவருக்கு குடிப்பழக்கத்தை உண்டாக்கிவிட்டார்கள். முதலில் சிறு சிறு பெக்குகளாகத் தொடங்கியது, நாளடைவில் பாட்டில் பாட்டிலாகக் குடிக்கும் அளவுக்கு வளர்ந்துவிட்டது. குடி வேட்கை வந்துவிட்டால் யாரிடமும் கடன் கேட்கத் தயங்க மாட்டார். அப்படி ஒரு நிலைமை.

எப்படியோ ஒரு நல்ல பெண்ணைக் காதலித்து திருமணமும் செய்து கொண்டார், குடும்பமும் வளர்ந்தது. இப்போது பழைய குடிப் பழக்கம் குறைந்தது. சில வருடங்கள் கழிந்தன. எல்லோரும் மகிழ்ச்சியாய் இருந்த வேளையில் மீண்டும் பழைய வாசனை தலை தூக்க, மனிதர் தண்ணீர் தொட்டியை தேடிப்போக ஆரம்பித்து விட்டார்.

உடல் நிலைகெட்டுவிட மருத்துவர்கள் எப்படியோ அவரை பிழைக்க வைத்து, இனி அந்தப்பக்கம் போனால் உயிருக்கே ஆபத்து என்று எச்சரித்து வீட்டுக்கு அனுப்பினார்கள்.

ஆனால் என்ன பயன்? வாசனை விடவில்லையே! உயிரைப்பற்றிக் கவலைப்படவில்லை. குடும்பத்தைப்பற்றி எண்ணத் தோன்றவில்லை. மீண்டும் குடித்தார். அது அவர் உயிரையே குடித்துவிட்டது!

அடுத்தபடியாக நமது இன்றைய பொழுதுபோக்குச் சாதனங்களை பார்ப்போம். முன்பு ரேடியோ, டிவி என்றிருந்த காலம் போய், இன்று டெக்னாலஜி கைக்குள்ளே அடங்கும் கருவி ஒன்றை திணித்து நம்மை அடிமைப்படுத்திவிட்டது. உண்ணும்போது, தெருக்களில் நடக்கும் போது, வாகனம் ஓட்டும்போது என்று சமய சந்தர்ப்பம் என்றில்லாமல் சதா காலமும் அந்த சிறிய டச் ஸ்க்ரீனுக்குள்ளே கட்டுண்டு கிடக்கிறோம் நாம்.

அதில் இன்னொரு பயங்கரமான விஷயம் குழந்தைகளுக்கு போக்கு காட்டி உணவூட்ட தாய்மார்கள் அதன் கையில் ஒரு ஸ்மார்ட் ஃபோனை கொடுத்து விடுகிறார்கள். தற்சமயத்துக்கு அது உதவும், ஆனால் அது நாளடைவில் அக்குழந்தைகளை படுத்தும் பாடு! அதில் கிட்டும் மோசமான விளையாட்டுகளில் வெறித்தனமாக ஆடி, தோற்று அதனால் உயிரையே விடும் பிஞ்சு உள்ளங்களைக் காணும்போது மனம் கொந்தளிக்கின்றது.

இப்போது நாம் இதுவரை கண்ட அனுபவங்களை எடுத்துக் கொள்ளுங்கள். ஏன் இத்தகைய துன்பம் வந்தது?

காரணம், இவை எல்லாவற்றிலும் அடிப்படையாக இருப்பது உயிராற்றலை கண்மூடித்தனமாக செலவழித்தது.

இதற்கு முன் அத்தியாயத்தில் நான் உயிராற்றல் என்பது நமக்கு இயற்கையால் கொடுக்கப்பட்டிருக்கும் முதலீடு அதாவது Capital என்று குறிப்பிட்டிருந்தேன். ஔவை பாட்டி கூறியதுபோல 'ஆன முதலில் அதிகம் செலவானால்...' என்ன விளைவுகள் வரும் என்று குறிப்பிட்டிருந்தேன். அதுதான் இந்த நிகழ்வுகள் அனைத்துக்கும் காரணம்.

ஒரு நீர் தொட்டியில் இரு குழாய்கள். ஒன்று உள்ளே நீர் வருவதற்கு, மற்றொன்று நீர் வெளியே செல்வதற்கு. வெளியே நீரை விடும் குழாய் பெரிதாக இருந்து, உள்ளே விடும் குழாய் சிறிதாக இருந்தால் என்ன விளைவோ அந்த விளைவுதான் நாம் கண்ட நிகழ்வுகளின் அடிப்படை.

உயிராற்றலை செலவிடக்கூடாது என்று யாரும் சொல்லவில்லை. அளவறிந்து செலவிடுவதுதான் புத்திசாலித்தனம். கோவைக்குச் செல்லும்போது அங்கேயுள்ள அன்னபூர்ணா ஹோட்டலில் சுவையான காப்பி சாப்பிடலாம். ஆனால் காப்பி சாப்பிடுவதற்காக ஃப்ளைட் பிடித்து கோவைக்குச் சென்றால் எவ்வளவு பைத்தியக்காரத்தனமாக இருக்கும்? அது போலத்தான் நாம் அனுபவிக்கும் இன்பங்களை நிர்ணயம் செய்து கொண்டு அனுபவிக்கவேண்டும். அப்போது இன்பம் இன்பமாக இருக்கும், துன்பம் வாராது.

ஔவை வீரத்தைப் பற்றிச் சொல்லும்போது ரத, கஜ, துரக, பதாதிகளை வெல்வதுதான் வீரம் என்று சொல்லவில்லை. 'புலன் ஐந்தும் வென்றான் தன் வீரமே வீரம்' என்று வீரத்துக்கு ஓர் அற்புதமான இலக்கணம் வடிக்கிறாள்.

ஏனென்றால் வெளியே உள்ள பகைவர்களை அழிப்பதில் காட்டும் வீரத்தைவிட நமக்கு உள்ளேயே இருந்துகொண்டு நம்மை தகாத வழியில் செலுத்தும் ஐம்புலன்களாகிய பகைவர்களை அழிப்பதில்தான் உண்மையான வீரம் இருப்பதாகச் சொல்கின்றாள் அந்த அறிவுலக மேதை.

இன்பம் அனுபவிக்கும்போது,

- இந்த இன்பம் தேவைதானா என்று ஆராய்ந்து பாருங்கள். வெகு சமயங்களில் வேண்டாதவற்றை மற்றவர்கள் திணிப்பதால் நாம் நாடிச் செல்கிறோம் என்பதுதான் உண்மை.

- நமது உயிராற்றலை இது வற்றச்செய்து விடுமா என்று கேட்டுக் கொள்ளுங்கள். உங்கள் கை இருப்பு உங்களுக்கே தெரியும்.
- இதனால் மற்றவர்களுக்குத் துன்பம் வருமா என்று சிந்தித்துப் பாருங்கள், அப்படி துன்பம் வரும் என்று தோன்றினால் உடனே மாற்று எண்ணம் கொடுத்து விலக்கி விடுங்கள்.
- பிறருக்குத் தீங்கு விளைவிக்காத, உங்கள் உயிராற்றலையும் ஒரே அடியாக குடித்து விடாத பட்சத்தில் நீங்கள் தாராளமாக அந்த இன்பத்தில் ஈடுபடலாம்.

உயிராற்றலை செலவிடக்கூடாது
என்று யாரும் சொல்லவில்லை.
அளவறிந்து செலவிடுவதுதான்
புத்திசாலித்தனம்.

4

பதிவுகள்

தேர்தலின்போது ஓட்டுப்போடச் சென்ற நமக்கு அதன் அடையாளமாக விரலில் ஒரு கரும் புள்ளி ஒன்றை வைக்கிறார்கள். (தேர்தல் முடிந்த பின்பு முகத்தில் கரியை பூசப்போகிறோம் என்று சொல்லும் அடையாளமாகக்கூட இருக்கலாம்!)

அந்தப் புள்ளியை நாம் என்ன முயன்றாலும் அழிக்க முடியாது. ஆனால், நமது செல்கள் உதிர்ந்து புதிய செல்கள் உற்பத்தி ஆகும்போது அந்தக் கறை காணாமல் போய் விடுகின்றது. இது உடலில் ஏற்படும் பதிவுக்கு ஓர் உதாரணம்.

நான் 10 வயதில் சைக்கிள் ஓட்டக் கற்றுக்கொண்டேன். 20 வயதுக்கு பின் நான் சைக்கிள் ஓட்டியதில்லை. இன்று 60 வயதில் ஒரு சைக்கிளைக் கொடுத்தால் என்னால் இப்போதும் ஓட்ட முடியும்.

நான் டைப்பிங் செண்டருக்கு சென்று டைப் அடிக்கப் பழகியதில்லை. ஆனால் விரல்களுக்கு பயிற்சி கொடுத்து குறுகிய காலத்தில் டைப் அடிக்க, அதுவும் தமிழில் அடிக்கப் பழகிக்கொண்டேன். நான் பேசிக் கொண்டே அடித்தாலும் எழுத்துக்கள் சரியாக விழுகின்றன. காரணம் இந்தப் பதிவுகள் என் மூளையின் செல்களில் பதிந்திருக்கின்றன.

ஒருவன் என்னைக் கீழ்த்தரமாக நடத்திவிட்டான். நானும் கோபித்துக் கொண்டு அவன் உறவையே முறித்துக்கொண்டு விட்டேன்.

வருடங்கள் கடக்கின்றன. நான் ஒருமுறை பிரயாணம் செய்யும் ரயிலில் அவனைக் காண நேரிடுகிறது. அப்போது முதலில் என் நினைவுக்கு வருவது என்ன? அவன் எனக்கு செய்த அவமானம் தானே? இங்கே அந்தப் பதிவு என் மனத்தில் விழுந்திருக்கின்றது.

இதுவரை நாம் உடலில், மூளையில் மற்றும் மனத்தில் ஏற்படும் பதிவுகளைப்பற்றிப் பார்த்தோம். இப்போது இன்னொரு முக்கியமான பதிவை நாம் அறிந்துகொள்ள வேண்டும். அதுதான் நம் உயிரில் ஏற்படும் பதிவு.

சென்ற அத்தியாயத்தில் நான் அளவுக்கு மீறி உயிராற்றலை செலவழிப்பவன் எப்படி ஏழ் பிறப்புக்கும் தீயவனாகிப் போகிறான் என்று காண்பித்திருந்தேன். அதுதான் உயிரின்மீது ஏற்படும் பதிவுகளுக்கு உதாரணம்.

நாம் ஒருவருக்கு மனதறிய வஞ்சம் செய்கிறோம். அதன் காரணமாக சொல்ல முடியாத வேதனைகளுக்கு அவரை உள்ளாக்குகிறோம் என்று வையுங்கள். அப்போது அவர் படும் துன்பங்கள் துன்பம் இழைத்த நம் மீது பதிவுகளாகப் படிந்துவிடுகின்றன.

முற்பகல் செய்யின் பிற்பகல் விளையும் என்ற சொல்லிற்கேற்ப அந்தப் பதிவுகள் முளைத்து துன்பத்தை நமக்குத் தவறாமல் கொண்டு சேர்க்கின்றன.

அரசியலில் அடக்குமுறை செய்தவர்களின் சரித்திரத்தைப் புரட்டிப் பாருங்கள். எந்த பாதகத்துக்கும் அஞ்சாமல் எதிரிகளை வெட்டிச் சாய்த்தவர்களின் அடுத்த தலைமுறைகள் எப்படி தவித்து மாண்டிருக் கின்றன என்று தெரியும். காரணம் அந்த சாப பதிவுகள் துன்பம் செய்தவனின் உயிர்மேல் பதிந்து அவன் காலத்தில் அவனால் தீர்க்கப்பட முடியாமல் அவனது அடுத்த தலைமுறைகளுக்கு சென்றிருக்கின்றன.

பிளாட்பாரத்தில் கடை போட்டுக்கொண்டிருக்கும் அடிமட்ட வியாபாரிகளை மிரட்டி காசு வசூலிக்கும் போலீஸ்காரர்களின் குடும்பங்களைப் பாருங்கள். உங்களுக்கு உண்மை விளங்கும்.

குடிசைவாழ் மக்களிடம்கூட இரக்கமின்றி லஞ்சம் வசூலிக்கும் அரசாங்க அதிகாரிகளின் வாரிசுகளின் வாழ்க்கையைப் பாருங்கள். கேவலமாக இருக்கும்.

ஏன், மக்கள் சாதாரணமாக நினைத்துக்கொண்டு செய்யும் குற்றங்களை எடுத்துக் கொள்ளுங்கள். நோய் என்று ஒன்று

வாராமலேயே நோய் வந்ததாகக் காண்பித்து பொய்யான மருத்துவச் சான்றிதழ்களையும், ரசீதுகளையும் உண்டாக்கி மெடிகல் க்ளெயிம் செய்து பணம் செய்பவர்கள் பின்னால் அதே நோயால் தாக்கப்பட்டு காசை செலவழிக்க வேண்டிவரும்.

இங்கே அவர்கள் அறியாத விஞ்ஞானம் என்ன என்றால், தான் ஆரோக்கியமாக இருக்கும்போதே நோய் வந்துவிட்டது என்ற ஒரு பதிவை உண்டாக்கிவிட்டால் அது நம் உயிரின் மீது பதிவாகி அந்த நோயை தப்பாமல் கொண்டுவந்துவிடும் என்பதுதான்!

மற்ற எல்லா பதிவுகளையும்விட இந்த உயிரின்மீது ஏற்படும் பதிவுகள்தான் மிக முக்கியமாக கவனிக்கப்பட வேண்டியவை. இவைதான் நமது வாழ்க்கையை மட்டுமல்ல, நமது அடுத்த தலை முறைகளின் வாழ்க்கையையும் நிர்ணயிக்கப் போகின்றவை.

தர்மம் தலை காக்கும் என்று சொல்வதில் வேறு ஓர் அர்த்தமும் பொதிந்திருக்கின்றது. அது தர்மம் ஒருவனது தலையை மட்டும் அல்ல அவனது தலைமுறைகளையும் காக்கும் என்பதுதான்!

நாம் ஒருவனிடம் கடன் வாங்கி இருந்து அதை நாம் நம் வாழ்நாளில் கொடுத்துத் தீர்க்காவிட்டால் கடன் கொடுத்தவன் நம் பிள்ளைகளின் கழுத்தில் துண்டைப் போடுவான் அல்லவா? அதுபோல்தான் இந்தப் பதிவுகளும்.

நாம் நம் வாழ்நாளில் இந்தப் பதிவுகளைத் தீர்க்காவிட்டால் நமது அடுத்த தலைமுறை அதற்கு வட்டியுடன் சேர்த்துக்கொடுத்து தீர்க்க வேண்டி வரும்!

உயிரின்மீது ஏற்படும் பதிவுகள்தான் மிக முக்கியமாக கவனிக்கப்பட வேண்டியவை. இவைதான் நமது வாழ்க்கையை மட்டுமல்ல, அடுத்த தலை முறைகளின் வாழ்க்கையையும் நிர்ணயிக்கப் போகின்றவை.

5

செயலின்றி விளைவு ஏது?

விஞ்ஞானி நியூட்டனின் இயக்கத்தின் மூன்றாவது விதியைப்பற்றி ஒரு சின்னக் குழந்தையைக் கேட்டால்கூட அனாயாசமாக பதில் கொடுக்கும். ஆனால் அவர் கண்டுபிடிப்பதற்கு பல ஆயிரம் வருடங்களுக்கு முன் நம் நாட்டில் இதையே ஒரு செயல் விளைவு தத்துவம் என்ற பெயரில் சொல்லி வைத்திருக்கிறார்கள்.

நியூட்டனின் இயக்க விதி வெறும் பௌதிக அளவில் நின்று விடுகிறது. ஆனால் நமது செயல் - விளைவு தத்துவம் வாழ்க்கை முழுவதையும் ஆக்கிரமித்துக்கொள்கிறது.

நமது புராணங்களையும் இதிகாசங்களையும் படித்துப் பாருங்கள். இந்தத் தத்துவத்தை எவ்வளவு முக்கியமான ஒன்றாக வடித்துக் கொடுத்திருக்கிறார்கள்.

ஒருமுறை திரௌபதி, கண்ணனுக்கு காயம் ஏற்பட்டபோது தன் சேலையைக் கிழித்து அவனுக்கு ரத்தம் சிந்தாதபடி செய்தாள். அவளுக்கு மான பங்கம் ஏற்படும் தறுவாயில் புடவை கடையையே அவளுக்குக் கிடைக்கும்படிச் செய்தான் அந்த மாயக்கண்ணன்!

யானையைக் கொல்வதாக நினைத்து தவறாக ஒரு சிறு பிள்ளையை தொலைவிலிருந்து அம்பு எய்திக் கொன்றான் தசரதன். விளைவாக தனது மகனை காட்டுக்கு அனுப்ப வேண்டி வந்து புத்திர சோகத்தில் மாண்டான் அவன்.

தவத்தில் ஆழ்ந்திருந்த ஒரு முனிவரின் தோள்மீது செத்த பாம்பை இட்டு அவரை அவமானப்படுத்தினான் பரிட்சித்து மகராஜன். விளைவாக ஒரு வாரத்துக்குள் பாம்பு கடித்து மாண்டான் அவன்.

நாட்டு நடப்புகளையும் பாருங்கள். என் அதிகாரத்துக்கு மிஞ்சி எதுவும் இல்லை என்று இறுமாப்போடு வலம் வந்தவர்கள், எதனால் காலமானார்கள் என்று யாரும் அறியாமலேயே துன்பப்பட்டு மாண்டு போனார்கள்.

கோடி கோடியாக பொது மக்கள் பணத்தை கொள்ளை அடித்தவர்கள் அதை அனுபவிக்க முடியாமல் நோய்களுக்கு இரையாகி மக்கி மடிந்ததைப் பார்க்கிறோம்.

உலக சரித்திரத்தையே எடுத்துக் கொள்ளுங்கள்.

ஜப்பான் நாடு கொரியாவை ஆக்கிரமித்து சொல்லமுடியாத கொடுமைகளுக்கு அவர்களை ஆளாக்கியது. கொரிய மூலப் பொருள்களை தன் நாட்டுக்கு ஏற்றுமதி செய்துகொண்டு, அதைக் கொண்டே விற்பனை பொருள்களை தயார் செய்து அவற்றையே கொரியாவின் தலையில் கட்டி கொள்ளை லாபம் அடித்தது. விளைவு சில வருடங்களுக்கு பின் அமெரிக்காவின் அணு ஆயுத பரிசோதனைக்கு இலக்காகி இரண்டு முக்கியமான நகரங்களை, ஆயிரக்கணக்கான மக்களோடு இழக்க வேண்டி வந்தது.

நமது நாட்டிலேயே நம் மக்களையே நாம் அடிமைகளாக நடத்தினோம். விளைவு நம் தேசமே அன்னியர்களுக்கு அடிமைப்பட்டு தவிக்க வேண்டியதாயிற்று.

இதே நாம் ஒருவருக்கு நன்மை செய்தோம் என்றால் அங்கிருந்து ஒரு வாழ்த்து வருகிறது. அது நமக்கு ஒரு நன்மையையும் கொண்டு தருகிறது.

இயற்கை என்பது ஒரு சூப்பர் கம்ப்யூட்டரைப்போல. நமது ஒவ்வொரு செயலும் ஏன் ஒவ்வொரு எண்ணமும் அதில் பதிவாகி விடுகின்றது. செயலுக்கேற்ற விளைவை அது தவறாமல் கொண்டு சேர்த்து விடுகின்றது.

ஆயிரம் பசுக்களுக்கு இடையில் ஒரு கன்றை விட்டால், அது தவறாமல் தன் தாய் பசுவைக் கண்டு பிடித்து விடும். அதுபோலத்தான் விளைவுகளும். தவறாமல் செயலின் நாயகனை சென்று அடைந்து விடுகின்றன என்று நமது நீதி நூல்கள் கூறுகின்றன.

நமது சங்க இலக்கியமும் இதைத்தான், 'தீதும் நன்றும் பிறர் தர வாரா' என்று பறை சாற்றுகின்றது.

ஒரு சிறுவன் நாயை கல்லால் அடிக்கிறான். அந்த நாய் தன்னை அடித்த கல்லையா துரத்துகிறது? அடித்தவனைத்தானே! ஐந்தறிவுள்ள ஒரு பிராணிக்கு இந்தத் தத்துவம் தெரியும்போது அறிவே உருவான இயற்கைக்கா தெரியாமல் போகும்? எனவே,

- ஒரு செயலைச் செய்யும் முன் அதன் விளைவுகளை எண்ணிப் பார்த்து பின் செயலில் இறங்கவேண்டும்.
- எண்ணங்களையும் பரிசீலனை செய்து தவறான எண்ணமானால் மாற்று எண்ணம் கொடுத்து சரி செய்து விடவேண்டும்.
- நல்ல எண்ணங்களிலும், நற்செயல்களிலும் ஊக்கம் கொண்டு உழைத்து நமக்கு ஒரு பாதுகாப்புக் கவசத்தை உருவாக்கிக் கொள்ள வேண்டும்.

இப்படியொரு வாழ்க்கைப் பாதையை அமைத்துக்கொண்டால் அச்சமின்றி வாழலாம்.

> இயற்கை என்பது ஒரு சூப்பர் கம்ப்யூட்டரைப்போல. நமது ஒவ்வொரு செயலும் ஏன் ஒவ்வொரு எண்ணமும் அதில் பதிவாகி விடுகின்றது. செயலுக்கேற்ற விளைவை அது தவறாமல் கொண்டு சேர்த்து விடுகின்றது.

6

உண்மைக்கு மதிப்பு உண்டா?

நாட்டில் பல பேர் அடிக்கடி கூறும் வாக்கியம், ‘உண்மைக்கு இப்போது மதிப்பு இல்லை. உண்மை பேசி பிழைக்க முடியாது!’

ஏன் அப்படிக் கூறுகிறார்கள்?

என்னவென்றால், அவர்கள் கண்ணெதிரே நாளெல்லாம் பொய் கூறி, வாக்குறுதிகளை அள்ளி வீசி மக்களை ஏமாற்றி பதவிக்கு வந்த அரசியல்வாதிகள், காலணா காசு இல்லாமல் அரசியலுக்கு வந்தவர்கள் கார், பங்களா என்று பகட்டாக படாடோபமாக வாழ்கிறார்கள் என்பதால்தான்.

அவர்கள் காணாதது, அப்படிச் சம்பாதிக்கும் பணம் அவர்கள் நம்பி ஒப்படைக்கும் பினாமிகளால் சுருட்டப்பட்டு கடைசியில் யார் யார் கைக்கோ போய்ச்சேருகின்றது என்பதுதான்.

எனக்கு மிக நெருங்கிய நண்பராக இருந்த ஒருவர் விற்பனைத் துறையில் உழைத்து நன்றாக முன்னேறிக்கொண்டிருந்தார். பிறகு தாமே ஏன் ஒரு வியாபாரத்தைத் தொடங்கக்கூடாது என்று நினைத்து ஒரு நிறுவனத்தைத் தொடங்கி சாக்லேட் உற்பத்தியில் ஈடுபட்டார். நல்ல முன் அனுபவம் இருந்ததால் பாக்கேஜிங், பிராண்டிங் எல்லாம் நன்றாகச் செய்து வினியோகத்தைத் தொடங்கினார்.

அவருக்கு ஒரு கெட்ட பழக்கம் சகட்டு மேனிக்கு பொய் சொல்வது. ஆரம்பத்தில் சில சந்தர்ப்பங்களில் இருந்து தப்பித்துக்கொள்ள பொய் சொல்ல ஆரம்பித்தவர், பின்னர் பொய் சொல்லி மற்றவர்களை ஏமாற்றுவதில் ஒரு தனி இன்பம் காண ஆரம்பித்தார். சொந்த மனைவி, மக்களிடமே எதற்கெடுத்தாலும் பொய் சொல்லி அவர்கள் ஏமாறுவதை ரசித்து அனுபவிப்பார்.

நண்பன் என்ற முறையில் பலமுறை அவருக்கு அறிவுரைகள் வழங்கி அவரைத் திருத்த பாடுபட்டேன். மனிதர் என்னிடமே பொய் சொல்லித் தப்பித்துக்கொள்வார்! பின் நான் உத்தியோக நிமித்தம் துபாய் செல்ல வேண்டி வந்தது. அவரை அதிகம் சந்திக்க முடிய வில்லை.

ஒருமுறை விடுமுறையில் நான் சென்னைக்கு வந்தபோது வீட்டில் ஒரு விசேஷத்துக்காக அவரை நேரில் அழைக்க என் சகோதரரை அவர் வீட்டுக்கு அனுப்பினேன். அவர் திரும்பி வந்து எனக்குக் கொடுத்த செய்தி என்னை அதிர்ச்சியில் ஆழ்த்தியது.

நண்பர் வியாபாரத்தை விரிவாக்க, தான் உரைக்கும் பொய்களையே வியாபார உத்திகளாக ஆக்கி விளையாடி இருக்கிறார். முதலில் நம்பிய வாடிக்கையாளர்கள் பின்னர் விழித்துக்கொள்ள வியாபாரம் முடங்கத்தொடங்கியது. கடன் வாங்கியவர்களிடம் இருந்து நெருக்கடி, மார்க்கெட்டில் வசூலும் குறைந்தது. வேறு வழி தோன்றாமல் ஊரை விட்டே சென்று விட்டாராம் என்று என் சகோதரன் கூறியதைக்கேட்டு மிகுந்த வேதனைக்கு உட்பட்டேன்.

எத்தனையோ நல்ல குணங்கள், திறமைகள் இருந்தும் இந்தப் பொய்யுரைக்கும் பழக்கத்துக்கு அடிமையாகி தன் வாழ்க்கையைக் கெடுத்துக்கொண்டாரே என்று மிகவும் வருத்தப்பட்டேன்.

உண்மையின் வலிமையைப்பற்றி எழுதும்போது மகாகவி பாரதியின் வாழ்க்கையில் நடைபெற்ற ஒரு சம்பவம் நினைவுக்கு வருகிறது.

அது பாரதி பாண்டிச்சேரியில் வாழ்ந்து வந்த சமயம். அவரை மிகவும் ஆதரித்து வந்த முருகேசன் பிள்ளை என்ற ஒரு செல்வந்தர் தனது மகன் ராஜா பகதூரை மேல் படிப்புக்கு வெளி நாட்டுக்கு அனுப்பி இருந்தார்.துரதிர்ஷ்டவசமாக அவன் படிப்பை முடித்துக்கொண்டு திரும்பி வந்த கப்பல் புயலில் சிக்கி அவன் மடிந்து விட்டதாக ஒரு தந்தி வந்தது. தந்தை மிகவும் மனம் ஒடிந்து போய்விட்டார்.

அவரது நண்பர்கள் அவரை சோகத்திலிருந்து மீட்க ஓர் உபாயம் தேடினார்கள். அவரது மகன் இறக்கவில்லை, வேறு ஒரு கப்பலில்

வந்து கொண்டிருக்கிறான் என்று செய்தி வரும்படி ஒரு தந்தியை தயார் செய்தார்கள். சோகத்தால் அவர் உயிர் போய்விடுமே என்ற பயத்தில் அவர்கள் அவரைக் காப்பாற்றும் எண்ணத்தில் அவ்வாறு செய்தார்கள்.

அவருக்கு இந்த இரண்டாம் தந்தியின்மீது ஒரு சந்தேகம். நண்பர்கள் எவ்வளவு கூறியும் சமாதானப்படவில்லை. அவருக்கு உடனே நினைவுக்கு வந்தது பாரதியைத்தான்.

'பாரதியை கூப்பிடுங்கள். அவர் சொன்னால் நான் நம்புகிறேன்,' என்று தீர்மானமாகச் சொல்லிவிட்டார்.

நண்பர்கள் பாரதியைக்கண்டு நடந்ததைச் சொல்லி அந்த ஒரு பொய்யைச் சொல்லி, நண்பரின் உயிரைக் காப்பாற்ற உதவி செய்யும்படி வேண்டிக்கொண்டார்கள்.

பாரதிக்கு தர்ம சங்கடம். பொய்யே உரைப்பதில்லை என்று சத்தியம் செய்திருந்தார் அவர். மகனை இழந்து விட்டோம் என்று நினைத்து வருந்திக்கொண்டிருந்த நண்பரிடம் கூறினார். 'பிள்ளைவாள், இந்தத் தந்தி பொய்யோ, உண்மையோ என்று நான் அறியேன். ஆனால், அன்னை பராசக்தி கூறுகிறாள், உங்கள் மகன் இறக்கவில்லை என்று!'

முருகேசன் பிள்ளைக்கு அது போதும். பாரதியின் வார்த்தைகளில் அத்தனை நம்பிக்கை.

உண்மையில் அந்தப் பையன் சாகவில்லை, ராஜா பகதூர் உயிரோடு திரும்பி வந்தான். பாரதியின் வார்த்தைகள் நிஜமாயின!

நம் நாட்டில் ஒரு கருத்து நிலவி வருகிறது. அதாவது ஒருவர் தமது வாழ்வில் உண்மையே பேசி வாழ்ந்து வந்தால் பின் அந்த சத்திய வலிமையே அவர் கூறுவது அனைத்தும் உண்மையாகும் உன்னதம் நிகழ்த்துகிறது என்பதுதான் அது.

உண்மை பேசுபவர்க்கு இன்னொரு லாபமும் உண்டு. தாம் பேசுவதை எல்லாம் நினைவில் வைத்துக்கொள்ள வேண்டிய அவசியம் இல்லை!

ஆனால், பொய் உரைப்பவன் தான் அவிழ்த்துவிடும் அத்தனை பொய்களையும் நினைவில் வைத்துக்கொள்ளவேண்டும். மாற்றிச் சொல்லிவிட்டால் குட்டு உடைந்து மானம் போய் விடும்!

நான் எனது விற்பனை வாழ்க்கையை பின்னோக்கிப் பார்க்கிறேன். விற்பனையாளன் என்றாலே 'கழுத்திலே டை, கையிலே பை, வாயிலே பொய்' என்று இலக்கணம் வகுப்பார்கள்.

ஆனால் நான் இந்த இலக்கணத்தை தவிர்த்தே வந்திருக்கிறேன். சில சமயங்களில் அது பாதிப்பைக் கொடுத்தாலும், எனது நீண்ட கால லட்சியங்களை அடைவதில் நான் பேசும் உண்மைகள் எனக்கு உறுதுணையாக இருக்கின்றன என்பதுதான் நிதர்சனமான உண்மை!

உங்கள் வாழ்க்கையில் அமைதியும் இன்பமும் வேண்டும் என்றால்,

- பொய் சொல்வதைத் தவிர்த்துவிடுங்கள்.
- விளையாட்டுக்குக்கூட பொய்கள் வேண்டாம். விளையாட்டு பல சமயங்களில் வினை ஆகி விடுகிறது.
- உண்மையே பேசுவதில் தற்காலிகமாக பின்னடைவு வந்தாலும் நீண்டகால நன்மைகள் அதில்தான் அதிகம்.
- ஒருமுறை உங்கள் பெயர் கெட்டு விட்டால் நீங்கள் எத்தனை முயன்றாலும் அதை மாற்றுவது மிக மிகக் கடினம்.
- பல சமயம் நீங்கள் சொல்லும் பொய்களே உங்கள் மன நிலையில் முரண்பாடுகளை உண்டாக்கி உங்களை ஒரு மன நோயாளியாக ஆக்கிவிடும் அபாயமும் உண்டு!

7

இன்ப வானில் பறக்க இறக்கைகள் இரண்டு!

வான்வெளியில் பறக்கும் விமானத்துக்கு இரண்டு இறக்கைகள் இருப்பது போன்று, வாழ்க்கை என்னும் ஆகாயத்தில் பயணிக்க நமக்கு இரண்டு இறக்கைகள் இருக்கின்றன.

ஒன்று அறம், மற்றது ஈகை. இந்த இரண்டு இறக்கைகளும் சரியாக அமைந்துவிட்டால் உங்களது வாழ்க்கை ஓர் அற்புதமான பயணம். இதில் ஒன்று பழுதுபட்டாலும் வாழ்க்கை விமானம் விழுந்து நொறுங்கி விடுவது நிச்சயம்.

அறம் என்பது நேர்மையான வாழ்க்கை. செய்யும் தொழில் நேர்மையானதாக இருக்கவேண்டும். பிற உயிர்களுக்கு துன்பம் தராததாக இருக்கவேண்டும்.

அதிக வட்டிக்கு பணம்கொடுத்து, கந்து வட்டி, மீட்டர் வட்டி, மின்னல் வட்டி, ஸ்பீடு வட்டி என்று வட்டிக்குமேல் வட்டி வசூலித்து, இறுதியில் கடன் வாங்கியவன் கடனிலேயே மூழ்கி தற்கொலை செய்துகொள்ளும் அளவுக்கு தள்ளி விடுகிறார்களே, அவர்கள் என்ன சந்தோஷமாகவா வாழ்ந்துகொண்டிருக்கிறார்கள்?

சிறு பிள்ளைகளுக்கு போதை பொருள்களை அறிமுகப்படுத்தி அவர்களை அதற்கு அடிமை ஆக்கி சிக்க வைத்து அவர்கள்

வாழ்க்கையைச் சின்னாபின்னமாக்கி அதில் லட்சம் லட்சமாக சம்பாதிப்பவர்கள், ஒருநாள் போலீஸ் என்கவுண்டரில் நாதியின்றி மடிவதை தினத்தாள்களில் படிக்கின்றோமே!

லஞ்சமே லட்சியம் என்று ஒவ்வொரு கையெழுத்துக்கும் ஆயிரக் கணக்கில், அதுவும் வாழ வழி இல்லாத ஏழை ஜனங்களிடம் இரக்கம் இன்றி வசூல் செய்யும் அரசாங்க அதிகாரிகளின் ஓய்வு பெற்ற வாழ்க்கையை அலசிப்பாருங்கள். கொடும் துன்பத்துக்கு ஆளாகி சித்திரவதைப்பட்டு சாகிறார்கள்.

உங்களுக்கு ஒரு ரகசியத்தைச் சொல்கிறேன். நீங்கள் உண்மையிலேயே நேர்மையாகச் சம்பாதிப்பவர் என்றால் உங்கள் பொருள் ஒன்றுகூட தொலைந்து போகாது! உங்கள் சட்டை பொத்தான்கூட பத்திரமாக இருக்கும். நீங்கள் உங்கள் பொருளை எங்கேயாவது மறந்துவைத்து விட்டால்கூட அது உங்களைத் தேடி வந்துவிடும். இது நான் என் வாழ்க்கையில் கண்ட உண்மை.

நான் உபயோகிக்கும் பொருள்கள் அனைத்தும் நான் பல வருடங்களாக உபயோகித்துக்கொண்டிருப்பவை. நானே அதை யாருக்காவது கொடுத்தால்தான் அது என்னை விட்டுப் போகுமே தவிர நான் எதையும் இழப்பதில்லை.

நான் கொச்சினில் பணி செய்துகொண்டிருந்த சமயம். ஒருமுறை உத்தியோக விஷயமாக எங்களது சென்னை அலுவலகத்துக்கு நான் வர வேண்டியிருந்தது. அலுவலக மீட்டிங் முடிந்து சில முக்கியமான அலுவலக ஆவணங்களுடன் அடுத்த நாள் கொச்சின் புறப்பட்டேன்.

அந்த சமயம் என்னுடன் என் மனைவியும் சென்னையில் இருந்து புறப்பட வேண்டி இருந்தது. இருவரும் சென்னையில் இருந்து கொச்சியை அடைந்தோம், ரயில்வே நிலையத்திலிருந்து ஓர் ஆட்டோவை அமர்த்திக்கொண்டு எங்கள் வீட்டுக்குப் பயணித்தோம்.

இருவரும் ஒன்றாக வந்ததால் லக்கேஜ் சிறிது அதிகம். (பொதுவாக இல்லத்தரசிகள் பயணிக்கும்போது எத்தனை மூட்டை முடிச்சுகள் இருக்கும் என்பதை நான் உங்களுக்கு சொல்ல வேண்டிய அவசியம் இல்லை என நினைக்கிறேன்!)

ஆட்டோவின் குலுக்கலில் என்னுடைய ப்ரீஃப்கேஸ் வழியில் விழுந்ததை நான் கவனிக்கவில்லை. வீட்டிற்கு வந்து ஆட்டோவிற்கு பணத்தைக் கொடுத்துவிட்டு பெட்டி, படுக்கைகளை எடுத்து வைக்கும்போதுதான் என் ப்ரீஃப்கேஸ் காணாமல் போனதை நான் அறிந்தேன்.

அதே ஆட்டோவில் மீண்டும் ஏறிக்கொண்டு வந்த வழியைப் பார்த்துக்கொண்டே மறுபடியும் ரயில்வே நிலையத்தை அடைந்தேன். வழியில் எங்கும் அது காணப்படவில்லை. ரயில்வே நிலையத்திலும் தேடினேன். அகப்படவில்லை.

எனக்கு மிகவும் வருத்தமாகிவிட்டது. காணாமல்போன பெட்டியில் அலுவலக ஆவணங்கள் இருந்தன. எனது டிவிஷனல் மேனேஜரோ ஒரு சிடுமூஞ்சி! இதை வைத்துக்கொண்டு ஒரு பெரிய லெக்சர் அடிப்பார். போலீஸில் ஒரு புகார் கொடுத்துவிட்டு வீட்டுக்கு வந்தேன்.

நான் பொதுவாகவே மனசாட்சிக்கு மதிப்பு கொடுத்து வேலை செய்பவன். எத்தனையோ கவனமாக பணிகளைச் செய்தும் ஏன் இந்த நிலை என்று இறைவனை வேண்டினேன்.

மாலையில் ஒரு ஃபோன் கால். மலையாள மனோரமா பத்திரிகை அலுவலகத்தில் இருந்து! 'நீங்கள் சமீபத்தில் எதையாவது தொலைத்து விட்டீர்களா?' - ஓர் அலுவலர் எதிர் முனையில் இருந்து கேட்டார்.

'ஆம், எனது ப்ரீஃப்கேஸ்' என்று ஆவலுடன் பதில் கூறினேன்.

'அதில் என்ன இருக்கின்றது என்று சொல்ல முடியுமா?'

நான் அதில் இருந்த ஆவணங்களைப்பற்றிக் கூறினேன்.

கேட்டவர் நான் கூறிய பதிலில் திருப்தி அடைந்தவராக, 'சரி, உடனே எங்கள் அலுவலகத்துக்கு வாருங்கள்' என்றார்.

நான் அடுத்த பத்தாவது நிமிடம் அங்கு சென்று சேர்ந்தேன்.

என்னுடன் ஃபோனில் 'சம்சாரித்தவர்' அங்கே அவர் முன் அமர்ந்திருந்த ஒருவரை எனக்கு அறிமுகப்படுத்தினார்.

'இவர் ஒரு சிறிய கோவிலின் பூசாரி. வரும் வழியில் ஈர மண்ணில் ஒரு ப்ரீஃப்கேஸ் விழுந்து கிடந்ததைப் பார்த்திருக்கிறார். பயந்து போய் அதை போலீஸில்கூட ஒப்படைக்காமல் எங்களிடம் கொண்டு வந்து கொடுத்து அதை என்னவென்று பார்க்கும்படி கூற, நாங்கள் அதில் இருந்த உங்கள் டைரியை வைத்து உங்களுடன் தொடர்பு கொண்டோம்,' என்று விளக்கினார்.

அப்போதுதான் எனக்கு அந்தப் பெட்டி கீழே விழும்போது ஏன் சத்தம் கேட்கவில்லை என்று புரிந்தது. மழை பெய்து மண்ணில் ஈரம் இருந்திருக்கிறது. எனவே சத்தம் கேட்காமல் போனது.

அந்த பூசாரிக்கு நன்றி தெரிவித்து, அவரது நேர்மையைப் பாராட்டி அவருக்கு ஒரு நல்ல சன்மானம் அளித்து மகிழ்ந்தேன்.

இதேபோல மற்றொருமுறை எனது மனைவியுடன் என் அன்னையின் இல்லத்துக்குச் சென்று திரும்பி வந்த பிறகு கழுத்தில் அவள் அணிந்துகொண்டிருந்த விலை உயர்ந்த நெக்லஸ் இல்லாததைக் கண்டு திகைத்து விட்டோம்.

அம்மாவுக்கு போன் செய்து அங்கே வீட்டில் எங்காவது விழுந்திருக்கிறதா என்று பார்த்ததில் அங்கு இல்லை. சரி, காரிலேயே கழன்று விழுந்திருக்குமோ என்று பார்ப்பதற்காக கார் பார்க்கிங் பகுதிக்குச் சென்றோம். போகும்போது வழியெல்லாம் பார்த்துக்கொண்டே போக, சற்று தூரத்திலேயே பளிச்சிட்டது அந்த வைர நெக்லஸ்!

அதுவரை அங்கு புழங்கிக்கொண்டிருந்த வாட்ச்மேன் கண்ணில் படவில்லை. அங்கு வந்து கொண்டிருந்த கார்களில் ஒன்று அதன் மேல் ஏறி இருந்தால் அது சுக்கு நூறாகப் போயிருக்கும். ஆனால் தெய்வச் செயலால் அப்படியேதும் ஆகாமல் அது மீண்டும் கைக்குக் கிடைத்துவிட்டது.

இந்தச் சம்பவங்களை ஏன் கூறுகிறேன் என்றால், உங்களது நேர்மையான உழைப்பு நீங்கள் கவனக்குறைவால் எதையாவது தொலைத்துவிட்டாலும்கூட அது உங்கள் வீட்டிற்கு வழியைக் கண்டு பிடித்துக்கொண்டு உங்களைத் தேடிவர வைத்துவிடும் என்று உறுதியாகக் கூறுவதற்குத்தான்!

நீங்கள் உண்மையிலேயே நேர்மையாகச் சம்பாதிப்பவர் என்றால் உங்கள் பொருள் ஒன்றுகூட தொலைந்து போகாது! உங்கள் சட்டை பொத்தான்கூட பத்திரமாக இருக்கும்.

8

தர்மம் தலை காக்கும்

கடந்த அத்தியாயத்தில் நாம் முதல் இறக்கையாகிய அறம் பற்றிப் பார்த்தோம். இப்போது இரண்டாம் இறக்கையான ஈகையின் முக்கியத்துவத்தைப் பார்ப்போம்.

சுயநலமிகள் கேட்கும் ஒரே கேள்வி, 'நான் உழைக்கிறேன், சம்பாதிக்கிறேன், அனுபவிக்கிறேன். நான் ஏன் மற்றவருக்குக் கொடுக்க வேண்டும்? அவனவன் உழைத்துச் சமாளித்துக்கொள்ள வேண்டியதுதானே?'

தர்க்கரீதியாக இது சரியான வாதம் போலத் தோன்றினாலும், சில அடிப்படை காரணங்களால் இந்த வாதத்தை நாம் ஏற்றுக்கொள்ள முடியாது. எவ்வளவுதான் சமத்துவம் பேசினாலும் சில ஏற்றத் தாழ்வுகள் நம்மிடையே இருக்கத்தான் செய்கின்றன. 'புத்தியுள்ள மனிதரெல்லாம் வெற்றி காண்பதில்லை, வெற்றி பெற்ற மனிதரெல்லாம் புத்திசாலி இல்லை!' என்று கவிஞர்தான் பாடி வைத்துவிட்டுப் போய்விட்டாரே!

ஆனைக்கும் அடி சறுக்கும் என்பதுபோல சமயங்களில் திறமை உள்ளவர்களுக்கும் சோதனைகள் வருவதுண்டு. இவற்றை எல்லாம் ஒரு மனித நேயத்தோடுதான் அணுகவேண்டும்.

இந்தியாவின் மாபெரும் சூஃபி ஞானி ஷீரடி சாய் கூறினார், 'நீ ஒருவனுக்கு முன்னம் கொடுத்திருந்தால் அன்றி உனக்கு ஒன்று

கிடைக்க வாய்ப்பு இல்லை! இயற்கை நீ ஒன்று கொடுத்தால் அது பத்தாகத் திருப்பித்தரும்!'

நம் நாட்டின் நிலைமையைச் சற்று சிந்தித்துப்பாருங்கள். எவ்வளவு ஜனத்தொகை! அதில்தான் எத்தனை ஏற்றத்தாழ்வுகள்!

ஒரு பக்கம் மாட மாளிகைகள், 150க்கும் மேற்பட்ட அறைகள் உள்ள கார்ப்பரேட் ராஜாக்களின் அரண்மனை போன்ற வீடுகள், மறுபக்கம் மழை பெய்தால் முழுகிவிடும் குடிசைகள்.

ஒரு பக்கம் கோடிக்கணக்கில் உல்லாசக்காரர்கள் வாங்கி ஓட்டும் சொகுசு கார்கள்! இன்னொரு பக்கம் சைக்கிள்கூட வாங்க வழி இல்லாத அன்றாடம் காய்ச்சிகள்1

ஒரு பக்கம் தங்களது பானைத் தொப்பையைக் கரைக்க ஓடும் ஓட்டங்கள்! இன்னொரு பக்கம் ஒரு ஜான் வயிற்றைக்கழுவ ஓட்டமான ஓட்டம்!

இது அத்தனையையும் பார்த்த ஒரு வெளி நாட்டவன் கூறினான், 'இதே நிலைமை மேற்கத்திய நாடுகளிலிருந்தால் பெரும் புரட்சியே வெடித்திருக்கும்!'

அவ்வாறு நிகழாததன் காரணம் இங்கே ஒருவனும் பசியால் சாவதில்லை. எப்படியோ அவனுக்கு உணவு கிடைத்து விடுகிறது.

நம் நாட்டில் மனிதனுக்கு மட்டுமல்ல, காக்கை போன்ற பறவை களுக்கும், நாய்க்கும் உணவளித்துவிட்டுத்தான் இவன் உண்ணப் போவான் - காலை நேரத்தில் காக்கை, இரவு நேரத்தில் நாய்.

கொடுப்பதிலும் இரண்டு வகை இருக்கிறது. இதைத்தான் ஆண்டாள் 'ஐயமும் பிச்சையும் ஆந்தனையும் கை காட்டி' என்கிறாள் தனது ஒப்பற்ற திருப்பாவையில். பிச்சை என்பது ஒருவன் கேட்டபின் கொடுப்பது. ஐயம் என்பது ஒருவன் கேட்க நினைத்து ஆனால் நாணி கேட்காமல் இருப்பவனுக்கும் கொடுப்பது. 'ஆந்தனையும்' என்கிறாள். அதாவது முடியும்வரை கொடுங்கள். அதுவும் 'கை காட்டி' என்ற ஓர் அற்புதமான பதப்பிரயோகத்தை இடுகிறாள். கொடுப்பது கையோடு இருக்கட்டும், அகத்தே சென்று 'நான் கொடுத்தேன்' என்ற மமதை ஆகவேண்டாம் என்று அறிவுறுத்துகிறாள் ஆழ்வார் ஆண்டாள்.

ஓர் ஆறு ஓடிக்கொண்டிருந்தது. அதன் அருகே ஒரு குட்டையும் இருந்தது. அது ஆற்றைப் பார்த்து, 'ஏன் நீ உனது நீரை போகும் வழி எங்கும் தாரை வார்த்ததுக்கொண்டிருக்கிறாய்? என்னைப்போல் உன் நீரைச் சேர்த்து வைத்துக்கொள்,' என்றதாம்.

ஆறு அதற்கு பதில் கூறாது சிரித்துவிட்டுச் சென்றுகொண்டே இருந்ததாம்.

அடுத்த சில மாதங்களில் மழை பொய்த்துவிட, குட்டை நீர் வற்றிப் போனது. நம் மக்களுக்குத்தான் வேறு உபயோகம் இருக்கிறதே! குப்பைகளை அதில் கொட்டி அந்தக் குட்டையை குப்பைக் கூளமாக ஆக்கிவிட்டார்கள்.

ஆனால் ஆறோ நீரோட்டம் சிறிது குறைந்தாலும், அடுத்து வந்த மழையில் மீண்டும் நிரம்பி முன்னைக்காட்டிலும் வளமாக, வேகமாக ஓடிக்கொண்டிருந்ததாம்.

கஞ்சர்கள், கருமிகள் இவர்களது சொத்துக்கள் நசித்துப்போவது இப்படித்தான்! அவர்களும் அனுபவிப்பதில்லை, மற்றவர்களும் அனுபவிக்க முடியாது! கொடுப்பவர்களின் செல்வம் தலைமுறை தலைமுறைகளாக பெருகிக்கொண்டிருக்கிறது.

சரி, இந்த ஈகையின் அடிப்படை தத்துவம் என்ன என்று யோசிக் கிறீர்களா? நாம் ஒருவருக்கு ஒன்றைக் கொடுக்கும்போது நமக்கு உதவி பெற்றவரிடம் இருந்து ஓர் ஆசி வருகிறது. சரியான சமயத்தில் நம்மைக் காப்பாற்றினாரே என்று. அது உதவி செய்தவருக்குத் துணையாக நின்று அவரை காக்கின்றது.

இதற்கு எதிர்மறையாக உள்ளவைதான் சாப பதிவுகள். ஒருவருக்கு நாம் தீங்கு இழைத்தால் அவ்வாறு துன்பப்பட்டவரிடம் இருந்து ஒரு சாப பதிவு வருகின்றது. அது துன்பம் இழைத்தவரை பாடாகப் படுத்துகிறது.

இது நாம் முன்பு கண்ட செயல்-விளைவு தத்துவத்தின்பால் பட்டது.

ஒரு வியப்பூட்டும் விஷயத்தை உங்களுடன் பகிர்ந்துகொள்கிறேன். ஜப்பானியர்கள் தாங்கள் புதிதாக வீடு கட்டும்போது ஒரு பழக்கத்தைக் கையாள்கிறார்கள். அக்கம் பக்கத்தில் உள்ள வீடுகளுக்குச் சென்று அவர்களுக்கு சில பரிசுப்பொருள்களை வழங்குகிறார்கள். கூடவே அவர்களிடம் சொல்கிறார்கள், 'நாங்கள் இங்கே வீடு கட்டும்போது பல சிரமங்கள் உங்களுக்கு ஏற்படக்கூடும். சத்தம் அதிகமாகக் கேட்கும். கட்டடப் பொருள்கள் குவிக்கப்படும்போது மாசு பரவக்கூடும். எங்களால் முடிந்தவரை உங்களுக்குச் சிரமமில்லாமல் பார்த்துக்கொள்கிறோம். அதையும் மீறி சிரமம் உண்டானால் தயவு செய்து பொறுத்துக்கொள்ளவேண்டும்' என்று மிகப் பணிவாக வேண்டிக்கொள்வார்களாம்.

வேடிக்கை என்ன என்றால் அவர்களுக்கு இந்தப் பதிவுகளின் தத்துவம் தெரியாது. அதாவது நம்மால் பாதிக்கப்படுபவர் துன்பப்படும்போது அந்த துன்ப பதிவு நம் மீது படிகிறது. அது நம்மையும் துன்பத்தில் ஆழ்த்துகிறது. பதிலாக அவர்களது ஆசியைப் பெறும்போது அது நம்மீது படிந்து நம்மைக் காக்கின்றது என்ற தத்துவம்.

நாம் இத்தகைய உயர்ந்த தத்துவத்தை வைத்திருக்கிறோம். ஆனால் பின்பற்றுவதில்லை. ஜப்பானியர்களோ தத்துவம் அறியாமலேயே அதை வாழ்க்கையில் நன்கு பின்பற்றிக் கொண்டிருக்கிறார்கள்!

நம்மிடம் ஒருவர் ஐஸ்கிரீம் ஒன்றைக் கொடுக்கிறார். நாம் அதை உறிஞ்சாமல் பாக்கெட்டில் வைத்துக்கொண்டால் என்ன ஆகும்? ஐஸ்கிரீமும் வீணாகும், நமது சட்டையும் பாழாகும் இல்லையா? அது போலத்தான் தத்துவத்தைப் பின்பற்றாதவர்கள் நிலை.

என் அன்னையின் வீட்டிற்கருகில் உள்ள ஒருவர், தான் பெரிய வீடு ஒன்றைக் கட்டுவதற்காக கட்டிடப் பொருட்களைக் குவித்து அந்தத் தெருவையே ஆக்கிரமிப்பு செய்து கொண்டிருக்கிறார். இரவு பகல் என்று பாராமல் ஒரே சப்தம், இரைச்சல். நான் போலீஸில் புகார் செய்தும் பெரிதாக ஒரு மாற்றமும் இல்லை. அவர் நினைப்பது இவர்களால் என்ன செய்துவிட முடியும்? ஆனால் அவர் அறியாதது அடுத்தவர்களின் வயிற்றெரிச்சலை வாங்கிக் கட்டிக்கொண்டால் அது அவர் வீட்டை, குடும்பத்தை எப்படி பாதிக்கும் என்பதை.

சரி, உதவி புரிவதை வேறொரு கோணத்தில் பார்ப்போம். ஸ்வாமி விவேகானந்தர் அமெரிக்காவில் உரையாற்றுகையில் தாம் ஏதோ பெரிதாகச் செய்கிறோம் என்று நினைத்துக்கொண்டிருந்த மிஷனரிகளுக்கு ஆணித்தரமாக ஒன்றை சம்மட்டி அடித்ததுபோலக் கூறினார் - ‘நீங்கள் உலகத்துக்கு உதவி புரிவதாக நினைத்துக் கொண்டிருக்கிறீர்கள். ஆனால், நீங்கள் உண்மையில் உங்களுக்குத்தான் உதவி புரிந்து கொண்டிருக்கிறீர்கள். எனவே நாம் ஏதோ பெரிதாகச் செய்து விட்டோம் என்று அகங்காரம் கொள்ளாதீர்கள்.’

அதாவது பிறர்க்கு உதவி செய்யும்போது நாம் நமது எதிர்மறை பதிவுகளை அழித்துக்கொண்டிருக்கிறோம். தூய்மை ஆகிக்கொண்டிருக்கிறோம். இது நாம் நமக்கே செய்துகொள்ளும் உதவி ஆகாதா?

மேலும் சொல்லட்டுமா? இது எப்படி என்றால் ஒரு மரத்தில் கிளை, இலை, தண்டு என்று பல பாகங்கள் இருந்தாலும் எல்லாம் ஒன்றாகச் சேர்ந்து மரம் என்று ஆகின்றதல்லவா?

இவற்றில் ஒரு பாகம் இன்னொரு பாகத்துக்கு செய்யும் கடமையை எப்படி உதவி என்று அழைக்க முடியும்?

வேர் நீரை உறிஞ்சி மற்ற பாகங்களுக்கு அனுப்புகின்றது. இலைகள் பச்சையத்தைத் தயார் செய்கின்றன. மலர்கள், சத்தை வாங்கிக் கொண்டு பூத்துக் குலுங்கி, காயாகி, பழமாக உருவெடுக்கின்றன. ஒவ்வொரு பாகமும் செய்யும் கடமை அந்த மரத்துக்கல்லவா நன்மை ஆகின்றது?

அதுபோல நாம் செய்கின்ற நற்செயல்கள் நமது சமுதாயத்துக் கல்லவா நன்மை விளைவிக்கின்றன?

நாம் என்ன சமுதாயத்துக்கு அப்பால் நிற்கின்றோமா என்ன?

எனவேதான் விவேகானந்தர் கூறினார், 'நீ பிறர்க்கு உதவி செய்ததாக நினைக்கிறாய். ஆனால், நீ உனக்கேதான் உதவி செய்துகொள்கிறாய்...' என்று.

உங்களது வாழ்க்கையில் நிம்மதியும் நிறைவும் வேண்டும் என்றால்,

- பிறர் தேவை அறிந்து அவர்கள் கேட்பதற்கு காத்துக்கொண்டு இருக்காமல் தாராளமாகக் கொடுங்கள்.
- நாம் கொடுக்கிறோம் என்ற தன்முனைப்பு வந்து விடாமல் நம்மால் உதவி செய்யக்கூடிய ஒரு வாய்ப்பு இருக்கிறதே என்று பணிவோடு கொடுங்கள்.
- உதவி பெறுபவரின் தகுதியையும் பரிசீலனை செய்து உதவி செய்யுங்கள்.
- தவறான நபருக்கு செய்யும் உதவி உங்களை இக்கட்டில் மாட்டிவிடும் என்பதை உணர்ந்து பாத்திரம் அறிந்து உதவி செய்யுங்கள்.

9

உதவி என்பது எது வரை?

தெருக்களில் நடக்கும்போது இப்படியொரு சம்பவத்தை காணத் தவறி இருக்கமாட்டீர்கள்.

ஒரு கார் எஞ்சின் மக்கர் செய்து நின்று போயிருக்கும். ஓட்டுனர் ஸ்டார்ட் செய்யச் செய்ய சப்தம் வருமே தவிர வண்டி ஸ்டார்ட் ஆகாது. உடனே டிரைவர் தெருவில் காணும் நபர்களின் உதவியைக் கோருவார். சிலர் தாமாகவே முன் வந்து வண்டியின் பின்னாலும், பக்கவாட்டில் இருந்தும் தள்ளி விடுவார்கள். இப்போது டிரைவர் எஞ்சினை ஸ்டார்ட் செய்து ஆக்ஸலரேட்டரை அழுத்த அது விர்ரென்று கிளம்பி விடும்.

அந்தக் காலத்தில் இந்தச் சம்பவம் நமது பல்லவன் போக்குவரத்து பஸ்களில் அதிகம் நடந்துகொண்டிருந்ததைப் பார்த்த ஒரு வில்லுப் பாட்டுக்காரர், இதை கேலி செய்து, 'பல்லவா! உன்னைத் தள்ளவா!' என்று நகைச்சுவையாகப் பாடியது நினைவுக்கு வருகிறது.

சரி, இப்போது இந்தச் சம்பவத்தை சற்று நீட்டித்துக் காண்பிக்கிறேன்.

காரை மற்றவர் தள்ளிக்கொண்டிருக்க டிரைவரோ வண்டியை ஸ்டார்ட் செய்யாமல் இவர்கள்தான் தள்ளுகிறார்களே, போகட்டும் என்று எஞ்சினை ஸ்டார்ட் செய்யாமல் வேடிக்கை பார்த்துக்கொண்டு போனால் என்ன ஆகும்? தள்ளிக்கொண்டிருப்பவர்கள் 'இவன் ஒரு வெட்டிப்பயல்' என்று கூறி விட்டு, தள்ளுவதை நிறுத்திவிட்டு தங்கள்

வழியில் போய்விடுவார்கள் இல்லையா? இதுதான் வாழ்க்கையிலும் நடக்கும் சம்பவம்.

ஈகை என்பது ஒரு நல்ல குணம், சந்தேகமில்லை. ஆனால் உதவி பெறுபவர் தமது முயற்சிகளை விட்டுவிடாமல் கிட்டிய உதவியை சரியாக உபயோகித்து தானே சொந்தக்காலில் நிற்க பாடு படவேண்டும்.

அதை அவர் செய்யாது போவாரே ஆனால்,

- கொடுப்பவர் மீண்டும் கொடுப்பதைக் குறைத்துவிடுவார் அல்லது நிறுத்திவிடுவார்.
- உதவி பெறுபவர் தனது சுயத்தன்மையை இழந்து ஒரு பாரசைட் ஆகி விடுவார்.
- வாழ்க்கையில் முன்னேறுவதற்கு ஓர் உந்துதல் இல்லாது போய்விடும்.

எனவேதான் உதவிபுரிபவருக்கும் சரி, உதவி பெறுபவருக்கும் சரி, ஒரு கடமை இருக்கிறது. உதவி செய்பவர் தான் ஒரு சரியான ஆசாமிக்குத்தான் உதவுகிறோம் என்ற தெளிவுவேண்டும். உதவி பெறுபவருக்கு தனக்குக் கிடைத்த உதவியை ஒரு மூலதனமாக வைத்துக்கொண்டு தன் வாழ்க்கையை செம்மைப்படுத்திக்கொள்ள வேண்டுமென்ற கடமை உணர்ச்சியும், அதனுடன் தொடர்பான செயல்பாடுகளும் கட்டாயமாக வேண்டும்.

முகமது நபி சல் அல்லாஹி வஸல்லம் அவர்களிடம் உதவி கேட்டு ஒருவன் வந்தானாம். 'சரி, உன்னிடம் என்ன இருக்கிறது?' என்று அவர் கேட்க, அவன் ஓர் இரும்பு தடி ஒன்று இருப்பதாக சொல்ல, அவர் அதை வாங்கி அதன் முனையை நன்கு தீட்டி கூர்மை ஆக்கினாராம். பின்னர் அருகில் வெட்டுண்டு கிடந்த ஒரு மரத்தின் கிளையொன்றை எடுத்து நன்கு சீவி அதை ஒரு கைப்பிடி ஆக்கி, அந்த கூர் தீட்டப்பட்ட இரும்பை அதில் பொருத்தி ஒரு கோடாலி ஆக்கினாராம். அந்தக் கோடாலியை அவனிடம் கொடுத்து 'இதை வைத்துக்கொண்டு முதிர்ந்த மரங்களை வெட்டி அதை வைத்துக்கொண்டு உன் ஜீவனத்தை நடத்திக்கொள்' என்று சொல்லி அவனை அனுப்பியதாகச் சொல்வார்கள்.

'பசித்து வருபவனுக்கு மீனை கொடுப்பதைக் காட்டிலும், மீன் பிடிக்கும் தூண்டிலைக் கொடு, அதை வைத்துக்கொண்டு அவன் முயன்று பிழைத்துக்கொள்ளட்டும்' என்று ஓர் அறிவுரை சொல்வார்கள். இப்படிச் செய்யும் உதவி ஒருவனை சோம்பேறியாக்கிவிடாமல் முன்னேற்றுவதற்கு துணை செய்யும்.

ஆனால் துரதிர்ஷ்ட வசமாக, உதவி கேட்டுப்பெறுபவர்களில் பலர் கொடுப்பவனை எப்படி ஏமாற்றி பணத்தைத் தட்டிக்கொண்டு போகலாம் என்ற எண்ணத்தில்தான் வருகிறார்கள். நமது வீட்டுக் கதவைத் தட்டி, ஏதோ ஒரு போலி நோட்டிஸை காட்டி 'நாங்கள் இதைச் செய்கிறோம், அதைச் செய்கிறோம் என்று பொய்களை அவிழ்த்துவிட்டு பணத்தைக் கறக்க முயல்பவர்கள் அதிகம் ஆகி விட்டார்கள்.

இன்ஃபோஸிஸ் ஃபௌண்டேஷனை நடத்தும் திருமதி சுதா நாராயண மூர்த்தி ஒரு நேர் முகத்தில் தங்களுக்கு உதவி கேட்டு வரும் விண்ணப்பங்களை ஆராய்ந்து பார்க்கும்போது பெருவாரியானவை போலியாகத்தான் இருக்கின்றன என்று மிகுந்த மனவருத்தத்துடன் குறிப்பிட்டிருந்தார்.

எனவே ஈகை குணத்தை தவறாமல் கடை பிடியுங்கள். அதே சமயத்தில் நீங்கள் செய்யும் உதவி சரியான நபருக்குத்தான் செல்கின்றதா என்பதையும் கவனமாக பார்த்து உதவி செய்யுங்கள். இல்லையென்றால் அடுத்தவன் காமிராவுக்கு செல் வாங்கிக்கொடுத்தவர் அரசியல் கொலை சதி வழக்கில் சிக்கி மீண்டு வர முடியாத சிறை தண்டனை பெற்ற கதை ஆகிவிடும்!

> பசித்து வருபவனுக்கு மீனை கொடுப்பதைக் காட்டிலும், மீன் பிடிக்கும் தூண்டிலைக் கொடு, அதை வைத்துக்கொண்டு அவன் முயன்று பிழைத்துக்கொள்ளட்டும்.

10

துன்பக்கடலை கடக்க துடுப்புகள் இரண்டு!

வாழ்க்கை என்பது வெறும் இன்பம் மட்டுமா என்ன? அதன் கூடவே துன்பமும் கை கோர்த்துக்கொண்டு வருவது இயல்புதானே!

இன்ப வானில் பறக்க இரண்டு இறக்கைகள் இருப்பதைப் பார்த்தோம். அதேபோல துன்பக்கடலில் சிக்கித் தவிக்கும்போது நம்மை கரை சேர்க்க இரண்டு துடுப்புகள் நமக்கு இருக்கின்றன என்பதை மறக்க வேண்டாம்.

- நமது மனம் துன்பத்தில் துவண்டு விழும் பொழுதெல்லாம் நம்மை அதில் மூழ்கி விடாமல் தூக்கிவிட நமக்குக் கொடுக்கப்பட்டிருக்கும் ஒரு துடுப்பு, உற்சாகம்.
- இது முடியவே முடியாது என்று சூழ்நிலைகள் நம்மிடம் சவால் விடும்போது முடித்துக் காட்டுகிறேன் என்று பதில் சவால் விட நாம் கை கொள்ளும் ஊக்கம் இருக்கிறதே, அது ஒரு துடுப்பு.

இந்த இரண்டு துடுப்புகள் அதாவது இரண்டு துருப்புகள் நம் கையில் இருக்கும்வரை நமக்கு எந்தவித அச்சமும் இல்லை.

ராமாயண காவியத்தில் அனுமன் சீதையைத் தேடி புறப்பட்டு பல இடையூறுகளுக்கு பின் இலங்கை வந்தடைகிறான். அங்கும்

சீதையைக் காண முடியாமல் மிகுந்த மன வருத்தமடைந்து இந்தக் காரியத்தில் தோற்று திரும்பிச் செல்வதைவிட தன் உயிரை மாய்த்துக் கொள்வதே மேல் என்னும் அளவுக்கு வந்து விடுகிறான் அந்த யோக புருஷன்.

அப்போது அவன் தனக்கே கூறிக்கொள்வதாக வால்மீகி எழுதிய வைர வரிகள், நாம் எல்லோரும் நம் மனத்தில் அழுந்த பதிய வைத்துக்கொள்ள வேண்டிய ஒன்று. 'எப்பேர்ப்பட்ட துன்பத்தில் இருந்தும் நம்மை உயர்த்துவது உற்சாகம் ஒன்றுதானே, அப்படி இருக்க நான் எப்படி இந்த உற்சாகத்தை இழந்தேன்! உற்சாகம் கொண்டு மீண்டும் தேடுவேன். சீதையைக் காணாமல் இங்கிருந்து போக மாட்டேன்!' என்று சூளுரைத்து இழந்த உற்சாகத்தை மீண்டும் பெற்று தாவிப் புறப்பட்டான் அந்த கர்ம வீரன். பின்பு நடந்தது நாம் எல்லாரும் அறிந்ததுதானே!

தொழில் வாழ்க்கையிலோ, சொந்த வாழ்க்கையிலோ, சமூக வாழ்க்கையிலோ எத்தனையோ துன்பங்களை நாம் சந்திக்க வேண்டி இருக்கிறது. சளைக்காமல் இவற்றை எதிர்கொண்டு சமாளிக்க நமக்கு உற்சாகமென்ற ஊற்று ஊறிக்கொண்டே இருக்கவேண்டும். வற்றாத அந்த ஊற்றின் ஊட்டப்பண்பு நம்மை எந்த சவாலையும் எதிர்கொள்ள வைக்கும், வெற்றிகொள்ள வைக்கும்.

இந்த உற்சாகத்துக்கு இன்னொரு பிரத்தியேக குணம் உண்டு. அது தீ போன்றது. வெகு விரைவில் தொற்றிக்கொள்ளும்.

நீங்கள் உற்சாகமாக இருப்பதைப் பார்த்தால் அலுவலகத்தில் உங்களுடன் பணியாற்றுபவர்கள் அதன் தாக்கத்திற்கு உட்பட்டே ஆக வேண்டும். அப்போது பாருங்கள் எப்படிப்பட்ட சவால்களை உங்கள் குழு சாதிக்கின்றது என்பதை!

எனது நெடிய விற்பனைத்துறை வாழ்க்கையில் நான் என் குரு நாராயணனிடம் கற்றுக்கொண்ட அற்புதமான பாடம் இந்த உற்சாகத்தை எப்போதும் கடைபிடிப்பது.

நாராயணன் ஒரு விற்பனை நேர் காணலுக்குச் சென்றார் என்றால் அது ஒரு யானை வெண்கலப்பானை விற்கும் கடையில் நுழைந்தது மாதிரி!

எப்பேற்பட்ட சிடுமூஞ்சி ஆனாலும், எப்படிப்பட்ட தூங்கு மூஞ்சி ஆனாலும் அவர் நுழைந்தவுடன் உற்சாகமாக அவரை வரவேற்பான். அந்த மாதிரியான ஒரு பெர்சனாலிடி அவர். அவருடன் நான் பணி செய்த நாட்கள் என் நினைவில் மிகப் பசுமையாக இருக்கின்றன.

ஒரு வார்த்தையில் அவரை விவரிக்கவேண்டும் என்றால் அவர் மிஸ்டர் உற்சாகம்!

எத்தனையோ மந்தமான சூழ்நிலைகளை, கடும் போட்டிகள் நிறைந்த கால கட்டங்களை எனது விற்பனை வாழ்வில் சந்தித்து இருக்கிறேன். எனது சொந்த வாழ்க்கையிலும் பல புயல்களை, சூறாவளிகளை நேர் கொண்டிருக்கிறேன். அவை எல்லாவற்றில் இருந்தும் என்னை கரை ஏற்றித் தூக்கிவிட்டது இந்த உற்சாகம் என்னும் துடுப்புதான். அதை எனக்கு அனுபவ பாடமாகக் கற்றுக்கொடுத்த எனது விற்பனைத் துறை குருவுக்கு நெஞ்சம் நிறைந்த வணக்கங்கள்!

அடுத்த துடுப்பு ஊக்கம். முயற்சி எங்கே இருக்கிறதோ அங்கே தோல்வி இருப்பதில்லை. சில சமயம் வெற்றிக்கனி நமக்கு எட்டாக் கனியாக தோன்றும். அதற்காக முயற்சியே எடுக்காது இருப்பவன் தோல்வியாளர் பட்டியலில் முதல் ஸ்தானத்தில் இருப்பான்.

ஊக்கத்தைப்பற்றி எழுதும்போது போஜ ராஜனைப் பற்றிய கதை ஒன்று நினைவுக்கு வருகிறது. அவனது ராஜ்ஜியத்தில் அஷ்ட லக்ஷ்மியரும் அவனுக்கு பணி புரிந்து வந்தனராம். அவனுக்கு இருந்த தபோபலம் அத்தகையதாக இருந்தது.

ஒருநாள் அந்த எட்டு தேவதைகளும் அவனிடம் வந்து, 'ராஜன், நீ சேமித்து வைத்திருந்த நற்பதிவுகளின் காரணத்தால் இத்தனை வருடம் நாங்கள் உனக்கு பணி புரிந்தோம். இப்போது அந்த நற்குவியல் தீர்ந்து விட்டதால் நாளை முதல் நாங்கள் உனக்கு சேவை செய்ய இயலாது.' என்று கூறி விட்டனராம்.

மனம் தளராத ராஜா, உடனே தன் மந்திரி பிரதானிகளை ஒரு போர்ட் மீட்டிங்குக்கு அழைத்தானாம். அவர்களிடம் நிலைமையை எடுத்துக் கூறி, தங்களது அடுத்த கட்ட செயல்பாடுகள் எப்படி இருக்க வேண்டும் என்று விவாதித்து தீர்க்கமான முடிவுகளை எடுத்துவிட்டு நிம்மதியாக உறங்கச் சென்றானாம்.

அடுத்த நாள் காலை அவன் எழுந்து தன் அரசவைக்குச் செல்கையில் அந்த அஷ்ட லக்ஷ்மியரை கண்டு வியப்புற்று, 'நீங்கள் இன்று முதல் இருக்கப் போவதில்லை என்று நேற்று கூறினீர்களே... இன்று எப்படி....' என்று இழுத்தானாம்.

அதற்கு அவர்கள், 'ஆம், ராஜா, நாங்கள் விடை பெறத்தான் இருந்தோம். ஆனால் நேற்று இரவு நீங்கள் ஓர் எமர்ஜென்சி மீட்டிங் கூட்டி வீரமாக நிலைமையை சந்தித்த விதத்தைப் பார்த்து வியந்து

விட்டோம். அதாவது வீர லக்ஷ்மி உன்னிடம் நிலைத்திருப்பதைப் பார்த்தோம். எங்களுக்குள் ஓர் ஒப்பந்தம் உண்டு. எங்கே வீர லக்ஷ்மி இருக்கிறாளோ அங்கு மற்ற எழுவரும் இருக்கவேண்டும் என்பதே அது. எனவே எண்மரும் இப்போதும் உங்களுக்கு சேவை செய்ய வந்துள்ளோம்!' என்றார்களாம்.

இங்கே வீர லக்ஷ்மி என்பதுதான் ஊக்கம், விடா முயற்சி.

அரசியல்வாதிகளில் நான் மிகவும் வியந்த ஒருவர் மறைந்த முன்னாள் முதல்வர் திரு. கருணாநிதி. எத்தனையோ தருணங்கள் அவர் அரசியல் வானில் இருந்தே அஸ்தமித்துவிட்டார் என்று தோன்றிய நிலைமைகளை நாம் கண்டதுண்டு. ஆனால் ஒரு போதும் அவரது முயற்சியில், ஊக்கத்தில் ஓர் இம்மி குறைந்து நாம் கண்டதில்லை.

அவரது அரசியல் வாழ்க்கை வேண்டுமானால் விவாதத்துக்கு உட்பட்டதாக இருக்கலாம், அவரது அரசியல் நெறி கேள்விக்குறி யாகக்கூட இருக்கலாம். ஆனால் அவரது ஊக்கம், விடா முயற்சி, அஞ்சா நெஞ்சம் இவை அவருக்கே உரியவை!

அதேபோல அவருக்கு தோள் கொடுக்கும் துணையாக இருந்து பின் அரசியலில் அவருக்கு எதிரியாக மாறிய முன்னாள் முதல்வர் எம்.ஜி. ஆரும் முயற்சியில் அவருக்கு சளைத்தவர் அல்ல.

தொண்டையில் குண்டு பாய்ந்து பிழைப்பதே கடினம் என்ற நிலையில் இருந்து 'செத்துப் பிழைத்தவர்' அடுத்ததாக எதிர்கொண்ட சவால் எப்படி இழந்த குரலை மீண்டும் பெறுவது. இந்த விபத்துக்குப் பிறகு அவர் நடித்த முதல் படத்தில் அவரது குரல் கேட்கவே சங்கடமாக தழுதழுப்பாக இருக்கும். டைரக்டர் பின்னணி குரல் கொடுக்க நினைத்தபோது தீர்மானமாக மறுத்து விட்டார் எம்.ஜி. ஆர். நாட்கள் நகர நகர, குரல் பழைய மாதிரி வரவில்லை என்றாலும் குறிப்பிடத்தக்க முன்னேற்றம் காண்பித்தார் என்பதை மறுக்க முடியாது. காரணம் அவரது இடையறா முயற்சி.

11

சினம் என்னும் சேர்ந்தாரை கொல்லி

புராணங்களில் துர்வாசர் என்ற முனிவரைப்பற்றி நிறைய கதைகள் படித்திருக்கிறேன். கோபத்தின் மறுபெயர் துர்வாசர் என்றே கூறலாம். அவ்வளவு சினம்! யாராவது அவர் நினைத்தபடி நடக்க வில்லை என்றால், கண் சிவக்க 'இந்தா, பிடி சாபம்' என்று சபித்து விடுவார். ஆனால் கூடவே ஒரு குறிப்பையும் கொடுத்திருப்பார்கள். சாபம் அளித்ததன் காரணமாக அவர் தனது தவத்தின் வலிமை குன்றி, மீண்டும் தவம் செய்ய சென்றுவிடுவார் என்று.

இந்தக் குறிப்பில்தான் சூட்சுமம் இருக்கிறது. சினத்துக்கு வயப் பட்டவன் தனது சக்தியை இழக்கிறான். ஏனென்றால் சினம் என்பதும் ஒரு எனர்ஜிதான்! இந்தத் தத்துவத்தைப் புரிந்துகொண்டால் நாம் சினம்கொள்வதற்கு முன் சற்று யோசிப்போம்.

எதற்காக சக்தியை செலவழித்து, சிடுமூஞ்சி என்று பேர் எடுத்து நிம்மதியை இழக்கவேண்டும்?

இன்னும் சொல்லப்போனால் சினம் வருவது நம் இயலாமையினால் தான்!

நம் குழந்தை ஆர்வத்தில் பற்பல கேள்விகளைத் தொடுக்கின்றது. நாம் அது கேட்கும் கேள்விகளுக்கு சரியான விளக்கம் தர லாயக்கில்லை. என்ன செய்கிறோம், கோபத்தில் அதை அதட்டி அதன் வாயை

அடைக்கிறோம். சென்ற தலைமுறையில் ஒரு 'தட்டுத் தட்டி' குழந்தையை அடக்குபவர்களும் இருந்திருக்கிறார்கள்!

மனைவி நாம் செய்யும் தவறை சுட்டிக்காட்டினால் 'நீ யார் சொல்வதற்கு' என்று கத்தி சமாளிக்கப் பார்க்கிறோம். சென்ற தலைமுறை பெண்டிராக இருந்தால் அடங்கிப்போய் விடுவார்கள். இன்று ரணகளம் ஆகி விடும்!

நம் அலுவலகத்தில் நமது மேனேஜர் நம்மிடம் நாம் செய்த பணியைப்பற்றி விளக்கம் கேட்கிறார். நம்மால் சரியான விளக்கம் கொடுக்க முடியவில்லை. கோபத்தையும் காட்ட முடியவில்லை. அறைக்கு வெளியே வந்து எரிச்சலை கொட்டித் தீர்க்கிறோம்.

பஸ்ஸில் பயணிக்கும்போது கண்டக்டர் 'சில்லறை இல்லை, அப்புறம் தருகிறேன்' என்கிறார். நம்மிடமும் சில்லறை இல்லை. அவர் மீது சினத்தைத் திருப்புகிறோம்.

இப்படி எல்லா இடங்களிலும் நாம் நமது இயலாமையை மறைக்க கோபம் என்னும் கவசம் அணிந்து தப்பித்துக்கொள்ளப் பார்க்கிறோம். காரணம் நாம் சினத்தின் பரிமாணங்களை அறியாத குற்றம்தான். சினத்தை வெல்லவேண்டுமானால் அதன் மூல காரணத்தை சரியாக அறிந்துகொள்ளவேண்டும்.

- நாம் முதலில் நமது லாஜிக்கை சரி பார்த்துக்கொள்ளவேண்டும். நம்மிடம் சரியான வாதங்கள் இருக்கின்றனவா?
- நாம் செய்வது அல்லது சொல்வது தவறு என்று உணர்ந்து கொண்டால் அதை ஒப்புக்கொள்ளும் பெருந்தன்மையை வளர்த்துக்கொள்ள வேண்டும்.
- உணர்ச்சி வசப்பட்டு வார்த்தைகளைக் கொட்டி விட்டால் அள்ள முடியாது என்று உணர்ந்து சொற்களைப் பத்திரமாக பிரயோகிக்க வேண்டும்.
- சினத்துக்கு வசப்படுவதால் நாம் இழக்கப்போவது நமது எனர்ஜியைத்தான் என்ற அறிவு நமக்குள் ஆழப் பதிந்திருக்க வேண்டும்.

ஆதி சங்கரர் தனது அத்வைத கொள்கையை நிலை நாட்ட, கர்மத்திலேயே மூழ்கி இருந்த மண்டன மிஸ்ரர் என்பவரிடம் வாதம் செய்யவேண்டி வந்தது.

இந்த வாதத்தில் வெற்றியை எப்படித் தீர்மானித்தார்கள் தெரியுமா? இருவர் கழுத்திலும் மலர் மாலை அணிவிக்கப்பட்டிருக்கும். வாதம்

நடக்கும்போது யாருடைய மாலை முதலில் வாடுகின்றதோ அவரே தோற்றவர் என்று தீர்மானிப்பார்கள்.

மேலெழுந்தவாரியாகப் பார்க்கும்போது இது ஏதோ செண்டிமெண்டலாக தெரியும். ஆனால், இதன் அடிப்படை விஞ்ஞானம் என்னவென்றால் வாதத்தில் தோற்கும்போது சினம் உண்டாகும். அது உடல் சூட்டை அதிகரிக்கும். சூடு அதிகம் ஆனால் மலர் வாடத்தானே செய்யும்?

இப்படியாக வாதத்தில் மண்டன மிஸ்ரரின் தோளில் இருந்த மாலை முதலில் வாட, அவர் தோல்வியை ஒப்புக்கொண்டு சங்கரரின் சீடர் ஆனார் என்று சொல்லப்படுகின்றது.

சினம் கொண்டவர்களைப் பாருங்கள். அடுத்த சில நிமிடங்களில் மிகவும் ஓய்ந்து விடுவார்கள். காரணம் அதிகப்படியான உயிர் ஆற்றலை வரம்பு மீறி செலவழித்திருக்கிறார்கள்.

காமத்தை அடக்குவதுகூட எளிது. ஆனால் கோபத்தை அடக்குவது மிகக் கடினம்.

சன்னியாசிகள், காமத்தை அடக்கியவர்களைப் பார்த்து இருக்கிறேன். ஆனால் அவர்களும் வெகு எளிதில் சினப்பட்டு விடுகிறார்கள்.

ஒரு துறவி தான் லெக்சர் கொடுத்துக்கொண்டிருக்கும்போது ஒரு குழந்தையின் அழுகுரல் இடைஞ்சலாக இருந்த சினத்தில், 'அதன் மென்னியைப் பிடியுங்கள்' என்று அதட்டினாராம்.

வேறொருவர் தான் லெக்சர் அடித்து முடித்துவிட்டு பண்டைய காலங்களில் ஞானம் என்பது சீடர்களுக்கும் குருவிற்கும் நடந்த கேள்வி-பதில்கள் மூலம்தான் நன்றாக வளர்ந்திருந்தது. எனவே கேள்விகளைக் கேட்டு உங்கள் அறிவை வளர்த்துக்கொள்ளுங்கள்' என்று மிக தாராளமான மனத்துடன் கூறினாராம். உடனே அங்கிருந்தவர்களில் ஒருவர் அவரது உரையில் சில கேள்விகளை கேட்கப்போக, விடை கூற முடியாமல், 'இது போன்ற பொறுப்பற்ற கேள்விகளுக்கெல்லாம் நான் விடை கூறி எனது நேரத்தை வீணாக்க முடியாது' என்று சட்டு புட்டென்று உரையை நிறுத்திவிட்டு போயே விட்டாராம்!

ஆனாலும் 'ரௌத்ரம் பழகு' என்ற பாரதியின் புதிய ஆத்திச்சூடிக்கு ஒரு மதிப்பு இருக்கத்தான் செய்கிறது.

நாம் நம் வசம் இழக்காமல் கோபத்தைக் காட்ட வேண்டிய தருணங்களும் இருக்கத்தான் செய்கின்றன. அப்படி சமயமறிந்து

சினத்தை வெளிப்படுத்துபவர்களுக்கும், சினத்திற்கு அடிமை ஆனவர்களுக்கும் ஓர் அடிப்படை வித்தியாசம் இருக்கிறது.

முன்னவர்கள் காரியம் ஆனதும் ஒன்றுமே நடக்காதது போல 'கூல்' ஆக இருப்பார்கள். பின்னவர்களோ மூச்சு இரைக்க, வியர்வை நெற்றியில் வழிய, கண்கள் சிவக்க, வார்த்தைகள் பட படக்க, நெஞ்சு துடி துடிக்க... அப்பப்பா அவர்கள் நிலைமை சரியாவதற்கு பல மணி நேரம் ஆகிவிடும்!

பாரதி மரணம் இலாப்பெரு வாழ்வு வாழ்வதற்குக் கூறும் ஒரே உபாயம் இந்தச் சினத்தை வெல்வதுதான். 'நாடியிலே அதிர்ச்சியினால் மரணம் உண்டாம்' என்று சூத்திரம் வடிக்கிறான் இந்த மகாகவி.

கண்டவர்களுக்கெல்லாம் சிம்ம சொப்பனமாக விளங்கிய ஒரு பாம்புக்கு அஹிம்சையைப் போதித்த துறவி, அது தன் அஹிம்சையால் மற்ற குறும்பர்களின் ஹிம்சைக்கு ஆளாகி அவஸ்தை பட்டபோது அவர் கூறிய உபதேசத்தை நாம் மறக்க முடியாது - 'நான் உன்னை கடிக்க வேண்டாமென்றுதான் அறிவுறுத்தினேன், சீற வேண்டாம் என்று கூறவில்லையே!' பகவான் ராம கிருஷ்ணர் கூறிய நீதிக்கதைகளில் மிகச்சிறப்பான ஒன்றாக இந்த உபதேசம் விளங்குகின்றது.

- தவறு நடக்கும்போது சும்மா இருப்பது அந்தத் தவறுக்கு உடன் போவதற்குச் சமமானது.
- தட்டிக்கேளுங்கள். சினப்பட வேண்டி வந்தால் சினத்தை சரியாக உபயோகியுங்கள்.
- ஆனால் ஒரு போதும் உணர்ச்சி வசப்பட்டு உங்களது நிலையை இழந்துவிடாமல் பார்த்துக்கொள்ளுங்கள்.
- உங்களது வீர்யம் ஒருபோதும் வெஞ்சினத்தால் விரயம் ஆகாமல் பார்த்துக்கொள்ளுங்கள்.

12

வன்முறைகள் வேண்டாம்!

'கத்தி எடுப்பவன் கத்தியாலேயேதான் சாவான்' என்று கூறுவார்கள். வன்முறையால் எதையும் சாதிக்க நினைப்பது முட்டாள்தனம். அறிவார்ந்த அணுகுமுறை இல்லாதவர்கள்தான் வன்முறையை கையில் எடுப்பார்கள்.

போன அத்தியாயத்தில் சினத்தின் காரணத்தை பார்த்தோமல்லவா, அதேதான் வன்முறைக்கும் ஆதார வித்தாக இருக்கிறது. அதாவது கையாலாகாத்தனம்!

வன்முறை ஒருவிதத்தில் கடவுளை நிகர்த்தது! என்ன, இப்படி சொல்கிறேனே என்று பயந்து விட்டீர்களா? கடவுள் அங்கிங் கெனாதபடி எங்கும் நிறைந்திருப்பதைப்போல எல்லா பரிமாணங் களிலும் நிரவி இருக்கிறது வன்முறை!

ஒரு பக்கம் பறவைகள், மிருகங்கள் இவற்றிடம் மனிதன் காட்டும் வன்முறை. விளையாட்டு என்ற பெயரில் இவைகளை வேட்டை ஆடுவதை வழக்கமாகக் கொண்டிருக்கிறான்.

உணவு விஷயத்திலும் வன்முறை. முட்டை, மீன்களில் இருந்து ஆடு, மாடுவரை, கோழி, வாத்திலிருந்து காடை, கௌதாரிவரை எதையும் தின்னும் நாக்கு இவனது நாக்கு!

பேச்சில் வன்முறை. யாராவது எதிர் கருத்து தெரிவித்தால் மெட்ராஸ் பாஷை எனப்படும் கீழ்த்தரமான வசவுகளில் இறங்கி விடுகிறான்.

இப்போது இதை சமூக வளைதளங்களில் Trolling என்ற பெயரில் கொடுமையான முறையில் நையாண்டி செய்யும் கூட்டம் பெருகி வருகின்றது.

குடித்துவிட்டுப் பெண்டாட்டியிடம் வன்முறை. தடுக்க குழந்தைகள் வந்தால் அவர்களுக்கு அடி உதை.

வேலை வாங்கித் தருவதாகச் சொல்லி ஏமாற்றும் வன்முறை. வேலைக்கு வரும் பணியாளர்களிடம் தான் சொன்ன கருத்துக்கு மாறாகச் சொன்னால் அங்கேயும் வன்முறை.

முன்பெல்லாம் பெண்களிடம் வன்முறை காட்டும் ஆண் ரவுடிகளைப் பார்த்திருக்கிறோம். இப்போது காலம் முன்னேறி விட்டது. ஆண்களிடமே ஆண்கள் பாலியல் வன்முறை காட்டும் காலமாகி போச்சு!

அரசாங்கம், போலீஸ் என்று எங்கு நோக்கினாலும் வன்முறை செய்திகளைப் படிக்கிறோம். இப்படி சர்வ வியாபியாக இருப்பதால் தான் வன்முறையானது அந்தக் கடவுளை நிகர்த்த ஒன்று என்று நான் குறிப்பிட்டேன்.

சரி, இதன் காரணம் நான் முன்பே குறிப்பிட்டது மாதிரி, நம்முடைய தர்க்க ரீதியாகச் சிந்திக்கும் திறமையின்மை அல்லது பலவீனம்.

முதலில் மிருகங்களிடம் காட்டும் வன்முறைக்கு, அதாவது, அசைவ உணவுக்கு வருவோம். உயிரியல் வல்லுனர்கள் நமது உடல் சைவ உணவை ஜீரணிக்கத்தான் படைக்கப்பட்டிருக்கிறது என்று உறுதியாகக் கூறுகிறார்கள்.

மனிதனது நா கட்டுக்குள் அடங்காதது. இரண்டு விதத்திலும்தான் - பேசுவதிலும், தின்று தீர்ப்பதிலும்! நாவின் ஆசைக்கு அடிமையாகி எதையும் தின்னத் தயாராக இருக்கும் மனிதன் அதை நியாயப்படுத்தக் கூறும் வாதம், அந்த ஜீவன்கள் நாம் தின்பதற்காகத்தான் படைக்கப் பட்டிருக்கின்றன என்பது.

ஒரு வேளை மனிதனைக் காட்டிலும் வேறு ஓர் இனம் பலம்மிக்கதாக இருந்து, அவர்கள் மனித இனம் தாங்கள் தின்பதற்காகத்தான் படைக்கப்பட்டிருக்கின்றது என்று நியாயப்படுத்தி நம்மை வறுத்து ரோஸ்டாக்கி தின்ன ஆரம்பித்தால், இதுவும் சரிதான் என்று வெட்டுவதற்கு தலையைக் கொடுப்போமா என்ன?

ஒவ்வொரு உயிருக்கும் ஒரு வாழ்க்கை நீளம் கொடுக்கப் பட்டிருக்கிறது. அதற்கு முன்பு அது கொல்லப்பட்டால் இயற்கையுடன் மனிதன் விளையாடுகிறான் என்பதுதான் அர்த்தம்.

அந்த விளையாட்டுக்கும் அவன் விலை கொடுத்துத்தான் ஆக வேண்டும். ஓர் உயிருக்குத் துன்பம் விளைவிப்பவன் அது படும் கஷ்டத்துக்கு இவனே அனுபவித்துத்தான் தீர்க்கவேண்டும்.

இதைத்தான் சாப பதிவுகள் என்று நான் முன்பு குறிப்பிட்டேன். எந்த உயிரும் தான் இறக்க விரும்புவதில்லை. ஓர் ஈயை அடிக்க கையை ஓங்கினாலும் அது சட்டென்று பறந்து தப்பித்துக்கொள்கிறது அல்லவா?

கொடுமையாகக் கொல்லப்படும்போது ஆடோ, மாடோ நம்மை வாழ்த்திக்கொண்டா சாகும்? இப்படி நம்மை வாட்டுகிறானே என்று சபித்துக்கொண்டுதான் சாகும். அந்த சாப பதிவு துன்பம் இழைத்தவன் மீது தவறாமல் சென்றடையும் வண்ணம் இயற்கையின் சூப்பர் கம்ப்யூட்டர் பார்த்துக்கொள்கிறது.

நாம் செய்யும் அத்தனை செயல்களையும், நமது அத்தனை எண்ணங் களையும் போட்டோ பிடிப்பது போல சித்திர வடிவில் படம் பிடிப்பதனால் தானோ என்னவோ இத்தொழிலை செய்பவனை சித்திர குப்தன் என்று அழைக்கிறார்கள்!

'கொன்றால் பாவம் தின்றால் தீரும்' என்று ஒரு பழமொழி இருக்கிறது. கொன்ற ஜீவனைத் தின்றால் பாவம் போய்விடும் என்று நகைச்சுவையாகக் கூறி தப்பித்துக்கொள்ள முயல்கிறான் மனிதன். அது அப்படி அல்ல. ஓர் உயிரைக் கொன்றால் வரும் பாவப்பதிவு, அதனால் வரும் விளைவாகிய பழத்தைத் தின்றால்தான் தீரும் என்பதுதான் பொருள். அதாவது வினையின் விளைவை அறுவடை செய்தே தீரவேண்டும்.

வன்முறையை பேச்சில், எழுத்தில், நடவடிக்கைகளில் காண்பிக்கும் எவருமே அதற்கு பதில் சொல்லித்தான் ஆக வேண்டும். வன் முறையால் உலகத்தையே ஆள நினைத்த மன்னர்கள், நாடுகளைப் பாருங்கள்.

ஒரு காலத்தில் உலகத்தையே ஒரு குடையின் கீழ் ஆள நினைத்தான் அலெக்ஸாண்டர். இன்று கிரீஸ் எப்படி இருக்கிறது? ஜூலியஸ் சீசர் வெல்லாத நாடு இல்லை, இன்று ரோமின் நிலை எப்படி இருக்கிறது? இரண்டாம் உலகப்போருக்கு காரணமாக இருந்த ஹிட்லர், முசோலினியின் கதி என்ன? ஜெர்மனியும், இத்தாலியும் பட்ட பாடு என்ன? காந்தி அஹிம்சையின் நாயகன் அல்லவா? அவர் ஏன் சுடப்பட வேண்டும்? இது மிகவும் சூட்சுமமான ஒன்று.

ஒரு நாட்டின் மக்கள் செய்யும் தவறுகள் அவர்களை வழி நடத்தும் தலைவன் மீதுதான் படிகின்றன. இந்திய விடுதலைக்கு முன்னும், பின்னும் நடந்த படுகொலைகள், அதனால் ஏற்பட்ட துயர வெள்ளம் துரதிர்ஷ்டவசமாக அவர்களின் தலைவனையும் சென்றடைகின்றன. இதுபோலத்தான் ஆப்ரகாம் லிங்கனின் மரணமும்.

இதைத்தவிர வன்முறையால் எதிர் கட்சி தலைவர்களை சிறையில் அடைத்து, கொடுமைப்படுத்திக் கொன்று தங்கள் நிலையைப் பாதுகாத்துக்கொண்ட அரசியல் தலைவர்கள் படுகொலைக்கு இலக்கானது மட்டுமல்ல!

அந்த பாப பதிவுகளின் திண்மை அவர்களது அடுத்த தலைமுறைகளையும் கொடும் கூற்றுக்கு இலக்காக்கியதை நாம் நம் கண்முன்னே பார்த்திருக்கிறோம் அல்லவா?

அவ்வளவு தூரம் போவானேன். வீட்டில் உங்களுக்கு அடங்கி இருக்கும் மனைவியைத் திட்டிவிட்டு அலுவலகம் புறப்படுகிறீர்கள். வழியில் பஸ்ஸில் கண்டக்டர் உங்கள் மேல் சீறி விழுகிறான். அல்லது ஆபீஸில் மேனேஜர் மூட் அவுட் ஆகி உங்களை எல்லோர் முன்னிலையிலும் கொச்சைப்படுத்துகிறார். உடனே நீங்கள் புரிந்துகொள்ளவேண்டும், இது எங்கிருந்து வந்திருக்க வேண்டும் என்று!

‘கொன்றால் பாவம் தின்றால் தீரும்’. ஓர் உயிரைக் கொன்றால் வரும் பாவப்பதிவு, அதனால் வரும் விளைவாகிய பழத்தைத் தின்றால்தான் தீரும் என்பதுதான் பொருள். அதாவது வினையின் விளைவை அறுவடை செய்தே தீரவேண்டும்.

13

துர் மரணங்களைத் தவிர்க்க முடியுமா?

கடந்த அத்தியாயங்களில் இந்த விஷயத்தைப்பற்றி எழுதி இருந்தாலும் மிக முக்கியமான ஒரு விதியைப்பற்றி விவரிக்க ஒரு தனி தலைப்பாக இங்கே எடுத்துக்கொள்கிறேன்.

துர் மரணங்கள் ஏன் நிகழ்கின்றன என்று பார்த்தால் இவை சாப பதிவுகளால்தான் ஏற்படுகின்றன என்பது தெளிவாகும். ஒருவர் தன் வாழ்க்கையில் பெரிதாக சாப பதிவுகள் பெற்றிருக்கா விட்டாலும், அவரது முன்னோர்கள் காலத்தில் ஏற்பட்ட பதிவுகளுக்கு பதில் கூறியே ஆக வேண்டி இருக்கிறது.

எப்படி சர்க்கரை வியாதி, இதய நோய் இவைகள் ஜெனடிக்காக அடுத்த தலைமுறைகளுக்குச் செல்கின்றனவோ, அப்படியே இந்த பாப பதிவுகளும் செல்கின்றன. அடுத்த அல்லது அதற்கடுத்த தலை முறையில் அவை அனுபவிக்கப் பட்டு சமன்படுத்தப்படுகின்றன.

இப்படி ஒரு நிகழ்வு ஒரு குடும்பத்தில் ஏற்பட்டால் உடனே மற்றவர்கள் விழித்துக்கொள்ளவேண்டும். ஏதோ சாப பதிவின் காரணமாகத்தான் இந்தக் கொடிய நோய் வந்திருக்க வேண்டும் என்று புரிந்துகொண்டு உடனே அந்தப் பதிவை மாற்ற முயற்சிக்க வேண்டும். இந்த முயற்சியைத்தான் நோன்பு என்று கூறுகிறார்கள்.

தெய்வப்புலவர் இதைத்தான்,

‘கூற்றம் குதித்தலும்கூடும் நோற்றலின்
ஆற்றல் தலை பட்டவர்க்கு’

என்று விளக்குகிறார். கூற்றம் என்பது இங்கே துர் மரணத்தைக் குறிக்கிறது.

ஆண்டாள் தனது ஒப்பற்ற திருப்பாவை பாசுரத்தில்,

‘கூற்றத்தின் வாய் வீழ்ந்த கும்பகரணனும்’

- என்ற சொற்றொடரால் கூற்றத்தைப்பற்றி எடுத்துரைக்கிறாள்.

உடலெனும் பாண்டம் நம் பதிவுகளை தாங்கிக்கொண்டு அதற்கு இட்ட வேலையைச் செய்துகொண்டிருக்கிறது. பாதக பதிவுகள் எண்ணில் அடங்காது போகும்போது பாண்டம் தாங்க முடிவதில்லை. அது உடைந்து சிதறுகிறது.

ஒரு குடும்பத்தில் கான்ஸர் போன்ற ஒரு கொடு நோய் தென்பட்டால்,

- பௌதிக காரணங்களோடு மட்டும் நிற்காமல் அதன் உள்ளார்ந்த பதிவுகளின் காரணத்தை அறிய முற்பட வேண்டும்.
- காரணத்தை அறிந்தபின் அதற்கு ஏற்ற பரிகாரத்தை, நிவாரணத்தை ஆராய வேண்டும்.
- சமயத்தை வீணாக்காமல் அந்த நிவாரணப் பணியில் இறங்க வேண்டும்.
- ஆசி பதிவுகளைக் கூட்டி சாப பதிவுகளின் வீர்யத்தைக் குறைக்க வேண்டும்.

எனக்குத் தெரிந்த ஒரு குடும்பத்தில் ஓர் அம்மையார் தனது வயதான மாமியார், மாமனாரை மிகவும் கொடுமையாக நடத்தி அவர்களது

> துன்பம் வரும்போது துவண்டு போகாமல்,
> அதன் காரண பதிவை அறிந்துகொண்டு,
> நோற்றலின் ஆற்றலால் அதற்கு மாற்றுப்
> பதிவைக்கொடுத்து மீண்டு வர முடியும்.

சாபத்தை சம்பாதித்துக்கொண்டார். பிற்காலத்தில் மிகக் கொடுமை யான நோய் அவரை தாக்க மிக வருந்தி, வேதனைப்பட்டு அவர் உயிர் விட்டார்.

அவரது மூன்றாவது தலைமுறை பிள்ளை சற்று மன இறுக்கத்துடன் பிறந்தது. பள்ளிப் பாடங்களைப் புரிந்துகொள்வது சிரமமாக இருந்தது அந்தப் பிள்ளைக்கு. இப்போது Learning difficulties என்று சொல்கிறார்களே அதுதான்.

ஆனால் பிள்ளையின் தாயார் இந்தத் துன்பத்தின் காரணத்தை நன்கு புரிந்துகொண்டாள். உடனே சமயத்தை வீணாக்காமல் உபாயங்களை அலசி ஆராய்ந்தாள். இத்தகைய பிள்ளைகளுக்குக் கொடுக்கப்படும் பயிற்சியை தானே பயின்றாள். தன் பிள்ளைக்குத் தானே ஆசிரியராக இருந்து பயிற்றுவித்தாள். அது மட்டுமல்ல, ஊதியம் இல்லாமல் சேவை முறையில் இதுபோன்ற பள்ளி ஒன்றில் ஆசிரியராக இருந்து பிள்ளைகளுக்கு சொல்லிக் கொடுத்து அவர்களின் அன்பைப் பெற்றாள். அந்தப் பிள்ளைகளின் பெற்றோர்களின் ஆசியையும் பெற்றாள்.

விளைவு, அற்புதமான முறையில் அவளது மகன் தனது இயலாமையில் இருந்து விடுபட்டு நன்றாகப் படிக்கத் தொடங்கினான். டிகிரி, போஸ்ட் கிராஜுவேஷன் என்று முன்னேறி இன்று நன்றாக பணி செய்துகொண்டு யாரையும் சார்ந்திராமல் தன் காலிலேயே நிற்கும் அளவுக்கு வளர்ந்திருக்கிறான் என்று பார்க்கும்போது மிக மகிழ்ச்சியாக இருக்கிறது. நோற்றலின் ஆற்றலை அவனது தாய் காண்பித்து விட்டாள்.

இரண்டு தலைமுறைக்கு முன் ஒருவர் மிகவும் தவறான வழியில் பணம் சேர்க்க தலைப்பட்டு பின் ஒரு விமான விபத்தில் உயிர் இழந்தார். ஆனால் அவரது பேரப்பிள்ளை தனக்கு வர இருந்த பாப பதிவுகளிலிருந்து தற்காத்துக்கொள்ள மிக அதிகம் உழைத்தான். பல குடும்பங்களுக்கு கல்விக்காகவும், உணவுக்காகவும் உதவி செய்தான். இருந்தாலும் கொடிய விபத்தில் சிக்கினான். ஆனால் ஆச்சரியமாக உயிர் பிழைத்தான். தலைக்கு வந்தது தலைப் பாகையோடு போயிற்று!

எனவே, துன்பம் வரும்போது துவண்டு போகாமல், அதன் காரண பதிவை அறிந்துகொண்டு, நோற்றலின் ஆற்றலால் அதற்கு மாற்றுப் பதிவைக்கொடுத்து மீண்டு வர முடியும்.

14

ஆசையும் பேராசையும்

ஆசையே துன்பத்தின் காரணம் என்று புத்தர் சொன்னதாக நான் பள்ளிக்கூடத்தில் படித்திருக்கிறேன். அப்படி என்றால் ஆசைப் படுவதே தவறா என்று நான் எண்ணிக் கொண்டிருந்தேன்.

பின்னால் புத்தர் பாலி மொழியில் உபயோகித்த வார்த்தையாகிய தன்ஹா என்ற பதத்துக்கு அர்த்தம் ஆசை அல்ல, அது பேராசை, மோஹம் என்பதைப் புரிந்துகொண்டபோது எனக்கு சரியான விளக்கம் கிட்டியது.

ஆசை என்பது கோபத்தைப்போலவே ஒருவித எனர்ஜி. எனர்ஜியை உண்டாக்கவும் முடியாது, அழிக்கவும் முடியாது என்கிறது அடிப்படை விஞ்ஞானம்.

ஒரு சக்தியை இன்னொரு சக்தியாக மாற்றலாம். வெப்ப சக்தியை மின்சாரமாக மாற்றலாம். ஆனால் அழிக்க முடியாது. மின்சார சக்தியை இயந்திர சக்தியாக மாற்றலாம், ஆனால் அழிப்பது என்பது முடியாது. அதுபோலத்தான் நமது ஆசை என்பதும். அதன் திசையை மாற்றலாம் ஆனால் அறவே அழிக்க முடியாது.

- ஆசை கொள்வது தவறல்ல, அதற்கு உரிய தகுதி நம்மிடம் இருக்கிறதா என்பதே கேள்வி!
- ஆசைகளை நிறைவேற்றிக்கொள்ள நாம்செய்ய வேண்டியது, முதலில் நமது தகுதியைப் பரிசீலனை செய்து கொள்வதுதான்.

- அப்படி நம்மிடம் தகுதி குறைவு உண்டென்றால் அதை வளர்த்துக் கொள்வது எப்படி என்று வழி தேடவேண்டும்.
- கிடைத்த நல்ல வழியில் நமது முயற்சிகளைச் செலுத்தி தகுதிகளை வளர்த்துக்கொள்ளவேண்டும்.
- வளர்த்துக்கொண்ட தகுதிகளை உபயோகப்படுத்தி நம் ஆசைகளை நிறைவேற்றிக்கொள்ளவேண்டும்.

இவைதான் நாம் ஏறவேண்டிய படிகள்.

இப்படி இல்லாமல் தகுதிக்கு மீறின ஆசைகளை வைத்துக்கொண்டு அவை நிறைவேறாமல் போனால் அதற்குக் காரணமானவர்கள்மீது ஆசிட்டை ஊற்றுவது, குத்திக் கொல்வது அல்லது தன்னையே முடித்துக்கொள்வது என்று மனிதர்கள் செய்யும் கொடுமைகளை பத்திரிகைகளில் படிக்கும்போது வேதனையாக இருக்கிறது.

நேற்று ஊடகங்கள் வாயிலாகக் கண்ட ஒரு சம்பவம் என்னை மிகவும் அதிர்ச்சிக்கு உள்ளாக்கியது. பிரபல கிரிக்கெட் வீரராக இருந்து ஓய்வு பெற்று, பின்னர் இந்திய குழுவை தேர்வு செய்யும் பொறுப்பில் இருந்து, சென்னை சூப்பர் கிங்ஸ் குழுவில் தோனி போன்ற அற்புதமான விளையாட்டு வீரர்களைச் சேர்த்து புகழ் பெற்ற வி.பி. சந்திரசேகர் தற்கொலை செய்து கொண்டு இறந்தார் என்பது.

கடன் சுமை அவரை பலி வாங்கிவிட்டது என்று கூறுகிறார்கள். அவர் தமிழ்நாடு IPLக்காக காஞ்சி வீரன்ஸ் என்ற குழு உருவாக பல கோடிகளை வங்கிகளிடம் இருந்து கடனாகப் பெற்றிருக்கிறார். ஆனால் சரியான ஸ்பான்சர்ஸ் கிடைக்காமல் பொருளாதார சிக்கல்களில் சிக்கி மீள முடியாமல் மானத்துக்குப் பயந்து இந்தத் தீவிர முடிவை எடுத்திருக்கிறார் என்று ஊடகங்கள் கூறுகின்றன.

இந்த சோக சம்பவத்தின் மூலம் நாம் படிக்க வேண்டிய பாடமென்ன?

- எந்த ஆசைக்கும் அல்லது குறிக்கோளுக்கும் ஒரு திட்டம் உருவாக வேண்டும்.
- நமது தளவாடங்கள் அனைத்தும் பழுதில்லாமல் இருக்கின்றனவா என்று சரி பார்க்கவேண்டும்.
- பொருளாதார நிலைமைகளை அலசி ஆராய்ந்து தேர்ந்த பின்புதான் துணிகரமான முடிவுகளை எடுக்கவேண்டும்.
- ஒரு வேளை பின்னடைவு ஏற்பட்டால் அடுத்த கட்ட நடவடிக்கைகள் (PLAN B) தயார் நிலையில் இருக்கவேண்டும்.
- எல்லாவற்றுக்கும் மேலாக எதையும் நேர் கொள்ளும் துணிவும் நெஞ்சுரமும் கட்டாயமாக இருக்கவேண்டும்.

இந்த விஷயத்தைப்பற்றி எழுதும்போது எனக்கு இந்திய திரைப் படங்களின் முதல் சூப்பர் ஸ்டாராகத் திகழ்ந்த அமிதாப் பச்சன் நினைவு வருகிறது.

ஷோலே, தீவார் போன்றபல படங்களில் முத்திரையைப் படைத்து Angry Youth என்ற இமேஜுடன் இந்திய சினிமா ரசிகர்களை கட்டிப் போட்ட பச்சன், தான் கஷ்டப்பட்டு உழைத்துச் சம்பாதித்த செல்வத்தை தனது வியாபார நிறுவனங்களில் முதலீடு செய்திருந்தார். ஆரம்பத்தில் நன்றாகச் சென்றுகொண்டிருந்த அவரது மருந்து உற்பத்தி செய்யும் நிறுவனம் நட்டத்தில் சென்றது. ABCL என்ற பொழுதுபோக்கு நிறுவனமும் பின்னால் சர்ச்சைகளில் சிக்கிக் கொள்ள கடுமையான பொருளாதார வீழ்ச்சியில் அவரை கொண்டு சேர்த்தது.

'கூலி' படப்பிடிப்பில் ஏற்பட்ட ஒரு விபத்தில் ரசிகர்களின் பிரார்த்தனைகளால் அந்தக் காலத்தில் எம்.ஜி.ஆர். பிழைத்ததுபோல ஆச்சரியமாக உயிர் பிழைத்தவர் அவர். எனவே முன்புபோல ரிஸ்க் எடுத்து நடிக்க முடியாத சூழ்நிலை.

கிட்டத்தட்ட அமிதாப்பின் கதை முடிந்தேவிட்டது என்று எல்லோரும் நினைத்திருந்தபோது எரிந்துபோன சாம்பலில் இருந்து மீண்டும் உயிர்த்தெழும் ஃபீனிக்ஸ் பறவைபோல தனது இரண்டாம் அத்தியாயத்தைத் தொடங்கினார் இந்த Angry Youth - மன்னிக்கவும் இப்போது Angry old!

ABCL போனால் என்ன? அவர் நடத்திய KBC (கோன் பனேகா க்ரோர்பதி) அவருக்கு அவர் இழந்த செல்வத்தை மட்டும் அல்ல க்விஸ் நடத்துவதில் ஆளுமை உடையவர் என்ற புகழையும் பெற்றுத்தந்தது.

இன்றுவரை பல மொழிகளில் பல ஹீரோக்கள் இந்த க்விஸ் ப்ரொக்ராமை நடத்தி இருந்தாலும் ஆளுமை, சமயோசிதம், விஷய ஞானம், நகைச்சுவை, பண்பாடு இவற்றில் அமிதாப்பை அடித்துக் கொள்ள ஆளே இல்லை. அவரைவிட மிகுந்த பிரபல்யமும், பணமும், புகழும் சம்பாதித்தவர் இல்லை. அவரைப்போல படு வீழ்ச்சி அடைந்தவரும் இல்லை.

அதேபோல அவரைப்போல மீண்டெழுந்தவரும் இல்லை!

இந்தப் பின்னணியில் நோக்கும்போது வி.பி. சந்திர சேகரின் அகால மரணம் தவிர்க்கப்பட்டிருக்கலாம் என்று நினைக்கத் தோன்றுகிறது. தனது பல ஆண்டு தொடர்பு உறவுகளை அவர் சற்றே அணுகி

இருந்தால் ஒருவேளை இந்த இக்கட்டில் இருந்து அவர் மீண்டு வந்திருக்கலாம் என்றே கருதுகிறேன்.

இதே போலத்தான் காஃபி டேயின் உரிமையாளர் சித்தார்த்தாவின் முடிவும் வருந்தத்தக்கது. தென்னிந்தியாவின் காஃபியின் மகத்துவத்தை இந்தியா முழுவதும், ஏன் உலகத்தின் பல நாடுகளிலும் கொண்டு சென்ற பெருமை அவரையே சேரும். ஆனால் அடைய முடியாத லட்சியங்களால் அளவுக்கு மீறி கடன் வாங்கி, திருப்பிச் செலுத்த முடியாமல் தத்தளித்து, வருமானவரி கேஸ்களிலிருந்தும் விடுபட முடியாமல் தவித்து தன் முடிவை தானே தேடிக்கொண்டார் அவர்.

வருங்கால தொழில் அதிபர்கள் இந்த விஷயங்களில் அதிக கவனத்துடன் களத்தில் இறங்குவார்களாக!

முயன்றால் யார் வேண்டுமானாலும் அம்பானிகளாகவும் அதானிகளாகவும் ஆக முடியும். ஆனால், நான் முதலில் குறிப்பிட்ட விதிகளின்படி நடந்தால்!

சரி, நமது topicக்குக்கு வருவோம். ஆசைப்படுங்கள். ஆசைகளை நிறைவேற்றிக்கொள்வதில் எந்தத் தவறும் இல்லை. ஆனால் அந்த ஆசைகள்,

- நேர்மையான ஆசைகளாய் இருக்கவேண்டும்.
- பிறர்க்குத் துன்பம் தராத ஆசைகளாய் இருக்கவேண்டும்.
- நாம் அடையக்கூடிய ஆசைகளாய் இருக்கவேண்டும்.
- அறிவார்ந்த ஆசைகளாய் பரிணமிக்கவேண்டும்.
- தகுதி அற்ற பேராசைகளாக இருக்கக்கூடாது.

> ஆசை என்பது கோபத்தைப்போலவே
> ஒருவித எனர்ஜி. எனர்ஜியை உண்டாக்கவும்
> முடியாது, அழிக்கவும் முடியாது.
> அதுபோலத்தான் நமது ஆசை என்பதும்.
> அதன் திசையை மாற்றலாம் ஆனால்
> அறவே அழிக்க முடியாது.

15

அடக்கம் வேறு, அடிமைத்தனம் வேறு!

அகங்காரத்தினால் அழிந்த பல அரசர்களைப்பற்றி, தலைவர்களைப் பற்றிக் கேட்டிருக்கிறோம். வானளாவிய அதிகாரம் எனக்கு உண்டு என்று உரக்க மேசையை அடித்துப் பேசியவர்கள் எல்லாம் வாழும் காலத்திலேயே மவுசு இழந்து மண்ணுக்குக் கீழே போய் மக்கிவிட்டார்கள்.

என்னிடம் வாலாட்டினால் அமெரிக்காவின் பல்லை உடைத்து விடுவேன் என்று மார்தட்டிக்கொண்டிருந்த சதாம் உசேன் அமெரிக்க ராணுவத்துடன் நடந்த போரில் தோற்று சிறைபிடிக்கப்பட்டு ராணுவத்தால் வாயைத் திறக்கச் சொல்லி பரிசோதிக்கப்பட்ட புகைப்படம் மிகப் பிரபலமாக இருந்தது. கடைசியில் அவர்கள் இவர் பல்லை பதம் பார்த்துவிட்டார்கள்.

என்னை அடிக்க ஆளே இல்லை, என் பாதுகாப்பு வளையத்துக்குள் ஓர் ஈ, எறும்பு கூட நுழைய முடியாது என்று சவால் விட்ட பெரியண்ணன் அமெரிக்காவின் மூக்கிற்குக் கீழேயே அவனது விமானத்தைக் கொண்டே அமெரிக்காவின் மிகப்பெரிய ஐகான் என்று கூறப்பட்ட அவர்களது இரட்டை கோபுரங்களை சுக்கு நூறாக்கி விட்டான் பின் லேடன்.

சரி, அவன் கதைதான் என்ன ஆயிற்று?

விட்டார்களா அமெரிக்கர்கள்? லேடனுக்கும் லாடம் கட்டி விட்டார்கள். அமெரிக்காவின் வயிற்றில் புளியைக் கரைத்த அவன் எங்கெல்லாமோ ஓடி ஒளிந்தும் இறுதியில் வேட்டை ஆடப்பட்டு உடல் கூட கிடைக்காமல் ஜல சமாதி ஆனான்.

புராண காலத்து ஹிரணிய கசிபுவிலிருந்து இந்தக் காலத்து பகுத்தறிவு பாசறைகள்வரை அகங்காரம் கொண்டவர்கள் இறுதிவரை வென்றதாகப் பார்க்கமுடியவில்லை.

அவர்கள் காலத்திலேயே அவர்கள் கண் முன்னாலேயே அவர்களது சொந்த குடும்பங்களாலேயே அவர்களது வீண் டம்ப பேச்சுகள் எல்லாம் காற்றில் வீசப்பட்டு, அவர்களது சித்தாந்தங்களுக்கு கல்லறை கட்டப்பட்டு விடுகிறது.

சமீபத்தில் நடந்து முடிந்த அத்தி வரதர் வைபவத்தில் பகுத்தறிவுத் திலகங்கள் என்று பறை சாற்றிக்கொண்டிருந்தவர்களின் வழித் தோன்றல்கள் பழியாய் கிடந்து வழிபட்டுப்போனதைப் பார்க்கும் போது, அத்தி வரதர் சிரித்துக்கொண்டே இவர்களின் மூதாதையர் களை விழுங்கி ஏப்பம் விட்டுவிட்டாரோ என் தோன்றியது!

எனக்குத் தெரிந்த வேறொரு தகவலைச் சொல்கிறேன். சுமார் 35 ஆண்டுகளுக்கு முன் ஒருவர் வேலூரில் மிகப் பிரபலமான தொழில் நடத்தி வந்தார், ஜெனரல் மெர்ச்சண்ட்.

அன்று ஹார்லிக்ஸ் தட்டுப்பாடு இருந்த காலம். கோட்டா போட்டு கடைக்கு 6 பாட்டிலோ 12 பாட்டிலோ கொடுத்த காலம். அப்போதே அவரது கோட்டா 10 அல்லது 15 கார்டன்களுக்கு மேலே இருக்குமாம். அவ்வளவு பெரிய பிஸினஸ். நான் ஹார்லிக்ஸ் நிறுவனத்தில் சேருமுன் நடந்த கதை இது.

நான் பணி தொடங்கிய கால கட்டத்தில் அதே மனிதர் ஒரு பெட்டிக்கடையில் அமர்ந்து வியாபாரம் செய்துகொண்டிருந்தார். எனது மேலாளர் அவர் சறுக்கி விழுந்த கதையைக் கூறினார்.

செல்வத்தின் போதையில் அவர் நிறுவன பிரதிநிதிகளையும், வாடிக்கையாளர்களையும் மிக மட்டமாக நடத்துவாராம். அவரது அகங்காரம் எந்த அளவுக்கு இருந்தது என்றால் புகைத்துக் கொண்டிருக்கும் தன் சிகரெட்டை கல்லாப்பெட்டியின் மீது வைத்து விட்டுப் பேசுவாராம்!

கால வெள்ளத்தில் எல்லாம் கரைந்துபோய் பெட்டிக்கடை வைத்து வயிற்றைக் கழுவும் நிலைக்குத் தள்ளப்பட்டிருந்ததைக் கண்கூடாக கண்டு வியந்தேன்.

அகங்காரம் இப்படி என்றால் அதன் எதிர்மறை அதைக்காட்டிலும் மோசம். அதாவது அடிமைத்தனம்.

தொட்டதற்கெல்லாம் ஆமாம் போடும் ஆமாம்சாமிகளின் நிலை மிகவும் பரிதாபகரமானது. சரி, பிழைப்புக்கு வழியில்லாத, தகுதி இல்லாத, முயற்சி இல்லாத, முதுகெலும்பில்லாதவர்கள்தான் இப்படி இருக்கின்றார்களா என்றால் அதுதான் இல்லை. வாழ்க்கையில் மிகப் பெரிய உச்சத்தை எட்டியவர்களும் இப்படித்தான் இருக்கிறார்கள் என்பதுதான் வியப்பு.

அரசுப் பதவியில் யார் மேலோங்கி இருக்கிறார்களோ அவர்களுக்கு ஜாலரா போடுபவர்கள். அவர்களை இந்திரன், சந்திரன் என்று புகழ்ந்து தள்ளி தங்களுக்கு விருதுகள் கிடைக்குமா என்று பார்ப்பவர்கள், அதிகாரத்துக்குப் பயந்து அவர்களின் காலணிகளை நக்குபவர்கள் என்று ஒரு பெரிய பட்டாளத்தையே பார்க்கிறோம்.

அதே அதிகாரம் கை மாறட்டும், இவர்களும் நிறம் மாறுவார்கள். வேறு ஒரு முகமூடியைப் புனைந்துகொண்டு அடுத்த பாத்திரத்தை, காட்சியை நடத்துவார்கள். அதிகாரம் சூன்யமாகிவிட்டால் நானே ராஜா என்று இன்னொரு வேடம், புதிய அவதாரம்!

இப்படி புகழின் உச்சாணியில் இருந்தும் பயந்து, பயந்து ஆடுகளும், நரிகளும் கலந்ததுமாக ஒரு கூட்டம்!

இந்த இரண்டு துருவங்களுக்கும் செல்லாமல் நடுநிலைமையில் இருந்து வாழ்க்கையை வாழக் கற்றுக்கொள்வதுதான் இன்பம்.

அகங்காரத்துக்கும், அடிமைத்தனத்துக்கும் காரணமென்ன?

- பணமும், புகழும் தரும் போதை அறிவை மழுங்கடித்து விடுகிறது.
- அதிகாரத்தைக் காண்பித்தால் கால்களில் விழும் கூட்டத்தை, தினமும் காண்பது பேரின்பமாக இருக்கிறது.
- தட்டிக் கேட்க ஆளில்லை என்றால் தம்பி சண்டப்பிரசண்டன் என்ற நிலை.
- 'முன்பு நசுக்கப்பட்டோமே, இப்போது காட்டுகிறேன் பார்' என்ற பழி வாங்கும் படலம்.
- புகழ் எது, போலி கும்பிடு எது என்று அறியாத பேதமை.

இவைதான் தன்முனைப்பை வளர்த்து மனிதனின் வீழ்ச்சிக்கு அடிகோலுகின்றன.

- உழைக்க வேண்டிய அவசியமில்லை, ஆமாம்சாமி போட்டாலே போதும் என்ற மனப்பான்மை.
- சொந்தக் கருத்துக்களை முன் வைக்க நம்பிக்கை இன்மை.
- முயற்சிகளை எடுக்காமல் சோம்பேறியாய் வாழ்வதில் விருப்பம்.
- எதிர்த்துப்பேசினால் எங்கே பின் தள்ளப்பட்டு விடுவோமோ என்ற அச்சம்.
- சொந்தக்காலில் நிற்க துணிவின்மை.

இவைதான் அடிமைத்தனத்தை வளர்க்கின்றன.

அதிகாரத்தால் அறிவை இழந்தவர்களின் அதல பாதாள வீழ்ச்சியை பார்த்திருக்கிறோம்.

அதற்காக அதிகாரம் இருந்தும் அதை சரியாக உபயோகிக்காமல் துருப்பிடித்து போகின்றவர்களாக வாழச் சொல்லவில்லை. தன்னால்தான் எல்லாம் நடக்கின்றது என்ற பொய்யான நம்பிக்கையைத்தான் விடச் சொல்கிறேன்.

நாமறியாமலேயே நான் உண்ணும் உணவு செரிமானம் ஆகிக் கொண்டிருக்கிறது. நான்தான் இத்தனை உணவையும் செறித்தேன், ரத்தம் ஆக்கினேன் என்றா மார் தட்டிக்கொள்கிறோம்?

அதே சமயம் ‘என்னால் ஒன்றுமே இயலாது’ என்று அடிமைகளாக, புழுக்களாக, பூச்சிகளாக தினம் தினம் செத்து மடியும் பேதைகளையும் பார்த்திருக்கிறோம். தங்களது சுயத்துவம் என்ன என்று தெரியாமலேயே வாழ்ந்து மடிந்துவிடுகிறார்கள் இவர்கள்.

கோழைகளாக, எதற்கெடுத்தாலும் ‘எஸ் பாஸ்’ என்று ஆமாம் போடுபவர்களாக, சொந்தக் கருத்தை சொல்லவோ, சொந்தமாக முடிவெடுக்க முடியாமலோ அடிமைகளாக வாழ்வதை வெறுத்து விடுங்கள்.

இரண்டு வழியிலும் செல்லாமல் உறுதியாக ஆனால் அடக்கமாக, பணிவாக, அமைதியாக வாழ முயலுங்கள்.

16

பொருள் காண முடியாத பொருள்

இந்தப் பொருள் என்ற வார்த்தை மிகப் பொருள் பொதிந்ததாக இருக்கிறது. அதனால்தானோ என்னவோ சமஸ்கிருத மொழியிலும் இதை 'அர்த்தம்' என்றே கூறுகிறார்கள்.

தமிழிலும் 'அர்த்தம்' என்ற வார்த்தைக்கு 'பொருள்' என்றுதானே பொருள்!

ஆனால் நடைமுறை வாழ்க்கையில் நாம் காண்பதென்ன? பொருள், செல்வம் - காசு, பணம், துட்டு, மணி - என்று பித்துப்பிடித்தவர் போல அவற்றின் பின்னே அலைபவர்கள் தாங்கள் எதற்காக ஓடுகிறோம் என்று தெரியாமலேயே ஓடிக்கொண்டிருக்கிறார்கள்.

நாலு பேர் ஒரு தெருவில் ஓடிக்கொண்டிருந்தார்கள். அதில் பின்னால் ஓடிக்கொண்டிருந்த ஒருவனை நிறுத்தி, 'ஏன் நீங்கள் ஓடிக் கொண்டிருக்கிறீர்கள்?' என்று கேட்டால், 'தெரியவில்லை, அவர்கள் ஓடிக்கொண்டிருக்கிறார்கள், அதனால் நானும் ஓடிக்கொண்டிருக்கிறேன்' என்று பதில் சொன்னானாம் அவன்!

செல்வம் என்றால் என்ன என்று தெரியாமலேயே அதன் பின் ஓடாதீர்கள்.

ஒவ்வொருவருக்கும் இந்த செல்வம் என்ற வார்த்தை ஒவ்வொரு பொருளைக் கொடுக்கிறது.

தனக்கென சொந்த வீடு, ஒரு வாகனம், நல்ல உணவு, வீடு நிறைய வேலையைச் சுளுவாக்கும் மின்சார இயந்திரங்கள், பொழுது போக்குச் சாதனங்கள் இவை எல்லாமிருப்பதுதான் செல்வம் என்று ஒருவன் நினைக்கிறான்.

வேறொருவன் நினைக்கிறான், தனக்கு மட்டும் சேர்த்தால் போதாது, தன் அடுத்த 3 தலைமுறைகளுக்கும் சேர்த்து சம்பாதித்துக் கொடுக்க வேண்டும் என்று.

இன்னொருவனோ சொத்து சேர்த்துக்கொண்டே இருக்கவேண்டும். அதை பல பினாமிகளின் பேரிலோ, ஸ்விஸ் வங்கியிலோ, மொரீஷியஸ்ஸிலோ முதலீடு செய்து பத்திரப்படுத்த வேண்டும் என்று திட்டமிடுகிறான்.

இப்படி ஒவ்வொருவனும் தனக்கென்று ஒரு வரையறை வைத்திருக்கிறான்.

ஆனால் செல்வம் என்பது வெறும் உயிரற்ற ஒரு ஜடப்பொருளாக - கரன்சி நோட்டாகவும், செங்கல், சிமெண்ட்டு போட்டுக் கட்டிய வீடாகவும், மினுமினுக்கும் தங்க, வைர நகைகளாகவும், பங்கு முதலீடு செய்து கிட்டிய சர்டிஃபிகேட்டுகளாகவும்தான் இருக்க வேண்டுமா?

செல்வம் என்பது ஒரு நல்ல குடும்பத்தை கட்டமைப்பதிலிருந்தால் என்ன?

பெற்றோரை மதித்து அவர்களது காலம் முழுவதும் ஆரோக்கிய மாகவும், ஆனந்தமாகவும் நம்முடன் கூடி வாழ அல்லது நாம் அவர்களுடன் கூடி வாழ, இப்படி ஒரு வாழ்க்கை அமைவது செல்வம் இல்லையா?

நமக்காக பல தியாகங்களைப் புரிந்து நம் நலனுக்காகப் பிரார்த்திக்கும் நமது மூத்த சகோதர, சகோதரிகளுக்கு நம்மால் இயன்றதைச் செய்து அவர்கள் அடையும் மகிழ்ச்சியைக் காண்பது செல்வம் இல்லையா?

நமது தோளுக்குத் தோள் கொடுத்து நமது பாரங்களைத் தாங்க உடனே முன்வரும் நமது இளைய சகோதர, சகோதரிகளுக்கு நம்மால் இயன்ற உதவிகளைச் செய்து அவர்களுக்கு ஆதரவாக இருந்து பெறும் மதிப்பு செல்வம் ஆகாதா?

நமது வாழ்வின் முக்கிய கட்டத்தில் நுழைந்து தாயைப்போல பரிந்து, சேயைப்போல மகிழ்வித்து, மந்திரியாக ஆலோசனைகள் கொடுத்து, குடும்பத்து விளக்காக பரிணமிக்கும் மனைவிக்கு நமது முழு

அன்பைக் கொட்டி அதில் அவள் அடையும் மகிழ்ச்சியைக் காண்பது செல்வந்தானே!

நமது வாழ்வில் வசந்தமாக வந்து நம்மைக் குதூகலப்படுத்தி, இன்பமான மழலையில் தொடங்கி, வாய் ஓயாமல் பேசும் அரட்டையால் நம்மை மகிழ்வித்து, நாம் ஓய்வுபெறும்போது நமக்கு ஆதரவாக இருந்து நமது வாழ்க்கையின் மாலைப்பொழுதை அமைதியாகவும், இன்பமாகவும் கழிக்க உதவிடும் நமது மக்கள் மிகப்பெரும் செல்வம் அல்லவா?

நமது சொந்த வாழ்க்கை நிகழ்வுகளைப் பகிர்ந்துகொள்ள நம்பிக்கை உள்ளவர்களாக, உயர்விலும், தாழ்விலும் நம்மைவிட்டு அகலாமல் எதற்கும் தயாராக இருப்பவர்களாக, நமது நலனில் முழு அக்கறை கொண்டவர்களாக இருக்கும் நண்பர்கள் எப்பேர்ப்பட்ட செல்வம்!

கரடு முரடான வாழ்க்கைப் பாதையில் துரதிர்ஷ்டவசமாக சிக்கிக் கொண்டு தடுமாறிக்கொண்டிருக்கும் ஆதரவற்றவர்களுக்கு உதவிக்கரம் கொடுக்க நாம் முயன்று, அதனால் அவர்கள் வாழ்க்கையில் ஒளி பெற்று முன்னேறி அவர்கள் நம்மிடம் காட்டும் நன்றி உணர்ச்சியும், தரும் ஆசிகளும் நமக்கு செல்வமாகத் தோன்றாதா?

பணத்தை வெறுமே மூட்டைகட்டி வைத்து வாழாமல் அதை நல்ல அனுபவங்களை பெறும் ஒரு வழியாக உபயோகித்து நாம் பயணிக்கும் நாடுகள், அங்கு நாம் கண்டு, பேசி, அன்பை பரிமாறிக் கொண்ட அற்புதமான மனிதர்கள், அவர்களிடம் நாம் அறிந்து கொண்ட அவர்களது கலாச்சாரங்கள், அவர்களுள் சிலருடன் கொள்ளும் நட்பு வாழ் நாள் முழுவதும் தொடர நாம் பெறும் ஆனந்தம் -இவை பெரும் செல்வம் இல்லையா?

இவை அனைத்தும் நம்மை 'நான், எனது' என்ற குறுகிய வட்டத்தில் இருந்து நம்மை விடுவித்து பிரபஞ்சம் அளவுக்கு நம் பார்வையை விரித்து, 'காக்கை குருவி எங்கள் ஜாதி, நீள் கடலும் மலையும் எங்கள் கூட்டம்' என்று நம்மை விடுவித்து 'நோக்கும் திசை எங்கும் நாமன்றி வேறில்லை' என்று ஓர் அற்புத களியாட்டத்தில் நம்மை ஆழ்த்தி விடுவதில்லையா?

நண்பர்களே, பொருள் என்பது மிகப்பொருள் பொருந்தியது. அதன் முழுமையைத் துய்த்து உணருங்கள்!

17

தேக்கமே துக்கம்

நாங்கள் துபாயில் வசிக்கும்பொழுது ஒருமுறை பொழுதுபோக்குக்கு ஒரு பெரிய மாலுக்கு சென்றிருந்தோம். கூரையுள்ள கார் பார்க் நிறைந்து விட்டபடியால், வெளியே மணலில் வண்டியை அவசரமாக பார்க் செய்துவிட்டு உள்ளே சென்றோம்.

பலவிதமான வேடிக்கை வினோதங்களை எல்லாம் கண்டுவிட்டு, உணவும் அருந்திவிட்டு வெளியே வந்து காரை ஸ்டார்ட் செய்கிறேன், வண்டி நகரவில்லை.

பதட்டத்தில் மீண்டும், மீண்டும் ஆக்ஸலரேட்டரை அழுத்துகிறேன், சக்கரங்கள் மண்ணில் புதைந்து. புதைந்து மேலும் மண்ணை வாரி இறைத்தனவே அன்றி கார் வெளியே வருவதாக இல்லை. டொயொடாவின் அற்புதமான 3 லிட்டர் எஞ்சின் தடுமாறியது.

அப்போது அங்கு வந்த ஓர் ஆங்கிலேய தம்பதிகள் 'கவலைப்பட வேண்டாம்' என்று சொல்லிவிட்டு தங்கள் காரில் இருந்த 'டோவிங் ரோப்'பை கொண்டுவந்து என் காரில் இணைத்து அவர்களது காரை வைத்து இழுத்து எங்கள் காரை பள்ளத்திலிருந்து வெளியே கொண்டுவர உதவினார்கள். நன்றி கூறிப் புறப்பட்டோம்.

வெளியே வந்து வீட்டிற்கு டிரைவ் செய்யும்போது என் சிந்தனை வேறொரு திக்கில் தாவியது.

ஒரு பள்ளத்தில் சிக்கினால், அதாவது ஒரு தேக்கத்தில் விழுந்தால் எவ்வளவு சக்தி நமக்கு இருந்தாலும் அது தேக்கத்தை விட்டு வெளியே வர உதவுவதில்லை. தேக்கத்தில் அழுந்தி, அழுந்தி விரயம் ஆகிக்கொண்டிருக்குமே அன்றி வெளியே தாவிப் புறப்பட, வெளியில் இருந்து வரும் ஓர் உந்து சக்தி தேவையாக இருக்கிறது.

நமது வாழ்க்கையில் அப்படித்தான் பல தேக்கங்களை நாம் சந்திக்க வேண்டியிருக்கிறது.

ஒரு நிறுவனத்தில் பணி புரிகிறோம். ஆரம்பத்தில் பணியை நன்றாக, ஆர்வத்துடன் கற்றுக்கொள்கிறோம். நமது முயற்சியையும், பணியின் திறத்தையும் கண்டு நிறுவன மேலாளர்களும் உற்சாகமூட்டி நமக்கு பல சலுகைகளைத் தர முன் வருகிறார்கள்.

அடுத்த கட்டமாக நமக்கு பிரமோஷனும் வருகிறது. வசதிகள் பெருகுகின்றன. நமக்குக் கீழ் பணி புரிபவர்கள் அதிகம் பேர் இப்போது. இந்தச் சமயத்தில் ஏதோ ஓர் அலுப்பு நமக்கு வருகிறது. நாம் இதுவரை கடுமையாக உழைத்தது போதும், இனி ஓடுகின்றவரை ஓடட்டும், நமக்குக் கீழே உள்ளவர்கள் இனி துடுப்பு போடட்டும் என்கிற ஒருவகை மெத்தனம் உண்டாகின்றது.

இதுவரை நம்மைப் புகழ்ந்து உற்சாகமூட்டிக்கொண்டிருந்த மேலிடம் இப்போது நம்மிடம் குறை காண்கிறது. அங்கிருந்து ஒரு மெமோ வருகிறது, உடனே நமக்கு கோபம் மூக்குக்கு மேல் பொத்துக்கொண்டு வருகிறது, 'என்னைப் பார்த்தா கேள்வி கேட்கிறாய். நான் இல்லாவிட்டால் இந்த டிபார்ட்மெண்ட்டே ஆடிப்போய்விடும். ஆமாம்' என்று கர்ஜிக்கிறோம்.

மேலிடத்துக்கென்ன, நமது கர்ஜனையை எல்லாம் காமெடி நடிகர் வடிவேலு சொல்லும் வீரப்பிரதாபங்களாக எடுத்துக்கொண்டு நம்மைக் கண்டுகொள்ளாமல் விட்டுவிடுகிறார்கள்.

இப்போது வருகிறது ஆப்பு! நமக்குக் கீழே உள்ள ஒருவரை நமக்கு ஈடாக, அதிக சம்பளத்துடன் பதவி உயர்த்துகிறார்கள்.

'பிடி ராஜினாமா' என்று வீராவேசத்துடன் சொல்லிவிட்டு, எனக்கு வேலை கொடுக்க உன்னை விட பெரிய கம்பெனிகள் ஆயிரம் இருக்கு' என்று சூளுரைத்துவிட்டு வெளியே வருகிறோம்.

இப்போதுதான் வாழ்க்கையின் நிதர்சனம் புரிகிறது. யாரை நம்பியும் இந்த உலகம் இல்லை. நம்மைவிட்டால் எத்தனையோ பேரை இந்த உலகம் உருவாக்கிவிடும் என்ற கசப்பான உண்மை புரிய ஆரம்பிக்கிறது.

இப்போது வேறொரு நிகழ்வை பார்ப்போம்.

ஓர் ஓவியன், அற்புதமான சித்திரங்களை உயிரோவியமாகத் தீட்டுவதில் வல்லவன். கற்றுக்கொண்ட பாடம் தவிர, அவனது கற்பனையில் காணும் புதுமைகளை கான்வாஸில் உருவாக்கி உயிர்கொடுத்து உலவ விடுகிறான். கலை உலகமே அவனை தலையில் தூக்கி வைத்துக்கொண்டு கொண்டாடுகின்றது. புகழின் போதையில் கிறங்கிப்போகிறான் அவன்.

சில வருடங்கள் கழிகின்றன. ஏனோ அவனது கற்பனை ஊற்று வற்றிப்போனதுபோலத் தோன்றுகின்றது. ஓவியங்கள் ஒளி இழந்து காண்கின்றன. அவனது ஓவியக் கண்காட்சியைக் காண்போர் கூட்டம் குறையத் தொடங்குகின்றது. சிந்தித்துப் பார்க்கிறான், அவனுக்குப் புரியவில்லை.

அடுத்தபடி, நான் உங்களை ஒரு சராசரி குடும்பஸ்தனிடம் அழைத்துப் போகிறேன்.

நல்ல சம்பளம் வாங்கும் இளைஞன் அவன். அவனது பண்பாட்டையும், தராதரத்தையும் கண்டு நல்ல இடத்தில் பெண் கொடுக்க, கல்யாணம் ஆகின்றது. அடுத்த சில வருடங்களில் அருமையான மக்கள் செல்வங்கள். ஆனந்தமாகப் போகின்றது வாழ்க்கை. தனது அன்பில் தன் மனைவி மக்களை இன்பத்தில் மூழ்கச்செய்கின்றான் அவன்.

இப்போது அலுவலகத்திலும் சரி வீட்டிலும் சரி பொறுப்புகள் கூடுகின்றன. இதுவரை கரும்பாக இனித்த குடும்ப வாழ்க்கை ஏனோ எட்டிக்காயாகக் கசக்க ஆரம்பிக்கின்றது. முன்பு இருந்த உற்சாகம் எங்கே போனது? உல்லாசம் எங்கே போயிற்று? ரத்த நாளங்களில் ஓடிக்கொண்டிருந்த மின்சார ஒளி எப்படி பவர் கட்டானதைப் போன்று இருண்டு போயிற்று?

சரி, அடுத்த கேரக்டரை காண்பிக்கிறேன். ஓர் அரசியல் கட்சியின் தொண்டன். மக்களுக்கு உழைத்துப் படிப்படியாக தன் அரசியல் வாழ்க்கையிலும் முன்னேறுகிறான். மக்கள் தொண்டே வாழ்வு என்று உறுதியாக நம்பி உழைத்து அமைச்சரும் ஆகிறான். இப்போது அவன் நினைப்பு மாறி விடுகிறது. உழைத்தது போதும், வரும் நாட்களில் ஊழல் மூலம் சம்பாதித்து சொத்து சேர்த்து செட்டிலாகலாம் என்று தனது தொகுதிக்குக்கூடச் செல்லாமல் மெத்தனமாக வாழத் தொடங்குகிறான்.

இந்த நான்கு நிகழ்வுகளையும் எண்ணிப்பாருங்கள்.

இவை வெவ்வேறு அனுபவமாகத் தோன்றிய போதிலும் உண்மையில் ஒரே வகையைச் சார்ந்தவைதான் என்பது உங்களுக்கு விளங்கும்.

ஓவியனோ, பாடகனோ, கவிஞனோ, கட்டட வல்லுனனோ, கைத்தொழில் நிபுணனோ, அரசியல் சாணக்கியனோ, ஆஸ்திக சாம்ராட்டோ எல்லாரும் ஒரு கால கட்டத்தில் சந்திப்பது ஒருவகை காம்ப்ளசென்ஸி, அதாவது சாதித்து விட்டோம், இனி ஒன்றும் இல்லை என்ற ஒரு தேக்கம்.

இந்த தன் நிறைவு, இந்த 'போதும் அப்பா' என்ற போலி மன நிறைவு வாழ்க்கையில் ஒரு மந்தத் தன்மையைக் கொண்டுவந்து விடுகின்றது.

சரி, இதற்கு தீர்வு என்ன? விடை, நான் ஆரம்பத்தில் சொன்ன எனது கார் மணலிலிருந்து வெளிப்பட்ட அனுபவத்தில்தான் இருக்கிறது. தேக்கத்தில் நீங்கள் இருக்கும்போது நீங்கள் கொடுக்கும் சக்தி உங்களை தேக்கத்தில்தான் மேலும் மேலும் அழுத்தி விரயம் ஆகுமே தவிர, உங்களை வெளியே கொண்டு வராது. அதற்கு வெளியே இருக்கும் சக்தியின் உதவியை நீங்கள் நாடினால்தான் அது உங்களை சேற்றிலிருந்து வெளியே இழுத்து வேகத்துடன் பாயச்செய்யும்.

அந்த வெளி என்பது என்ன? பிரபஞ்ச வெளியில் நிரவிக்கிடக்கும் ஆற்றல்தான் அது. மனதால் சிறை பிடிக்க முடியாதது. அந்த வெளி உங்களுக்கு ஒரு வற்றாத ஆற்றலாக இருந்து, உங்களை தேக்கத்தில் இருந்து இழுத்து முன்னைக்காட்டிலும் அதி அற்புதமாக உங்களை பரிமளிக்க வைக்கும். எப்படி சேற்றிலிருந்து விடுபட்ட என் கார் சீறிப் பாய்ந்து சென்றதோ அதுபோல!

> ஒரு பள்ளத்தில் சிக்கினால், எவ்வளவு சக்தி நமக்கு இருந்தாலும் அது தேக்கத்தை விட்டு வெளியே வர உதவுவதில்லை. தேக்கத்தில் அழுந்தி, அழுந்தி விரயம் ஆகிக் கொண்டிருக்குமே அன்றி வெளியே தாவிப் புறப்பட, வெளியில் இருந்து வரும் ஓர் உந்து சக்தி தேவையாக இருக்கிறது.

பகுதி 2

தனி மனித வாழ்க்கை விதிகள்

ஒரு தனி மனிதன்
மகிழ்ச்சியாகவும் வெற்றிகரமாகவும்
வாழ உதவும் விதிகள் யாவை?
எப்படி அவற்றைப் புரிந்துகொண்டு
நடைமுறைப்படுத்துவது?

18

வாழ்க்கை நாடகத்தில் நமது பாத்திரம் என்ன?

வாழ்க்கை என்பது ஒரு நாடக மேடை. நாம் எல்லோரும் நடிகர்கள் என்றான் கவி ஷேக்ஸ்பியர்.

வாழ்க்கை எனும் நாடகத்தை இயக்கும் டைரக்டர் இயற்கையின் முழுமை என்றால் நாம் நமது பாத்திரத்தை உணர்ந்து நடித்தால்தான் அந்த இயக்குனரை முழுமையாக திருப்திப்படுத்த முடியும். பாத்திரம் என்ன என்று புரியாமலேயே நடித்துக்கொண்டிருந்தால் மீண்டும் மீண்டும் 'ஒன்ஸ்மோர்'தான். டேக்குகள் முற்றுப்பெறாமலே போய்க்கொண்டிருக்கும். நாமும் மேடையைவிட்டு நகர முடியாது.

இதை எழுதும்போது ஒரு நகைச்சுவை சம்பவம் நினைவுக்கு வருகிறது.

ஒரு பாடகர் மேடையில் பாடிக்கொண்டிருந்தார். ஒரு பாட்டை பாடி முடித்ததும் அரங்கத்திலிருந்து ஒரு குரல், 'ஒன்ஸ் மோர்'. பாடகருக்கு படு குஷி! என் பாட்டையும் ரசிக்க ஒருவன் இருக்கிறானே! இரண்டாம்முறை பாடி முடித்தார். மீண்டும் அதே குரல், 'ஒன்ஸ் மோர்'. ஆனந்தம் தாங்க முடியவில்லை பாடகருக்கு. அடுத்த முறையாக அதே பாடலை பாடி முடித்தார். இப்போதும் அதே குரல், 'ஒன்ஸ் மோர்'.

பாடகருக்கு இப்போது சற்று சந்தேகம் கிளம்பியது.

‘என்ன சார், மூன்று முறை பாடி விட்டேனே, மீண்டுமா அதே பாடலை பாடச்சொல்கிறீர்கள்?’

‘ஆமாம், நீங்கள் அந்தப் பாட்டை சரியாகப் பாடும்வரை, ‘ஒன்ஸ் மோர்’தான்’ என்றார் அந்தப் பிடிவாதக்கார ரசிகர்.

இதேதான் நம் வாழ்க்கையிலும் நடந்துகொண்டிருக்கின்றது. குயவன் களிமண்ணைப் பிசைந்து பாண்டம் உண்டாக்குகின்றான். அந்தப் பாண்டம் சுடப்படுவதற்கு முன் உடைந்துவிட்டால், மீண்டும் அதைத் தண்ணீர்விட்டுப் பிசைந்து அடுத்தமுறையாக அதை உருவாக்குகின்றான். அதே பாண்டம் நெருப்பில் சுடப்பட்டு விடுகிறது. அழகிய சிவந்த நிறப் பானையாக உருப்பெறுகின்றது. இப்போது அந்தப் பானை உடைந்துவிட்டால், உடைந்த சில்லுகளை மீண்டும் குழைத்து மற்றொரு பானை அவன் செய்வதில்லை. இதே தத்துவம்தான் வாழ்க்கையிலும்.

நாம் நமது பாத்திரத்தைப் புரிந்துகொண்டு முறையாக வாழ்க்கை எனும் விளையாட்டை விளையாடினால் மீண்டும் மேடைக்கு வர வேண்டிய அவசியம் இல்லை.

ஒவ்வொருவருக்கும் இயற்கை அவரது பாத்திரத்தை உணர்ந்து கொள்ள சிறு சிறு காட்சிகளைக் காண்பிக்கிறது. சில அதிர்ச்சிகளைக் கூடக் கொடுக்கின்றது.

உயர் வகுப்பு டிக்கெட் வைத்திருந்தும் ரயிலிலிருந்து தூக்கி எறியப்படுகிறார் ஒரு பாரிஸ்டர். நடப்பது வெளி நாட்டில்! ஆனால் நடந்த சம்பவம் அவருக்குத் தனது நாட்டில் தான் ஏற்க வேண்டிய பாத்திரத்தை அறிவுறுத்துகிறது! அவர் காந்தி.

உலக இன்பங்களிலேயே மூழ்கி இருந்த அரசனை மூன்று திடுக்கிடும் காட்சிகள் ஒரு மாபெரும் ஞானியாக மாற்றி விடுகின்றன! அவர் புத்தர்.

பைலட் ஆக விரும்பி சென்னை வந்த இளைஞனை இயற்கை அந்த முயற்சியில் தோற்கடித்து அவனை DRDOவிற்கு அனுப்பி வான்வெளி ஆராய்ச்சியில் ஈடுபட்டு அற்புதங்களை நிகழ்த்த வைக்கின்றது! அவர் அப்துல் கலாம்

இப்படி பலருக்கும் திருப்பு முனைகள் வரத்தான் செய்கின்றன. ஆனால் அவற்றை முழுமையாக உணர்ந்துகொண்டு வாழ்க்கைப் பாதையை மாற்றிக்கொள்ளும் திறன்தான் நம்மிடம் இல்லை.

இப்போது சென்னை மேற்கு மாம்பலத்தில் பிரபலமாக விளங்கி, மக்களுக்குக் குறைந்த செலவில் மருத்துவ வசதிகள் செய்து

கொடுக்கின்றதே PUBLIC HEALTH CENTRE, அது உருவான கதை தெரியுமா உங்களுக்கு?

அதைத் தொடங்கியவர் M.C என்று எல்லோராலும் அன்பாக அழைக்கப்பட்ட திரு. M.C.சுப்ரமணியன். அவர் இளைஞனாக இருக்கும்போது ஒரு பெண்மணி உடல் நலம் கெட்டிருந்த தன் குழந்தைக்கு மருத்துவ வசதி இல்லாத காரணத்தால் மாம்பலத்தில் இருந்து தொலை தூரம் அலைய வேண்டிய நிர்பந்தத்தை கண்டு வேதனைப்பட்டார். அப்போது அவருக்குத் தோன்றியது, ஏன் நாமே முயன்று இந்த மாம்பலத்திலேயே ஒரு பொது மருத்துவமனையை உருவாக்கக்கூடாது?

ஏழை எளியவர்கள் குறைந்த செலவில் நல்ல மருத்துவ வசதிகளைப் பெறவேண்டும். இதையே ஒரு லட்சியமாக எடுத்துக்கொண்டான் அந்த இளைஞன். தன்னுடைய பிதுரார்ஜித சொத்தை இதற்கு அர்ப்பணித்தான். வீடுவீடாகச் சென்று நன்கொடை வசூலித்தான். வசூல் செய்த ஒவ்வொரு ரூபாய்க்கும் ரசீது அளித்தான். மெல்ல மெல்ல பொது மருத்துவமனை மாம்பலத்தில் உருப்பெற்றது.

அது மட்டுமா? தனக்குத் தெரிந்த நல்ல மருத்துவர்களை அணுகினான். அவர்களை இலவசமாகவோ அல்லது குறைந்த கட்டணத்திலோ இந்த பொது மருத்துவமனையில் பணி செய்ய வேண்டினான்.

இப்படியாக பல வருடங்கள் அயராது உழைத்து மக்களுக்கு நல்ல மருத்துவ வசதிகளை சாதாரண கட்டணத்தில் கிடைக்கும்படிச் செய்தான். இவற்றை எல்லாம் அவன் செய்து முடிக்கும்வரை அவன் தன் சொந்த வாழ்க்கையைப்பற்றி சிறிதும் எண்ணிப்பார்க்கவில்லை. ஆம், மக்கள் சேவையையே லட்சியமாகக்கொண்டிருந்த அந்த இளைஞன் தனது திருமணத்தைப்பற்றி எண்ணிப்பார்க்கக்கூட இல்லை!

இன்று அந்த மருத்துவமனையைப் பார்க்கும்போது பெருமையாக இருக்கிறது. கார்ப்பரேட் மருத்துவமனைக்கு ஈடான மருத்துவ வசதிகள், ஆனால் சாமானிய மனிதனின் பட்ஜெட்டில்!

கிட்டத்தட்ட 200 அறைகள், நவீன வசதிகள் உள்ள சோதனைச் சாலைகள், ICU, CCU என்று சிறப்பு பிரிவுகள், அப்பப்பா! எத்தனை வளர்ச்சி! சாதாரண தலைவலி, ஜுரத்திலிருந்து, கொடூரமான கான்ஸர் சிகிச்சை வரை, இடுப்பு வலியிலிருந்து இருதய சிகிச்சைவரை மிகத் திறமை வாய்ந்த மருத்துவர்களைக் கொண்டு சேவை செய்து வருகிறது.

இவற்றை உருவாக்கிக்காண்பித்த M.C அவர்கள் தனக்கென ஒரு சிறப்புச் சலுகையையோ அந்தஸ்தையோ வைத்துக்கொள்ள வில்லை. அரசியலில் இருந்த நண்பர்கள் இவரது பொது சேவையைக் கண்டு இவரை அரசியலில் நுழையும்படி வற்புறுத்தினர். ஆனால் இவர் அதையெல்லாம் அறவே மறுத்துவிட்டார்.

பொது மக்களுக்கு அரசியலில் நுழையாமலேயே உண்மையான, நேர்மையான சேவையை அளிக்க முடியும் என்று காண்பித்த உதாரண புருஷர் அவர்.

தனது இறுதி காலத்தில் உடல் நலம் குன்றியபோது பொது மருத்துவ மனையிலேயே சிகிச்சை எடுத்துக்கொண்டார். ஆனால் இலவசமாக அல்ல! தன் சொந்தப் பணத்தைச் செலவழித்து! தனது வாழ்க்கையின் குறிக்கோள் நிறைவேறியதைக் கண்டு அமைதியாக இந்த உலகை விட்டு வான் புகுந்தார்.

நண்பர்களே, நான் கூற வருவது இதுதான்.

- இந்த வாழ்க்கையில் உங்களது ‘கதாபாத்திரம்’ என்ன என்பதைக் கண்டுபிடியுங்கள்.
- அதற்கேற்ப உங்களது வாழ்க்கைப் பாதையை வகுத்துக் கொள்ளுங்கள்.
- எந்த நிலைமையிலும் சமரசம் செய்துகொள்ளாத திட மனத்துடன் செயல்படுங்கள்.
- எடுத்த நோக்கத்தை நிறைவேற்ற ஊக்கத்துடன் உழையுங்கள்.

இயற்கை எனும் இயக்குனர் நீங்கள் உங்கள் கதாபாத்திரத்தை ஏற்று அதற்குக் கொடுக்கும் நியாயமான உழைப்புக்கு நிச்சயம் சரியான பரிசை வழங்கும்!

19

சங்கல்ப பலத்தைப் பெருக்குங்கள்!

நான் துபாய்க்குச் சென்ற புதிது. தொடக்கத்தில் என் மனைவியை என்னுடன் அழைத்துச் செல்லவில்லை. முதலில் ஒரு 6 மாதங்களுக்கு ஒரு வீட்டில் paying guest-ஆக இருந்தேன்.

அப்போதெல்லாம் வெள்ளிக்கிழமை தோறும் வீட்டிற்கு போன் செய்து அன்னையுடனும், மனைவியுடனும் பேசுவேன். மொபைல் என்பது அதிகம் இல்லாத காலம் அது! கடந்த ஒரு வாரத்தின் நிகழ்வுகள் வெள்ளி அன்று பகிர்ந்து கொள்ளப்படும். ஏனென்றால் வெள்ளிக்கிழமைதான் துபாயில் விடுமுறை.

அப்படி ஒருநாள் விடியற்காலையில் என் அன்னையுடன் பேசும் போது வழக்கம்போல என் உடல் நலம் பற்றி அம்மா என்னிடம் கேட்க அச்சமயம் எனக்கிருந்த தோள்பட்டை வலியைப்பற்றிச் சொன்னேன். ஒரு வாரமாக அது என்னைப் படுத்திக்கொண்டிருந்தது. மிகவும் ஆதங்கப்பட்ட என் அன்னை, உடனே அதைக் கவனிக்குமாறு கூறினார்.

பிறகு மற்ற விஷயங்களைப்பற்றிப் பேசி முடித்துவிட்டு என் அறைக்குத் திரும்பினேன். அப்போது திடீரென்று என்னிடம் ஏதோ ஒரு வித்தியாசத்தை உணர்ந்தேன். என்னவென்று பார்த்தால் ஒரு

வாரமாக வாட்டிக் கொண்டிருந்த தோள் வலி முழுவதும் மறைந்திருந்தது! It was Gone! போயே போச்!

உடனே யோசித்தேன். எப்படி இந்த மாயம் நிகழ்ந்தது? ஒரு மாத்திரையும் விழுங்கவில்லை. ஒரு மருந்தும் குடிக்கவில்லை. ஒரு ஆயிண்ட்மெண்டையும் தடவவில்லை! ஆனால் வலி காணாமல் போய் விட்டது.

பிறகுதான் பட்டது. என் அன்னை என் பிரச்னையைக் கேட்டு வருந்தி இருக்கிறார். மனதில் ஒரு பலமான சங்கல்பத்தை வைத்திருக்கிறார்; என் துன்பம் நீங்கவேண்டும் என்று. அவரது சங்கல்ப பலம் என்மீது வேலை செய்திருக்கிறது!

சங்கல்பம் என்பது மனதிற்கு தான் இடும் கட்டளை. ஓர் எண்ணத்தை மனத்தில் இறுத்தி அதை ஒரு விரதம் போல் கடைபிடிப்பது.

இன்னொரு அனுபவம்.

நான் என் மனைவியை துபாய்க்கு அழைத்துக்கொண்டு போன பின் நாங்கள் ஒரு ஃப்ளாட்டில் குடி புகுந்தோம். ஒரு வருடத்துக்குப் பின் வேறொரு வசதியான ஃப்ளாட் வாடகைக்கு வந்தது. அதில் குடிபுக முயற்சித்து அதன் உரிமையாளருக்கு அட்வான்ஸ் கொடுத்து விட்டோம்.

நாள் பார்த்து பால் காய்ச்சினபின் வீட்டிற்குள் நுழைவதாக ஏற்பாடு. நாங்கள் பால் காய்ச்ச குறித்த தினத்திற்குள் ஏற்கெனவே அங்கு குடி இருந்த குடும்பம் இடத்தைக் காலி செய்யப் போவதில்லை என்று அறிந்து அவரிடம் ஒரு கோரிக்கை வைத்தோம்.

'அந்தக் குறிப்பிட்ட நாளில், எங்களை பால் காய்ச்ச மட்டும் அனுமதியுங்கள். பின்னர் நீங்கள் வீட்டை காலி செய்தபின் நாங்கள் அங்கே முறையாக குடி புகுகிறோம்' என்றோம்.

அந்தப் பெண்மணி அரை மனதாக ஒப்புக்கொண்டார். என்றாலும் தான் போன் செய்து உறுதி செய்த பின்னர் வந்தால் போதும் என்று ஒரு நிபந்தனையும் வைத்தார்.

ஒப்புக்கொண்டோம். குறிப்பிட்ட நாளும் வந்தது. அதற்கு முன் நாள் வரை அவரிடமிருந்து போன் வரவில்லை. நான் நினைத்தேன் அவருக்கு விருப்பம் இல்லை போலும் என்று.

'சரி, நாம் ஒன்று செய்வோம், அங்கு செய்வதுபோலே மனதில் ஒரு பால் காய்ச்சும் வைபவத்தை நடத்துவோம். நாயன்மார் ஒருவர்

மனதிலேயே கோவில் எழுப்பவில்லையா? நாம் ஏன் மனதில் ஒரு பால் காய்ச்சும் நிகழ்ச்சியை நடத்தக்கூடாது?' விடியற் காலையில் படுக்கையை விட்டு எழும் முன்னரே என் மனதில் ஒரு காட்சியை உருவாக்கினேன்.

நான் அந்த வீட்டுக்குச் செல்வதுபோலவும், குறிப்பிட்ட பூஜைகளை நடத்துவது போலவும், பால் காய்ச்சி நிவேதனம் செய்து அந்த அம்மையார் குடும்பத்துக்குக் கொடுத்து நாங்களும் குடிப்பது போலவும் - எல்லாம் மனத்தில் நடந்து முடிந்து விட்டன!

அடுத்த அரை மணி நேரத்துக்குள் ஒரு ஃபோன் அந்தப் பெண்மணியிடம் இருந்து... 'நீங்கள் இன்று வந்து உங்கள் பூஜையை நடத்திக் கொள்ளலாம்' என்று. பிறகு மனதில் நடத்திய வைபவத்தை உண்மையிலேயே நடத்தி மகிழ்ந்தோம்.

இச்சம்பவங்கள் எல்லாம் நமது சங்கல்ப பலத்தினால் தான் நடக்கின்றன என்பது என் கருத்து.

எங்களது தந்தை ஒரு கால கட்டத்தில் தன் இரண்டு கண்களையும் இழந்து தவித்தபோது நாங்கள் பெருத்த இன்னல்களுக்கு உள்ளானோம். அச்சமயங்களில் எல்லாம் எங்களது தாயாரின் மனோதிடம், வைராக்கியம், முயற்சி இவை அனைத்தையும் ஒருங்கிணைத்த சங்கல்ப பலமே எங்கள் அனைவரையும் முன்னுக்குக் கொண்டு வந்தது. இதை நான் கண்கூடாகப் பார்த்திருப்பதால் சொல்கிறேன். எனவே,

- மனோதிடத்தை வளர்த்துக்கொள்ளுங்கள்.
- எண்ணங்களில், செயல்களில் தூய்மையைக் கொண்டு வாருங்கள்.
- மற்ற எண்ணங்களை விலக்கி ஒரு குறிப்பிட்ட திசையில் மனத்தைச் செலுத்துங்கள்.
- உறுதியான சங்கல்பத்தோடு செய்ய வேண்டிய செயல்களை மனக்கண்ணில் காட்சியாகக் காணுங்கள்.

நீங்கள் நினைத்த செயல் நிச்சயம் வெற்றிகரமாக அமையும்!

20

உங்கள் செயல்களுக்கு பொறுப்பேற்றுக்கொள்ளுங்கள்!

அக்கினிச் சிறகுகள் என்ற புத்தகத்தில் முன்னாள் ஜனாதிபதி திரு. அப்துல் கலாம் அவர்கள் விவரித்திருந்த ஒரு சம்பவம்.

அப்துல் கலாம் தலைமையில் முதன் முறையாக இந்தியா விண்வெளிக்கு அனுப்பிய எஸ்.எல்.வி விண்கலம் தனது ஆர்பிட்டுக்கு போவதில் பிரச்னை. அந்தக் கலத்தில் எரிபொருள் கசிவு இருந்ததை கலாம் கவனித்திருந்தாலும் அது மிகக் குறைவான அளவே என்று அதை சீரியஸாக எடுத்துக்கொள்ளவில்லை. அது வாயை கக்கிக்கொண்டு வங்காள விரிகுடாவில் விழுந்து நம் நாட்டு மானத்தை வாங்கியபோது கடும் விமர்சனங்கள் வைக்கப்பட்டன.

அந்தச் சமயத்தில் ஐ.எஸ்.ஆர்.ஓ.வின் தலைமைப் பொறுப்பிலிருந்த திரு. தவான் அவர்கள் பத்திரிகையாளர்களை கலாமுக்கு பதிலாக தானே சந்தித்தார். தோல்வியின் முழு பொறுப்பையும் தானே ஏற்றுக்கொண்டதும் இல்லாமல் 'கலாம் தலைமையில் இயங்கும் எனது குழுவின்மீது எனக்கு முழு நம்பிக்கை இருக்கிறது. அடுத்த முறை வெல்வது நிச்சயம்' என்று சூளுரைத்தார்.

சொன்னபடி அடுத்தமுறை கலாமின் குழு அந்த சாதனையைச் செய்து காட்டியபோது அதற்கான புகழை தான் ஏற்றுக்கொள்ளாமல்

கலாமை பிரெஸ் மீட்டுக்கு அனுப்பி அவருக்கு வெற்றி மாலை விழும்படிச் செய்தார் அவர். 'அன்றுதான் செயலுக்குப் பொறுப் பேற்பதில் ஒரு நல்ல பாடத்தைக் கற்றுக்கொண்டேன் நான்' என்று கலாம் திரு. தவானை வியந்து புகழ்கிறார்.

பொதுவாக நாம் காண்பது என்ன? வெற்றி வந்தால் என்னால்தான் வந்தது என்று மார் தட்டிக்கொள்கிறோம். ஆனால் தோல்வியைச் சந்திக்க நேரிட்டால்... யார் தலையிலோ பழியைப் போட்டுவிட்டுத் தப்பிக்கப் பார்க்கிறோம். அல்லது கிரகக் கோளாறு என்று ஜோசியரைத் தேடி ஓடுகிறோம்.

நான் தென்னகத்தின் மேலாளராக ஒரு பெரிய நிறுவனத்தில் பணி செய்தபோது எனக்கு கீழே ஹைதராபாதில் மேனேஜராக இருந்த ஒருவர், தான் டார்கெட்டை அடைய முடியாததற்கு எப்படியாவது சில காரணங்களை உருவாக்கித் தப்பித்துக்கொள்வார்.

அவர் எங்கள் சென்ட்ரல் டெப்போவில் சில ஆட்களை கையில் போட்டுக்கொண்டிருந்தார். அவர்கள் மூலம் எந்தெந்த ஐட்டங்கள் எங்கள் டெப்போவில் தயாராக இல்லை என்று கேட்டு வைத்துக் கொள்வார். அந்த மாத இறுதியில் அந்தக் குறிப்பிட்ட ஐட்டங்களை கூடுதலாக ஆர்டர் செய்வார். நிச்சயமாக சப்ளை வராது என்று அவருக்குத் தெரியும். அடுத்த மாத மீட்டிங்கில் குறிப்பிட்ட ஐட்டங்கள் கிடைத்திருந்தால் 'அடித்து நொறுக்கி இருப்பேன்' என்று வீர வசனம் ஒன்றை அவிழ்த்து விடுவார்.

இரண்டு மூன்றுமுறை இப்படி நேர்ந்தபோது எனக்கு பொறி தட்டியது, 'ஒஹோ! மனிதர் இப்படி ஒரு வழி கண்டு பிடித்திருக் கிறாரோ!' என்று. உடனே பொறி ஒன்றை வைத்தேன். ஒரு சில ஐட்டங்கள் டெப்போவில் இல்லாதிருக்கும்படி பார்த்துக் கொண்டேன். ஆனால் ஃபாக்டரியில் சொல்லி அந்த ஐட்டங்களை அதிக அளவில் தயாரித்து வைத்திருக்கும்படியும், நான் சொன்ன உடனே அவற்றை அனுப்பும் படியும் ஓர் ஆணை பிறப்பித்தேன்.

வழக்கம்போல எலி தன் வேலையைக் காட்டி, பொறியில் வாய் வைக்க, எனது ஆணைப்படி வராது என்று நினைத்து அவர் ஆர்டர் செய்த அந்தக் குறிப்பிட்ட ஐட்டங்கள் தடை இன்றி ஹைதராபாத் சென்று அடைந்தன.

அடுத்த சில நாட்களுக்குள் அவர் அவற்றை விற்றுத் தீர்க்கவேண்டும், தன் டார்கெட்டை அடைய வேண்டும். தவித்து தண்ணீர் குடித்து விட்டார் மனிதர். கையில் ஆர்டர் இருந்தால்தானே விற்பதற்கு!

அடுத்த மீட்டிங்கில் அவருக்கு பொறுப்பேற்பதைப்பற்றி ஒரு பாடம் நடத்தினேன்.

ஓர் அலுவலகத்தில் புதிதாகச் சேர்ந்தவர் முதலில் தவறாமல் செய்வது தனக்கு முன் இருந்தவர் சொதப்பிய விஷயங்களை பட்டியல் இடுவது. இப்படிச் சொல்லி ஒரு 2 அல்லது 3 மாதங்கள் சமாளிக்கலாம். பிறகு? இவர்தானே பரிகாரம் தேடவேண்டும்? குறை கூறிக்கொண்டே வருடங்களை ஓட்ட முடியாது. அப்படியே சால்ஜாப்பு சொல்லிக் கொண்டு இருந்தால் மேலிடம் கேட்கும், 'நீ என்ன கிழித்துக் கொண்டிருக்கிறாய்?' என்று. முன்னேற்றம் காண்பிக்கவில்லை என்றால் சீட்டு கிழிந்து விடும்!

லால் பகதூர் சாஸ்திரி அவர்கள் பிரதமர் ஆவதற்கு முன்னால் ரயில்வே மந்திரியாக இருந்தார். அப்போது அரியலூரில் ஏற்பட்ட கோர ரயில் விபத்தில் 142 பேர் மரணம் அடைந்தனர். சாஸ்திரியார் அதற்கு பொறுப்பேற்று தன் பதவியை ராஜினாமா செய்தார். அவரா அந்த வண்டியை ஓட்டிச் சென்றார்? ஆனாலும் அந்தத் துறையின் மந்திரி என்ற முறையில் தான் அந்தப் பொறுப்பை ஏற்றுக் கொண்டார்.

அதற்குப் பின் பல விபத்துக்கள். ஆனால் யாரும் தன் பதவியை இழக்கத் தயாராக இல்லை! 43 வருடங்களுக்கு பின் வேறொரு மந்திரி அது போன்ற தீரத்தைக் காட்டினார். ஆம், நிதிஷ் குமார் ரயில்வே மந்திரி ஆக இருந்தபோது அஸ்ஸாமில் ஏற்பட்ட விபத்துக்கு பொறுப்பேற்று தன் பதவியை ராஜினாமா செய்தார்.

வீட்டிலேயே பாருங்கள். பிள்ளைகள் சரியாகப் படிக்கவில்லை என்றால் கணவன் மனைவியைச் சாடுகிறான். ஏன், அவள் மட்டும் தானா பொறுப்பு? அவனுக்கு அதில் சம்பந்தம் இல்லையா?

நாட்டு நடப்பும் இப்படித்தானே! பொது மக்கள் என்ன செய்கிறார்கள்? எல்லாவற்றுக்கும் அரசாங்கத்தைக் குற்றவாளி கூண்டில் நிறுத்துகிறார்கள்.

நமது வீட்டை, நமது தெருவை நாம் சுத்தமாக வைத்துக்கொள்ள முடியாதா? இதை அரசாங்கம் வந்து சொல்லிக்கொடுக்க வேண்டுமா?

நமது சென்னை மாநகரத்தின் பறக்கும் ரயில் என்று அழைக்கப்படும் MRTS ரயில் நிலையங்களை அவை தொடங்கும்போது பார்த்திருக் கிறீர்களா? எவ்வளவு பளபளப்பாக இருந்தது? இப்போது கண்ட இடத்தில் துப்பி கறை படிந்து எவ்வளவு மோசமாக இருக்கிறது! நமது மெட்ரோ நிலையங்கள் அப்படி ஆகி விடாமலிருக்க வேண்டும் என்று வேண்டிக்கொள்கிறேன்!

ஒரு தவறு நடந்து விட்டால்,

- முதலில், செய்யும் தவறுகளுக்கு பொறுப்பேற்றுக் கொள்ளுங்கள்.
- தவறுகளின் காரணத்தை அனலைஸ் செய்யுங்கள்.
- அவற்றைக் களைவதற்கு உபாயங்களைத் தேர்வு செய்யுங்கள்.
- உங்கள் குழுவிடம் நம்பிக்கை வைத்து அவர்களை உட்படுத்துங்கள்.
- அனைவரும் கூடி சரியான உபாயத்தை கைக்கொண்டு பிரச்னையை முடித்து விடுங்கள்.

இன்னொன்றும் சொல்கிறேன். பொறுப்பை தட்டிக் கழித்து விட்டால் தப்பித்துவிடலாம் என்று மட்டும் தப்புக் கணக்குப் போட்டு விடாதீர்கள். இயற்கையின் வழிகள் மர்மமானவை. நீங்கள் அவற்றில் தேறும்வரை அவை உங்களைத் துரத்திக்கொண்டேதான் இருக்கும். நீங்கள் இயற்கை வழங்கும் சவால்களை ஏற்றுச் சரியாகச் செய்து முடித்தால்தான் அது உங்களை விடும்.

ஏன் இயற்கை உங்களைத் துரத்தும்வரை காத்திருக்கிறீர்கள்? நீங்களாகவே பொறுப்புகளை ஏற்றுக்கொண்டு வெற்றிகரமாக வாழ்க்கையை நடத்துங்கள்!

இயற்கையின் வழிகள் மர்மமானவை.
நீங்கள் அவற்றில் தேறும்வரை அவை
உங்களைத் துரத்திக்கொண்டேதான்
இருக்கும். நீங்கள் இயற்கை வழங்கும்
சவால்களை ஏற்றுச் சரியாகச் செய்து
முடித்தால்தான் அது உங்களை விடும்.

21

காந்தக் கவர்ச்சியை வளர்ப்பது எப்படி?

ஒருவரது தனித்தன்மை (personality) என்பது அவருடைய உயரம், எடை, முகவெட்டு, நிறம், சிகை அலங்காரம் - இவற்றைப் பொறுத்து மட்டும்தான் அமைகிறதா? அல்லது அவருடைய பண்பு, திறமை, தொடர்பாற்றல், சான்றாண்மை இது போன்றவற்றால் அமைகிறதா?

சில உதாரணங்களைப் பார்ப்போம்.

தமிழகத்தின் முன்னாள் முதலமைச்சர் எம்.ஜி.ஆர். அவர்களைப் பற்றி அண்ணா அவர்கள் கூறும்போது, 'எம்.ஜி.ஆர். மீட்டிங்கிற்கு வந்தால் லட்சம் ஓட்டுக்கள், அவர் பேசினால் 10 லட்சம் ஓட்டுக்கள்' என்று பொது மக்களிடம் அவருக்கு இருந்த கவர்ச்சியைப்பற்றிச் சொன்னதாகப் படித்திருக்கிறேன்.

எம்.ஜி.ஆர். ஒரு கவர்ச்சி மிக்க ஹீரோ என்பதில் சந்தேகம் இல்லை. ஆனால் அவரது அழகு மட்டும்தான் அந்த ஈர்ப்புக்குக் காரணமா? இல்லை, அவர் நடித்த பாத்திரங்கள் ஒரு நல்லவனையே காண்பித்ததால் உண்டான ஒரு இமேஜா? இல்லை இதற்கும் மேலாக அவரிடம் மேலோங்கி இருந்த ஈகை குணமா? தாய்மார்களிடம் அவர் வைத்திருந்த மதிப்பா?

வெறும் அழகு என்றால் அவரைவிட உயரமாக, அழகாக எத்தனையோ நடிகர்கள் இருந்திருக்கிறார்கள். நடிப்பில் அவரை மிஞ்சக்கூடிய எத்தனையோ ஹீரோக்களை திரை உலகம் பார்த்திருக்கிறது. ஆனால் இவர்கள் எல்லோரும் மக்களிடம் இத்தனை உயர்வாக மதிக்கப்படவில்லையே! அவருடைய சிறப்பு குணநலன்கள் அல்லவா அந்த ஈர்ப்புக்குக் காரணமாக இருக்க வேண்டும்.

எனது நண்பர் ஒருவர் அவரது அன்னைக்கு ஏற்பட்ட ஒரு வினோதமான நிகழ்வைப்பற்றி என்னிடம் கூறக் கேட்டிருக்கிறேன்.

அவரது அன்னை மயிலாப்பூரில் ஒரு தெரு வழியாக நடந்து போய்க் கொண்டிருக்கிறார். வழியில் தெருவைக் கடப்பதற்காக நின்று கொண்டிருக்கிறார். அப்போது வேகமாக வந்த கார் ஒன்று அவருக்கு முன் திடீரென நிற்கிறது. உடனே பின்னால் வந்து கொண்டிருந்த கார்களும் ப்ரேக் அடித்து நிற்கின்றன.

வியப்புடன் பார்த்துக்கொண்டிருந்த அம்மையாருக்கு ஒரு ஷாக்! காரிலிருந்து இறங்கியவர் எம்.ஜி.ஆர். வெளியே வந்த உடன் இந்த அம்மையாரின் காலைத் தொட்டு வணங்குகிறார். கைகளைக் கூப்புகிறார். அடுத்த நிமிடம் காரில் ஏறுகிறார். அனைத்து கார்களும் பறந்து சென்று விடுகின்றன. அனைத்தும் சில நிமிடங்களில் நடந்து முடிந்துவிட்டன. அம்மையாருக்கு நடந்தது நனவா, கனவா என்ற நிலை. திகைத்து சிலை ஆகி விட்டார்.

இது வெறும் பப்ளிசிடி ஸ்டண்ட் ஆக இருந்தால் உடனே புகைப்படங்கள் எடுக்கப்பட்டிருக்கும். மாலை செய்தித் தாள்களில் எம்.ஜி.ஆரின் பணிவைப்பற்றியும், தாயன்பைப் பற்றியும் ஒரு செய்தியும் வந்திருக்கும்.

அதெல்லாம் ஒன்றுமில்லை! எனது கணிப்பு அவருக்கு இந்த அம்மையைக் கண்டதும் மறைந்த தன் தாயின் உருவம் நினைவுக்கு வந்திருக்கலாம். அதனால் வெளிப்பட்ட உணர்வாக இச்சம்பவம் இருந்திருக்கலாம்.

எது எப்படியோ, நான் கூற வந்த விஷயம் ஒருவரது ஈர்ப்பு அவருடைய உள்ளார்ந்த பண்புகளால்தான் அமைய முடியும் என்பது.

ஸ்வாமி விவேகானந்தரிடம் ஓர் அதிசய காந்த ஈர்ப்பு (magnetism) இருந்தது. அவர் பேசும் கூட்டங்களுக்கு வந்த பல்லாயிரம் பேர்கள் அவர் அந்த மண்டபம் முழுவதும் நிறைந்திருப்பதைப் போன்று உணர்ந்ததாகப் படித்திருக்கிறேன்.

அமெரிக்காவின் தெருக்களில் அவர் நடந்து செல்லும்போது ஆர்வம் மிக்க மக்கள் அவரது அங்கியைத் தொட்டுப் பார்க்க ஆவல் கொண்டார்களாம். உண்பதற்கு, உறங்குவதற்குக்கூட நேரம் இல்லாத அமெரிக்க விஞ்ஞானிகள் இவரது கூட்டம் என்றால் முதல் வரிசையில் இடம் பிடித்து அமர்ந்திருப்பார்களாம்.

அமெரிக்காவிலிருந்து வெற்றிகரமாக அவர் இந்தியா திரும்பிய போது, ராமநாதபுரத்து மன்னர் இவரை தேரில் உட்கார வைத்து தேரை இழுத்துச் சென்றார்.

இந்தக் கவர்ச்சி அவரது அழகிற்கு மட்டும் அல்ல, அவரது அறிவிற்கு, தன்னலமற்ற தொண்டிற்கு, அவரது துணிச்சலுக்கு, இதற்கெல்லாம் மேலாக அவரது இறைத்தன்மைக்கு.

இப்போது வேறொரு முகத்தைப் பார்ப்போம். ஜவஹர்லால் நேருவின் மறைவுக்குப் பின் ரயில்வே மந்திரியாக இருந்த லால் பகதூர் சாஸ்திரி பிரதம மந்திரி ஆனார். குள்ளமானவர், அதிக கவர்ச்சி அற்ற முகம், ஒல்லியான தேகம். அந்தக் காலத்தில் திரைப்படம் தொடங்குவதற்கு முன்னால் நியூஸ் ரீல் என்று ஒன்று உண்டு. நாட்டு நடப்புகளை ஆரம்பத்தில் காண்பித்து விட்டு பின் திரைப்படம் தொடங்கும். அப்போது சாஸ்திரியின் வீடியோ காட்டப்படும்போது பொது மக்கள் அவரது உருவத்தைக் கண்டு எள்ளி நகைப்பார்களாம்.

அடுத்த வருடங்களில் பாகிஸ்தான் நம்மீது மோத ‘இந்த பாகிஸ்தானின் வாலாட்டத்துக்கு ஒரு முற்றுப்புள்ளி வைக்கவேண்டும், நாம் ஒரு cease fire-ல் இருந்து மற்றொரு cease fire-க்கு போய்க்கொண்டிருக்க முடியாது’ என்ற அவரது வீரமான உரையும் அதை அடுத்து நடந்த போரில் நம் வீரர்களின் சாகசங்களும் காண்பிக்கப்பட்டபோது ரசிகர்களின் கைதட்டல் வானைப் பிளந்ததாம்.

இப்போது பாருங்கள், அவரது உருவத்தை எள்ளி நகையாடியவர்களே அவரை பார்த்து மலைத்துப் பாராட்டினார்கள் என்றால் அதன் காரணம் அவர் மீது பதிந்த அந்த வீரப்பதிவு அல்லவா?

புகழ் பெற்ற மாமனிதர்கள் இருக்கட்டும். சாமானிய மனிதர்களிலும் இந்தக் கவர்ச்சியைப் பார்க்க முடிகிறது.

எனது விற்பனை அனுபவத்தில் பல விற்பனையாளர்களைச் சந்தித்திருக்கிறேன். வாடிக்கையாளர்களைக் கண்டிருக்கிறேன். அவர்களுள் என்னை மிகவும் கவர்ந்தவர் எனது விற்பனைத்துறை குரு திரு. நாராயணன். ஆர்மியில் பணி செய்துவிட்டு விற்பனைத் துறைக்கு வந்தவர். அவரது உயரம், பருமன், ஆளுமை இவற்றுக்கு

சிகரம் வைத்தாற்போல பெரிய கண்கள். கண்களை உருட்டினால் எதிரே நிற்பவர் கலங்கி விடுவார்.

பணியில் அவர் காட்டிய தீவிரம்போல நான் வேறு ஒருவரிடமும் கண்டதில்லை. இந்த கர்ம யோகம் அவருக்கு அசாதாரணமான கவர்ச்சியை அளித்திருந்தது. ஒரு வாடிக்கையாளர் முன் அவர் வந்து நின்றால் அடுத்த நிமிடம் அந்த வாடிக்கையாளர் எழுந்து நின்று கை கூப்பி விடுவார்!

நான் கண்டு மலைத்த அடுத்த நபர் K.R. கணபதி என்பவர். பாரி அண்ட் கோவின் விற்பனை மேனேஜராக இருந்த அவர் தன் உழைப்பால், நேர்மையால், அனைவரையும் சமமாக நேசிக்கும் அன்பால், நெருக்கடியில் இருக்கும் வாடிக்கையாளர்களிடம் காட்டும் கருணையால், தனது நிறுவனத்தின் அடிமட்ட ஊழியர்களுடனும் பழகும் நேர்த்தியால் மிகுந்த ஈர்ப்பாற்றல் உடையவராக இருந்தார்.

பின்னர் பாரி நிறுவனம் TI நிறுவனத்தின் கீழ் வந்தபோது அந்த மாற்றத்தின் அழுத்தத்தில் சிக்கி பல டைரக்டர்களும் ராஜினாமா செய்துவிட்டு விலகியபோது அந்த கெடுபிடிக்கு ஈடுகொடுத்து தன் திறமையால், ஈர்ப்பாற்றலால் அந்த நிறுவனத்தின் பிரசிடெண்ட் ஆகும் அளவுக்கு உயர்ந்தார் அவர். ஆனால் பார்க்கும்போது மிகச் சாதாரணமானவராக, எளியவராகக் காணப்படுவார் - மூர்த்தி சிறிது கீர்த்தி பெரிது என்பார்களே அது போல!

இந்த ஈர்ப்பின், இந்தக் கவர்ச்சியின் ரகசியம் என்ன? நம்மாலும் இதை வளர்த்துக்கொள்ள முடியுமா? நிச்சயமாக, ஆமாம்!

- முதலில் உங்களது பண்பாற்றலை வளர்த்துக்கொள்ளுங்கள்.
- அறத்தையும் ஈகையையும் இரு கண்களாக பாவித்து செயல் படுங்கள்.
- உங்களது அறிவை மேம்படுத்துங்கள்.
- உழைப்பில் தீவிரம் காட்டுங்கள்.
- தன்னலம் அற்று மற்றவருக்கு உதவுங்கள்.
- அஞ்சா நெஞ்சராக, எதையும் எதிர்கொள்பவராக இருங்கள்.
- எந்த நிலைமையிலும் மனதை அமைதியாக வைத்திருக்கப் பழகுங்கள்.

22

நேர்மையான தொழிலில் நற்செல்வம்!

அறம், பொருள், இன்பம், வீடு என்ற நான்கு பேறுகளில் இந்தப் பொருள் என்பது மிகுந்த முக்கியத்துவத்தைப் பெற்றுவிட்டது. எப்படியாவது செல்வத்தைக் குவிக்கவேண்டும் என்றுதான் பெருவாரியான மக்கள் நினைக்கிறார்களே தவிர அறவழியில் ஈட்டுவதுதான் நிலைக்கும் என்பதை ஏனோ மறந்துவிடுகிறார்கள்.

ஆண்டாள் தனது பாசுரத்தில் 'நற்செல்வன் தங்காய்' என்று செல்வனுக்கு ஓர் அடைமொழி கொடுத்து கௌரவிக்கிறாள். செல்வனாக இருந்தால் மட்டும் போதாது, நற்செல்வனாகவும் இருக்க வேண்டும் என்று ஓர் அழுத்தம் கொடுத்துப் பாடுகிறாள் போலும்!

நல்ல செல்வம் என்றால் அது ஏதோ கறுப்புப் பணத்துக்கு எதிர்மறை என்று எண்ண வேண்டாம். அது வேறு ஒரு வகை. நேர்மையான தொழில் செய்து ஈட்டினால்தான் அது நல்ல செல்வமாக இருக்கும் என்பதுதான் இதன் தத்துவம்.

பணம் வருகிறதே என்று பாவத்தொழில் செய்தால், பணத்தோடு அந்த பாவ பதிவும் வந்து சேர்ந்து தீராத துன்பத்தை அளித்துவிடும்.

காசுக்கு ஆளை அடித்துத் தீர்க்கும் கூலிப்படைகளைப் பாருங்கள். சம்பாதித்து ஜல்ஸா செய்வார்கள். ஆனால் வெகு விரைவில்

கோர்ட்டில்கூட ஆஜர் ஆகாமல் தெருக்களில் வேட்டையாடப்பட்டு என்கவுன்டர்களில் அனாதைகளாக உயிர் இழக்கும் அவலம்!

சம்பளத்தைக் காட்டிலும் பலமடங்கு கிம்பளம் வாங்கி சொத்துக்களை வாரிக் குவித்தவர்களைப் பார்த்திருக்கிறேன். பின்னால் உடல் உபாதைகளில் சிக்கி, சொந்த உறவினர்களாலேயே கை விடப்பட்டு நொந்து மாண்டதையும் பார்த்திருக்கிறேன்.

தோல் வியாபாரம் என்ற பெயரில் மிருகங்களை கோரமாகக் கொன்று அந்தத் தோலை விற்று செல்வம் உண்டாக்கியவர்களின் குடும்பங்கள் கொடுமையான மரணங்களுக்கு இலக்காவதையும் காண முடிகிறது. தொழில் சிறிதாக இருந்தாலும் மற்ற எவ்வுயிர்க்கும் துன்பம் தாராமல் உழைப்பவர்கள் நிச்சயமாக இன்பமாக வாழ்கிறார்கள்.

எனது விற்பனைத் துறையில் நான் ஈடுபட்ட நிறுவனங்கள் எல்லாம் உணவுத்துறையைச் சார்ந்தவை. மிகுந்த அக்கறையுடன் முதல் தரமான உணவுப்பொருள்களையே உற்பத்தி செய்யும் நிறுவனங்கள் அவை.

எவ்வளவு அதிகம் சம்பளம் தந்தாலும் நான் பணி செய்ய மறுத்த நிறுவனங்களும் உண்டு. காரணம் அவை ஆரோக்கியத்தைக் கெடுக்கும் மது, சிகரெட் போன்றவற்றை உற்பத்தி செய்யும் நிறுவனங்களாக இருந்ததனால்.

அப்படி என்றால் அந்த நிறுவனத்தில் பணி புரிபவர்கள் எல்லாம் நோயில் வாடி துன்பப்பட்டுதான் மரணிப்பார்களா என்று கேட்காதீர்கள். கூகுள் செய்து பாருங்கள். அந்த நிறுவனங்களின் முக்கிய முடிவுகளை எடுக்கும் தலைமையாளர்களின் நிலைமை பற்றி. ஒரு பானை சோற்றுக்கு ஒரு சோறு பதம்! நான் சொல்ல வேண்டிய அவசியம் இல்லை.

நேர்மையாக தொழில் நடத்துபவர்கள் இறுதிவரை எந்தச் சிக்கலிலும் மாட்டிக்கொள்ளாமல் நல்ல குடும்பங்களுடன் முழுமையான வாழ்வு வாழ்ந்து அமைதியாக உலகைவிட்டு நீங்குவதைக் கண்கூடாகப் பார்த்திருக்கிறேன். இது அனுபவபூர்வமான உண்மை!

இந்திய நிறுவனங்களிலேயே முன்னோடியாக நின்ற டாடா நிறுவனத்தின் அதிபர் J.R.D.டாடாவைப்பற்றி கேள்விப் பட்டிருப்பீர்கள். முதன்முதலாக ஊழியர்களுக்கு வீட்டு வசதி, அவர்களின் குழந்தைகள் படிக்க உயர்தரமான பள்ளிக்கூடங்கள் என்று ஊழியர்களின் நலனில் அக்கறை காட்டிய முன்னோடி அவர்.

அவர்களது தொண்டு நிறுவனம் பல ஆண்டுகளாக ஏழைகளுக்கும் ஆதரவற்றவர்களுக்கும் சேவை செய்து வருகிறது. எத்தனை செல்வ வளம் இருந்தும் மிக எளிமையான வாழ்க்கையையே விரும்பினார் டாடா அவர்கள். ஒரு விமான சேவையையே நடத்திக் காட்டிய அவர் பயணித்தது பிஸினஸ் வகுப்பில் அல்ல, எகானமி வகுப்பில்!

இன்ஃபோஸிஸ் நாராயண மூர்த்தியின் வாழ்க்கைப் பாதையும் அப்படித்தான் இருக்கிறது. உலக அளவில் அவர் நிறுவனம் கொடி கட்டிப் பறந்தாலும் அவரது குடும்பம் எளிமையான வாழ்க்கை வாழ்ந்து மற்றவர்களுக்கு ஒரு முன் உதாரணமாகத் திகழ்கிறது.

உலகத்தின் மிகப்பெரும் செல்வந்தர்களான வாரன் பஃபெட்டும், பில் கேட்ஸ்ஸும் நினைத்தால் அரசர்களைப்போல ஆடம்பர வாழ்க்கை வாழலாம். ஆனால் தொண்டு நிறுவனங்களை நிறுவி இல்லாதவர்களுக்கு தாங்கள் கஷ்டப்பட்டு சேர்த்து வைத்த செல்வத்தை வழங்கி, அவர்களை ஊக்குவித்து தாங்கள் மிக எளிமையான ஆடம்பரமில்லாத வாழ்க்கை வாழ்ந்து கொண்டிருக்கிறார்கள்.

இதே குறுக்கு வழியில் பணம் தேடிப் புறப்பட்டவர்கள் ஓஹோ என்று வாழ்வதுபோல ஒரு மாய்மாலத்தைக் காட்டினாலும் இறுதியில் மோசமான நிலைக்குத் தள்ளப்பட்டு கோரமான முறையில் வாழ்க்கையை முடித்துக்கொண்டார்கள்.

ஒருகாலத்தில் பங்கு மார்க்கெட்டையே கலக்கிய ஹர்ஷத் மேத்தாவை நினைவிருக்கிறதா?

ஷேர் என்றால் என்ன என்று தெரியாதவர்களையும் அதில் நுழைய வைத்து முதலீடு செய்ய வைத்து, சூதாட்டத்தில் ஆடுவதுபோல 'வை ராஜா வை' என்று பாடுபட்டுத் தேடி சேமித்து வைத்த பணம் அனைத்தையும் ஷேர் மார்க்கெட் ரேஸில் ஆட வைத்த புண்ணியம் இந்த மகானுபாவனைத்தான் சேரும்!

இரண்டு வங்கிகளைதன்கையில் போட்டுக்கொண்டு செல்லாதBR-களை (Bank Receipt) இஷ்டத்துக்கு உபயோகித்து செக்யூரிட்டிகளில் விளையாடினார். 200 ரூபாய்களுக்கு விற்றுக்கொண்டிருந்த ACC-ன் ஷேர்கள் 9000 ரூபாய்க்கு விண்ணைத் தாவின என்றால் அதற்கு மூல காரணம் இந்த ஹர்ஷத் மேத்தா! பத்திரிகைகள் இவரை ஷேர் மார்க்கெட்டின் BIG BULL என்றெல்லாம் வர்ணித்தன. இவரால் சில அன்றாடம் காய்ச்சிகள் லட்சாதிபதிகள் ஆயினர். பல கோடீஸ்வரர்கள் பிட்சாதிபதிகள் ஆனார்கள்!

முடிவு, அவர் விளையாடிய விளையாட்டு அவருக்கே வினை ஆகி மும்பாயில் தானே சிறையில் ஒரு குற்றவாளிக் கைதியாக மரணத்தைத் தழுவினார் மேத்தா!

BISCUIT BARON என்று மீடியா கொண்டாடி மகிழ்ந்த ராஜன் பிள்ளையின் கதையும் இப்படித்தான்.

70களின் மத்தியில் தனது பிஸினஸை சிங்கப்பூரில் தொடங்கிய இவர் கனடா நாட்டின் மிகப்பெரும் புள்ளியான ராஸ் ஜான்சன் என்பவருடன் கூட்டு சேர்ந்து பிஸ்கட் வியாபாரத்தில் ஈடுபட்டார். உலகின் மிகப்பெரும் பிராண்டுகளான நபிஸ்கோ, ஹண்ட்லீ பால்மெர் (நமது பிரிட்டானியாவின் தாய் நிறுவனம்) போன்றவற்றின் ஆசிய கண்டத்தின் விற்பனையின் அதிபர் ஆனார்.

குறுகிய காலத்தில் உலகத்தின் பிஸ்கட் மார்க்கெட்டையே விழுங்க விரும்பி கண்டபடி கடன் வாங்க, பின்னால் மிகப்பெரிய பொருளாதாரக் குழறுபடியில் கோர்ட், கேஸ் என்று போய் இறுதியில் திகார் சிறையில் அடைக்கப்பட்டு அங்கேயே பரிதாபமாக உயிரிழந்தார்.

இந்தியாவின் பங்கு மார்க்கெட்டை அந்தக் கால கட்டத்தில் கலக்கிய அந்த இரண்டு DONகளும் வீழ்ந்தபோது அவர்களுக்கு வயது 50 கூட ஆகவில்லை! சரி, இப்போதுதான் நிலைமை என்ன?

வேண்டாத பொருள்களைத் தயாரித்து விற்று, வங்கிகளில் கடனுக்கு மேல் கடன் வாங்கி, அழகிகள் புடைசூழ அகங்காரமாக பத்திரிகைகளுக்கு போஸ் கொடுத்து ஆடம்பர சொகுசு வாழ்க்கை வாழ்ந்து கொண்டிருந்தவர்கள் நம்மூர் சிறையில் களி தின்னப் பயந்து கொண்டு வெளி நாட்டில் தஞ்சம் புகுந்து அடிமை வாழ்க்கை வாழ்ந்து கொண்டிருக்கிறார்கள்!

23

ஔவையின் நிபந்தனை!

கடந்த அத்தியாயத்தில் நேர்மையான தொழில் செய்து நல்லசெல்வம் ஈட்டவேண்டும் என்று சொன்னேன். இப்போது தொழிலோ, வியாபாரமோ எப்படி இருக்கவேண்டும் என்பதற்கு ஔவை காட்டும் வழியைப் பார்ப்போம்.

நாம் உண்ணும் உணவு பிறர் நம்மை ஏவாமல் நாம் சம்பாதித்ததாக இருக்கவேண்டும் என்று ஒரு நிபந்தனை இடுகிறாள் பாட்டி. அது எப்படி ஒருவன் மற்றவனால் ஏவப்படாமல் தொழில் செய்வது, உணவு ஈட்டுவது?

ஒரு வேலை என்று போய்ச் சேர்ந்தால் ஒரு மேலாளரோ, சூபர்வைஸரோ இருக்கத்தானே செய்வார்கள்? அவர்கள் சொல்வதைக் கேட்காமல் இவன் பாட்டுக்கு தான் ஏதோ செய்தால் இவனை விட்டு வைப்பார்களா?

சரி, தானே ஒரு பிசினஸ் தொடங்குகிறான் என்று வைத்துக் கொள்வோம். அதில்தான் இவன் சுதந்திரமாக செயல்பட முடியுமா? 'நான் முதல் போட்டிருக்கிறேன், எனவே என்னை யார் ஏவ முடியும்?' என்று எதாவது செய்யத்தான் முடியுமா?

இவன் முதல் போட்டு ஏஜென்ஸி எடுத்திருப்பது உண்மை. ஆனால் இவனுக்கு ஏஜென்ஸியை கொடுத்த பிரின்ஸிபல் நிறுவனத்தார், இப்படித்தான் செய்யவேண்டும், இப்படி எல்லாம் செய்யக்கூடாது என்று ஆயிரத்தெட்டு கண்டிஷன் போடுவார்கள் இல்லையா?

சரி, வேலையும் வேண்டாம், ஏஜென்ஸி போன்ற வியாபாரமும் வேண்டாம், 'நானே பொருள்களை உற்பத்தி செய்துகொள்கிறேன், நானே விற்றுக்கொள்கிறேன்' என்று முனைந்தாலும், இவனிடம் இருந்து பொருள்களைவாங்குகிறவன் சொன்னவிலைக்கு சும்மாவாங்கிப் போட்டு விடுவானா? அவன் ஆயிரம் கண்டிஷன் போடுகிறான்!

இப்படி நீங்கள் எந்த வழியில் பொருளீட்ட முனைந்தாலும் எப்படியோ உங்களை ஏவுவதற்கு ஒருவன் வந்து விடுகிறான் என்றால் ஔவை சொன்னது பொருந்தாதா?

அறிஞர் உலகமே வியந்து போற்றும் அந்த மூதாட்டியின் சொற்கள் பயனற்றவையா?

சரியான கேள்விதான்.

இங்கே நாம் புரிந்துகொள்ள வேண்டியது ஏவுதல் என்பது ஒருவனை அடிமைப்படுத்துதல் என்ற முறையில் கூறப்பட்டது என்று.

நான் பல நிறுவனங்களில் பணி புரிந்திருக்கிறேன். ஆனால் எந்த நிறுவனத்திலும் என் கருத்து சுதந்திரத்தை நான் விட்டுக் கொடுத்த தில்லை. மேனேஜ்மெண்ட் ஒரு கொள்கையை அமல்படுத்தினால் கண்ணை மூடிக்கொண்டு ஆமாம் போடும் ரகத்தைச் சேர்ந்தவன் அல்ல நான்.

எனக்கு தவறு என்று பட்டால் அதை சற்றும் ஒளிக்காமல் சொல்லி இருக்கிறேன், அதனால் எனக்கு ஒரு தீங்கும் வந்ததில்லை. மாறாக எனது கருத்துக்களில் இருந்த நியாயத்தைக் கேட்டு தங்களது பாலிஸிகளை மாற்றிக்கொண்டவர்கள் பலர். துபாயில்கூட என்னை ஒரு வேற்று நாட்டவனாகப் பார்க்காமல் என் கருத்துகளை மனமுவந்து ஏற்றுக்கொண்ட நிர்வாக இயக்குனர்கள் உண்டு. இதனால் நான் என் கருத்துக்களை அடகு வைக்காமல் அல்லது விற்காமல் ஒரு சுதந்திர புருஷனாக இயங்க முடிந்தது.

ஒரு சிலர் நான் இந்தியாவில் பணி புரிந்த காலத்தில் என் கருத்துக்களை ஜீரணிக்க முடியாமல் எனக்கு எப்படி ஆப்பு வைக்கலாம் என்று நினைத்ததும் உண்டு. ஆனால், அவர்கள் என்னைத் தொட முடியாதபடி என் தொழில் தர்மம் என்னைக் காப்பாற்றித்தான் வந்திருக்கிறது.

இந்த விஷயத்தைத்தான் ஔவை மூதாட்டி ஏவாமல் உண்பது என்று குறிப்பிடுகின்றாள்.

- நீங்கள் ஒரு தொழிலாளியா? உங்கள் வேலையில் அப்பழுக்கில்லாமல் பார்த்துக்கொள்ளுங்கள். உங்களை யாரும் தொடமுடியாது!

- நீங்கள் ஒரு வியாபாரியா, வியாபாரத்தின் நெளிவு சுளிவுகளைப் புரிந்துகொண்டு நேரடியாகச் செயல்படுங்கள். உங்களது இணைப்பில் உள்ள எல்லாரிடமும் ஒளிவு மறைவு இல்லாமல் தொடர்பு கொண்டு வியாபாரத்தை நேர்மையாக நடத்துங்கள். யாரும் உங்களை அசைக்கமுடியாது.

- நீங்களொரு முதலாளியா, உங்களது பொருள்கள், சேவைகள் 100 சதவிகிதம் தரமானவைகளாக இருக்கட்டும். உங்களது வாடிக்கையாளர்கள், நுகர்வோர்கள் தேவை அறிந்து, உங்களது பணியாளர்களை ஊக்குவித்துச் செயல்படுங்கள். யார் உங்களுக்கு ஆர்டர் போட முடியும்?

இப்படி உங்கள் சுதந்திரத்தை சரியான முறையில் நிலை நாட்டினால் நீங்கள் பிறர் ஏவாமல் உணவு ஈட்டி உண்ணலாம்!

24

கடும் வார்த்தைகள் விலக்கு!

எனது சிறு வயது முதல் எனது தந்தையாரிடம் நான் கண்ட ஒரு நல்ல குணம் அவர் ஒரு போதும் கடுஞ்சொற்களை உபயோகிக்காமல் இருந்தது. எவ்வளவு தூண்டப்பட்டாலும் அவர் கடுஞ்சொற்களை உதிர்த்ததில்லை! எனக்கு மிகவும் வியப்பாக இருக்கும்.

ஏன், ரேடியோவில் தகாத, கடுமையான அல்லது சோகமான வார்த்தைகளோ, பாடல்களோ வந்தாலும் ஸ்டேஷனை மாற்றி வேறு எதையாவது கேட்கச் சொல்லுவார். அவரது நம்பிக்கை 'அஸ்து' தேவதைகள் எனப்படும் தேவதைகள் நாம் சொல்லும் எதற்கும் 'இது நடப்பதாக!' என்று அஸ்து கொட்டிக்கொண்டிருப்பதாகச் சொல்வார். எனவே நாம் கடுமையான சொற்களை உபயோகித்தால் அந்த சொற்கள் நிறைவேறி நமக்கே ஆபத்தாக முடிந்துவிடும் என்று கூறுவார்.

நடிகர் டணால் தங்கவேலுவும் இதே நம்பிக்கையில் உறுதியாக இருந்திருக்கிறார் என்று நான் படித்திருக்கிறேன். ஒரு சினிமாவில் அவர் மற்றொருவரைப் பார்த்து, 'நீ உருப்படாமல்தான் போவாய்' என்று சொல்வதாக வசனம். தங்கவேலு அதை ஆணித்தரமாக மறுத்து விட்டார். எத்தனை சமாதானம் சொல்லியும் அவர் கேட்பதாக இல்லை. அதிகம் வற்புறுத்தினால் 'நான் இந்தப் படத்தில் நடிப்பதையே விட்டு விடுகிறேன்' என்றுகூட இவர் போய் விடுவார் போல இருந்தது. இறுதியில் வசனத்தை மாற்றி அவரை நடிக்க வைத்தார்களாம்.

இதேபோல் டி.எம். சௌந்தர்ராஜன், டி.ராஜேந்தரின் ஒரு படத்துக்கு 'நான் ஒரு ராசி இல்லா ராஜா' என்ற பாடலில் 'தோல்விகளை எழுதட்டும் வரலாறு, எனக்கென்று இனிமேல் யார் கூறு' என்று பாடி வைத்தார். அதே படத்தில் இன்னொரு பாடலில், 'என் கதை முடியும் நேரம் இது' என்று அபசகுனமாக அவர் பாடிய வரிகள் பின்னணி பாடுவதில் அவர் கதையையே முடித்துவிட்டது என்பதாக பின்னாளில் அவரே வருத்தப்பட்டுக் கூறியதாகக் கேள்விப்பட்டிருக்கிறேன்.

நான் விற்பனைத்துறையில் பணி செய்த காலத்தில் பல வினியோகஸ்தர்களைக் கையாண்டிருக்கிறேன். அதில் வேலூரில் ஒரு குடும்பம். அதில் மூத்தவர் சம நிலை கொண்ட மனத்தவர். ஆனால் இளையவரோ வார்த்தைகளைக் கண்டபடி கொட்டிக் கொண்டிருப்பார். அவரது நினைப்பு என்ன என்றால் கம்பெனிக் காரர்கள் எல்லாரும் அவரை கசக்கிப் பிழிவதற்காகவே வருகிறார்கள் என்று கருதுவது.

என்ன நல்ல திட்டம் கொண்டு வந்தாலும் நொள்ளை சொல்லிக் கொண்டு இருப்பார். அடிக்கடி அவர் உபயோகிக்கும் வார்த்தை, 'நாங்கள் வெறும் நஷ்டத்துக்கு பாடுபட்டுக்கொண்டிருக்கிறோம்' என்பது.

வேடிக்கை என்ன என்றால் குறிப்பிட்ட காலகெடுவுக்குள் இவர் நிறுவனத்துக்குத் தர வேண்டிய பாக்கியைத் தர மாட்டார். கம்பெனியும் இவர்களது நீண்ட கால சேவையை உத்தேசித்து இவர்களுக்கு சிறப்பு சலுகைகள் வேறு வழங்கி இருந்தது. இப்படி இருக்கையில் இந்த வசை!

பின்னர் நான் மாற்றலாகி வேறு மாநிலங்களுக்குச் சென்றுவிட்டேன். பல வருடங்களுக்குப்பின் நான் வேலூருக்குச் சென்றபோது அந்த நிறுவனத்துக்குச் சென்றேன். அப்போது அவர்கள் பாகம் பிரிந்திருந்தார்கள். மூத்தவரின் மகன் மேலும் தனது வியாபாரத்தைப் பெருக்கி நல்ல நிலையிலிருந்தார். வெறுப்பிலேயே உழன்று கொண்டிருந்த இளையவரின் வியாபாரம் தடுமாறிக்கொண்டிருந்தது.

பின் சில வருடங்கள் கழித்து அவர் அந்த வியாபாரத்தையே விட்டு விட்டார் என்று கேள்விப்பட்டேன். சிலர் கூறினார்கள்; அதற்குக் காரணம் மிஸ்மேனேஜ்மெண்ட் என்று. ஆனால் அவர் மணிக்கு மணி தப்பாமல் புலம்பிக்கொண்டிருந்த 'நஷ்டத்துக்கு பாடுபட்டுக் கொண்டிருக்கிறோம்!' என்ற அபசகுன வார்த்தைகளும்கூட ஒரு காரணம் என்று எனக்குத் தோன்றியது.

சரி, இப்போது வசைச் சொற்களைத் தடுத்து நிறுத்துவதன் மூலம் எப்படி நாம் நமது மற்ற தீய குணங்களை மாற்றிக்கொள்ள முடியும் என்பதை நமது பொய்யாமொழிப்புலவர் காண்பிக்கிறார் என்று பார்ப்போம். திருவள்ளுவர் அறத்தைப்பற்றிக் குறிப்பிடும்போது,

'அழுக்காறு அவாவெகுளி இன்னாச்சொல் நான்கும்
இழுக்கா இயன்றது அறம்'

என்று கூறுகிறார்.

இதில் அழுக்காறு என்பது பொறாமை என்னும் குணம். அதேபோல் அவா என்பதும் வெகுளி என்பதும் குணங்களையே குறிக்கின்றன. ஆனால் இன்னாச்சொல் என்பது குணம் அல்ல, அது ஒரு செயல். மூன்று குணங்களைக் குறிப்பிட்டவர் ஏன் ஒரு செயலைச் சேர்த்திருக்கிறார்?

இதற்கு ஓர் இலக்கிய அறிஞர் கொடுத்த விளக்கம் அருமையாக இருந்தது.

- ஒருவனுக்கு மற்றவன் அதிகம் வைத்திருப்பதைப் பார்த்து பொறாமை வருகின்றது.
- தானும் அதை அடையவேண்டும் என்று தகுதிகளை வளர்த்துக் கொள்ளாமலேயே பேராசைப்படுகிறான்.
- பேராசையை நிறைவேற்றிக்கொள்ள முடியாததால் சினம் வருகிறது.
- அதன் காரணமாக கடும் சொல் வருகின்றது.

இப்போது அவன் செய்யவேண்டியது என்ன?

- முதலில் தனது உதட்டிலிருந்து கடுஞ்சொற்கள் வெளிவராமல் பார்த்துக்கொள்ளவேண்டும்.
- அதை நிறுத்தினால் கோபம் விரைவில் ஆவியாகி விடுகிறது.
- கோபம் தடுக்கப்பட பேராசை மறைகிறது.
- பேராசை நீங்கும்போது அதன் காரணமான பொறாமை விலகுகின்றது.

இது ஒரு ரிவர்ஸ் கண்ட்ரோல் டெக்னிக்! இதை ஒரு நடைமுறைப் பயிற்சியாக நமக்குப் பாடம் நடத்துகிறார் தெய்வப்புலவர் திருவள்ளுவர்.

நாம் கடுஞ்சொற்களை பேசுவதைப் பார்த்து வீட்டில் குழந்தைகளும் ஒரு படி மேலேயே போய் சகட்டு மேனிக்கு வசை சொற்களை உபயோகிக்க ஆரம்பிக்கின்றன. ஒரு சமுதாயச் சீரழிவு நடக்க ஆரம்பிக்கின்றது.

இன்று சென்னையில் தமிழ் மொழி இவ்வளவு கொச்சை ஆகிவிட்டதன் காரணம் நாம்தான். எதையும் கண்டுகொள்வதில்லை. யார் வேண்டுமானாலும் எப்படி வேண்டுமானாலும் பேசலாம் என்று ஆகிவிட்டது.

அரசாங்கமும் தமிழ், தமிழ் என்று கூவிக்கொண்டிருக்கிறதே தவிர சரியாக தமிழ் பேச ஊக்குவிப்பதில்லை. மீடியாவிலும் கடுஞ்சொற்கள் சகட்டு மேனிக்கு அள்ளி வீசப்படுகின்றன. பின் எதிர்ப்பு வரும்போது ஒப்புக்கு ஒரு மன்னிப்பு கேட்டுவிட்டு தப்பித்துக்கொள்வதைத்தான் தினமும் பார்க்கிறோமே!

கடும் சொற்கள் தற்கொலைக்குச் சமம் என்பதை சிறு வயதிலிருந்தே பெற்றோர்கள் குழந்தைகளுக்கு அறிவூட்ட வேண்டும். வசைச் சொற்கள் கலாச்சார சீரழிவு என்பதை நம் இளைய சமுதாயம் உணர வேண்டும்.

பொது இடங்களில் வசைச் சொற்களை உபயோகிப்பவர்கள் கண்டிக்கப்பட வேண்டும். எப்படி ஈவ் டீசிங்கை தடை செய்ய காவலர்கள் இருக்கிறார்களோ அப்படி இந்த வசைச் சொற்களுக்கும் ஒரு தடா சட்டம் வந்தால் என்ன என்று தோன்றுகிறது!

25

நாமே நமது போட்டியாளர்!

ஒரு தடகளப் பந்தயத்தைப் பார்க்கிறோம். பலர் ஓடுகிறார்கள். ஒருவரை ஒருவர் முந்திக்கொண்டு ஓட முயல்கிறார்கள். ஒவ்வொருவர் கண்ணும், சிந்தனையும் மற்றவர் எப்படி ஓடுகிறார், எத்தனை வேகத்தில் ஓடுகிறார் என்பதிலேயே ஆழ்ந்திருக்கிறது. முடியுமானால் மற்றவன் கால்களைத் தடுக்கி அவனை விழ வைத்தாவது வெற்றிக்கோப்பையை தட்டிக்கொண்டு போக மனம் ஆசைப்படுகிறது.

பள்ளியில் படிக்கும் மாணவ, மாணவிகள் பரிட்சைக்கு தயார் செய்கிறார்கள். ஒவ்வொருவனும் மற்றவன் எத்தனை மார்க்குகள் வாங்கப் போகிறான். அதைக்காட்டிலும் தான் எப்படி ஒரு மார்க்கையாவது மேலே வாங்கி முதல் ராங்க் வாங்குவது என்பதிலேயே தீவிரமாக இருக்கிறான். நான் பள்ளியில் படிக்கும்போது ஒருவன் நான் எங்கே அதிக மார்க் வாங்கி விடுவேனோ என்று பயந்து என் நோட்ஸ்களையே திருடிவிட்டான்!

ஒவ்வொரு நிறுவனமும் தனது போட்டியாளரை எப்படி கவிழ்க்க வேண்டும், தனது மார்க்கெட் ஷேரை எப்படியாவது கூட்ட வேண்டும் என்று போட்டி போடுவதை தினமும் பார்க்கிறோம். ஒரு நிறுவனம் எங்களது தயாரிப்பில் 23 ஊட்டச்சத்துக்கள் இருக்கின்றன என்றால், அடுத்தவன் எங்களது தயாரிப்புப் பொருளில் 32 விஷயங்கள் இருக்கின்றன என்கிறான்.

பல ஆண்டுகளுக்கு முன் எனக்குத் தெரிந்த ஒரு பிளேடு உற்பத்தி நிறுவனம், போட்டியாளரது மார்க்கெட்டை பிடிக்க ஒரு கடுமையான உத்தியை மேற்கொண்டிருந்ததாகக் கேள்விப்பட்டு இருக்கிறேன்.

எதிர் நிறுவனத்தின் பிளேடுகளை மொத்தமாக வாங்கி, முனை மழுங்க அடித்து, மீண்டும் ஹோல்சேல் மார்க்கெட்டில் குறைந்த விலைக்கு விற்றுவிடுவார்கள். நுகர்வோர்கள் அவற்றை வாங்கி உபயோகிக்க, கன்னத்திலும் கழுத்திலும் கீறல்கள் இட்டுக்கொண்டு போலீஸ் ஸ்டேஷனில் காட்சிக்கு வைத்திருக்கும் குற்றவாளிகளைப் போல முகம் காட்சி அளிக்க, அந்த பிளேடை மீண்டும் வாங்க நினைப்பார்களா என்ன?

இப்படி எல்லாம் செய்து போட்டியாளர்களை விழுங்கி ஏப்பம் விடுவதில் வல்லவர்கள் இருந்தார்கள்.

ஒவ்வொரு நாடும் இதையேதான் செய்துகொண்டிருக்கிறது. நான் தான் பெரிய அண்ணன் (Big Brother) என்று அழுத்தமாகச் சொல்கிறது அமெரிக்கா. நான் ஒன்றும் இளைத்தவன் அல்ல, உலகத்தையே என் குடையின் கீழ் ஆண்டவன் என்று பறை சாற்றுகிறது இங்கிலாந்து. முதன் முதலில் சந்திரனுக்கே ராக்கெட்டை அனுப்பியவன் நான்தான் என்று வரிந்து கட்டிக்கொண்டு வருகிறது ரஷ்யா.

இப்படி எல்லா விதங்களிலும் எல்லா படித்தரங்களிலும் போட்டி போடுவது என்பதுதான் வழக்கமாக இருக்கிறது.

இதில் எனது அணுகுமுறை வித்தியாசமானது. நாம் ஏன் மற்றவரோடு போட்டி போடவேண்டும்? நாம் நம்மோடுதான் போட்டி போட வேண்டும் என்பேன்.

நமது உண்மையான ஆற்றல் வளம் (potential) என்ன என்பதே நமக்குத் தெரியாது. அதை முதலில் கண்டுபிடிக்கவேண்டும்.

உதாரணத்துக்கு ஓர் ஓட்டப்பந்தயத்தை எடுத்துக்கொள்வோம். ஒரு வீரன் 100 மீட்டர் தூரத்தை 11 செகண்டில் ஓடுகிறான் என்றால், அவனுடன் போட்டிபோடுபவன் 10 செகண்டில் ஓட முயல்கிறான். அவன் தனது வேகம் அத்தனை இருந்தால் போதும் என்று தன் மனதைக் கட்டுப்படுத்தி விடுகிறான் அல்லவா?

இதே வேறொருவனை ஒப்பிடாமல் தான் எவ்வளவு வேகம் ஓட முடியும் என்று முயற்சித்தால், அவன் ஒரு வேளை 9 வினாடிகளில் அந்த தூரத்தைக் கடந்திருக்கலாம் அல்லவா?

இதேபோல பரிட்சைக்குப் படிக்கும் மாணவன் சக மாணவனைக் காட்டிலும் அதிக மார்க் வாங்கவேண்டும் என்று படிப்பதைவிட, எவ்வளவு அதிகம் நான் விஷயங்களை கிரகித்துக்கொள்ள முடியும், படித்தவற்றை எப்படி நடைமுறைப்படுத்தமுடியும் என்று தீர்மானித்தால் அவன் பெறும் வெற்றி நிரந்தரமானதாக இருக்கும்.

நீங்களே பார்த்திருக்கலாம், அதிக மார்க் வாங்குபவர்கள் வாழ்க்கையில் வெற்றிகரமானவர்களாக இருக்கிறார்களா, அல்லது மார்க்கைப்பற்றிக் கவலைப்படாமல் தனது விஷய ஞானத்தை வளர்த்துக் கொள்பவர்கள் வெற்றியின் சிகரத்தை எட்டி இருக்கிறார்களா என்பதை.

இன்று உலகளாவிய அளவில் பேர் வாய்ந்த நிறுவனங்களை உருவாக்கியவர்களில் அதிகம் பேர் கல்லூரி படிப்பை முடிக்காமல் வெளியேறியவர்களே!

சரி, நிறுவனங்கள் எப்படி வளர்ச்சியைத் தீர்மானிக்கவேண்டும்? அவர்கள் முதலில் போட்டியாளர்களை காப்பி அடிப்பதை விட்டு விட்டு,

- மொத்த மார்க்கெட் பொடென்ஷியல் என்ன?
- இதில் நாம் எத்தனை சதவிகிதம் பங்கை எடுக்கவேண்டும்
- நம் நுகர்வோரின் சர்வே என்ன காட்டுகின்றது?
- அவர்களைத் திருப்திசெய்ய எந்த மாதிரி தயாரிப்பை நாம் உருவாக்க வேண்டும்?
- விளம்பர பட்ஜெட் எவ்வளவு இருந்தால் நாம் நமது நுகர்வோரை எட்ட முடியும்?
- எத்தனை வாடிக்கையாளர்கள் நமக்குத் தேவை? அவர்களுக்கு சேவை செய்ய எத்தனை வினியோகஸ்தர்கள் தேவை?
- இவர்களை கையாள்வதற்கு எத்தனை விற்பனை பிரதிநிதிகள் தேவை?
- இவர்களை மேய்ப்பதற்கு எத்தனை மேனேஜர்கள் வேண்டும்?

இப்படி, போட்டியாளரின் பட்ஜெட்டையோ, அவர்களின் தயாரிப்பு களையோ காப்பி அடிப்பதை விட்டுவிட்டு பூஜ்யத்தில் ஆரம்பித்து ஒவ்வொன்றாக இந்தக் கட்டுமான தொகுதிகளைச் சேர்த்துக்கொண்டே வந்தால் உங்களது வெற்றி அசலாக, நிரந்தரமானதாக இருக்கும்.

வாழ்க்கையிலும் நாம் வெற்றிகரமாக வாழ அடுத்தவனைப் பார்த்து காப்பி அடித்து கையை சுட்டுக்கொள்ளாமல் நமது தேவை, தகுதி,

லட்சியம் இவற்றைக் கணக்கெடுத்து அதற்கேற்ப திட்டமிட்டு முன்னேற வேண்டும்.

தமிழ் சினிமாக்களில் முன்பெல்லாம் ஒரு வசனம் அடிக்கடி தலையைக் காட்டும், 'உன் வண்டவாளத்தைத் தண்டவாளத்தில் ஏற்றுகிறேன்' என்று.

ஒரு தமிழ் அறிஞர் கூறுகிறார், அது உண்மையில் வண்டவாளம் அல்ல. வேண்டல்வளம். நாளடைவில் வண்டவாளம் ஆகிவிட்டது என்கிறார் அவர்.

அதாவது ஒருவனுக்கு என்ன தேவைகளிருக்கின்றன என்பதை வேண்டல் குறிக்கின்றது. அவன் பெற்றிருப்பது என்ன என்பதை 'வளம்' குறிக்கிறது. ஆகவே வேண்டல்வளம் என்பது இருப்பது, தேவையானது இரண்டையும் குறிப்பது.

அடுத்தவன் கார் வாங்கி விட்டான் என்றால் நானும் அதைச் செய்ய வேண்டியதில்லை. எனக்கு என்ன அவசியம் என்பதை நான்தான் தீர்மானிக்கவேண்டும். தேவைகளைப் பொறுத்து வளத்தைக் கூட்டவேண்டும்.

ஒருவேளை என் தேவைகள் அதிகமாக இருக்குமானால் சிறிய கார் என்ன, ஒரு 7 சீட் உள்ள SUVயையே வாங்க நான் முயற்சிக்கலாம். எனவே நாம் நம்முடனேயே போட்டி இடவேண்டும். நாமே நமது போட்டியாளர்! நாமே நமது சவால்! நாம் செய்ய வேண்டிய தெல்லாம்

- யாரையும் காப்பி அடிக்காமல் இருப்பது.
- நமது தேவைகளை, லட்சியங்களை நாமே நிர்ணயம் செய்வது.
- நமது தகுதிகளைப் பரிசீலிப்பது.
- தேவைப்பட்டால் தகுதிகளை வளர்த்துக்கொள்வது.
- முயற்சிகளைத் தளராமல் எடுப்பது, கடுமையாக உழைப்பது.
- நமது முழு பொடென்ஷியலையும் உபயோகிப்பது.
- லட்சியத்தை அடையும் வரை ஓயாதிருப்பது.

26

அறிவை ஆட்சிக்குக் கொண்டு வாருங்கள்!

நம்மில் இருவகையான சக்திகள் இயங்கிக்கொண்டிருக்கின்றன. ஒன்று அறிவைச் சார்ந்தது. மற்றது உணர்ச்சியைச் சார்ந்தது.

நாம் நமது வாழ்க்கையை சற்றுத் திரும்பிப் பார்த்தோம் என்றால் ஒன்று நிச்சயம் தெளிவாகும். நாம் எப்போதெல்லாம் உணர்ச்சி வசப்பட்டு செயல்பட்டிருக்கிறோமோ, எப்பொழுதெல்லாம் உணர்ச்சிகளால் உந்தப்பட்டு முடிவுகளை எடுத்திருக்கிறோமோ அப்போதெல்லாம் அதிகம் தவறுகளைச் செய்திருப்போம்.

அதே சமயம் எப்பொழுதெல்லாம் அறிவுப்பூர்வமாக ஆலோசித்து, விவரங்களை ஆராய்ந்து, ஆய்வு செய்து, தெளிவு செய்துகொண்டபின் முடிவுகளை எடுத்திருக்கிறோமோ அப்போதெல்லாம் சரியான விளைவுகளைக் கண்டிருப்போம்.

ஆம், உணர்ச்சி வசப்படும்பொழுது அது நம் அறிவுக்கண்களை அடைத்துவிடுகிறது.

எனக்குத் தெரிந்த ஒரு பிரபல பெண் தாய்மைப்பேறு மருத்துவர், தன் தோழியிடம் தான் சிறு வயதில் உணர்ச்சிவசப்பட்டு பெற்றோரை எதிர்த்துக்கொண்டு செய்த திருமண முடிவு - இருவரும் வேறு வேறு

சமூகத்தைச் சார்ந்தவர்கள் - எப்படி தன் வாழ்க்கையை நொறுக்கி விட்டது என்று வருத்தப்பட்டு விவரித்துக் கொண்டிருந்ததைக் கேட்டேன்.

இவ்வாறு பந்தங்கள் அமைவதிலும் சில காரணங்கள் உண்டு. பின்னால் வரும் அத்தியாயத்தில் இந்தத் திருமண பந்தங்கள் எப்படி அமைகின்றன, அவற்றின் பின் இருக்கும் விஞ்ஞானம் என்ன என்று விவரமாகக் கூறுகிறேன்.

மீண்டும் விஷயத்துக்கு வருவோம். அறிவு ஆட்சிக்கு வர வேண்டும் என்று கூறும்போது, நான் ஏதோ உங்களை உணர்ச்சிகள் அற்ற ஜடமாக இருக்கவேண்டும் என்று கூறுவதாக தவறாக எண்ணி விடாதீர்கள். உணர்ச்சிகளும் வாழ்க்கைக்குத் தேவைதான். உணர்ச்சிகள்தான் வாழ்க்கைக்கு ரசம் ஊட்டுகின்றன.

தாய்க்கும் குழந்தைகளுக்கும் உள்ள அன்பின் பிணைப்பைப் பாருங்கள். எத்தனை உணர்ச்சிகளை உள்ளடக்கியது அது! குழந்தைகள் நலத்துக்கு எப்பேர்பட்ட தியாகத்தையும் செய்கின்றாள் தாய்.

அதே தாய் தன் பிள்ளை வெளிநாடு சென்று பணி செய்ய வேண்டி வந்தால் தன் தாய்மை உணர்ச்சியை பின்னே தள்ளிவிட்டு மகன் முன்னேற வேண்டி, தன் பாசத்துக்கு ஓர் அணை கட்டி, வழிய எத்தனிக்கும் கண்ணீரை கண்களுக்குள்ளேயே தடுத்து நிறுத்தி அவனை வெளிநாட்டுக்கு அனுப்பி வைக்கிறாள். இப்போது அவளது அறிவு ஆட்சிக்கு வந்துவிடுகிறது.

அதேபோல வயதான தாய், தந்தையருக்காக எதையும் துறக்கத் தயாராக இருக்கும் பிள்ளைகளையும் நான் அறிவேன். அதிலும் அவர்கள் தங்களது பொருளாதாரத் தேவைகளையும் நன்றாகப் பூர்த்தி செய்துகொண்டு பெற்றோரை கண் போல காக்கும் தகைமையைக் காண்கிறேன். இதிலும் நான் அறிவின் மேன்மையைக் காண்கிறேன்.

காதல் என்பதும் ஓர் உணர்ச்சிதானே! அதிலும்தான் எத்தனை சுகம் இருக்கிறது. காதலிலும் அறிவு பூர்வமாகச் சிந்தித்து தீர்க்கமான முடிவு எடுக்கும் ஆண், பெண்களையும் பார்த்திருக்கிறேன்.

காதல் பொருந்தி வராது என்று அறிந்த பின், அதை வலி,வேதனை இருந்தாலும் உதறி வாழ்க்கையை மாற்றி அமைத்துக்கொண்டவர்களும் உண்டு. கண்மூடித்தனமான காதல் என்பது திரைப்படங்களுக்கு வேண்டுமானால் சுவாரசியமாக இருக்கலாம். ஆனால், வாழ்க்கைக்கு உதவாது. இதிலும் அறிவு ஆட்சிக்கு வந்தால்தான் வெற்றிகரமான வாழ்க்கை அமையும்.

நம் நாட்டு விடுதலை போரையும் எடுத்துக்கொள்ளுங்கள். உணர்ச்சி வசப்பட்டு வெள்ளையரை கொலை செய்து தன் வாழ்க்கையை இழந்தவர்களை ஹீரோக்களாக்கி வழிபடலாம், அவர்களை வைத்து சினிமா எடுத்துப் புகழ் பெறலாம். ஆனால் உண்மையிலேயே இத்தகைய கொலைகள் ஒரு நாட்டு விடுதலைக்கு உதவுமா? - கோடி ரூபாய் கேள்வி!

அதே போல நாட்டை ஆள வந்தவர்கள், எதிர்ப்பை அடக்குகிறேன் என்ற பெயரில் ஜாலியன் வாலாபாக் ரீதியில் மக்களை சுட்டுக் குவித்தால் விளைவு என்ன ஆகும்? சரித்திரமே சாட்சி சொல்லும்.

காந்திஜி இந்த உணர்ச்சிகளை மாற்றி அமைத்து, அவற்றுக்கு வடிகால் கொடுத்து அறிவுப்பூர்வமான வழிமுறையை மேற்கொண்டதனால் தான் நமக்கு விடுதலை சாத்தியம் ஆயிற்று.

இதில் முக்கியமான விஷயம் என்ன என்றால் உணர்ச்சி என்பதும் ஒரு விதமான சக்தி. விஞ்ஞான ரீதியாக சக்தியை அழிக்க முடியாது, ஆனால் மாற்றி உபயோகிக்க முடியும்.

இதைத்தான் காந்திஜி உலகுக்கு செய்து காண்பித்தார். நாட்டு மக்களின் மொத்த உணர்ச்சிகளையும் கண்போன போக்கில் போக விடாமல் ஒரு வடிகாலமைத்து அந்த சக்தியையே உந்து சக்தி ஆக்கி, அறிவு என்னும் ஆயுதத்தை அஹிம்சை என்னும் சாணையில் கூர்மை செய்து ஆங்கிலேயர்களின் பீரங்கிகளையும், தோட்டாக்களையும் மழுங்கடித்து இந்தியாவிற்கு சுதந்திரம் வாங்கிக் கொடுத்த மேன்மை அறிவு ஆட்சிக்கு வந்ததனால்தான்.

நேதாஜி சுபாஷ் சந்திரர் மாபெரும் தேச பக்தர் என்பதில் சிறிதும் ஐயம் இல்லை, ஆனால் அவர் உணர்ச்சி வசப்பட்டு சேரக்கூடாதவர் களுடன் கூட்டு சேர்ந்ததனால்தான் விபரீத விளைவுகளைச் சந்திக்க வேண்டியதாயிற்று. ஜப்பானும், ஜெர்மனியும் இத்தாலியுடன் கூட்டாகி உலகையே அழிவுப்பாதையில் அழைத்துச் செல்ல முயன்றபோது அவர்களைக் கொண்டு நமது நாட்டின் விடுதலையை வடிவமைக்க நேதாஜி முயன்றது அவரது உணர்ச்சிகள் அவரது அறிவை முந்திக்கொண்டதனால்தான்.

இங்கே ஒன்றை நாம் சரியாகப் புரிந்துகொள்ளவும் வேண்டும். அறிவு என்பது இங்கே வெறும் படிப்பறிவை மட்டும் குறிப்பதல்ல. அறிவு என்பது ஓர் அலர்ட்னெஸ், ஒரு விழிப்புணர்ச்சி, எதையும் சீர்தூக்கிப் பார்க்கும் நிதானம். உணர்ச்சிகள் கடல் எனப் பொங்கினாலும் அவற்றுக்கு கரையாக நின்று அடக்கி ஆளும் திறமை.

படிப்பறிவு மட்டுமே அறிவு எனக்கொண்டால் காந்தியாரைவிட மெத்தப் படித்தவர்கள் நாட்டில் ஏராளம் பேர் இருந்தார்கள். தாங்கள் படித்த படிப்பைக் கொண்டோ, பெற்ற பட்டங்களைக் கொண்டோ அவர்களால் நமக்கு விடுதலை வாங்கிக் கொடுக்க முடிந்ததா?

ஏன், அரவிந்தர் மிகப்பெரும் அறிவாளி. மெத்தப் படித்தவர். தொடக்கத்தில் தீவிரவாதம் பயன் கொடுக்கும் என்று நினைத்து தன் எழுத்துக்களில் நெருப்பு ஊற்றை காண்பித்தவர். அவரே தன் நிலை உணர்ந்தபின் அவற்றை எல்லாம் மூட்டை கட்டி வைத்து விட்டு நாட்டில் அறிவாட்சி செய்தவர்.

ஆதலால் நான் குறிப்பிட்ட இந்த உணர்வு நிலை, விழிப்பு நிலை அமையப்பெற்றால்தான் நடக்கும் நிகழ்வுகளை நம் கட்டுக்குள் வைத்திருக்க முடியும். ஒன்றை நன்றாக நினைவில் வையுங்கள். ‘உணர்வு நிலையும் உணர்ச்சி நிலையும்’ பரஸ்பரம் முரணானவை!

எப்பொழுதெல்லாம் உணர்ச்சிகளால் உந்தப் பட்டு முடிவுகளை எடுத்திருக்கிறோமோ அப்போதெல்லாம் அதிகம் தவறுகளைச் செய்திருப்போம். அதே சமயம் எப்பொழு தெல்லாம் அறிவுப்பூர்வமாக ஆலோசித்து முடிவுகளை எடுத்திருக்கிறோமோ அப்போதெல்லாம் சரியான விளைவுகளைக் கண்டிருப்போம்.

27

காலத்தைக் கையாளும் கலை

இந்த அத்தியாயத்தின் தலைப்பைப் பார்த்து நான் ஏதோ மேனேஜ்மென்ட் பண்டிதர்களைப்போல கால மேலாண்மையைப் பற்றிப் பேசப்போகிறேன் என்று எண்ணி விடாதீர்கள். அதற்குத்தான் பல புத்தகங்கள் சந்தையில் இருக்கின்றனவே! நான் கூறப்போவது காலம் என்ற கான்செப்ட்டின் அடிப்படை தத்துவம்.

காலம் என்பது உண்மையில் என்ன? அதன் வெளிப்பாடுகள் எவை? எப்படி அவற்றைப் புரிந்துகொள்வது? இந்த நுண்மையான பரிமாணத்தைக் கையாள்வது எப்படி?

நம் எல்லோருக்கும் தெரிந்த காலத்தின் வெளிப்பாடுகள் நமது காலண்டரை ஒட்டியது. எனது பள்ளிப்பருவத்தில் ஒரு தமிழ் ஆசிரியர் நகைச்சுவையாகக் கூறியது நினைவுக்கு வருகிறது. 'காலத்தை நாம் 'டர்' என்று கிழிப்பதால் காலண்டருக்கு அப்பெயர் வந்தது!'

சரி, சூரிய உதயம், அஸ்தமனம் இவற்றை வைத்து உருவாவது இந்த வகையான காலம். பூமியின் சுழற்சியை வைத்து இந்த கால வரையறை நமது பழக்கத்தில் வந்திருக்கிறது. இதை நாம் பௌதிக காலம் என்று கூறிக்கொள்ளலாம்- Physical time.

அடுத்தது Psychological Time. மனது உருவாக்கும் காலம். கடந்த காலம், நிகழ் காலம்,எதிர் காலம் என்பது. நமது மூளையின் செல்களில் சேமித்து வைக்கப்படும் நினைவுகள் மூன்று கம்பார்ட் மெண்ட்டுகளாக பிரித்து சேமித்து வைக்கப்படுகின்றன.

ஒன்று கடந்த காலம் என்ற பகுதியில் சேமிக்கப்பட்டு, தேவை வரும்போது மூண்டு எழுந்து நிகழ்காலச் செயல்பாடுகளில் தனது வெளிப்பாடுகளைக் காண்பிப்பது.

இரண்டாவது எப்போதுமே வருங்காலத்தின் கனவுகளில், ஆசைகளில், அச்சங்களில் எண்ணத்தைச் செலுத்தி ஒரு கற்பனை உலகத்தை சிருஷ்டி செய்து அதை ஒரு நிஜ உலகம்போல உருவாக்கி அதை சேமித்து வைத்திருப்பது.

மூன்றாவது அவ்வப்போது நடந்துகொண்டிருக்கும் நிகழ்வுகளின் போது எழும் எண்ணங்கள். இந்த எண்ண அலைகள்தான் பிற்பாடு கடந்த காலம் என்ற கம்பார்மெண்டுக்கு அனுப்பப்பட்டு அங்கே புதிய லேபிளுடன் சேமிக்கப்படுகின்றன.

இந்த மூன்று வகையான பரிமாணங்களைத்தான் தான் உளவியல் ரீதியான காலம் - Psychological time என்று குறிப்பிட்டேன். இந்த இரண்டுமே சில நிகழ்வுகளோடு உண்டாகும் தொடர்புகளால்தான் உண்டாகின்றனவே தவிர காலமென்று தனித்தன்மையோடு கூடிய ஒரு பொருளாக ஒரு Entity ஆக ஒன்று இல்லை என்பதுதான் நிதர்சனமான உண்மை!

சரி, இல்லாத ஒன்று எப்படி நம்மைக் கட்டிப்போட்டு வைத்து இருக்கிறது? சில விஷயங்கள் அப்படித்தான். பூஜ்யம் என்று இருக்கிறதா? இல்லையே! ஆனால் அது இல்லாமல் கணிதம் என்ற கட்டடம் நிற்குமா?

கம்ப்யூட்டர் வல்லுனர்கள் பிட், பைட் என்றெல்லாம் சொல்லி ஒரு மாய வித்தை செய்கிறார்களே, அதன் அடிப்படையில்தானே இன்று பிரம்மாண்டமான மெய்யை நிகர்த்த உண்மை அரங்கேறிக் கொண்டிருக்கிறது! அவை என்ன தசையும், எலும்பும் உள்ள சத்திய வடிவங்களா?

இல்லாத ஒன்று இருப்பதாக பாவிக்கப்பட்டு உண்டாக்கப்பட்ட மாயா ஜால உலகங்கள்தான் இவை எல்லாம். சுருங்கச் சொல்வ தென்றால், மனத்தால், எண்ணங்களால் உருவாக்கப் படுவதுதான் காலம்.

ஓர் இடத்துக்கும் மற்றொரு இடத்துக்கும் உள்ள இடைவெளியை தூரம் என்றால் ஓர் எண்ணத்துக்கும், மற்றொரு எண்ணத்துக்கும் உள்ள இடைவெளிதான் காலம்.

எனவே நாம் ஒருவரைப் பார்க்கும்போது உடனே அவரைப்பற்றிய பழைய நினைவுகள் நம்முள் மூண்டு எழும்போது, அவற்றில் ஆழ்ந்து அதன் விளைவாக நமது எதிர்விளைவுகளை அமைத்துக்கொள்ளாமல் அவரை நிகழ்காலத்தில் முதன்முறை காண்பதுபோல் கண்டால் அது எப்படி இருக்கும்?

அப்போது நாம் காலம் என்ற பரிமாணத்தைக் கடந்து விடுகிறோமில்லையா? நமது செயல் அப்போது அவர் தற்போது எப்படி இருக்கிறார் என்பதைப் பொறுத்தே இருக்குமே தவிர அவர் முன்பு எப்படி இருந்தார் என்ற பதிவின் எதிர்விளைவாக இருக்காது. அப்போதுதான் நாம் உண்மையிலேயே வாழ்வதாக அர்த்தம்.

இதை எழுதும்போது என்னுடைய அனுபவம் ஒன்று நினைவுக்கு வருகிறது. நான் ஹார்லிக்ஸில் பணி புரிந்துகொண்டிருந்த சமயம் அது. நிறுவனத்தார் அதன் ஃபார்முலாவில் சில மாற்றங்கள் செய்து 'புதிய ஹார்லிக்ஸாக' மார்க்கெட்டில் அறிமுகப்படுத்தி இருந்தார்கள். இதற்கு வேண்டி பெருத்த செலவில் விளம்பரங்கள், சாம்பிளிங் என்று பல செயல்பாடுகள்!

எனது விற்பனை பிரதிநிதி ஒருவர் இவற்றை சீரியஸாக எடுத்துக் கொள்ளவில்லை. ஏதோ கண் துடைப்பு, மார்க்கெட்டிங் கிம்மிக்ஸ் என்று கூறிக்கொண்டிருந்தார். பலவந்தமாக என் கருத்தை அவர்மீது திணித்து அவரை ஒப்புக்கொள்ளச் செய்வதில் அர்த்தம் இல்லை என்று நினைத்தேன்.

ஒருநாள் மாலையில் அவரை நான் தங்கி இருந்த விடுதிக்கு வரச்சொன்னேன். 'நண்பரே, இப்போது நான் உங்களிடம் கேட்பதெல்லாம் இதுவே. நீங்கள் இதற்கு முன்பு கொண்டிருந்த கருத்துக்களை, தீர்ப்புகளை எல்லாம் சற்றுத் தூர விலக்கி விடுங்கள். நான் இப்போது இரண்டு கப் ஹார்லிக்ஸ் ஆர்டர்செய்கிறேன்.'

'இருவரும் திறந்த மனத்துடன் குடிப்போம். எப்படி இருக்கின்றது என்பதை ஒளிவு மறைவின்றி ஒப்புக்கொள்வோம்' என்று கூறிவிட்டு இரண்டு கப் 'புதிய ஹார்லிக்ஸை' என் அறைக்கு வரவழைத்தேன்.

இருவரும் மெதுவாகக் குடித்தோம். குடித்து முடித்தபின் அந்த விற்பனையாளர், சார், நீங்கள் சொன்னது சரிதான், இது மிக

நன்றாகவும், புத்துணர்ச்சி ஊட்டுவதாகவும் இருக்கிறது' என்று மனம் திறந்து கூறினார். அது மட்டுமல்ல, இந்தப் புதிய ஊக்கத்தில் அவர் மிகச் சிறப்பாகப் பணியாற்றி அந்த அறிமுகச் செயல்பாடுகளை வெற்றிகரமாகச் செய்து முடித்தார்.

இது நடந்து பல வருடங்கள் கடந்து விட்டன. அவரும் மேலாளராகி விட்டார். இப்போதும் அவர் நன்றியுடன் கூறுவார், 'அன்று நீங்கள் எனது கண்களைத் திறந்து விட்டீர்கள். அது என்னை எப்போதும் எதையும் ஒரு புதிய கண்ணோட்டத்தில் பார்க்கும் திறனை ஊட்டியது' என்று.

இப்படி நாம் காலத்தின் உண்மையைப் புரிந்துகொள்ளும்போது நம்மிடம் நிகழ்வது என்ன?

நமது சிந்தனை ஒரு வட்டத்துக்குள் சுழல்வதை ஒரு முடிவுக்குக் கொண்டு வருகிறது. எதிலும் ஒரு புதுமையை, நவீனத்தின் சுகந்தத்தை நாம் அனுபவிக்கும் திறனை இந்தப் பார்வை நமக்கு அருள்கிறது.

எனவே காலத்தை நன்றாகக் கையாளவேண்டுமானால்...

- மனதைத் தளைகளில் இருந்து விலக்கி எதையும் புதுச் சிந்தனையோடு பாருங்கள்.
- கடந்த காலத்திலேயே மனதைச் சுழல விடாமல் இன்று புதிதாகப் பிறந்தவர்போல உலகைப் பாருங்கள்.
- எதிர் காலக் கற்பனைகள், பயங்கள், எதிர்பார்ப்புகள் இவை உங்கள் சிந்தனையில் கறை ஏற்றிவிடாமல் பாதுகாத்துக் கொள்ளுங்கள்.

மனது பழைய குப்பைகளைத் தள்ளி விடும்போது மனம் லேசாவதை உணர்ந்து அந்த இன்பத்தில் உங்கள் அனுபவம் மேம்படுவதை கண்கூடாகக் காணுங்கள்.

28

இறக்கக் கற்றுக்கொள்ளுங்கள்!

‘தலைப்பைக் கண்டு பயப்படாதீர்கள்! நான் உங்களை இந்த உலகை விட்டுப் போகச் சொல்லவில்லை. உங்களது கடந்த காலத்துக்கு ஒரு முற்றுப்புள்ளிதான் வைக்கச் சொல்லுகிறேன்.

‘அது என்ன? கடந்த காலத்துக்கு முற்றுப்புள்ளி என்றால், எங்களை ஏதோ ஒரு அம்னீஷியா நோயாளிபோல வாழச் சொல்கிறீர்களா?’

அம்னீஷியா நோயாளிக்கு எதை விடுப்பது எதை வைத்துக்கொள்வது என்பதில் தேர்வு இல்லை. ஆனால் நீங்கள் எதை விடவேண்டும் என்று தீர்மானிக்க முடியும். பழங்குப்பைகளை எறிந்தால்தான் உண்மையாக நீங்கள் வாழ முடியும்!

அது மட்டுமல்ல, இறப்பதில்தான் வாழ்வும் இருக்கிறது. உங்களது உடலையே எடுத்துக்கொள்ளுங்கள். உடலின் செல்கள் இறந்து கொண்டுதான் இருக்கின்றன, புதிய செல்கள் உற்பத்தியாகிக் கொண்டுதான் இருக்கின்றன. ஒரு சில வருடங்களில் நீங்கள் ஒரு புதிய உடலை பெற்றுவிட்டீர்கள் என்றுகூடச் சொல்லலாம்.

ஏதோ சில அடையாளங்கள் மாறாது இருப்பதனால்தான் நீங்கள் நீங்களாகவே இருந்துகொண்டிருக்கிறீர்கள்! அதே போலத்தான் மனத்திலும். நமது ஆசைகள், கனவுகள், கோட்பாடுகள் எல்லாமே

மாறிக்கொண்டுதான் இருக்கின்றன. பிள்ளை பிராயத்திலிருந்த நான்தானா இப்போது இருக்கும் நான்?

ஆனால் மாறாத ஏதோ ஒன்று நம்மில் இருப்பதனால்தான் நாம் ஒவ்வொருவரும் நமது தனித்தன்மையோடு ஒரு தனிமனிதனாக இருப்பதாக நினைத்துக்கொண்டு இருக்கிறோம்.

'அது என்ன மாறாத ஒன்று?'

அதைப் பற்றி நாம் விவரமாக இந்தப் புத்தகத்தின் அடுத்த பகுதிகளில் பார்க்கத்தான் போகிறோம். இப்போதைக்கு இந்த இறப்பின் தத்துவத்தை சற்று விளக்கிக்கொள்வோம்.

ஒரு பஸ்ஸிலோ, ரயிலிலோ பயணம் செய்கிறீர்கள். உங்களுடன் பத்து, பதினைந்து சூட்கேஸ்கள், பெட்டி, படுக்கைகள், குண்டான்கள், பாத்திர பண்டங்கள் இவற்றைக் கொண்டு வந்தால் உங்கள் பயணம் இனிமையாக இருக்குமா?

'எப்படி இருக்கும்? மிகக் கொடுமையாக அல்லவா இருக்கும்! யார் இவற்றை எல்லாம் ஏற்றி, இறக்குவது, பார்த்துக்கொள்வது?'

அது மட்டுமல்ல, அது மற்றவர்களுக்கும் இடைஞ்சலாக இருக்கும் அல்லவா? அதே நீங்கள் ஒரு சின்ன ப்ரீஃப்கேசுடன் பயணம் செய்யும் போது எவ்வளவு ஈசியாக, சுகமாக இருக்கிறது!

வாழ்க்கைப் பயணமும் அப்படித்தான். Less luggage more comfort. நாம் எந்த அளவுக்கு நம் பாரத்தை குறைத்துக் கொள்கிறோமோ அந்த அளவுக்கு நம் வாழ்க்கைப் பயணமும் சுகமாக இருக்கும்.

ஒவ்வொருவர் வாழ்க்கையிலும் பல கசப்பான சம்பவங்கள், கடும் துன்பங்கள், வேதனைகள் எல்லாமிருக்கும். எல்லாவற்றையும் சுமந்துகொண்டே வாழ்வது ஓர் அழுத்தம் கூடிய, இறுக்கமான வாழ்க்கையாகத்தான் இருக்கும்.

'அப்படியானால் பழைய சுகமான நினைவுகளைத் தாங்கி நடந்தால் போதுமா?'

சுகமோ, துக்கமோ எதுவுமே பாரம்தான்!

'அது எப்படி ஐயா? சுகமான நினைவுகள் நமக்கு நிம்மதியைத்தானே தருகின்றன! அது எப்படி பாரம் ஆகும்?'

உங்களது கம்ப்யூட்டர் ஹார்ட் டிஸ்க் எத்தனையோ புகைப்படங்களை, வீடியோக்களை, கோப்புகளை அதனுள் அடக்கிக் கொண்டிருக்கின்றது

அல்லவா? அவற்றில் நல்ல விஷயங்களும் இருக்கலாம், உபயோகம் இல்லா விஷயங்களும் இருக்கலாம்.

ஒருவேளை உபயோகம் இல்லாத விஷயங்களை நீங்கள் டெலிட் செய்தாலும், நல்ல விஷயங்களே உங்கள் டிஸ்க் முழுவதையும் ஆக்கிரமிப்பு செய்துகொண்டிருந்தாலும், சமயத்தில் அதன் பாரம் தாங்காமல் டிஸ்க் க்ராஷ் ஆக வாய்ப்பு உண்டல்லவா?

அப்படி க்ராஷ் ஆகவில்லை என்றாலும் அதில் ஸ்பேஸ் இல்லாமல் போய் நீங்கள் வேறு ஒன்றும் செய்ய முடியாமல் ஸ்தம்பித்து விடுகிறீர்கள் அல்லவா?

அதேபோல்தான் நம் மனமும். இஷ்டத்துக்கு ஏற்றிக்கொண்டே போனால் ஒன்று க்ராஷ் ஆகிவிடும், அல்லது வேலை செய்ய முடியாமல் ஸ்தம்பித்து நின்றுவிடும்!

நீங்கள் இப்போது உங்கள் வீட்டுக்குப் போகவேண்டும் என்றால் உங்கள் நினைவாற்றல் கட்டாயம் வேண்டும். இல்லாவிட்டால் திருவிழாவில் தொலைந்த குழந்தைபோல திரும்பிப்போக வழி தெரியாமல் விழித்துக்கொண்டு நிற்பீர்கள்.

ஆனால் எல்லாவற்றுக்கும் இந்த நினைவு நமக்குத் தேவை இல்லை. சிலவற்றை மறந்துதான் ஆக வேண்டும், சில விஷயங்களுக்கு நாம் இறந்துதான் ஆகவேண்டும்!

அப்படி இறக்க கற்றுக்கொண்டால்தான் நாம் உண்மையாக, நிம்மதியாக வாழ முடியும்!

> ஒவ்வொருவர் வாழ்க்கையிலும் பல
> கசப்பான சம்பவங்கள், கடும் துன்பங்கள்,
> வேதனைகள் எல்லாமிருக்கும்.
> எல்லாவற்றையும் சுமந்துகொண்டே
> வாழ்வது ஓர் அழுத்தம் கூடிய, இறுக்கமான
> வாழ்க்கையாகத்தான் இருக்கும்.

பகுதி 3

குடும்பம் நடத்துவதன் விதிகள்

குடும்பம் எப்படி அமைகிறது?
இதன் பின்னால் உள்ள
விஞ்ஞானம் என்ன?
இனிமையாகவும், இணக்கமாகவும்
குடும்பம் நடத்துவது எப்படி?

29

கல்யாண மாலை

'சார், நாலு வருஷமா என் பெண் ஜாதகத்தை தூக்கிக்கிட்டு அலைஞ்சிக்கிட்டு இருக்கேன், சரியான வரன் அமையலை. ஏதோ தோஷம் அது இதுன்னு சொல்லி பயமுறுத்துறாங்க!'

'சார், என் பையனுக்கு வயது 35 ஆயிடுச்சி, இன்னும் கல்யாணம் ஆகலே. இப்பல்லாம் பொண்ணுங்க டிமாண்ட் செய்யறதைப் பார்க்கும் போது, ஒரு வேளை கல்யாணமே ஆகாதோன்னு பயமா இருக்கு!'

'ஐயா, ஜோசியருங்க பல பரிகாரங்களை பண்ணச் சொன்னாங்க. எல்லாத்தையும் பண்ணிட்டேனுங்க. ஆனா கல்யாணம்தான் நடக்கலே!'

இப்படி பல பேர் சொல்லக் கேட்டிருப்பீர்கள்.

சரி, காதல், கீதல் பண்ணி பார்க்கிலேயும் பீச்சிலேயும் கடலை போட்டவர்களாவது உரிய சமயத்தில் திருமணம் செய்து கொள்கிறார்களா என்றால் அதிலும் சில 'ப்ரேக் அப்' களில் முடிந்து விடுகின்றன.

இப்படி எல்லா வகையிலும் கல்யாணம் என்பது ஒரு கேள்விக் குறியாகவே இருக்கின்றது. சில சமயங்களில் எதிர்பாராத விதமாக திருமணங்கள் வெகு விரைவில் நிச்சயிக்கப்பட்டு நடந்து முடிந்தும் விடுகின்றன. இவற்றையும் பார்க்கிறோம்.

நடக்குமா என்று சந்தேகத்திலேயே வாழ்க்கையை ஓட்டிக்கொண்டிருந்த சில பேரின் வாரிசுகள் தடாலென மனது மாறி, மாலையுடன் வந்து பெற்றோரை அதிசயிக்க வைத்ததும் உண்டு.

எனக்குத் தெரிந்த ஒரு குடும்பத்தில், மகன் திருமண ஆசையே இல்லாது அவன் மிகவும் ஈடுபாடு கொண்ட கல்வித்துறைப் பணியில் முழு மூச்சாக இறங்கி இருந்தான். வருடங்கள் ஓடிக்கொண்டிருந்தன. பெற்றோர்களுக்கு கவலை, தங்கள் காலத்துக்குப் பின், அவனைக் கவனித்துக்கொள்ள யார் இருப்பார்கள் என்று.

இதற்கு முன்பு ஓர் அத்தியாயத்தில் நான் சங்கல்ப பலத்தைப்பற்றி எழுதி இருந்தேன். இந்தப் பையனுடைய அம்மையார் இதில் மிகுந்த நம்பிக்கை உள்ளவர். ஒவ்வொரு நாளும் படுக்கப்போகும் முன்பாக, தன் மகன் ஒரு நல்ல துணையை அமைத்துக்கொண்டு நல்வாழ்வு நடத்த வேண்டும் என்று மனதில் சங்கல்பிப்பார். அது மட்டுமல்ல, மனத்தில் அந்தக் காட்சியைக் கண்டு மகிழ்வார்.

நம்ப மாட்டீர்கள், அமெரிக்கா சென்று அங்கே மாணவர்களுக்கு கௌன்ஸில் கொடுத்துக்கொண்டிருந்த அந்தப் பையன், ஒருநாள் தான் பள்ளியில் படித்துக்கொண்டிருந்தபோது உடன் படித்த ஒரு பெண் அங்கே பணி புரிந்துகொண்டிருப்பதைக் கண்டான். நட்பை புதுப்பித்துக்கொண்டான்.

கல்யாணமே வேண்டாம் என்று இருந்தவன் மனம் மாறி அவளிடம் தன் காதலைத் தெரிவித்தான். அவளும் சம்மதிக்க பழம் நழுவி பாலில் விழுந்தது. பெற்றோர்களுக்கு போன் செய்து விஷயத்தைச் சொல்லி அவர்கள் வரவுக்குக்கூட காத்திராமல் கல்யாணத்தை அமெரிக்காவிலேயே முடித்துக்கொண்டு பின் மாலையுடன் இந்தியா வந்து பெற்றோர் காலில் விழுந்தார்கள் தம்பதிகள் என்றால் பார்த்துக் கொள்ளுங்களேன்!

சரி, இந்தத் திருமணம் என்பது எப்படி நிகழ்கின்றது? இதன் அடிப்படை விஞ்ஞானம்தான் என்ன?

பையனோ, பெண்ணோ ஒரு குறிப்பிட்ட வயதில் தங்களது உயிராற்றலின் சேமிப்பு பெருக அது ஓர் அழுத்தமாக, உறுத்தலாக வெளிப்பட அவர்களுக்கு இந்தத் திருமண ஆசை வருகின்றது.

சரி, அவர்களுக்கேற்ற துணை எப்படி அமைகிறது. குருட்டாம் போக்கிலா அல்லது ஏதாவது ஏற்பாடு அல்லது திட்டம் இயற்கையால் அமைக்கப்படுகிறதா? இதுதான் கேள்வி.

ஒவ்வொருவருக்கும் ஒரு தனி இயல்பு உண்டு. குறிப்பிட்ட பதிவுகளுடன் உலகத்துக்கு வருகிறார்கள். அந்தப் பதிவுகள் சரியான முறையில் அழிக்கப்பட வேண்டுமானால், அதாவது கணக்கு தீர்க்கப்பட வேண்டுமானால், அந்தப் பதிவுகளுக்கேற்ற அதாவது அவைகளை நிறைவு செய்யும் வகையில் பதிவுகள் பெற்றுள்ள துணை அமைந்தால்தான் இருவரின் பதிவுகளும் கழிக்கப்படும். எனவே இயற்கை அந்த இணை வரும்வரை காத்திருக்க வைக்கின்றது.

இதுதான் திருமணங்களின் அடிப்படை. உங்களுக்கேற்ற பதிவுகளை உடைய நபர் உலகத்தின் எந்த மூலையில் இருந்தாலும் இயற்கை உங்கள் இருவரையும் எப்படியோ சந்திக்க வைத்து ஒன்று சேர்த்துவிடும்.

நான் குறிப்பிட்ட அந்தப் பையன் எப்படி இந்தியாவிலிருந்து, துபாய் சென்று அங்கிருந்து அமெரிக்கா சென்று அங்கே பழைய சிநேகிதத்தை புதுப்பிக்க அது திருமணமாக உருவெடுத்தது என்பதை நீங்கள் கண்டீர்கள் அல்லவா?

எனக்குத் தெரிந்த இன்னொருவர் ரயில்வேயில் பணி புரிபவர். வயது ஐம்பதைக் கடந்தும் சரியான பெண் அமையாது வருந்திக் கொண்டிருந்தார். இந்தியாவின் எந்த மாகாணத்தைச் சேர்ந்தவ ரானாலும் சரி, பெண் என்று ஒருவர் கிட்டினால் போதும், மணம் முடிக்கத் தயாராக இருந்தார், ஆனால் பெண்தான் கிடைக்கவில்லை! இறுதியில் அவர் வசித்துக்கொண்டிருந்த நகர்ப்புறத்திலேயே ஒரு பெண் அமைந்து பேரன், பேத்தி அடையவேண்டிய வயதில் திருமணம் செய்துகொண்டார். தம்பதியர் மகிழ்ச்சியாக வாழ்ந்து கொண்டிருக்கிறார்கள்.

வேடிக்கை என்ன என்றால் இருவரும் ஒரே காலனியில் வசித்து வந்தார்கள், ஆனால் உரிய காலம் வரும்வரை இயற்கை அவர்களைச் சந்திக்க விடவில்லை!

இது ஒரு jigsaw puzzle போன்றது என்று கூறலாம். பல வடிவங்கள் கொண்ட சாதனங்கள் உங்களிடம் கொடுக்கப்படும். அவற்றில் இரண்டை எடுத்து சரியாக இணைத்தால் மட்டுமே அவை பொருந்தி, ஒரு பொருள் பொதிந்த வடிவத்தை உருவாக்கும். வேறு எந்தப் பாகங்களை எப்படி இணைக்க முயன்றாலும் அவை இணையாது.

வாழ்க்கை துணையும் அப்படித்தான். பதிவுகளுக்கேற்ற நபர்கள் இணைந்தால் மட்டுமே இயற்கை உண்டாக்கி இருக்கும் திட்டங்கள் நிறைவேறும். இதைத்தான் 'மனம் போல மாங்கல்யம்' என்று

முன்னோர்கள் சொல்லி வைத்தார்கள். அதாவது ஆழ்மனத்தில் உள்ள பதிவுகளுக்கேற்ப மாங்கல்யம் அதாவது வாழ்க்கை துணை அமைகிறது.

அத்தகைய இருவர் இணைப்புக்கு இயற்கை தானே வழி வகுக்கும், எனவே திருமணம் இன்னும் கைகூடவில்லையே என்று வருத்தப் படுவதிலோ, நொந்து கொள்வதிலோ அர்த்தம் இல்லை.

சிலருக்கு திருமண பதிவுகள் அமைவதேயில்லை. அவர்களின் கணக்குகளை அவர்களே தீர்த்துக்கொள்வார்கள் என்று இயற்கை முடிவு செய்தால் அவர்களுக்கு இந்த திருமணம் என்ற அமைப்பு அமைய வேண்டியதில்லை.

பெரும் ஞானியர்களைப் பாருங்கள். திருமணமே செய்து கொள்ளாதவர் களாக இருப்பார்கள். அப்படி திருமணம் செய்துகொண்டாலும், பந்தத்தில் கட்டுப்படாதவர்களாக இருப்பார்கள். ஏனென்றால் அந்தத் தேவை அவர்களுக்கு இருப்பதில்லை.

எனவே, உங்கள் குடும்பத்தில் யாராவது திருமணம் இன்னும் ஆகவில்லையே என்று வருத்தப்பட்டுக்கொண்டிருந்தால் கவலையை விடச் சொல்லுங்கள். சரியான துணையை சரியான பதிவுகளுக்கேற்ப இயற்கை எங்கிருந்தாவது எப்படியாவது கொண்டுவந்து சேர்த்து விடும்!

30

இல்லறத்தில் இன்பம்

ஒரு வேலைக்குச் செல்வதென்றால் அதற்குக் குறிப்பிட்ட காலம் வரை குறிப்பிட்ட பாடங்களை படித்து, பரிட்சை எழுதி பாஸ் செய்ய வேண்டும் என்றெல்லாம் வைத்தவர்கள், ஏனோ திருமணம் என்ற ஒரு வாழ்க்கைப் பணியைத் துவங்கும்போது அதற்கென எந்த முன்னேற்பாடுகளையும் அமைக்காது போனார்கள்.

சென்ற தலைமுறைகளில் எல்லாம் ஆண் என்றால் ஒரு கெத்து இருக்க வேண்டும் என்ற பாவனை இருந்தது. திருமணம் என்பது பெண்ணைப் பெற்றவனுக்கு ஏதோ தர்மம் செய்வதைப்போல என்று ஆணும், ஆணைப் பெற்றவர்களும் நினைத்துவிட்டார்கள்.

இந்த அழகில் எல்லாச் செலவும் அந்தப் பெண்ணின் பெற்றோர்கள் தலையில்தான்! சொகுசாக கல்யாணத்துக்கு வந்துவிட்டு, குஷியாக விருந்துகளை ஒரு கை பார்த்துவிட்டு ஜாலியாகப் போவதுதான் மாப்பிள்ளை வீட்டார் வேலை!

சரி, கல்யாணத்துக்குப் பின்பாவது பெண்ணை சரியாக நடத்தினார்களா என்றால் பல குடும்பங்களில் அது கேள்விக்குறியாகவேதான் இருந்தது.

இப்படி நடத்தப்படும் பெண் எப்படி இருந்திருப்பாள்? வாழ்க்கை முழுவதும் தாழ்வு மனப்பான்மையுடனும், துன்பத்துடனும்தானே இருந்திருப்பாள்?

இப்போது வெகுவாக காலம் மாறிவிட்டிருக்கிறது என்பது உண்மை. ஆனால் பழி தீர்க்கும் படலமாக பெண்ணைப்பெற்றவர்கள் போடும் கண்டிஷன்கள் மணல் கயிறு படத்தில் எஸ்.வி.சேகர் போட்ட கண்டிஷன்களை தூக்கி விழுங்கிவிட்டது.

பையன் மாதம் ஒரு லட்சம் சம்பாதிக்க வேண்டும், சொந்தமாக அவன் பெயரில் வீடு, கார் வைத்திருக்கவேண்டும், திருமணத்துக்குப் பின் உடனே தனிக்குடித்தனம், வருடத்துக்கு எத்தனை முறை பையனைப் பெற்றவர்கள் இவர்கள் வீட்டுக்கு வரலாம், வந்தால் எத்தனை நாள் தங்கலாம்...

தலை சுற்றுகிறது.

விளைவு பெண்களும் திருமண பந்தத்தில் இணையாமல் 30, 35 வயது வரை காலம் கடத்திவிடுகிறார்கள். ஆண்கள் 40 வயதாகியும், 'எப்போ வருவாளோ, எந்தன் குறை தீர' என்று பாடிக்கொண்டு காலத்தைக் கடத்திக்கொண்டிருக்கிறார்கள்.

சரி, எப்படியோ கல்யாணம் நடந்துவிடுகிறது என்றாலும் ஒருவருக்கு ஒருவர் புரிந்துகொண்டு, நேரத்திற்கேற்ப விட்டுக்கொடுத்துப் போவதில்லை. இள வயதில் இந்த flexibility இருந்த காரணத்தால் சென்ற தலைமுறை திருமணங்கள் எப்படியோ சமாளித்து ஒருவிதம் நிலை நின்று விட்டிருந்தன. ஆனால் இப்போதெல்லாம் கல்யாணம் ஆன அடுத்த மாதமே டைவர்ஸ் நோட்டீஸ் வருகிறது, என்ன ஒரு கொடுமை இது!

கல்யாணங்களில் சப்தபதி என்ற ஒரு நிகழ்வு ஏதோ ஒரு பெயருக்கு நடந்து முடிந்து விடுகிறது. அதன் அர்த்தம் என்ன என்றால், 7 அடி நாம் ஒன்று கூடி நடந்து விட்டோம், அதனால் நண்பர்கள் ஆகிப்போனோம். இனி நம் வாழ்க்கையின் அத்தனை சவால்களையும், இன்ப, துன்பங்களையும் நாம் ஒன்றாக நின்று சமாளிப்போம் என்று உறுதி எடுத்துக் கொள்வதாம்.

அதாவது ஒருவருடன் ஒன்றாக 7 அடி நடந்து சென்றால் நண்பர்கள் ஆகி விடுகிறார்கள். எனவே நட்புக்கு பங்கம் வராமல் பார்த்துக்கொள்ள வேண்டும் என்ற நல்ல பண்பு முன்னாளில் இருந்திருக்கிறது.

அன்னியர் ஆட்சியில் சிகரெட் முதல் குடிப்பழக்கம் வரை வேண்டாதவற்றை எல்லாம் காப்பி அடிக்கத் தெரிந்த நமக்கு, நமது முன்னோர் விட்டுச்சென்ற நல்ல பழக்கங்களைத் தூக்கி எறிவது சர்வ சகஜமாகி விட்டிருக்கிறது!

ஓர் அலுவலகத்தில் பணி புரிகிறோம். சக ஊழியர்களுடன் நன்றாகப் பழகுகிறோம். ஆனால் கருத்து வித்தியாசம் வரும்போது தூக்கி

எறிந்தா பேசுகிறோம்? நட்பு கெடக்கூடாது என்பதில் கண்ணும் கருத்துமாக இருந்து, வித்தியாசங்களைப் பொருட்படுத்தாது சமரசம் செய்துகொள்கிறோமா இல்லையா?

இதே வீட்டிற்கு வரும்போது, மனைவியோ, கணவனோ கருத்து வித்தியாசம் என்று வந்து விட்டால் என்ன ஆகின்றது? ஒரு பாரதப்போரே கண்முன் நிகழ்கிறது! பிறகு ஒருவருக்கொருவர் பேச்சு வார்த்தை இல்லாமல் மூஞ்சியை தூக்கி வைத்துக்கொள்கிறார்கள்.

அலுவலகத்திலோ, அடுத்து வாழும் நண்பர்களுடனோ சமரசம் செய்துகொள்ளும் நாம், ஏன் வீட்டில் வேறு ஒரு வேடம் தாங்கி நிற்கிறோம்?

அவர்கள் வாழ்க்கை அலுவலகத்துடனோ, பொது இடங்களுடனோ சரி. இவர்கள் வாழ்நாள்முழுவதும் துணையாக வருபவர்கள் இல்லையா? இந்த ஞானம் ஏன் உதிக்க மாட்டேன் என்கிறது?

காரணம் வேறொன்றும் இல்லை, நமது முன் பக்க மூளைக்கும், பின் பக்க மூளைக்கும் இடையே உள்ள இடைவெளிதான் அது. அந்த பின் பக்க மூளைதான் இந்த விஷமம் செய்கிறது.

கற்கால மனிதனது காலம் தொட்டு வந்திருக்கும் இந்த பின் பக்க மூளை பதிவுகள் ஏற்றம் பெறும்போது மனிதன் தன்னை மறந்து விடுகிறான். தற்கால பதிவுகளுடன் இருக்கும் அறிவார்ந்த முன் பக்க மூளைப்பகுதி தன் செயலிழந்து விடுகிறது.

அதனால் தான் ஸ்டவ் வெடிப்பது, காஸ் சிலிண்டர் வெடிப்பது, குடித்துவிட்டு மனைவியைச் சாத்துவது என்ற அவலங்கள் அரங்கேறுகின்றன.

நான் கூற விரும்புவது இது தான்.

- திருமணத்துக்கு முன் சரியான முறையில் மணமகனும், மணப்பெண்ணும் மனோ ரீதியாக தயார் நிலையில் உள்ளனரா என்பதைத் தேர்வு செய்யுங்கள்.
- இல்லற வாழ்க்கையில் இணக்கம் மிக அவசியம் என்பதை அவர்கள் உணர்ந்து கொள்ளும்படிச் செய்யுங்கள்.
- நான் விளக்கிய தத்துவத்தின்படி இருவரின் பதிவுகள் ஒன்றுக்கொன்று நிறைவுறும் வகையில் ஜோடிகள் அமைவதால் ஒருவர் மாதிரியே அவருடைய துணையும் அமையும் என்று நினைப்பது அடிப்படை தவறு. (தவறு என்ன என்றால்

Complementaryஆக இருக்க வேண்டியவர்கள் Competitorகளாக மாறி விடுவதுதான்!)

- வாழ்க்கைத் துணையை ஒரு நட்பாக பார்க்க வேண்டுமே தவிர ஒருவரை மற்றவருக்கு அடிமையாக பாவிக்கக்கூடாது.
- மாறுபட்ட கருத்துக்கள் தோன்றும்போது அறிவு ரீதியாக ஆய்ந்து சரியான தேர்வை எடுக்கவேண்டுமே தவிர உணர்ச்சி வசப்பட்டு ஒருவர் கருத்தை மற்றவர்மீது திணிக்கக்கூடாது.

இப்படி இணக்கமாக வாழ பெற்றோர்கள் தங்கள் சிறார்களுக்கு சொல்லிக்கொடுப்பதோடு மட்டும் நில்லாமல் தாங்களும் தங்கள் வாழ்க்கையில் கடைப்பிடித்து அவர்களுக்கு ஒரு முன் உதாரணமாகத் திகழவேண்டும்.

'Moody ஆன ஜோடி' என்று இல்லாமல் 'ஜாடிக்கேற்ற மூடி' என்பதாக மணமான ஆணும் பெண்ணும் வாழ தலைப்பட்டால் அந்த இல்லற வாழ்க்கை இனிக்கத்தானே செய்யும்!

31

மக்கட்செல்வம்

ஒருவருக்குத் திருமணமான அடுத்த சில மாதங்களிலேயே அவர் எதிர்கொள்ளும் கேள்வி, 'என்ன, வீட்டிலே ஏதும் விசேஷம் உண்டா?' என்பதுதான்.

கல்யாணமாகி சில வருடங்கள் கழிந்தும் குழந்தைகள் பிறக்கவில்லை என்றால் குறிப்பிட்ட கணவன், மனைவி மட்டும் அல்ல அந்த குடும்பங்களே துயரத்தில் ஆழ்ந்துவிடுகின்றன.

ஒரு பக்கம் அலோபதி, ஹோமியோபதி, ஆயுர்வேதம் என்று சிகிச்சைகள் தொடரும். இன்னொரு பக்கம் கோவில், குளம், பரிகாரப் பூஜைகள் என்று ஒரு பெரிய படை எடுப்பு.

ஏன் மக்கட் செல்வத்துக்கு இத்தனை முக்கியத்துவம் கொடுக்கிறோம்? வீட்டில் மழலை இன்பம் பொங்கி வர வேண்டும் என்பதற்காகவா? குழந்தைகள் ஓடி, ஆடி, விளையாடி பெற்றோர்களை மகிழ்விக்க வேண்டும் என்பதற்காகவா? கள்ளம் கபடம் இல்லாத வெள்ளை மனத்துடன் அவை நம் மீது அன்பு காட்டும்போது அந்தக் கொள்ளை சிரிப்பில் இறைவனைக் காண முடிகிறது என்பதனாலா?

இல்லை, இவர்கள் வளர்ந்து படித்து, பெரிய உத்தியோகம் பார்த்தோ, வியாபாரத்தில் நுழைந்தோ பொருள் ஈட்டி புகழ் பெற்று நமக்கு பெருமை சேர்க்க வேண்டும் என்ற சிந்தனையினாலா?

நாம் இத்தனை செய்கிறோமே பிற்காலத்தில் முதுமையின் வெப்பம் நம்மைத் தாக்கும்போது ஒரு குளிர்ந்த நிழலாக இருக்க வேண்டும் என்ற எதிர்பார்ப்பிலா?

இவற்றில் ஒன்றோ, பலவோ காரணங்கள் நமக்குத் தோன்றினாலும், இவை எல்லாவற்றுக்கும் மேலாக ஒரு காரணம் இருக்கத்தான் செய்கிறது. அது, குழந்தைகள் பிறப்பது பெற்றோர்களின் பதிவின் பாரத்தைப் பகிர்ந்துகொள்வதற்காக என்பது. அதாவது பெற்றோர்கள் இருவரும் தங்கள் முன்னோர்களிடமிருந்து பெற்ற பதிவுகளைத் தாங்களே தங்கள் வாழ்நாளில் தீர்த்துவிட முடியாது என்ற நிலைமையில், இயற்கை ஒரு ஏற்பாட்டைச் செய்கின்றது.

ஒரு வியாபாரத்தை நீங்கள் நடத்துகிறீர்கள். உங்களால் செம்மையாக அதை நிர்வகிக்க முடியவில்லை. என்ன செய்வீர்கள்? ஒரு வொர்க்கிங் பார்ட்னரை சேர்த்துக்கொள்வீர்கள் இல்லையா? அது போல கணவன், மனைவி இருவரும் சேர்ந்து தீர்க்க முடியாத பதிவின் பாரங்களை தீர்க்க இயற்கை அவர்களுக்குக் கொடுக்கும் வொர்க்கிங் பார்ட்னர்கள்தாம் மக்கட்செல்வங்கள்.

பெற்றோர்கள் பட்டிருக்கும் கடன்களைத் தீர்க்க வரும் காரணத்தால் தானோ என்னவோ குழந்தைகளைச் செல்வம் என்று கூறுகிறோம்!

தெய்வப்புலவர் திருவள்ளுவர் இந்த அடிப்படை விஞ்ஞானத்தை அறிந்து கொண்டிருந்ததனால் தனது திருக்குறளில் இதை மிகத் தெளிவாக காட்டி இருக்கிறார்.

> 'தந்தை மகற்காற்றும் நன்றி அவையத்து
> முந்தி இருப்பச் செயல்.'

அதாவது, தனது மகனை அறிவார்ந்த சான்றோனாக சபையில் முந்தி அதாவது முதல்வனாக இருக்கும்படிச் செய்வது தந்தை தன் மகனுக்கு ஆற்றும் நன்றி.

மகனை முன்னுக்குக் கொண்டுவருவதற்கு அவன் அல்லவா தந்தைக்கு நன்றி செலுத்தவேண்டும்?

இப்போது கேள்வி என்ன என்றால், திருவள்ளுவர் ஏன் இதை தந்தை மகனுக்கு ஆற்றும் நன்றி எனச்சொல்கிறார். எதற்காக அவர் மகனுக்கு நன்றி செலுத்தவேண்டும்? மகனுக்குச் செய்யும் உதவி அல்லவா இது?

காரணம் நான் முன்பு கூறியதுதான், மகன் தந்தையின் பதிவுகளின் பாரத்தை தான் எடுத்துக்கொண்டு அதை குறைக்க முயற்சிக்கிறான்.

எனவே தந்தை அவனுக்கு நன்றி தெரிவிக்கிறான். யாராவது நமது துன்பத்தை ஏற்றுக்கொள்ள முன் வந்தால் நன்றி கூறுவது இயல்பு தானே!

இப்போது இன்னொரு குறளை பார்ப்போம்.

> ‘மகன் தந்தைக்காற்றும் உதவி இவன் தந்தை
> என்நோற்றான்கொல் எனும் சொல்’

இங்கே திருவள்ளுவர் மகன் தந்தைக்கு உதவி ஆற்றுவதாகக் கூறுகிறார். மகன் தந்தைக்கு ஆற்றுவது உதவி என்றும் தந்தை மகனுக்கு ஆற்றுவது நன்றி என்றும் சொல்லும் வள்ளுவர் நாம் சற்று முன் பார்த்த அடிப்படை விஞ்ஞானத்தை ஒட்டித்தானே கூறி இருக்க வேண்டும்?

திருவள்ளுவர் சொற்களை உபயோகிப்பதைப்பற்றி தனது குறளில்,

> ‘சொல்லுக சொல்லை பிறிதோர்சொல் அச்சொல்லை
> வெல்லுஞ்சொல் இன்மை அறிந்து’

ஒரு சொல்லை சொல்லவேண்டுமாம், அப்படிச் சொல்லும்போது வேறு ஒரு சொல் அச்சொல்லை வென்றுவிடக்கூடாது என்று சொல்லாற்றலைப் பற்றிக் கூறும் வள்ளுவர், நன்றி என்றும் உதவி என்றும் சொற்களைப் பிரயோகிக்கும்போது தவறாகவா உபயோகித்திருப்பார்?

ஆக, நமக்கு குழந்தைகள் பிறப்பது நமக்கு இன்பம் தருவதற்கு மட்டும் அல்ல, நமது இன்ப, துன்ப பதிவுகளை ஏற்று அனுபவித்துக் கழிக்கவும் கூடத்தான்.

32

குழந்தைகளின் நடத்தையில் வித்தியாசம் ஏன்?

ஒரே பெற்றோரிடம் பிறந்து வளரும் குழந்தைகள் ஒரே மாதிரியாகவா நடந்து கொள்கின்றன? ஒன்று பிடிவாதம் பிடிக்கும் குழந்தையாக இருக்கின்றது. இரண்டாவது எதையும் தானே வைத்துக்கொள்ள வேண்டும் என்று துடிக்கின்றது. மூன்றாவது தனக்குக் கொடுப்பதை எல்லாம் மற்ற குழந்தைகளுக்குத் தந்துவிட்டு தேமே என்றிருக்கின்றது. வளரும்போதும் ஒவ்வொன்றும் ஒவ்வொரு தினுசாகவே வளர்கின்றது.

இப்படி குழந்தைகளின் நடத்தையில் வித்தியாசம் வருவது ஏன்?

ஒரு பெண் கருத்தரிக்கும்போது என்ன மன நிலையில் இருந்தாளோ, அவளது கணவன் என்ன எண்ணத்தில் இருந்தானோ அந்தப் பதிவுகள் கருவின்மீது பதிந்துவிடுகின்றன.

கூட்டுக் குடும்பத்தில் இருக்கும் ஒரு தம்பதி மிகவும் கஷ்டமான சூழ்நிலையில் இருக்கும்போது முதல் குழந்தை உருவாகின்றது. அவர்கள் அந்தச் சமயத்தில் தங்களுக்கென்று தனியாகச் சேர்த்து வைத்துக்கொள்ள முடியவில்லையே என்ற ஒரு மன உளைச்சலுடன் இருக்கும்போது உண்டாகும் குழந்தை தனக்குக் கிடைக்கும் எதையும் மற்றவர்களுடன் பகிர்ந்துகொள்ளாமல் இருப்பதில் என்ன வியப்பு இருக்க முடியும்?

அதே தம்பதிக்கு பின்னர் குடும்ப அங்கத்தினர்கள் எல்லோரும் தங்களுக்கென்று ஒரு வாழ்க்கை அமைத்துக்கொண்ட பின்னர் கிடைத்த மகிழ்ச்சியில் திளைக்கும்போது அடுத்த குழந்தை உருவானால் அது தாராளமான சிந்தையோடு இருப்பதும் இயல்புதானே!

எனவே பெற்றோர்கள் கரு உருவாகும்போது மிகுந்த கவனமாக இருப்பது மிக, மிக முக்கியம். அந்தச் சமயத்தில் மன இறுக்கத்திலோ, மன உளைச்சல்களிலோ, கவலைகளிலோ தோய்ந்திருந்தால் உருவாகும் கருவில் அந்த இறுக்கங்கள் பதிந்து பிறந்த குழந்தை மன ரீதியாக பாதிக்கப்பட வாய்ப்புகள் அதிகம்.

கருத்தரித்த உடன் பெண்ணை தாய் வீட்டிற்கு அனுப்பவதின் காரணம் இதுதான். அங்கே அவளுக்கு சுதந்திரம் அதிகம். மனதில் இறுக்கங்கள் இல்லாமல் மகிழ்ச்சியாக இருப்பாள். அந்த ஒரு மன நிலை அவளது கருவில் வளரும் குழந்தையின்மீது படிந்து குழந்தை ஆரோக்கிய மானதாக இருக்கும்.

சரி, தெரியாத்தனமாக கரு உருவாகும்போது கோட்டை விட்டு விட்டோம். மிகுந்த ஆத்திரத்துக்கும், கவலைகளுக்கும் அடிமையாய் இருந்து தொலைத்து விட்டேனே, என்ன செய்வது என்று அங்கலாய்ப்பவர்களுக்கு ஓர் ஆறுதல்.

ஒன்றும் வீணாகி விடவில்லை. இப்பொழுதும் சரி செய்துவிடலாம். மருத்துவர்கள் கூறுகிறார்கள், குழந்தைகளின் மூளை செல்கள் மிகவும் இளகியதாக இருக்கும் என்று.

குழந்தையின் 5 வயதுவரை அது மிகவும் எளிதாக மாற்றுப்பதிவுகளை ஏற்றுக்கொள்ள வல்லது. எனவே நீங்கள் உங்கள் குழந்தையிடம் காணும் நெகடிவ் பதிவுகளை மாற்ற விரும்பினால் அதை 5 வயதுக்குள் செய்ய முயற்சிக்க வேண்டும்.

குழந்தை தூங்க ஆரம்பிக்கும்போது நீங்கள் அருகில் இருந்து உங்கள் மனதில் ஒரு பலமான நற்பதிவை அதன் மனத்தில் செலுத்த வேண்டும். அது குழந்தையின் இளகிய மூளையில் பதிந்து முளை விட ஆரம்பிக்கும். சில வாரங்களிலேயே நீங்கள் உங்கள் குழந்தையின் நடத்தையில் மாற்றத்தைக் காணலாம்.

மிகவும் அழுமூஞ்சியாகவோ, அடங்காப்பிடாரியாகவோ உங்கள் குழந்தை இருந்தால் அது படுத்து உறங்கும் முன் குழந்தை அது சாந்தமாகவும், சந்தோஷமாகவும் இருக்கவேண்டும் என்ற ஒரு பலமான எண்ணத்தை உருவாக்கி அந்த சிந்தனையை குழந்தையின்

மேல் செலுத்துங்கள். வெகு விரைவில் அந்த நல்ல குணங்கள் குழந்தையிடம் வளர்வதை நிச்சயம் காண்பீர்கள்.

இதை யார் செய்யவேண்டும் என்பது அடுத்த கேள்வி. உருவாக்கிய வர்கள்தான் செய்யவேண்டும். ரத்த சம்பந்தம் உள்ளவர்கள் செய்யும் போது அதன் ஆற்றல் அதிகமாக இருக்கும்.

5 வயதுக்குள் நீங்கள் இப்படி மாற்றுப்பதிவுகளைக் கொடுத்து எதையும் சரி செய்து விடலாம். அதிக பட்சம் 15 வயதுக்குள் செய்ய வாய்ப்புகள் உண்டு. ஆனால் மிகவும் கடினமாக உழைத்து இந்த மாறுதல்களைக் கொண்டு வரலாம்.

அதற்கு மேல் சென்றால் என்ன ஆவது என்கிறீர்களா? நிலைமை கை மீறிப் போய்விட்டது என்று சொல்லலாம்.

ஆனால் இயற்கை சில அனுபவங்கள் மூலம் அத்தகைய தடம்மாறிய சிறார்களை வழிக்குக் கொண்டுவரும். எனவே முயற்சியைக் கை விட்டு விடாமல் தொடர்ந்து செய்யுங்கள். நாம்தான் நம் வாரிசுகளை உண்டாக்கினோம். அவர்களின் குணங்கள் நல்லதோ, கெட்டதோ அதற்கு நாம்தான் காரணகர்த்தா என்று ஒப்புக்கொண்டு மாற்றத்துக்கு வழி தேட வேண்டும்.

காந்தியாரின் மகன் ஹரிலால் வாழ்க்கையில் தடம் மாறி கெட்டலைந்தபோது காந்திஜியின் உண்மையான பதில், 'ஆம், அவன் பிறக்கும்போது நான் அவனுக்குக் கொடுத்த தவறான பதிவுகளே அதற்குக் காரணம். ஒருவிதத்தில் நானே அவனை கெடுத்தவன் ஆகி விட்டேன்.'

அதேபோல, அமெரிக்காவில் ஒரு பெரிய குற்றம் நிகழ்ந்தது - சீரியல் கொலைகள். கொலைகாரனைக் கண்டு பிடித்து விட்டார்கள். தண்டனையும் கொடுத்து விட்டார்கள். அப்போது அவன் தந்தை கொடுத்த ஒரு பேட்டியில் அவருக்கு இளவயதில் கொலை வெறி மிக அதிகம் இருந்ததாகவும், ஆனால் எப்படியோ அதை அழுத்தி வைத்திருந்ததாகவும் கூறினார். அந்த எண்ணமே அவருடைய மகனுடைய சிந்தையில் புகுந்து அவனை ஒரு சீரியல் கொலைகாரனாக மாற்றி விட்டது என்று சொல்லி அழுதாராம் அவர்.

அதேபோல் மிகப்பெரும் ஆற்றல் பெற்றவர்களை பாருங்கள். அவர்களது தாய், தந்தையர் மிக ஒழுக்கம் நிறைந்தவர்களாகவும், சிறு வயதில் இருந்தே தம் மக்களை வழி நடத்தியவர்களாக இருப்பார்கள்.

ஜீஜா பாயின் சங்கல்ப பலமே சத்ரபதி சிவாஜியை மாவீரனாக உருவாக்கியது. அவன் பிறக்கும் தறுவாயில் அவள் கண்ட கனவே பிற்காலத்தில் 'சிவாஜி கண்ட இந்து சாம்ராஜ்யம்' ஆக உருப்பெற்றது.

ஏன், செஸ் விளையாட்டில் உலகப்புகழ் பெற்று விளங்கும் ஆனந்துக்கு அந்த எண்ணத்தைக் கருவிலேயே கொடுத்தது அவரது தாயாரான திருமதி சுசீலா அவர்கள். தானே ஒரு செஸ் விளையாட்டு வீரரான அவர் தனக்குப் பிறக்கும் மகன் இந்த விளையாட்டில் சாதனை படைக்க வேண்டும் என்ற திட சங்கல்பமே ஆனந்தை உலக சாம்பியனாக உருவாக்கியது.

மக்கள் செல்வங்களை விரும்பும் அனைவருக்கும் நான் கூறும் அறிவுரை,

- முதலில் தம்பதியர் இருவரும் சரியான மன நிலையில் இறுக்கங்கள் அற்ற சூழ்நிலையில் இருப்பது முக்கியம்.
- கருத்தரிக்கும் சமயத்தில் எந்தவிதப் பிணக்குகளும் இல்லாமல் இணக்கமாக இருப்பது அவசியம்.
- கருத்தரித்தபின் தாயாக பரிணமிக்கின்றவர் மிகப் பொறுப்புடன் உயர்ந்த சிந்தனைகளுடன் வளர்ந்து வரும் சிசுவைப் பராமரிக்க வேண்டும்.
- பெற்றோர்களின் பதிவுகள் குழந்தைகள் வாழ்க்கையின் திசையைத் தீர்மானிப்பதில் மிக முக்கிய பங்கு வகிப்பதை உணர்ந்து இருவரும் சரியான பதிவுகளை குழந்தைக்குக் கொடுப்பதில் மிகக் கவனமாக இருக்க வேண்டும்.

33

இல்லத்தில் மகிழ்ச்சி அலை அடிக்கட்டும்!

வீடு என்ற சொல்லுக்கும் இல்லம் என்ற சொல்லுக்கும் மிகுந்த வித்தியாசம் உண்டு. வீட்டில் மனிதர்கள் இருக்கிறார்களோ இல்லையோ அது வீடுதான் ஆனால் குடும்பம் ஒன்று அங்கே வசிக்கும்போதுதான் அது இல்லமாகின்றது. அப்படி குடும்பம் வசிக்கும்போதும் அவர்களுக்குள் சரியான ஒட்டுறவு இல்லை என்றால் அதை இல்லம் என்று எவ்வாறு அழைப்பது?

எங்களது குடும்பம் பெரியது. எங்கள் பெற்றோருக்கு நாங்கள் மொத்தம் 7 பிள்ளைகள். 5 ஆண் பிள்ளைகள் 2 பெண் பிள்ளைகள். எங்கள் இல்லம் சிறியது. ஆனால் அங்கே மகிழ்ச்சிக்கு எந்தக் குறைவும் இல்லாதிருந்தது.

அந்தக் காலத்தில் வருமானம் குறைவுதான். ஆனால் திருப்தியான உள்ளம் இருந்ததால் குறைப்பட்டுக்கொண்டு இருக்கவில்லை.

எனது பெற்றோர்கள் எங்கள் எல்லோர் மேலும் காட்டிய அன்பு சமமாக இருந்தது. இம்மி அளவும் ஒருத்தரைவிட ஒருத்தருக்கு அதிகம், குறைவு என்றில்லாமல் சமமான பாசம்தான். அவர்கள் எங்களுக்காக எந்தத் தியாகத்தையும் செய்யத் தயாராக இருந்தார்கள். அது எங்கள் வேரில் அவர்கள் ஊற்றிய சத்து நீராக இருந்தது.

மிகச் சிறிய சந்தோஷங்களில் நாங்கள் திருப்தி அடையும் பாங்கை எங்களுக்குக் கற்பித்தனர் எங்களது பெற்றோர்கள். அதனால் எங்கள் இல்லம் எப்போதும் ஒரே கலகலப்பாகவும் கொண்டாட்டமாகவும் இருக்கும்.

படிக்க பள்ளிக்குப்போகும் பிள்ளைகள், கல்லூரிக்குப்போகும் பிள்ளைகள் எல்லோரும் மாலையில் வீட்டிற்கு வரும்போது, ‘இதோ பறவைகள் அனைத்தும் கூட்டுக்கு வந்து விட்டன’ என்று அன்போடு சொல்லுவார் எங்கள் அம்மா.

அதேபோல் ஒருவருக்கு ஒருவர் விட்டுக்கொடுக்கும் பாங்கையும் எங்களுக்கு சிறு வயதில் இருந்தே அனுபவ பாடமாக சொல்லிக் கொடுத்தனர் எங்கள் பெற்றோர்கள்.

அது இறைவன் ஆசியில் இன்றுவரை தொடர்ந்து வருகின்றது. எங்களது தந்தையின் இறுதிக் காலத்தில் நாங்கள் எல்லோரும் அவரை நன்றாகப் பராமரித்தோம்.

இன்று எங்கள் அன்னைக்கு சேவை செய்ய வெளி ஊரில் இருந்தும், வெளி நாட்டில் இருந்தும் போட்டி போட்டுக்கொண்டு எல்லோரும் ஓடி வருகிறோம் என்றால் அது அன்று அவர்கள் எங்களுக்கு ஊட்டிய அன்பின் தகைமையால்தான்.

இன்று எங்களது வரும்படி பல மடங்கு கூடி இருக்கிறது. எதையும் எப்போதும் வாங்கமுடியும் என்ற நிலைமை. ஆனால் குறைந்த வரும்படியில் அன்று கிடைத்த மகிழ்ச்சியை ஒப்பிடும்போது அந்த நாள் தராசு தட்டு இந்த நாள் தட்டைவிட கனம்கூடியதாகத்தான் இருக்கிறது.

குடும்பத்தைப் பராமரிப்பது ஒரு கலை. அதன் அடிப்படை தியாக சிந்தனை. அது இல்லாவிட்டால் நீங்கள் எத்தனைதான் உங்கள் குழந்தைகளுக்கு வாங்கிக்கொடுத்தாலும் அது அவர்களுக்கு நிறைவையும் மகிழ்ச்சியையும் கொடுக்காது.

இன்று 2 வயது குழந்தையை எடுத்துக் கொஞ்சுவதற்கு முடியாமல் அதன் கையில் ஒரு ஸ்மார்ட் ஃபோனை கொடுத்துவிட்டு தன் பாட்டுக்கு போய்க்கொண்டிருக்கும் அன்னைகளைப் பார்க்கும்போது மனது வலிக்கின்றது. ‘இவர்களை யார் மேய்ப்பது’ என்று பால்மணம் மாறா குழந்தைகளை Play School-ல் அடைக்கும் பெற்றோர்கள் அதிகம் ஆகி விட்டார்கள். கேட்டால் ‘இந்தக் காலத்தில் போட்டிகள் அதிகம் ஆகிவிட்டது, இப்போதே பயிற்சி கொடுக்க வேண்டி இருக்கிறது’ என்ற சால்ஜாப்பு வேறு!

அப்துல் கலாமும், இன்று ISROவின் தலைவர் சிவனும் என்ன கான்வெண்டில் படித்தா சாதித்தார்கள்? சாதாரண அரசாங்கப் பள்ளியில் படித்துத்தானே தங்கள் வாழ்க்கையை மேம்படுத்திக் கொண்டார்கள்?

அங்கத்தினர்கள் இருந்தாலும் இன்று காணப்படுபவை வீடுகள்தாம், இல்லங்கள் இல்லை துரதிர்ஷ்டவசமாக.

எல்லோர் கையிலும் ஸ்மார்ட் ஃபோன், பேசுவதற்கு ஒருவருக்கும் நேரமில்லை. அதில் உள்ள குழுக்களிடமிருந்து வரும் அனைத்துச் செய்திகளையும் படித்தே ஆகவேண்டும். அவற்றுக்கு எல்லாம் பதில்கொடுத்தே ஆக வேண்டும், யாருக்கு உரையாட நேரம் இருக்கிறது?

இதில் வேடிக்கை என்ன என்றால் இவர்கள் அனுப்பும் செய்திகளில் முக்கால்வாசி செய்திகள் எப்படி பெற்றோரையும், உற்றாரையும் கவனித்து அன்பு செய்யவேண்டும் என்பதுபற்றிய அறிவுரைகளும், வீடியோக்களும்தான்!

முன்பு ஒரே அறையில் 5 பிள்ளைகள் படுத்து உருண்ட காலம் போய், இருக்கின்ற இரண்டு பிள்ளைகளுக்கு தனித்தனி அறை! கேட்கவே வேண்டாம், அவர்கள் ஒருவருக்கு ஒருவர் தொடர்பு கொள்ள வேண்டும் என்றாலும் வாட்ஸாப்பில்தான் செய்து கொள்ள வேண்டும்!

எனவே நண்பர்களே, இல்லத்தில் அன்பும் மகிழ்ச்சியும் இயற்கையாகவே பொங்கட்டும்! இந்த செயற்கைப் பொழுதுபோக்குகளில் இயற்கையாக ஊறும் ஆனந்தத்தை வற்றச் செய்துவிடாதீர்கள்!

குடும்பத்தைப் பராமரிப்பது ஒரு கலை.
அதன் அடிப்படை தியாக சிந்தனை. அது
இல்லாவிட்டால் நீங்கள் எத்தனைதான்
உங்கள் குழந்தைகளுக்கு வாங்கிக்
கொடுத்தாலும் அது அவர்களுக்கு
நிறைவையும் மகிழ்ச்சியையும் கொடுக்காது.

34

பிள்ளைகளிடம் பொறுப்பைக் கொடுங்கள்!

எங்களது பள்ளிப் பருவத்திலேயே சில பொறுப்புகளை எங்களுக்குக் கொடுத்து எப்படிச் செயலாற்றவேண்டும் என்று சொல்லிக் கொடுத்திருந்தார்கள் எங்களது பெற்றோர்கள்.

பொதுவாக சிறுவர்கள் விளையாட்டுப் போக்கில் இருப்பார்கள். அவர்களை 'அதைச் செய், இதைச் செய்' என்று கட்டளை கொடுத்துக் கொண்டிருந்தால் அவர்களுக்கு வெறுப்பு ஏற்படுமே தவிர பொறுப்புகளை ஏற்றுச் செயல்படுத்த ஆவல் இருக்காது. ஆனால் இவற்றையே ஒரு விளையாட்டுப்போல அவர்களை பாவிக்கச் செய்தால் அவர்களுக்கு நிச்சயமாக ஓர் ஆர்வம் தோன்ற அவற்றைச் சமர்த்தாக செய்துகாட்டுவார்கள்.

உதாரணத்துக்கு, நான் உயர்நிலை பள்ளியில் படித்துக்கொண்டிருக்கும் போது என்னை வங்கி சம்பந்தமான பரிவர்த்தனைகளைச் செய்ய ஊக்குவிக்க நினைத்தார் என் தந்தை. நேரடியாக பேச்சுக்கு வராமல் என்னை 'வங்கியில் எப்படி பரிவர்த்தனை நடைபெறுகிறது தெரியுமா?'என்று ஒரு கொக்கி போட்டார்.

எனக்கு ஒன்றும் தெரியாத நிலையில் நான் விழிக்க, 'நாம் இருவரும் வங்கிக்குச் செல்வோமா?' என்று என் ஆர்வத்தைத் தூண்டினார்.

நான் அவருடன் வங்கிக்குச் சென்று நடக்கும் விஷயங்களை எல்லாம் கவனமாக பார்த்துக்கொண்டேன். பிறகு என்ன, எனது விடுமுறை நாட்களில் வங்கிக்குச் சென்று என் தந்தைக்கு வேலையை மிச்சம் செய்தேன்.

இப்படித்தான் என் சகோதரிகளிடம் என் அன்னை ஒரு சவால் விடுவார். எப்படி உள்ள வரும்படியில் வீட்டு பட்ஜெட்டை சமாளிப்பது என்று. உடனே இருவரும் போட்டி போட்டுக்கொண்டு தங்களது யோசனை களைச் சொல்ல, கூட பிள்ளைகள் நாங்களும் சில யோசனைகளை அவிழ்த்துவிட எல்லோரும் ஜனநாயக முறையில் ஒரு முடிவுக்கு வந்து நிலைமையைச் சமாளிப்போம்.

எப்படி வரவு செலவுகளைச் சமாளிப்பது என்பதை நாங்கள் எங்கள் அன்னையிடம்தான் கற்றுக்கொண்டோம். அவர் ஒரு டயரி வைத்திருப்பார். அதில் வரவு செலவுகளை தேதி வாரியாக எழுதி வைப்பார். குறிப்பிட்ட மாதத்தில் ஷார்டேஜ் வந்தால், முன் மாதங்களின் பக்கங்களை புரட்டிப் பார்த்து செலவினம் எந்த வகையறாவில் கூடியிருக்கிறது என்று கண்டு பிடிப்பார். பிறகு அதை கொஞ்சம் டைட் செய்து நிலைமையைச் சமாளிப்பார்.

இன்று தொண்ணூறு வயதில் அவரால் டயரி எழுத முடியவில்லை. ஆனால் என் சகோதரனை மறக்காமல் எழுதச்செய்து குடும்ப பட்ஜெட்டை கண்ட்ரோலில் வைத்திருக்கிறார் என்றால் பார்த்துக் கொள்ளுங்களேன்!

அந்தப் பழக்கம் எங்கள் எல்லோருக்கும் சிறு வயதிலேயே வர, எங்களது வரவு, செலவுகளை இன்றுவரை திறம்பட செய்து வருகிறோம்.

அவரது இன்னொரு வழக்கம் ஒரு முக்கியமான பண்டிகை, அல்லது விழா வீட்டில் நடக்கிறது என்றால் பல வாரங்களுக்கு முன்பிருந்தே அதற்குச் செய்யவேண்டிய வழிமுறைகளை பட்டியல் இட்டு வைப்பார். ஒவ்வொன்றாக செய்து முடிக்கும்போது அவற்றை டிக் செய்து கொண்டே வருவார். இவ்வாறு செய்வதால் ஒரு செயலும் விட்டுப் போகாமல் விழா அமோகமாக நடக்கும். ஒரு குறைபாடும் வாராது.

பின்னால் நான் மேனேஜ்மெண்ட் கோர்ஸ் படிக்கும்போது check list of priorities என்ற சப்ஜெக்ட் வரும்போது அது வேறொன்றும் அல்ல, என் அன்னை எங்கள் சிறு வயதில் எங்களுக்கு படிப்பித்திருந்த ஒன்றுதான் என்று அறிந்தபோது என் அன்னையின் திறமையை என்னால் போற்றாமல் இருக்க முடியவில்லை. அவர் மட்டும் உயர் கல்வி படித்திருந்தால் மிகப்பெரிய பதவிகளை வகித்திருந்திருப்பார் என்று எனக்குத் தோன்றும்.

அதேபோல் அவரது செவிக்கு ஒரு விஷயம் வந்தால் அதை அப்படியே ஏற்றுக்கொள்ள மாட்டார். துருவித் துருவி கேள்விகளைக் கேட்டு, பல கோணங்களில் ஆராய்ந்து விஷயத்தைச் சொன்னவர் வாயாலேயே உண்மையைக் கக்க வைத்து பின்னர்தான் தன் கருத்தைச் சொல்வார். நான் நினைத்துக்கொள்வேன் அன்னையின் தந்தை, பாட்டனார், தம்பி எல்லோரும் வக்கீல்கள். எனவே இந்த கிராஸ் எக்ஸாமினேஷன் அவரது ரத்தத்திலேயே ஊறி இருக்கும்போல என்று.

எதற்கு இவ்வளவு நேரம் எங்களது பிள்ளை பிராயத்தைப்பற்றி அளக்கிறேன் என்றால் அந்தப் பருவத்தில் கற்பதுதான் மனத்தில் நிலைத்து நிற்கும். அந்தக் கல்வியைக் கட்டளைகள் மூலமாகவோ, கெஞ்சிக் கூத்தாடியோ பிள்ளைகளுக்குப் புகட்ட முடியாது.

- பெற்றோர்கள் தாங்களே உதாரண மாந்தராக இருந்து காட்ட வேண்டும்.
- பிள்ளைகளுக்கு அவர்களது ஆர்வத்தைத் தூண்டும்முறையில் எடுத்துச் சொல்லவேண்டும்.
- கூடவே இருந்து வழியும் காட்டி அவர்கள் அவற்றைச் செய்து முடிக்க வைக்கவேண்டும்.
- அப்படி அவர்கள் செய்வதை தாராளமாகப் பாராட்டி மகிழ்வித்து அவர்களை மேலும் முன்னேற்ற ஊக்குவிக்கவேண்டும்.

எனக்குத் தெரிந்து சில பேர் வெளியூரிலிருக்கும் தம் பிள்ளைகளை எழுப்ப தாம் இருக்கும் ஊரில் தனக்கு அலாரம் வைத்துக்கொண்டு எழுந்து பின் அவர்களுக்கு போன் செய்து 'பக்குவமாக தாஜா' செய்து எழுப்புவதைக் கண்டு வியந்திருக்கிறேன்.

எனவே பிள்ளைகளை செல்லம் கொடுத்துக் கெடுத்துவிடாதீர்கள்.

35

மரத்தின் நிழலில் கன்று வளராது!

எல்லோருக்கும் தெரிந்த இயற்கையின் நியதி இது. இளம் கன்று மரத்தின் நிழலில் இருந்தால் போதுமான சூரிய ஒளி கிடைக்காமல் வளராது நின்று விடும். சில பட்டுப்போவதும் உண்டு.

சென்ற அத்தியாயத்தில் நான் பிள்ளைகளை சிறு பிராயத்திலேயே சொந்தமாக செயல்பட வைக்கவேண்டும் என்று கூறியதன் நோக்கம் அவர்கள் எப்போதும் பெற்றோரையே நம்பிக்கொண்டு தங்களது சுயத்தன்மையை இழந்து விடக்கூடாது என்பதனால்தான்.

எங்களது சிறு வயதில் எங்கள் தந்தை எங்களை சுயமாக சிந்திக்கத் தூண்டுவார். உதாரணமாக 1975-76களில் எமர்ஜென்ஸி அறிவிக்கப் பட்ட நிலையில் அவர் அது இந்தியாவுக்கு அன்றைய கால கட்டத்தில் தேவைதான் என்று வாதாடுவார். நாங்கள் எங்களது மாற்றுக் கருத்துக்களை எடுத்து வைக்க ஊக்கம் கொடுப்பார். அப்படி நாங்கள் வாதிடும்போது எங்களிடம் நல்ல கருத்துக்கள் வெளி வந்தால் கை தட்டி பாராட்டுவார்.

இதுபோல பலப்பல விவாத மேடைகளை எங்கள் சிறிய இல்லம் சந்தித்திருக்கிறது. சில சமயம் விவாதம் சூடேறி அக்கம் பக்கத்தில் இருக்கும் குடித்தனக்காரர்களுக்கும் தொற்றிக்கொள்ள அவர்களும்

தங்கள் பங்குக்கு வாதப் பிரதிவாதங்களை வைக்க ஒரே அமர்க்களம் போங்கள்!

அந்த நாட்களை இன்று நினைக்கும்போதும் என் முகத்தில் புன்னகை மலர்கிறது. என் கண்களில் ஆனந்தக் கண்ணீர் வழிகிறது - எங்கள் தந்தை எங்களுக்குக் கொடுத்த பேச்சு சுதந்திரத்துக்காக.

நம்ப மாட்டீர்கள் எங்களது விவாதம் தொடாத சப்ஜெக்ட் இல்லை பாலியல் உட்பட!

- அது எங்களைச் சுயமாக சிந்திக்க வைத்தது.
- பலவிதமான விஷயங்களை எங்கள் பார்வைக்குக் கொண்டுவந்தது.
- ஒரு விஷயத்தை பல கோணங்களில் காண வைத்தது.
- மாற்றுக் கருத்துக்களை கண்மூடித்தனமாக எதிர்க்காமல் அதிலும் உள்ள நல்ல அம்சங்களை உணர வைத்தது.
- படபடப்பு இல்லாமல் தெளிவாகப் பேசும் ஆற்றலை படிப் படியாக எங்களுக்குப் பயிற்றுவித்தது.

இப்படித்தான் எங்களது சுய சிந்தனை உருப்பெற்றது. நான் திநகர் உயர் நிலைப் பள்ளியில் படிக்கும்போது திரு. திருநாவுக்கரசு என்ற தமிழ் ஆசிரியரும் எங்களை இப்படித்தான் ஊக்குவிப்பார்.

அவர் பாடம் நடத்தும் விதமே அலாதியானது. ஒரு மாணவன் அவர் கூறுவதை ஊன்றிக் கேட்டால் அந்த வகுப்பிலேயே அவனுக்கு அது கை வந்து விடும். மீண்டும் அவன் அதைப் படிக்க தேவையே இல்லை. அவர் தனது சிலபஸை வெகு விரைவில் அதே சமயத்தில் சிறப்பாக செய்து முடிப்பார். பிறகு கிடைக்கும் சமயத்தில் சமூக, ஆன்மிக சம்பந்தமாக எங்களை விவாதிக்க வைப்பார். எங்களது சிந்தனையைத் தூண்டுவார்.

நான் 'மாணவர் மன்றம்' போட்டியில் தமிழ்நாட்டில் முதலாவதாக வந்தபோது பள்ளி கொடுத்த பரிசைத் தவிர, அவர் எனக்காக ஒரு புத்தகத்தைப் பரிசாக வழங்கினார். சிந்தனைச் சிற்பி ஜெயகாந்தனின் 'பிரம்மோபதேசம்' என்ற புத்தகம் அது. அதில் நான் படித்த கருத்துகள் என்னை மிகவும் பிரமிக்க வைத்து என்னை மீண்டும் மீண்டும் சிந்திக்கத் தூண்டின.

பல வருடங்களுக்கு பின் அவரை பள்ளிக்குச் சென்று சந்தித்தேன். அப்போது அவர் தலைமை ஆசிரியராகப் பொறுப்பேற்று பள்ளியை அருமையாக நடத்திக்கொண்டிருந்தார். அத்தனை வருடங்களுக்கு பின்னும் என்னை அடையாளம் கண்டுகொண்டு அப்போது அங்கு

வந்திருந்த ஒரு மாணவனின் பெற்றோர்களிடம் என்னைப் புகழ்ந்து பேசினார். அவருக்கு என் இதயப்பூர்வமான நன்றிகளைத் தெரிவித்து விட்டு பள்ளி நினைவுகளிலேயே மூழ்கியவனாக வெளியே வந்தேன்.

சரி, பிள்ளைகள் நன்றாக வளர்ந்து விட்டார்கள். சொந்தக் காலில் நின்று உழைத்து முன்னேறிக்கொண்டிருக்கிறார்கள் என்றால் அந்தப் பெருமையுடன் நின்று கொள்ளுங்கள். அவர்கள் எப்படி குடும்பம் நடத்துகிறார்கள், அவர்களது பிள்ளைகள் எப்படி வளர்கிறார்கள், அவர்களது வளர்ப்பு சரியா தவறா என்று அட்வைஸ் செய்ய அவர்கள் பின்னாலேயே நடக்கப் புகுந்தால் நிலைமை மாறிவிடும்.

நீங்கள் உங்கள் கடமையை செய்தாகிவிட்டது என்றால், பிள்ளைகளை அவர்கள் கடமைகளைச் செய்யவிடுங்கள். ஒவ்வொரு விஷயத்திலும் மூக்கை நுழைத்துக்கொண்டிருந்தால் உங்கள் மதிப்புதான் குறைந்துகொண்டே வருமே தவிர உங்கள் பேச்சு எடுபடப்போவதில்லை.

பிள்ளைகள் தாமாகவே அறிவுரை கேட்க வந்தால் நாம் நமக்குத் தெரிந்ததை, நமது அனுபவத்தில் இருந்து கூறுவதுதான் முறை. ஆனால் அது அப்படியே கடைப்பிடிக்கப்படாமல் போனால் (90 சதவிகிதம் அப்படித்தான் ஆகும்!) அதற்காக வருந்தாதீர்கள். பட்டறிவு அவர்களுக்கும் வரும். அப்போது, 'ஆஹா, நம் தந்தை அன்றே கூறினார் அல்லவா, நம் அன்னை அன்றே உரைத்தார் அல்லவா? !' என்று நன்றியுடன் உங்களை நினைக்கக்கூடும். மீண்டும் உங்கள் ஆலோசனையைக் கேட்கக்கூடும்.

உங்கள் உறவுப் பாலம் பலமாக இருக்கும். உங்கள் இடையே எந்த தடுப்புச்சுவரும் எழும்பாது.

நீங்கள் உங்கள் கடமையை செய்தாகிவிட்டது என்றால், பிள்ளைகளை அவர்கள் கடமைகளைச் செய்யவிடுங்கள். ஒவ்வொரு விஷயத்திலும் மூக்கை நுழைத்துக்கொண்டிருந்தால் உங்கள் மதிப்பு குறைந்துகொண்டே வருமே தவிர உங்கள் பேச்சு எடுபடப்போவதில்லை.

36

உறவுகளை நெறிப்படுத்திக் கொள்ளுங்கள்!

ஒரு காலத்தில் கூட்டுக்குடும்பமாக வாழ்ந்ததுபோய் இன்று ந்யூக்ளியஸ் குடும்பங்கள் என்று பெற்றோரைப் பிரிந்து பிள்ளைகள் மனைவி மக்களுடன் வாழும் காலம் வந்துவிட்டது. கிரேஸி மோகன் நகைச்சுவையாகக் கூறியதுபோல கணவனும் மனைவியும் சேர்ந்து வாழ்ந்தாலே ஜாயிண்ட் ஃபாமிலி என்று கூறிக்கொள்ளும் நிலைமை அதி விரைவில் வந்துவிடும்!

எங்களது சிறுவயதில் எனது தாய் தந்தையர் எனது பாட்டனாருடன் எங்களது சிற்றப்பா குடும்பங்களுடன் ஒன்றாக வாழ்ந்த காலங்கள் மனதில் நிழலாடுகின்றன.

அதேபோல கோடை விடுமுறை நாட்களில் திருவள்ளூரில் எங்களது தாய் வழி பாட்டனார் வீட்டில் எங்களது சித்திகளின் பிள்ளைகளுடன் கொட்டம் அடித்த நாட்கள் வாழ்க்கையில் மறக்க முடியாத நாட்கள்.

அந்தக் காலத்து வீடு அது, முற்றம், தாழ்வாரம், கூடம், பின்புறம் தோட்டம் என்று இரண்டு தெருக்களை அடைத்து பிரம்மாண்டமான வீட்டில் நாங்கள் ஒரு 25, 30 பேர் கூடி கும்மாளம் அடித்து மகிழ்ந்த காலம் இனி வரப்போவதில்லை என்று நினைக்கும்போது மிக வருத்தமாகத்தான் இருக்கின்றது.

அதே சமயத்தில் கூட்டுக் குடும்பங்களில் பிணக்கமே இருந்ததில்லை, எல்லாமே இன்ப மயமென்றும் கூறுவதற்கில்லை. அதிலும் இறுக்கங்கள் உண்டு. ஆனால், பரஸ்பரம் விட்டுக் கொடுக்கும் தன்மையும், பெற்றோர்களின் மனம் புண்படக்கூடாது என்ற அக்கறை மிகுந்திருந்த காரணத்தாலும் பெரும்பாலும் அவை வெற்றிகரமாகத்தான் நடந்துகொண்டிருந்தன.

இப்பொழுது சகோதர சகோதரிகள் திருமணத்துக்குப் பின் தனித்தனியே வாழும்போது நெருக்கம் குறைந்துவிட்டது மட்டு மல்லாமல், பிணக்கங்களும் அதிகமாகிவிட்டதோ என்று தோன்று கின்றது. அன்று ஒரே வீட்டில் வாழ்ந்தபோது சகோதரர்களிடையே சம்பாத்தியத்தில் ஏற்றத் தாழ்வுகள் இருந்தாலும் அவை பெரிதாக பொருட்படுத்தப்படவில்லை. ஒருவித கம்யூனிஸம் அங்கு கடை பிடிக்கப்பட்டு வந்தது.

இந்த கான்செப்ட் புரியாத இளைய தலைமுறையினர் பாலசந்தரின் 'பாமா விஜயம்' படத்தைப் பார்க்குமாறு பரிந்துரைக்கிறேன்.

இன்று தனித்தனியே வாழும் சகோதரர்கள் போட்டா போட்டி போட்டுக்கொண்டு ஒருவரை ஒருவர் மிஞ்சப்பார்க்கிறார்களே ஒழிய பழைய இணக்கத்தையும் அன்பையும் அக்கறையையும் காண முடியவில்லை. ஆங்கிலத்தில் 'Sibling rivalry' என்ற ஒரு பதத்தை உபயோகிக்கிறார்கள். தமிழில் கூறுவதென்றால் 'பங்காளிச் சண்டை' என்று வேண்டுமானால் கூறலாம். சில சமயம் இந்த உராய்வுகள், வாக்குவாதங்களாக மாறி, கை கலப்புவரை போய் ஒருவரை ஒருவர் சந்தித்தாலும் முகத்தைத் திருப்பிக்கொண்டு போகும் நிலைமை!

சகோதரர்கள் சொத்துச் சண்டையில் கோர்ட், கேஸ் என்று போய் உறவுகள் முறிந்து போனதை பல குடும்பங்களில் பார்த்திருக்கிறேன். ஏன் இவர்களால் நடு நிலைமையோடு பிரச்னைகளை தீர்த்துக் கொள்ள முடிவதில்லை என்று வியந்திருக்கிறேன்.

கடைசி காலத்தில் தாய் தந்தையரை பராமரித்தவன் நான்தான். எனவே (பல லட்சங்கள் பெறுமானமான) வீட்டை நான் பங்கிட்டுக் கொடுக்க அனுமதிக்க மாட்டேன். சொத்து கேட்டுக்கொண்டு இந்த வீட்டை யாரும் மிதிக்க வேண்டாம் என்று சூளுரைத்த ஒரு முதியவரை எனக்குத் தெரியும்.

அவரது காலம்வரை அந்தப் பெரிய குடும்பத்தால் சொத்துக்களை பங்கு போடவே முடியவில்லை. அவரது காலத்துக்குப்பின் அவர்கள் குடும்பத்தின் வழித்தோன்றல் ஒன்று வக்கீல் நோட்டிஸ் கொடுக்க,

நிலைமை தலைக்குமேல்போய் விடுமோ என்று பயந்து கொடுக்க வேண்டியவர்கள் அரை மனதாக பாகம் பிரிக்க சம்மதித்தார்கள்.

பொதுவாக மகன்கள் நினைப்பது சகோதரிகளுக்குத்தான் திருமணச் செலவு, அது இது என்று செலவழித்தாகிவிட்டதே, எதற்காக சொத்தில் பங்கு என்று. அவர்களுக்கு காலணா பங்கு கொடுக்காமல் சொத்தை அனுபவிக்க நினைத்தவர்கள் கிட்டிய பணத்தை அதிக வட்டிக்கு 'Fly by night' பைனான்ஸ் நிறுவனங்களில் இட்டு தானும் அனுபவிக்க முடியாமல் போன செய்திகளையும் கேள்விப்படுகிறோம்.

ஒருவர் தன் சகோதரிக்கு சேரவேண்டிய பணத்தைக் கொடுக்காமல் யாரைக்கொண்டோ அவரது கையெழுத்தைப் போட வைத்து பணத்தை ஸ்வாஹா செய்த கதையும் உண்டு. உண்மை வெளி வந்த பின் அந்த சகோதரி விக்கித்துப்போனார். எதிர்பாராத ஷாக் அது. என்ன செய்வது? செய்தவன் உடன் பிறப்பு, போனால் போகட்டும் என்று விட்டு விட்டார் அவர்.

பெரிய வக்கீல்களாக இருந்தவர்களே தங்கள் மறைவுக்குமுன் ஓர் உயில் எழுதி வைக்காமல் சென்றதைப் பார்க்கையில் வியப்பாக இருக்கிறது. அதே சமயத்தில் ரியல் எஸ்டேட், மார்க்கெட்டின் உச்சத்தில் இருக்கும் மயிலாப்பூர் போன்ற ஒரு சூப்பரான இடத்தில் தாய் தந்தையர் விட்டுச்சென்ற ஒரு சொத்தை அவர்களது காலத்துக்குப் பின் மிகக் கண்ணியமான முறையில் உடன் பிறந்தார் அனைவரும் ஒன்று கூடி விவாதித்து ஒருவருக்கும் அதிருப்தி ஏற்படாமல் சுமுகமாகப் பிரித்துக்கொண்ட ஒரு பெரிய குடும்பத்தையும் பார்த்திருக்கிறேன்.

இதில் முக்கியமான விஷயம் என்ன என்றால் சகோதர, சகோதரிகள் உணர்ச்சிவசப்படாமல், தங்களது உறவுக்கு பங்கம் வராமல், ஒருவருக்கு ஒருவர் நன்றாக விட்டுக்கொடுத்து ஒரு விஷயத்தை அணுகும்போது அனைத்தும் மிகச் சுமுகமாக முடிந்துவிடுகின்றன என்பதுதான்.

நான் முன்பே குறிப்பிட்டிருந்தபடி உடன் பிறப்புகள் ஒவ்வொருவரும் ஒவ்வொரு கால கட்டத்தில் அந்தந்தச் சமயத்தில் பெற்றோர்களுக்கு இருந்த பதிவுகளின்படி பிறந்தவர்கள். எனவே அவர்களின் அணுகுமுறைகளில், அபிலாஷைகளில் வித்தியாசங்கள் இருப்பது சகஜமே.

அறிவுப்பூர்வமாக இவற்றை அணுகும்போது இந்த வித்தியாசங்களை சீர் செய்துவிடலாம். கண் மூடித்தனமான பற்றுகள் அல்லது காரணம்

இல்லாத வெறுப்பு இவை இரண்டுமே உறவுகளை சீர் குலைத்து விடும்.

- எதுவரை இயலுமோ அதுவரை உறவுகளுக்கு உதவிக்கரம் நீட்டுங்கள்.
- உதவ முடியவில்லை என்றால் நிலைமையை எடுத்துச் சொல்லி சரியான அறிவுரைகளை வழங்குங்கள்.
- அதுவும் முடியாத பட்சத்தில் விலகி நின்றாலும் உங்கள் வாழ்த்துக்களையாவது வழங்கி அவர்களது முன்னேற்றத்துக்கு உதவுங்கள்.
- சொத்துக்காகவோ, பணத்துக்காகவோ உறவுகளிடம் பிணக்கம் வேண்டாம்.

இதைப்பற்றி நினைக்கும்போது எனக்குத் தோன்றுவது உடன் பிறப்புகள், பங்காளிகள், உறவினர்கள் எல்லோருமே ஒரு பசையால் பந்தப்பட்டதுபோல இருக்கிறார்கள்.

பசை ஈரமாக இருக்கும்போது அவர்களிடையே ஒரு பலமான இணைப்பு காணப்படுகிறது. ஒருவரைவிட்டு ஒருவர் பிரிந்து வேறு ஊர் சென்றாலே நாட்கணக்காக கண்ணீர் வருகிறது. வருடங்கள் ஓட, ஓட அந்தப் பசை உலர்ந்து விடுகிறதோ என்னவோ கொஞ்சம் கொஞ்சமாக விலகிவிடுகிறார்கள்.

இந்த இயற்கையின் மாற்றங்களைப் புரிந்துகொண்டு விருப்பு, வெறுப்புக்களை உதறித்தள்ளி பற்றுகளால் கட்டுப்படாத அன்பை எல்லோருக்கும் தடையின்றி வழங்கி உறவுகளையும், நட்பையும் சீர்படுத்திக்கொள்ளுங்கள்!

> சகோதர, சகோதரிகள் உணர்ச்சிவசப் படாமல், தங்களது உறவுக்கு பங்கம் வராமல், ஒருவருக்கு ஒருவர் நன்றாக விட்டுக்கொடுத்து ஒரு விஷயத்தை அணுகும்போது அனைத்தும் மிகச் சுமுகமாக முடிந்துவிடுகின்றன.

37

உறவுகளிடமிருந்து எதிர்பார்ப்புகளை விடுங்கள்!

மரியாதை என்ற வார்த்தையை எப்படியெல்லாம் நீட்டி முழக்க முடியுமோ அத்தனை அளவுக்கு நீட்டி அந்த வார்த்தைக்கே அர்த்தம் இல்லாதபடி ஆக்கிவிட்ட பெருமை நம்மையே சேரும்.

ஒரு கல்யாணம். விடியற்காலை நாலரை மணிக்கே தங்கி இருந்தவர்கள் எல்லாம் எழுந்தாயிற்று. (அப்படி எழுந்திருக்கவில்லை என்றாலும் நாதஸ்வரக்காரரும், தவில் வாசிப்பவரும் தங்கள் கடமை உணர்ச்சியை எல்லை இல்லாமல் காட்டி உங்கள் தூக்கத்தை எப்படியாவது கலைத்து விடுவார்கள்!)

கல்யாணப் பிள்ளையுடைய மச்சானுடைய, சகலையுடைய, மாமன் கூச்சலிடுகிறார் இன்னும் காபி அவர் அறைக்கு வரவில்லை என்று.

உடனே பெண் வீட்டாரை நோக்கி ஒரு படை கிளம்பி போர் தொடுக்க, பெண்ணைப் பெற்ற அப்பாவி யார் யார் கால்களிலோ விழுந்து மன்னிப்புக் கேட்டு சமாதானப்படுத்தி பின்னர் மற்ற வேலைகள் நடக்கின்றன.

சாப்பாட்டுவேளை. பிள்ளையைப் பெற்றவரை அழைக்காமல் பெண்ணைப் பெற்றவர்கள் சாப்பிட்டுவிட்டார்களாம். பிள்ளையை அழைத்துக்கொண்டு ஹோட்டலுக்கு போய் சாப்பிட்டுக் கொள்கிறேன் என்று துடிக்கிறார் பிள்ளையின் தந்தை!

காசி யாத்திரைக்கு பெண் வீட்டார் வாங்கி வைத்த செருப்பு யாரோ பிச்சைக்காரன் போடுவதுபோல் இருக்கின்றது என்று முகத்தை சுளுக்கிக்கொண்டார் மாப்பிள்ளை. விளைவு, காசி யாத்திரை போகக் கிளம்பியவன், கோபத்தில் மண்டபத்தை விட்டே புறப்பட்டு காசி தியேட்டரில் மார்னிங் ஷோவுக்குச் சென்றுவிட்டான்! அவனைத் தேடிப் பிடித்து வர பெண் வீட்டார் பட்ட பாடு, அந்த காசி விஸ்வநாதருக்குத்தான் தெரியும்!

இப்படி மரியாதை என்ற வார்த்தையை கொச்சைப்படுத்தி விட்டிருக்கிறோம் நாம். ஒருவர் நாம் எதிர்பார்த்த மரியாதையைக் கொடுக்கவில்லை என்றாலோ, நாம் எதிர்பார்த்தபடி நடக்கவில்லை என்றாலோ நம் மனம் புண்படுகிறது. யதார்த்தமாக நடப்பவர்களை நம்மால் ஏற்றுக்கொள்ள முடியவில்லை என்பதுதான் நிதர்சனமான உண்மை.

நம்மை ஒருவர் விருந்துக்குக் கூப்பிடுகிறார், குறிப்பிட்ட நேரத்துக்கு நம்மால் போக முடியவில்லை. விருந்துக்கு அழைத்தவர் தான் மட்டும் உண்ணாமல் காத்திருந்து வீட்டின் மற்றைய உறவினர்களை உண்ணும்படிச் செய்துவிடுகிறார்.

விருந்துக்குச் சென்ற நாம் என்ன சொல்கிறோம், 'அடடே, ஏன் அனாவசியமாக சாப்பிடாமல் காத்துக்கொண்டிருந்தீர்கள்? நீங்களும் சாப்பிட்டிருக்கலாமே, நான்தான் வருவதற்குத் தாமதம் ஆகும் என்று முன்பே போன் செய்து சொல்லி விட்டேனே!' என்போம். ஆனால் மைண்ட் வாய்ஸ் என்ன சொல்லும், 'அடேய், நீயாவது காத்திருந்து கம்பெனி கொடுத்தாயே...' என்றுதானே!

போலியான மரியாதைகளை, போலியான உபசார வார்த்தைகளைச் சொல்ல, கேட்க பழகிக்கொண்டுவிட்டோம். இந்த போலிகள் நமக்கு ஏதோ ராஜ மரியாதை கிடைத்து விட்டதைப் போன்று ஒரு போலி உலகத்தில் சஞ்சரிக்க வைத்து நம்மை முட்டாளாக்கி விடுகின்றன. நம்மால்தான் விழித்துக்கொள்ள முடிவதில்லை!

நான் துபாயில் வசித்தபோது எங்களது நண்பரது வீட்டிற்கு வரும் ஒரு குடும்பத்தினர் எப்பொழுது எங்களைப் பார்த்தாலும், 'தயவுசெய்து எங்கள் இல்லத்துக்கு விஜயம் செய்யுங்கள்' என்று வலியுறுத்திக் கூறுவர்.

அவர்கள் இவ்வளவுதூரம் கூப்பிடுகிறார்களே என்று ஒருமுறை அவர்கள் இருந்த காலனி பக்கம் நாங்கள் வேறு வேலையாகச் சென்றபோது அப்படியே அவர்களையும் போய் பார்த்தாலென்ன என்று நினைத்து அவருக்கு ஒரு போன் செய்தேன் அவர்கள் வீட்டில் இருக்கிறார்களா என்று தெரிந்து கொள்ள.

பதில் அளித்த அவர் 'ஓஹோ, நீங்களா, சரி என்ன விஷயமாக வருகிறீர்கள்?' என்றாரே பார்க்கலாம்! நான் clean bowled! 'ஒன்றும் இல்லை, just courtesy visit' என்று சொல்லிவிட்டு சட்டுபுட்டென்று சந்திப்பை முடித்துக்கொண்டேன். வருந்தி, வருந்திக் கூப்பிடு கிறார்களே என்று நினைத்துப் போனால், பேர்வழி நான் ஏதோ சாதித்துக் கொள்ள வருவதாக நினைத்து விட்டார்!

சரி, இதை விடுங்கள்! நம்முடைய சொந்த மகன் மகள்களிடம் எப்படி எதிர்பார்த்து மயங்குகிறோம்? நம்முடைய மகன் நம்மை விட்டு அன்னிய தேசத்துக்கு சம்பாதிக்கச் சென்றால் வருத்தம். சென்றவன் அடிக்கடி ஸ்கைப்பில் பேசாவிட்டால் துன்பம். அவன் நம்மைக் கேட்காது ஒரு பெண்ணை மணமுடிக்க நினைத்து விட்டால் அதிர்ச்சி. மாதா மாதம் அனுப்பிக்கொண்டிருந்த பணத்தைக் குறைத்து விட்டாலோ... கதை தீர்ந்தது!

இதுபோலத்தான் நம் பெண் திருமணத்துக்குப்பின் நம் வீட்டிற்கு அடிக்கடி மாப்பிள்ளையுடன் வரவில்லை என்றால் நம்மை மதிப்பதில்லை என்ற வருத்தம். பேரப்பிள்ளைகளை எல்லா விடுமுறைகளுக்கும் அனுப்பி வைக்கவில்லை என்றால் கோபம். உடல் நலம் இல்லாதபோது ஏதோ முக்கியமான காரணத்தால் வர முடியாது போனாலோ சாபம்.

அலுவலகத்தை எடுத்துக்கொண்டாலும் இதே கதைதான். நாம்தான் நிறுவனத்தைத் தாங்கும் தூண் என்று ஒரு போலியான மனப்பான்மை. நமக்குக் கிடைக்கவேண்டிய பிரமோஷன் தாமதப்பட்டுவிட்டால் சோகம். அதைவிட நமக்கு கீழ் உள்ளவனுக்குக் கொடுத்துவிட்டால் எரிமலை வெடித்துவிடும்!

இப்படி எல்லாரிடமும் எதிர்பார்த்து, எதிர்பார்த்து ஏமாந்ததுதான் மிச்சம், நொந்ததுதான் சொச்சம்!

நாம் அமைதியாக வாழவேண்டும் என்றால் மற்றவர்களிடம் இருந்து எதையும் எதிர்பார்க்காமல் இருக்க பழகிக்கொள்ளவேண்டும். இயற்கை நமக்கு உரியதை தாராளமாகத் தர இருக்கும்போது ஏன் இத்தனை எதிர்பார்ப்புகள், ஏமாற்றங்கள், வருத்தங்கள்?

அன்பை கேட்டு வாங்க முடியாது. அது நம்மிடம் தன்னிச்சையாக ஊறும் நிபந்தனை அற்ற அன்பினால் பெறப்படுவது.

மரியாதையை அதிகாரம் செய்து வாங்க முடியாது. அது நம்முடைய கண்ணியத்தால், பண்பால், நடத்தையால் அடையப்படுவது.

முன்னேற்றத்தை விலை கொடுத்தோ, விசுவாசத்தாலோ வாங்க முடியாது. அது நம் திறமையால், உழைப்பால், தொலைநோக்குப் பார்வையால் எட்டப்படுவது.

ஒருவரிடம் ஒன்று எதிர்பார்க்கும்போது,

- நாம் ஒரு பிச்சைக்காரர் ஆகி விடுகிறோம்.
- எதிர்பார்த்தது கிடைக்கவில்லை என்றால் ஏமாற்றமடைந்து மனமுடைந்து விடுகிறோம்.
- யதார்த்தமான நட்பை, அன்பை புறக்கணிக்கத் தலைப்படுகிறோம்.
- நம்முடைய பர்சனாலிடி உடைந்து சிதறுவதை உணர மறுக்கிறோம்.

எனவே நண்பர்களே, யாரிடமும் எதையும் எதிர்பார்க்காமல் அன்பு செலுத்தப் பழகுங்கள்!

நாம் அமைதியாக வாழவேண்டும் என்றால் மற்றவர்களிடம் இருந்து எதையும் எதிர்பார்க்காமல் இருக்க பழகிக்கொள்ள வேண்டும். இயற்கை நமக்கு உரியதை தாராளமாகத் தர இருக்கும்போது ஏன் இத்தனை எதிர்பார்ப்புகள்?

38

பனி பெய்து குளம் நிரம்புவதில்லை!

ஒருநாள் எங்களது வேலைக்கார அம்மாள் அவள் குடியிருப்பில் வசிக்கும் சிலர் அவளையும் அவள் கணவனையும் மட்டமாக நடத்துவதைப்பற்றி வருத்தத்தோடு சொல்ல, என் மனைவி அவளுக்கு ஆறுதலாக, 'கவலைப் படாதே, பனி பெய்து குட்டை நிரம்பாது! இதெல்லாம் விரைவில் ஆவியாகி காணாமல் போய் விடும்!' என்றாள்.

இந்தப் பழமொழி எனக்கு புதுமையாக இருந்தது மட்டுமல்ல, நல்ல தத்துவத்தை உள்ளடக்கியதாக இருந்தது. அடுத்தவர்களின் சீண்டல்களை நாம் பொறுமையோடு சகித்துக்கொண்டு விட்டால், அவற்றின் விஷத்தன்மை மறைந்து பனி ஆவியாகிவிடுவதைப்போல அவை காணாமல் போய்விடுகின்றன.

வாட்ஸாப்பில் படித்த ஒரு குறுஞ்செய்தி. ஒருவர் டாக்ஸியில் பயணித்துக்கொண்டிருக்கிறார். டிரைவர் வண்டியை நன்றாக செலுத்திக்கொண்டிருக்கிறார். எதிரே வரும் வண்டி ஒன்று ராங் சைடில் ஓவர்டேக் செய்ய யத்தனிக்கிறது. இந்த டிரைவர் ப்ரேக்கை அழுத்தி வேகத்தைக் குறைக்கிறார். என்றாலும் எதிரே வந்தவர் இவரைப் பார்த்து இரைந்துவிட்டுப் போகிறார். இவரோ ஒன்றும் நடக்காததுபோல வண்டியை ஓட்டிக்கொண்டு போகிறார்.

அடுத்து இவர் போய்க்கொண்டிருக்கின்ற ரோட்டில் ஒரு சந்திலிருந்து ஒரு வாகனம் திடீரென நுழைகிறது. சரேல் என ப்ரேக்கை அழுத்தி

சமாளிக்கிறார் இவர். பக்கம் பார்க்காமல் நுழைந்தவனோ இவரை கெட்ட கெட்ட வார்த்தைகளால் திட்டி விட்டுச் செல்கிறான். இவர் சிரித்துக்கொண்டே வண்டியை ஓட்டிக்கொண்டு போகிறார்.

வியப்படைந்த பயணி, 'ஐயா, நீங்கள் சரியானபடிதான் ஓட்டிக் கொண்டிருக்கிறீர்கள். தவறாக வண்டியை செலுத்தியவர்கள் உங்களை ஏசும்போது எப்படி அதைப்பற்றி எல்லாம் கவலைப்படாமல் வண்டியை ஓட்டிக்கொண்டு போகிறீர்கள்?'

சார், ஒவ்வொருவனுக்கும் ஒவ்வொருவிதமான துன்பம், வெறுப்பு, வேதனை. மனதில் குப்பையைச் சேர்த்து வைத்துக்கொண்டு போய்க் கொண்டிருக்கிறான். சரியோ, தவறோ யார் மீதாவது இந்தக் குப்பையை அவன் எறிந்து சமாதானம் ஆகிறான். நான் ஏன் இவனுடைய குப்பையை அள்ளி என் அமைதியை இழக்கவேண்டும்? நான் அமைதி இழந்து அவனைப் போல் வருகிறவன், போகிறவன் எல்லோர்மீதும் எரிந்து விழுந்து கொண்டிருந்து, அதனால் என் கவனம் சிதறி அது ஆக்ஸிடெண்டுக்கு கொண்டுபோய் விட்டால் யாருக்கு நஷ்டம்?

'என் அமைதி என் கையில். அதை இழக்க நான் சம்மதிக்க மாட்டேன்!' என்றானாம்.

இந்தச் செய்தி உண்மையாக நடந்ததோ இல்லையோ, அதைப்பற்றி யோசிக்கவேண்டாம். ஆனால் இந்தச் செய்தி தரும் படிப்பினை நன்றாகத்தான் இருக்கிறது.

நமது தினசரி வாழ்க்கையில் இது மாதிரி எத்தனை சம்பவங்கள்!

நான் பள்ளியில் படித்துக்கொண்டிருந்தபோது எங்களுக்கு பாடம் எடுத்த சில டீச்சர்கள் இப்படி காரணம் இல்லாமல் எரிந்து விழுவதைக் கண்டிருக்கிறேன். பாவம், வீட்டில் என்ன பிரச்னையோ, அங்கே காட்ட முடியாது. தனக்கு அடங்கி இருக்கும் பிள்ளைகளிடம் தாங்கள் வீட்டில் அடக்கி வைத்த கோபத்தைக் காட்டினார்கள் போலும்!

நம் வேலை படிப்பதுதானே, இவர்கள் கத்திக்கொண்டு இருக்கட்டும் என்று கவலைப்படாமல் நாங்கள் பாட்டுக்கு எங்கள் வேலையைப் பார்த்துக்கொண்டு இருப்போம். இதில் என் நண்பன் ஒருவன் மிக சமர்த்தன். 'டேய், டீச்சர் இன்னிக்கி சிகப்பு கலரில் சேலை உடுத்தி இருக்கிறார்கள். பத்திரம். கோபம் அதிகமாக இருக்கும்!' என்று தான் அதுவரை கவனித்து வந்த புள்ளி விவரங்களை அவிழ்த்துவிட்டு எங்கள் வயிற்றில் புளியைக் கரைப்பான்!

வேலைக்குப் போகும் ஆண்கள் அங்கு அதிகாரி கொடுக்கும் பிரச்னை களுக்கு ஈடு கொடுக்க முடியாமல், எரிச்சலை காட்டிக்கொள்ளவும்

முடியாமல் அதை வீட்டில் இருக்கும் மனைவியிடம் காட்டி சரி செய்து கொள்வார்கள். ஆபீஸில் கிடைத்த குப்பையை வீட்டில் கொட்டி நிம்மதியைத் தேடுவார்கள். அவள் என்ன செய்வாள் பாவம், கோபத்தை தன் மாமனார், மாமியார் அல்லது குழந்தைகள்மீது காட்டி அதாவது அந்தக் குப்பையைக் கொட்டி தன்னைச் சுத்தமாக்கிக்கொள்ள முயல்கிறாள்.

இப்படி குப்பைகள் இடம்மாறுகின்றனவே ஒழிய அழிக்கப்படுவ தில்லை.

●

ஒருமுறை புத்தர் ஓர் ஊருக்கு பயணம் செய்துகொண்டிருந்தபோது அவருடைய சித்தாந்தத்தை வெறுத்த சில பண்டிதர்கள் அவரை நிறுத்தி சரமாரியாக அவர் மேல் வசை பொழிந்தார்கள். புத்தரோ முகத்தில் ஒரு மாற்றமும் இல்லாமல் அமைதியாக இருந்தாராம்.

வியந்துபோன பண்டிதர்கள், 'நாங்கள் இத்தனை மோசமாக உங்களைத் திட்டி இருக்கிறோம். நீங்கள் என்ன என்றால் ஒன்றுமே நடக்காததுபோல நின்றுகொண்டிருக்கிறீர்களே' என்று கேட்டார் களாம். அவர் அவர்களை திருப்பி கேட்டாராம், 'சரி, நீங்கள் என்னிடம் ஒரு பரிசோடு வருகிறீர்கள். ஆனால் நான் அந்தப் பரிசை வாங்க மறுத்து விடுகிறேன். அப்போது அந்தப் பரிசு யாரிடம் இருக்கும்?'

'இது என்ன கேள்வி? எங்களிடம்தான்!'

'இதுவும் அதுபோலத்தான், உங்களது வசவுகளை நான் ஏற்றுக் கொள்ளவில்லை!'

விதிர்விதிர்த்து போனார்களாம் அந்தப் பண்டிதர்கள். 'எத்தனை மோசமாக சபித்திருக்கிறோம். அப்படி என்றால் எல்லா சாபமும்,

> உங்கள் நிம்மதியை மனிதர்கள்மீதோ, பொருள்கள்மீதோ, சூழ்நிலைகள்மீதோ ஒருபோதும் அடகு வைக்காதீர்கள். எந்தச் சூழ்நிலையிலும் அமைதியாய் இருக்க பழகிக்கொள்ளுங்கள். உங்கள் நிம்மதி உங்கள் கையில்.

வசையும் நமக்கேவா?' புத்தர் காலில் விழுந்து தாங்கள் செய்த தவற்றுக்கு மன்னிப்பு கேட்டார்களாம் அந்தப் பண்டிதர்கள்.

எனவே நம் நிம்மதியை ஒருபோதும் நாம் இழக்கக்கூடாது. மனிதர்களோடு ஏற்படும் உராய்வுகள் மட்டுமல்ல பொருள்களோடு நம்மை அடையாளப்படுத்திக்கொள்வதும் மிக ஆபத்தானது.

•

எனக்குத் தெரிந்த ஒருவர் பிறந்தது முதல் 75 வருடங்களுக்கு மேலே ஒரே வீட்டில் வசித்து வந்தவர். அந்த வீடே தன் உலகம் என்று தன்னை அந்த வீட்டோடு இணைத்துக் கொண்டுவிட்டார் அவர். அவரது வாழ்வில் நடைபெற்ற அத்தனை அனுபவங்களும் - அவை இன்பங்களோ அல்லது துன்பங்களோ - அத்தனையும் அந்த வீட்டில்தான்.

சந்தர்ப்ப சூழ்நிலை அவர் முதிய வயதில் அந்த வீட்டைவிட்டு வேறு வீடு மாற வேண்டி வந்தது. புதிய வீட்டிற்கு மாறிய பின் வெகு குறுகிய காலத்துக்குள் அவரது மன நிலை பாதிக்கப்பட்டு தனது நிம்மதியை இழந்துவிட்டார் அவர்.

அவரைப் பொறுத்தவரை தான் வாழ்ந்த பழைய வீடு, அங்கே அவருடன் வாழ்ந்த அவரது பெற்றோர், உடன்பிறப்புகள் எல்லோரும் அதே இடத்தில் பழைய மாதிரியே இருப்பதாக ஒரு பாவனை. அது அவரை தன் கடந்த காலத்திலிருந்து நிகழ் காலத்துக்கு வர விடாமல் செய்து அவரது நிம்மதியைக் கெடுத்துவிட்டது.

மகா ஸ்வாமிகள் என்று எல்லோராலும் அழைக்கப்பட்ட காஞ்சி மாமுனிவரின் போட்டோக்கள் சிலவற்றைப் பார்த்திருப்பீர்கள். ஏதோ ஒரு கரடுமுரடான நிலத்தில், ஒரு துண்டை விரித்து அதில் சுகமாகப் படுத்துக்கொண்டு உறங்கிக்கொண்டிருப்பார். காலில் எறும்புகள் மொய்த்துக்கொண்டிருக்கும். கொசுக்கள் ரத்தத்தை உறிஞ்சிக் கொண்டிருக்கும். இவை அனைத்துக்கும் சம்பந்தப்படாது அவர் நிம்மதியாக உறங்கிக்கொண்டிருப்பார். தனது நிம்மதியை எந்த ஒரு சாதனத்தின் மீதும் அடகு வைக்காமல் இறுதி மூச்சுவரை வாழ்ந்து காட்டியவர் அவர்.

உங்கள் நிம்மதியை மனிதர்கள்மீதோ, பொருள்கள்மீதோ, சூழ்நிலைகள்மீதோ ஒருபோதும் அடகு வைக்காதீர்கள். எந்தச் சூழ்நிலையிலும் அமைதியாய் இருக்க பழகிக்கொள்ளுங்கள். உங்கள் நிம்மதி உங்கள் கையில்.

39

ஆனந்தம் யாரிடம்?

நாம் அனைவருமே ஆனந்தம் என்ற ஒன்றைத்தான் தேடிக்கொண்டு இருக்கிறோம் என்பது உண்மைதான். கேள்வி என்ன என்றால், எதில் அந்த ஆனந்தத்தை தேடிக்கொண்டு இருக்கிறோம் என்பதில்தான்.

சிலர் செல்வத்தைக் குவித்து பக்கம் பக்கமாக வீடுகளையும், மனைகளையும் வாங்கிப்போட்டு தான் கோடீஸ்வரன் என்று தம்பட்டமடித்துக் கொள்வதுதான் ஆனந்தம் என்று நினைக்கிறார்கள்.

சிலர் ஹோட்டல், ஹோட்டலாகச் சென்று வகை வகையாக உணவுப் பதார்த்தங்களை மூக்கு பிடிக்கத் தின்பதுதான் ஆனந்தம் என்று நினைக்கிறார்கள்.

சிலர் சிற்றின்பத்தில்தான் ஆனந்தம் என்று அந்த வேட்கையை தீர்த்துக் கொள்வதற்கு எதுவும் செய்யத் தயாராக அலைகிறார்கள்.

சிலர் புகழ் பெறுவதில்தான் ஆனந்தம் இருக்கின்றது என்று நினைத்து எதைச் செய்தாலும் விளம்பரப்படுத்திக்கொண்டு காசை செலவழித்து கூட்டம் சேர்ப்பதில் தீவிரமாக இருக்கிறார்கள்.

சிலர் அறிவில்தான் ஆனந்தம் என்று புத்தகங்களை கரைத்துக் குடிப்பதிலும், உரை நிகழ்ச்சிக்கு முன் சீட்டில் இடம் பிடிப்பதிலும் ஆர்வம் காட்டுகிறார்கள்.

சிலர் மக்களுக்குச் சேவை செய்வதில்தான் ஆனந்தம் என்று சேவை நிறுவனங்களை உருவாக்கி சேவை செய்வதிலேயே வாழ்நாளைக் கழிக்கிறார்கள்.

சிலர் இறைவனிடம்தான் ஆனந்தம் இருக்கின்றது என்று தல யாத்திரை, தீர்த்த யாத்திரை, பூஜைகள், தியானம் என்று பல வழிகளில் ஆனந்தம் தேடுகின்றார்கள்.

உண்மையில் ஆனந்தம் என்பது என்ன?

இந்த முக்கியமான கேள்விக்கு விடையை அறிந்து கொள்ளாமல் நாம் அதைத் தேட முயற்சிப்பது வீண் வேலையாகத்தான் இருக்கும்.

நமது உபநிஷத்துக்களில் ஓர் உரையாடல் காணக் கிடைக்கிறது. அது யாக்ஞவல்க்கியர் என்ற முனிவருக்கும் அவரது மனைவியாகிய மைத்ரேயி என்ற இல்லத்தரசிக்கும் நடக்கும் உரையாடல்.

யாக்ஞவல்க்கியர் தனது உடைமைகள் அனைத்தையும் தானம் வழங்கிவிட்டு தவம் செய்ய கானகம் புகுகின்றார். அப்போது மைத்ரேயி அவர் எல்லாவற்றையும் உதறித்தள்ளிவிட்டு போவதனால் இவற்றைக் காட்டிலும் மிகப்பெரிதான ஒன்றை அவர் கண்டிருக்க வேண்டும் என்று தீர்மானிக்கிறார். எனவே அப்படிப்பட்ட வஸ்து என்ன என்று கணவரை வினவுகிறார்.

அதற்கு அந்த தவ முனிவர் கூறுகிறார், சரியான கேள்வி கேட்டாய் என் உத்தம மனைவியே! சற்று யோசித்து பார். நீ இன்பம் என்று நாடும் ஒவ்வொன்றும் எதனால் அந்த இன்பத்தைத் தருகிறது?

'நான்' என்ற உணர்வு நிலை இருப்பதனால்தான்!

'நினைவில் மட்டும் அல்ல, உன் கனவிலும் நீ பல இன்ப அனுபவங்களைப் பெறுகிறாய் அல்லவா? அந்த இன்பம் எங்கிருந்து வருகிறது? நீ கனவில் காணும் பொருள்களில் இருந்து என்று உன்னால் சொல்ல முடியுமா? அந்தப் பொருள்கள் நிஜம் இல்லாததால் எப்படி உனக்கு இன்பம் கொடுத்திருக்க முடியும்?'

'அதேபோலத்தான் இப்போதும்! நீ காணும் பொருள்கள் நிஜத்தில் உனக்கு சுகத்தைக் கொடுப்பதில்லை. 'காண்பான்' இல்லை எனில் காட்சி ஏது? 'நான் இருக்கிறேன்' என்ற உணர்வு நிலை, இருப்பு நிலைதான் அத்தனை இன்பங்களுக்கும் அடிப்படையாக இருக்கிறது.'

'சரி ஆழ்ந்த உறக்கத்தில், அதாவது கனவுகூட இல்லாத நிலையில் 'நான்' என்ற உணர்வு இருந்ததா என்ற கேள்வி உனக்கு வருகிறது

இல்லையா? அப்போதும் அந்த ஆழ்ந்த உறக்கத்தின் அடிப்படையாக நான் என்ற உணர்வு இயங்கிக்கொண்டுதான் இருக்கிறது. இல்லை என்றால், விழித்ததும், 'ஆகா, எத்தனை ஆனந்தமான உறக்கத்தில் இருந்தேன்' என்று நீ மகிழ்ச்சியாகக் கூறுவது எப்படி?'

'கணவனுக்கு மனைவியிடமும், மனைவிக்குக் கணவனிடமும் அன்பு இருக்கின்றதே? இருவருக்கும் குழந்தைகளிடம் அன்பு ஊறிப் பெருகுகின்றதே என்பாய். பிரியமானவளே, இவை மட்டும் அல்ல, எல்லாவித அன்பும் -காதல், பாசம், பரிவு என்று எந்தப் பெயரிட்டு அழைத்தாலும் எல்லாவற்றுக்கும் அடிப்படை இந்த தன்-உணர்வு தான்!'

'ஓர் இளம் கன்றுக்கு துன்பம் வந்து தவித்தபோது ஓடிச்சென்று உதவி அதன் துன்பத்தைத் தீர்த்தேனே, அந்த இரக்க உணர்வு அதற்கு மகிழ்ச்சியைக் கொடுக்கவில்லையா என்று நீ நினைப்பது எனக்குத் தெரிகிறது. அந்தச் செய்கைக்குக் காரணம் அதன் துன்பத்தை காட்சியாகக் கண்ட நீ, அதன் துன்பத்தை உன் மனதில் ஏற்றுக் கொண்டாய். அந்த உன் துன்பத்தை நீக்குவதற்கு நீ ஓடிச்சென்று உதவினாய். எனவே, அதுவும் உனக்காகத்தான் என்று நான் கூறுகிறேன்.'

'எப்படிப் பார்த்தாலும் அனைத்தும் எழுவது 'நான்' என்ற அந்த தன் உணர்வின் அடிப்படையில் தான்.'

'ஒரு நாய் ஓர் எலும்புத் துண்டைக் காண்கிறது. அதை உண்டு இன்பம் அனுபவிக்க நினைக்கிறது. அதை உடனே கவ்விக் கடித்துப் பார்க்கிறது. அந்தோ! அந்த எலும்பில் ஒரு துளிகூட இறைச்சி இல்லை. இருந்தாலும் நாய் அதை விடுவதாக இல்லை. மீண்டும் கடிக்கிறது. இப்போது அந்த எலும்பு வாயினுள் கீறி ரத்தம் வருகிறது. அந்த ரத்தத்தின் சுவையைக்கண்டு நாய் மகிழ்ச்சிகொண்டு மீண்டும், மீண்டும் அந்த எலும்பைக் கடித்து தனது வாயிலிருந்து வரும் ரத்தத்தை சுவைத்து அது ஏதோ தான் கடித்துக்கொண்டிருக்கும் எலும்பில் இருந்துதான் வருகிறது என்ற மயக்கத்தில் இருக்கிறது.'

'ஐந்தறிவு உள்ள ஒரு பிராணிக்கு இந்த மயக்கம் ஏற்படுவது சகஜமே! ஆனால் ஆறறிவு படைத்த மனிதர்கள் இந்த நுணுக்கத்தைப் புரிந்து கொண்டு அறிவு மயங்காமல் உண்மையைக் காண வேண்டும்.'

இந்த ரீதியில் அந்த உரையாடல் உண்மையான ஆனந்தம் எது என்ற கேள்விக்கு அறிவுப்பூர்வமான முறையில் விடை காண்கிறது. இதில் நாம் காணும் மற்றொரு ஒரு நல்ல விஷயம், ஆயிரக்கணக்கான வருடங்களுக்கு முன்பாகவே நமது நாட்டு மாதர்கள் எவ்வளவு

ஆழமாகச் சிந்தித்து, கேள்விகளைக் கேட்டு தங்கள் அறிவை மேம்படுத்திக்கொண்டு இருந்திருக்கிறார்கள் என்பது.

கேள்வி சரியாக இருந்தால்தான் அதனால் சரியான பதிலைக் கொண்டு வர முடியும்!

'சரி, இப்போது நாம் செய்யவேண்டியது என்ன? எல்லா விஷய சுகங்களையும் துறந்து விடுவதா? எதிலும் ஈடுபடாமல் ஒரு மரக்கட்டையைப்போல வாழ்நாளை தள்ளிவிட்டு மடிந்து மறைவதா?' என்று கேட்கிறீர்களா?

வேண்டாம், ஒரு நல்ல காபி குடிக்க விழைகிறீர்களா? குடியுங்கள். ஒரு நல்ல சினிமா வந்திருக்கிறது, பாருங்கள். மனைவியிடமும், குழந்தைகளிடம் அன்பை வெளிப்படுத்துங்கள். தவறில்லை.

ஆனால் உங்களுக்குள் நான் சற்று முன் உரைத்த 'தான்' தத்துவத்தை நிலை நிறுத்திக்கொண்டு அந்த அனுபவங்களை ஏற்றுக் கொள்ளுங்கள். நீங்கள் பெறும் இன்பம் உங்கள் உயிராற்றலை செலவழித்துத்தான் அடையப்படுகிறது - எப்படி நான் உதாரணம் காட்டிய பிராணி தன் ரத்தத்தையே தான் கடித்துக்கொண்டிருந்த எலும்பிலிருந்து வருவதாக நினைத்து குடித்துக்கொண்டிருந்ததோ அதுபோல - என்பதில் கவனமாக இருங்கள்.

இப்படி கவனமாக நீங்கள் இருக்கும் பட்சத்தில் இன்பம் இன்பமாக இருக்கும், துன்பத்தைத் தாராது! நீங்கள்தான் ஆனந்தத்தின் மூலத்தை அறிந்துகொண்டுவிட்டீர்களே!

பகுதி 4

சமுதாய விதிகள்

சமுதாயம் எப்படி இயங்குகிறது?
அதன் அடிப்படை விதிகள் யாவை!
நமது சமுதாய வாழ்க்கையை எப்படி
அமைத்துக் கொள்வது?

40

நல்லவர்கள் கெடுவதில்லை

அறிஞர் சாக்ரடீஸ் அடிக்கடி கூறும் ஒரு வாக்கியம், நல்லவனுக்கு ஒரு போதும் ஒரு கேடும் வாராது! (No harm will ever come to a good man.) வாழ்க்கையின் மிக முக்கியமான விதி இது.

உடனே உங்கள் மனதில் எழும் நூறு சந்தேகங்களும் எனக்குப் புரிகிறது.

தேசப் பிதா காந்திஜி, ஆப்ரகாம் லிங்கன், கென்னடி, மார்டின் லூதர் கிங் இவர்களில் இருந்து தொடங்கி, உங்களுக்கு மிகத் தெரிந்த நண்பர்கள் ராமசாமி, கோவிந்தசாமிவரை எத்தனையோ பேர் கஷ்டப்பட்டதைத்தான் படித்திருக்கிறோமே, பார்த்திருக்கிறோமே! இப்படி இருக்க இந்த தலைப்புச் செய்தியை எப்படி ஜீரணிப்பது?

ஒவ்வொன்றையும் தனித்தனியாகப் பார்க்க வேண்டும்.

அகிம்சையைப்பற்றி முன் அத்தியாயங்களில் எழுதும்போது காந்தியாரின் துர் மரணம் பற்றி ஏற்கெனவே எழுதிவிட்டேன்.

அதைத் தவிர வேறொன்றும் தோன்றுகிறது. இப்படிப்பட்ட நல்லவர்களுக்கு மரணம் என்பது ஒரு முற்றுப்புள்ளி அல்ல. மரணிக்கும்போதும் இறைவன் நாமத்தை சொல்லிக்கொண்டு உயிரை விடுவது என்பது துர் மரணம் ஆகாது. சுடப்பட்டு இறந்தாலும் அது ஓர் இனிய முடிவுதான் அவரைப் பொறுத்தமட்டில்.

யார் பெயரை தினம் ஆயிரம்முறை பக்தியுடன் சொல்லி வந்தாரோ அதே பெயரை உதிர்த்துக்கொண்டு உடலை விடுவது ஒரு வேள்வியாக பரிணமித்து விட்டது. உலகம் இருக்கும்வரை நிலைத்திருக்கும்வண்ணம் அவரை சிரஞ்சீவி ஆக்கி விட்டது.

எத்தனையோ தேச பக்தர்கள் துன்புறுத்தப்பட்டு கொல்லப்பட்டிருக் கிறார்கள் அன்னியர்களால். ஆனால் ஏன் காந்தியை மட்டும் அவர்களால் தொட முடியவில்லை?

அவர்கள் நினைத்திருந்தால் அதிகாரத்தைக்கொண்டு அவரை முளையிலேயே கிள்ளி இருக்கலாமல்லவா? அப்படி என்றால் காந்தி பெயர் தெரியாத எத்தனையோ பல்லாயிரம் பேர்களில் ஒருவராக அந்தமானிலோ அல்லது ஏதாவது ஒரு சிறையிலோ வாழ்நாளைக் கழித்து உலகின் பார்வையிலேயே படாமல் காணாமல் போயிருக்கலாம்.

இயற்கை சக்திகள் அவருக்கு காவலாக இருந்து அந்த நோஞ்சான் உடலை எந்த பலம் வாய்ந்த பரங்கியோ, பீரங்கியோ அழிக்க விடாமல் காத்தன என்றால் அது அவரிடம் இருந்த அந்த தார்மீக சக்தி.

ஆப்ரகாம் லிங்கன் விஷயமும் அதேபோல்தான். அவர் அடிமைத் தளையில் இருந்து நீக்ரோக்களை மீட்க பாடு பட, அந்த ஆயிரக் கணக்கான மக்களின் ஆசி அவருக்கு கட்டாயம் இருந்திருக்கத்தான் வேண்டும். அது கவசமாக அவரை காத்திருக்கத்தான் வேண்டும். ஆனால் அவரது வாழ்வில் சில பெண்களின் சாபப் பதிவும் இருந்திருக்கின்றன என்று கேள்விப்படுகிறோம்.

ஏதோ ஒரு குழப்பத்தில், நிச்சயிக்கப்பட்ட தனது திருமணத்தை கடைசி நிமிடத்தில் ரத்து செய்துவிட்டார் மனிதர்! மணமகள் அலங்காரத்தோடு சர்ச்சில் காத்திருக்கிறார். இவரோ ஊரை விட்டே ஓடிப்போய்விட்டார். அந்தப் பெண்ணின் கதி என்ன ஆகி இருக்கும்? அதுவும் அந்தக் கால கட்டத்தில்! பிறகு வேறு ஒரு பெண்ணை திருமணம் செய்துகொண்டார். அதுவும் தோல்விதான்!

கென்னடி, ஜுல்ஃபிகர் அலி புட்டோ இவர்களின் கதை வேறு விதமான சாபக்கதை. பெண்களை வசப்படுத்த அதிகாரத்தை துஷ்பிரயோகம் செய்து பாலியல் வன்முறைகள் செய்தவர்கள் இவர்கள் என்று படிக்கிறோம். அபலைகளின் சாபப் பதிவுகள் துர்மரணத்தைக் கொண்டு வந்திருக்க வேண்டும்.

முன்னாள் பிரதமர் மொரார்ஜி தேசாயைப்பற்றி ஒரு செய்தி படித்தேன். வெளி நாட்டில் அவர் பயணித்துக்கொண்டிருந்தபோது அவரைக் கொல்ல ஒரு முயற்சி நடந்தாலும் அவர் தப்பித்துக்கொண்டார். அந்த

நாடு அவருக்கு பிரத்தியேக பாதுகாப்பு கொடுக்க முன்வந்தபோது அதை அவர் மறுத்து விட்டாராம். ‘எனக்கென்று ஒரு வாழ்க்கை நீளம் கொடுக்கப்பட்டிருக்கிறது. எனவே இம்மாதிரியான பயங்கள் எனக்கில்லை’ என்றாராம் அவர்.

இந்தியாவில் ஒரு விமான விபத்திலும் அவர் சிக்கினார். பெருவாரி யானவர்கள் மயக்கமடைய, காட்டுப் பிரதேசத்தில் எமர்ஜென்ஸி லாண்டிங் செய்த விமானத்திலிருந்து இறங்க ஏணி வரும்வரை காத்திராமல் உயரத்தில் இருந்து குதித்து வெளியே வந்தாராம் ஒரு பட படப்பும் இல்லாமல்!

இதைத்தான் பாரதி தனது பாப்பா பாட்டில் சொல்லித்தருகிறான்.

பொய் சொல்லக் கூடாது பாப்பா - என்றும்
புறஞ்சொல்ல லாகாது பாப்பா,
தெய்வம் நமக்குத்துணை பாப்பா - ஒரு
தீங்குவர மாட்டாது பாப்பா.

இப்படி மற்றவர்க்கு தீங்கு செய்யாத ஒரு வாழ்க்கையை அமைத்துக் கொண்டால் உங்களுக்கு ஒரு தீங்கும் வாராது என்பதுதான் அறிஞர்களின் தீர்ப்பாக இருக்கிறது.

நல்லவர்களாக வாழும்போது உங்களைச் சுற்றி ஒரு பாதுகாப்பு வளையம் உருவாகத் தொடங்குகிறது. இன்று அரசியல் தலைவர் களுக்குக் கொடுக்கும் Z கேடகிரி பாதுகாப்பை எல்லாம் மிஞ்சி விடுவது அது. ஒரு தோட்டாவும் துளைக்க முடியாத கவசம் போன்றது.

41

வீண் பயங்கள் வேண்டாம்!

விற்பனைத்துறையில் படிப்படியாக முன்னேறிய ஒரு மேலாளர். ஒரு முறை தனது டைரக்டர்கள் இருவருக்குள் நடக்கும் பனிப்போரின் இடையில் சிக்கி அந்த இருவரில் ஒருவரது வெறுப்பை சம்பாதித்துக் கொள்கிறார். அந்த டைரக்டர் இவரை வெளியே தள்ள ஏதேதோ அழுத்தங்களைக் கொடுக்கிறார். நன்றாகச் சென்றுகொண்டிருந்த தொழில்பயணம் தடைப்படுகிறது.

இந்த மேலாளர் திறமையானவர். வேறொரு நல்ல நிறுவனத்தில் இன்னும் பெரிய பதவியில், அதிக சம்பளத்துடன் கிடைத்த வேலையை ஏற்றுக்கொள்கிறார். இப்போது திடீரென்று இவரது புதிய நிறுவனத்தில் ஒரு மாற்றம். இவருக்கு மேல் நிலையில் நியமிக்கப் பட்ட ஒருவர் பழைய நிறுவனத்தில் இவரைப் பிடிக்காத டைரக்டரின் நண்பர்.

நண்பர் மனத்தில் ஒரு பயம், 'எங்கே இவர், அவரது நண்பருடைய பேச்சை கேட்டுக்கொண்டு தன்னை டார்கெட் செய்வாரோ?' என்று.

சீன் மாறுகிறது. உங்களுக்கு தெரிந்த ஒரு நபர், மிகவும் நல்லவர். கெட்ட பழக்கம் ஒன்றும் இல்லாதவர். திடீரென்று ஒருநாள் அவருக்கு உடல் நலக்குறைவு ஏற்படுகிறது. பல பரிசோதனைகளுக்குப் பின்பு அவருக்கு கொடுமையான நோய் வந்திருக்கிறது என்று அதிர்ச்சி செய்தி கிடைக்கிறது. அதற்கான சிகிச்சை பல லட்சங்களை விழுங்கக் கூடியது. இருந்தாலும் பிழைப்பது என்பது கடினமானது.

இப்போது உங்கள் மனதில் ஓர் அச்சம், நமக்கு இப்படி ஏதாவது வந்து விட்டால் என்ன ஆவது?

அடுத்த சீன், வயதான ஒரு மனிதர். நோய் என்று ஒன்றும் பெரிதாக இல்லை. அந்த வயதுக்குரிய சில குறைபாடுகள். இதுவரை நடமாடிக்கொண்டு, வேலைகளைச் செய்துகொண்டு வாழ்க்கையை நடத்திக்கொண்டு போனபோது தோன்றாத சில எண்ணங்கள் இப்போது அலை அடிக்கின்றன.

ஆம், எனது அடுத்த கட்டம் என்ன? மரணம் எப்போது, எப்படி வரும்? என் கதி என்ன ஆகும்? சொர்க்கம், நரகம் என்பதெல்லாம் உண்மையா? எனக்கு எது நிச்சயம்? எனக்குப்பின் நான் பாடுபட்டு வளர்த்த என் குடும்பம் எப்படி முன்னேறும்? அவர்களைப் பிரிந்து நான் எப்படிச் செல்வேன்? என்னைப் பிரிந்து அவர்கள் எப்படி வாழ்க்கை நடத்துவார்கள்?

இந்த பயம் இவரை ஆட்கொள்கிறது. உறக்கம் விடைபெறுகிறது.

அடுத்த காட்சி. ஒருவர் பத்திரிகை படித்துக்கொண்டிருக்கிறார். அதில் காணப்படும் செய்தி அவரை உலுக்கிவிடுகிறது. கொள்ளைக் காரர்கள் நடு இரவில் ஒரு வீட்டில் புகுந்து அங்கே இருந்த வயதான தம்பதியினரைக் கொன்றுவிட்டு கிடைத்த பணத்தையும், நகைகளையும் சுருட்டிக்கொண்டு சென்றுவிட்டனர் என்று ஒரு த்ரில்லர் படத்தில் காணப்படும் பயங்கரத்துடன் விவரித்து இருக்கிறது அந்த தினசரி.

காட்சியில் மாற்றம்.

ஒரு மாணவன் நன்றாகப் படித்து மார்க் வாங்கி முன்னேறிக் கொண்டிருக்கிறான். அவனது குறிக்கோள், சிஏ படித்து பைனான்ஸ் மார்க்கெட்டை ஒரு கலக்கு கலக்கவேண்டும் என்பது.

இண்டெரில் நல்ல மார்க்குகள் பெற்று முதல் முயற்சியிலேயே பாஸ் செய்துவிடுகிறான். இறுதி பரிட்சைகளுக்கு தயாரிப்பில் கடுமையாக உழைக்கிறான். ஆனால் பரிதாபம், ஒரு பேப்பரில் கோட்டை விடுகிறான். முயற்சியில் தோற்காத அம்புலிமாமா விக்கிரமன்போல அடுத்த முறையும் மனம் தளராமல் முயல்கிறான். ஐயகோ, இம்முறையும் தோல்வி!

அவன் மனதில் ஒரு பயம் தலை காட்டுகிறது, ‘என்னால் இதை க்ளியர் செய்யமுடியாமல் போனால் என் கதி என்ன?’ தற்கொலையைப் பற்றிய எண்ணங்கள் அவன் சிந்தனையில் குடி புகுகின்றன!

இப்படி காட்சிகள் பல பார்த்தோம். எல்லா காட்சிகளிலும் வித விதமான பய உணர்ச்சிகளைப் பார்த்தோம். செய்யும் வேலையில் வரும் பயம், எதிர்காலத்தில் நம்மை நோய் தாக்கினால் என்ன ஆகும் என்ற பயம், மரணத்தைக் கண்டு பயம், படிக்கும் துர் செய்திகளைக் கண்டு சமூகத்திடம் பயம், தனது அறிவும், முயற்சியும் தான் கொண்டுள்ள குறிக்கோளை எட்டப் போதாதோ என்ற பயம் - இப்படி அடுக்கடுக்காக விளக்காத பயங்கள்!

இவை அனைத்தும் உண்மையில் வேறு வேறான பயங்களா? அல்லது, எல்லாவித பயங்களும் ஓர் அடிப்படை காரணத்தினால் உருவாகின்றனவா?

ஒவ்வொன்றாக நாம் இப்பயங்களை தீர்க்கப்புகுவோம் என்றால் ஒரு வாழ்நாள் நமக்கு போதாது. ஆனால் அடிப்படையான காரணத்தை, பயத்தின் ஆணிவேரை நாம் கண்டுபிடித்து அதை கெல்லி எறிந்து விட்டால் வாழ்நாள் முழுவதும் அச்சமின்றி வாழலாம் அல்லவா?

சரி, பயம் எங்கிருந்து வருகிறது? மேலே குறிப்பிட்ட அத்தனை நிகழ்வுகளிலும் ஒன்று பொதுவாக இருக்கின்றது.

அறியாத ஒன்றைப்பற்றி நாம் கொள்ளும் பயம். அதாவது அறிந்தவற்றை வைத்து நாம் அறியாத ஒன்றை எண்ணிப் பார்ப்பதில்தான் பயம் உருவாகிறது. உதாரணமாக செய்திகளைப் படிப்பவர் தாம் அதில் இருந்து அறிந்தவற்றை தம்மிடம் பொருத்திப் பார்க்க, அதன் காரணமாக பயம் ஏற்படுகிறது என்று தோன்றுகிறது அல்லவா? மரணத்தைப்பற்றிய பயமும் அதுதானே, அறியாத, அனுபவிக்காத ஒரு நிலையைப்பற்றிய பயம்தானே அது?

மேலோட்டமாகப் பார்த்தால் அப்படித்தான் தோன்றும். ஆனால் சற்றே ஆழ்ந்து பார்ப்போம்.

மரணத்தைப்பற்றிய பயம் என்பது நமக்கு அறியாத ஓர் உலகத்துக்கு - அது சொர்க்கமோ நரகமோ - செல்லப்போகிறோமே என்பதனால் அல்ல. நாம் அறிந்தவற்றை எல்லாம் விட்டு விடப்போகிறோமே என்பதனால்தான்! நாம் அறியும், உணரும், அனுபவிக்கும் உலகம் எத்தனை துன்பமானதாக இருந்தாலும், அதை நம் மனம் விட்டுவிடத் தயாராக இருக்கிறதா? இதுகாறும் நாம் அறிந்த உலகத்தை இழக்கப் போகிறோமே என்ற சிந்தையினால்தானே பயம் வருகிறது!

தொழிலில் ஏற்படும் நிகழ்கால சிக்கல் உருவாக்கும் எதிர்கால பயம் அல்லது நோயைப்பற்றி வரும் பயங்கள், சமுதாயத்தைப்பற்றி, தன்

திறமையைப்பற்றி வரும் பயங்கள் என்று எந்தப் பரிமாணத்தை எடுத்துக் கொண்டாலும் இந்த பயங்கள் வருவதற்கு மூல காரணம் நமது எண்ணங்கள் உருவாக்கும் பிம்பங்கள்.

இவற்றில் இருந்து தப்பித்துக்கொள்ள நாம் பல வழிகளைத் தேடுகிறோம். ஆனால் அது தற்காலிக தப்பித்தல்தான். மீண்டும் இந்த பயங்கள் மூண்டெழுந்து நம்மைத் துரத்த ஆரம்பிக்கின்றன. நாம் நம்மை முழுமையாக அறியாத காரணத்தால்தான் இந்த பயங்கள் நம்மிடம் தோன்றுகின்றன.

தனது 15 ஆவது வயதிலேயே இந்த பயங்கள் அனைத்துக்கும் ஒரு முடிவு கட்டிய ஒருவரின் உதாரணத்தை உங்களுக்கு காட்டட்டுமா?

ஒரு நாள் தனியாக இருக்கும்போது திடீரென்று தான் இறக்கப் போகிறோம் என்ற பயம் சிறுவனைப் பீடிக்க அந்தப் பயத்திலிருந்து தப்பித்து ஓடாமல் அதையே ஆராய்ந்து விசாரம் செய்தான் அந்த தீரம் மிக்க சிறுவன். தன் உடல், மனம் இவை எல்லாம் முடிந்த பின்னும் அழியாத உணர்வு நிலையாக தான் இருப்பதை அனுபவ ரீதியாக அறிந்த அந்த பாலகனின் பயங்கள் அனைத்தும் ஒரே அடியில் வீழ்த்தப்பட்டு விட்டன! அந்த சிறுவன் பின்னால் பகவான் என்று எல்லோராலும் அழைக்கப்பட்ட ஸ்ரீரமணர்தான்.

இந்த நிகழ்ச்சியைப்பற்றி ஆழ்ந்து சிந்தியுங்கள். உங்கள் கவனத்தை உங்களிடமே திருப்பிப் பாருங்கள். நீங்கள் அனுபவிக்கும் பயம் என்னும் உணர்ச்சி உங்கள் மனம் உருவாக்கிய பிம்பமே என்று உணரும்போது இந்த பயங்கள் அவைக்குக் காரணமான மனத்தோடு சேர்ந்து ஆவியாகிக் காணாமல் போவதைக் காண்பீர்கள்.

பயம் எங்கிருந்து வருகிறது?
அறியாத ஒன்றைப்பற்றி நாம் கொள்ளும் பயம். அதாவது அறிந்தவற்றை வைத்து நாம் அறியாத ஒன்றை எண்ணிப் பார்ப்பதில்தான் பயம் உருவாகிறது.

42

ரிட்டையர்மெண்ட் இல்லாமல் உழையுங்கள்!

இந்தத் தலைப்பைப் பார்த்ததும் நான் ஏதோ உங்களை வேலையில் நீட்டிப்பு கேளுங்கள் என்றோ அல்லது வேறு வேலை தேடிக்கொண்டு சம்பாதியுங்கள் என்றோ சொல்வதாக நீங்கள் நினைத்தால், அது நூறு சதவிகிதம் தப்பு!

அவ்வாறு செய்பவர்கள் பலரைப் பார்த்து நான் பரிதாபப்பட்டிருக்கிறேன். வாழ்நாள் முழுவதும் அட்டண்டென்ஸ் ரெஜிஸ்டரை துரத்திக்கொண்டிருக்கும் வாழ்வில் என்ன ரசம் இருக்கப்போகிறது?

சிலர் வருடக்கணக்காக தான் சம்பாதித்த சம்பளம் போதாமல், சரியாக சேர்த்து வைக்க முடியாமல், தங்களது மகளின் திருமணத்துக்கோ அல்லது மகனின் படிப்புச்செலவுகளுக்கோ ஓய்வுக்குப் பிறகும் வேறு வேலை தேடும் படலத்துக்கு தள்ளப்படுகிறார்கள்.

சிலர் தேவை என்று இல்லாமல் இருந்தாலும் தனது வேலையைத் தவிர வேறு எந்த ஒரு துறையிலும் ஆர்வம் இல்லாததால் அலுத்துப் போய் அதற்காக வேலை தேடி உழைக்கிறார்கள்.

சிலரோ வாழ்க்கையின் நடுத்தர வயதில் திருமணம் செய்துகொண்டு, 45 வயதுக்கு மேல் பிள்ளைகளை பெற்றுக்கொண்டு அதனால் ரிட்டயர் ஆக முடியாமல் மீண்டும் வேலை தேடிக்கொண்டு பழைய

மாதிரி காலை 6 மணி முதல் இரவு 8 மணி வரை ஒரே பிஸியாக வாழ்ந்து கொண்டிருக்கிறார்கள்.

வேறு சிலர் ஓய்வு எடுத்துவிட்டு வரும் பென்ஷனில் வாழ்க்கையை தள்ளிக்கொண்டு போய்விடலாமென்று நினைத்துக்கொண்டு ஒன்றுமே செய்யாமல் டி.வி. பார்த்துக்கொண்டும், வாட்ஸாப்பில் வரும் வீண் வம்புகளை பகிர்ந்து கொண்டும், மாலையில் பார்க்குக்குச் சென்று நடந்துவிட்டு வருகிறேன் என்ற பெயரில் அங்கு விற்கும் சுண்டலைத் தின்றுகொண்டு அங்கு வரும் தங்களைப் போன்ற பெரிசுகளோடு நாட்டு நடப்புகளை அசை போட்டுக்கொண்டும் நாட்களை நகர்த்துகிறார்கள்.

இதைவிட மோசம், பணம் கிடைக்கிறதே என்று வாலண்டரி ரிட்டயர்ட்மெண்ட் எடுத்துக்கொண்டு வெட்டியாக காலம் கழிப்பவர்கள் நிலைமை. இவர்கள் இப்படி சும்மா இருந்தால் வீட்டில் விட்டுவிடுவார்களா? 'சும்மாதானே இருக்கீங்க. பேரப்பிள்ளையை ஸ்கூலில் விட்டு விட்டு கூட்டி வாங்க!' என்றோ, 'சும்மாதானே இருக்கீங்க, இந்தத் துணிகளை மாடியில் உலர்த்தி விட்டு காய்ந்த பின் எடுத்து வாருங்கள்' என்று ஏவப்படுகிறார்கள்.

அவர்கள் வெறுமே வேலை கொடுத்தால் கூட பொறுத்துக்கொள்ள லாம், ஆனால் அடை மொழியாக எதற்கெடுத்தாலும், 'சும்மா தானே இருக்கீங்க!' என்று சேர்த்துக்கொள்வதுதான் கொடுமை! இப்படி ஓய்வுக் காலத்தை தள்ளுபவர்கள் தங்களது மூளை செல்களுக்கு சரியான வேலை கொடுப்பதை நிறுத்திவிடுவதால் வெகு விரைவில் ஞாபக சக்தியை இழந்து 70 வயதுக்குள் தொண்டு கிழம் ஆகி விடுகிறார்கள்.

இளைஞர்களுக்கு எனது அறிவுரை இதுதான். உங்களது 50 ஆவது வயதுக்குள் நீங்கள் உங்களுக்காகவும், உங்கள் மனைவி மக்களுக்காகவும் தேவைப்படும் செல்வத்தை ஈட்ட முயற்சி செய்ய வேண்டும்.

செல்வத்தைக் குவிப்பது எப்படி என்று கேட்கிறீர்களா? விலாவாரியாக எனது 'செல்வம் சேர்க்கும் வழிகள்' என்ற புத்தகத்தில் விளக்கி இருக்கிறேன். படித்துப் பார்த்து பயன் அடையவும்.

- உங்களது டார்கெட்டை முதலில் தேர்வு செய்து கொள்ளுங்கள்.
- அதற்குண்டான வழிகளை ஆராய்ந்து உங்களுக்கேற்ற வழியைத் தீர்மானியுங்கள்.
- 50 வயதுவரை உங்களது டார்கெட்டை ஐந்து, ஐந்து வருடங்களாகப் பிரித்துக்கொள்ளுங்கள்.

- ஒவ்வொரு 5 வருட முடிவிலும் எவ்வளவு அடைந்திருக்கிறீர்கள், இன்னும் எவ்வளவு பாக்கி என்று கணக்கெடுத்துப் பாருங்கள்.
- சேமிப்புகளை காம்பௌண்ட் இன்ட்ரஸ்ட் வரும் முதலீடுகளில் இட்டு வருடா வருடம் குட்டி போட வையுங்கள்.
- எல்லாவற்றையும் ஒரே மாதிரியான முதலீடுகளில் இடாமல் பகிர்ந்து இட்டு உங்கள் லாபத்தை அதிகப்படுத்துங்கள்.

இப்படி நீங்கள் திட்டம்போட்டு உழைத்தால் 50 வயதுக்குள் உங்களது பணத்தேவைகள் முடிந்து விடும். ஒருவேளை, இன்னமும் உங்களுக்கு சில பணத்தேவைகள் இருக்குமானால், முழு நேரப் பணி என்று எடுத்துக்கொள்ளாமல் பகுதி நேரப்பணியாக எடுத்துக் கொண்டு அதற்கேற்ற ஊதியத்தை சம்பாதித்துக்கொள்ளுங்கள்.

நீங்கள் குறிப்பிட்ட துறைகளில் மிகத் திறமைமிக்கவராக இருந்தால் குறிப்பிட்ட கால கெடுவுக்குள் முடிக்கின்ற ப்ராஜெக்ட்டுகளாக எடுத்துக்கொண்டு அதை முடித்ததும் வெளியேறி விடுங்கள்.

இதுவும் உங்கள் பணத்தேவை தீரும்வரைதான். பிறகு நீங்கள் ஆசைப்படும் ஆனால், இதுவரை நேரம் கிடைக்காத காரணத்தால் ஒதுக்கி வைத்திருந்த துறைகளில் உங்கள் ஈடுபாட்டை முழுமையாகக் கொடுங்கள்.

உங்களுக்கு இசையில் ஆர்வமிருந்திருக்கலாம். கல்லூரி போட்டிகளில் கலந்து பரிசுகளைக் குவித்திருக்கலாம். ஆனால் பணியின் அழுத்தம் காரணமாக இசையை மூட்டை கட்டி வைத்திருக்கலாம். இப்போது அந்த மூட்டையை அவிழ்த்து உங்கள் இசை ஞானத்தைப் பெருக்கும் வழிகளை ஆலோசியுங்கள்.

சிலருக்கு நாடகங்களில் நடிப்பதில் ஆர்வம் இருந்திருக்கும். ஆனால் செயல்படுத்த முடியாமல் அந்த நெருப்பு சாம்பல் பூத்த நெருப்பாக இருந்திருக்கும். அந்த நெருப்பை ஊதிப் பெரிதாக்குங்கள்.

என்னைப் பற்றிக் கூறவேண்டுமானால் நான் எனது 55 ஆவது வயதில் எனது ரிட்டயர்ட்மெண்ட்டை எடுக்க திட்டம் இட்டிருந்தேன். நான் துபாயில் பணிபுரிந்துகொண்டிருந்த நிறுவனம் என்னை விடுவதற்கு மனமில்லாமல் கொடுத்த 'அன்புத் தொல்லையால்' அது ஒரு வருடம் நீட்டிக்கப்பட்டு 56 ஆவது வயதில் முழு நேர வேலையில் இருந்து விலகி இந்தியா வந்து சேர்ந்தேன்.

இங்கேயும் பலர் என்னை முழு நேர வேலைக்கு அழைத்தபோதும் அவற்றில் ஈடுபடாமல் FMCG மார்க்கெட்டில் ஈடுபட்டுள்ள நிறுவனங்களுக்கு ஆலோசனை வழங்குவதில் மாத்திரம் எனது பகுதி

நேரத்தைச் செலவழித்தேன். ஏனென்றால் எனது முக்கிய நோக்கம் எனது வயதான அன்னையுடன் என் நேரத்தைச் செல்வழிப்பதுதான். விற்பனைப் பணியில் ஈடுபட்டிருந்த நான் எனது 22 ஆவது வயதில் இருந்தே வேலை நிமித்தமாக 'டூர்' செல்லவேண்டி இருந்ததாலும், பல மாநிலங்களில் பணி புரிந்து வந்ததாலும் என் பெற்றோருடன் அதிக நேரம் செலவழிக்க இயலாதிருந்தது.

இப்போது இந்த வாய்ப்பை முழுமையாகப் பயன்படுத்திக்கொள்வது எவ்வளவு இன்பமாக இருக்கிறது!

அது மட்டுமல்ல சிறு வயது முதலே எனக்கு எழுதுவதில் ஆர்வம் இருந்தது. பல கட்டுரைப் போட்டிகளில் பரிசுகளைக் குவித்திருக் கிறேன். கதைகளையும் எழுதியிருக்கிறேன். ஆனால் பிரசுரிக்க முடிய வில்லை. இப்போது எனது எழுதும் ஆர்வத்துக்கு நெய் ஊற்றியது போல் ஆயிற்று. ஆர்வத்துடன் எழுதிக்கொண்டிருக்கிறேன். எனது அனுபவங்களை உங்களுடன் பகிர்ந்துகொள்வதில் இன்பமடைகிறேன்.

அதேபோல சில நிறுவனங்களுக்கு சென்று விற்பனை தொழில் சம்பந்தமாக உரையாற்றி அந்த ஆர்வத்துக்கும் தீனி போட்டு வருகிறேன். நான் இதுவரை பார்க்காத பல இடங்களுக்கு யாத்திரை செல்லும் மகிழ்ச்சியை அனுபவித்துக்கொண்டிருக்கிறேன்.

இதுபோல என்னுடன் முன்பு பணி செய்த கணேஷ் என்ற நண்பர், முன்னதாகவே ஓய்வு எடுத்துக்கொண்டு தனக்கு மிக விருப்பமான நடிப்புத்துறையில் கவனம் செலுத்தி மேடை நாடகங்களில் நடித்து வருகிறார். ஒரு சீரியலிலும் அவர் நடிப்பதைக் கண்டு மகிழ்ந்தேன்.

இதில் வேடிக்கை என்ன என்றால் ரிட்டயர்மெண்டுக்கு பின் இப்போது நான் முன்பு வேலையில் இருந்த நாட்களை விட மிக மிக பிஸியாக இருக்கிறேன் என்பதுதான்!

43

சமூகத்தை மறக்காதீர்கள்!

சமீபத்தில் என் நண்பர் ஒருவரிடம் பேசிக்கொண்டிருந்தேன். அவர் தன் மகன்களைப்பற்றி அங்கலாய்த்துக்கொண்டிருந்தார்.அவர்களில் ஒருவன் எஞ்சினியரிங் முடிக்கப் போகிறான். மற்றவன் அதில் காலடி எடுத்து வைத்திருக்கிறான்.

'அவர்கள் இருவரும் படிப்பை முடித்துவிட்டு எப்படியாவது அமெரிக்கா சென்றுவிடவேண்டும் என்ற ஒரே குறிக்கோளில்தான் இருக்கிறார்கள். இங்கே வாழ்வதற்கு அவர்களுக்குக் கொஞ்சமும் விருப்பமில்லை' வருத்தத்துடன் சொன்னார் அவர்.

'நமது நாட்டிலேயே படித்து, உழைத்து நம் நாட்டை உயர்த்த வேண்டும். நம் அறிவு நம் மக்களுக்குப் பயன்படவேண்டும் என்று நீங்கள் அறிவுறுத்துவதுதானே' என்று சொன்னேன்.

'அதையும் சொல்லிப் பார்த்துவிட்டேன். அவர்கள் காதிலேயே போட்டுக்கொள்ளவில்லை. அவர்கள் எண்ணத்தில் பிடிவாதமாக இருக்கிறார்கள்!' என்று சோகத்துடன் சொல்லி முடித்தார் அவர்.

இன்று நான் காணும் பெருவாரியான இளைஞர்கள் இடையே இந்த மனோநிலை பெருகி வருவதைக் காண்பது வருத்தமாக உள்ளது. இன்று நாம் அனுபவிக்கும் சுகங்கள், வசதிகள், உரிமைகள் எல்லாவற்றுக்கும் நமது சமூகத்தின் பங்கு இருக்கின்றது என்பதை இவர்கள் உணரவில்லை. அல்லது இவர்களுக்கு நாம் புரியவைக்கத் தவறி விட்டோம் என்று தோன்றுகின்றது.

உலகத்திலேயே மருத்துவச் செலவோ, படிப்புச் செலவோ எதுவானாலும் இவ்வளவு குறைவாக எந்த நாட்டிலும் கிடைத்துப் பார்த்ததில்லை. எவ்வளவு ஊழல்கள் இருந்தாலும் இவ்வளவு பெரிய மக்கள் தொகை உள்ள நம் நாட்டில் கிடைக்கும் சலுகைகள் வேறு எங்கும் கிடைக்க வழி இல்லை என்பது உண்மை.

சமூகத்தின் கேபிடலில் இருந்து இத்தனை நன்மைகளை எடுத்துக் கொள்ளும் நாம் நமது சமூகத்துக்கு திரும்பக்கொடுப்பது என்ன?

உடனே நாம் அனைவரும் அரசியலில் நுழைந்து சேவை செய்ய வேண்டும் என்று அறிவுறுத்துவதாக எண்ணவேண்டாம். நமது காலனிக்கு, அல்லது நமது தெருவுக்கு, அல்லது குறைந்த பட்சம் நாம் இருக்கும் அடுக்கு மாடி குடியிருப்பு அஸோசியேஷனுக்காவது ஏதாவது நம்மால் செய்ய முடியாதா?

நான் இந்தியா வந்ததும் முதலில் கண்டு வருந்தியது எங்கள் குடியிருப்பு சங்கத்தின் நிலைப்பாடுகளைக் கண்டுதான். ஆழ் கிணறு இருந்தும் அதை உபயோகிக்கவில்லை. ஏன் என்றால் அதில் வரும் தண்ணீர் உப்பு கரிக்கிறதாம். உபயோகித்தால் நமது வாஷிங்மெஷின் கெட்டுப்போய் விடுமாம். பல ஆயிரம் ரூபாய்கள் செலவழித்து டாங்கர்களை வாங்கிக்கொண்டிருந்தார்கள்.

வெளிச்சுவர் மறுபடி பெயிண்ட் அடிக்கப்படாமல் டல்லடித்து கிடந்தது. மாதத்துக்கு ஒரு வாட்ச்மேன், அவன் பயிற்சிக்கப்பட்டு ஸ்டெடி ஆவதற்குள் அவனுடன் தகராறு, உடனே ஆள் தேடும் வேட்டை! இது போதாதென்று அக்கவுண்ட் ரெஜிஸ்டரை பார்க்கலாம் என்றால், அப்படி ஒன்று இருப்பதாகவே தெரிய வில்லை. செக்ரெட்டரியாக இருந்தவர் ஒரு நோட்டுப்புத்தகத்தில் அடித்துத் திருத்தி ஏதோ எழுதி வைத்திருந்தார். அதை விட மோசம், கையிருப்பு மைனஸில் ஓடிக்கொண்டிருக்கின்றது!

இப்படி எல்லாவிதத்திலும் பிரச்னைகள். இந்தச் சமயத்தில் நான் வந்து சேர, என் தலைமேல் அந்த பொறுப்புகளை எடுத்துக் கொண்டேன்.

முதலில் நான் அந்த ஆழ்கிணற்றுத் தண்ணீரை எடுத்து சோதித்துப் பார்த்தேன். உப்புதான் என்றாலும் அவ்வளவு மோசம் இல்லை. ஒரு 20 சதவிகிதம் இந்த தண்ணீரை நாங்கள் வாங்கும் தண்ணீருடன் கலந்தேன். யாரும் ஒரு குறையும் சொல்லவில்லை. பிறகு சென்னையே முழுகும் அளவிற்கு பெய்த மழையில் எங்கள் கிணற்றின் தண்ணீரின் அளவும் உயர, அதன் கரிக்கும் தன்மையும் குறைந்தது.

இப்போது 50 சதவிகிதம் இந்த தண்ணீரை கலந்தேன். தண்ணீர் செலவு கணிசமாகக் குறைந்தது. இப்படி செலவுகளை சிக்கனப்படுத்தி சங்கத்தின் கையிருப்பை உயர்த்தினேன்.

புதிதாக பெயிண்ட் அடிக்க ஒரு ஃபண்ட் உருவாக்கினேன். எனது அதிரடி நடவடிக்கைகளைக் கண்ட அங்கத்தினர்கள் ஒத்துழைக்க, எங்களது பொருளாளரும் கடினமாக உழைக்க வீட்டிற்கு நல்ல முறையில் பெயிண்ட் அடித்து புதிய கட்டடம்போல ஆக்கினோம்.

இப்படி ஏதாவது பொதுப்பணிகளில் நாம் ஆர்வத்துடன் ஈடுபட்டு நமது பொறுப்பையும் அக்கறையையும் காட்டுவது மிக அவசியம்.

எனது உறவினர் திரு.சுந்தரராமன் என்பவர் சிட்லப்பாக்கம் சங்கத்தின் பிரசிடெண்டாக இருந்துகொண்டு அந்தக் காலனியில் மிக அருமையான திட்டங்களைச் செயல்படுத்தி ஒரு முன் உதாரணமாகத் திகழ்கிறார். பத்திரிகைகளில் அவரைப்பற்றிப் புகழ்ந்து வரும் செய்திகள் கண்டு மிகவும் மகிழ்ந்தேன்.

ஆம், எல்லாருமே எம்.எல்.ஏக்களாகவோ, எம்.பிக்களாகவோ ஆகித்தான் சேவை செய்யவேண்டும் என்பதில்லை. உங்களால் இயன்ற அளவில் நிச்சயம் சமூகத்துக்கு உதவ முடியும்.

44

முன்னைப் பழமையும் பின்னைப் புதுமையும்...

இரண்டு விதமான மனிதர்களை நாம் சந்திக்கிறோம்.

எல்லாம் முன்பே சொல்லப்பட்டு விட்டன, நாம் புதிதாகச் செய்ய வேண்டியது எதுவும் இல்லை. மூதாதையர்கள், ஆயிரமாண்டுகளுக்கு முன்னமே நமது வாழ்க்கை வழிமுறைகளை எழுதிவைத்து விட்டார்கள். நாம் செய்ய வேண்டியது எல்லாம் அவற்றைப் பின்பற்றுவது மட்டுமே! அவற்றைச் செய்ய மறுத்தால் தீராத துன்பம்தான்! புதிதாகச் சொல்லப்படுபவை எல்லாம் நமது பண்டைய நாகரிகத்தை அழித்துவிடக்கூடியவை. இவ்வாறு ஓங்கி அடித்துச் சொல்பவர்கள் ஒரு பக்கம்.

பழங்குப்பைகளை விட்டால்தான் நமக்கு முன்னேற்றம். பழமையான கோட்பாடுகள் எல்லாம் விஞ்ஞானத்துக்குப் புறம்பானவை. புதுமையாகச் சிந்திப்பதில்தான் மனித மனம் மேம்படுகிறது. புதிய கண்டுபிடிப்புகள், சித்தாந்தங்கள் இவற்றை ஏற்றுக் கொள்வதுதான் நாகரிகம். நவீன உலகத்தின் வேகத்துக்கு பழம் பஞ்சாங்கங்கள் நிச்சயம் உதவாது. இப்படி முகத்தில் அறைந்து கூறுபவர்கள் இன்னொரு பக்கம்.

இந்த இருவரின் வர்க்கப்போர் தொடர்ந்து நடந்துகொண்டுதான் இருக்கிறது.

சரி, இந்த இரு துருவங்களுக்குள் எதை நாம் நம்புவது? எதை விடுவது? இதில் பாதி, அதில் பாதி என்று வாழ்க்கையை அமைத்துக் கொள்வதா?

அப்படி குருட்டாம்போக்கில் வாழ்வது இரண்டும் கெட்டான் வாழ்க்கையாகத்தான் இருக்கும். எதைத் தேர்ந்தெடுத்தாலும் அதிலொரு லாஜிக் இருக்கவேண்டும்.

உணவு பரிமாறுகையில் 'சாக்கா, பேக்கா?' என்று கன்னடத்தில் ஒருவன் கேட்டானாம். அதாவது வேண்டுமா, வேண்டாமா என்ற பொருளில். கன்னடம் தெரியாத இவன் சொன்னானாம் சாக்கிலே கொஞ்சம், பேக்கிலே கொஞ்சம் - இவன் நினைத்தது இவை இரண்டும் இரு வகை பொரியல் வகைகள் என்று!

அப்படி கொஞ்சம், கொஞ்சம் கலந்து நாம் நமது சித்தாந்தத்தை அமைத்துக்கொள்வது சரியாக இருக்காது. இதில் புகுவதற்கு முன் நாம் நமது மூளையைப்பற்றி அறிவியல் வல்லுனர்கள் என்ன சொல்கிறார்கள் என்று பார்ப்போம்.

நமது பின் மூளை நமது கற்கால வாழ்க்கையில் இருந்து தொடர்ந்து வந்து கொண்டிருக்கின்ற பகுதி. நமது முன் பக்க மூளை நம் பரிமாண வளர்ச்சிக்குத் தக்கவாறு மாறிக் கொண்டே வந்து நவீன கோட்பாடுகளை, வாழ்க்கை முறைகளை சிந்திக்கின்ற மூளை. இந்த இரண்டில் எந்த பக்கம் வலுவாக இருக்கின்றதோ அதற்கேற்ற வாறுதான் உங்களது அணுகுமுறை இருக்கும்.

ஒருவன் நம்மை நோக்கி வேகமாக வருகிறான். நாம் அதைப் பார்க்கிறோம். உடனே நமது பின் மூளை சொல்கிறது. 'நம்மை அவன் தாக்கத்தான் வருகிறான், நீ முந்திக்கொள்' என்று. உடனே நம் முட்டி இறுகுகின்றது. கால்கள் தரைமீது அழுந்தப் பதிகின்றன அல்லவா?

ஒருவன் நாம் செய்யும் தவறுகளைச் சுட்டிக்காட்டுகிறான். சரி என்றால் திருத்திக்கொள்ளலாம். நாம் என்ன செய்கிறோம். உடனே அவன் செய்யும் பத்து தவறுகளைப் பட்டியலிட்டுக்காட்டி அவன் மனத்தை வாடச்செய்கிறோம். இதெல்லாம் நமது விலங்கு மூளையின் எச்சங்கள்.

ஒரு சந்திப்புக்குச் செல்கிறோம். அங்கே ஒரு சிந்தனையாளர் அறிவின் ஓட்டம் கொண்டு புதிய சிந்தனைகளை நமக்கு முன் வைக்கிறார். நமது சுய சிந்தனைக்கு தீனி கொடுத்ததுபோல இருக்கிறது. உடனே நாம் அவரது புத்தகங்களை அடுக்கடுக்காக

வாங்கிப் படிக்கத் தொடங்குகின்றோம். இங்கு நம் முன் பக்க மூளை இயங்கத் தொடங்குகிறது.

ஒரு பழைய வழக்கத்தை நாம் பார்க்கின்றோம். அது தற்கால வேகத்துக்கு ஈடு கொடுக்காததாக இருக்கின்றது. வளர்ச்சியைத் தடை செய்வதாக இருக்கின்றது. உடனே கேள்வி கேட்கிறோம். அந்தப் பழக்கத்தை மாற்ற முயற்சிக்கிறோம். இங்கும் நம் முன் பக்க மூளை வேலை செய்வதாக அர்த்தம்.

இந்த இரண்டு பக்க மூளைகளுக்கும் நடக்கும் போராட்டம்தான் நம் வாழ்க்கையின் முரண்பாடுகள். இவையே நம் சமூகத்தில் காணப்படும் முரண்பாடுகள். உள்ளே எவை இருக்கின்றனவோ அவையே வெளியிலும் காணப்படுகின்றன. What exists in microcosm exists in macrocosm.

சரி, நமது தேர்வு இவை இரண்டில் எப்படியாக இருக்கவேண்டும்? நான் கூறுவது என்ன என்றால் அது ஒரு case by case நிர்ணயமாக இருக்க வேண்டும். 'எல்லா பாரம்பரிய பழக்கமும் உத்தமமானது, புதியன எல்லாம் சுத்த ஹம்பக்' என்று ஒட்டு மொத்தமாக கூட்டிக் கழிக்காமல், புதியனவோ, பழையனவோ எவை நம் அறிவுக்கும் அனுபவத்துக்கும் உடன் படுகின்றனவோ அவற்றை மட்டும் தேர்ந்தெடுத்து கடைபிடிக்க வேண்டும்.

'பழையன கழிதலும் புதியன புகுதலும் வழுவன, கால வகையினானே' என்று நமது பாரம்பரியமே பறை அடித்துக் கூறுகின்றது என்றால் பார்த்துக்கொள்ளுங்களேன்!

இன்று நவீன கோட்பாடாக உள்ளவை பல வருடங்களுக்குப்பின் பழமையாய், பாரம்பரியமாய் மாறும் அல்லவா? அது மட்டுமல்ல, காலத்தின் சுழற்சியில் பழமையால் கழிந்தது மீண்டும் பொலிவு கொண்டு புதுமையாய் வருவதையும் பார்க்கின்றோம் அல்லவா?

ஒரு காலத்தில் சைக்கிள் ஓட்டுவது புதுமை. பின் மோட்டார் வந்ததும் அது காணாமல்போனது. இன்று டிராஃபிக்கிலிருந்து தப்பவும், உடற்பயிற்சியாகவும் மீண்டும் மேலை நாடுகளில் சைக்கிள் மிக வேகமாக பரவிக்கொண்டு இருக்கிறது.

நமது நாட்டினர் சிலர் வெளி நாடுகளுக்கு சென்று வாழ்ந்துவிட்டு அந்த நாட்டினரைப் போலவே உடை அணிவதிலும், பேசுவதிலும், உணவு பழக்கங்களிலும் மாற்றத்தை கடை பிடிக்கிறார்கள். நம் கலாச்சாரத்துக்கு ஒவ்வாத உடை அணிவதிலா நவீனம் இருக்கிறது?

இந்தியா வந்ததும் நாம் எல்லாம் ஏதோ கற்காலத்தில் இருப்பதைப் போல பாவிக்கிறார்கள். அவர்கள் நினைப்பது வெளித்தோற்றத்தில் ஏதோ அவர்களை காப்பி அடிப்பதுதான் புதுமை என்று. அதே வெளி நாட்டினர் எந்த அளவுக்கு புதிய கருத்துக்களை நேசிக்கிறார்கள் என்பதை இவர்கள் வசதியாக மறந்து விடுகிறார்கள்!

நவீனம் என்பது நாம் அணியும் உடைகளிலோ அல்லது உணவு வழக்கங்களிலோ, உபயோகிக்கும் ஸ்பூன்களிலோ, ஃபோர்க்கு களிலோ அல்ல! நவீனம் என்பது நாம் எந்த அளவுக்கு புதிய கருத்துக்களை வரவேற்று, சீர்தூக்கிப் பார்த்து, அதில் கொள்ள வேண்டியதைக் கொள்கிறோம், தள்ள வேண்டியதைத் தள்ளுகிறோம் என்பதில்தான் இருக்கிறது.

எனவே நமது சமூகப்பார்வை எப்படி இருக்க வேண்டும்?

- பழமையா புதுமையா என்பது அல்ல கேள்வி, எது தர்க்க ரீதியாக புள்ளி தேறக்கூடியது என்பதுதான் அது.
- கண்மூடித்தனமாக காப்பி அடிப்பதை நிறுத்த வேண்டும்.
- புதிய கருத்துக்கள் ஆரோக்கியமாகவும், நன்மை பயப்பதாகவும் இருந்தால் ஏற்றுக்கொள்ளும் துணிவு வேண்டும்.

நமது இலக்கியங்கள் இறைவனை ‘முன்னை பழம் பொருட்கும் முன்னை பழம் பொருளே, பின்னை புதுமைக்கும் பேர்த்துமப் பெற்றியனே’ என்று வருணிப்பது இதைக்கொண்டுதானோ என்னமோ!

> பின் மூளைக்கும் முன் பக்க மூளைக்கும்
> நடக்கும் போராட்டம்தான்
> நம் வாழ்க்கையின் முரண்பாடுகள்.
> இவையே நம் சமூகத்தில் காணப்படும்
> முரண்பாடுகள். உள்ளே எவை
> இருக்கின்றனவோ அவையே வெளியிலும்
> காணப்படுகின்றன.

45

சமூக வாழ்க்கை எனும் புத்தகத்தைப் படியுங்கள்!

Voracious reader என்று ஆங்கிலத்தில் சிலர் தங்களைப்பற்றி கூறக் கேட்டிருக்கிறேன். அதாவது படிப்பதில் மிகுந்த வேட்கை உள்ளவர்கள் என்று அவர்கள் வர்ணிக்கப்படுகிறார்கள். புத்தகங்களை வாங்கிப் படிப்பது, நூலகங்களில் படிப்பது என்று அசுர வேகத்தில் படித்துத் தீர்ப்பார்கள்.

ஆனால் இந்த படிப்பின் பலன்தான் என்ன? படிக்கும் விஷயங்கள் சுவையாக இருந்தால் மட்டும் போதுமா? வாழ்க்கையில் முக்கியமான தருணங்களில், நெருக்கடிகளில், எதிர்பாராத நிலைமைகளில் படித்த புத்தகங்கள் வந்து உதவுமா? புத்தகங்கள் காண்பிக்கும் கொள்கைகள், கோட்பாடுகள், சித்தாந்தங்கள்தான் எத்தனை எத்தனை! எதை நீங்கள் கடைப்பிடிக்கப் போகிறீர்கள்?

சில சமயம் அதிகம் படிப்பது புத்தியை மழுங்க அடித்து விடுகிறதோ என்றுகூட சொல்லத் தோன்றுகிறது!

ஒரு காலத்தில் புத்தகங்களை அனாயாசமாக படித்துத் தீர்த்த அறிவு ஜீவி என்று போற்றப்பட்ட விவேகானந்தர், தன் குரு ஸ்ரீராமகிருஷ்ணரிடம் 'ஸ்வாமி! இந்தப் புத்தகங்களின் மூலம் நான் படித்த, என் மூளையில் பதிந்திருக்கும் சில்லறைக்கு உதவாத விஷயங்களை ஏதாவது மருந்து கொடுத்தாவது அழிக்க முடியுமா பாருங்கள்' என்று புலம்பினாராம்.

ஒரு புத்தகத்தின் வரிகளை படிக்கையில் உங்களை அறியாமலேயே அந்த வரிகளுக்கு நீங்கள் கட்டுப்பட்டு விடுகிறீர்கள். அதிகம் படிக்க, படிக்க அந்தப் புத்தகம் தரும் சிந்தனைகள் உங்கள் மூளைக்குள் புகுந்து உங்களின் சுய சிந்தனைகளை அழுத்தி விடுகின்றன. இப்பொழுது நீங்கள் படிக்கும் புத்தகமும் இதற்கு விதி விலக்கல்ல!

அதற்காக புத்தகங்களையே படிக்கக்கூடாது என்று நான் கூறவரவில்லை. எந்தப் புத்தகம் படித்தாலும் அதன் கோட்பாடுகள், விளக்கங்கள் உங்கள் சுய சிந்தனையினை மழுங்க விடாமல் அதே நேரத்தில் புதிய கோணங்களை உங்களுக்கு காண்பிக்கிறதா என்பதே கேள்வி. இது ஒரு பக்கம் இருக்க நாம் வாழ்க்கை எனும் புத்தகத்தைப் படிக்கத் தயாராக இருக்கிறோமா என்பது மிகப்பெரிய கேள்வி.

தினம் நாம் காணும் மனிதர்களை எடுத்துக்கொள்ளுங்கள் - பஸ்ஸில், ரயிலில், அலுவலகத்தில், உணவகங்களில், வங்கியில், தபால் நிலையங்களில் இன்னும் எங்கெங்கோ நாம் காணும் மனிதர்களை, அவர்கள் கூறும் விஷயங்களை, அவர்கள் படும் துன்பங்களை, கண நேர சுகங்களை நாம் உண்மையில் கவனிக்கின்றோமா?

எத்தனை எத்தனை அனுபவங்கள் தினமும். அவற்றை நாம் ஆழ்ந்து சிந்திக்கின்றோமா? அல்லது நமக்கு என்ன வந்தது என்று மேம்போக்காக நோக்கிவிட்டு நம் பாட்டை கவனிக்கச் சென்று விடுகிறோமா?

நான் ஆட்டோக்களில் பயணிக்கும்போது அந்த ஓட்டுனர்கள் பலர் தானே முன்வந்து தங்கள் வாழ்க்கையின் சிக்கல்கள் அல்லது தாங்கள் ஈடுபட்டுள்ள நல்ல செயல்கள் என்று தங்கள் அனுபவங்களைக் கூறக் கேட்டிருக்கிறேன். மிகவும் வியந்திருக்கிறேன். எவ்வளவு நேர்த்தியாக வாழ்க்கையை அமைத்துக்கொண்டிருக்கிறார்கள் என்று போற்றியிருக்கிறேன்.

பஸ்ஸிலோ, ரயிலிலோ பயணிக்கும்போதும் நம்மை நம்பி சிலர் தங்களது சொந்த வாழ்க்கையில் அவர்கள் சொதப்பியதையோ அல்லது சிறப்பாக, செம்மையாகச் செய்த செயல்களையோ சொல்லக் கேட்டு மலைத்திருக்கிறேன். முன் பின் தெரியாதவர்கள், முதன்முறையாகக் காண்பவர்கள், பயணத்தை முடித்தபின் ஜன வெள்ளத்தில் கரைந்து இனி மீண்டும் காண முடியாதவர்கள் இவர்கள். நமக்கு ஏதோ பாடம் புகட்ட இயற்கை இங்ஙனம் மனிதர்களை அனுப்புகின்றதோ என்று நான் எண்ணி வியந்திருக்கிறேன்.

அதுவொரு பக்கம் இருக்க தினமும் அனுபவங்களின் மூலமாக நமக்குத்தான் எத்தனை எத்தனை பாடங்கள், எத்தனை படிப்பினைகள்.

நமக்கு உள்ளே இருப்பது தேவ, தேவதைகளா அல்லது அசுர, ராட்சத, ராட்சசிகளா என்பது நாம் மற்றவர்களுடன் உராய்வுகளில் மாட்டும்போதுதான் தெரியும்.

'மனிதர்களின் நாகரிகம் என்பது வெறும் தோலின் ஆழம்வரைதான். கொஞ்சம் கீறிப்பாருங்கள், உள்ளே இருக்கும் மிருகம் வெளியே வந்துவிடும்!' என்று ஸ்வாமி விவேகானந்தர் கூறியது நினைவுக்கு வருகிறது.

இவ்வளவு ஏன்? நாம் நமது மனைவி, மக்களுடன், சகோதர, சகோதரிகளுடன், நட்பு வட்டாரங்களுடன் எப்படி தொடர்பு கொள்கிறோம்? அவர்களது உணர்வுகளை, கஷ்டங்களை, சிறு சிறு ஆசைகளை, சொல்லத் தவிக்கும் விஷயங்களைப் புரிந்துகொள்ளும் sensitivity அதாவது உணர்திறன் நமக்குள் இருக்கிறதா?

நினைத்துப் பாருங்கள். பெரும்பாலான நேரங்களில் இவற்றை எல்லாம் நாம் மிக பிஸியாக இருப்பதாக பாவித்துக்கொண்டு மிதித்துத் தள்ளிவிட்டு அல்லவா ஓடிக்கொண்டிருக்கிறோம்!

சரி, எதுவரை படிப்பது? படிப்பதற்கும் ஒரு ரிட்டயர்ட்மெண்ட் உண்டா? அதுதான் இல்லை.

மூதாட்டி ஔவை சொல்வதுபோல 'சாவாமற் கற்பதே கல்வி' - அதாவது நாம் இந்த உலகில் வாழும்வரை இந்தக் கல்வியை கற்கத்தான் வேண்டும்.

சற்றே நில்லுங்கள்! நூல் புத்தகங்களைப் படிப்பதைவிட, வாழ்க்கை தரும் பாடங்களைப் படியுங்கள். உங்கள் வாழ்நாள் உள்ளவரை படியுங்கள்! அவை உங்களை நிச்சயம் மேன்மைப்படுத்தும்!

46

சமூகத்திலும் தனித் தன்மையை இழக்காதீர்கள்!

எனது உறவினர்கள், நண்பர்கள் குடும்பங்களில் எல்லாம் பார்க்கிறேன். ஒவ்வொரு குடும்பத்தில் இருந்தும் குறைந்த பட்சம் ஒரு மகனோ அல்லது மகளோ அயல் நாட்டில் வசித்து, பணி புரிபவர்களாக இருக்கிறார்கள்.

சிங்கப்பூர், மலேசியா, துபாய், மஸ்கெட் போன்ற நகரங்களாக இருந்தாலும் பரவாயில்லை. அமெரிக்கா, ஆஸ்திரேலியா, ஐரோப்பா என்று போகும்போது அவர்களிடம் இரண்டு விதமான பாதிப்புகளை நான் தவறாமல் பார்க்கிறேன்.

- ஒன்று வெகு தொலைவு சென்று விடுவதால் அதிக பணம் செலவழித்து அவர்கள் தாயகத்துக்கு இடையிடையே வந்து போவது கடினமாக இருக்கின்றது.
- இரண்டாவது, மிக முக்கியமானதும்கூட, தாம் வாழும் தேசத்து கலாச்சாரத்தைக் காப்பியடிக்கும் ஒரு கூட்டமாக அவர்கள் மாறி விடுகிறார்கள்.

துபாயில் எத்தனை வருடம் பணி செய்தாலும் அயல் நாட்டவர்க்கு குடியுரிமை கொடுப்பதில்லை. எனவே அங்கு என்னதான் 99 வருட

லீசில் ஃப்ளாட் வாங்க அரசு அனுமதித்தாலும் யாரும் அதைப் பெரிதாக எடுத்துக்கொண்டு பணத்தை முடக்குவதில்லை. அவர்கள் முதலீடுகள் இந்தியாவிலேயே பெரும்பாலும் இருப்பதால் வருடத்துக்கு ஒருமுறை என்ன, இரண்டு மூன்று முறைகூட வந்து போக முடிகிறது.

இதே அமெரிக்காவில் என்றால் பச்சை அட்டை கைக்கு வந்தவுடன் நம் பிள்ளைகள் செய்வது என்ன? அதிக விலையில் ஒரு சொகுசுக் கார் - அதுவும் 10 வருட கடனில். பிறகு ஒரு வீடு அது ஒரு 20 அல்லது 25 வருட கடன்! பின் எப்படி மீள்வது? அயல் நாட்டையே தன் நாடாக பாவித்து வாழ்க்கையை ஓட்ட வேண்டியதுதான்!

இதெல்லாம்கூடப் பரவாயில்லை, ஆனால் பழக்க வழக்கங்களில் அப்படியே அமெரிக்கர்களை காப்பி அடித்து தான் ஏதோ அவர்கள் வம்சாவளியில் வந்தவர்கள்போல, பேசி, உடை உடுத்தி, கண்டதே காட்சி, கொண்டதே கோலம் என்று வாழ்பவர்களை நினைத்தால் தான் பரிதாபமாக இருக்கிறது.

இதே மேற்கத்திய நாடுகளைச் சேர்ந்தவர்கள் நமது கலாச்சாரத்தை கண்டு மிகவும் வியந்து அவர்கள் அதைப் பின்பற்றும்போது வெறும் காப்பியடிக்கும் பழக்கமாக இல்லாமல் அவர்கள் நம் தத்துவத்தைப் புரிந்துகொண்டு உள்வாங்கிக்கொண்டு வாழ்கிறார்கள். உதாரணமாக நமது சைவ உணவுப்பழக்கத்தையே அவர்கள் சற்று முன்னேற்றி 'வேகன்' என்று பால் சம்பந்தப்பட்ட உணவு வகைகளைகூடத் தவிர்த்து விடுகிறார்கள்.

ஆனால் நாமோ நமது அடையாளத்தை மறந்து கண் போன போக்கில் கால் போக நடந்துகொண்டிருக்கிறோம்.

பணி காரணமாக வேறு வேறு நாடுகளுக்குச் செல்வது இந்தக் காலத்தில் மறுக்க முடியாத நிர்பந்தம் ஆகிவிட்டது. ஆனால் எந்த தேசத்திலும், எந்த நிலைமையிலும் நமது அடையாளங்களை இழப்பது நம்மை நாமே தொலைத்துக்கொள்வதற்குச் சமானமே!

சென்ற தலைமுறையில் நெற்றியில் பொட்டு வைத்துக்கொள்வதை ஒரு புனிதமான பழக்கமாகக் கொண்டிருந்தார்கள். அவர்களது செல்வங்களே இன்று வெறும் நெற்றியுடன் வளைய வருவதைக் கண்டும் ஒன்றும் சொல்ல முடியாமல் ஏதோ ஃபேஷன் மாறி விட்டதைப்போல கண்டும் காணாததுபோல இருக்கிறார்கள்.

நமது ஒவ்வொரு பழக்கமும் ஒரு விஞ்ஞான அடிப்படையின்மீது அமைக்கப்பட்டதுதான் என்பதை அவர்கள் உணர்ந்திருக்கவில்லை.

- நெற்றியில் புருவ மத்தியில் ஒரு யோக மையம் இருக்கின்றது. பொட்டு வைக்கும்போது அந்த மையம் தூண்டப்படுகின்றது.
- அந்த மையம் செயல்படுத்தப்படும்போது அந்தப் பெண்ணின் மனது வசியத்துக்கு உள்ளாகாது.
- 'நான்' என்ற உணர்வு ஆட்சிக்கு வரும் மையம் அது. எனவே அங்கு கவனம் நிற்கும்போது அறிவு ஆட்சிக்கு வந்து விடும். உணர்ச்சி வசப்படமாட்டார்கள்.

மனிதர்களுக்கு மட்டுமல்ல, பறவைகளுக்கும் இந்த நுண்ணுணர்வு உண்டு. கால தேசத்துக்குத் தகுந்தபடி இடம் மாறும் பறவைகள் தங்களிடம் என்ன ஜி.பி.எஸ். வைத்துக்கொண்டா வழியைக் கண்டு பிடிக்கின்றன? அவற்றின் புருவ மத்தியில் ஒரு காந்தம் இருப்பதை கண்டு பிடித்த ஆராய்ச்சியாளர்கள் அதனைக்கொண்டு அவை திசைகளைத் தீர்மானிக்கின்றன என்று அறிந்துகொண்டார்கள்.

இதை நிரூபிக்க அவர்கள் ஒரு கொடூரமான பரிசோதனையும் செய்து பார்த்தார்கள். சில பறவைகளின் புருவ மத்தியில் உள்ள எலும்பை உடைத்து விட்டார்கள். இப்போது இந்தப் பறவைகளை நோட்டம் இட்டபோது, இவை திசை தெரியாமல் தடுமாறியதைக்கண்டு தங்கள் முடிவை உறுதிப்படுத்திக்கொண்டார்கள்.

இது ஒரு சிறிய உதாரணம். இதுபோல விஷயம் தெரியாமல் நாம் நமது நல்ல பழக்கங்கள் பலவற்றை காற்றில் விட்டுவிட்டு நமது சுயத்தன்மையை இழந்துகொண்டிருக்கிறோம்.

நான் விற்பனைத்துறையில் 35 வருடங்களுக்கு மேல் பணியாற்றிக் கொண்டிருக்கிறேன். பொதுவாக எல்லோரும் இந்தத் துறையில் நுழைந்தால் அதிகம் பார்ட்டிகள் உண்டாகும், அதன் கூடவே இத்தியாதி இத்தியாதி பழக்கங்களும் வந்துவிடும் என்று கருதுகிறார்கள்.

என்னைப் பொறுத்தவரை நான் நல்லது என்று கருதும் என் பழக்கங்களை ஒருபோதும் மாற்றிக்கொண்டதில்லை. அதுபோலவே கெடுதல் என்று கருதும் பழக்கங்களை, சிகரெட்டாகட்டும், மதுவாகட்டும் அல்லது அசைவ உணவாகட்டும் நான் தொடுவதில்லை என்று தீர்மானித்துவிட்டால் எந்தச் சூழ்நிலையிலும் அதை மாற்றிக் கொண்டதில்லை.

இதனால் மற்றவர்களால் நான் ஒதுக்கப்பட்டதுமில்லை, தனிமை படுத்தப்பட்டதுமில்லை.

பிரான்ஸ் நாட்டுக்கு அலுவல் சம்பந்தமாக நான் செல்லும் போதெல்லாம், எனக்காக அவர்கள் சிறப்பாக ஏற்பாடு செய்திருந்த சைவ உணவு வகைகளையும், அன்பைப் பரிமாற எனக்காக அவர்கள் எடுத்துக்கொண்ட முயற்சிகளையும் இன்றும் நான் மறக்கவில்லை. நன்றியில் நெஞ்சம் நிறைகின்றது.

நமது கொள்கைகளில் நாம் உறுதியுடன் இருக்கவேண்டும் என்று சொல்லும்போது மாற்றுக் கருத்துக் கொண்டவர்களிடம் வாதம் செய்ய வேண்டியதில்லை. அதே சமயம் நாம் சரி என்று கருதும் விஷயங்களில் நாம் சமரசம் செய்துகொள்ள வேண்டிய அவசியமும் இல்லை.

சில சமயங்களில் 'We agree to disagree' என்று பணிவாக வாத-பிரதிவாதங்களில் இறங்காமல், அதே சமயம் நமது கொள்கைகளை, கோட்பாடுகளை விட்டுக்கொடுக்காமல் இருக்கப் பழகிக்கொள்ள வேண்டும்.

இதற்கு மிகச் சிறந்த உதாரணம் மூதறிஞர் ராஜாஜி அவர்களுக்கும் ஈ.வே.ரா. அவர்களுக்கும் இருந்த நட்பு.

சித்தாந்தங்களில் இருவரும் இரு துருவங்கள். ஒருவர் பரம ஆத்திகர். மற்றவர் கடவுள் சிலை உடைப்பாளி. பரம நாத்திகர். ஒருவர் நம் நாட்டு புராதன வர்ணாஸ்ரமமுறையை ஆதரித்தவர். மற்றவர் அதற்கு பரம வைரி. ஒருவர் பிராமணர். மற்றவர் பிராமணர்களை தன் வாழ்நாள் முடியும் வரை எதிர்த்தவர்.

ஆனால் ஒருவருக்காக ஒருவர் தங்கள் கொள்கைகளில் சமரசம் செய்து கொள்ளாமல், அதே சமயத்தில் நல்ல நண்பர்களாகவும் இருக்க முடியும் என்று காண்பித்து விட்டார்கள் இல்லையா?

நமது கொள்கைகளில் நாம் உறுதியுடன் இருக்கவேண்டும் என்று சொல்லும்போது மாற்றுக் கருத்துக் கொண்டவர்களிடம் வாதம் செய்ய வேண்டியதில்லை. அதே சமயம் நாம் சரி என்று கருதும் விஷயங்களில் நாம் சமரசம் செய்துகொள்ள வேண்டிய அவசியமும் இல்லை.

47

பாதுகாப்பு வளையங்கள்

பெரும் அரசியல் தலைவர்களுக்கு பலவகைகளில் பாதுகாப்பு கொடுக்கிறார்கள்.

மிகப்பெரும் தலைவர்களாக இருந்தால் Z என்று கூறப்படும் மிக அதிக சக்தியுள்ள பாதுகாப்பு வளையத்தை அமைக்கிறார்கள். அது தவிர கருப்பு பூனை படை பாதுகாப்பு, குண்டு துளைக்க முடியாத ஜாக்கெட், கார்களில் பொருத்தப்பட்டிருக்கும் கவசம், சிறப்பு முதலுதவி பெட்டிகள் என எத்தனை எத்தனை பாதுகாப்பு அம்சங்கள்! இவை அனைத்தையும் மீறி சில சமயங்களில் துர் சம்பவங்கள் நடந்தேறிவிடுகின்றன.

சரி, சாமான்ய மக்களான நாம் எப்படி நமக்கு பாதுகாப்பு கொடுத்துக் கொள்வது?

நான் பாதுகாப்பு என்று கூறுவது பூனை படைகளையோ, சிறப்புக் கவசங்களையோ அல்ல. இவை ஒன்றுமே இல்லாமல் ஒரு பாதுகாப்பு வளையத்தை நாம் அமைத்துக்கொள்ளமுடியுமா?

நிச்சயம் முடியும்! நான் கூறும் பாதுகாப்பு வெளியிலிருந்து வருவதல்ல. நமக்கு உள்ளார்ந்த தகைமையினாலே வருவது அது.

நம்முடைய தாய் தந்தையர் நமக்காகச் செய்யும் தியாகங்கள்தான் எத்தனையெத்தனை!

எனக்கு நினைவு தெரிந்து என் தந்தை ஒரு சினிமாவுக்கும் சென்று பார்த்ததில்லை - ஆதி பராசக்தி என்ற ஒரே படத்தைத் தவிர. தனது பாச்சிலர் காலங்களில் அவர் சினிமாக்கள் பார்த்ததாக அவர் சொல்லி கேட்டிருக்கிறேன்.

எனது தாயார் தன் வாழ்க்கை என்பது தன் குழந்தைகளின் முன்னேற்றம் ஒன்றே என்று சங்கல்பித்து வாழ்ந்துகொண்டிருப்பவர். தனக்கென்று ஒன்று வேண்டும் என்று அவர் சொல்லி நான் கேட்டதில்லை.

அதேபோலத்தான் எனது உடன் பிறப்புகளும். ஒருவருக்கொருவர் விட்டுக்கொடுத்து வாழ்க்கையில் அமைதி காண்கின்றனர்.

இப்படிப்பட்ட குடும்பத்துக்கு நாம் என்ன செய்தாலும் தகும்! அவர்களுக்காக நான் செய்யும் சேவை, அவர்கள் எனக்கு அளிக்கும் ஆசிகள், வாழ்த்துக்கள்தான் எனது முதல் பாதுகாப்பு வளையம்!

என்னுடைய இளமைக்காலத்தில் இருந்தே, எனக்குத் திருமணமான சமயத்தில் இருந்தே ஒரு பழக்கத்தை நாங்கள் கடை பிடித்து வந்திருக்கிறோம். எங்களுடைய திருமண நாள் போன்ற முக்கியமான நாட்களை வெறும் கேளிக்கை பார்ட்டிகளில் செலவழிக்காமல் ஆதரவற்ற சிறுவர், சிறுமிகள் உள்ள விடுதிகளுக்கோ அல்லது முதியோர் இல்லங்களுக்கோ செல்வது. அவர்களுடன் அளவளாவி விட்டு அவர்களுடனேயே உணவருந்துவது. நம்மால் முடிந்த உதவியை அத்தகைய இல்லங்களுக்கு செய்வது என்பதுதான் அது.

அதேபோல் வயதான உறவினர்கள் இறந்த நாளிலும் இப்படி முதியோர் இல்லங்களுக்குச் சென்று உணவளித்துவிட்டு அவர்களுடன் உரையாடி அவர்களை மகிழ்விப்பது எங்களது வழக்கம். அதுவே எங்களுக்கு இன்பம்.

இந்தச் செயல்கள் அவர்களுக்கு எத்தனை மகிழ்ச்சி அளிக்கிறது என்பதை வார்த்தைகளால் விவரிக்க முடியாது. சொந்த உறவு களாலேயே கைவிடப்பட்ட அவர்கள் யாராவது வந்து தம்மோடு பேச மாட்டார்களா என்று ஏங்கிக்கொண்டிருக்கிறார்கள்.

அவர்கள் மனமாற உங்களை வாழ்த்துகிறார்களே அதைவிட உங்களுக்கு ஒரு பாதுகாப்பு கவசம் வேண்டுமா? இது நான் குறிப்பிடும் இரண்டாவது பாதுகாப்பு வளையம்.

நமக்கு அருகிலேயே வாழும் மிருகங்கள், பறவைகள் இவைகளின் பசியும் நம் பசியும் வேறு வேறா?

நம் நாட்டில் ஒரு பழக்கம் தொன்றுதொட்டு இருந்து வந்திருக்கிறது. காலை வேளையில் காக்கைக்கு உணவு வைத்தபின் உண்பது. இரவில் நாய்கள், பூனைகள் இவற்றுக்கு உணவு வைப்பது. பகலில் மாடுகளுக்கு புல்லோ, கீரையோ கொடுப்பது என்று இப்படி சகல ஜீவராசிகளையும் நேசித்து அவைகளுக்கும் உணவளிப்பது.

வாய் பேசாத அந்த ஜீவன்கள் நம்மை வாய்திறந்து வாழ்த்தவேண்டிய அவசியம் இல்லை. அவற்றின் இதயத்தில் இருந்து வரும் நன்றி உணர்ச்சி நமக்குக் கிடைக்கும் மூன்றாவது பாதுகாப்பு வளையம்.

இதைப்பற்றி எழுதும்போது நான் படித்த ஒரு சம்பவம் என் நினைவுக்கு வருகிறது. ஒருவர் இரவு வெகு நேரம் கழித்து வீட்டிற்கு வந்து கொண்டிருந்தாராம். அப்போது எங்கிருந்தோ ஒரு நாயின் அழுகுரல் கேட்க, அருகில் எந்த நாயையும் காணாமல் வியந்திருக்கிறார் அவர்.

பிறகுதான் புரிந்தது நாய் ஒன்று முனிசிபாலிடி ஊழியர் திறந்து விட்டுப்போயிருந்த பாதாள சாக்கடை ஒன்றில் தவறி விழுந்து வெளியே வர வழி இல்லாமல் தவித்துக்கொண்டிருந்தது என்பது. அவர் தனியாக அதைத் தூக்கி விட நினைத்தார். ஆனால் ஒருவேளை அது பதற்றத்தில் அவர் மேலேயே விழுந்து பிடுங்கிவிட்டால்?

ஆனாலும் அந்தப் பின்னிரவு வேளையில் அந்த நாயை அம்போவென்று விட்டுவிட்டுப் போக மனம் வரவில்லை. அங்கு உறங்கிக் கொண்டிருந்த சில நரிக்குறவர்களை எழுப்பி உதவிக்குக் கூப்பிட, அவர்களும் வந்து அந்த நாயை லாகவமாக வெளியே கொண்டுவந்து விட்டார்களாம்.

அடுத்த நாள் விடியலில் இந்த மனிதர் வெளியூருக்கு காரில் புறப்பட வேண்டியவர். இருந்தாலும் நேரம் பார்க்காமல் அந்த ஜீவனைக் காப்பாற்றியிருக்கிறார்.

அடுத்த நாள் திட்டமிட்டபடி இவர் டாக்ஸியில் நாலரை மணிக்குப் புறப்பட்டுச் சென்றுகொண்டிருக்கிறார். எதிர்பாராதவிதமாக ஓர் ஆக்ஸிடண்ட்! வண்டி காயலான் கடைக்கு போகும் அளவுக்கு நொறுங்கிவிட்டது. ஓட்டுனர் சில காயங்களுடன் தப்பினார். இவர் ஒரு கீறல்கூட இல்லாமல் வெளியே வந்தாராம்!

அந்த நாய் தப்பி வெளியே ஓடினபோது அது என்னைப் பார்த்ததே ஒரு நன்றிப்பெருக்குடன் கூடிய பார்வை! அதுதான் எனக்கு பாதுகாப்பளித்து என்னைக் காப்பாற்றியது என்று உருக்கமாக எழுதியிருந்தார் அவர்.

அடுத்து நான் கூறப்போவது நம் முன்னோர்களைப்பற்றி. நாம் இன்று உலாவிக்கொண்டிருப்பது அவர்களால்தான். எனவே நாம் அவர்களை எந்நாளும் நினைவில் கொள்ளவேண்டும். குறைந்த பட்சம் அவர்கள் உடலை நீத்த தினத்திலாவது அவர்களை நன்றி உணர்ச்சியோடு நினைத்துப் போற்றவேண்டும். அவர்கள் சென்ற அடிச்சுவடுகளில் நடந்து காட்டவேண்டும். அப்படி இருந்தால் இதுவும் ஓர் அற்புத பாதுகாப்பு வளையம்!

ஐந்தாவதாக நான் உரைப்பது நமது நாட்டின் தலை சிறந்த ஞானிகளைப்பற்றி. இன்று நம் நாட்டின் ஒவ்வொரு மணல் துளியும் ஆன்மிகத்தை பறைசாற்றிக்கொண்டிருக்கின்றது என்றால் அது இந்த மகான்களின் புனிதமான கால்கள் பட்ட காரணத்தாலேதான்.

அவர்களை நாம் மறக்காமல் அவர்கள் ஏற்றிய ஆன்மிக விளக்கு அணையாமல் அதைத் தூண்டி ஒளி விடுமாறு செய்வதற்கு முயற்சி எடுத்தோமானால், இந்த புனித ஆன்மாக்களின் ஆசி நமக்கு இன்னொரு அற்புதமான பாதுகாப்பு!

ஆறாவதாக நான் கூறுவது எங்கும் இறைந்து கிடக்கும் இறை தத்துவம். அதாவது உயிராற்றல் என்று நான் குறிப்பிட்டேனே அதன் மூலப்பொருள். மனம் என்பது? அதன் படர்க்கை நிலை - வெறும் projectionதான்.

நாம் காணும் வினோதமான இந்தப் பிரபஞ்சம் இயங்கிக் கொண்டிருப்பது இந்த மூல தத்துவத்தின் மடியின்மீதுதான். மாறிக்கொண்டே இருக்கும் இந்த மாயப்பிரபஞ்சம் இயக்கங்கள் அனைத்தும் அடங்கி, ஒடுங்குவதும் இந்த ஆதி மூலத்தில்தான் அல்லவா?

பகுதி 5

வாழ்க்கையில் முழுமை

வாழ்க்கையின் மிக முக்கியமான
பகுதியில் ஒரு நிறைவைக் காணுதல்.
நாம் உலகுக்கு வந்ததன் காரணத்தை உணர்ந்து
கடமையில் ஈடுபட்டு குறிக்கோளை அடைவது
மிக முக்கியம். வாழ்க்கையின் குறிக்கோளை எய்த
நாம் செய்ய வேண்டியது என்ன?

48

ஆல்ஃபா நிலையில் மனம்

நான் துபாயில் இருந்தபோது நான் தங்கியிருந்த கட்டடத்திலேயே ஒரு பெரிய ஜிம் இருந்தது. அதில் தினம் காலை வேளைகளில் உடற்பயிற்சிக்கென்று பலர் வந்து அதிக நேரம் செலவழித்து தங்கள் தசைகளை மெருகேற்றிக்கொண்டிருப்பதைக் கண்டு வியந்திருக்கிறேன்.

இந்தியாவின் பல ஹீரோக்கள் சிக்ஸ்பேக், எயிட்பேக் என்று உடலை வருத்தி தசைகளை ஏதோ ஸ்பீட் ப்ரேக்கர்கள்போல உருவேற்றிக் கொண்டிருப்பதைப் பார்க்கிறோம்.

இவற்றை எல்லாம் நான் பார்க்கும்போது, 'இவர்கள் இவ்வளவு நேரம் செலவழித்து உடலை கட்டாக வைத்திருக்க முயற்சிக்கிறார்களே, இதில் சில நிமிடங்களையாவது மனதுக்கு பயிற்சி கொடுக்க செலவழிக் கிறார்களா?' என்று நினைத்துக்கொள்வேன்.

எத்தனை உடல்வாகு உள்ளவர்களும் ஒரு நெருக்கடி என்று வந்தால் தளர்ந்துவிடுகிறார்கள். தள்ளாடிவிடுகிறார்கள். ஏன் தற்கொலை வரைகூடப் போய்விடுகிறார்கள்.

இதற்குக் காரணம் அவர்கள் யாரும் மனதுக்கு யோகா, தியானம் என்று எந்த ஒரு பயிற்சியும் கொடுத்தவர்கள் இல்லை. உடல் ஸ்தூலமானது, எளிதில் கட்டுப்பட்டு விடும். ஆனால் மனதோ நுண்ணியது, கட்டுப்படுத்துதல் கடினம்.

நாம் சாதாரணமான மன நிலையில் இருக்கும்போது அதன் வேகத்தை கணக்கெடுக்கும் மனோதத்துவ அறிஞர்கள் அது வினாடிக்கு 15 சைக்கிள்களுக்கு மேலாக இருக்கின்றது என்று சொல்கின்றார்கள்.

நாம் பதட்டமாக இருக்கும்போது அதே மனம் வினாடிக்கு 20 அல்லது 22 சைக்கிள்களுக்கு மேல் சென்று விடும். மனச்சலனம் 15-ல் இருந்து 22 வரை இருக்குமானால் அது பீட்டா லெவெல் என்று கூறப்படுகின்றது.

அமைதியாக மனம் இருக்குமேயானால் அதன் வேகம் 7 முதல் 14 சைக்கிள்களுக்குள் அடங்கும். இதுதான் ஆல்ஃபா லெவல் எனப்படுவது.

உதாரணமாக நாம் உறக்கத்தில் இருக்கும்போது (மோசமான கனவுகள் வந்து தொலைக்காத பட்சத்தில்) நம் மனது ஆல்ஃபா லெவலுக்கு வந்து விடுகின்றது. அதனால்தான் நாம் புத்துணர்ச்சி பெற்று அடுத்த நாள் சவால்களுக்கு தயார் ஆகின்றோம்.

விதி விலக்குகளாக சில பேர் மனதை வெகு ஆழ்ந்த அமைதி நிலைக்குக் கொண்டுசென்று விடுகிறார்கள். அப்போது மனத்தின் சலனம் 6-ல் இருந்து 0.5 சைக்கிள்களுக்கு இறங்கிவிடும். இதுதான் டெல்டா லெவெல் என்று சொல்கிறார்கள். இவர்களே மகான்கள் என்று போற்றப்படுபவர்கள். அவர்களைச் சுற்றி வெகு கனமான ஓர் அமைதி எப்பொழுதும் படர்ந்து இருக்கும்.

எவ்வளவு மன அழுத்தங்களுடன் நாம் இருந்தாலும் இவர்கள் முன் சென்றவுடனே நம் மனம் அந்த இறுக்கத்தில் இருந்து வெகு விரைவில், மிக எளிதாக விடுபட்டு அமைதி அடைந்து விடுவதை அனுபவ பூர்வமாக பலரும் உணர்ந்திருக்கிறார்கள்.

புத்தர், ஏசுபிரான், பகவான் ரமணர், ராமகிருஷ்ணர் போன்றவர்கள் இத்தகைய மன நிலையில் இருந்திருப்பதாகப் பார்க்கிறோம்.

ஸ்வாமி விவேகானந்தர் உரையாற்றும்போது அந்த மண்டபம் முழுவதும் ஓர் அமைதிக் களத்தில், ஆற்றல் களத்தில் இருந்ததை அனுபவித்தவர்கள் பதிவு செய்திருக்கிறார்கள். புத்தர் ஓர் ஊருக்கு வந்தால் பல மைல்களுக்கு அங்கே அமைதி நிலவி இருக்குமாம்.

சரி, இதைத் தெரிந்துகொள்வதால் நமக்கு என்ன நன்மை என்று கேட்கிறீர்களா?

நாம் புத்தரைப்போல மைல் கணக்குக்கு அமைதியைப் பரப்ப வேண்டாம். விவேகானந்தரைப்போல, மண்டபம் முழுவதும் நம்

ஆற்றலைச் செலுத்தவேண்டாம். குறைந்த பட்சம் நம்மைச் சுற்றியாவது ஓர் அமைதிக் களத்தை உருவாக்க வேண்டாமா?

இதற்குத்தான் மனதுக்கு ஒரு பயிற்சி கொடுக்க வேண்டும் என்று தொடக்கத்தில் நான் கூறினேன்.

சரி, எப்படி இதைச் செய்வது?

அமைதியான, ஆனந்தமான வாழ்க்கையை விரும்பும் நீங்கள், முதலில்,

- மனதின் நுண்மைத் தன்மையை உணர்ந்துகொள்ளுங்கள்.
- எண்ணங்களின் கூட்டே 'நான்' என்னும் தன் முனைப்பு என்பதை ஆழ்ந்து நோக்கி அறிந்துகொள்ளுங்கள்.
- எண்ணங்களை ஒருபோதும் மிரட்டி அடக்க முயலாதீர்கள்.
- எண்ணங்களை வெறுமே கவனியுங்கள், போதும்.
- நல்ல எண்ணம் இது, கெட்ட எண்ணம் இது என்ற மதிப்பீடுகளில் இறங்காதீர்கள்.
- தனிமையில் மட்டும் அன்றி பிறருடன் தொடர்பு கொள்ளும் போதும் உங்கள் மனத்தின் ஓட்டங்களை, அதில் எழும் சலனங்களை உன்னிப்பாக கவனியுங்கள்.
- விருப்பு வெறுப்பின்றி இந்தக் கவனத்தைச் செயல்படுத்துங்கள்.

மனதின் சலனம் அடங்க, அடங்க அது அமைதியில் ஆழ்வதை அனுபவிப்பீர்கள். பீட்டா லெவலிலிருந்த மனம் ஆல்ஃபா லெவலுக்கு இறங்கி அமைதியை உங்களுக்கு மட்டும் இல்லாமல் உங்களைச் சுற்றி உள்ளவர்களுக்கும் கொடுப்பதைக் காண்பீர்கள்.

49

நம்மிடம் உள்ள மூன்று குணங்கள்

மனிதர்களை எவ்வாறு பகுப்பது?

இவன் வெளுப்பு, அவன் மாநிறம், மற்றவன் கறுப்பு என்றா? அல்லது இவன் குட்டை, அவன் நெட்டை, மற்றவன் சொட்டை என்றா? அல்லது இவன் பணக்காரன், அவன் ஏழை, மற்றவன் நடுத்தரம் என்றா?

கண்ணன் கீதையில் ஓர் அற்புதமான கருத்தை வெளியிடுகிறான். மனிதர்களைப் பகுக்க அவர்களது குணங்களே ஆதாரம் என்கிறான். அவன் காட்டும் குணங்கள் ரஜோகுணம், தமோ குணம், சத்துவ குணம் என்ற மூன்று. இதில் எந்த குணம் தூக்கலாக இருக்கின்றதோ அதை ஒட்டி அவனது பழக்கங்கள் இருக்கும்.

சரி, அந்த குணங்களின் தன்மை என்ன?

ரஜோ குணம்:

ஆற்றலை அதிகம் வெளிப்படுத்தும் குணம். எதிலும் தான் முன் நிற்கவேண்டும் என்ற ஆசை, ஓயாத உழைப்பு, குறிக்கோளின்மீது சிதறாத கவனம், தன்னை எல்லோரும் கவனிக்க வேண்டும், பாராட்டவேண்டும் என்ற வேட்கை, எதையும் படாடோபமாக

செய்யும் தன்மை, அதே சமயம் குறிக்கோள் தவறி விட்டால் தீராத மனவருத்தம், சோர்வு. இவன் அணியும் ஆடைகள் பகட்டாகவும் எல்லோரும் கண்டு வியக்கும் வண்ணம் இருக்கும். அவன் உண்ணும் உணவும் அந்தக் குணத்துக்கேற்ப ஆடம்பரமாக இருக்கும். நாவின் சுவையை முழுவதும் அனுபவிப்பவன். வெற்றிக்காக உறக்கத்தை தியாகம் செய்யத் தயங்காதவன்.

தமோ குணம்:

சோம்பேறித்தனமாக, வெட்டியாக காலத்தைக் கடத்திக் கொண்டிருப்பவன். குறிக்கோள் இல்லாதவன். ஆக்கத்தைவிட அழிவை விரும்புபவன் இவன். உறக்கத்தை மிகவும் விரும்புபவன். இவன் வெறுப்பது செயல்களை. நெட்டித்தள்ளும்வரை எந்தச் செயலிலும் ஈடுபடாதவன்.

இவன் உண்ணும் உணவும், ஆறிப்போய் சில்லு செவுக்கென்று இருக்கும். புளித்தது, பழையது இவைதான் இவனுக்கு விருப்பம். ஆடைகளோ மிகக் கேவலமாக இருக்கும். தோய்க்காத, கிழிந்த ஆடைகள் போதும் இவனுக்கு. ராமன் ஆண்டாலும், ராவணன் ஆண்டாலும் இவனுக்கு ஒரு கவலையும் இருக்கப்போவதில்லை.

சத்துவ குணம்:

ஆற்றலுள்ளவன். அடக்கமானவன். ரஜோ குணமுள்ளவனைக் காட்டிலும் மிக வேகமாக செயல்படக்கூடியவன். ஆனால் பார்ப்பதற்கு ஒன்றுமே செய்யாததுபோல் இருப்பான். சுத்தமான ஆடைகளை அணிவான். ஆனால் அதில் பகட்டு இருக்காது. மற்றவருக்கு ஓடிச்சென்று உதவுவதில் முதல்வன். ஆனால் அதில் விளம்பரமோ எந்த எதிர்பார்ப்போ இருக்காது.

குறிக்கோளில் தீவிரம் உண்டு. செயல்பாட்டில் அக்கறையும் உண்டு. ஆனால் ஏதோ காரணத்தால் குறிக்கோள் தவறி விட்டால் அதற்காக அழுது புலம்பிக்கொண்டு இருக்க மாட்டான். அடுத்தது என்ன என்று கேட்டு உடனே அதில் இறங்கி விடுவான்.

உணவுகளை சரியான அளவில் சரியான சமயத்தில் உண்பான். அதில் சுவையைக் காட்டிலும் ஆரோக்கியத்தின் மேன்மையை விரும்புவான். சுவைக்காக பிற உயிர்களை வதைப்பதை இவன் அறவே வெறுப்பவன்.

அதிகமாக உழைப்பது, அதிகமாக போகத்தில் ஈடுபடுவது, அதிகமாக உறங்குவது, அதிகமாக சாப்பிடுவது என்பவற்றை இவனிடம் பார்க்க முடியாது. எல்லாவற்றிலும் மிதமான போக்கு உடையவன்.

சில சமயங்களில் தாமசிக குணமுடையவனும், இவனும் ஒரே மாதிரியாகக் காணப்படுவார்கள். ஆனால் உண்மையில் எதிர் எதிர் துருவங்கள் இவர்கள். ஒரு மின் விசிறி படுவேகமாகச் சுற்றும்போது பார்த்தால் சுற்றாமல் இருப்பதுபோலிருக்கும் அல்லவா, அது மாதிரி.

சரி, இவற்றை அறிந்துகொள்வதால் என்ன லாபம் நமக்கு என்று தானே நினைக்கிறீர்கள்?

'தன்னை அறிதல்' என்பது பற்றி அடிக்கடி குறிப்பிடுகிறேன் அல்லவா, அந்த தன்னை அறிந்துகொள்வதற்கு இந்த அடிப்படை ஞானம் தேவை.

தான் தாமசிகமாக, எதிலும் ஈடுபாடு இல்லாமல் இருப்பவன், செயலில் இறங்கி அந்த சோம்பேறித்தனத்தில் இருந்து விடுபட வேண்டும். அடுத்தது அதிலேயே மூழ்கி விடாமல் சத்துவ குணத்தைப் பெருக்கிக்கொண்டு அமைதியை தன் உள்ளே காண வேண்டும்.

ஆல்ஃபா லெவல் மனமென்று குறிப்பிட்டேன் அல்லவா, அதற்கு இந்த சத்துவ குணம் மிக அவசியம். இந்த குணம் ஓங்கும்போதுதான் பேராசை, சினம்,வெறுப்பு, கடுஞ்சொற்கள் இவை நம்மைவிட்டு விடை பெறும். அறவாழ்க்கையில் நாட்டம், பிற உயிர்க்கு உதவிடும் தன்மை இவை எல்லாம் பெருகுவது இந்த சத்துவ குணத்தினால்தான்.

ஆனால் விடுதலை என்பது குணங்களை கடந்த நிலை!

- நமது கர்ம மூட்டைகளைக் கரைத்து நம்மை நாமாக இருக்க வைப்பதற்கு முதலில் நாம் இந்த முக்குணங்களைப்பற்றி அறிந்து கொள்ளவேண்டும்.
- நாம் எந்த குணக்கலவையில் இருக்கிறோம் என்று புரிந்து கொள்ள வேண்டும்.
- பிறகு நம்மை நாமே உயர்த்திக்கொள்ள முயலவேண்டும்.

50

நாம் சுமக்கும் மூன்று சுமைகள்!

இயற்கையின் படைப்பு மிக விசித்திரமானது. ஒரே தாயின் வயிற்றில் உதிக்கும் குழந்தைகள் ஒரே மாதிரியாகவா இருக்கின்றார்கள்? ஒரே நகரத்தில் வாழும் மனிதர்கள் ஒரே மாதிரியாகவா சிந்திக்கின்றார்கள்? ஒரே நாட்டில் வாழும் மக்கள் எல்லாரும் ஒரே தன்மை கொண்டவர்களாகவா இருக்கிறார்கள்?

ஒரு பக்கம் அவர்கள் பிறக்கும்போது ஏற்படும் பதிவுகள் அவர்களுக்கு சில குணங்களைக் கொடுக்கின்றன. அவர்கள் செல்லும் திசையை அந்தப் பதிவுகள் தீர்மானிக்கின்றன. இதை **'பிராரப்தம்'** என்று கூறுவார்கள்.

இன்னொரு பக்கம் அவர்களாகவே புதிதாக ஏற்படுத்திக்கொள்ளும் பதிவுகள். தங்களது சூழ்நிலைகளால், நட்பு வட்டாரங்களால், தாங்கள் படிக்கும் புத்தகங்களால், தாங்கள் ஏற்கும் சித்தாந்தங்களால், அவற்றைப் பரப்பும் தலைவர்களால் இப்படி பல புதிய பதிவுகளை ஏற்படுத்திக்கொள்கிறோம். இவற்றை **'ஆகாம்யம்'** என்று கூறுவது வழக்கம்.

இதைத்தான் - தான் பாதி, தம்பிரான் பாதி என்று பழமொழியாகக் கூறுகிறார்கள். தானே வந்தது போதாதென்று நாம் வேறு கடன்களைச் சேர்த்துக்கொள்கிறோம் அல்லவா?

இதைத் தவிர ஒரு பழைய மூட்டை நமக்காகக் காத்திருக்கிறது. அதுதான் காலம் காலமாக நாம் சேர்த்து வைத்திருக்கும் கர்ம மூட்டை.

இயற்கை மிக கண்ணியமானது. அதற்குத் தெரியும் குருவி தலையில் பனங்காயை வைக்கக்கூடாது என்பது. எனவே நமது கர்ம மூட்டை ஒரே ஜென்மத்தில் தீர்ந்து விடாது என்று கருதி அதைப் பகுதி, பகுதியாக இன்ஸ்டால்மெண்டில் நம்மைக் கழிக்கச் செய்கின்றது.

துன்பத்தில் சிலர் அங்கலாய்ப்பதைக் கேட்டிருப்போம். 'ஐயோ! என்னால் தாங்கமுடியவில்லையே, ஏன் இந்த ஆண்டவன் என்னைச் சோதிக்கிறான்?' என்று.

உண்மையில் நாம் தாங்க முடியாத துன்பத்தை இயற்கை தருவதில்லை. கொடுமையான விபத்துகளில்கூட, மூளை காயப்பட்டவரின் மத்திய நரம்பு மண்டலத்தை செயலிழக்கச் செய்து வலி தெரியாமல் செய்துவிடுகிறது. இந்த பழங்கடன்தான் **'சஞ்சிதம்'** என்று அழைக்கப் படுகின்றது.

இந்த மூன்று விதமான பதிவுகளும் அல்லது கடன்களும் அல்லது கர்மாக்களும் - நீங்கள் எப்படி அழைத்தாலும் சரி, தீர்க்கப்பட்டால் தான் முழுமையான விடுதலை. இவை தீர்க்கப்படாதவரை நாம் மீண்டும், மீண்டும் இந்த உலகுக்கு வரத்தான் வேண்டும். இன்ப, துன்பங்களை அனுபவிக்கத்தான் வேண்டும்.

ஒரு மண்பானை தீயில் சுடப்படாமல் இருக்கும்வரை ஒவ்வொரு முறை அது உடையும் போதும் அதை குயவன் மீண்டும், மீண்டும் குழைத்து தன் சக்கரத்தில் இட்டு அதை பாண்டமாக்குவான். ஆனால் அதுவே சூளையில் சுடப்பட்டுவிட்டால் அது உடைந்தால் அதை மீண்டும் குழைத்து பானையாக்க முடியாது.

விதைகள் விதைக்கப்படும்போது பயிர் விளைவது இயற்கையின் விதி. ஆனால் அதே விதை வறுக்கப்பட்டுவிட்டால் அந்த விதை முளைக்குமா? அதுபோலத்தான், நாம் பக்குவம் ஆகாதவரை சம்சாரம் என்ற சக்கரத்தில் இயற்கை என்னும் குயவனால் குழைக்கப் பட்டு வடிவமைக்கப்பட்டுக் கொண்டேதான் இருப்போம்.

சுருங்கச் சொல்வதானால் நம் வாழ்க்கை என்பது நமது வினை களுக்கேற்ப நாம் செய்யும் அறுவடைதான்!

எனது தந்தைக்கு கஃபூர் என்ற சிந்தியைச் சேர்ந்த நண்பர் ஒருவர் இருந்தார். மிகுந்த செல்வந்தர், நல்ல பரோபகாரி. நாங்கள் கஷ்டப்பட்ட காலத்தில் சமயம் அறிந்து உதவியவர். ஆனால்

அவரிடம் ஒரு நல்ல கொள்கை இருந்தது. அவர் யாரிடமும் கடன்படமாட்டார், அதேசமயம் தான் கடன் கொடுத்தால் அதைத் திரும்ப வாங்காமல் விடமாட்டார்.

அவர் கூறிய காரணம் அந்தச் சிறு வயதில் மிக வியப்பாக இருந்தது எனக்கு. அவர் கூறுவார், 'இந்தக் கடனைத் திரும்பப் பெறுவதற்கு நான் இன்னொரு பிறவி எடுக்கத் தயாராக இல்லை!'

இதன் தத்துவம் என்னவென்றால் பாப பதிவுகள் மாத்திரம் நமக்கு பிறவியைக் கொடுப்பதில்லை. புண்ணியப் பதிவுகளும்தான்!

எனவே ஒருவன் முழு விடுதலை பெற வேண்டுமானால் இந்த இரண்டையும் கடந்துவிட வேண்டும். இதைத்தான் திருவள்ளுவர்.

> 'வேண்டுதல் வேண்டாமை இலானடி சேர்ந்தார்க்கு
> யாண்டும் இடும்பை இல'

என்று அழகாக இயம்புகிறார்.

அதாவது இருமைகளைக் கடந்தால்தான், அல்லது கடந்தவனது தத்துவத்தை (அடி என்றால் பாதங்கள் என்று உரை ஆசிரியர்கள் பொதுவாகக் கூறுகிறார்கள். அடி என்றால் தத்துவம் என்பது பொருள்) பின்பற்றினால்தான் பதிவுகளில் இருந்தும் பந்தங்களில் இருந்தும் முழுமையாக விடுபட்டு சுதந்திரனாக இயங்க முடியும்.

> பிராரப்தம், ஆகாம்யம், சஞ்சிதம் -
> இந்த மூன்று விதமான கடன்களும் அல்லது
> கர்மாக்களும் தீர்க்கப்பட்டால்தான்
> முழுமையான விடுதலை. இவை தீர்க்கப்
> படாதவரை நாம் மீண்டும், மீண்டும் இந்த
> உலகுக்கு வரத்தான் வேண்டும். இன்ப,
> துன்பங்களை அனுபவிக்கத்தான் வேண்டும்.

51

பிராண சக்தியை சரியாக உபயோகியுங்கள்!

இதற்கு முன்பு தனி மனிதனுக்கான விதிகளில் காந்த சக்தியை வளர்த்துக்கொள்வது எப்படி என்று பார்த்தோம். அதில் எப்படி ஒருவன் நல்ல குணநலன்களை வளர்த்துக்கொள்வதன் மூலம் தன் காந்தக் கவர்ச்சியை அதிகரிக்க முடியும் என்று விளக்கி இருந்தேன். இப்போது அதற்கு அடிப்படையாக அமைந்திருக்கும் தத்துவத்தைப் பார்ப்போம்.

பொதுவாக பிராணன் என்றால் எல்லோரும் உடனே நினைத்துக் கொள்வது உயிர் என்பது. ஆனால் பிராணன் என்பது எல்லா வகையான இயங்கும் சக்திகளைக் குறிப்பது. அது மின்சாரம் ஆகட்டும், புவி ஈர்ப்பு விசையாகட்டும், மைய நோக்கு விசையாகட்டும் அல்லது மைய விலக்கு விசையாகட்டும் எந்த மாதிரியான விசையாக இருப்பினும் அவை எல்லாம் பிராண சக்தியின் மறு உருவங்களே.

ஏன், நம் உடலில் இயங்கிக்கொண்டிருக்கும் ரத்த ஓட்டம், உடல் பாதுகாக்கும் உஷ்ணம், நமது தசைகளிலும், நரம்புகளிலும் இயங்கிக் கொண்டிருக்கும் இயக்கம் எல்லாம் பிராண சக்தியின் வெளிப்பாடே. கணத்துக்குக் கணம் மாறிக்கொண்டிருக்கும் நம் மனத்தின், எண்ணங்களின் ஓட்டமும் இந்தப் பிராண சக்தியின் துணை கொண்டே என்றும் சொல்லலாம்.

இப்படி அண்டத்திலும் பிண்டத்திலும் இயங்கிக்கொண்டிருக்கும் இந்த அற்புதமான சக்தியை எப்படி கட்டுக்குள் கொண்டு வருவது? அதற்குத்தான் நமது நாட்டின் பண்டைய யோக நூல்கள் மூச்சுக் கட்டுப்பாட்டை நமக்கு பரிந்துரைக்கின்றன.

ஒன்றை நாம் புரிந்துகொள்ளவேண்டும். எது நுண்மையானதோ அதுவே காரண சக்தி. எது ஸ்தூலம் ஆனதோ அது காரியம். அதாவது விளைவு.

நமது மூச்சு சூட்சுமமானது. நமது உடல் ஸ்தூலமானது. எனவே சூட்சுமம் ஆன மூச்சைக் கட்டுப்படுத்தினால் ஸ்தூலமான உடலை கட்டுக்குள் வைத்திருக்கலாம்.

நாம் படபடப்பாக இருக்கும்போது பாருங்கள், மூச்சு எப்படி புஸ் புஸ் என்று வேகமாக ஒரு நிலக்கரி எஞ்சின்போல வருகிறது. அதுவே நாம் அமைதியாக இருக்கும்போது, அல்லது ஒரு நுண்ணிய விஷயத்தைக் கற்கும்போது எவ்வளவு சீராக வருகிறது.

இப்போது தோசையைத் திருப்பிப்போடுங்கள். அதாவது மூச்சை சீராக வைத்துப் பாருங்கள். மனது அமைதியாக, நுண்மையாக ஆகிவிடுவதைக் காண்பீர்கள்.

இப்படி படிப்படியாக பிராண சக்தியைச் சேமியுங்கள். பரபரப்பான, படபடப்பான வாழ்க்கையிலிருந்து சற்று விலகி நின்று நடப்பவற்றை ஒரு சாட்சிபோல பார்க்கக் கற்றுக்கொள்ளுங்கள். எதுவும் உங்களைத் தீண்டாது. உங்கள் அமைதி குலையாது. மனம் விருப்பு, வெறுப்புகளிலிருந்து வெளியே வந்து விடும் மிகச் சுலபமாக!

இப்போது வேறு ஒரு நன்மையையும் சொல்கிறேன். நீங்கள் இந்தப் பிராண சக்தியை சேமிக்க, சேமிக்க உங்களுக்கு உணவு உண்டால்தான் உடல் இயங்கும் என்ற நிலை மாறத்தொடங்கும். மிக சொற்பமான அதுவும் சாதாரண உணவிலேயே உங்கள் உடல் இயங்க ஆரம்பிக்கும். பிரபஞ்சத்தில் உள்ள சக்தியை ஈர்த்துக்கொண்டு நீங்கள் மற்றவர்களைக் காட்டிலும் அதிக வலிமையுடனும், வேகத்துடனும் இயங்க முடியும்.

சுவாமி விவேகானந்தர் காலத்தில் தான் சந்தித்த ஒரு முனிவரைப் பற்றிக் அவர் கூறுகிறார். அவர் பெயர் பவஹரி பாபா - அதாவது காற்றையே புசித்து வாழ்பவர் என்று அர்த்தம். அவர் உணவு உண்டு யாரும் பார்த்ததில்லை. எனவே மக்கள் அவரை காற்றை உண்ணும் முனிவர் என்றே அழைத்தார்கள்.

சரி, அதற்கும் காந்தக் கவர்ச்சிக்கும் என்ன தொடர்பு என்ற கேள்வி உங்கள் மனத்தில் எழுகிறது இல்லையா?

விடை மிக சிம்பிள். பிராண சக்தி என்பது ஓர் ஈர்ப்பு விசை. அதற்குள்ளே வரும் எவரும் அதனுள் ஈர்க்கப்படுவது நிச்சயம்.

எனவே ஆரோக்கியமான வாழ்வு வாழ,

- மூச்சு விடும்போது கவனம்செலுத்துங்கள்.
- மூச்சுப்பயிற்சிகளை மேற்கொண்டு அதன் பலனாக உங்கள் பிராண சக்தியை ஒழுங்குபடுத்துங்கள்.
- நெருக்கடியான சமயங்களில் உடனே விவகாரத்தில் குதித்து விடாமல் சற்று நிதானித்து பிராண சக்தியைக் கூட்டி பின் அதில் ஈடுபடுங்கள். விவகாரம் சுமுகமாக முடியும்.
- உணவுப்பழக்கங்களில் கவனம் செலுத்துங்கள். சில உணவுகள் உங்களது பிராண சக்தியை வற்றச் செய்துவிடவும் கூடும்.

இப்படி கட்டுப்பாட்டோடு வாழக்கற்றுக்கொண்டால் எந்த நோயும் அணுகாமல் நூறாண்டு வாழலாம். அப்படியே வந்தாலும், அதன் தாக்கம் தெரியாதபடி உங்கள் பிராண சக்தி உங்களை காக்கும்.

52

பதிவுகளில் இருந்து விடுதலை!

பதிவுகளின் வகைகள், தன்மைகள் இவற்றை விவரமாகப் பார்த்து விட்டோம். சரி, துன்பப் பதிவுகளில் இருந்து விடுபடுவது எப்படி?

மூன்று வழிகள் பெரும்பாலும் பின்பற்றப்படுகின்றன:

- ஒரு பதிவில் இருந்து விடுபட அதற்கு மாற்றுப்பதிவு கொடுத்து அதை பூஜ்ஜியம் ஆக்குவது.
- தான் விளைவித்த துன்பத்தை நினைத்து, வருந்தி, அழுது, மன்னிப்புக்கேட்டு அந்தப் பதிவில் இருந்து விடுபடுவது.
- தன்னை அறிவது.

முதலில் மாற்றுப்பதிவுகளின் வழியைக் காண்போம்.

அமெரிக்காவின் நியூ யார்க் நகருக்குச் செல்பவர்கள் தவறாமல் காணும் ஓர் இடம் அங்கே அமைந்துள்ள ராக்கஃபெல்லர் டவர். நியூ யார்க்கின் ஸ்கை லைனை அலங்கரிப்பதுபோல அமைந்துள்ள அந்த அடுக்கு மாடிக் கட்டடம் ராக்கஃபெல்லரின் புகழை இன்னும் பறை சாற்றிக்கொண்டிருக்கிறது.

20 ஆம் நூற்றாண்டின் தொடக்கத்தில் மிகப் புகழ் பெற்ற நிறுவனம் ஆக இருந்தது ஸ்டாண்டர்ட் ஆயில். இதன் தலைவர்தான்

ராக்கஃபெல்லர். பணம் சேர்ப்பதிலேயே குறியாக இருந்த அவர் அதற்கு எந்த வழியையும் பின்பற்றலாமென்ற வகையில்தான் செயல்பட்டுக் கொண்டிருந்தார். விளைவு, செல்வம் குவிந்தது. நிம்மதி விடை பெற்றுக்கொண்டு போனது. இள வயதிலேயே கண்களில் சுருக்கம் விழுந்து முகம் களை இழந்து போனது.

அவரது நண்பர்கள் அறிவுறுத்தலின் பேரில் சர்ச்சுக்கு நன்கொடை வழங்கி தன் பாபத்தில் இருந்து தப்பலாம் என்றால் அவரைப்பற்றிக் கேள்விப்பட்டிருந்த சர்ச்சுகளும் அந்தக் கறை படிந்த செல்வத்தை ஏற்றுக்கொள்ள முன் வரவில்லையாம்.

அப்போது தொடங்கப்பட்டதுதான் ராக்கஃபெல்லர் ஃபௌண்டேஷன் என்ற தொண்டு நிறுவனம். அடைவதில் உள்ள மகிழ்ச்சியைக் காட்டிலும் கொடுப்பதில்தான் இன்பம் அதிகம் என்று கண்டுகொள்ள வெகுநாள் ஆகவில்லை ராக்கஃபெல்லருக்கு.

தனது பாப பதிவுகளில் இருந்து விடுபட்டு களையிழந்த அவரது முகம் பொலிவை அடைந்ததாக நாம் கேள்விப்படுகிறோம்.

இரண்டாவதாக நாம் காண்பது செய்த தவறுகளை எண்ணியெண்ணி வருந்தி அந்தப் பதிவுகளைக் கழிப்பது.

தினசரி வாழ்க்கையில் நாம் எத்தனை பேரை ஏறி மிதித்து முன்னேறப் பார்க்கிறோம். அலுவலகத்தில் சக பணியாளர்களுடன், நமக்குக் கீழே வேலை செய்பவர்களுடன் எத்தனை உராய்வுகள், எத்தனை பூசல்கள், அனைத்திலும் நாம் சரியான பக்கம்தான் இருந்திருக்கிறோமா?

வீட்டில் எத்தனைமுறை மனைவி, மக்களிடம் எரிந்து விழுந்திருக்கிறோம். அத்தனைமுறையும் தவறு அவர்கள் பக்கம் தானா? நாம் எல்லாவற்றையும் சரியாகத்தான் செய்திருந்தோமா?

தெருவில் வண்டி ஓட்டும்போது எதிரில் வருபவனையோ, பக்கத்தில் வருபவனையோ காறி உமிழ்வதுபோல வசை பாடுகிறோமே, நாம் தவறே செய்யாமலா வண்டியை ஓட்டுகிறோம்?

விளைவு! எங்கேயோ நாம் எதிர்பார்க்காத முறையில் நமக்கு கசை அடி வீழ்கிறது. சிந்தித்துப் பார்க்கிறோம், ஏன் இந்த அடி நம்மீது விழுந்தது?

உடனே அத்தனை நிகழ்வுகளையும் சற்று ஃப்ளாஷ்பேக் போட்டு மனத்திரையில் பார்க்கிறோம். எங்கேயோ நாம் செய்தது இங்கே வந்து நம்மை மாட்டி விட்டிருக்கிறது!

சரி, இந்த வலி போகவேண்டும் என்றால், நாம் எங்கே செய்து வைத்தோமோ அங்கேபோய் தவறுக்கு வருந்தி மன்னிப்பு கேட்டால் நம் வேதனை பறந்து போய்விடுகிறது அல்லவா?

ஆனால் இதைச் செய்ய நம் அகங்காரம் நம்மை விடுகிறதா? நான் ஏன் மன்னிப்பு கேட்க வேண்டும்? விட்டுத்தள்ளு! இப்படித்தான் நம் கணக்கில் கடன் வட்டியுடன் சேர்ந்து அதிகமாகிக்கொண்டிருக்கிறது!

இன்னொன்றும் நாம் கவனிக்கவேண்டும். ஓரிடத்தில் நாம் தவறு செய்தோம், இன்னோரிடத்தில் அதற்கு தண்டனை வருகிறது.

உடனே நமக்கு ஓர் அசட்டு சிரிப்பு வருகிறது இல்லையா? 'நான் யாருக்கும் தெரியாது என்று நினைத்து செய்து வைத்தேன். ஆனால் இயற்கை ஒரு சூப்பர் கம்ப்யூட்டரைப்போல அதனைக் குறிப்பெடுத்து வைத்து எனக்கு உரிய தண்டனையை வழங்கி விட்டதே!' இப்படி நாம் உணரும்போது நம்மை அறியாமல் நமக்கு ஒரு சிரிப்பு வருகிறதல்லவா? இதைத்தான் வள்ளுவர், 'இடுக்கண் வருங்கால் நகுக' என்று குறிப்பிட்டாரோ என்று எண்ணத் தோன்றுகிறது.

மூன்றாவது வழியை இப்போது பார்ப்போமா?

அதுதான் மிக உயர்ந்த வழியாக அறிஞர்களால் சொல்லப் பட்டிருக்கிறது. தன்னை உணர்தல். அது என்ன நம்மை நாம் அறிதல்?

'நான்' என்று என்னைக் கூறிக்கொள்வது ஒரு நிரந்தரம்போலத் தோன்றும் ஒரு பிம்பத்தைத்தான். கணத்துக் கணம் மாறிக்கொண்டே இருக்கும் இந்த 'நான்' எப்படி ஒரு நிலையான வஸ்துவாக இருக்க முடியும்?

ஓர் ஆறு தொடர்ச்சியாக ஓடிக்கொண்டிருக்கிறது. அதன் கரை அதற்கு ஒரு பெயரை கொடுத்து விட்டிருக்கிறது. தண்ணீரை நோக்குங்கள். நாம் நேற்று கண்ட அதே நீரா அங்கே இப்போது இருக்கிறது? இருந்தாலும் நாம் அதே ஆறாகத்தானே பார்க்கிறோம்?

ஒரு தீப்பந்தத்தை எடுத்துச் சுற்றுங்கள். அதன் சுழற்சி வேகத்தில் ஒரு தீ வளையமே உருவாகிவிட்டதே! இப்போது அதை என்னபெயரிட்டு அழைப்பீர்கள்? தீ பந்தம் என்றா அல்லது தீ வளையம் என்றா?

எண்ணங்கள் சுழலும் வேகத்தில் அவை ஒரு எண்ணுகின்ற ஆளை உருவாக்குவதுபோலத் தோன்றவில்லை?

எண்ணுபவன் என்ற ஒருவனை உருவாக்குவது எண்ணங்களே என்று ஏன் வாதிட முடியாது? சரியாகக் கூறவேண்டும் என்றால், எல்லா

எண்ணங்களும் நீக்கப்பட்டுவிட்டால் அப்போது எண்ணுபவன் என்ற ஒருவன் இருக்க முடியாது! அவன் உருவாவது இந்த எண்ணங்களால் தான். எண்ணங்கள் மடிந்து விட்டால் எண்ணுபவனும் காலி!

சரி, அப்போது எஞ்சி இருப்பது என்ன?

இதைத்தான் புத்தர் சூன்யம் என்று சொல்லி முடித்துவிட்டார்.

ஆனால் நம் ஞானிகள் அதை உணர்வு நிலை - பரம்பொருள் என்று நிறைவு செய்தனர்.

சரி, தன்னை உணர்ந்தால் எப்படிப் பதிவுகள் தீரும்?

எண்ணங்கள் பூஜ்ஜியம் ஆகும்போது அவை உருவாக்கிய பதிவுகளும் பூஜ்ஜியம் ஆவதில் என்ன விந்தை!

அப்படியானால் தன்னை உணர்ந்த ஞானிகளும் ஞானமடைந்த பின்னும் வாழ்ந்துகொண்டுதானே இருக்கிறார்கள்? அந்தப் பதிவுகள் என்ன ஆகும்?

ஒரு நட்சத்திரம் எரிந்து விழுந்துவிட்டால் அது பல ஆயிரம் வருடங்களுக்குக்கூட காட்சி கொடுத்துக்கொண்டிருக்கும், யாருக்கு? பார்ப்பவனுக்கு, காரணம் அத்தனை ஒளி ஆண்டுகள் தூரத்தில் அது இருக்கின்றது. ஆனால் அந்த நட்சத்திரத்தைப் பொறுத்தவரை அது ஏற்கெனவே எரிந்து முடிந்துவிட்டது!

53

ஆற்றல் களங்களை பயன்படுத்திக்கொள்ளுங்கள்!

பதிவுகளில் இருந்து விடுதலை பெறுவதற்கு மூன்று உபாயங்கள் கூறியிருந்தேன். நான்காவதாக ஒரு முக்கியமான உபாயம் இருப்பதால் அதை ஒரு தனி அத்தியாயமாக எடுத்துக்கொள்ளலாம் என்று நினைக்கிறேன்.

தன்னை உணர்ந்த ஒருவன் - தன் முனைப்பை விடுத்து மனத்தின் சேட்டைகளுக்கு விடைகொடுத்து, எண்ணங்களே அற்றவனாய், விருப்பு வெறுப்புகளுக்கு அப்பாற்பட்டவனாய், இன்பம், துன்பம் போன்ற இருமைகளைக் கடந்தவனாய், பிரபஞ்சமே தான் ஆகி விட்டவனாய் - இப்படி உணர்வில் ஆனந்தம் கொள்பவனாய் இருப்பவனால் என்ன லாபம்?

எதிலும் ஒரு பிரயோஜனம் தேடுகின்ற மனித மனத்தில் இருந்து உதிக்கும் கேள்வி இது.

அவனால் மக்களுக்கு, நாட்டுக்கு என்ன பிரயோஜனம்? செயலையே துறந்தவனாகக் காணப்படுகின்றானே இவன், நமக்கு என்ன பயன் தரக்கூடும்?

உறவுகளிலிருந்தும், சமூக உராய்வுகளில் இருந்தும் விடுபட்டவனாய் தன் - உணர்விலேயே தோய்ந்திருக்கும் இவனால் சமூகத்துக்கு என்ன பயன்?

ஆம், இப்படித்தான் பயன்-விரும்பிகள் கேட்கக்கூடும்.

அவர்கள் அறியாதது என்ன என்றால் இப்படிப்பட்டவன் இருப்பதே ஒரு வரம். அவன் உண்டாக்கி வைத்திருக்கும் ஆற்றல் களம் அதனுள் நுழைபவனை - அவன் எத்தனை லௌகீகவாதியாக, எத்தனை சுயநல வாதியாக, எவ்வளவு நாத்திகவாதியாக இருந்தாலும் - அவனை ஓர் உலுக்கு உலுக்கி அவனது கட்டுக்களை தளரச் செய்கிறது. எவ்வளவு மோசமான பாப பதிவுகளை அவன் சுமந்திருந்தாலும் அந்தப் பதிவுகளின் தாக்கம், இறுக்கம் இவனது அருகாமை ஒன்றினாலேயே தளர்ந்து, விட்டுக்கொடுத்துவிடுகிறது.

அதனால்தான் ஓர் ஞானியின் சங்கமத்தை நம் நாட்டில் மிக உயர்ந்த யோக சாதனமாக சொல்லிவைத்திருக்கிறார்கள்.

ஷீரடி சாயி பாபாவின் வரலாற்றைப் பார்க்கும்போது எவ்வளவோ துன்பச்சுமையில் வாழ்ந்துகொண்டிருந்தவர்கள் அவரது நிழலில் எப்படிச் சுலபமாக அவற்றில் இருந்து விடுபட்டார்கள் என்பதைப் பார்க்க முடிகிறது.

சிலர் சில மணித்துளிகள் மட்டுமே துன்பம் அனுபவிக்கும் கனவுகள் மூலமாகக்கூட துன்பப் பதிவுகளில் இருந்து விடுவிக்கப்பட்டார்கள் என்று பார்க்கும்போது வியப்பாக இருக்கிறது. அதாவது பல வருடங்கள் துன்பப்பட்டு அனுபவித்து கழிக்க வேண்டிய பதிவுகள், சில மணித்துளிகளிலேயே கனவில் வரும் துன்பத்தின் மூலம் கழிக்கப்பட்டு சீடனை குணப்படுத்தி இருப்பதைப் படிக்கிறோம்.

பகவான் ரமணரது ஆற்றல் களம் எப்பேர்பட்ட சோகத்தையும் நிமிடங்களில் கரைக்கக்கூடியதாக இருப்பதை அறிய முடிகிறது. அவர் உடலோடு வாழ்ந்த காலத்தில் பலர் கடும் சோகச்சுமையுடன் அவரிடம் வர, சில மணி நேரம் அவரது பார்வையில் பட்ட உடனேயே இருந்த சோகம் முழுவதும் பனித்துளிகள் உருகி மறைவதைப்போல கரைந்து விட்டதை பதிவு செய்திருக்கிறார்கள்.

எனது மாமியார் காலமானதும், எனது மைத்துனர் மிகுந்த சோகத்தில் ஆழ்ந்திருந்ததைக் கண்டு அவரை திருவண்ணாமலை ஸ்ரீரமணாஸ்ரமத்துக்கு சென்று வரும்படி அறிவுறுத்தினேன். சென்றவர் அங்கு தங்கி அவரைப் பிடித்திருந்த சோகம் எப்படி மாயமாக மறைந்துவிட்டது என்பதைத் திரும்பி வந்து மிக வியப்புடனும் மகிழ்ச்சியுடனும் குறிப்பிட்டார்.

காஞ்சி மாமுனிவரைக் காணும் பேறு பெற்ற என் பெற்றோர் எப்படி அவரது ஆற்றல் களத்தால் பெரும் துன்பச்சுமையில் இருந்து

விடுபட்டு எங்கள் குடும்பம் முன்னேறியது என்பதை சிறு பிராயம் முதலே கண்ணால் கண்ட நாங்கள் அவரது ஆற்றல் களத்தில் முழு மூச்சாக இறங்கியதில் என்ன வியப்பு இருக்க முடியும்!

அதேபோல, அரவிந்தர், அன்னை ஆற்றல் களத்தில் மிகுந்த மன உறுதி கிடைப்பதைப் பார்க்க முடிகிறது.

எனது விற்பனை வாழ்க்கையை நான் தொடங்கியிருந்த சமயம் அது. தொடக்கத்தில் நான் வாடிக்கையாளர்களை அணுகும்போது எனது விற்பனை பேச்சில் ஒரு தயக்க நிலை இருந்தது. அது என்னை விற்பனை பேரங்களை சரியான முடிவுக்குக் கொண்டுசெல்ல முடியாமல் தடுத்துக்கொண்டிருந்தது.

அப்போது நான் பாண்டிச்சேரி பகுதிக்கு விற்பனை நிமித்தமாகச் சென்றிருந்தேன். மதியம் உணவு நேரத்தில் அங்கு கடைகளை அடைத்து விட்டு வாடிக்கையாளர்கள் வீட்டிற்குச் சென்று விடுவார்கள். பிறகு 4 மணிக்கு மேல்தான் வியாபாரம். எனவே கிடைத்த நேரத்தில் நான் அரவிந்தாஸ்ரமத்துக்குச் சென்றேன். அந்த அனுபவம் இன்றும் என் மனதில் பசுமையாக இருக்கிறது.

அவர்களது சமாதிக்கு அருகில் சென்று அதில் என் தலையை வைத்து கண்களை மூடினேன். அடுத்த சில நிமிடங்களில் எனது உடல் முழுவதும் ஓர் அதிர்வலை பாய்ந்து என்னை உலுக்குவதுபோல உணர்ந்தேன். ஒரு மணிக்கு மேல் அவ்வாறு இருந்திருக்கிறேன், நேரம் போனது தெரியவில்லை. பிறகு வெளியே வந்து ஒரு புது மனிதனாக எனது விற்பனைப் பணிக்குத் திரும்பினேன்.

நம்புங்கள்! அந்த மாலையில் எனது பேச்சின் தொனியே மாறி விட்டிருந்தது எனக்கே வியப்பாக இருந்தது! எனது சேல்ஸ் கால்கள் அனைத்தும் சூப்பர் சக்ஸஸ்! அன்று தொடங்கியது என் ஆட்டம், இன்றுவரை நன்றாக ஓடிக்கொண்டிருக்கிறது!

துபாயிலிருக்கும்போது எனது இஸ்லாமிய நண்பர்கள் பலர் உம்ராவுக்கு மெக்கா செல்வதைப் பார்த்திருக்கிறேன். என்ன மாயமோ தெரியவில்லை, திரும்பி வந்ததும் அவர்கள் மன நிலையில் நல்ல மாற்றம் இருப்பதைப் பார்க்கமுடிகிறது. அதுவரை சுகவாசிகளாக இருக்க நினைத்தவர்கள் மிக எளிமையானவர்களாக மாறிவிடுவதைக் காண முடிகிறது. அங்கே இருக்கும் ஆற்றல் களம் அந்த மாற்றத்தை ஏற்படுத்தி இருப்பதாகத் தோன்றுகிறது.

புத்த கயாவுக்குச் சென்றவர்கள் அங்கே மனம் லயமாகி ஓர் இனம் புரியாத அமைதியை உணர்ந்ததாகக் கூறிக் கேட்டிருக்கிறேன். புத்தரின் ஆற்றல்

களத்தில் அமைதி படர்கிறது. ஈராயிரம் ஆண்டுகளுக்குப் பின்னும் அந்த அமைதிக் களம் ஆற்றலுடன் இருப்பதைப் பார்க்கிறோம்.

காரணம் தன்னை உணர்ந்தவன், பதிவுகளை பூஜ்ஜியம் ஆக்கியவன் தூய்மை பெற்ற உயிராற்றலை வைத்திருக்கிறான். அது அந்த ஞானியின் சங்கல்பமில்லாமலேகூட அவனைத் தேடி வருவோரின் பதிவுகளைத் தளர்த்தி அவர்களை உள் நோக்கிப் பார்க்கவைக்கிறது.

ஒவ்வொரு ஞானியும் தன் உடல் மடிந்த பின்னும் அவன் விட்டுச் செல்லும் ஆற்றல் களம் சமுதாயத்துக்கு மிகுந்த நன்மை பயக்குமாறு செய்கிறான்.

நமது பதிவுகளில் இருந்து விடுபட இந்த ஆற்றல் களங்கள் ஒரு மிகச் சுலபமான வழியாக இருக்கின்றன. அப்படி அவன் அருகாமையில் இருந்தும் அந்த ஆற்றலின் நன்மையைப் பெற முடியாதவர்கள் துரதிர்ஷ்டசாலிகளே!

ஸ்ரீராமகிருஷ்ணர் சொன்னதுபோல மலய மாருதம் வீசும்போது எல்லா மரங்களும் சந்தன மரமாக மாறி விடுகின்றன. அதாவது ஓர் ஞானியின் ஆற்றல் என்ற காற்று வீசும்போது எப்பேர்பட்ட பதிவுகள் பெற்றவனாக இருந்தாலும் சந்தனம்போல மணம் வீசி குளிர்ச்சியையும் பெறுகிறான்.

ஆனால் இதிலும் விதி விலக்காக சிலர், பருத்தி மரம் மலய மாருதம் வீசும்போதுகூட சந்தன மரம் ஆகாததுபோல பதிவுகளில் இருந்து விடுபடாமல் மீண்டும் பதிவுகளை ஏற்படுத்திக்கொண்டு போவது அவர்களது பக்குவம் அற்ற தன்மையால்தான்.

நமது தேசத்தில் இந்த ஆற்றல் களங்கள் இருப்பதினால்தான் எங்கெங்கிருந்தோ நீர் தேடி வரும் பறவைகள்போல நம் நாட்டுக்கு பறந்து வருகிறார்கள் அயல் நாட்டவர்கள். நாம் பருத்தி மரம்போல இல்லாமல் இந்தக் குளிர்ந்த ஆற்றல் மிக்க காற்றை உபயோகப் படுத்திக் கொண்டு பதிவுகளில் இருந்து விடுபடுவோமாக!

54

இயற்கையின் முழுமையிடம் உங்களை ஒப்படைத்து விடுங்கள்!

தொடக்கத்தில் நாம் வாழ்க்கை விதிகளை ஆராய்ந்தபோது எப்படி தனி மனிதன் தன் வாழ்க்கையை தன்முனைப்போடு சரியான வழியில் அமைத்துக்கொள்ளவேண்டும் என்று விளக்கமாகப் பார்த்தோம்.

அதேபோல குடும்பம் அமைத்துக்கொள்வதிலும், சமுதாயத்துக்கு என்று பணி செய்யும்போதும் அவன் தன்முனைப்பைக் காட்ட வேண்டியதாக இருக்கிறது. அப்படி பணி செய்யும்போதும் அதில் ஈடுபாட்டுடன் செய்தாலும் அதன் விளைவுகளில் பற்றில்லாமல் செய்யும்போது அவன் எவ்வித பாதிப்பும் அடைவதில்லை.

இப்போது அதே மனிதன் தன் வாழ்க்கையின் நிறைவை அடையத் தொடங்கும்போது தன்முனைப்பை அறவே தொலைத்துவிடுகிறான்.

அது எப்படி சார்? தன்முனைப்பு இல்லாமல் ஒருவன் வாழ முடியும்? அது மட்டும் அல்ல, முன்பு தனி மனிதனுக்கான விதிகளில் 'சங்கல்ப பலத்தை பெருக்கிக்கொள்' என்று சொல்லிவிட்டு இப்போது அதை விடச்சொல்வது மாதிரி இருக்கிறதே! என்று கேட்கிறீர்களா?

ஆம், விடத்தான் வேண்டும். ஒருவன் முதலில் தன் சங்கல்ப பலத்தைப் பெருக்கி வாழ்க்கையில் தான் அடைய வேண்டிய நியாயமான இன்பங்களை, பிறருக்குத் தீங்கு விளைவிக்காமல் அற சிந்தனையோடு அடைய முற்படுகிறான். அவனே வாழ்க்கையில் நிறைவை அடைந்துவிட்ட நிலையில் தனது சங்கல்பங்களைத் தொலைத்துவிடுகிறான்.

சுருக்கமாகச் சொன்னால் இயற்கையின் முழுமையிடம் தன்னை முழுவதுமாக ஒப்படைத்துவிடுகிறான். இனி அவன் காரியங்களை அந்த இயற்கை பார்த்துக்கொள்கிறது.

ஜே. கிருஷ்ணமூர்த்தி ஆரம்ப காலத்தில் அன்னி பெசண்ட் அம்மையாரால் பயிற்சிக்கப்பட்டவர். தியசாபிகல் சொசைட்டி உண்டாக்கி இருந்த 'ஆர்டர் ஆஃப் த ஸ்டார்' என்ற அமைப்பின் முடிசூடா மன்னராக, ஓர் இறைவனின் தூதுவராக அறிவிக்கப் பட்டவர். இங்கிலாந்தில் படிப்பிக்கப்பட்டவர். அந்த இயக்கத்தின் பல கோடிச் சொத்துக்களுக்கு வாரிசாயிருக்க வேண்டியவர்.

ஆனால் அவர் தன்-நிலை உணர்ந்ததும் இதுபோன்ற இயக்கங்கள் மூலம் இயங்குவதில் அர்த்தம் ஒன்றும் இல்லை என்று ஒரே நாளில் அனைத்தையும் துறந்தார். தான் ஓர் அவதாரமோ அல்லது இறை தூதரோ அல்ல என்று பறைசாற்றிவிட்டு தன்னை எல்லா பந்தங்களில் இருந்தும் விடுபட்ட சுதந்திரனாக அறிவித்துக்கொண்டார்.

'எனது குறிக்கோள் ஒன்றுதான். அது ஒவ்வொருவரையும் தளைகளிலிருந்து விடுவிப்பது!' என்று முழங்கினார். பல கோடி பெருமானமுள்ள அமைப்பைக் கலைத்தார். அதன் சொத்துக்களை கொடுத்தவர்களுக்கே திரும்பக்கொடுத்தார். சுருக்கமாகச் சொல்வ தென்றால் ஒரே நாளில் ஓட்டாண்டி ஆனார்!

அப்போது அன்னி பெசண்ட் அவரது உறுதியை மெச்சினாலும், 'குழந்தாய், நீ எப்படிச் சமாளிக்கப் போகிறாய். சம்பாதிக்க நீ ஒன்றும் பெரிதாக உலக கல்வி படிக்கவில்லையே!' என்று அங்கலாய்த்தார். அப்போது ஜே.கே.வுக்கு நடுத்தர வயதுதான்.

பல வருடங்களுக்கு பின் தனது வயதான காலத்தில் இந்த விஷயத்தைப் பகிர்ந்துகொண்ட ஜே.கே, 'அப்போது எனக்கு அதிக வயதாகவில்லை. இன்று எண்பதுக்குமேல் ஆகிவிட்டது. இயற்கை எனக்கு என்ன குறை வைத்திருக்கிறது?' என்று சொல்லிவிட்டு முத்தாய்ப்பாக, 'If you throw yourself to Nature, it has got an astonishing way to take care of yourself!' என்று முடிப்பார்.

அதாவது நீங்கள் உங்களை இயற்கையின் முழுமையிடம் அர்ப்பணித்துவிட்டால் அது வியக்கத்தக்க வகையில் உங்களது தேவைகளைப் பார்த்துக்கொள்ளும்.

இதே நிலையில்தான் பகவான் ரமணர் 15 வயதில் தன் வீட்டைவிட்டு திருவண்ணாமலை வந்தது. வரும்போது சாம்பார் சாத பொட்டலமோ, பிஸ்கெட் பாக்கெட்டுகளோ, மினரல் தண்ணீரோ என்று ஏதாவது வாங்கி வந்தாரா என்ன? இயற்கை பார்த்துக்கொள்ளும் என்று துணிந்துவிட்டார். அது அவரைக் கைவிடவில்லை.

புத்தன் சத்தியத்தை தேடி அரச போகத்தை துறக்கத் துணிந்ததும் இந்த இயற்கையின் மேல் இருந்த நம்பிக்கையால்தான்.

கடமைகளை சரியாகச் செய்து முடியுங்கள். கடமை என்பதே கடன் என்ற சொல்லில் இருந்து வந்ததுதான். ஆங்கிலத்திலும் பாருங்கள் Duty என்கிறோம். The dues that you pay back is Duty.

நான் முன்பு குறிப்பிட்டது போல நமது பதிவுகள் என்ற கடன்களை அடைத்து தீர்த்து விட்டால், சுதந்திரன் ஆகி விடுகின்றோம். அப்படி விடுதலை பெற்றவனை, இயற்கையின் முழுமையோடு தன்னை ஒருமைப் படுத்திக்கொண்டவனை அந்த இயற்கை காப்பதில் என்ன வியப்பு இருக்க முடியும்?

55

வெளிச்சத்தில் இருப்பவன் இருட்டில் உள்ளதைப் பார்க்க முடியாது!

பல வருடங்களுக்கு முன் நான் தத்துவ ஞானி திரு. T.G.N. ஐயா அவர்களின் உரை ஒன்றைக் கேட்கையில் அவர் கூறிய ஒரு விஷயம் நினைவுக்கு வருகிறது.

'இருளில் உள்ளவனால் வெளிச்சத்தில் இருப்பதைப் பார்க்கமுடியும், ஆனால் வெளிச்சத்தில் உள்ளவனால் இருளில் இருப்பதைக் காண முடியாது' என்றவர் 'இதன் பின்னால் ஒரு தத்துவம் இருக்கிறது பின்னர் ஒரு சந்தர்ப்பத்தில் விளக்குகிறேன்' என்று கூறி தான் பேசிக்கொண்டிருந்த விஷயத்துக்குள் சென்றுவிட்டார்.

அன்று முதல் என்னுள் இந்தத் தகவல் சுழன்றுகொண்டேயிருந்தது. அதற்கடுத்த பல உரைகளில் அவரது விளக்கம் கிடைக்கும் என்று எதிர்பார்த்திருந்தேன். ஆனால் அது எனக்குக் கிட்டவில்லை.

இப்போது இந்தப் புத்தகத்தின் வாயிலாக நான் சில தத்துவங்களை, வாழ்க்கை விதிகளை உங்களுடன் பகிர்ந்துகொள்ளும்போது, என் மனம் இந்த விதியைச் சற்று அசை போட்டு, அலச ஆரம்பித்தது.

வெளிச்சத்தைப்பற்றிய தத்துவத்துக்கு எனக்கு சரேல் என்று ஒரு வெளிச்சம் கிட்டியது.

நாம் அஞ்ஞானம் என்னும் இருளிலிருக்கும்போது நமக்கு ஞானத்தின் வெளிச்சத்தை - அது எவ்வளவு தூரத்திலிருந்தாலும், புள்ளியாகத் தெரியும் அளவுக்கு இருந்தாலும் - பார்க்க முடிகிறது. (அஞ்ஞானம் என்ற வார்த்தை மிக பொருள் பொதிந்தது. அதை அடுத்த அத்தியாயத்தில் விளக்குகிறேன்.)

அதாவது நமது தற்போதைய நிலை சரியானதல்ல, ஒரு தஞ்சாவூர் பொம்மை ஆடிக்கொண்டிருப்பதைப்போன்று ஆடிக்கொண்டிருக்கும் நிலை. இந்த ஆட்டம் நின்று ஒரு பேலன்ஸுக்கு வந்தாகவேண்டும் என்ற உணர்வு எப்போதாவது தோன்றுகின்றது.

ஆனால் நாம் மெய்விளக்கம் பெற்றுவிட்டால், அதாவது நாம் யார் என்ற விசாரணையில் நம்மை அறிந்துகொண்டுவிட்டால் அந்தக் கணமே நாம் இதுவரை இருந்து கொண்டிருந்ததாக நினைத்துக் கொண்டிருந்தோமே அந்த இருள், அது காணாமல்போய்விடுகிறது!

அந்த தன்-நிலை வெளிச்சத்தில் இருப்பவன் கண்களில், இருள் தென்படுவதில்லை. இருளில் நிகழ்பவை அவனைப் பொறுத்தவரை இல்லாததாகிப் போய்விடுகிறது.

இதற்கு எத்தனையோ உதாரணங்கள் என் மனதுக்கு வருகின்றன.

ஸ்ரீராமகிருஷ்ணர் இறை பித்துப் பிடித்து காளியிடம் பேசிக் கொண்டிருப்பதைப் பார்த்த மதுர் பாபு (அவர் அந்த காளி கோவிலைக் கட்டிய ராணி ரசமணி அம்மையாரின் மாப்பிள்ளை) அவரை 'தெளிவு' படுத்தவேண்டும் என்று நினைத்துக்கொண்டு ஒரு நாள் அவரை ஒரு விலைமாதுவிடம் அழைத்துச் சென்று விட்டுவிட்டார். அவருக்குத் தெரிந்த லட்சணம் அவ்வளவுதான்!

ராமகிருஷ்ணரோ அந்த பெண்ணைக் காளியாகவே பார்த்து வணங்க ஆரம்பித்துவிட்டார். அவருக்கு இந்த உலகியலின் இருள் தென்படவே இல்லை!

நடந்த விஷயத்தைக் கேட்டு மதுர் பாபு தனது முட்டாள்தனமான செய்கையை நினைத்து வெட்கித் தலைகுனிந்தாராம்.

இன்னொரு உதாரணம். பகவான் ரமணர் தனது வாழ்க்கையில் ஒருவரையும் பற்றிக் குறை கூறியதே இல்லை. எப்பேர்பட்ட தீயவரிடமும் நல்லதையே கண்டவர் அவர்.

இது அவரது பக்தர்களுக்கு பெரிதும் வியப்பாகவே இருந்தது.

அந்தச் சமயம் திருவண்ணாமலையில் வசித்து வந்த ஒருவர் தன் வாழ்வில் நல்லது ஒன்றும் செய்யாதவர் - அதாவது பரவாயில்லை, வாழ்க்கை முழுவதும் அவர் செய்யாத தவறுகளில்லை - அப்பேர்ப்பட்ட ஒருவர் இறந்துவிட்டார்.

இப்போது ரமண அன்பர்களுக்கு ஒரு சந்தர்ப்பம் கிடைத்தது. 'இப்போது இவர் மறைந்த தகவலைச் சொல்வோம். எப்போதும் நல்லதாகவே சொல்லும் ரமணர் இவரைப்பற்றி நல்லதாக ஒன்றும் சொல்ல இயலாதே! என்ன சொல்லப்போகிறார்!' என்று பார்ப்போம் என்று ஆவலுடன் காத்திருந்தார்கள்.

பகவானிடம் தகவலைச் சொன்னார்கள். ஒரு கணம்கூட தாமதியாமல் ரமணர் கூறினார், 'ஆ! அவரைப்போன்று சுத்தமாகக் குளிக்கும் மனிதரை நான் கண்டதில்லை. நான் சிறுவனாக இங்கே வந்த சமயத்தில் எனக்கு சரியாக குளிக்கக்கூடத் தெரியாது.

'இவர் குளத்தில் மூழ்கி நன்றாகத் தேய்த்துக் குளிப்பதைப் பார்த்தபின் தான் நானே நன்றாகக் குளிக்கக் கற்றுக்கொண்டேன். அவர் குளித்ததும் தனது உடைகளை மிக நேர்த்தியாக தோய்த்து உலர்த்துவார். ஒரு துளி அழுக்குகூட அவரது உடையில் காண முடியாது, அவ்வளவு சுத்தம்!' என்று கூறி முடித்தார்.

அன்பர்களுக்கு ஏமாற்றம், இப்போதும் அவரிடம் இருந்து ஓர் எதிர்மறைச் செய்தி இல்லை!

ஆம், வெளிச்சத்தில் இருப்பவனுக்கு இருள் தெரிவதில்லை. ஏனென்றால் இருள் என்று ஒன்று இல்லை. வெளிச்சத்தின் குறைவே இருள் என்று கூறப்படுவது. இன்று நாம் உலகில் காணும் துன்பங்கள், துயரங்கள், பகை உணர்ச்சிகள், சமுதாயத் தீங்குகள், ஒழுங்கீனங்கள் எல்லாமே வெளிச்சத்தைக் காணமுடியாத நமது இயலாமையால்தான்!

வெளிச்சத்துக்கு வந்துவிட்டால் அதுதான் சமுதாயக்கொடுமைகளில் இருந்தும் விடுதலை. இதைத் தவிர உலகை நாம் திருத்துவதாகச் சொல்லிக்கொண்டு புறப்படுவது நமது அறியாமை இருளினால்தான்!

56

விஞ்ஞானமும், அஞ்ஞானமும்

சாதாரணமாக மக்கள் விஞ்ஞானம் என்ற வார்த்தை அறிவியலை (Science) குறிப்பதாக நினைத்துக்கொள்கிறார்கள். அதேபோல் அஞ்ஞானமென்ற வார்த்தையை ஞானமற்ற தன்மையாக, அதாவது ஞானத்துக்கு எதிர்மறையாக எடுத்துக்கொள்கிறார்கள்.

திரு. T.G.N. அவர்கள் தனது அற்புதமான சொல் ஆராய்ச்சியைக் கொண்டு இவற்றை விளக்கியபோதுதான் எனக்கு இவற்றின் தன்மை புலப்பட்டது.

தமிழில் 'விண்' என்றால் வெளி. அதாவது அண்டம். அண்டம் ஆற்றல் துகள்களால் ஆனது. எனவே விண்ணைப்பற்றிய ஞானம், அதாவது ஆற்றல் துகள்களைப்பற்றிய, உயிராற்றலைப்பற்றிய, இவற்றுக்கெல்லாம் ஆதாரமாக இருக்கும் மெய்ப்பொருளைப் பற்றிய அறிவுதான் விஞ்ஞானமென்பது. கால மருவில் அது எப்படியோ வெறும் அறிவியலைப்பற்றி என்றாகி விட்டது.

அதேபோல அஞ்ஞானம் என்பது அண்மையான பொருள்களைப் பற்றிய ஞானம். நமக்கு அருகில் இருப்பது, அதாவது நாம் நம் ஐம்புலன்களால் அறியக்கூடிய விஷயங்களைப்பற்றிய ஞானம். பார்க்கப் போனால் இன்று நாம் Science என்று படிக்கக்கூடியவை

எல்லாம் அண்மையான பொருள்களைப் பற்றியவையே. எனவே அதை அஞ்ஞானம் என்றுதான் கூற வேண்டும்!

எப்படியோ நாம் பழக்கப்படுத்திக் கொண்டுவிட்டோம். அதற்கு ஒரு சிறப்பு அந்தஸ்தைக் கொடுத்துவிட்டோம்.

சரி, எதற்கு இந்தத் தருணத்தில் இந்த சொல் ஆராய்ச்சி?

நாம் வாழ்க்கையின் நிறைவைப்பற்றி அல்லவா பேசிக்கொண்டு இருக்கிறோம். இந்தத் தருணத்தில் விண்ணைப் பற்றிய ஞானத்தைப் பேசாவிட்டால் எப்படி வாழ்க்கையின் நிறைவை, அதன் முழுமையை அறிந்துகொள்வது?

அநேகரால் சரியாகப் புரிந்துகொள்ள முடியாத ஒரு குறள் ஒன்றை இங்கே பார்ப்போம்.

> எப்பொருள் எத்தன்மைத்தாயினும் அப்பொருள்
> மெய்ப்பொருள் காண்ப தறிவு

பொதுவாக எல்லா உரை ஆசிரியர்களும் இதற்கு கூறும் விளக்கம், 'எப்பொருள் எந்தத் தன்மை உடையதாகத் தோன்றினாலும் அப்பொருளின் மெய்யான இயல்பைக் கண்டறியவேண்டும்' என்பதுதான்.

ஆனால் T.G.N. மிக அற்புதமாக தன் விளக்கத்தைத் தருகிறார். 'எப்பொருள் என்ன தன்மை உடையதாக இருந்தாலும், அப்பொருளின் அடிப்படையை ஆராய்ந்து பார்க்கும்போது அது மெய்ப்பொருளில் தான் கொண்டுவிடும்' என்கிறார்.

நான் ஒரு மேசையைப் பார்க்கிறேன். உடனே மேசையின் காரண பூதத்தைப் பார்க்கிறேன். அது மரத்தால் ஆனது. மரம் எங்கிருந்து வந்தது? பூமியில் இருந்து. சரி, பூமி எங்கிருந்து வந்தது? சூரியனிடம் இருந்து.

அடுத்த விசாரணை, சூரியன் எப்படி வந்தது? ஆற்றல் துகள்களில் இருந்து. ஆற்றல் துகள்களின் மூலத்தைப் பார்க்கிறேன். அது மெய்ப் பொருளிலிருந்துதான் வந்திருக்க வேண்டும்.

இப்படி எப்பொருளின் தன்மையை எடுத்துக்கொண்டாலும், அதன் மூலத்தை விசாரணைசெய்தால் அது மெய்ப்பொருளில்தான் கொண்டு விடும். எனவே மெய்ப்பொருள் காண்பது அறிவு!

இந்த விசாரணையை நாம் செய்யத் தொடங்கி விட்டால் நாம் காணும் பிரபஞ்சம் முழுவதும் மெய்ப்பொருளே என்பது விளங்கும்.

இதைத்தான் ஔவை மூதாட்டியும் 'ஒன்றாகக் காண்பதே காட்சி' என்று குறிப்பிடுகின்றாள். அதாவது பலவாகத் தோன்றும் இந்தப் பிரபஞ்சத்தை ஆராய்ந்தால் அது ஒரே மெய்ப்பொருளில் அடங்கிவிடுகிறது. எனவே காட்சி என்பது காணும் அனைத்தும் ஒன்றாகிய பரம்பொருளே என்றவாறு காண்பது என்று காட்சிக்கு இலக்கணம் தருகிறாள் ஔவை.

சரி அத்தோடு நின்று விடலாமா என்றால், அதுதான் இல்லை.

அதற்கடுத்த நிலை நாமே அந்த மெய்ப்பொருள் என்று உணர்வது!

- அந்த நிலையில் யார் நமக்கு நண்பன், யார் விரோதி?
- எதை நாம் விரும்பப் போகிறோம், எதை வெறுக்கப் போகிறோம்?
- வெப்பமோ, குளிரோ அது உடல் சம்பந்தமானது.
- நோயோ, ஆரோக்கியமோ அது நம் ப்ராண சக்தியின்பால் பட்டது.
- இன்பமோ துன்பமோ மனதை தாக்கப்போகிறது.
- வெற்றியோ தோல்வியோ அது அகங்காரத்துக்கு தீனி!

நான்தான் இவை எல்லாவற்றுக்கும் அப்பாற்பட்டவன் ஆயிற்றே! இப்படி விசாரணையின் மூலம் நம்மை நாம் உரித்துப் பார்க்கும் போது, இருப்பது மெய்ப்பொருள் ஒன்றே என்றும் அதுவே பலவாக தோன்றி இந்த முடிவில்லாத இயங்கும் பிரபஞ்சமாகக் காட்சிதந்து நமக்கு போக்கு காட்டிக்கொண்டு இருக்கிறது என்பதும் விளங்கும்.

இயங்காத நிலையில் அதை பிரம்மன் என்று சொல்கிறோம். இயங்கும் நிலையில் அதையே சக்தி, மாயை என்றெல்லாம் சொல்கிறோம்.

அறிவியல் ரீதியாகப் பார்த்தாலும் இல்லாத ஒன்றில் இருந்து இருப்பது வர முடியாது. Something can not come out of Nothing. இருப்பு நிலையில் பிரபஞ்சம் அடங்கி இருக்கிறது. அதுவே இயங்கும் நிலையில் வெளிப்போழ்ந்து பிரபஞ்சமாகக் காட்சியளிக்கிறது.

இந்தத் தத்துவம்தான் விஞ்ஞானப் பூர்வமாக ஏற்றுக்கொள்ளக் கூடியது. மற்றைய Big Bang theory எல்லாம் விஞ்ஞானிகளால் ஒதுக்கப்பட்டு விட்டது.

ஸ்ரீராமகிருஷ்ணர் இதை விளக்க ஒரு பாம்பின் உதாரணத்தை எடுத்துக்கொள்வார். பாம்பு வளைந்து, வளைந்து ஓடுகிறது. பாம்பு என்றாலே அதன் வளைந்து ஓடும் தன்மை அதனுடன் பிரிக்க முடியாமல் பின்னிப் பிணைந்திருக்கிறது. பாம்பையும் அதன் வளைந்து ஓடும் தன்மையையும் பிரிக்கமுடியாது.

அதேபோல மெய்ப்பொருள் என்றாலே அதன் இருப்பு நிலையையும், இயங்கும் தன்மையையும் பிரிக்க முடியாது.

ஒரு சிலந்தியை எடுத்துக்கொள்ளுங்கள். அதன் வாயில் இருந்து வரும் பசையைக்கொண்டு அற்புதமான வலை பின்னுகிறது. பின்பு அந்த வலையை தன்னுள் இழுத்துக்கொண்டு விடுகிறது. அதேதான் இங்கும் நடக்கிறது. ஒரே மெய்ப்பொருள் தானாக தனித்து நிற்கிறது. தனக்குள் இருந்தே பிரபஞ்ச வலையைப் பின்னுகிறது. பிறகு தனக்குள் ஈர்த்துக்கொள்கிறது.

பாம்பை வைத்தே வேறொரு அற்புதமான தத்துவத்தையும் ராம கிருஷ்ணர் விளக்குவார்.

மாயை என்னும் தோற்ற சக்தி எப்படி நம்மை மயங்கச் செய்கிறது! அதே மாயை ஏன் பிரம்மனை அதாவது மெய்ப்பொருளை மயங்கச் செய்வ தில்லை என்ற கேள்விக்கு பாம்பையே உதாரணம் காட்டுவார் அவர். பாம்பின் விஷம் நமக்குத் தீங்கு செய்யும். ஆனால் விஷத்தை வைத்திருக்கும் பாம்பிற்கு அதனால் ஒரு தீங்கும் வருவதில்லை என்பார் அவர்.

நண்பர்களே, வாழ்க்கை எனும் விளையாட்டை ஆராயப் புகுந்த நாம் அந்த விளையாட்டின் விதிகள் நமது வாழ்க்கையின் ஒவ்வொரு பகுதியிலும் எப்படி இயங்குகின்றன என்பதைப் பார்த்தோம்.

இந்த விளையாட்டின் காரணகர்த்தா யார் என்பதையும் பார்த்துவிட்ட நிலையில் நாமே நம்மை தீர விசாரிக்க அந்த காரணகர்த்தாவாகிய மெய்ப்பொருள் நாமே என்ற உணர்தல் நமக்குள் வந்துவிடவேண்டும்.

அந்த விழிப்பு நிலையில்,ஆனந்தக் களிப்பில் நாமும் பாரதியைப் போல பாடுவோம்.

> வானில் பறக்கின்ற புள்ளெலாம் நான்;
> மண்ணில் திரியும் விலங்கெலாம் நான்;
> கானிழல் வளரும் மரமெலாம் நான்,
> காற்றும் புனலும் கடலுமே நான்.

---

www.ingramcontent.com/pod-product-compliance
Lightning Source LLC
LaVergne TN
LVHW060611051026
849519LV00002B/553

സോളമൻ രാജാവിന്റെ രത്നഖനികൾ

Solaman Rajavinte Ratnakhanikal
World Classics

Original
King Solomon's Mines

H Rider Haggard

Translation
P P K Pothuval

CHINTHA PUBLISHERS
Thiruvananthapuram

First Edition
April 2021

Second Impression
March 2022

Third Impression
May 2023

Second Edition
April 2024

Published & Typesetting
Chintha Publishers, Thiruvananthapuram

Printed at
Repro India Ltd, Mumbai

Cover Design
Vinod Mangoes

ISBN : 978-93-90301-56-0

CR - 3475 / 6921

₹ 240

Email: chinthapublishers@gmail.com
Website: www.chinthapublishers.com

A version is available at National Libraries
Kolkata, Mumbai, Chennai and Delhi

Distribution
DESHABHIMANI BOOKHOUSE
H O Thiruvananthapuram 695035

Branch
Head Office Kunnukuzhi • Statue Thiruvananthapuram
Saphalyam Complex Thiruvananthapuram • KSRTC Bus Station Ernakulam
Machingal Lane Thrissur • IG Road Kozhikode
Mavoor Road Kozhikode • NGO Union Building Kannur
Central Bus Terminal Complex Thavakkara Kannur

സോളമൻ രാജാവിന്റെ രത്നഖനികൾ

എച്ച് റൈഡർ ഹഗാഡ്

പരിഭാഷ

പി പി കെ പൊതുവാൾ

ചിന്ത പബ്ലിഷേഴ്സ്
തിരുവനന്തപുരം-695 035
വില : ₹ 240

എച്ച് റൈഡർ ഹഗാഡ്

1856 ജൂൺ 22 ന് ഇംഗ്ലണ്ടിലെ ബ്രാഡൻഹാമിൽ ജനിച്ചു. നോവലിസ്റ്റ്, പണ്ഡിതൻ എന്നീ നിലകളിൽ പ്രശസ്തനായി. ഫാന്റസി, റൊമാൻസ്, സയൻസ് ഫിക്ഷൻ മേഖലകളെ കേന്ദ്രീകരിച്ച് രചനകൾ നിർവ്വഹിച്ചു. *കിങ് സോളമൻസ് മൈൻ, അലൻ ക്വാർട്ടർ മെയ്ൻ, ക്ലിയോപാട്ര* ഉൾപ്പെടെ അനവധി കൃതികൾ രചിച്ചു. 1925 മെയ് 14 ന് മേരിലബോണിൽ അന്തരിച്ചു.

പി പി കെ പൊതുവാൾ

1946 ൽ കാസർകോട് ജില്ലയിലെ തൃക്കരിപ്പൂരിൽ ജനനം. അദ്ധ്യാപകൻ, ശാസ്ത്രസാഹിത്യപരിഷത്ത് പ്രവർത്തകൻ. പരിഭാഷകളടക്കം മുപ്പതിലേറെ കൃതികൾ രചിച്ചിട്ടുണ്ട്. വിജ്ഞാനസാഹിത്യത്തിനുള്ള സംസ്ഥാന-ബാലസാഹിത്യ അവാർഡ്, പി ടി ബി അവാർഡ്, ബെസ്റ്റ് പബ്ലിക് ഒബ്സർവർ അവാർഡ്, സ്കൂൾ കുട്ടികളിലെ കാഴ്ചവൈകല്യങ്ങളെക്കുറിച്ചു തയ്യാറാക്കിയ പ്രോജക്ടിന് കേന്ദ്ര ആരോഗ്യ മന്ത്രാലയത്തിന്റെ പുരസ്കാരം എന്നിവ ലഭിച്ചിട്ടുണ്ട്.

വിലാസം : തങ്കയം, തൃക്കരിപ്പൂർ പി ഒ
കാസർകോട് ജില്ല
പിൻ - 671 310

ഫോൺ : 9495343836

ഉള്ളടക്കം

പ്രസാധകക്കുറിപ്പ്

വിക്ടോറിയൻ കാലഘട്ടത്തിലെ സാഹസിക എഴുത്തുകാരനായ എച്ച് റൈഡർ ഹഗാഡ് 1885 ൽ എഴുതി പ്രസിദ്ധീകരിച്ച നോവലാണ് *സോളമൻ രാജാവിന്റെ രത്നഖനികൾ*. ആഫ്രിക്കയിലെ അപരിചിതമേഖലകളിലൂടെ അലൻ ക്വാർട്ടർ മെയ്ൻ എന്നൊരാളുടെ നേതൃത്വത്തിൽ നടത്തുന്ന അന്വേഷണമാണിതിലെ ഇതിവൃത്തം. *ബൈബിൾ* കഥകളിലൂടെ പുകൾപെറ്റ സോളമൻ രാജാവിന്റെ നിധി നിക്ഷേപങ്ങൾ തേടി പുറപ്പെടവെ മരുഭൂമിയിലെവിടെയോ കാണാതായ ഒരാളെത്തേടിയാണ് അലന്റെ പുറപ്പാട്. യാത്രയ്ക്കിടയിൽ വന്നുചേരുന്ന പ്രതിബന്ധങ്ങളും അതിനെ തരണം ചെയ്യുന്ന സാഹസികതകളും എല്ലാം വായനക്കാരനെ ഉദ്വേഗത്തിന്റെ മുൾമുനയിൽ നിർത്തുവാൻ പര്യാപ്തമാണ്.

ചിന്ത പബ്ലിഷേഴ്സ്

മുഖവുര

സോളമൻ രാജാവിന്റെ രത്നഖനികൾ തേടി മൂന്നുപേർ ആഫ്രിക്കൻ മഹാമരുഭൂമിയിലൂടെ നടത്തിയ സാഹസിക യാത്രയുടെ സ്തോഭജനകമായ കഥ.

പരിഭാഷകൻ

1

സർ ഹെൻറി കെർട്ടിസിനെ കണ്ടുമുട്ടുന്നു

വയസ്സ് അറുപതു കഴിഞ്ഞിരിക്കുന്ന ഈയവസ്ഥയിൽ എന്നെപ്പോലൊരാൾ പേനയെടുത്ത് കടലാസിൽ എന്തെങ്കിലും കുത്തിക്കുറിക്കുകയെന്നുവച്ചാൽ, ഓ, ചിന്തിക്കാൻ പോലും പറ്റാത്തകാര്യമാണത്. പക്ഷേ, ആ പണിയാണിപ്പോൾ ഇയാൾ ചെയ്തുകൊണ്ടിരിക്കുന്നത്. വയ്യാത്ത കാര്യം എന്തിനു ചെയ്യുന്നു എന്നു ചോദിച്ചാൽ ഇതാണ് ഉത്തരം: ഒന്നാമതായി, സർ ഹെൻറി കെർട്ടിസും ക്യാപ്റ്റൻ ജോൺഗുഡും അങ്ങനെ ചെയ്യാൻ എന്നോട് ആവശ്യപ്പെട്ടിരിക്കുന്നു.

രണ്ടാമതായി, ഇടതുകാലിലെ വേദന. അതുമൂലം ഇവിടെ ഡർബാനിൽ കിടപ്പിലാണ് ഈ സമയം. നാശംപിടിച്ച ആ സിംഹം - അവനാണ് ഇതിനെല്ലാം കാരണം. എണീറ്റു നടക്കാമെന്നുവച്ചാൽ മുടന്തിക്കൊണ്ടല്ലാതെ ഒറ്റയടിവെക്കാൻ വയ്യ. മുടന്തെന്നുവച്ചാലോ ഇതിനു മുമ്പൊരിക്കലും ഇങ്ങനെയൊരു സ്ഥിതിയിൽ ചെന്നുപെട്ടിട്ടില്ല. പണ്ടാരം പിടിച്ച ആ ജന്തുവിന്റെ പല്ലുകളിൽ വിഷമുണ്ടെന്നാണ് തോന്നുന്നത്. അല്ലെങ്കിൽപിന്നെ ഉണങ്ങിയ മുറിവ് വീണ്ടും വീർത്തു പൊട്ടിപ്പുണ്ണാകുമായിരുന്നോ? സിംഹങ്ങളെ തുരുതുരാ വെടിവച്ചിടുന്ന വീരശൂരപരാക്രമിയുടെ ഗതി നോക്കണേ! ഒന്നുംരണ്ടുമല്ല അറുപത്തിയഞ്ചിൽപ്പരം ശിങ്കങ്ങളെ വെടിവച്ചിട്ട വീരനാണ് ഈ കിടക്കുന്നത്. എന്നിട്ടാണ് അവസാനത്തേതിന് എന്റെ കാലിൽ കേറി കടിക്കാൻ തോന്നിയത്. എന്തൊരു കഷ്ടമാണെന്നാ പറയേണ്ടത്. കടിച്ച ഭാഗം വെറും പുകയിലപോലെയല്ലേ ചവച്ച് ഇറക്കിക്കളഞ്ഞത്!

ഇനി മൂന്നാമത്തെ കാരണത്തിലേക്കു കടന്നാൽ എന്റെ ചെക്കൻ ഈ ഹാരിയുണ്ടല്ലോ, എനിക്കവനെ വേണം. അവനെക്കൂടാതെ എനിക്കു ജീവിക്കാൻ വയ്യ. ലണ്ടനിലെ ആശുപത്രിയിലാണ് അവനിപ്പോൾ. ആശു

പത്രിയിലാണെന്നുകേട്ട് രോഗിയാണെന്നൊന്നും വിചാരിക്കരുത്. അവിടെ ഡോക്ടറാവാൻ പഠിക്കുകയാണ്. പിന്നെ ഡോക്ടർമാരുടെ ഈ പണിയുണ്ടല്ലോ, അറുമുഷിപ്പനാണത്. തറിക്കലും മുറിക്കലും കുത്തലും കീറലും കെട്ടലും ഒക്കെയായി; കൂടുതൽ പറയാതിരിക്കുകയാവും നല്ലത്. അതിനിടയിൽ രസമുള്ള വല്ലതും വായിക്കാൻ സൗകര്യപ്പെടുത്തിക്കൊടുത്താൽ-എന്റെ കടമയാണത്. സാഹസികമായ ഒട്ടേറെക്കാര്യങ്ങൾ ഞങ്ങൾ നിർവ്വഹിച്ചിട്ടുണ്ട്. ഹാരി അതെല്ലാം അറിയണമെങ്കിൽ ആരെങ്കിലും അതെല്ലാം എഴുതിവെക്കണം. ചെക്കൻ അതു കാണട്ടെ, എടുത്തു വായിക്കട്ടെ, ഒന്നോരണ്ടോ ദിവസത്തേക്കെങ്കിലും ഒരു പുതിയ ഉണർവ്വും ഉന്മേഷവും അതുമൂലമുണ്ടാവുകയാണെങ്കിൽ എന്താ മോശമാണോ?

നാലാമത്തേതും അവസാനത്തേതുമായ കാരണത്തിലേക്കു വരികയാണെങ്കിൽ: ഓർമ്മിക്കാൻ പറ്റുന്നതിൽവച്ച് ഏറ്റവും അസാധാരണവും വിചിത്രവുമായ കഥയാണ് ഇതിലൂടെ ഞാൻ പറയാൻ പോകുന്നതെന്ന ഉറച്ച വിശ്വാസം ഈ എഴുത്തിനു പിന്നിലുണ്ടെന്ന് സവിനയം അറിയിക്കട്ടെ. ഒരൊറ്റ സ്ത്രീപോലും കഥാപാത്രമായി വരാത്ത കഥയാണിത്. ങ്ഹാ, അങ്ങനെ സ്ത്രീകളെ പാടേ നിഷേധിച്ച് പറയാൻ പറ്റുമെന്നും തോന്നുന്നില്ല. ഒരുത്തിയുണ്ട് ഫെലറ്റ. ഓ, അല്ല, മറ്റൊരുത്തികൂടിയുണ്ട് സ്ത്രീയെന്ന് അവളെ വിളിക്കാമെങ്കിൽമാത്രം. ഗജൗൗ....ല. രാക്ഷസിയാണ്. രാക്ഷസിയായ ഒരുത്തിയെ സ്ത്രീ എന്നു വിളിക്കാൻ കഴിയുമെങ്കിൽമാത്രം അവളെയും ഉൾപ്പെടുത്താം. ഇനി അഥവാ അവളൊരു സ്ത്രീയാണെങ്കിൽത്തന്നെ ആർക്കെന്തു പ്രയോജനം? വയസ്സ് 100 കഴിഞ്ഞു. കല്യാണപ്രായമൊക്കെ പണ്ടേ കഴിഞ്ഞുപോയതുകൊണ്ട് ഒഴിവാക്കുന്നതായിരിക്കും ഭേദം. അതെന്തായാലും ഒരു കാര്യം ഉറപ്പ്. എഴുതാൻ പോകുന്ന ചരിത്രം മുഴുവനായി എടുത്തു പരിശോധിച്ചാലും പെറ്റിക്കോട്ടിട്ടു നടക്കുന്ന ഒരു ജീവിയെ ഈ കഥയിൽ നിങ്ങൾക്ക് കാണാൻ കിട്ടില്ല.

കഥ തുടങ്ങാം.

എന്റെ പേര് അലൻ ക്വാർട്ടർ മെയ്ൻ. ഡർബനിലെ നേറ്റൽ എന്ന സ്ഥലത്തു താമസം. മാന്യൻ. പാവം കിവയുടെയും പാവം വെന്റ്‌വൊജെലിന്റേയും സങ്കടകരമായ മരണത്തെക്കുറിച്ച് മൊഴി കൊടുക്കാൻ അതാണ് കാരണം. പക്ഷേ, ഒരു പുസ്തകം ഇങ്ങനെയാണോ ആരംഭിക്കേണ്ടത്? പിന്നെ ഞാൻ എന്നു പറയുന്ന ഈയാളുടെ കാര്യം പറഞ്ഞാൽ, എന്താ ഇയാൾ മാന്യൻ എന്ന പദവിക്ക് അർഹനായ ഒരാൾത്തന്നെയാണോ? എനിക്കുതന്നെ അത്ര നിശ്ചയം പോര. പക്ഷേ, നിഗറുകളുമായി ബന്ധമുണ്ടുതാനും. ഛേ, നിഗർ എന്നാണോ പറഞ്ഞത്? പാടില്ല, പാടില്ല, ആ വാക്ക് ഉപയോഗിക്കാൻ പാടില്ല. നാട്ടുകാർ എന്നുതന്നെ പറയണം. അതായത്, തദ്ദേശവാസികൾ. നിഗർ എന്നെഴുതിയത് ഞാനിതാ മായ്ച്ചു കളയുന്നു. നിങ്ങൾ ഈ കഥ വായിച്ചു തീർക്കുന്ന

തിനു മുമ്പുതന്നെ നാട്ടുകാരെയും അതുപോലെ തന്നെ എന്റെ കുട്ടി ഹാരിയേയും ഞാൻ അടുത്തു പരിചയപ്പെട്ടിട്ടുണ്ട്. ഇഷ്ടംപോലെ പണവുമായി പുതുതായി വീടുവിട്ടിറങ്ങിയ അല്പന്മാരായ വെള്ളക്കാരേയും എനിക്കറിയാം.

അതെന്തായാലും മാന്യനായാണ് എന്റെ ജനനം. എങ്കിലും ഒരു പാവം കച്ചവടക്കാരനോ നായാട്ടുകാരനോ എന്നതിനപ്പുറം ഒന്നും ആകാൻ കഴിഞ്ഞിട്ടില്ല. ആ നില അങ്ങനെ സ്ഥിരമായി തുടർന്നോ എന്നു ചോദിച്ചാൽ, എനിക്കറിഞ്ഞുകൂട, നിങ്ങൾത്തന്നെ തീരുമാനിച്ചാൽമതി. ദൈവത്തിനറിയാം ശ്രമിച്ചിട്ടുണ്ടെന്ന്. പക്ഷേ, നിരപരാധികളുടെമേൽ, നിഷ്കളങ്കരുടെമേൽ ഒരിക്കലും കൈവച്ചിട്ടില്ല. ജീവൻ രക്ഷിക്കാൻ എതിർകക്ഷികളെ ഒതുക്കേണ്ടിവന്നിട്ടുണ്ടെന്നുമാത്രം. സർവ്വശക്തൻ കനിഞ്ഞു നല്കിയ ഈ ജീവിതം അതിനെ സുരക്ഷിതമാക്കി നിർത്താൻ പ്രതിരോധമാർഗ്ഗം സ്വീകരിക്കാമെന്ന് അദ്ദേഹം തന്നെ ഉദ്ദേശിക്കുന്നുണ്ട്. ചുരുങ്ങിയപക്ഷം അതിനനുസരണമായി പ്രവർത്തിച്ചിട്ടുണ്ടെന്നേയുള്ളൂ. ഈ ലോകംവിട്ട് പോകാൻ കാലത്ത് ഇതൊന്നും എനിക്കെതിരെ കുറ്റമായി ഉന്നയിക്കുകയില്ലെന്ന് പ്രതീക്ഷിക്കുന്നു. ക്രൂരതയും തോന്ന്യാസങ്ങളും നിറഞ്ഞ ഒരു ലോകത്ത് ചിലതൊക്കെ ചെയ്യേണ്ടതായി വരും. അങ്ങനെ ചിലതു ഞാനും ചെയ്തിട്ടുണ്ടെന്നുമാത്രം. ഏതായാലും ആരിൽനിന്നും ഒന്നും മോഷ്ടിച്ചിട്ടില്ല. ഒരിക്കൽ കുറച്ചു കന്നുകാലികളുടെ കാര്യത്തിൽ ഒരു കാഫിറിനെ പറ്റിച്ചിട്ടുണ്ട്. അത് അവൻ വരുത്തിക്കൂട്ടിയതാണ്. എന്നോട് ഒരു വൃത്തികേടു കാണിച്ചു. ഞാൻ എന്റേതായ രീതിയിൽ പ്രതികരിച്ചു. അത്രമാത്രം.

ഹെൻറി കെർട്ടിസിനേയും ക്യാപ്റ്റൻ ഗുഡിനേയും ഏതാണ്ടൊരു പതിനെട്ടുമാസം മുമ്പ് പരിചയപ്പെടുന്നു. ആനവേട്ടയ്ക്കായി ബമൻഗ്വട്ടൊയും കടന്ന് അപ്പുറമെത്തിയേടത്ത് നിർഭാഗ്യകരമായ ചിലതു സംഭവിച്ചു. യാത്രയ്ക്കിടയിൽ സർവ്വവും പിഴച്ചു. കൂനിന്മേൽ കുരുവായി ജ്വരബാധയും സഹിക്കേണ്ടിവന്നു. സുഖപ്പെട്ടതും ഒട്ടും വൈകാതെ രത്നഖനികളുടെ മേഖല ലക്ഷ്യമാക്കി കുന്നിറങ്ങി. അതിനുമുമ്പ് കിട്ടിയ ആനക്കൊമ്പു മുഴുവൻ വിറ്റു കാശാക്കി. ഒപ്പം വണ്ടിയും വണ്ടിക്കാളകളുമെല്ലാം പണമായി മാറ്റിയെടുത്തു. കൂടെയുണ്ടായിരുന്ന നായാട്ടു കൂട്ടത്തെയെല്ലാം ഉപേക്ഷിച്ച് നേരെ കേപ്പിലേക്കു വിട്ടു. ഒരാഴ്ച കേപ്പ് ൗണിൽ കഴിഞ്ഞു. അവിടെ ഹോട്ടലിൽ വലിയ ചെലവായതുകൊണ്ടും അതിനകം കാണാനുള്ളതെല്ലാം കണ്ടുതീർത്തതുകൊണ്ടും നേറ്റലിലേക്കു മടങ്ങി. ഡൻകെൽഡ് എന്ന പായ്ക്കപ്പൽ ആ സമയം തുറമുഖത്തുതന്നെ ഉണ്ടായിരുന്നു. ഇംഗ്ലണ്ടിൽനിന്ന് എത്തേണ്ട എഡിൻബറ കാസിലിനെ കാത്തു കിടക്കുകയായിരുന്നു. ഉച്ച കഴിഞ്ഞ് എഡിൻബറ കാസിൽ എത്തി. അതിൽനിന്ന് നേറ്റലിലേക്കുള്ള യാത്രക്കാർ കൂടി ഞങ്ങളുടെ കപ്പലിൽ കയറി.

കൂട്ടത്തിൽ രണ്ടുപേരിൽ എനിക്ക് പ്രത്യേകം താല്പര്യം തോന്നി.

ഇതിലൊരാൾ, ഒരു മാന്യനിൽ അതിയായ കൗതുകം തോന്നി. ഒരു മുപ്പതുവയസ്സുണ്ടാകും. ഇത്രയും വിരിഞ്ഞ മാറും ഇത്രയും നീണ്ട ബാഹുക്കളും മറ്റൊരാളിലും ഞാൻ നാളിതുവരെ കണ്ടിട്ടില്ല. മഞ്ഞമുടി, നല്ല മുറ്റുള്ള മഞ്ഞത്താടി, സുവ്യക്തമായ മറ്റു ശരീരസവിശേഷതകൾ. ആഴത്തിൽ അങ്ങ് തലയോട്ടിയിൽക്കിടന്നു തിളങ്ങുന്ന വലിപ്പമുള്ള ചാരനിറമുള്ള കണ്ണുകൾ, എന്ത് ചന്തമുള്ള മനുഷ്യൻ! പുരാതനനായ ഒരു ഡെൻമാർക്കുകാരനെയാണ് ഓർമ്മവന്നത്. ഇത്തരക്കാരെക്കുറിച്ചെനിക്ക് ഏറെയറിവുള്ളതുകൊണ്ട് പറയുന്നതല്ല, സർ ഹെൻറി കെർട്ടിസ് ആയിരുന്നു ഈ വലിയ മനുഷ്യൻ. ഇയാളുടെ സിരകളിൽ സ്പാനിഷ് രക്തം തന്നെയായിരുന്നു.

സർ ഹെൻറിയോടു സംസാരിച്ചുനിന്ന ആ മറ്റേ മനുഷ്യന്റെ പേര് ജോൺഗുഡ് എന്നാണ്. സ്ഥൂലിച്ച് ഇരുണ്ടനിറമുള്ള ഒരാളായിരുന്നു. സർ ഹെൻറിയിൽനിന്ന് തികച്ചും വ്യത്യസ്തമായ ഒരു മൂശയിൽ വാർത്തെടുക്കപ്പെട്ടതായിത്തോന്നി. നേവൽ ഓഫീസറാണെന്ന് ഒറ്റനോട്ടത്തിൽത്തോന്നി. എന്തുകൊണ്ടാണെന്നറിയില്ല, നാവികനായി ഒരാളെ തെറ്റിദ്ധരിക്കാൻ വിഷമമാണല്ലോ. അത്തരം പലർക്കുമൊപ്പം നായാട്ടിനുപോയ പരിചയമുണ്ടെനിക്കെന്നു കൂട്ടിക്കോളൂ. പരിചയപ്പെട്ടവരിൽ ഏറ്റവും ധൈര്യശാലികളാണിവർ; ഏറ്റവും നല്ലവരും. ദൈവദോഷം പറയുന്ന ചിലരെയൊക്കെ കൂട്ടത്തിൽ കാണാമെങ്കിലും ഒന്നോരണ്ടോ താൾ മുമ്പിലൊരിടത്ത് ആരാണ് മാന്യൻ എന്ന് ചോദിച്ചത് ഓർമ്മയുണ്ടല്ലോ. അതിന് ഉത്തരം നല്കാനുള്ള സമയമാണിത്. രാജകീയ സേനയിലെ ഒരു നേവൽ ഓഫീസർ. അവിടവിടെ ചില കറുത്ത ആടുകൾ ഉണ്ടാകുമെന്ന കാര്യം മനസ്സിൽ വച്ചുകൊണ്ടുതന്നെയാണ് ഇത്രയും പറയുന്നത്. വിശാലസമുദ്രങ്ങളും ദൈവങ്ങൾ പറഞ്ഞുവിടുന്ന കാറ്റുകളുടെ ശ്വാസവും മനസ്സിലെ എല്ലാ കാലുഷ്യങ്ങളെയും കഴുകിത്തുടയ്ക്കുന്നതോടെ മനുഷ്യൻ എന്തായിരിക്കണമോ അത് ആയിത്തീരാൻ ഈ ആപ്പീസർമാർക്ക് കഴിയുമെന്ന് തന്നെ ഞാൻ വിചാരിക്കുന്നു.

വിഷയത്തിലേക്കു തിരിച്ചുവന്നാൽ, ഇതാ ഒരിക്കൽക്കൂടി എന്റെ ഭാഗം ശരിയാണെന്നു തെളിഞ്ഞിരിക്കുന്നു. ഇരുണ്ട ആ മനുഷ്യൻ നേവൽ ഓഫീസർ തന്നെയാണെന്ന് ഉറപ്പായി. ലഫ്റ്റനന്റ് ആയിരുന്നു. പതിനേഴു വർഷത്തെ സേവനത്തിനുശേഷം കമാന്റർ റാങ്കോടെ, വന്ധ്യമായ അത്തരമൊരു ബഹുമതിയോടെ രാജ്ഞിയുടെ ജോലിക്കാരൻ എന്ന പദവിയിൽനിന്ന് ഒഴിവാക്കപ്പെട്ടു. ഉദ്യോഗക്കയറ്റം കൊടുക്കാൻ പറ്റാത്തതുകൊണ്ടു ചെയ്തതാണ്. രാജ്ഞിയെ സേവിക്കുന്നവർ ഇതു മാത്രമേ പ്രതീക്ഷിക്കേണ്ടതുള്ളൂ. ജോലിയെക്കുറിച്ച് മനസ്സിലാക്കിത്തുടങ്ങുന്ന കാലത്ത് ജീവിതവൃത്തി തേടി അലഞ്ഞുതിരിയുന്നതിനായി തണുപ്പേറിയ ലോകത്തിലേക്ക് തള്ളിവിടുന്ന ഏർപ്പാടാണിത്. അവിടെനിന്നുവേണം പിന്നെ ജീവിതത്തിന്റെ പരമാവസ്ഥയിലെത്താൻ. ഒരുപക്ഷേ, ഈ നേവിക്കാർ അതത്ര കാര്യമാക്കുന്നുണ്ടായില്ല. എന്നാൽ എന്റെ അവസ്ഥ അതാണോ? വേട്ടയാടിവേണ്ടേ ജീവിതം കഴിക്കാൻ.

പിന്നെയാ ഓഫീസറുടെ പേര് ഞാൻ തന്നെ കണ്ടുപിടിക്കുകയായിരുന്നു. യാത്രക്കാരുടെ പട്ടിക നോക്കിയാണ് കേട്ടോ. ഗുഡ്, ക്യാപ്റ്റൻ ഗുഡ്. വിശാലമായ ശരീരം. ശരാശരിപ്പൊക്കം. തടിച്ച ശരീരം. നിറം ഇരുണ്ടിട്ടാണെന്ന് നേരത്തേ പറഞ്ഞതല്ലേ. കണ്ടാൽത്തന്നെ തോന്നും എന്തോ പ്രത്യേകതയുണ്ടെന്ന്. വൃത്തിയായ വേഷം. ക്ഷൗരം ചെയ്തു മിനുക്കിയ മുഖം. എല്ലാംകൂടി ശുചിത്വത്തിന്റെ കാര്യത്തിൽ നൂറിൽ നൂറു മാർക്ക്. വലതുകണ്ണിനെ മറച്ചുകൊണ്ട് ഒരു ചില്ലു കണ്ണട എപ്പോഴുമുണ്ടാവും. കണ്ടാൽ തോന്നും വെച്ചതല്ല അവിടെ വളരുന്നതാണെന്ന്. ചരടോ മറ്റു കുന്ത്രാഷ്ടങ്ങളോ ഇല്ല. തുടച്ചുവൃത്തിയാക്കാനല്ലാതെ നീക്കം ചെയ്യാറുമില്ല. ഉറക്കത്തിലും അതവിടെയുണ്ടാകുമെന്ന് ആദ്യം വിചാരിച്ചു. ശരിയല്ലെന്നു പിന്നീടു മനസ്സിലായി. ഉറങ്ങാൻ കിടക്കുമ്പോൾ വയ്പുപല്ലോടൊപ്പം ഊരി കീശയിലിടും. നല്ല മനോഹരമായ രണ്ടു സെറ്റ് പല്ലുകൾ. കൃത്രിമമാണെന്നു തോന്നുകയേ ഇല്ല. കൃത്രിമപ്പല്ല് എന്റെ വായിലുമുണ്ട്. പക്ഷേ, ഇതിന്റെ അടുത്തെങ്ങുമെത്തില്ല. പത്തു കല്പനകളിൽ അവസാനത്തേതിൽനിന്ന്* വ്യതിചലിക്കാൻ പലപ്പോഴുമെന്നെ പ്രേരിപ്പിക്കുന്നത് എന്റെയീ വെപ്പുപല്ലുകൾത്തന്നെയാണ്. എന്നാലും പ്രതീക്ഷ കൈവിട്ടിട്ടില്ല.

അങ്ങനെ നേരം സന്ധ്യയായി. കപ്പൽ യാത്രയായി. ആ സമയം നോക്കി കാലാവസ്ഥയും മോശമാകാൻ തുടങ്ങി. ചുറ്റും കട്ടിയിൽ മൂടൽമഞ്ഞു പരന്നതോടെ മുകൾ തട്ടിൽനിന്ന് എല്ലാവരും അകത്തേക്കു നീങ്ങാൻ നിർബ്ബന്ധിതരായി. തീരെ സാവധാനത്തിൽമാത്രം പോകുന്ന കപ്പലാണിത്. വല്ലാതെ ഇളകിക്കൊണ്ടിരിക്കും. ഇപ്പോ ശരിയാകുമെന്ന് വിചാരിക്കുമെങ്കിലും ഒരിക്കലും നടക്കില്ല. കപ്പൽ ഇളക്കം തുടരും. എഴുന്നേറ്റ് എങ്ങോട്ടെങ്കിലും നടന്നു ചെല്ലാമെന്നു വച്ചാൽ നടക്കില്ല. അതുകൊണ്ട് എഞ്ചിനടുത്ത് എനിക്കെതിരെയായി ചുവരിൽ ഘടിപ്പിച്ചുകണ്ട പെൻഡുലത്തിൽ തന്നെ കണ്ണുറപ്പിച്ചു ആവുന്നത്ര ആഹ്ലാദിക്കാൻ നോക്കി. കപ്പൽ ഇളകുന്നതിനനുസരിച്ച് അത് മുന്നോട്ടും പിന്നോട്ടും ചാഞ്ചാടുന്നതു കാണാൻ നല്ല രസം.

"ഈ പെൻഡുലം ശരിയല്ല." പെട്ടെന്ന് തൊട്ടുപിന്നിൽ നിന്ന് ആരോ പറയുന്നതു കേട്ടു. തിരിഞ്ഞു നോക്കിയപ്പോൾ കണ്ടത് മുന്നേ പറഞ്ഞ നേവൽ ഓഫീസറെ. നേരത്തെ കേറുംനേരത്ത് ഞാനയാളെ ശ്രദ്ധിച്ചിരുന്നല്ലോ. തുടർന്ന് അയാൾ താനങ്ങനെ പറയാനുണ്ടായ കാരണം ഒരു വിദഗ്ദ്ധന്റെ മട്ടിൽ എന്നെ വിവരിച്ചു കേൾപ്പിച്ചു. മെർച്ചന്റ് ഷിപ്പുകാരുടെ അശ്രദ്ധയെക്കുറിച്ച് അഭിപ്രായം പാസാക്കുകയും ചെയ്തു.

ആ സമയം ഭക്ഷണത്തിനു സമയമായെന്നറിയിച്ചുകൊണ്ട് മണി മുഴങ്ങി. സംഭാഷണം മുടങ്ങിയതിൽ ഒട്ടും വിഷമം തോന്നിയില്ല. നേവൽ ഉദ്യോഗസ്ഥരുടെ ഇത്തരം പറച്ചിലുകൾ അറുബോറാണ് കേൾക്കാൻ.

---

* അയൽക്കാരന്റെ ഒന്നും അപഹരിക്കരുത്.

ഭക്ഷണമുറിയിലേക്ക് ഒന്നിച്ചാണ് പോയത്. അകത്ത് സർ ഹെൻറി കെർട്ടിസ് ഇരിപ്പുണ്ടായിരുന്നു. ക്യാപ്റ്റൻ സർ ഹെൻറിയുടെ അടുത്തു ചെന്നിരുന്നു. ഞാൻ എതിർഭാഗത്ത് അവർക്കഭിമുഖമായും. നായാട്ടിനെക്കുറിച്ചെന്നല്ല അത്തരം പല കാര്യങ്ങളെക്കുറിച്ചും ക്യാപ്റ്റനും ഞാനും സംസാരിച്ചു. ഒരുപാടു ചോദ്യങ്ങൾ അദ്ദേഹത്തിനു ചോദിക്കാനുണ്ടായിരുന്നു. സകലതിനെക്കുറിച്ചും അറിയാൻ താല്പര്യമുള്ള ആളാണെന്നു മനസ്സിലായി. ആവുന്നവിധത്തിലെല്ലാം ഞാൻ ചോദ്യങ്ങൾക്ക് മറുപടി നല്കി. അങ്ങനെ ചോദിച്ചും പറഞ്ഞും സംസാരം ആനകളെക്കുറിച്ചായി.

ആനയെക്കുറിച്ചാണ് പറയുന്നതെന്നറിഞ്ഞ് അരികിലിരുന്ന ഒരാൾ സംഭാഷണത്തിൽ പങ്കുകൊള്ളാൻ ശ്രമിച്ചു. “ഏറ്റവും പറ്റിയ ആളോടു തന്നെയാണ് നിങ്ങളീ വിഷയം ചർച്ച ചെയ്യുന്നത്.” അയാൾ ക്യാപ്റ്റനെ നോക്കി പറഞ്ഞു. “ഈ ക്വാട്ടർമെയ്നുണ്ടല്ലോ, ഇക്കാര്യത്തിൽ ഒരു വിദഗ്ദ്ധൻതന്നെയാണ്.”

സംഭാഷണത്തിൽ പങ്കുകൊള്ളാതെ നിശ്ശബ്ദം കേട്ടുകൊണ്ടിരുന്ന സർ ഹെൻറിയിൽ അത് ഒരു ചലനമുണ്ടാക്കിയതായി ഞാൻ ശ്രദ്ധിച്ചു. തുടർന്ന് എന്റെ ഭാഗത്തേക്കു ചാഞ്ഞ് ചെവിയിൽ പറയുന്നമട്ടിൽ ഒച്ച തീരെക്കുറച്ച്, അലൻ ക്വാട്ടെയ്ൻ എന്ന ആൾ തന്നെയാണോ ഞാൻ എന്ന് അടക്കിപ്പിടിച്ച സ്വരത്തിൽ ചോദിച്ചു. അതെ എന്ന് ഒറ്റവാക്കുകൊണ്ട് ഞാൻ അറിയിച്ചു. പിന്നെ ഒന്നും ചോദിച്ചില്ല. എന്നാൽ “ഭാഗ്യം!” എന്ന് അതേ അടക്കിപ്പിടിച്ച സ്വരത്തിൽ സ്വയം മന്ത്രിച്ചത് ഞാൻ ശരിക്കും കേട്ടു.

ഭക്ഷണം കഴിഞ്ഞതും പുകവലിക്കാമെന്നു പറഞ്ഞ് സർ ഹെൻറി എന്നെ അയാളുടെ മുറിയിലേക്ക് ക്ഷണിച്ചുകൊണ്ടുപോയി. മേൽത്തട്ടിലെ ഒരൊന്നാന്തരം മുറിയിൽ ഞങ്ങൾ കൂടുതൽ പരിചയപ്പെട്ടു. സർ ഗർനെറ്റ് വുൾസെലി എന്ന മറ്റൊരു മാന്യൻകൂടി തങ്ങിയ ഒരു ഇരട്ട ക്യാബിനായിരുന്നു സത്യത്തിൽ ആ വലിയ മുറി. പിന്നീട് നടുവിലെ വിഭജനത്തട്ടുമാറ്റി ഒന്നാക്കുകയായിരുന്നു.

ഒരു കുപ്പി വിസ്കിയുടെ പുറത്ത് അവർ സംഭാഷണമാരംഭിച്ചു. രണ്ടുവർഷം മുമ്പ് ഇതേ സമയം താങ്കൾ ട്രാൻസ്വാളിനു വടക്ക് ബമൻഗ്വാട്ടൊ എന്ന സ്ഥലത്തായിരുന്നില്ലേ എന്നാണ് സർ ഹെൻറി ആദ്യം ചോദിച്ചത്. ഈ വിദ്വാൻ എങ്ങനെ വിവരമറിഞ്ഞു എന്നാണ് ഇതു കേട്ട് ഞാൻ ചിന്തിച്ചത്. എന്റെ ഓരോ ചലനവും ഇയാൾ പിടിച്ചെടുക്കുന്നുണ്ടെന്നു തോന്നും ചോദ്യം കേട്ടാൽ. അവിടെ തനിക്ക് കച്ചവടമായിരുന്നില്ലേ എന്ന് ആ ചോദ്യത്തിന്റെ ഭാഗമെന്നോണം ക്യാപ്റ്റൻ ഗുഡും അന്വേഷിച്ചു. ഒരു വണ്ടി നിറയെ സാധനങ്ങളുമായിച്ചെന്ന് എല്ലാം വിറ്റുതീരുംവരെ അവിടെ തങ്ങിയ കാര്യം ഞാൻ വിശദീകരിച്ചു. അതുകേട്ട് സർ ഹെൻറി മുഖത്തുനിന്ന് കണ്ണെടുക്കാതെ തെല്ലുനേരം എന്നെ നിരീക്ഷിച്ചുകൊണ്ടിരുന്നു. അസാധാരണമായ ഒരു ആകുലഭാവം ആ നോട്ടത്തിലുണ്ടെന്ന് ഞാൻ വിചാരിച്ചു.

“അവിടെ നെവില്ലെ എന്ന ഒരാളെ പരിചയപ്പെട്ടിട്ടുണ്ടാവും, ഇല്ലേ?”

“ഉവ്വ്. അയാൾ തന്റെ കാളകളെ ഞാൻ നില്ക്കുന്ന സ്ഥലത്താണ് കെട്ടിയത്. രണ്ടാഴ്ചയോളം അവിടെ തങ്ങിയശേഷം ഉൾനാട്ടിലേക്കു പോയി. കുറച്ചു മാസം മുമ്പ് ഒരു വക്കീലിന്റെ കത്തു കിട്ടി, ആ മനുഷ്യന് എന്തു സംഭവിച്ചു എന്നറിയാമോ?” എന്നു തിരക്കിക്കൊണ്ട് പരമാവധി സത്യസന്ധമായി ഞാനതിന് മറുപടി കൊടുക്കുകയും ചെയ്തു.

“ശരിയാണ്. നിങ്ങളുടെ ആ കത്ത് വക്കീൽ എനിക്കയച്ചുതന്നു. മെയ് ആദ്യം ഒരു വണ്ടിയിലയാൾ ബമൻഗ്വാട്ട വിട്ടുപോയി. കൂടെ ഒരു വലിയ സഞ്ചാരിയും ജിം എന്നു പേരുള്ള ഒരു നായാടി കാഫിറും ഉണ്ടായിരുന്നെന്നും ഇന്യാട്ടി എന്ന സ്ഥലമാണ് അയാളുടെ ലക്ഷ്യമെന്നും നിങ്ങൾ അറിയിച്ചു. മറ്റബെലെ ദേശത്തെ മികച്ച കച്ചവടസാദ്ധ്യതകളായിരുന്നു മനസ്സിൽ എന്നും. അവിടെ വണ്ടിവിറ്റ് തുടർന്നങ്ങോട്ട് കാൽനട യാത്ര. വണ്ടി വിറ്റ കാര്യവും നിങ്ങളതിൽ എഴുതുകയുണ്ടായി. എന്താ ഓർക്കുന്നില്ലേ? ആറു മാസം കഴിഞ്ഞ് അതേവണ്ടി നിങ്ങളൊരു പറങ്കിയുടെ കൈയിൽ കണ്ടത്രെ. ഇന്യാടിയിലെ ഒരു വെള്ളക്കാരന്റെ കൈയിൽ നിന്നാണതു വാങ്ങിച്ചതെന്ന് അയാൾ നിങ്ങളോടു പറഞ്ഞു. ആളുടെ പേര് ഓർക്കുന്നില്ല. നാട്ടുകാരൻ പണിക്കാരനോടൊപ്പം ഈ വെളുത്ത മനുഷ്യൻ നായാട്ടു ലക്ഷ്യംവെച്ച് ഉൾഭാഗങ്ങളിലേക്കു പോയി.”

“ഉണ്ട്.” എന്നു ഞാൻ പ്രതിവചിച്ചു. തുടർന്ന് തെല്ലിട മൗനം.

മി.നെവില്ലെ നടത്തിയ ആ യാത്രയുടെ ഉദ്ദേശലക്ഷ്യങ്ങളെക്കുറിച്ച് എനിക്കങ്ങനെ അധികമൊന്നും പറയാനാകില്ലെന്ന് തനിക്കറിയാമെന്ന് തുടർന്ന് സർ ഹെൻറി പറഞ്ഞു. ചിലത് കേട്ടിട്ടുണ്ടെന്നു പറഞ്ഞശേഷം ഞാൻ മൗനംപാലിച്ചു. ചർച്ച ചെയ്യാൻ അത്ര ഇഷ്ടമില്ലാത്ത കാര്യമായതുകൊണ്ടാണ് കൂടുതൽ പറയാതിരുന്നത്. തുടർന്ന് താൻ നെവില്ലെ എന്ന മനുഷ്യന്റെ സഹോദരനാണെന്ന് സർ ഹെൻറി വെളിപ്പെടുത്തി. വക്കീൽ ഞാനെഴുതിയ കത്ത് കൈമാറിയത് ഇയാൾക്കായിരുന്നു. നാറ്റാലിൽ ഏറെ അറിയപ്പെടുകയും ആദരിക്കപ്പെടുകയും ചെയ്യുന്ന ആളാണ് ഞാനെന്ന് അയാൾ പറഞ്ഞത്രെ. ആ നിലയ്ക്ക് കാര്യങ്ങളിൽ ഉപദേശം തേടാൻ ആഗ്രഹിക്കുന്നു.

ഞാനാകെ ആശയക്കുഴപ്പത്തിലായി. അതു മറച്ചുവെക്കാനായി അല്പം വിസ്കി പകർന്ന് വെള്ളം ചേർത്ത് കുടിച്ചു. അങ്ങനെ മദ്യപിക്കുന്ന സ്വഭാവമൊന്നും എനിക്കില്ലെന്നുകൂടി ഈയവസരത്തിൽ പറഞ്ഞുകൊള്ളട്ടെ. നെവില്ലെ ഇങ്ങേരുടെ സഹോദരനാണെന്നു കേട്ടപ്പോൾ ശരിക്കും ഞാനൊന്നു ഞെട്ടുകയുണ്ടായി. സർ ഹെൻറിയെ ആദ്യം കണ്ടപ്പോൾ എന്റെ മനസ്സിൽവന്ന ചിത്രം നെവില്ലെയുടേതായിരുന്നു. ഇങ്ങേരേക്കാൾ ഏറെ കൃശഗാത്രനായിരുന്നു അയാൾ. കറുകറുത്ത താടിയായിരുന്നു. എന്നാൽ, രണ്ടുപേർക്കും ഒരേ മാതിരി നരച്ച നിറമുള്ള കണ്ണുകളാണെന്ന് ഞാനോർത്തു. നോട്ടത്തിന് അതേ തീക്ഷ്ണത. ഒരേ പ്രകൃതംതന്നെ രണ്ടുപേർക്കും.

തന്റെ ഒരേയൊരു സഹോദരൻ. അനുജൻ. തനിക്കയാൾ ജീവനായിരുന്നു. അനുജനെ കൂടാതെ ജീവിതമില്ലെന്നുപോലും അയാൾ വിശ്വസിച്ചു, അഞ്ചുകൊല്ലം മുമ്പുവരെ. അന്ന് ചില അനിഷ്ടകാര്യങ്ങൾ സംഭവിച്ചു. ഇരുവരും കലഹിച്ചു തെറ്റിപ്പിരിഞ്ഞു. ഏതു കുടുംബത്തിലും സംഭവിക്കാറുള്ള ഒരു സാധാരണ കാര്യമാണെന്നു പറയാമെങ്കിലും അത് അങ്ങനെയല്ലായിരുന്നു. അതിനിടെ അച്ഛൻ മരിച്ചു. ഒസ്യത്ത് എഴുതിവെക്കാതെയാണ് മരണം. മൂത്തവൻ എന്ന നിലയിൽ എല്ലാം ചേട്ടൻ കൈകാര്യം ചെയ്തു. അനുജനെ പൂർണ്ണമായും അവഗണിച്ചു. സ്നേഹിച്ചുകൊണ്ടു നടന്നകാലത്ത് ഒരു തൊഴിൽ ചെയ്യാനുള്ള ശേഷിപോലും വളർത്തിയെടുക്കാൻ ശ്രദ്ധിച്ചില്ല. തീർച്ചയായും അനുജനെ നോക്കേണ്ടത് തന്റെ ചുമതലയായിരുന്നു. തല്ക്കാലത്തെ ദേഷ്യത്തിൽ അത് അവഗണിച്ചു. അവനെ തീരേ തള്ളിക്കളയണം എന്നൊന്നുമുണ്ടായിരുന്നില്ല. ആവശ്യപ്പെട്ടു വരട്ടെ അപ്പോൾ കൊടുക്കാം എന്നു തന്നെ വിചാരിച്ചു. പക്ഷേ, അനുജൻ ആവശ്യപ്പെട്ടില്ല. ജ്യേഷ്ഠൻ കൊടുത്തതുമില്ല. അങ്ങനെ താല്ക്കാലികമായ വിരോധം ബദ്ധശത്രുതയായി മാറി. സ്വത്തോ സമ്പാദ്യമോ ഒന്നും ചോദിക്കാതെ നെവില്ലെ നാടുവിട്ടു. ജ്യേഷ്ഠൻ കഠിനമായി പശ്ചാത്തപിച്ചു പറയുമ്പോൾ സർ ഹെൻറി വല്ലാതെ വികാരം കൊണ്ടു. ചെയ്തുപോയ തെറ്റിനെച്ചൊല്ലിയുള്ള എല്ലാ വീണ്ടുവിചാരവും അയാളുടെ മുഖത്തുണ്ടായിരുന്നു. നാടു മുഴുവൻ അറിയുന്ന ആളെന്ന നിലയിൽ ആ വിഷയത്തിൽ അയാൾക്ക് ക്വാട്ടെർമെയ്ന്റെ ഉപദേശം വേണം. പിന്നെ, കേട്ടതെല്ലാം മറ്റൊരാളെ അറിയിക്കാതെ രഹസ്യമായി സൂക്ഷിക്കണം. സർ ഹെൻറിക്കു വേണ്ടി ക്യാപ്റ്റൻ ഗുഡാണ് ഈ ആവശ്യം ഉന്നയിച്ചത്.

"ആ സമയം എന്റെ സഹോദരന്റെ ബാങ്ക് അക്കൗണ്ടിൽ കുറച്ചു പണമുണ്ടായിരുന്നു. എന്നോടൊന്നും പറയാതെ ആ നിസ്സാര സംഖ്യ പിൻവലിച്ചു. പിന്നെ മി.നെവില്ലെ ആയി സ്വയം പ്രഖ്യാപിച്ച് തെക്കേ ആഫ്രിക്ക ലക്ഷ്യമാക്കി പുറപ്പെട്ടുപോവുകയായിരുന്നു. അവിടെ ചെന്ന് നന്നാകാമെന്നു പ്രതീക്ഷിച്ചിട്ടുണ്ടാകണം. പിന്നീടറിഞ്ഞ കാര്യങ്ങളാണ്. മൂന്നു വർഷം അങ്ങനെ കഴിഞ്ഞു. അനുജനെക്കുറിച്ച് ഒരു വിവരവും ലഭിച്ചില്ല. പല തവണ എഴുതിയിട്ടും മറുപടി ലഭിച്ചില്ല. അയച്ച കത്തുകളൊന്നും അയാൾക്ക് കിട്ടിയില്ലെന്നു വ്യക്തം. കാലം ചെല്ലുന്തോറും എന്റെ വേവലാതി വർദ്ധിച്ചു. എപ്പോഴും ചിന്ത അവനെക്കുറിച്ചായി. ചോരയ്ക്ക് വെള്ളത്തേക്കാൾ കട്ടിയുണ്ടെന്ന് ഞാൻ മനസ്സിലാക്കിയ ദിവസങ്ങളായിരുന്നു അവ."

അത് എന്നെ എന്റെ കുട്ടി ഹാരിയെ ഓർമ്മിപ്പിച്ചതുകൊണ്ട് ഉവ്വെന്നു ഞാൻ തലകുലുക്കി.

"പാവം എന്റെ ജോർജ്ജ് - അതാണ് അവന്റെ ശരിയായ പേര് - കണ്ടുകിട്ടിയാൽ എനിക്കുള്ള സമ്പത്തിന്റെ പാതിയും അവനു കൈമാറാൻ ഞാൻ തയ്യാറാണ്. ഈ ലോകത്തിൽ എനിക്കുള്ള ഏക ബന്ധു

വാണവൻ. അവനു വേണ്ടി ഞാൻ എന്തും സഹിക്കും. ഏതറ്റംവരേയും പോകും." സർ ഹെൻറി തുടർന്നു.

"എന്റെ കുട്ടി മരിച്ചോ ജീവനോടെയുണ്ടോ എന്ന് എനിക്കറിയണം. ജീവനോടെയുണ്ടെങ്കിൽ വീട്ടിലെത്തിക്കണം. പലേടത്തും ആളെവിട്ട് വിവരം ശേഖരിച്ചു. അതിന്റെയൊരു ഫലമായിരുന്നു നിങ്ങളുടെയാ എഴുത്ത്. അത്രയും അത് ഗുണകരമായി. അടുത്തകാലംവരെ അവൻ ജീവനോടെയുണ്ടായിരുന്നു എന്നു വിവരം കിട്ടി. പിന്നീടെന്തു സംഭവിച്ചു എന്നാണറിഞ്ഞുകൂടാത്തത്. എല്ലാവരും പരാജയപ്പെട്ട സ്ഥിതിക്ക് ഞാൻ തന്നെ ഇറങ്ങിത്തിരിച്ചിരിക്കുകയാണ്. ക്യാപ്റ്റൻ ഗുഡ് എന്നോടൊപ്പം വരാൻ ദയവുകാട്ടിയിരിക്കുന്നു." ക്യാപ്റ്റൻ തലകുലുക്കി. തുടർന്ന് നെവില്ലെ എന്ന മാന്യനെക്കുറിച്ച് അറിവുള്ള കാര്യങ്ങളെല്ലാം വിസ്തരിക്കാൻ എന്നോട് ആവശ്യപ്പെട്ടു.

2

സോളമൻ രാജാവിന്റെ ഖനികളെക്കുറിച്ചുള്ള കേട്ടുകേൾവികൾ

തന്റെ സഹോദരൻ ബമൻഗ്വാട്ടൊയിലേക്കു നടത്തിയ യാത്രയുടെ വിശദാംശങ്ങളാണ് സർ ഹെൻറി കെർട്ടിസിന് അറിയേണ്ടിരുന്നത്. അതിനായി ക്യാപ്റ്റൻ ഗുഡ് എന്നെ ചോദ്യം ചെയ്തു.

അറിവുള്ള കാര്യങ്ങൾ മറ്റൊരാളോടും ഇതുവരെ വെളിപ്പെടുത്തിയിട്ടില്ലെന്ന മുഖവുരയോടെ സോളമന്റെ ഖനികൾ തേടിയാണയാൾ പോയതെന്ന് പറഞ്ഞുകേട്ട കാര്യം ഞാൻ അവരെ അറിയിച്ചു.

സോളമന്റെ ഖനികൾ എന്നുകേട്ട് രണ്ടുപേരും ഒരുപോലെ ഞെട്ടി. എവിടെയാണ് അതെന്ന് ഇരുവരും ഒരേസമയം ചോദിച്ചു.

പറഞ്ഞു കേട്ടതല്ലാതെ നേരിട്ടറിവില്ലെന്ന് ഞാൻ പ്രതിവചിച്ചു. "ഖനികളെ വലയം ചെയ്തു കിടക്കുന്ന പർവ്വത ശൃംഗങ്ങളെ ഒരിക്കൽ കണ്ടിട്ടുണ്ട്. ഞാൻ താമസിച്ചിരുന്നേടത്തുനിന്ന് അവിടെയെത്താൻ 130 നാഴികയെങ്കിലും മരുഭൂമിയിലൂടെ യാത്ര ചെയ്യണമായിരുന്നു. ഒരാളൊഴിച്ച് മറ്റാരും ആ മണലാരണ്യം താണ്ടിയിട്ടില്ലെന്നാണറിവ്- ഒരു വെള്ളക്കാരൻ. ഇപ്പോൾ എനിക്കു ചെയ്യാൻ കഴിയുന്ന ഏറ്റവും നല്ല കാര്യം എന്താണെന്നുവച്ചാൽ സോളമന്റെ ഖനികളെക്കുറിച്ച് പ്രചാരത്തിലുള്ള ഐതിഹ്യം താങ്കളെ പറഞ്ഞു കേൾപ്പിക്കുകയെന്നതാണ്. പക്ഷേ, ഒരു കാര്യം. എന്റെ സമ്മതമില്ലാതെ ഞാൻ പറയുന്നതൊന്നും മറ്റൊരാളെ അറിയിക്കരുത്. എനിക്കതിന് എന്റേതായ കാരണമുണ്ടെന്ന് കൂട്ടിക്കോളൂ. സമ്മതമാണെങ്കിൽ തുടങ്ങാം. എന്താ?" എന്നുപറഞ്ഞ് ഞാൻ കഥയാരംഭിച്ചു. അറിയാമല്ലോ ആനവേട്ടക്കാരെക്കുറിച്ച്. ഇത്രയും വലിയ മുശകോടന്മാർ വേറെയുണ്ടാവില്ല. അപവാദങ്ങളുണ്ട് കേട്ടോ. അങ്ങനെയൊരു മനുഷ്യനെ ആദ്യം പരിചയപ്പെടാം. പോകുന്നിടത്തെല്ലാം നാട്ടുകാരുമായി സംസാരിക്കും. നാടോടി പുരാവൃത്തങ്ങൾ ശേഖരിക്കും. ആചാരങ്ങളെ

ക്കുറിച്ചും അനുഷ്ഠാനങ്ങളെക്കുറിച്ചും പഠിക്കും. അവിടെനിന്നും ഇവിടെനിന്നുമായി ചരിത്രത്തിന്റെ പൊട്ടും പൊടിയും സമ്പാദിക്കും. ഇരുണ്ട ഭൂഖണ്ഡത്തിന്റെ ചരിത്രം. അങ്ങനെയൊരാളിൽ നിന്നാണ് സോളമന്റെ ഖനികളെക്കുറിച്ചുള്ള കഥ ആദ്യം കേൾക്കുന്നത്. മറ്റബലെ ദേശത്ത് അതിപ്പോൾ എല്ലാവർക്കുമറിയാമത്രെ. ഈ പറഞ്ഞയാളുടെ പേര് ഇവാൻസ് എന്നാണ്. അതിനടുത്ത വർഷം മുറിവേറ്റ ഒരു കാട്ടുപോത്തിന്റെ കുത്തേറ്റ് പാവം ചത്തുപോയി. സാമ്പസി വെള്ളച്ചാട്ടത്തിനടുത്തെവിടെയോ മണ്ണിനടിയിൽ കിടപ്പുണ്ടാവുമിപ്പോൾ. ട്രാൻസ്വാളിലെ, ഇപ്പോൾ ലിഡൻബർഗ് ജില്ലയുടെ ഭാഗമായ സ്ഥലങ്ങളിൽ വച്ച് കൃഷ്ണമൃഗങ്ങളെയും കലമാനുകളെയും വെടിവച്ചിടുന്നതിനിടയിൽ ശ്രദ്ധയിൽപ്പെട്ട ചില കാര്യങ്ങളെക്കുറിച്ച് ഒരു ദിവസം രാത്രി ഇവാൻസിനോട് സംസാരിക്കുകയായിരുന്നു. അത്ഭുതകരമായിത്തോന്നിയ ചില നിർമ്മിതികളെക്കുറിച്ചാണ് പറഞ്ഞത്. പിന്നീട് സ്വർണ്ണമന്വേഷിച്ചുള്ള യാത്രകൾക്കിടയിലും ഇത് കണ്ടുവത്രെ. പക്ഷേ, ആ പറയുന്നതൊന്നും എനിക്കു പുതുമയായിരുന്നില്ല. വർഷങ്ങൾക്ക് മുമ്പേ ഞാനവ ശ്രദ്ധിച്ചിട്ടുണ്ട്. ഉറച്ച പാറ വെട്ടി ഭാരവണ്ടികൾക്കു കടന്നുപോകാൻ പാകത്തിലുണ്ടാക്കിയ റോഡ് നേരെ പ്രവൃത്തിസ്ഥലത്തിന്റെ വായ്ഭാഗം വരെ ചെന്നു ചേരുന്നതും മറ്റും. അവർ കാണുന്നതിനും മുമ്പേ ഞാനതെല്ലാം കണ്ടു. ഈ വാമുഖം കടന്ന് താഴോട്ടിറങ്ങിയാൽ സ്വർണ്ണത്തരികൾ നിറഞ്ഞ കരിങ്കൽപ്പാറകൾ കൂമ്പാരമായി കൂട്ടിയിട്ടിരിക്കുന്നതു കാണാം. ഒറ്റ നോട്ടത്തിൽ തന്നെ മനസ്സിലാവും ശുദ്ധീകരിക്കാൻ പാകത്തിൽ ഒരുക്കിവച്ചശേഷം അതിനു പിന്നിൽ പ്രവർത്തിച്ചവർ, അത് ആരായാലും, ധൃതിയിൽ സ്ഥലംവിടുകയായിരുന്നു എന്ന്. ഒരു ഇരുപതു കാലടികൂടി മുന്നോട്ടു വച്ചാൽ കാണുന്നതെന്താണ്? അതിമനോഹരമായ രീതിയിൽ പണികഴിപ്പിച്ച ചിലതട്ടുകൾ, ശില്പകലയിലെ അത്ഭുതംപോലെ!

എന്നാൽ ഇവാൻസിനെ അതൊന്നും അങ്ങനെ ആകർഷിച്ചില്ല. “കൂടുതൽ ഉള്ളിലോട്ടു ചെന്നാൽ അതിലും വലിയ അത്ഭുതം കാണാം.” അയാൾ പറഞ്ഞു. നാശമടഞ്ഞ ഒരു നഗരത്തിന്റെ അന്തരാളങ്ങൾ. *ബൈബിളിൽ* പറഞ്ഞ ഒഫിർ അതുതന്നെയാണത്രെ. മറ്റു പലരും ഇതു തന്നെ പറഞ്ഞിട്ടുണ്ട്. അയാൾ പറഞ്ഞതെല്ലാം വായും പൊളിച്ചിരുന്ന് കേട്ടു. അന്നെനിക്ക് തീരെ ചെറുപ്പമായിരുന്നല്ലോ. ഒരു പുരാതന സംസ്കാരത്തെക്കുറിച്ച് അന്നവിടെ ജീവിച്ചിരുന്ന ജൂതന്മാരോ ഫിനീഷ്യക്കാരോ ആരാണെന്നു വച്ചാൽ അവർ, സൃഷ്ടിച്ചുവച്ച നിധികളെക്കുറിച്ചോ ഉള്ള അത്ഭുതകഥകൾ കേട്ടാൽ എന്റെ പ്രായത്തിലുള്ള ആരാണ് തരിച്ചിരുന്നുപോകാത്തത്? കിരാതത്വത്തിന്റെ പരമാന്ധകാരത്തിൽ കഴിഞ്ഞുകൂടിയ മനുഷ്യമൃഗങ്ങളുടേതായ കാലം. അവർ ശേഖരിച്ച സമ്പത്ത്. എല്ലാം എന്റെ ഭാവനയിൽ വന്നുനിറഞ്ഞു. “സുലൈമാൻ പർവ്വതനിരകളെക്കുറിച്ച് കേട്ടിട്ടുണ്ടോ കുട്ടി?” എന്ന് പെട്ടെന്നുവന്ന ചോദ്യം എന്നെ ചിന്തകളിൽ നിന്നുണർത്തി. ഇല്ലെന്നു ഞാൻ പറഞ്ഞപ്പോൾ സോളമന്റെ ഖനി

കൾ സ്ഥിതിചെയ്യുന്നത് കൃത്യമായും ആ പർവ്വതങ്ങളിലാണെന്ന് അയാൾ പറഞ്ഞു. വെറും ഖനികളല്ല രത്നഖനികൾ!

എങ്ങനെ മനസ്സിലായി എന്ന് ഞാനന്വേഷിച്ചു.

“നല്ല ചോദ്യം തന്നെ. സോളമൻ എന്നതിന്റെ മറ്റൊരു രൂപമാണ് സുലൈമാനെന്ന് ആർക്കാണറിഞ്ഞുകൂടാത്തത്? പിന്നെയാ കിഴവിത്തള്ള ഇനവിയുണ്ടല്ലൊ. ദുർമന്ത്രവാദികളായ ഇവിടുത്തെ വൈദ്യത്തികൾ അറിയപ്പെടുന്നത് ആ പേരിലാണ്. കിഴവി എന്നോടുപറഞ്ഞത് ആ കുന്നുകൾക്കപ്പുറം താമസിക്കുന്നത് സുലുവംശക്കാരുടെ ഒരു പ്രത്യേകവിഭാഗമാണെന്നാണ്. സാധാരണ സുലുക്കളെക്കാൾ കൂടുതൽ പരിഷ്കൃതർ. സുലുഭാഷയുടെ ഒരു നാടൻ വകഭേദമാണ് അവരുടെ ഭാഷ. സാധാരണ സുലുക്കളെക്കാൾ കോമളർ. കൂടുതൽ വലിപ്പമുള്ള ശരീരമുള്ളവർ. അവരുടെ കൂട്ടത്തിൽ പണ്ട് വലിയ മന്ത്രവാദികളൊക്കെ ഉണ്ടായിരുന്നത്രെ. ലോകമാകെ ഇരുട്ടിൽ കഴിഞ്ഞ കാലത്ത് വെള്ളക്കാരിൽനിന്നും പഠിച്ച പല വിദ്യകളും അവർക്കറിയാമായിരുന്നു. തിളക്കമേറിയ കല്ലുകൾ ധാരാളമായി കണ്ടുവരുന്ന അത്ഭുതഖനികളെക്കുറിച്ചും അവർക്ക് അറിവുണ്ടായിരുന്നുവത്രെ.”

കഥകേട്ട് ചിരിയാണ് വന്നത്. എങ്കിലും കേട്ടകാര്യങ്ങളിൽ അതിയായ താല്പര്യം തോന്നി. രത്നഖനികളുടെ മേഖല അന്ന് കണ്ടെത്തപ്പെട്ടിരുന്നില്ല. എങ്കിലും പാവം ഇവാൻസ് അയാൾ മുമ്പോട്ടുതന്നെ പോയി. മരണം പ്രതിഫലമായി കിട്ടുകയും ചെയ്തു. പിന്നെയൊരു ഇരുപതു കൊല്ലത്തേക്ക് ഇക്കാര്യം ഞാൻ ഓർത്തതുപോലുമില്ല. അങ്ങനെയിരിക്കെ കൂടുതൽ കൃത്യമായ ചിലത് ആ കുന്നുകളെക്കുറിച്ച് കേൾക്കാനിടവന്നു. അപ്പുറമുള്ള നാടിനെക്കുറിച്ചും കേട്ടു. ആ സമയം ഞാൻ മാനിക്ക ദേശം പിന്നിട്ടുകഴിഞ്ഞിരുന്നു. അവിടെ സിറ്റാന്റയുടെ ക്രാൽ എന്നു പേരുള്ള കാലിവളർത്തുകാരുടെ ഒരു കോളനിയിലായിരുന്നു അന്നു താമസം. ഒരു വല്ലാത്ത സ്ഥലമായിരുന്നു. തിന്നാനില്ല, വേട്ടയാടിപ്പിടിക്കാമെന്നുവച്ചാൽ അതിനു തക്ക വലിപ്പമുള്ള ജന്തുക്കൾ ഒന്നിനെപ്പോലും കാണാൻ കിട്ടില്ല. അതിനിടെ പനിപിടിച്ചു കിടപ്പിലുമായി. അങ്ങനെയിരിക്കെ ഒരു പോർച്ചുഗീസുകാരൻ വന്നു. ഒപ്പം അർദ്ധസങ്കരക്കാരനായ ഒരു കൂട്ടുകാരനും. നിങ്ങൾ കേട്ടിട്ടുണ്ടാകുമല്ലോ, താണ ജാതിയിൽപ്പെട്ട ഈ ഡെലഗോവ പറങ്കികളെപ്പറ്റി. അക്കൂട്ടത്തിൽ ഒരുത്തനായിരുന്നു. ഇയാളാകട്ടെ വേറെജാതി മനുഷ്യനായിരുന്നു. മെലിഞ്ഞ് പൊക്കംകൂടി കറുത്ത കണ്ണുകളും ചുരുണ്ട താടിരോമങ്ങളുമൊക്കെയായി അങ്ങനെയൊരാൾ. കഷ്ടിപിടിഷ്ടി ഇംഗ്ലീഷു പറയും. അങ്ങനെ ചില വാക്കുകൾ ഞാൻ പോർച്ചുഗീസിലും സംസാരിക്കും. അതുകൊണ്ട് ആശയവിനിമയം തടസ്സപ്പെട്ടില്ല. ജോസ് സിൽവസ്റ്റെർ എന്നാണ് പേരെന്നു മനസ്സിലാക്കി. വീണ്ടും കാണാമെന്ന് പറഞ്ഞ് പിറ്റേന്ന് കൂട്ടുകാരനോടൊപ്പം സ്ഥലംവിട്ടു, പോകുമ്പോൾ പറഞ്ഞ മറ്റൊരു വാചകം ഞാൻ മരിച്ചാലും മറക്കില്ല. “വീണ്ടും കണ്ടുമുട്ടുമ്പോൾ ലോകത്തിലെ ഏറ്റവും

സമ്പന്നനായ മനുഷ്യനായിട്ടായിരിക്കും താങ്കളെന്നെ കാണുക. ആ സമയം താങ്കളെ ഞാൻ പ്രത്യേകം ഓർമ്മിക്കും!"

അതുകേട്ട് ഞാനൊന്നു ചെറുതായി ചിരിച്ചു. പിന്നെ പടിഞ്ഞാറു ഭാഗത്തെ മഹാമരുഭൂമിക്കു നേരെ ആത്മവിശ്വാസത്തോടെ അടിവച്ചു നീങ്ങുന്നതു ശ്രദ്ധിച്ചിരുന്നു. ഭ്രാന്താണോ ഈ മനുഷ്യനെന്നു ഒരു നിമിഷം ആലോചിച്ചു. അവിടെ എന്തു കണ്ടെത്താൻ കഴിയുമെന്നാണ് ഇയാളുടെ വിചാരം?

ഒരാഴ്ച കൂടി കഴിഞ്ഞു. ആരോഗ്യം തിരിച്ചുകിട്ടി. ഒരു വൈകുന്നേരം തമ്പിനു മുന്നിൽ ഒറ്റയ്ക്കിരുന്ന്, ഒരു കഷണം തുണിക്കുപകരമായി നാട്ടുകാരിൽ ഒരുവനോട് വാങ്ങിയ ചെറിയൊരു കോഴിയുടെ വേവിച്ച കാൽ കടിച്ചുവലിച്ചുകൊണ്ടിരിക്കെ, ഒരു മുന്നൂറുവാര മുമ്പിലായി അസ്തമന സൂര്യനു താഴെ അവ്യക്തമായ ഒരു രൂപം നാലുകാലിൽ ഇഴഞ്ഞു നീങ്ങുന്ന ദൃശ്യം ശ്രദ്ധയിൽപ്പെട്ടു. അതിനിടെ അത് നിലത്തുനിന്ന് ഉയർന്നു അല്പദൂരം ഇരുകാലിൽ നടക്കാൻ ശ്രമിക്കുന്നതും കാണായി. അടുത്ത ക്ഷണം, കാലുകൾ ഉറപ്പിച്ചു നിർത്താൻ കഴിയാതെ അതു നിലത്തുവീണു. വീണ്ടും നാലുകാലിൽ ഇഴഞ്ഞു. കഷ്ടപ്പെടുന്ന ഏതോ മനുഷ്യനാണെന്ന് തൽക്ഷണം മനസ്സിലായി. കൂടെയുണ്ടായിരുന്ന നായാട്ടു സഹായികളിലൊരാളെ വിളിച്ച് അയാളെ കൂട്ടിക്കൊണ്ടുവരാൻ പറഞ്ഞു. അധികം വൈകാതെ അയാൾ അവശനും നിസ്സഹായനുമായ ആ മനുഷ്യനെ എന്റെ മുമ്പിലെത്തിച്ചു.

അത് ആരായിരുന്നു എന്നാണ് നിങ്ങളുടെ വിചാരം?

അതേ മനുഷ്യൻ. ജോസ് സിൽവെസ്റ്റർ. വീണ്ടും കാണുമ്പോൾ കോടീശ്വരനായിരിക്കുമെന്നു പറഞ്ഞ മനുഷ്യൻ. മനുഷ്യനല്ല, അയാളുടെ അസ്ഥികൂടം. ഇത്തിരിതൊലിയിൽ പൊതിഞ്ഞ ഒരു എല്ലിൻകൂട്. പിത്തംപിടിച്ച് മഞ്ഞയായ മുഖം. കുഴിയിലായ കണ്ണുകൾ. ഇരുണ്ടു വലിപ്പമേറിയ ആ കണ്ണുകൾ! മനുഷ്യനെന്നു പറയാൻ അതു മാത്രമേ ബാക്കിയുണ്ടായിരുന്നുള്ളൂ. 'വെള്ളം, വെള്ളം.... ദൈവത്തെ വിചാരിച്ച് ഇത്തിരി വെള്ളം തരൂ.' എന്ന് അവ്യക്തഭാഷയിൽ മോങ്ങുന്നുണ്ടായിരുന്നു. വെള്ളം രുചിച്ച് അധികനേരം കഴിയുംമുമ്പ് അയാൾ മരിച്ചു.

അതിനുമുമ്പ് അയാൾ പറഞ്ഞ വാക്കുകൾ ഇതായിരുന്നു: "ഞാൻ ഏല്പിക്കുന്ന കടലാസ് ശ്രദ്ധിച്ചു വായിക്കണം. അതിലെ ചിത്രം ശ്രദ്ധിച്ചു പഠിക്കണം. മരുഭൂമിയിൽ കടന്ന് അപ്പുറം ചെല്ലാൻ കഴിഞ്ഞാൽ നിങ്ങൾക്ക് ലക്ഷ്യസ്ഥാനത്ത് എത്താം. ഈ ചുരുളിൽ എല്ലാമുണ്ട്. ഗൂഢഭാഷയിൽ എഴുതപ്പെട്ട ഒരു ലിഖിതമാണിത്. ഏറെപ്പണിപ്പെട്ടാണെങ്കിലും എനിക്കത് വായിച്ചെടുക്കാൻ കഴിഞ്ഞു. ഇനി നിങ്ങളുടെ ഊഴം. ലിസ്ബനിൽനിന്ന് രാഷ്ട്രീയഅഭയം തേടിവന്ന എന്റെ പൂർവ്വികൻ ഈ തീരത്തെത്തിയ ആദ്യത്തെ പോർച്ചുഗീസുകാരൻ- ജോസ് ഡ സിൽവെസ്ട്രാ. മൂന്നു നൂറ്റാണ്ടുമുമ്പ് ഈ ദേശത്ത് കാലുകുത്തിയ എന്റെ പൂർവ്വികൻ - യജമാനൻ മരിച്ചു കിടന്നപ്പോൾ അയാളുടെ അടിമ ഈ ചുരുൾ

ഡെലഗോവയിലെത്തിക്കുകയായിരുന്നു. അന്നുതൊട്ട് അത് ഞങ്ങളുടെ വീട്ടിൽ ഒരിടത്ത് ആരും ശ്രദ്ധിക്കാതെ കിടന്നു. നോക്കാനോ വായിച്ചു നോക്കാനോ ആരും മിനക്കെട്ടില്ല. ആ നിയോഗം എനിക്കായിരുന്നു. എഴുതിയതെന്തെന്ന് ഞാൻ കൃത്യമായി മനസ്സിലാക്കി. എന്നാലിപ്പോൾ അതിനുവേണ്ടി ജീവൻതന്നെ നല്കേണ്ടിവന്നതായി ഞാൻ തിരിച്ചറിയുന്നു. എന്നാൽ തോറ്റിടത്ത് മറ്റൊരാൾക്കു വിജയിക്കാം. ഭൂമിയിലെ ഏറ്റവും സമ്പന്നനായ മനുഷ്യനായിത്തീരാം. മറ്റാർക്കും കൈമാറാതെ ഈയവസരം നിങ്ങൾത്തന്നെ ഉപയോഗപ്പെടുത്തണം. അതാണെന്റെ അവസാനത്തെ ആഗ്രഹം....."

അമൂല്യമായ ആ ചുരുളിന് എന്തു സംഭവിച്ചു എന്നാണ് സർ ഹെൻറിക്കും ക്യാപ്റ്റനും അറിയേണ്ടിയിരുന്നത്. അതിന്റെ ഉള്ളടക്കം എന്തായിരുന്നു എന്നറിയാനായിരുന്നു അവരുടെ ഉൽക്കണ്ഠ മുഴുവൻ.

"എനിക്കതു വായിക്കാൻ പറ്റിയില്ല. അവസാനം കുടിയനായ ഒരു കിഴവൻ പോർച്ചുഗീസുകാരൻ വ്യാപാരി എനിക്കതിന്റെ പൊരുൾ പറഞ്ഞുതന്നു. ഉള്ളടക്കമപ്പാടെ ഇംഗ്ലീഷിൽ പരിഭാഷപ്പെടുത്തിത്തന്നു. കുടിയനല്ലെ, പിറ്റേന്ന് നേരംവെളുത്തപ്പോഴേക്കും അതു മുഴുവൻ മറന്നുപോവുകയും ചെയ്തു. ഒറിജിനൽ കടലാസ് ഡർബനിൽ സൂക്ഷിച്ചിട്ടുണ്ട്. ആ പറഞ്ഞ സ്ഥലത്തേക്കുള്ള വഴി വ്യക്തമായിക്കാണിക്കുന്ന മാപ്പ് അടക്കം എന്റെ കൈയിലുണ്ട്. നിങ്ങളെ കാണിക്കാൻ വിരോധമില്ല." തുടർന്ന് പോക്കറ്റുബുക്കിൽ നിന്ന് കടലാസ് എടുത്ത് ഞാൻ അവരുടെ കൈയിൽ കൊടുത്തു. ഇങ്ങനെയായിരുന്നു അതിന്റെ രൂപം:

"ഷേഖയുടെ സ്തനങ്ങളെന്നു ഞാൻ പേരിട്ട രണ്ടു പർവ്വതങ്ങളുടെ ഏറ്റവും തെക്കേയറ്റത്തായി സ്ഥിതിചെയ്യുന്ന ഭാഗത്തിന്റെ വടക്കുഭാഗത്തുള്ളതും ഇപ്പോൾ ഹിമാവരണമില്ലാത്തതുമായ ചെറിയ ഗുഹയ്ക്കകത്ത് പട്ടിണി മരണത്തെ മുമ്പിൽ കണ്ടുകിടക്കുന്ന ജോസ് ഡ സിൽവെസ്ട്ര എന്ന ഞാൻ 1590 ലെ ഈ ദിവസം ധരിച്ച കുപ്പായത്തിന്റെ അവശിഷ്ടഭാഗങ്ങളിൽ അസ്ഥിക്കഷണം സ്വന്തം ചോരയിൽ മുക്കി കുറിച്ചുവെക്കുന്നത് എന്തെന്നാൽ, ഈ കുറിമാനം കാണുന്ന എന്റെ അടിമ ഇത് ഡെലഗോവയിൽ എത്തിക്കണം. അവിടെ എന്റെ സുഹൃത്തായ (പേര് വ്യക്തമല്ല) ...... അത് മഹാരാജാവിന്റെ ശ്രദ്ധയിൽ പെടുത്തണം. തുടർന്ന് ആ പൊന്നുതമ്പുരാൻ സ്വന്തം സൈന്യത്തെ അയച്ച്, സൈനികർക്ക് മഹാമരുഭൂമിയുടെയും പർവ്വതനിരകളുടെയും വൈഷമ്യങ്ങൾ അതിജീവിച്ചും കുകുവനുകൾ എന്നു പറയുന്ന അതിനപ്പുറത്തെ ഗോത്രവർഗ്ഗത്തിന്റെ ധീരതയേയും പൈശാചിക യുദ്ധകലയേയും മറികടന്ന് മുന്നേറാൻ കഴിയുമെങ്കിൽ (ഇതിനായി നിരവധി പുരോഹിതന്മാരുടെ സഹായം ആവശ്യമായി വരും) അങ്ങേർക്ക് സോളമനുശേഷമുള്ള ഏറ്റവും സമ്പന്നനായ ഭരണാധികാരിയായി മാറാൻ കഴിയുമെന്ന് ഇതിനാൽ അറിയിച്ചുകൊള്ളുന്നു. വെളുത്ത മരണത്തിനപ്പുറത്തായി രത്നക്കല്ലുകൾ സുലഭമായി സംഭരിച്ചുവച്ച ഭണ്ഡാകാരം ഈ പറയുന്നവൻ സ്വന്തം കണ്ണു

കൊണ്ടുതന്നെ നേരിട്ടു കണ്ടിട്ടുള്ളതാകുന്നു. എന്നാൽ ദുർമന്ത്രവാദികളെ തേടിനടക്കുന്ന ഗഗൂളിന്റെ വഞ്ചനമൂലം കഷ്ടിച്ച് ജീവൻപോലും രക്ഷപ്പെടുത്താനാകാതെ, നിധിയുടെ ഇത്തിരയൊരംശംപോലും കൈവശപ്പെടുത്താനാകാതെ എന്റെ ശ്രമങ്ങളെല്ലാം ഫലശൂന്യമായി അവസാനിക്കുകയാണ്. തുടർന്ന് ഈ സാഹസത്തിന് ഒരുമ്പെടുന്നവർ ഇതോടൊപ്പമുള്ള സ്ഥലപടംകൂടി കൈയിൽ കരുതുക. ഇതിൽ ശ്രദ്ധ കേന്ദ്രീകരിച്ച് ആദ്യം ഷേബയുടെ ഇടത്തേമുലയെ പൊതിഞ്ഞിരിക്കുന്ന ഹിമപടം കയറി മുലക്കണ്ണുനില്ക്കുന്ന ഭാഗംവരെ പോവുക. അതിന്റെ വടക്കുഭാഗം ചേർന്ന് മഹാനായ സോളമൻ പണിതീർത്ത പാത കടന്നുപോവുന്നത് കാണാം. അവിടെനിന്ന് മൂന്നു ദിവസം സഞ്ചരിച്ചാൽ രാജാവിന്റെ കൊട്ടാരത്തിൽ എത്തിച്ചേരാം. ഗഗൂളിന്റെ കഥ കഴിക്കൂ. എന്റെ ആത്മാവിനായി പ്രാർത്ഥിക്കൂ. വിട എന്ന്, ജോസ് ഡ സിൽവെ സ്ട്ര."

വായിച്ചുതീർന്ന രണ്ടു മാന്യന്മാരും ചിന്താമഗ്നരായി. വിചിത്രമായ ഒരു കഥതന്നെയാണെന്ന് അനന്തരം ഇരുവരും സമ്മതിച്ചു. "രണ്ടു തവണ ലോകം ചുറ്റിയവനാണ് ഞാൻ. പല തുറമുഖങ്ങളും പല തവണ കണ്ടിട്ടുണ്ട്. എന്നാലും, ഇങ്ങനെയൊരു കാര്യത്തിനു വേണ്ടി..." ക്യാപ്റ്റൻ ഗുഡ് പറഞ്ഞു.

"വെറുതെ കള്ളം പറയുന്ന ഒരു കോമാളിയായിട്ടാണ് നിങ്ങൾ എന്നെ കാണുന്നതെങ്കിൽ...." വ്രണിതനായി ഞാൻ പ്രതിവചിച്ചു. പിന്നെ കടലാസു ചുരുൾ തിരിച്ചുവാങ്ങി പോക്കറ്റിലിട്ട് എഴുന്നേറ്റു. അവിടംകൊണ്ട് അത് അവസാനിപ്പിക്കാൻ ഞാൻ വ്യഗ്രത പൂണ്ടു. സർ ഹെൻറി തോളിൽ പിടിച്ച് എന്നെ തടഞ്ഞു. "ഇരിക്കൂ, മി.ക്വാട്ടെർമെയ്ൻ. ചതിക്കാൻ വേണ്ടി പറഞ്ഞതല്ലെന്ന് ഞങ്ങൾക്കറിയാം. കഥ അത്രയധികം വിചിത്രവും അസാധാരണവുമായി തോന്നിയതുകൊണ്ടുണ്ടായ പ്രതികരണമായിമാത്രം ഇതിനെ കണ്ടാൽ മതി." അദ്ദേഹം പറഞ്ഞു.

ഡർബെനിൽ വച്ച് ഒറിജിനൽ രേഖതന്നെ കാണിച്ചുതരാമെന്ന് ഞാൻ പറഞ്ഞു. പിന്നെ ഹെൻറിയുടെ സഹോദരനെക്കുറിച്ച് ഞാൻ ഒന്നും പറഞ്ഞിട്ടില്ലെന്ന കാര്യം ഓർമ്മിപ്പിച്ചു. മുഖ്യവിഷയം അതാണല്ലോ. അയാൾക്കൊപ്പമുണ്ടായിരുന്ന ജിമ്മിനെ എനിക്കറിയാം. ജന്മനാ ബച്ചുവന ഗോത്രക്കാരനാണയാൾ. ഒന്നാന്തരം വേട്ടക്കാരൻ. സാമർത്ഥ്യത്തിന്റെ കാര്യത്തിൽ ഏതു നാട്ടുകാരനേക്കാളും മിടുക്കൻ. മി.നെവില്ലെ പുറപ്പെട്ടുപോയ ആ നേരത്ത് വണ്ടിക്കരികെ പുകയില ശരിയാക്കിക്കൊണ്ട് ജിം നില്പുണ്ടായിരുന്നു. ആനകളെ തേടിപ്പോവുകയാണോ എന്ന് ഞാൻ അയാളോടു ചോദിച്ചു. ആനക്കൊമ്പിനേക്കാൾ വിലപിടിച്ച ചിലതിനുവേണ്ടി പോവുകയാണെന്നായിരുന്നു എനിക്കു കിട്ടിയ മറുപടി. കൂടുതലൊന്നും ചോദിക്കാതെ ഞാൻ പിന്തിരിഞ്ഞു. എങ്കിലും മനസ്സിൽ സംശയം ഉരുണ്ടുകൂടി. അതിനിടെ പുകയിലയുടെ പണിമതിയാക്കി ജിം എന്റെ പിന്നാലെവന്നു. യജമാനനേ! എന്ന വിളിക്ക് ഞാൻ ചെവികൊടുത്തില്ല. പിന്നെയും പിന്നെയും വിളിച്ചു ശല്യപ്പെടുത്തിയപ്പോൾ തിരിഞ്ഞു

നിന്ന് മുഖത്തേക്കുനോക്കി. കല്ലുകളാണ് യജമാനനെ, രത്നക്കല്ലുകൾ. ഇളിച്ചുകൊണ്ട് അയാൾ പറഞ്ഞു. രത്നക്കല്ലുകളൊ? എങ്കിൽ തെറ്റായ വഴിക്കാണ് നിങ്ങളുടെ പോക്കെന്ന് ഞാനും പ്രതികരിച്ചു. പർവ്വതങ്ങളിലേക്കല്ല, പാടങ്ങളിലേക്കാണ് പോകേണ്ടതെന്ന് ഞാൻ പറഞ്ഞു. അല്ല ബാസ്, അത് സുലൈമാന്റെ മഞ്ഞുമലയിലാണെന്നായി ജീം. അതായത് സോളമൻസ് ബെർഗ്. കഥ കേട്ടിട്ടുണ്ട്, വെറുമൊരു വിഡ്ഢിക്കഥയാണെന്നു ഞാൻ തിരിച്ചടിച്ചു. വെറും കഥയല്ല ബാസ്, സത്യമാണ്. അയാൾ തുടർന്നു. ഒരിക്കൽ അവിടെനിന്നു വന്ന ഒരു സ്ത്രീ അയാളോട് പറഞ്ഞിട്ടുണ്ടത്രെ. അവർ മരിച്ചുപോയി. സുലൈമാന്റെ രാജ്യത്തേക്കു പോകാൻ ശ്രമിച്ചാൽ നിന്റെ യജമാനൻ കഴുകന്മാർക്കു ഭക്ഷണമാകുമെന്ന് ഞാനവനെ ഓർമ്മിപ്പിച്ചു. അതുകേട്ട് അയാൾ വീണ്ടും ഇളിച്ചുകാട്ടി. മനുഷ്യൻ എന്നായാലും കഴുകനു ഭക്ഷണമാകേണ്ടവനാണെന്ന് ഓർമ്മിപ്പിച്ചു. അര മണിക്കൂർ കഴിഞ്ഞപ്പോൾ വണ്ടിയുടെ ഞരക്കം കേട്ടു. നെവില്ലെ പുറപ്പെട്ടുകഴിഞ്ഞു. മറന്നുപോയമട്ടിൽ ജീം ഓടിവന്ന് ഗുഡ്ബൈ പറഞ്ഞു. അതിനിടെ ഞാൻ പറഞ്ഞത് ശരിയാണെന്നേറ്റു പറഞ്ഞ് വീണ്ടും ഒരിക്കലും തെക്കോട്ടില്ലെന്ന് ആവർത്തിച്ചു. യജമാനൻ ഒറ്റയ്ക്കുപോയിവരട്ടെ.

സത്യത്തിൽ നിന്റെ യജമാനൻ സോളമൻ ബർഗിലേക്കുതന്നെയാണോ പോകുന്നത്? അതോ നീ കളവുപറയുകയാണോ? എനിക്കതു ചോദിക്കാതിരിക്കാൻ വയ്യായിരുന്നു. തുടർന്ന് ഞാനൊരു കുറിപ്പെഴുതി നെവില്ലെക്കു കൊടുക്കാൻ അവനെ ഏല്പിച്ചു. ഇന്യാതിയിൽ എത്തിയാൽ മാത്രമേ കൈ മാറാവൂ എന്ന് പ്രത്യേകം പറഞ്ഞേല്പിച്ചു. അവിടെയെത്താൻ ഒരു നൂറു നാഴിക കൂടി പോകണം.

ഷേഖയുടെ ഇടത്തേ മുലകയറി മുലക്കണ്ണു വരെയെത്തി. അവിടെനിന്ന് സോളമൻറോഡിലേക്കു പോകേണ്ട വഴിയെക്കുറിച്ചായിരുന്നു ആ കുറിപ്പ്. കുറിപ്പു വായിച്ച് അതിൽ പറയുന്നതുപോലെ ചെയ്യാൻ യജമാനനെ ഉപദേശിക്കാൻ പ്രത്യേകം ചട്ടംകെട്ടി. അത് അപ്പോൾത്തന്നെ കൈമാറരുതെന്ന് പറഞ്ഞത് അനാവശ്യ ചോദ്യങ്ങൾ ഒഴിവാക്കാനായിരുന്നു. അതിനുശേഷം താങ്കളുടെ സഹോദരന് എന്തു സംഭവിച്ചെന്ന് എനിക്കറിഞ്ഞുകൂടാ സർ ഹെൻറി. പക്ഷേ, എനിക്കു പേടിയുണ്ട്. അയാൾ....!

സഹോദരനെ അന്വേഷിച്ചു തന്നെയാണ് പുറപ്പാടെന്ന് അങ്ങോർ ഒരിക്കൽക്കൂടി എന്നെ ഓർമ്മിപ്പിച്ചു. “ആദ്യം സോളമൻ ബെർഗിലേക്ക്. വേണ്ടിവന്നാൽ അവിടെനിന്ന്, ആളെക്കണ്ടെത്തുംവരെ അതിനുമപ്പുറമുള്ള സ്ഥലങ്ങളിലേക്ക്. അഥവാ ജീവനോടെ കണ്ടെത്താൻ കഴിഞ്ഞില്ലെങ്കിൽ മരിച്ചുപോയെന്നെങ്കിലും അറിയണം. അതുവരെ യാത്ര തുടരും. നിങ്ങൾകൂടി പോരുമെങ്കിൽ അത്രയും നല്ലത്.”

ഞാൻ പറഞ്ഞില്ലേ, ഏറെ ശ്രദ്ധിച്ചുമാത്രം എന്തെങ്കിലും ചെയ്യുന്ന ഒരാളാണ് ഞാനെന്ന്. തീർച്ചയായും ഇത്തിരി ഭീരുത്വമൊക്കെ

അതിലുണ്ടെന്ന് വരാം. അങ്ങേർ പറഞ്ഞതുകേട്ട് സത്യമായും പേടിച്ചു പോയി. അങ്ങനെയൊരു യാത്രയെന്നുവച്ചാൽ മരണം ഉറപ്പെന്നർത്ഥം. ആ നിലയ്ക്ക് മറ്റെല്ലാം മാറ്റിവെച്ചാലും വളർത്തിക്കൊണ്ടുവരാൻ ഒരു പുത്രനുണ്ടായിരിക്കെ ആ സമയം അറിഞ്ഞുകൊണ്ട് മൃത്യുവിന്റെ വായിൽചെന്നുകേറാൻ ആ സമയം ഞാനൊരുക്കമല്ലായിരുന്നു. അതുകൊണ്ട് അതുമാത്രം പറ്റില്ലെന്ന് ഞാൻ പറഞ്ഞു. പാവം സിൽവെസ്റ്ററെപ്പോലെ ജീവിതമവസാനിപ്പിക്കാൻ തക്കവണ്ണമൊരു മണ്ടനല്ലെന്ന് സൂചിപ്പിക്കുകയും ചെയ്തു. സർ ഹെൻറിയുടെയും ക്യാപ്റ്റൻ ഗുഡിന്റെയും മുഖത്ത് നിരാശ പടരുന്നത് അടുത്ത നിമിഷം ഞാൻ കണ്ടു.

"വെറുതെ വേണ്ട, മി.ക്വാട്ടെർമെയ്ൻ, നമുക്കൊരു വേതനം നിശ്ചയിക്കാം. താങ്കൾ എന്തു ചോദിച്ചാലും തരാൻ കഴിവ് എനിക്കുണ്ട് യുക്തമെന്ന് എനിക്കുകൂടി തോന്നുന്ന ഒരു തുക തീർച്ചയായും പറയാം. പുറപ്പെടും മുമ്പുതന്നെ ഞാനതു നിങ്ങളെ ഏല്പിക്കാം. അതിനിടെ താങ്കൾക്കോ ഞങ്ങൾക്കുതന്നെയോ വല്ലതും സംഭവിക്കുന്നപക്ഷം താങ്കളുടെ കുട്ടിയുടെ സംരക്ഷണത്തിനുവേണ്ട കാര്യങ്ങൾ മുൻകൂട്ടിത്തന്നെ ഉറപ്പാക്കിവെക്കാം. ഇനിയഥവാ നമ്മൾ ലക്ഷ്യം പൂകുകയും ചെയ്യുന്ന പക്ഷം നേടിയതെല്ലാം നിങ്ങൾ രണ്ടുപേർക്കുമായി തുല്യമായി ഭാഗിക്കാവുന്നതാണ്. ഹെൻറികെർട്ടിസ് എന്ന ഈ ഞാൻ ഒരു ചില്ലിക്കാശിനുപോലും അവകാശമുന്നയിക്കില്ലെന്ന് ഇതാ ഉറപ്പു നല്കുന്നു. ചെലവ് എത്രവന്നാലും എല്ലാം ഞാനൊറ്റയ്ക്ക് വഹിക്കുമെന്നു പിന്നെ പ്രത്യേകം പറയേണ്ടതില്ലല്ലോ."

സംഗതി മോശമല്ല. പക്ഷേ, എനിക്ക് ഒന്നുകൂടി ചിന്തിക്കണമായിരുന്നു. ഡർബനിൽ എത്തുന്നതിനു മുമ്പ് മറുപടി നല്കാമെന്നു പറഞ്ഞ് ഞങ്ങൾ പിരിഞ്ഞു.

3

ഉംബെപ സേവകനായി വരുന്നു

കപ്പൽ വേഗത്തിനും കാലാവസ്ഥയ്ക്കുമനുസരിച്ച് കേപ്പിൽനിന്ന് ഡർബനിലെത്താൻ നാലോ അഞ്ചോ ദിവസംപിടിക്കും. അത്ഭുതകരമായ ഒരു തുറമുഖം എന്ന വാഗ്ദാനം ഇനിയും പാലിക്കപ്പെടാത്ത സാഹചര്യത്തിൽ ചരക്കിറക്കാനും മറ്റുമായി ഈസ്റ്റ് ലണ്ടനിൽ ഏറെ സമയം ചെലവഴിക്കേണ്ടിവരുന്നപക്ഷം സമയം പിന്നെയും ചുരുങ്ങിയതൊരു ഇരുപത്തിനാലു മണിക്കൂറെങ്കിലും വൈകുമെന്നുറപ്പ്. എന്നാൽ, ഭാഗ്യം കൊണ്ട് അങ്ങനെയൊന്നും വേണ്ടിവന്നില്ല. കപ്പൽ കൃത്യസമയം പാലിച്ചു.

നാറ്റാലിലെത്തുംവരെ സർ ഹെൻറിയുടെ ക്ഷണത്തെക്കുറിച്ചു തന്നെയായിരുന്നു ചിന്ത മുഴുവൻ. ആദ്യത്തെ രണ്ടു ദിവസം ഞങ്ങൾ അതിനെക്കുറിച്ച് കൂടുതൽ ഒന്നും സംസാരിച്ചില്ല. വേട്ടയുമായി ബന്ധപ്പെട്ട ചില കഥകൾ ഒട്ടും വെള്ളം ചേർക്കാതെ പറഞ്ഞുകേൾപ്പിക്കുക മാത്രം ചെയ്തു. നായാട്ടുകഥകളിൽ നിന്ന് ബഡായികൾ പാടേ ഒഴിവാക്കുന്നത് എന്റെ പണ്ടേയുള്ള ശീലമാണ്. മൃഗങ്ങൾക്കു പിന്നാലെ പോകുമ്പോൾ അവിശ്വസനീയമെന്നു തോന്നുന്ന പലതും സംഭവിക്കും. തികച്ചും സ്വാഭാവികമാണതെന്ന് ഒന്നു സൂചിപ്പിച്ചെന്നേയുള്ളൂ.

അവസാനം, ജനുവരിയിലെ ആ സുന്ദര സായാഹ്നം, ജനുവരി ഞങ്ങൾ ഇംഗ്ലീഷുകാർക്ക് ഏറ്റവും ചൂടുകൂടിയമാസമാണല്ലോ. നാറ്റാൽ തീരം വഴി കപ്പൽ അതിവേഗം മുന്നോട്ടു പോവുകയാണ്. സൂര്യാസ്തമയത്തിനു മുമ്പ് ഡർബർ പോയിന്റിലെത്തുമെന്നാണ് പ്രതീക്ഷ. ഈസ്റ്റ് ലണ്ടൻ തൊട്ടങ്ങോട്ട് അതിമനോഹരമായ കടൽത്തീരമാണ്. പക്ഷേ, ഡർബനിലെത്തുന്നതിനു തൊട്ടുമുമ്പ് പ്രകൃതിദൃശ്യങ്ങൾ പ്രത്യേകമായ സമ്പന്നതതന്നെ കൈവരിക്കുന്നതായിക്കാണാം. എന്നാൽ, എന്നെ സംബന്ധിച്ചിടത്തോളം ആസ്വദിക്കാൻ കൂടെ മറ്റൊരാൾകൂടിയില്ലെങ്കിൽ ഒരു

ദൃശ്യം എത്ര സുന്ദരമായിട്ടും കാര്യമില്ല. ഏറെക്കാലം വിജനതയിൽ ഒറ്റപ്പെട്ടു ജീവിച്ചതുമൂലമുണ്ടായ പരിണതിയാകാം. അങ്ങനെയൊരാൾ സംസ്കാരത്തിന്റെ മൂല്യം പെട്ടെന്നു തിരിച്ചറിയും, ഇരകളെയത് ഓടിപ്പിച്ച് അകറ്റിക്കളയുമെന്നു വന്നാലും. ഏദൻതോട്ടം ആദം ഉണ്ടാകുന്നതിനുമുമ്പും സുന്ദരമായിരുന്നു, സംശയമില്ല. എന്നാൽ, ഹവ്വയുടെ വരവോടെ അത് കൂടുതൽ സുന്ദരമായിത്തീർന്നു.

വിഷയത്തിലേക്കു കടന്നാൽ, ഞങ്ങളുടെ കണക്കുകൂട്ടൽ തെറ്റി. കപ്പൽ തുറമുഖത്തെത്തുമ്പോൾ സൂര്യൻ താണു കഴിഞ്ഞിരുന്നു. നേരെ ഭക്ഷണശാലയിലേക്കു ചെന്ന് വിശപ്പു മാറ്റി. നല്ലനിലാവുണ്ടായിരുന്നു. കടലും തീരവും നീല വെളിച്ചത്തിൽ കുളിച്ചു കിടക്കുകയായിരുന്നു. ബെറിയയിലെ പാർപ്പിടങ്ങളിൽ നൂറുകണക്കിന് വിളക്കുകൾ മിന്നിത്തിളങ്ങി. തൊട്ടപ്പുറത്തെ വലിയ ഇരുകൊമ്പൻ പായ്ക്കപ്പലിൽനിന്ന് നാവികരുടെ പാട്ടുകൾ ഉയർന്ന് കേൾക്കുന്നുണ്ടായിരുന്നു. സൗത്ത് ആഫ്രിക്കയിൽ അതിനുമുമ്പ് ചിലപ്പോഴെങ്കിലും അനുഭവിക്കാൻ കഴിഞ്ഞിട്ടുള്ള ചില രാത്രികളെ ഇതെല്ലാം ഓർമ്മിപ്പിച്ചു. നിലാവ് പെയ്തുകൊണ്ടിരുന്നു. എല്ലാറ്റിനേയുമത് വെള്ളിപ്പുതപ്പുകൊണ്ട് മൂടി. അസാധാരണായ ഒരു ശാന്തിയും സമാധാനവും എങ്ങും നിറഞ്ഞുനിന്നു.

“മി.ക്വാട്ടർമെയ്ൻ”, സാമാന്യം നീണ്ട ഒരു നിശ്ശബ്ദതയ്ക്കു ശേഷം സർ ഹെൻറി വിഷയത്തിലേക്കു കടന്നു. താൻ മുന്നോട്ടുവച്ച കാര്യം മറന്നുപോയോ എന്ന് അന്വേഷിച്ചു. അതുതന്നെ ക്യാപ്റ്റൻ ഗുഡും മറ്റൊരു ചോദ്യത്തിലൂടെ ആവർത്തിച്ചു. സോളമൻ ഖനികൾവരെ ഞാൻ കൂടെച്ചെന്നേ പറ്റൂ എന്ന് ഇരുവരും ഒരിക്കൽക്കൂടി ആവശ്യപ്പെട്ടു. ചുരുങ്ങിയ പക്ഷം നെവില്ലെ എത്തിച്ചേർന്ന ഇടംവരെയെങ്കിലും.

അപ്പോഴും ഞാനൊരു തീരുമാനത്തിലെത്താൻ കഴിയാതെ അറച്ചുനില്ക്കുകയായിരുന്നു. സത്യം. എന്നാൽ, അടുത്ത നിമിഷാർദ്ധത്തിനുള്ളിൽത്തന്നെ ഞാനതു തീരുമാനിച്ചു കഴിഞ്ഞിരുന്നു. “ഉവ്വ്, ഞാനാസാഹസത്തിന് ഒരുക്കമാണ്. എന്തുകൊണ്ടെന്ന് പിന്നീടു പറയാം. അതിനു മുമ്പ് മൂന്നു ഉപാധികൾ. മൂന്നും പാലിക്കപ്പെടുമെന്ന് യാത്രയാരംഭിക്കുംമുമ്പ് ഉറപ്പുതരണം.” ഞാൻ പറഞ്ഞു.

തുടർന്ന്, എന്റെയാ ആവശ്യങ്ങൾ ഓരോന്നായി അവരുടെ മുമ്പിൽവച്ചു.

“1. എന്റെ എല്ലാ ചെലവും നിങ്ങളുടെ ഉത്തരവാദിത്വമാണ്. യാത്രയ്ക്കിടയിൽ കിട്ടുന്ന ആനക്കൊമ്പുകളും മറ്റു മൂല്യമുള്ള വസ്തുക്കളും എനിക്കും ക്യാപ്റ്റനുമിടയിൽ തുല്യമായി ഭാഗിക്കണം.

2. പ്രതിഫലമായി 500 പൗണ്ട് ആദ്യംതന്നെ എന്നെ ഏല്പിക്കണം. സംരംഭം അവസാനിക്കുംവരെ, അഥവാ ലക്ഷ്യം കൈവരിക്കുംവരെ, അതുമല്ലെങ്കിൽ വല്ല ദുരന്തവും സംഭവിച്ച് പരിപാടി ഉപേക്ഷിക്കാൻ നിർബ്ബന്ധിതരാകുംവരെ സത്യസന്ധമായും ആത്മാർത്ഥമായും താങ്കളെ സേവിക്കുന്നതാണെന്ന് ഇതിനാൽ ഉറപ്പു നല്കുന്നു.

3. ഞാൻ മരിച്ചുപോകുന്നപക്ഷം അഥവാ വല്ല ആപത്തിലും പെട്ട് ശരീര വൈകല്യം സംഭവിക്കുന്ന പക്ഷം, ലണ്ടനിലെ ഗെ ആശുപത്രിയിൽ വൈദ്യവിദ്യാർത്ഥിയായി പഠനം നിർവ്വഹിച്ചുകൊണ്ടിരിക്കുന്ന പുത്രൻ ഹാരിക്ക് പ്രതിവർഷം 200 പവൻ എന്ന തോതിൽ പഠനകാല പരിധിയായ 5 വർഷവും നഷ്ടപരിഹാരം നല്കുമെന്ന് എഴുതി ഒപ്പിട്ടു തരണം. ഇത്രയും ചെയ്താൽ മതിയാകും. ഇത്രയും മതിയെന്ന് താങ്കൾക്കും തോന്നുന്നുണ്ടാകുമല്ലോ." ഞാൻ ഉപസംഹരിച്ചു.

"ഇല്ല." പെട്ടെന്ന് സർ ഹെൻറി പറഞ്ഞു. "സഹായം ഉറപ്പെങ്കിൽ ഈ പറഞ്ഞതിലും കൂടുതൽ തരാൻ ഞാൻ തയ്യാറാണ്. അത്രയും വിപുലവും വേറിട്ടുള്ളതുമായ ഒരു പാണ്ഡിത്യത്തിന്റെ അവകാശിയാണ് ഇക്കാര്യത്തിൽ നിങ്ങളെന്ന് ഞാൻ വിശ്വസിക്കുന്നു."

ഉപാധികൾ അംഗീകരിച്ച സ്ഥിതിക്ക്, എന്തുകൊണ്ട് യാത്രയ്ക്കു തയ്യാറാകുന്നു എന്ന ചോദ്യത്തിനുള്ള ഉത്തരം നേരത്തേ സൂചിപ്പിച്ചതു പോലെ നല്കാൻ ഞാൻ ബാദ്ധ്യസ്ഥനായിരുന്നു. "ഒന്നാമതായി, പരിചയപ്പെട്ട നിമിഷംതൊട്ടു ഞാൻ നടത്തിയ നിരീക്ഷണത്തിൽനിന്ന് നിങ്ങൾ രണ്ടുപേരും ഒന്നാന്തരം മാന്യന്മാരാണെന്ന് എനിക്കു മനസ്സിലായി. മൂന്നുപേരും ഒരേ നുകത്തിനു ചേരുന്നവരാണെന്നും വ്യക്തമായി. പിന്നെ, ഇതുപോലൊരു യാത്ര പൂർത്തിയാക്കി ജീവനോടെ തിരിച്ചുവരാൻ സാദ്ധ്യത തീരെകുറവാണെന്ന് എനിക്ക് നന്നായറിയാം. മൂന്നു നൂറ്റാണ്ടു മുമ്പ് ഡോംഡ സിൽ വെസ്ട്ര, ഈയടുത്ത കാലത്ത് അയാളുടെ പേരക്കിടാവ്, അവസാനം നിങ്ങളുടെ സഹോദരനായ മി.നെവില്ലെ, ഇവർ മൂന്നുപേരുടെയും വിധി നമ്മളെയും കാത്തിരിക്കുന്നു എന്നുറപ്പാണ്."

ഇത്രയും പറഞ്ഞശേഷം ഇരുവരുടെയും മുഖഭാവം ശ്രദ്ധിച്ചു നോക്കിയപ്പോൾ ക്യാപ്റ്റന് ഒരു കുലുക്കവുമില്ല. സർ ഹെൻറിയാകട്ടെ വ്യക്തമായും അസ്വസ്ഥപ്പെടുത്തുന്നതായി തോന്നി. തുടർന്ന് തന്റെ ഉറച്ച നിലപാട് അദ്ദേഹം വ്യക്തമാക്കി.

"തീരെ ഭീരുവായ ഒരു മനുഷ്യനാണ് ഞാൻ."

ഞാൻ തുടർന്നു. "ഭീരുവായ ഒരാൾ എന്തിനിങ്ങനെ അപകടത്തിൽ അറിഞ്ഞുകൊണ്ടു ചെന്നുചാടുന്നു എന്നു ചോദിച്ചാൽ അതിനു രണ്ടു കാരണങ്ങളുണ്ട്. ഒന്നാമതായി, ഞാനൊരു വിധിവിശ്വാസിയാണ്. അതുകൊണ്ട് എല്ലാം വിധിപോലെയേ നടക്കൂ എന്നു കരുതുന്നു. സുലൈമാൻ കുന്നുകളിൽ വച്ചു മരിക്കാനാണ് വിധിയെങ്കിൽ അതു സംഭവിച്ചേ തീരൂ. ആർക്കുമതിനെ തടയാനാവില്ല, ഒഴിവാക്കാനുമാകില്ല. അതുകൊണ്ട് അക്കാര്യത്തെച്ചൊല്ലി വേവലാതിപ്പെടേണ്ട കാര്യമില്ലെന്നു ഞാൻ കരുതുന്നു. രണ്ടാമത്തെ കാരണം ചോദിച്ചാൽ, ഞാനൊരു ദരിദ്രവാസിയാണ്. ഇത്രകാലം കഷ്ടപ്പെട്ടു പണിയെടുത്തിട്ടും കഷ്ടിച്ചു ജീവിച്ചു പോകാൻ വേണ്ടതുമാത്രമേ ഉണ്ടാക്കാൻ കഴിഞ്ഞിട്ടുള്ളൂ. ആനക്കൊമ്പു വ്യാപാരി എന്നൊക്കെ പറയാമെന്നുമാത്രം. ആനക്കൊമ്പുകളുടെ ഇട

പാടുമായി നടന്നാൽ നാലഞ്ചുവർഷത്തിലധികം പിന്നെ ആയുസ്സു നീളി ല്ലെന്നാണ് പൊതുവെയുള്ള വിശ്വാസം. ആ നിലയ്ക്ക് എന്റെ ആയുസ്സും ഇനി അധികം നീണ്ടുപോകാനിടയില്ല. അതിനിടെ നാലു കാശു സമ്പാദിക്കാൻ കഴിയാത്തപക്ഷം എന്റെ കുട്ടിയുടെ പഠിപ്പു മുടങ്ങും. ഹാരി അനാഥനാകും. സ്വന്തം കാലിൽ നില്ക്കാറാകുംവരെയെങ്കിലും എനിക്കവനെ സംരക്ഷിക്കണം."

തുടർന്ന് സർ ഹെൻറി എന്നെ മുക്തകണ്ഠം അഭിനന്ദിക്കുകയുണ്ടായി. അറിഞ്ഞുകൊണ്ട് അത്യാപത്തിൽ ചെന്നുചാടുന്നു; സ്വന്തം പുത്രനുവേണ്ടി. മഹത്തായ ഒരു ത്യാഗമായി അദ്ദേഹം അതിനെ കണ്ടെന്നു തോന്നുന്നു. അതേ സമയം തനിക്ക് മരണത്തെ പേടിയില്ലെന്നും അവസാന ലക്ഷ്യംവരെ, അവസാന ശ്വാസംവരെ യാത്ര തുടരാൻ പ്രതിബദ്ധനാണെന്നും കൂട്ടിച്ചേർക്കുകയും ചെയ്തു.

ആ രീതിയിൽ യാത്രയെക്കുറിച്ചുള്ള തീരുമാനങ്ങൾ ശുഭകരമായി അവസാനിച്ചു. തുടർന്ന്, പിറ്റേദിവസം കരയ്ക്കിറങ്ങി 'ബെറിയ'യിൽ സ്ഥിതിചെയ്യുന്ന എന്റെ ചെറിയ വീട്ടിൽ മൂവരും താമസമാക്കി. കരാർ ഒപ്പിടാനും കൈമാറാനുമൊക്കെയായി കുറേ സമയം ചെലവായി. വക്കീൽ മുഖാന്തരം നിയമസാധുത ഉറപ്പുവരുത്തിത്തന്നെ എല്ലാം ചെയ്തു. പ്രതിഫലമായി വാഗ്ദാനം ചെയ്ത 500 പവൻ പോക്കറ്റിലാക്കിയിട്ടേ എനിക്കു സമാധാനമായുള്ളു. പഠിപ്പു തീരുംവരെ ഹാരിക്ക് കൊല്ലന്തോറും 200 പൗണ്ട് അയച്ചുകൊടുക്കാനുള്ള തീരുമാനവും രേഖയാക്കി കീശയിലിട്ടു.

മൂന്നുമുറികളും അടുക്കളയും മാത്രമേ എന്റെയാ കുടിലിനുണ്ടായിരുന്നുള്ളൂവെങ്കിലും പരിസരം സുഖകരമായിരുന്നു. ഏറ്റവും മികച്ച തരം ലൊക്കോട്ടുവൃക്ഷങ്ങൾ നിറഞ്ഞ നല്ലൊരു തോട്ടം അവിടെ ഞാനുണ്ടാക്കിയിട്ടുണ്ട്. പിന്നെ നല്ലതരം മാവുകൾ. ബൊട്ടാണിക്കൽ ഗാർഡനിൽനിന്നു കൊണ്ടുവന്നു നട്ടതാണ്. ജാക് എന്നു പേരുള്ള ഒരു മുടന്തനാണ് അതിന്റെ സംരക്ഷണച്ചുമതല. പാവം, നായാട്ടിനിടെ ഒരു കാട്ടെരുമ കുത്തിമറിച്ചിട്ട് തുടയെല്ല് പൊട്ടി ഈ നിലയിലെത്തിയതാണ്. നായാട്ട് ഉപേക്ഷിക്കേണ്ടിവന്നു. സംരക്ഷണം പിന്നീട് ഞാനേറ്റെടുത്തു. ജന്മനാ ഗ്രിക്വാ ഗോത്രക്കാരനായതുകൊണ്ട് മുടന്തിക്കൊണ്ടാണെങ്കിലും വൃക്ഷപരിപാലനത്തിൽ നല്ല മിടുക്കു കാണിക്കും. ഒരു സുലുവിനെയാണ് ഇക്കാര്യം ഏല്പിച്ചതെങ്കിൽ തുലഞ്ഞുപോയതുതന്നെ. സമാധാനമായി ചെയ്തു തീർക്കേണ്ട ഇത്തരം കലകളിലൊന്നും സുലുവർഗ്ഗക്കാർക്ക് ക്ഷമ കാണിക്കാനാവില്ല.

അകത്തു വേണ്ടത്ര സൗകര്യമില്ലാത്തതുകൊണ്ട് സർ ഹെൻറിയും ക്യാപ്റ്റനും വളപ്പിലെ ചെറിയ ഓറഞ്ചുതോട്ടത്തിനിടയിൽ തമ്പടിച്ചു താമസിച്ചു. പിന്നെ പൂക്കളുടെ സുഗന്ധവും കാറ്റും പച്ചപ്പും പച്ചയും സുവർണ്ണവുമായ പഴങ്ങളുടെ സാന്നിദ്ധ്യവുമൊക്കെയായി അവർ ശരിക്കുമത് ആസ്വദിക്കുന്നുണ്ടെന്നു തോന്നി. ഡർബനിൽ ഒരേ മരത്തിൽത്തന്നെ

നിങ്ങൾക്ക് ഈ പറഞ്ഞതെല്ലാം കാണാം. പിന്നെ ഈ ബെറിയായിലാണെങ്കിൽ കൊതുകുകൾ തീരേ കുറവും. അസാധാരണമാം വിധം ശക്തമായി മഴ പെയ്താൽ സംഗതിയാകെ മാറുമെന്നു മാത്രം.

ശരി, എഴുത്തു തുടരുകയാണ്. പൊന്നുമോനെ ഹാരി, കഥകേട്ട് നിനക്ക് മടുത്തോടാ? സുലൈമാൻ കുന്നുകളിൽ എത്തുംമുമ്പുതന്നെ മടുത്തു എന്നോ മറ്റോ പറഞ്ഞാൽ ങ്ഹാ, എല്ലാം നിശ്ചയിച്ചു കഴിഞ്ഞതല്ലെ, ആ നിലയ്ക്ക് എല്ലാം കൃത്യമായി മുന്നോട്ടു പോകേണ്ടതല്ലെ? ഒട്ടും സമയം കളയാതെ ഞാനൊരുക്കം തുടങ്ങി.

രേഖകളും പണവും കൈയിലായതും ആദ്യം സർ ഹെൻറിയുടെ പേരിൽ ഒന്നാന്തരം ഒരു വണ്ടി വാങ്ങി. ഒപ്പം ഒന്നാന്തരം കുറേ വണ്ടിക്കാളകളേയും. എന്താ പറയേണ്ടത്, ശരിക്കും കാമദേവന്മാർ തന്നെ. ഇരുമ്പ് അക്ഷമുള്ളതും ഇരുപതടി നീളമുള്ളതുമായ ഒരു യാത്രാ വണ്ടിയെക്കുറിച്ച് ആലോചിച്ചു നോക്കൂ! ഭയങ്കരശക്തി. എന്നാൽ കനം തീരേ കുറവ്. ചെളിയിൽ പൂഴ്ത്തി നന്നായി പാകപ്പെടുത്തിയെടുത്ത മരമാണ് മിക്ക ഭാഗവും. തീരെ പുത്തനൊന്നുമല്ലെങ്കിലും; ഡയമണ്ട് ഫീൽഡുവരെചെന്ന് തിരിച്ചുവന്ന ചരിത്രമുണ്ട്. മികവു തെളിയിക്കാൻ അതിൽപ്പരം പിന്നെന്താണു വേണ്ടത്? വല്ല പച്ചമരമോ മറ്റോ ഉപയോഗിച്ചിട്ടുണ്ടെങ്കിൽ ആദ്യ ട്രിപ്പിൽത്തന്നെ കള്ളി വെളിച്ചത്താകും. വണ്ടിയുടെ ഏതാണ്ടൊരു പാതിഭാഗംമാത്രം മേൽക്കൂര എന്ന സവിശേഷത കൂടിയുണ്ട്. പിന്നിലൊരു പന്ത്രണ്ടടി കഴിച്ച് മുൻഭാഗമെല്ലാം തുറന്നിട്ട് അങ്ങനെ ഭാരമൊക്കെ ആ ഭാഗത്ത് സൂക്ഷിക്കാം. 125 പവന് ഇതൊരു ലാഭക്കച്ചവടം തന്നെ, തീർച്ചയായും.

സുലു കാളകളുടെ ഒരു ഇരുപതംഗ സംഘം. എന്താ പോരെ. ആകാരസൗഷ്ഠവത്തെക്കുറിച്ചൊക്കെ നേരത്തേ പറഞ്ഞു കഴിഞ്ഞു. ഒന്നോരണ്ടോ വർഷമായി ഞാൻ കണ്ണുവച്ചു നടക്കുന്നവയാണെല്ലാം. ഇങ്ങനെയൊരു യാത്രാവണ്ടിക്ക് പതിനാറ് കാളകളെ മാത്രമേ വേണ്ടൂ. നാലെണ്ണം കൂടുതലിരിക്കട്ടെ എന്നു നിശ്ചയിച്ചത് ബോധപൂർവ്വമാണ്. വഴിമദ്ധ്യേ എന്തും സംഭവിക്കാമല്ലോ. സുലുക്കാളകൾ പൊതുവെ കൃശഗാത്രരാണ്. ആഫ്രിക്കൻ സർജാതിയുടെ പകുതി വലിപ്പത്തിനേക്കാൾ ഇത്തിരി കൂടുതൽ മാത്രമേ വരൂ. എന്നാൽ, ഏതു വറുതിയേയും അതിജീവിക്കും. ആഫ്രിക്കൻ സർ പട്ടിണികിടന്നു ചാവുമ്പോൾ ഇവൻ വീറോടെ പിടിച്ചു നില്ക്കും. മിതമായ ഭാരം ചുമന്ന് ദിവസേന അഞ്ചു നാഴികദൂരം സുഖമായി സഞ്ചരിക്കും. മറ്റു പ്രശ്നമൊന്നുമില്ലെങ്കിൽ വേഗത കൂടുതൽ. കുളമ്പുരോഗം വരില്ല, പോരാത്തതിന് ഈ നാട്ടുകാർ പറയുന്നതുപോലെ 'ഉപ്പിട്ട് ഉറപ്പിച്ചെടുത്ത' ജാതികളുമാണ്. തെക്കെ ആഫ്രിക്ക മുഴുവൻ പണിയെടുത്തു പാകംവന്ന മൃഗങ്ങൾ ആ പേരിലാണറിയപ്പെടുന്നത്. അതുകൊണ്ട് 'റഡ് വാട്ടർ' രോഗത്തിനോട് മറ്റു ജാതികളെയപേക്ഷിച്ച് കൂടുതൽ പ്രതിരോധമുണ്ടാകും. വല്ലാതെ കുഴപ്പമുണ്ടാകുന്ന ഒരു ദീനമാണിത്. ഗ്രാസ് കൗണ്ടികളിൽ എത്തിപ്പെട്ടാൽ ചില

പ്പോൾ വലിയൊരു കൂട്ടം തന്നെ, ചിലപ്പോൾ ഒരു വണ്ടിയിൽ ഉപയോഗിക്കുന്ന കാളകൾ മുഴുവൻ, രോഗംവന്ന് ചാവും. പിന്നെയുള്ളത് ലങ് സ്ലിക്ക് എന്നു വിളിക്കുന്ന ഒരുതരം ന്യൂമോണിയയാണ്. വല്ലാതെ പേടിക്കേണ്ട ജാതിയാണ്. ഈ നാട്ടിൽ ഇത് സകലയിടത്തുമുണ്ട്. അതുകൊണ്ട് മുൻകൂട്ടിത്തന്നെ കുത്തിവെപ്പു നടത്തിയിട്ടുണ്ടെന്ന് ഉറപ്പിച്ചിട്ടാണ് വാങ്ങിയത്. ഒരു പ്രത്യേകരീതിയിലാണ് ഈ ചികിത്സ. കാളയുടെ വാലിൽ ഒരു നേർത്ത മുറിവുണ്ടാക്കും. എന്നിട്ട് രോഗം ബാധിച്ചു മരിച്ച മറ്റൊരു കാളയുടെ ശ്വാസകോശത്തിന്റെയൊരു തുണ്ട് അതിലൂടെ കടത്തിവെക്കും. ഇങ്ങനെ ചെയ്താൽ രോഗംസുഖപ്പെടും. 'മരുന്ന്' കടത്തിയ വാല് പിന്നീട് പൊഴിഞ്ഞുപോകുമെങ്കിലും പൂർണ്ണമായി അങ്ങനെ അറ്റുപോവുകയൊന്നുമില്ല. ഏതാണ്ടൊരു പന്ത്രണ്ടടി നീളത്തിൽ കുറ്റിവാൽ അവശേഷിക്കും. പക്ഷേ, പിന്നീട് രോഗം വരില്ല. പ്രതിരോധം നേടിയെടുത്തതിന്റെ കൊടിയടയാളമായി അതങ്ങനെ എഴുന്നുനില്ക്കും. ഒരു മൃഗത്തിന് അതിന്റെ വാല് നിഷേധിക്കുന്നത് ക്രൂരതതന്നെയാണ്. തീർച്ചയായും. പ്രത്യേകിച്ചും ഈച്ചശല്യം വളരെ കൂടുതലായ ഒരു നാട്ടിൽ. എന്നാൽ, വാലിനോടൊപ്പം മൃഗംതന്നെ ഇല്ലാതാകുന്ന സ്ഥിതിവിശേഷം ഒഴിവാക്കുന്നതുതന്നെയാണ് എന്തുകൊണ്ടും കൂടുതൽ നല്ലത്. പിന്നെ, കുറ്റിവാലുമായി കുറേക്കാളകൾ ഒന്നിച്ചുപോകുന്ന അവലക്ഷണം കെട്ട കാഴ്ച എന്നൊക്കെ പറയാമെങ്കിലും വാലു മുറിയന്മാരെ പിന്നിലിരുന്ന് കാണുന്നതുതന്നെ ഒരുമാതിരി അശ്രീകരമാണ്.

ഭക്ഷണസാധനങ്ങളുടെയും മരുന്നുകളുടെയും കാര്യമാണ് തുടർന്ന് ഉറപ്പുവരുത്താനുണ്ടായിരുന്നത്. ഏറ്റവും ശ്രദ്ധ ചെലുത്തേണ്ട കാര്യമാണത്. അത്യാവശ്യമായതെല്ലാം വേണം, വണ്ടിക്കകത്ത് കുന്നുകൂടി കിടക്കുകയുമരുത്. ഭാഗ്യത്തിന് ഗുഡ് ചെറുമാതിരി വൈദ്യപ്പണിയൊക്കെ ശീലിച്ചിട്ടുണ്ടായിരുന്നു. മിലിട്ടറിയിൽ ആയിരുന്നപ്പോൾ ആ മാതിരിയൊരു പരീക്ഷയൊക്കെ പാസായിട്ടുണ്ടത്രെ. അത്യാവശ്യം കീറും കെട്ടും. സൂചിവെക്കും. പേരിനോടൊപ്പം MD എന്നൊക്കെ വലിയ അക്ഷരങ്ങളിൽ എഴുതിപ്പിടിപ്പിക്കുന്ന പലരേക്കാളും പ്രഗത്ഭനാണെന്ന് പിന്നീട് യാത്രാമദ്ധ്യേ പലതവണ തെളിയിക്കുകയും ചെയ്തു. അത്യാവശ്യം മരുന്നുകളും ഉപകരണങ്ങളും മറ്റും അടങ്ങിയ ഒരു ചെറുപെട്ടി മൂപ്പരുടെ കൈയിൽ എപ്പോഴുമുണ്ടാകും.

ഏതായാലും തികച്ചും തൃപ്തികരമായ രീതിയിൽത്തന്നെ ഞാൻ ഇതെല്ലാം നിർവ്വഹിച്ചു. പ്രധാനപ്പെട്ട രണ്ടു കാര്യങ്ങൾ അപ്പോഴും ബാക്കിയായിരുന്നു. ആയുധങ്ങൾ ആവശ്യത്തിനുവേണ്ടേ? പിന്നെ, ജോലിക്കാരും. സർ ഹെൻറി ചില കോപ്പുകളെല്ലാം ഇംഗ്ലണ്ടിൽനിന്ന് കൂടെക്കരുതിയിട്ടുണ്ടായിരുന്നു. അക്കൂട്ടത്തിൽനിന്ന് ഉചിതമായ ചിലതു തെരഞ്ഞെടുക്കാനല്ലാതെ പുതുതായി എന്തെങ്കിലും കണ്ടെത്താൻ കഴിഞ്ഞില്ല. പിന്നെ, എന്റെ കൈയിൽത്തന്നെ ഉണ്ടായ ചിലതുകൂടി ഉൾപ്പെടുത്തി. എന്തൊക്കെയായിരുന്നു എന്ന് പോക്കറ്റ് ബുക്കിൽ വിസ്തരിച്ചെ

ഴുതിയത് നിന്റെ അറിവിലേക്കായി ഇവിടെ പകർത്തിയിട്ടുണ്ട്. ആനയെ വെടിവെക്കാൻ പറ്റിയ നല്ല ഒന്നാന്തരം തോക്കുകൾ, പലതും ഇംഗ്ലണ്ടിൽ ഉണ്ടാക്കിയത്. പിന്നെ ശരാശരി വലിപ്പമുള്ള ഇരകളെ ഉന്നംവെച്ചിടാൻ ശേഷിയുള്ള ചിലത്; പക്ഷികളെ വെടിവെക്കാൻ മാത്രമായി വേറെയും. എല്ലാറ്റിനേക്കുറിച്ചും വിസ്തരിച്ചുതന്നെ പറയുന്നുണ്ട്. വായനക്കാർ ക്ഷമിക്കുക. ഇതുപോലൊരു സാഹസികപര്യടനത്തിനിറങ്ങുന്നവരെ സംബന്ധിച്ചിടത്തോളം ഇതിന്റെ വിശദാംശങ്ങൾ വളരെ പ്രധാനമാണ്.

വണ്ടിക്കൊരു വണ്ടിക്കാരൻ. പിന്നെ എല്ലാത്തിനുമായി ഒരു നായകൻ. മിടുക്കരായ രണ്ടു സുലുക്കളെ എളുപ്പം കണ്ടെത്താനായി. ഗോസ, ടോം എന്നിങ്ങനെ യഥാക്രമം ഇവരുടെ പേരുകൾ. ധീരത, വിശ്വാസ്യത ഈ രണ്ടു കാര്യങ്ങളിലും മികവു തെളിയിച്ചവർ രണ്ടുപേരും. എന്നാൽ, വിശ്വസ്തരായ ജോലിക്കാരെ കണ്ടെത്തുക അത്ര എളുപ്പമായിരുന്നില്ല. അവസാനം കിട്ടി. വെന്റ്ഗൊയും (കാറ്റുപോലുള്ള പക്ഷി എന്നാണ് ഈ വാക്കിനർത്ഥം) ഖിവയും. വേട്ടയാടാനുള്ള ഇരകളെ കണ്ടെത്തുന്നതിൽ 'കാറ്റു പക്ഷി' ബഹുസമർത്ഥനാണ്. എത്ര ഓടിയാലും അദ്ധ്വാനിച്ചാലും ഒരിക്കലും ക്ഷീണമറിയാറില്ല. പക്ഷേ, വല്ലാതെ കുടിക്കും. വർഗ്ഗസ്വഭാവമല്ലാതെ പിന്നെന്താ. അക്കാര്യത്തിൽമാത്രം അശേഷം വിശ്വസിക്കാനാകില്ല. ഏതായാലും മദ്യം സുലഭമായിക്കിട്ടുന്ന സ്ഥലങ്ങളിലൂടെ യാത്ര അധികം ചെയ്യേണ്ടിവന്നില്ലെന്നതുമൂലം ഒരു വിധത്തിലും ഇഷ്ടൻ ഞങ്ങൾക്കൊരു പ്രശ്നമായി മാറിയില്ല. ഇനി ഒരാൾകൂടി വേണം. എന്റെ വ്യക്തിപരമായ ആവശ്യങ്ങൾക്കു പറ്റിയ ഒരാൾ. പക്ഷേ, എവിടെ തേടിയിട്ടും കിട്ടിയില്ല. എന്നാൽ ഏതു നിർഭാഗ്യത്തിനും യാദൃച്ഛികതയുടേതായ ഒരു അവസാനമുണ്ടാകുമല്ലൊ. ശരിക്കും അതുതന്നെ ഇവിടെയും ഉണ്ടായി. അന്വേഷണം നിർത്തി യാത്ര പുറപ്പെടാനിരിക്കെ തലേന്നു വൈകീട്ട് ഖിവ വന്നു പറയുന്നു, ഒരു കാഫിർ എന്നെ കാണാൻ വന്നിട്ടുണ്ടെന്ന്. ഞാനപ്പോൾ ഭക്ഷണത്തിനു മുമ്പിലായിരുന്നു. ഖിവ ചെന്ന് ആളെ കൂട്ടിക്കൊണ്ടുവന്നു. കിളിരം കൂടിയ ഒരു സുന്ദരൻ. മുപ്പതു വയസ്സുണ്ടാകും. സുലുവാണ്. സാധാരണ സുലുക്കളെപ്പോലെ ഇളംനിറം. വന്നതും നിലത്തിരുന്നു. ഞാൻ അശ്രദ്ധനടിച്ചു. പെട്ടെന്നു വർത്തമാനം പറഞ്ഞാൽ ഈ സുലുക്കൾ നമ്മളെ വിലവെക്കില്ല. 'കെഷ്ല'യാണെന്ന് അതിനിടെ മനസ്സിലായി. ഇക്കൂട്ടർ തലയിലൊരു കറുത്ത വളയമിട്ടാണ് നടക്കുക. ഒരു പ്രത്യേക ജാതി മരത്തിന്റെ പശയിൽനിന്ന് ഉണ്ടാക്കുന്നതാണ് ഈ മാതിരി വളയങ്ങൾ. ഒരു പ്രത്യേക പ്രായത്തിൽ അല്ലെങ്കിൽ പദവിയിലെത്തുമ്പോൾ ഇതു ധരിക്കാൻ തുടങ്ങും. മുഖം വളരെ പരിചയമുള്ളതായിത്തോന്നി. ഞാൻ പേരു ചോദിച്ചു. 'ഉംബെപ' എന്ന് അവൻ പറഞ്ഞു.

"മുഖം പരിചയമുള്ളപോലെ തോന്നുന്നു?"

"ഉണ്ട് യജമാനനെ. എന്റെ അച്ഛൻ മൂപ്പൻ ഇങ്കോസിയെ യജമാനൻ അറിയും. യുദ്ധത്തിനു മുമ്പ് ഒരു ദിവസം."

നിർഭാഗ്യകരമായ സുലു യുദ്ധത്തിന്റെ ഓർമ്മകൾ അത് മനസ്സിൽകൊണ്ടുവന്നു. അന്ന് അതിൽ ചേമ്പർലെയ്ൻ പ്രഭുവിന്റെ എളിയ അനുയായികളിൽ ഒരാളായി വഴികാട്ടാൻ ഞാനുമുണ്ടായിരുന്നു. ഭാഗ്യം കൊണ്ട് രക്ഷപ്പെട്ടു. വേദനാജനകമായ ആ വിഷയത്തെക്കുറിച്ച് കൂടുതലൊന്നും ഇവിടെ പറയാൻ ഉദ്ദേശിക്കുന്നില്ല. അതിനു തലേദിവസം എനിക്ക് ഈ പറഞ്ഞ മനുഷ്യനുമായി സംസാരിക്കാൻ അവസരം കിട്ടിയതിനെക്കുറിച്ചു മാത്രം പറയാം. നാട്ടുകാർ അംഗങ്ങളായുള്ള ഉപസൈന്യവിഭാഗത്തിൽ ചെറിയ നിലയ്ക്കൊരു കമാന്ററായി അയാളുമുണ്ടായിരുന്നു. ക്യാമ്പിന്റെ സുരക്ഷയെക്കുറിച്ച് ചിലതു പറഞ്ഞു, ചിലസംശയങ്ങൾ. നാവടക്കാൻ ഞാനാവശ്യപ്പെട്ടു. ബുദ്ധിശാലികൾ തീരുമാനമെടുത്തുകൊള്ളുമെന്ന് പൊട്ടിത്തെറിച്ചു. എന്നാൽ പിന്നീട് ഞാനതിനെക്കുറിച്ച് ചിന്തിക്കാൻ തുടങ്ങി.

ആദ്യത്തെ പരിചയപ്പെടുത്തലിനുശേഷം ഈ യുവാവ് പറഞ്ഞ ചില കാര്യങ്ങൾ: മകുമഴൻ എന്ന തന്റെ പേരിനർത്ഥം 'അർദ്ധരാത്രി ഉണർന്നെഴുന്നേല്ക്കുന്നവൻ' എന്നാണ്. എപ്പോഴും കണ്ണു തുറന്നുവെക്കുന്നവൻ എന്ന് നാടൻ ഇംഗ്ലീഷിൽ പറയും. ആ രീതിയിൽ കണ്ണു തുറന്നുപിടിച്ച് യാത്രയിൽ താങ്കളെ അനുഗമിക്കാൻ ആഗ്രഹിക്കുന്നു. പ്രതിഫലം ആവശ്യമില്ല. സമുദ്രത്തിനപ്പുറത്തുനിന്നുവന്ന വെള്ള മൂപ്പന്മാർക്കൊപ്പം അങ്ങ് വടക്കേ അറ്റത്തോട്ടാണ് പോകുന്നതെന്നറിയാൻ കഴിഞ്ഞു. ലുക്കൻഗ നദിയും കടന്ന് അപ്പുറത്തേക്ക്. ആ പറഞ്ഞതിൽ എനിക്ക് ആശങ്ക തോന്നി. അതീവരഹസ്യമായി സൂക്ഷിച്ച ഞങ്ങളുടെ ലക്ഷ്യത്തെക്കുറിച്ച് ഇവൻ വല്ലതും അറിഞ്ഞാൽ .... നിങ്ങൾ എവിടെയാണെങ്കിലും കൂടെ ഞാനുമുണ്ടാകും എന്നാണിവൻ പറയുന്നത്. അതും പ്രതിഫലേച്ഛ കൂടാതെ. ശരിക്കുള്ള പേരു പറയാൻ ഞാനവശ്യപ്പെട്ടു. ഏതു കോളനി(ക്രാൽ)യിലാണെന്നും, ആളാരെന്ന് ശരിക്കുമറിഞ്ഞാലേ കൂടെക്കൊണ്ടുപോകാൻ പറ്റൂ.

പേര് ശരിക്കും ഉംബെപയാണെന്ന് സുലു ആവർത്തിച്ചു. ഇപ്പോൾ സുലുക്കാർക്കൊപ്പമാണെങ്കിലും സുലുവല്ലത്രെ. ശരിക്കും ഗോത്രം അങ്ങ് വടക്കാണ്. ആയിരം കൊല്ലം മുമ്പ് സുലുക്കാരെല്ലാം ഇങ്ങോട്ടു വന്നപ്പോൾ ബാക്കിയായ അല്പം ചിലരുടെ തലമുറ അവിടെയുണ്ട്. അന്ന്, ആ പുരാതനകാലത്ത് സുലു ദേശം ഭരിച്ചിരുന്നത് 'ചകു'കളായിരുന്നു. കുട്ടിക്കാലത്ത് വീടുവിട്ട് അലഞ്ഞുതിരിഞ്ഞ് വടക്കൻ നാട്ടിൽനിന്ന് ഇവിടെ സുലു നാട്ടിലെത്തി. പിന്നീട് പട്ടാളത്തിൽ ചേർന്നു. മഹാനായ ക്യാപ്റ്റൻ മഴുവേന്തിയ ഉംസലൊപഗാസിയിൽ നിന്ന് യുദ്ധമുറകൾ അഭ്യസിച്ചു. പിന്നീട് വെള്ളക്കാരുടെ രീതികൾ നേരിട്ട് കണ്ടുപഠിക്കാനായി സുലുവിട്ട് നാറ്റാലിലെത്തി. തുടർന്ന് യുദ്ധത്തിൽ സെറ്റിവായൊക്കെതിരെ ആയുധമെടുത്തു. അന്നു മുതൽക്ക് നാറ്റാലിൽ ജോലിയെടുക്കുന്നു. ഇനി വയ്യ. വടക്കു നാട്ടിലേക്കുതന്നെ തിരിച്ചുപോകാൻ ആഗ്രഹിക്കുന്നു. എനിക്കു പറ്റിയ ഇടം ഇതല്ല. എനിക്കു കാശുവേണ്ട. ധൈര്യം കൈമു

തലായി ഉള്ളപ്പോൾ കാശെന്തിന്? വടക്കാണെന്റെ വീട്. അവിടെയാണ് എന്റെ ചോറ്. കഴിയുംവേഗം എനിക്കങ്ങോട്ടു പോകണം.

ആ ചെറുപ്പക്കാരന്റെ രീതികൾ കണ്ട് ഞാൻ ശരിക്കും ആശയക്കുഴപ്പത്തിലായി. സത്യമാണു പറയുന്നതെന്ന് മുഖം കണ്ടാലറിയാം. ഒരു സാധാരണ സുലുവിൽനിന്ന് എല്ലാംകൊണ്ടും വ്യത്യസ്തനാണിവൻ. എന്നാൽ, ശമ്പളം വേണ്ടെന്ന പറച്ചിൽ ചില സംശയങ്ങളുണ്ടാക്കി. സംശയം തീർക്കാൻ അവന്റെ വാക്കുകൾ പരിഭാഷപ്പെടുത്തി സർ ഹെൻറിയേയും ക്യാപ്റ്റനേയും കേൾപ്പിച്ച് അഭിപ്രായം തിരക്കി.

തുടർന്ന്, ഹെൻറി പറഞ്ഞപ്രകാരം ഞാനവനോട് എഴുന്നേറ്റ് നിവർന്നു നില്ക്കാൻ ആവശ്യപ്പെട്ടു. അങ്ങനെ ചെയ്തപ്പോൾ അവൻ ധരിച്ച നീളമുള്ള മിലിട്ടറികോട്ട് ദേഹത്തുനിന്ന് വഴുതിമാറി. മാറിടവും അരയും നഗ്നമായി. അരയിൽ കെട്ടിയ 'മൃച'യും കഴുത്തിലണിഞ്ഞ സിംഹനഖം കോർത്ത മാലയും വെളിയിൽ കണ്ടു. ആ വേഷത്തിൽ അത് അത്യസാധാരണവും അതിഗംഭീരവുമായ ഒരു രൂപംതന്നെയായിരുന്നു. ഇതിനെക്കാൾ ആകർഷകത്വമുള്ള ഒരു സുലുനാട്ടുകാരനെ ഞാനതിനു മുമ്പു കണ്ടിട്ടില്ല. 6'3" ഉയരം. വിരിഞ്ഞ മാറിടം. അസാധാരണമായ അവയവപ്പൊരുത്തം. കഷ്ടിച്ച് ഇത്തിരിമാത്രം ഇരുണ്ട തൊലി. പഴയകാലത്തേറ്റ മുറിവുകൾ ബാക്കിയാക്കി കട്ടിയേറിയ വടുക്കൾ അവിടവിടെയായി അവശേഷിച്ചിരിക്കുന്നതായി കണ്ടു.

സർ ഹെൻറിക്ക് ഉംബൊപയെ നന്നായി ഇഷ്ടപ്പെട്ടു. തന്റെ സഹായിയായി അവൻതന്നെ വേണമെന്ന് അദ്ദേഹം നിർബ്ബന്ധം പിടിച്ചു. ഇംഗ്ലീഷിലാണ് പറഞ്ഞതെങ്കിലും എല്ലാം മനസ്സിലായതുപോലെ അവൻ തല കുലുക്കി. പിന്നെ അങ്ങേരുടെ വലിയ ശരീരത്തിൽ നോക്കി സ്വന്തം ഭാഷയിൽ ഇപ്രകാരം പറഞ്ഞു: "നമ്മളാണ് പുരുഷന്മാർ - ഞാനും നിങ്ങളും!"

4

ആനവേട്ട

സിറ്റാന്താ ക്രാൽവരെ നടത്തിയ ദീർഘയാത്രയ്ക്കിടയിലുണ്ടായ സംഭവങ്ങളെക്കുറിച്ച് വിസ്തരിച്ചു പറയാനൊന്നും തല്ക്കാലം ഉദ്ദേശ്യമില്ല. ലുകന്താകലുക്വെ നദികളുടെ സംഗമസ്ഥാനമാണ് ഈ സ്ഥലം. ഡർബനിൽനിന്ന് ആയിരം നാഴികയിലേറെ മുന്നേറിയിട്ടുണ്ടാവും എന്നാണ് തോന്നുന്നത്. ഇതിൽ അവസാനത്തെയൊരു മുന്നൂറ് നാഴിക നടത്തമായിരുന്നു. ട്സെട്സെ ഈച്ചകളെ ഒഴിവാക്കാൻ മറ്റു വഴികളില്ലായിരുന്നു. മനുഷ്യരും കുരങ്ങന്മാരുമൊഴികെ മറ്റെല്ലാ ജന്തുക്കളും ഇതിന്റെ കടിയേറ്റു ചാകും.

ജനുവരി അവസാനം ഡർബൻ വിട്ട ഞങ്ങൾ സിറ്റാന്ത ഗ്രാമത്തിലെത്തുമ്പോൾ മെയ് ഏതാണ്ട് പകുതിയായിക്കഴിഞ്ഞിരുന്നു. ഗ്രാമത്തിനു വെളിയിൽ അധികദൂരയല്ലാത്ത ഒരു സ്ഥലത്ത് താല്ക്കാലിക പാർപ്പിടമുണ്ടാക്കിക്കഴിഞ്ഞുകൂടി. വഴിനീളെ കാട്ടേണ്ടിവന്ന പലതരം സാഹസങ്ങളെക്കുറിച്ചൊന്നും തല്ക്കാലം വിസ്തരിക്കുന്നില്ല. ആഫ്രിക്കയിൽ വേട്ടയ്ക്കിറങ്ങുന്നവർക്കും മറ്റും ഇതു പതിവുള്ളതാണല്ലോ. വ്യത്യാസമുള്ള ഒന്നിനെക്കുറിച്ചു മാത്രം പിന്നാലെ പറയുന്നുണ്ട്. എല്ലാറ്റിനേക്കുറിച്ചും എഴുതാൻ തുടങ്ങിയാൽ ഈ ചരിത്രകഥാകഥനം വായനക്കാർക്ക് മടുക്കുമെന്നുറപ്പ്.

ഇന്യാതി - മറ്റാബെലെക്കു പുറത്തുള്ള വ്യാപാരകേന്ദ്രം. ലോബെൻഗുലയെന്ന ഭയങ്കരനാണ് ഇവിടം ഭരിക്കുന്നത്. ആൾ മഹാക്രൂരൻ. പലതരം ഖേദങ്ങളുമായി വണ്ടിക്കകത്തെ സുഖം വെടിഞ്ഞ് പുറത്തിറങ്ങേണ്ടിവന്നു. പോരുമ്പോൾ സ്വന്തമാക്കിയ ഇരുപതു കാളകളിൽ പന്ത്രണ്ട് സുന്ദരന്മാർ മാത്രമേ ഇപ്പോൾ ബാക്കിയുള്ളൂ. യാത്ര അതികഠിനമാണെന്ന് ഇതിൽനിന്നൂഹിക്കാമല്ലോ. ഒന്നിനെ മൂർഖൻ കൊത്തിക്കൊന്നു. വെള്ളമോ ഭക്ഷണമോ കിട്ടാതെ മൂന്നെണ്ണം ഒടുങ്ങി. മറ്റൊന്ന്

ഭക്ഷണം കഴിക്കാനാകാതെയും. ടൂലിപ് എന്ന വിഷച്ചെടി കടിച്ച് മൂന്നെണ്ണത്തിന്റെ ജീവൻ പോയി. അഞ്ചെണ്ണത്തിനു കൂടി ഇതേ വിഷബാധയേറ്റെങ്കിലും രക്ഷപ്പെട്ടു. ടൂലിപ്പിന്റെ ഇലകൾ തന്നെ വെള്ളത്തിലിട്ടു തിളപ്പിച്ചു ഇടയ്ക്കിടെ കുടിപ്പിച്ചാൽ വിഷമിറങ്ങുമെന്ന് എനിക്കറിയാമായിരുന്നു. കൃത്യസമയത്ത് ചെയ്യാൻ കഴിഞ്ഞാൽ ടൂലിപ്പ് വിഷബാധയ്ക്ക് ഇതിനേക്കാൾ ഫലപ്രദമായ ചികിത്സ വേറെയില്ല.

വണ്ടിക്കാളകളുടെയും സാധനസാമഗ്രികളുടെയും ചുമതല ഗൊസ, ടോം എന്നീ പയ്യന്മാരെ ഏല്പിച്ചശേഷം ഉംബെപ, ഖിവ, വെൻറ്വൊ എന്നിവർക്കൊപ്പം ഞങ്ങൾ ദൗത്യനിർവ്വഹണത്തിനായി ഇറങ്ങിത്തിരിച്ചു. എന്നുവച്ചാൽ മൃഗയാവിനോദം. അതായിരുന്നു ആദ്യമായി ചെയ്യേണ്ടിയിരുന്നത്. ഭക്ഷണം വേണം, പണം വേണം. ഇതു രണ്ടിനും മുട്ടുവന്നാൽ നിധിതേടിയുള്ള പോക്ക് പിഴച്ചുപോകുമെന്നുറപ്പ്. ങ്ഹാ, ആ സ്ഥലത്തുവച്ചു സംഘടിപ്പിച്ച കുറേ സഹായികളും ഒപ്പമുണ്ടായിരുന്നു.

ഓ, എത്ര വിജനമായ ഒരു പരപ്പായിരുന്നു അതെന്നോ? തിരിച്ചു പോകാൻ കഴിയുമോ എന്ന പേടി കൂട്ടത്തിൽ എല്ലാവർക്കുമുണ്ടായിരുന്നു എന്നുറപ്പ്. എന്റെ കാര്യം കൂടി ഉൾപ്പെടുത്തിയാണ് പറയുന്നത്. എന്നാൽ കുറേ ദൂരം പിന്നിട്ടതും ആശങ്കകളെല്ലാം പാടേ മാറി. വിജനമെന്നുതോന്നിയ ഈ ദേശം സത്യത്തിൽ വിജനമേയല്ലെന്നു മനസ്സിലായി. ചെറുപ്പക്കാരികളായ പെണ്ണുങ്ങളും തടിച്ചുകൊഴുത്ത കന്നുകാലികളും വേട്ടയാടാൻ ഇഷ്ടംപോലെ പക്ഷികളും മൃഗങ്ങളുമൊക്കെയായി സത്യത്തിൽ അതൊരു സ്വർഗ്ഗംതന്നെയായിരുന്നു. എല്ലാറ്റിനും പുറമെ എതിരിടാൻ ശത്രുക്കളും സുലഭം!

അതൊരു ശുഭലക്ഷണമായിക്കണ്ട് എല്ലാവരും ചിരിച്ചു. ഉംബെപയെ എല്ലാവരും ഏറെ ഇഷ്ടപ്പെട്ടു. ക്ഷീണിച്ചിരിക്കുന്നവരെപ്പോലും ഉന്മേഷഭരിതരാക്കാനുള്ള ഒരു പ്രത്യേക കഴിവ് അവനു സ്വന്തമായി ഉണ്ടായിരുന്നു.

ഇന്യാതിയിൽനിന്ന് പുറപ്പെട്ടിട്ട് ഇപ്പോൾ രണ്ടാഴ്ചയോളം സഞ്ചരിച്ചുകഴിഞ്ഞു. അവിടെ വഴിവക്കിൽ നന്നായി ജലം സ്വീകരിച്ചു വളർന്ന തരുനിരകൾ നിറഞ്ഞ ഒരു സ്ഥലം കണ്ണിൽപ്പെട്ടു. ചുരങ്ങൾ നിറയെ കട്ടിയുള്ള കുറ്റിക്കാടുകളായിരുന്നു. വൃക്ഷക്കാവിൽ സുന്ദരമായ മച്ചാബെൽ തരുക്കൾ ഇഷ്ടംപോലെ. എല്ലാം ഫലസമൃദ്ധം. മഞ്ഞനിറമുള്ള അതിന്റെ പഴങ്ങൾക്ക് ഏതു കടുത്ത ക്ഷീണവും മാറ്റാൻ കഴിയും. പഴത്തിന്റെ ഉള്ളിൽ വലിയൊരു കല്ല് (അണ്ടി) ഉണ്ടാകും. ഇത്തരം സ്ഥലങ്ങൾ ആനകൾക്ക് ഏറെ പ്രിയങ്കരമാണെന്ന് എനിക്കറിയാം. മച്ചാബെൽ പഴങ്ങളെ അവ അത്രമാത്രം ഇഷ്ടപ്പെടുന്നു. കാട്ടിനുള്ളിൽ അവയുണ്ടെന്ന് ഒറ്റ നോട്ടത്തിൽ തന്നെ മനസ്സിലായി; ഒടിഞ്ഞുകിടന്ന ചില്ലകൾ, ചവുട്ടിയരയ്ക്കപ്പെട്ട പഴങ്ങളുടെ അവശിഷ്ടങ്ങൾ. വേരോടെ വലിച്ചെറിയപ്പെട്ട ചെറുവൃക്ഷങ്ങൾ. നാശംവിതച്ചുകൊണ്ടുമാത്രമേ ആനകൾ ഭക്ഷണം തേടാറുള്ളൂ.

നീണ്ട യാത്രയ്ക്കുശേഷം ഒരു വൈകുന്നേരം അതിമനോഹരമായ

ഒരു പ്രദേശത്തെത്തി. നിറയെ കുറ്റിക്കാടുകൾ വളരുന്ന കുന്ന്. അടിവാരത്തിൽ വരണ്ടുണങ്ങിയ നദീതടം. എങ്കിലും സൂക്ഷിച്ചുനോക്കിയപ്പോൾ അവിടവിടെയായി സ്ഫടികംപോലെ സുതാര്യമായ ചില നേർത്ത നീർച്ചാലുകൾ ശ്രദ്ധയിൽപ്പെട്ടു. മൃഗങ്ങളുടെ കുളമ്പടയാളങ്ങൾ ധാരാളം. കുന്നിനഭിമുഖമായി പാർക്കുപോലെ തോന്നിച്ച സമതലം. ആ ഭാഗം നിറയെ ഒരേ പൊക്കത്തിൽ വളർന്നുനിന്ന തൊട്ടാവാടിക്കാടൊരുക്കിയ കിടക്കകൾ. ഇടയ്ക്കിടെ മച്ചാബെൽ മരങ്ങൾ. ബാക്കിയെല്ലാം അവസാനമില്ലെന്നുതോന്നുംവിധം നീണ്ടുപോകുന്ന കുറ്റിക്കാടുകൾ.

നദീതടത്തിലേക്കുള്ള വഴിയിലേക്കിറങ്ങിയതും പൊക്കമുള്ള ഒരു കൂട്ടം ജിറാഫുകൾ ഞങ്ങളെക്കണ്ട് ഞെട്ടിവെകിളികൊണ്ട് കുതിച്ചുപാഞ്ഞുപോയി. (വിചിത്രമായ ആ നടത്തമെല്ലാം വച്ചു നോക്കുമ്പോൾ തുഴഞ്ഞു നീങ്ങി എന്നാണ് പറയേണ്ടത്). ഒരു മുന്നൂറുവാരയെങ്കിലും ദൂരത്തായതുകൊണ്ട് വെടിവച്ചാൽ ഏശുകയില്ലെന്നുറപ്പായിരുന്നു. എന്നാൽ, ഒന്നാന്തരം വെടിസാധനങ്ങളുമായി മുമ്പിൽ നടന്ന ഗുഡിന് പ്രലോഭനം ഒഴിവാക്കാനായില്ല. വെടിയുണ്ട ചീറിപ്പാഞ്ഞു. ഏറ്റവും പിന്നിലുള്ള ഒരു 'തരുണി' നിലംപതിച്ചു. കഴുത്തിനു പിന്നിൽ ആഴത്തിലായിരുന്നു മുറിവ്. നട്ടെല്ലുതകർന്നുപോയി. ഒരു മുയലിനെപ്പോലെ മലർന്നു കിടന്ന് പിടച്ചു. ഇത്ര കൗതുകമുള്ള ഒരു കാഴ്ച ഞാനതിനു മുമ്പ് കണ്ടിട്ടില്ല.

അതിന്റെ കഥ കഴിഞ്ഞെന്ന് ക്യാപ്റ്റൻ ഉറക്കെ ഉദ്ഘോഷിച്ചു. വൗ വൗ എന്ന് കാഫിറുകൾ ആർത്തുവിളിച്ചു. ബൗഗ്വാൻ, ബൗഗ്വാൻ എന്ന് ഗുഡിനെയവർ ആവർത്തിച്ചുവിളിച്ചുകൊണ്ടിരുന്നു. 'ചില്ലുകണ്ണൻ' എന്നാണതിനർത്ഥം. അങ്ങോരുടെ ഒരു കണ്ണിൽ കണ്ണടയുണ്ടല്ലൊ. ഉന്നംവെക്കുന്നതിൽ സത്യത്തിലങ്ങോർ അത്ര സമർത്ഥനൊന്നുമായിരുന്നില്ല. എങ്കിലും, പിന്നീടുണ്ടായ പല പിഴവുകളും ആ ജിറാഫിന്റെ പേരിൽ ഞങ്ങൾ അംഗീകരിച്ചുകൊടുത്തു.

കാപ്പിരികൾ ഇറച്ചി ശേഖരിച്ചു പാകംചെയ്യുന്നതിനിടയിൽ ഞങ്ങൾ കുറ്റിക്കാടുവെട്ടി നദീതടത്തിലെ നീർച്ചാലുകൾക്കൊന്നിനരികെ താല്ക്കാലികമായ ഒരു താവളമുണ്ടാക്കി, വളരെ നാളുകൾക്കുശേഷം എല്ലാവരും സമൃദ്ധമായി ഭക്ഷണം കഴിച്ചു. ജിറാഫ് എല്ലിൽനിന്ന് ചാറ് ഈമ്പിക്കുടിച്ചിട്ട് എത്രകാലമായി. അതിനെക്കാൾ സ്വാദുള്ള ഒരു സാധനം ആനയുടെ ഹൃദയംമാത്രമാണെന്ന് എന്റെ പക്ഷം.

ഭക്ഷണത്തിനുശേഷം കാഫിറുകൾ അരുവിക്കരയിൽ തീ കൂട്ടി പാട്ടും നൃത്തവും തുടങ്ങി. ഉംബെപ മാത്രം ഒപ്പം ചേരാതെ ഏതോ ചിന്തകളിൽ ലയിച്ച മട്ടിൽ തനിച്ചിരുന്നു സമയം പോക്കി.

പെട്ടെന്ന് ഒരലർച്ചകേട്ടു. കാഫിറുകൾ നിശ്ശബ്ദരായി. സിംഹം അലറിയതാണെന്നു ഞാൻ പറഞ്ഞു. പറഞ്ഞുതീരേണ്ട താമസം, നീർച്ചാലുകളുടെ ഭാഗത്തുനിന്ന് ചിന്നം വിളിമുഴങ്ങി. ആന. എല്ലാവരും ജാഗരൂകരായി. കാഫിറുകളാകട്ടെ, ആന, ആന എന്നു മന്ത്രിച്ചുകൊണ്ടിരുന്നു. തോക്കുമായി ഗുഡ് ചാടിയെണീറ്റ് മുന്നോട്ടാഞ്ഞു. ഞാനയാളെ പിന്നാലെ

ചെന്ന് വലിച്ചിരുത്തി. അതിനിടെ ഒരു വലിയകൂട്ടം കറുത്ത നിഴലുകൾ ഞങ്ങൾക്കു മുമ്പിലൂടെ കടന്നുപോയി. നീരുറവയുടെ ഭാഗത്തുനിന്ന് കുറ്റിക്കാട്ടിലേക്ക് ഒരു നീണ്ടനിരയായി മാർച്ചുചെയ്തുകൊണ്ടിരുന്നു. ഇപ്പോൾ ഒന്നും വേണ്ടെന്ന് ഞാൻ പറഞ്ഞതു ഗുഡിനു രസിച്ചില്ല. ജിറാഫിനെ കൊല്ലുന്നതുപോലെ എളുപ്പമാണ് ആനവേട്ടയെന്നാണ് അങ്ങോരുടെ വിചാരം. വേട്ടമൃഗങ്ങളുടെ ഈ സ്വർഗ്ഗത്തിൽ കട്ടുറുമ്പാകുന്നതെന്തിനെന്ന് നോട്ടംകൊണ്ട് അയാൾ എന്നോട് ചോദിക്കുന്നതുപോലെ തോന്നി.

എന്നാൽ, സർ ഹെൻറിയുടെ ആ സമയത്തെ നിലപാടാണ് എന്നെ ഏറെ അതിശയിപ്പിച്ചത്. യാത്ര വേഗത്തിലാക്കാൻ എപ്പോഴും തിരക്കുകൂട്ടുന്ന അദ്ദേഹത്തിന് കുറച്ചു ദിവസം അവിടെ തങ്ങി നായാട്ട് ആസ്വദിക്കണമെന്നുണ്ടായിരുന്നു. പറഞ്ഞിട്ടു കാര്യമില്ല. ജന്മവാസനകൾ ഉണർന്നാൽ പിന്നെ പിടിച്ചാൽ കിട്ടില്ല.

സർ ഹെൻറിയുടെ ഈ താല്പര്യമറിഞ്ഞ് ക്യാപ്റ്റൻ തുള്ളിച്ചാടി. ആനക്കൂട്ടത്തിൽനിന്ന് ഒന്നിനെയെങ്കിലും വെടിവച്ചിട്ടില്ലെങ്കിൽ മൂപ്പർക്കിന്ന് ഉറക്കംവരില്ല. സത്യം പറഞ്ഞാൽ ഉള്ളിന്റെയുള്ളിൽ ഞാനും അത് ആഗ്രഹിച്ചിരുന്നു. ഇത്ര വലിയ ഒരു സംഘത്തെ സൗകര്യത്തിന് മുന്നിൽ കിട്ടിയിട്ട് മിണ്ടാതെ സ്ഥലംവിടുന്നത് മനഃസാക്ഷിക്കുചേർന്ന നടപടിയല്ലെന്ന് ഉള്ളിൽ കരുതി. അതുകൊണ്ട് പിന്നീടൊന്നും പറയാൻ തോന്നിയില്ല. അല്പം വിനോദമൊക്കെ എനിക്കും ഇഷ്ടമാണ്. നേരം വെളുക്കുംവരെ ഓരോരുത്തരും അവിടവിടെയായി ചുരുണ്ടുകൂടി. നേരം വെളുത്തതും പ്രഭാതകൃത്യങ്ങൾ കഴിഞ്ഞ് എല്ലാവരും തുറസ്സിലെത്തി.

പെട്ടെന്ന് നീരുറവകളുടെ ഭാഗത്ത് ഭയങ്കര ബഹളം. തുടർന്ന് ഏറെ നേരം നീണ്ടുനിന്ന അലർച്ച. സിംഹങ്ങൾക്കല്ലാതെ ഈ രീതിയിൽ അമറാനാകില്ലെന്നെനിക്കറിയാം. ഉറവയുടെ ഭാഗത്തേക്കു നോക്കിയപ്പോൾ കറുപ്പും മഞ്ഞയും നിറങ്ങൾ ഇടകലരുന്ന കാഴ്ചയാണ് കണ്ടത്. കടുത്ത പോരാട്ടം നടക്കുകയാണവിടെ. ആരാണ് കക്ഷികളെന്നറിയാൻ തോക്കുമെടുത്തു പതുങ്ങിച്ചെന്നു. കാഫിറുകളെയും കൂട്ടി. രണ്ടു ജന്തുക്കൾ നിലത്തുകിടന്ന് തിരിയുകയും മറിയുകയും ചെയ്യുന്നു. ഒന്നൊരു വലിയ കരിമാൻ. മറ്റേത് സിംഹം. എന്നാൽ ഞങ്ങൾ അടുത്തെത്തിയപ്പോൾ രണ്ടു ശരീരങ്ങളും നിശ്ചലമായിക്കഴിഞ്ഞിരുന്നു. രണ്ടിനും ജീവനുണ്ടായിരുന്നു. വളഞ്ഞുകൂർത്ത കൊമ്പുകൾ കുത്തിയിറക്കി കൃഷ്ണമാൻ സിംഹത്തിന്റെ കഥ കഴിച്ചു. ആഫ്രിക്കൻ ആന്റിലോപ്പുകളിൽ ഏറ്റവും സുന്ദരനാണിവൻ. ശക്തനും. നീർച്ചാലിനരികെ പതുങ്ങിക്കിടക്കുകയായിരുന്ന ശത്രു തക്കം പാർത്ത് ഇരയുടെ മേൽ ചാടിവീഴുകയായിരുന്നു. എന്നാൽ, ഇക്കുറി ലക്ഷ്യം പിഴച്ചു. ഇതുപോലൊരു സംഭവത്തിന് ഇതിനു മുമ്പ് ഞാനും സാക്ഷിയായിട്ടുണ്ട്. കരിമാൻ തന്റെ ശത്രുവിനെ കൊമ്പുകളിൽ കോർത്തു. മരണപ്പിടച്ചിലിൽ പാടുപെടുന്നതിനിടയിൽ ഇരയുടെ പുറവും കഴുത്തും കീറിപ്പൊളിച്ച് അപരൻ അതിനെ നിശ്ചലമാക്കി. ശരിക്കും അതുതന്നെയാണ ഇവിടെയും സംഭവിച്ചത്. ഭയംകൊണ്ട്

ഭ്രാന്തിളകിയ മാൻ ഇത്തരം ഘട്ടങ്ങളിൽ കൊലയാളിയായി മാറുക തികച്ചും സ്വാഭാവികം.

ഇരയും ഇരപിടിയനും ചത്തുപോയെന്ന് പൂർണമായും ഉറപ്പാക്കിയശേഷം ഞങ്ങൾ കാപ്പിരികളെ വിളിച്ച് ശവശരീരങ്ങൾ ക്യാമ്പിനടുത്തെത്തിച്ചു. തുടർന്ന് പുലരാറാകുംവരെ സുഖമായി ഉറങ്ങി. എന്നാൽ അതിരാവിലെതന്നെ ഉണരാൻ ശ്രദ്ധിച്ചു. പിന്നെ റൈഫിളുകളും മറ്റുമായി ആനവേട്ടയ്ക്കു പുറപ്പെട്ടു. എനിക്കേറ്റവും പ്രിയപ്പെട്ട ചായ എന്ന പാനീയം കൂടെ കരുതാൻ പ്രത്യേകം ശ്രദ്ധിച്ചിരുന്നു കേട്ടോ. തണുത്ത ചായയെപ്പോലെ വേട്ടക്കാർക്ക് പറ്റിയ പാനീയം വേറെയില്ലെന്നതാണ് എന്റെ അനുഭവം.

ഉംബെപ, ഖിവ, വെന്റ്വൊഗ് - പിന്നെ മറ്റു കാപ്പിരികളെ ചന്തമൃഗങ്ങളുടെ തോലുപൊളിക്കാനേല്പിച്ചിട്ടാണ് പുറപ്പാട്.

ആനത്താര കണ്ടെത്താൻ ഒട്ടും വിഷമമുണ്ടായില്ല. വിദഗ്ദ്ധപരിശോധയ്ക്കുശേഷം ഇരുപതു മുതൽ മുപ്പതുവരെ ആനകളുണ്ടാകുമെന്ന് വെന്റ്വൊഗ് അറിയിച്ചു. മിക്കതും പ്രായപൂർത്തിയെത്തിയ ആൺ മൃഗങ്ങൾ. എന്നാൽ, രാത്രിയിലുടനീളം സഞ്ചരിച്ച് അവ ഏറെ മുന്നേറിയിട്ടുണ്ടാകാമെന്ന് അയാൾ പറഞ്ഞു. മണി ഒമ്പതായിക്കഴിഞ്ഞു. ചൂട് അസഹനീയമാകുന്നു. അങ്ങനെയിരിക്കെ വഴിവക്കിൽ പിഴുതിട്ട മരങ്ങളും മരച്ചില്ലകളും ആനപ്പിണ്ഡവും പ്രത്യക്ഷപ്പെട്ടതോടെ ഇരകൾ ഏറെ അകലെയല്ലാതെ തന്നെയുണ്ടെന്ന് വ്യക്തമായി.

അധികം വൈകാതെ അവയെ കണ്ടെത്തുകയും ചെയ്തു. കാപ്പിരി പറഞ്ഞ എണ്ണം ഏതാണ്ടു കൃത്യമാണെന്നു മനസ്സിലായി. പ്രാതൽ കഴിച്ചു വയറുനിറച്ച് തുറസ്സിൽ ചെവിയാട്ടിക്കൊണ്ട് നില്ക്കുകയാണ്. തീർച്ചയായും ഗംഭീരമായ ഒരു കാഴ്ചതന്നെയാണ്. ഈ മാതിരി ദൃശ്യങ്ങൾ പലതും കണ്ടിട്ടുള്ള എനിക്കുപോലും അങ്ങനെ തോന്നി. കഷ്ടിച്ച് ഒരു ഇരുന്നൂറുവാര ദൂരത്താണ്. കാറ്റിൽ മണം പിടിച്ചെടുക്കുമെന്നുറപ്പ്. വെടിയുതിർക്കുംമുമ്പ് രക്ഷപ്പെടാൻ നോക്കുമെന്നുറപ്പ്. പതുങ്ങിയും ഇഴഞ്ഞും കാട്ടുപടർപ്പുകളുടെ മറ ഉപയോഗപ്പെടുത്തിയും ഏതാണ്ടൊരു നാല്പതുവാര അടുത്തെത്തി. കാറ്റിപ്പോൾ അവ നില്ക്കുന്ന ഭാഗത്തുനിന്ന് ഞങ്ങളുടെ നേർക്കാണ് വരുന്നത്. ഭാഗ്യം, തൊട്ടു മുമ്പിൽ മൂന്നു കൂറ്റന്മാരാണ്. അവയിൽ ഒന്നിന് ഏറെ നീണ്ടു വളഞ്ഞ ഏറ്റവും വലിയ കൊമ്പുകൾ. നടുവിലുള്ളതിനെ നോക്കിക്കോളാം എന്ന് കൂട്ടുകാരുടെ ചെവിയിൽ മന്ത്രിച്ചു. സർ ഹെൻറി ഇടത്തുഭാഗത്തുള്ളതിനെ ലക്ഷ്യം വച്ചു. ഗുഡ് കൂറ്റൻ കൊമ്പനേയും. “ശരി...” ഞാൻ മന്ത്രിച്ചു.

ഠോ....ഠോ...ഠോ...എന്ന് അടുത്ത നിമിഷം തുരുതുരാ വെടിയൊച്ച മുഴങ്ങി.

ഉണ്ടകളൊന്നും പാഴായില്ല. സർ ഹെൻറി ഉന്നംവച്ചത് അപ്പോൾ തന്നെ മറിഞ്ഞുവീണ് ചത്തു. ഞാൻ ഉന്നം വച്ചത് കാലുകുത്തി നിലത്തേക്കു മറിഞ്ഞു. കഥകഴിഞ്ഞു എന്നുറപ്പിച്ചെങ്കിലും അടുത്ത നിമിഷമത് പിടഞ്ഞെഴുന്നേറ്റ് എന്നെയും കടന്ന് ഓടുന്നതാണ് കണ്ടത്. വാരി

യെല്ലുകൾ ലക്ഷ്യം വച്ച് ഒന്നുകൂടിക്കൊടുത്തു. ഇക്കുറി ശരിക്കും വീണു, എഴുന്നേല്ക്കാൻ കഴിയാത്തവിധം. എങ്കിലും ഒന്നുകൂടി ഉറപ്പുവരുത്താൻ ഓടിച്ചെന്ന് തലയോട്ടിനോക്കി ഒരെണ്ണം കൂടിക്കൊടുത്തു. അതോടെ പിടച്ചിൽ നിന്നു. അതുകഴിഞ്ഞ് ഗുഡ് ലക്ഷ്യമാക്കിയ ആ വൻമലയ്ക്ക് എന്തു പറ്റിയെന്നു ശ്രദ്ധിച്ചു. വേദന സഹിക്കാതെ ദ്വേഷ്യംകൊണ്ട് ഉറക്കെ നിലവിളിച്ചുകൊണ്ട് ഓടാൻ ശ്രമിക്കുന്ന കാഴ്ചകണ്ട് നിമിഷാർദ്ധംപോലും പാഴാക്കാതെ മറ്റൊരുണ്ടകൊണ്ട് അവനെ നിശ്ശബ്ദനാക്കാൻ ശ്രമിച്ചു. ആകെ ഉത്തേജിതനായി നില്ക്കുകയാണ് ക്യാപ്റ്റൻ. ഞാൻ കൊടുത്തതു കിട്ടിയതും ആനക്കേമൻ അങ്ങോരുടെ നേരെ തിരിയുകയുണ്ടായെന്നു തോന്നുന്നു. മാറിനില്ക്കാൻ സമയം കിട്ടുംമുമ്പ് ഇഷ്ടൻ ശരവേഗത്തിൽ തൊട്ടുതൊട്ടില്ലെന്ന മട്ടിൽ ഞങ്ങളുടെ ക്യാമ്പിനുനേർക്ക് പാഞ്ഞുപോയി. ഈ ബഹളങ്ങൾക്കെല്ലാമിടയിൽ മറ്റാനകൾ എതിർദിശയിലോടിക്കഴിഞ്ഞിരുന്നു.

മുറിവേറ്റ കൂറ്റനു പിന്നാലെ പോകണൊ, ഓടിയവയെ പിന്തുടരണോ? ഒരു നിമിഷനേരത്തെ ആശയക്കുഴപ്പത്തിനുശേഷം ഓടിയവയെ പിന്തുടർന്നു. കട്ടിപ്പടർപ്പുകളിൽ കാല്പാടുകൾ ഉറച്ചുപതിഞ്ഞിരിക്കുന്ന സ്ഥിതിക്ക് കണ്ടെത്താൻ വിഷമമുണ്ടായില്ല. എന്നാൽ, ഒപ്പമെത്താൻ ഏറെ പ്രയാസപ്പെട്ടു. നിർത്തിപ്പൊരിക്കുന്ന സൂര്യോഷ്ണത്തിൽ രണ്ടു മണിക്കൂറോളം പണിപ്പെട്ട് അവസാനം വിജയം കണ്ടു. എന്നാൽ, ശത്രുക്കളെ നേരിടാൻ പാകത്തിൽ ഇടഞ്ഞുനില്പാണെന്ന് ഭാവംകൊണ്ടു മനസ്സിലായി. മാറിനില്ക്കുന്ന ഒറ്റക്കൊമ്പന്റെ ലക്ഷ്യം ഞങ്ങളാണെന്നു വ്യക്തം. സ്ഥിതിഗതികൾ നന്നായി വിലയിരുത്തിയശേഷം അടുത്ത നടപടിയിലേക്കു കടന്നു. ചുറ്റും തുറസ്സായതുകൊണ്ട് മുഴുവൻ കൂട്ടത്തേയും ലക്ഷ്യം വച്ചാൽ നടക്കില്ല. അതുകൊണ്ട് മറഞ്ഞിരുന്ന ഒറ്റയാനെ വീഴ്ത്തി. മൂന്നുപേരും ഒരേസമയം വെടിയുതിർക്കുകയായിരുന്നു. കൂട്ടം അക്രമാസക്തമായി മുന്നോട്ടു കുതിച്ചെങ്കിലും വിജയിച്ചില്ല. പിന്നിലുണ്ടായിരുന്ന വരണ്ടുണങ്ങിയ തോട് ചതിച്ചു. കാലുതെറ്റി പലരും അതിനകത്തേക്കു വീണു. ബാക്കിയുള്ളത് ബോധപൂർവ്വം ചാടി. പൊക്കം കുറഞ്ഞ മറുവശത്തുകൂടി രക്ഷപ്പെടാനായി പിന്നീടുള്ള ശ്രമം.

നിലവിളിയും കോലാഹലവുമൊക്കെയായി ആകെ ബഹളം. മറുകരയിലേക്കു രക്ഷപ്പെടാനുള്ള തത്രപ്പാട്. മനുഷ്യരെപ്പോലെ ആനകളും സ്വന്തം കാര്യം നോക്കികളാവുന്നതും അതിനിടെ കണ്ടു. കിട്ടിയ അവസരം ഞങ്ങൾ ശരിക്കും മുതലെടുത്തു. അഞ്ചു വലിയ കൊമ്പന്മാർ ഞങ്ങളുടെ തോക്കിനിരയായി. കുഴിയിൽനിന്നു കേറാനുള്ള ശ്രമം മതിയാക്കി പെട്ടെന്ന്, എല്ലാം തോട്ടിലൂടെ മുന്നോട്ടു കുതിച്ചു നീങ്ങിയതുകൊണ്ടുമാത്രം എണ്ണം അതിലൊതുങ്ങി. അല്ലാതിരുന്നപക്ഷം മുഴുവൻ ആനകളും അവയുടെ കൊമ്പുകളും ഞങ്ങളുടേതാകുമായിരുന്നു. അതെന്തായാലും ഒറ്റ ദിവസംകൊണ്ട് എട്ടെണ്ണത്തിനെ നേടുന്നത് എന്താ ചെറിയ കാര്യമാണോ? കൊമ്പനാനയുടെ സ്വാദിഷ്ടമായ ഹൃദയം ഭക്ഷിച്ച് അന്നത്തെ ഉച്ചയൂണ് കേമമാക്കി.

പിന്നീട്, ഗുഡ് പരിക്കേല്പിച്ചുവിട്ട ആ മഹാഗജത്തെ തേടിപ്പോയി. അവിടെ ഒരു കൂട്ടം കൃഷ്ണമൃഗങ്ങളെ കണ്ടെങ്കിലും ഉപദ്രവിച്ചില്ല. അവ ഞങ്ങളെക്കടന്നോടി. നൂറുവാരയകലെയൊരു കുറ്റിക്കാട്ടിൽ ചെന്നൊളിച്ച് ഞങ്ങളെ തിരിഞ്ഞുനോക്കിക്കൊണ്ടിരുന്നു. എലന്റ് എന്നു പേരുള്ള ഇത്തരം കൃഷ്ണമൃഗങ്ങളെ അതിനുമുമ്പു കണ്ടിട്ടില്ലാത്തതിനാൽ ക്യാപ്റ്റൻ കൗതുകമടക്കാനാകാതെ അടുത്തു ചെന്നു. അങ്ങോർ തിരിച്ചുവരുംവരെ വിശ്രമിക്കാമെന്നുവെച്ച് ഞങ്ങൾ നിലത്തിരുന്നു.

അസ്തമയസൂര്യൻ അസാദ്ധ്യമായ ഒരു സ്വർണ്ണനിറം വാരിപ്പൂശി തിളങ്ങിനില്ക്കുന്ന കാഴ്ച ആസ്വദിച്ചു ലയിച്ചിരിക്കെ ഒരാനയുടെ ചിന്നംവിളി ഞങ്ങളെ ഉണർത്തി. തേറ്റക്കൊമ്പുകളുയർത്തിപ്പിടിച്ച് പാഞ്ഞടുക്കുന്ന ഒരു ഗജവീരൻ. അടുത്തനിമിഷം മറ്റൊരു കാഴ്ചകൂടി കണ്ണിൽപ്പെട്ടു. പരിക്കേറ്റ കൊമ്പൻ പിന്നിലും ഗുഡും കാപ്പിരിയും മുമ്പിലുമായി ഞങ്ങൾക്കുനേരെവരുന്നു. ഗുഡും ഖിവയുമാണ് അവന്റെ ലക്ഷ്യമെന്നു വ്യക്തം. വെടിവെക്കാൻ ധൈര്യംവന്നില്ല. അബദ്ധം പറ്റാൻ സാദ്ധ്യതയുണ്ടായിരുന്നു. നായാട്ടിനാണ് പോകുന്നതെങ്കിൽപ്പോലും പരിഷ്കൃതവേഷംതന്നെ വേണമെന്നു ക്യാപ്റ്റനു നിർബ്ബന്ധമാണ്. ആ സമയം സാധാരണ വേട്ടക്കാരുടെ വേഷമാണയാൾ ധരിച്ചിരുന്നെങ്കിൽ പിന്നീട് ഉണ്ടായ ദുരന്തം കാണേണ്ട ദൗർഭാഗ്യം ഞങ്ങൾക്കുണ്ടാകുമായിരുന്നില്ല. ആ വേഷം അങ്ങോരെ ചതിച്ചു. ജീവനും കൊണ്ടോടുന്നതിനിടയിൽ ആ പ്രത്യേകതരം കാലുറ വിനയായി. ഒരറുപതു വാര അടുത്തെത്തിയിട്ടുണ്ടാകും. ഉണക്കപ്പുല്ലുകൊണ്ടു തേച്ചുമിനുക്കിയ പാദരക്ഷകൾ അണിഞ്ഞ കാലുകൾ വഴുതി. നേരെച്ചെന്ന് കമിഴ്ന്നുവീണത് കൊലവിളിച്ചു മുന്നേറിയ ആ ഒറ്റയാന്റെ മുമ്പിലും, അവസാന ശ്രമത്തിനായി ഞാനും ഖിവയും ക്യാപ്റ്റനു നേർക്കോടി. സുലു പയ്യന്റെ കൈയിൽ കുന്തമുണ്ടായിരുന്നു. അതു നേരെചെന്ന് ആനയുടെ തുമ്പിയിൽ തറച്ചു. തുടർന്ന്, വേദനകൊണ്ട് പുളഞ്ഞ മട്ടിലൊരു രോദനം. അതിനിടെ പാവം ഖിവയെ തുമ്പിയിൽ എടുത്ത് നിലത്ത് ഒറ്റയടി. പയ്യന്റെ ശരീരം ഛിന്നഭിന്നമായി. കനമുള്ള കാലുകൾ അതിനെ ചവുട്ടിയരച്ചു. തുരുതുരെ വെടി മുഴങ്ങി. ഖിവയുടെ ജഡത്തിൽ ആനയും മറിഞ്ഞുവീണു.

ഗുഡ് ഭാഗ്യവാനായിരുന്നു. വീണെങ്കിലും ആനയ്ക്ക് അയാളെ സ്പർശിക്കാൻ കഴിഞ്ഞിരുന്നില്ല. തന്റെ ജീവൻ രക്ഷിക്കാൻ സ്വന്തം ജീവൻ ബലിയർപ്പിച്ച ആ പാവം സുലു പയ്യന്റെ ജീവനറ്റശരീരത്തിൽ അങ്ങോർ വിങ്ങുന്ന ഹൃദയത്തോടെ കൈകൾ പായിച്ചു. ഉംബെപ വന്ന് കാപ്പിരികളുടെ സഹായത്തോടെ ആനയുടെ ശരീരം നീക്കം ചെയ്ത ശേഷം ഖിവയുടെ ജഡം സംസ്കരിച്ചു.

5

മണൽക്കാട്ടിലൂടെ മുന്നോട്ട്

നായാട്ട് അവസാനിച്ചപ്പോഴേക്കും ഒമ്പതുകൊമ്പനാനകൾ ഞങ്ങളുടെ സ്വന്തമായിക്കഴിഞ്ഞിരുന്നു. കൊമ്പു വേർതിരിച്ചെടുക്കാൻ രണ്ടു ദിവസമെടുത്തു. ഇത്രയും പൂർണ്ണതയുള്ള ആനക്കൊമ്പുകൾ ഞാനിതിനുമുമ്പു കണ്ടിട്ടില്ലെന്നതാണ് സത്യം. ഓരോന്നിനും ശരാശരി നാല്പതു മുതൽ അമ്പതുവരെ റാത്തൽ തൂക്കമുണ്ടാകും. പാവം ഖിവയുടെ കഥകഴിച്ച ആ പോക്കിരിയുടേതിനു രണ്ടുംകൂടി നൂറ്റി എഴുപതു പൗണ്ടെങ്കിലും വരുമെന്ന് എനിക്കുതോന്നി.

പക്ഷേ, വിലയേറിയ ഈ ഉരുപ്പടികളൊന്നും കൂടെകൊണ്ടുപോകാൻ കഴിയില്ലല്ലോ. അതുകൊണ്ട് അടയാളലക്ഷണമായി ഒറ്റപ്പെട്ട ഒരു വലിയ വൃക്ഷം തെരഞ്ഞെടുത്ത് അതിന്റെ പരിസരങ്ങളിൽ ആഴത്തിൽ കുഴിച്ചിട്ടു.

അതുപോലെ ഖിവയുടെ ജഡം അയാളുടെ പ്രിയപ്പെട്ട അസെഗായിയോടൊപ്പം ഒരു ഉറുമ്പുകരടിയുടെ മാളത്തിൽ മറവു ചെയ്തു. എല്ലാം കഴിഞ്ഞ് മൂന്നാംദിവസം യാത്ര തുടർന്നു. അനന്തരം നിരവധി അപകടങ്ങൾ പിന്നിട്ട് ശരിക്കും സിറ്റാന്തയുടെ ക്രാൽ നില്ക്കുന്ന സ്ഥലത്ത് എത്തിച്ചേർന്നു. ലുക്കംഗ നദിക്കരയിലാണത്. നിധിതേടിയുള്ള, സർ ഹെൻറിയുടെ സഹോദരനെത്തേടിയുള്ള യഥാർത്ഥയാത്ര ശരിക്കും ഇവിടെ നിന്നാണാരംഭിക്കുന്നത് എന്നു പറയാം.

കല്ലുകൊണ്ടുള്ള കന്നുകാലിത്തൊഴുത്തുകളും, നാട്ടുകാരുടെ കുടിലുകളും അല്പം കൃഷിഭൂമിയുമൊക്കെ ചേർന്ന സ്ഥലമാണിത്. വെള്ളമുള്ളതുകൊണ്ട് കൃഷി നടക്കുന്നു. ചുരുങ്ങിയ രീതിയിലാണെങ്കിലും ധാന്യമുണ്ടാക്കി ഉപയോഗിക്കാൻ കഴിയുന്നു. അതിനപ്പുറം പൊക്കത്തിൽ പുല്ലുകൾ വളരുന്ന ഒറ്റയടിപ്പാതകളാണ്. ചെറുമാതിരി ജന്തുക്കളെ അങ്ങു

മിങ്ങും കണ്ടു. ഇടതുഭാഗത്ത് വിശാലമായ മണൽക്കാടുകൾ. ഫലഫൂയിഷ്ഠ മേഖലകളുടെ അതിർത്തികളിൽ എത്തിപ്പെട്ടപോലെ തോന്നി. ഇതിനപ്പുറമിനി പച്ചപ്പൊന്നും പ്രതീക്ഷിക്കേണ്ടെന്നു തോന്നി. മണ്ണിന്റെ സ്വഭാവത്തിൽ കാണപ്പെട്ട പൊടുന്നനവെ ഉണ്ടായ ഈ മാറ്റം സ്വാഭാവിക കാരണങ്ങളിലേക്കാണ് നയിക്കുകയെന്നു പറയാൻ വിഷമമായിരുന്നു.

ഞങ്ങളുടെ താവളത്തിനു തൊട്ടു താഴെയായി ചെറിയൊരു നീർച്ചാലുണ്ട്. അതിന്റെ മറുകര കട്ടിക്കല്ലുകൾ നിറഞ്ഞ ഒരു ചരിവാണ്. ഇരുപതു വർഷം മുമ്പ് സിൽവെസ്ട്ര ആദ്യമായി എന്റെ കണ്ണിൽപ്പെട്ട ഇടമാണതെന്ന് പെട്ടെന്നു ഞാൻ തിരിച്ചറിഞ്ഞു. സോളമന്റെ ഖനികൾ തേടിയുള്ള യാത്ര പരാജയപ്പെട്ടതിനെത്തുടർന്ന് ഇഴഞ്ഞുകൊണ്ട് ചരിവിറങ്ങുകയായിരുന്നു. വരണ്ട് ജനശൂന്യമായ മരുഭൂമിയുടെ തുടക്കം അവിടെയാണ്. കാരൂച്ചെടികളുടെ പടർപ്പുകളല്ലാതെ മറ്റൊന്നും കാണാനില്ലാത്ത ഒരു സ്ഥലം. അതിലൂടെ വേണം ഇനി ഞങ്ങൾക്കു പോകാൻ.

ചെംപന്തുപോലെയുള്ള സൂര്യൻ താഴാൻ തുടങ്ങിയപ്പോഴേക്കും തമ്പിന്റെ പണി പൂർത്തിയായി. ഗുഡിനെ അകത്തുനിർത്തി പരിസരം വീക്ഷിക്കാനായി സർ ഹെൻറിയോടൊപ്പം പുറത്തിറങ്ങി. എതിർഭാഗത്തെ ചരിവിൽ കയറിനിന്ന് മുമ്പിലെ മരുപ്പരപ്പിലേക്ക് ഞങ്ങളൊരു വിഹഗവീക്ഷണം നടത്തി. ഏറെ അകലെ സുലൈമാൻ ഹിമത്തൊപ്പിയുടെ മങ്ങിയ അതിർത്തി രേഖകൾ കണ്ടു. സോളമന്റെ ഖനികൾക്കു ചുറ്റുമുള്ള മതിൽ കോട്ടയാണതെന്ന് ഞാൻ സർ ഹെൻറിയോടു പറഞ്ഞു.

“എന്റെ അനുജൻ അവിടെയുണ്ടെന്നു വരുന്ന പക്ഷം തീർച്ചയായും ഞാനതു കയറിമറിയും,” ദൃഢസ്വരത്തിൽ അദ്ദേഹം പറഞ്ഞു.

തിരിച്ചു പോകാൻ തിരിഞ്ഞപ്പോൾ പിന്നിൽ ഒരിടത്തായി ഉംബൊപ നില്ക്കുന്നതുകണ്ടു. എല്ലാം മറന്നമട്ടിൽ ദൂരെ പർവ്വതങ്ങളിൽത്തന്നെ കണ്ണുംനട്ടു നില്ക്കുകയാണയാൾ. കണ്ടതും ഹെൻറിയുടെ അടുത്തു ചെന്നു. “ഇകുമ്പു, ആ മലകളിലേക്കു പോകാനാണൊ നമ്മൾ പുറപ്പെട്ടിരിക്കുന്നത്?” എന്ന് അവൻ ചോദിച്ചു. (ഇകുമ്പുവെന്നത് സർ ഹെൻറിയെ ഇഷ്ടപ്പെട്ട കാപ്പിരികൾ അങ്ങോർക്കു നല്കിയ ഒരു ബഹുമതിയാണ്. ആന എന്നാണിതിനർത്ഥം.) എന്തോ എനിക്കത് ഇഷ്ടപ്പെട്ടില്ല. ഒരു വെള്ളക്കാരനെ അങ്ങനെ വിളിക്കരുതെന്ന് ഞാൻ മുഖം കറുപ്പിച്ചു. എന്നാൽ, കാപ്പിരികളതുകേട്ട് ചിരിക്കുകയാണുണ്ടായത്. എനിക്ക് വല്ലാതെ ദേഷ്യം വന്നു. അതു വകവെക്കാതെ സുലു എന്തൊക്കെയോ പറഞ്ഞു. ജനനംകൊണ്ടും ശരീരത്തിന്റെ പ്രൗഢികൊണ്ടും ഞാനും യജമാനനും തുല്യരല്ലേ എന്നോമറ്റോ ആയിരുന്നു അതിന്റെ സാരാംശം. ഇഷ്ടപ്പെട്ടില്ലെങ്കിലും സത്യത്തിൽ എനിക്കവനെക്കുറിച്ചുള്ള മതിപ്പ് അതോടെ വർദ്ധിക്കുകയാണുണ്ടായത്. എങ്കിലും ഞാനതു പരിഭാഷപ്പെടുത്തി സർ ഹെൻറിയെ കേൾപ്പിച്ച് ഈ കാപ്പിരിയൊരു എടുത്തുചാ

ട്ടക്കാരനാണെന്ന അഭിപ്രായം പാസാക്കി. എന്നാൽ, അങ്ങോരിൽ അത് ഒരു ചലനവും സൃഷ്ടിച്ചതായി തോന്നിയില്ല. ലക്ഷ്യസ്ഥാനംവരെ യാത്ര ചെയ്യുകതന്നെ ചെയ്യുമെന്ന് ആത്മവിശ്വാസത്തോടെ അദ്ദേഹം ഉംബെപയോടു പറഞ്ഞു. ഉയരംകൂടിയ കുന്നുകളും അതികഠിനമായ വഴികളും ജലക്ഷാമവും ഭക്ഷണക്ഷാമവും എല്ലാംചേർന്ന് യാത്ര അതിദുഷ്കരമായിരിക്കുമെന്ന് അവൻ അദ്ദേഹത്തെ ഓർമ്മിപ്പിക്കാൻ ശ്രമിച്ചു. രണ്ടു വർഷംമുമ്പുപോയ സ്വന്തം സഹോദരനെക്കുറിച്ച് തുടർന്ന് അങ്ങോർ അവനോടു പറഞ്ഞു. “സ്വന്തം ചോര വന്നുവിളിക്കുമ്പോൾ എനിക്കു പോകാതിരിക്കാൻ വയ്യ.” നിശ്ചയദാർഢ്യത്തോടെ ആ മനുഷ്യൻ ഒന്നുകൂടി ഓർമ്മിപ്പിച്ചു.

ആ രീതിയിൽ തന്റെ വാല്യക്കാരനൊപ്പം നടന്നുപോയ ഒരാളെ പർവ്വതനിരകളിൽ രണ്ടുവർഷംമുമ്പ് താൻ കണ്ടുമുട്ടിയകാര്യം കാപ്പിരി സർ ഹെൻറിയെ ഓർമ്മിപ്പിച്ചു. അവർ ഒരിക്കലും തിരിച്ചുവരികയുണ്ടായില്ലെന്നും തനിക്കു നിശ്ചയമുണ്ട്.

സത്യത്തിൽ താനയാളെ നേരിട്ടു കണ്ടിട്ടില്ല. ആ വഴി അലഞ്ഞ് തിരിയുന്ന ഒരു പഴയ നീഗ്രോ തന്നോടു പറഞ്ഞതാണ്. അത്തരക്കാർ കള്ളം പറയാറില്ല. വഴിയിൽ കണ്ടുമുട്ടിയ ആ മനുഷ്യന്റെ ലക്ഷണങ്ങളെല്ലാം അയാൾ എന്നെ കേൾപ്പിക്കുകയുണ്ടായി. പിന്നീടു താങ്കളെ കണ്ടുമുട്ടിയപ്പോൾ അതു താങ്കൾത്തന്നെയാണെന്ന് എനിക്കു തോന്നി. ഇതേ കണ്ണുകൾ ഇതേ കറുത്ത താടി. കൂടെയുണ്ടായത് ജീം എന്ന ഒരാളായിരുന്നു. ഒരു നായാടി. ഉടുപ്പൊക്കെ ധരിച്ച ഒരു ബച്ചാനാ ഗോത്രക്കാരൻ. ജിമ്മിനെ എനിക്കു അടുത്തു പരിചയമുള്ളതുകൊണ്ട് ഉംബെപ പറഞ്ഞത് പൂർണ്ണമായും ശരിയായിരിക്കുമെന്നു ഞാൻ പറഞ്ഞു.

“കുട്ടിക്കാലം തൊട്ടേ, അവൻ വലിയ പിടിവാശിക്കാരനായിരുന്നു.” അനുജന്റെ ആ പഴയകാലം ഓർത്തുകൊണ്ട് സർ ഹെൻറി പറഞ്ഞു. “ഒന്നു തീരുമാനിച്ചാൽ അതു നിർവ്വഹിക്കാതെ അവന് ഉറക്കംവരുമായിരുന്നില്ല. അതുകൊണ്ട് സുലൈമാൻ ബർഗ് കീഴടക്കണമെന്ന് തീരുമാനിച്ചിട്ടുണ്ടെങ്കിൽ തീർച്ചയായും അതിനുവേണ്ടി ശ്രമിച്ചിരിക്കും. അതിനിടെ വല്ല ആപത്തും പിണഞ്ഞിട്ടില്ലെങ്കിൽ ഉറപ്പായും അവൻ മറുപുറം കടന്നിരിക്കും. അതുകൊണ്ട് നമ്മളും കുന്നുകൾ മറികടന്ന് അപ്പുറം ചെല്ലുന്നതായിരിക്കും നല്ലത്.” സർ ഹെൻറി പറഞ്ഞു.

പക്ഷേ, അത് അതികഠിനമായ ഒരു ശ്രമം തന്നെയായിരിക്കുമെന്ന് ഉംബെപ ഓർമ്മിപ്പിച്ചു.

“ഉവ്വ്. എനിക്കറിയാം. എന്നാൽ, മനുഷ്യൻ ഒന്നു തീരുമാനിച്ചാൽ നിർവ്വഹിക്കാൻ കഴിയാത്ത ഒരു കഠിനയാത്രയും ഈ ഭൂമുഖത്തില്ലെന്നു എനിക്കറിയാം. അതുകൊണ്ട് മുന്നോട്ടുവച്ച കാൽ പിൻവലിക്കുന്ന പ്രശ്നമില്ല. ഉംബെപ, താൻതന്നെ ആലോചിച്ചുനോക്ക്. മനുഷ്യന് മറികടക്കാൻ കഴിയാത്ത ഏതു മലയാണ് ഈ ഭൂമിയിലുള്ളത്? മുറിച്ചുകടക്കാൻ കഴിയാത്ത ഏതു മണലാരണ്യമാണുള്ളത്? ഇല്ല, ഇല്ല, ഒന്നുമില്ല. ഹൃദയം

നിറയെ സ്നേഹമുണ്ടോ, ധൈര്യമുണ്ടോ? എല്ലാ കുന്നുകളും എല്ലാ മരുഭൂമികളും അതിനു മുമ്പിൽ നിസ്സാരമാണ്."

സർ ഹെൻറിയുടെ വാക്കുകൾ പരിഭാഷപ്പെടുത്തി കേൾപ്പിച്ചപ്പോൾ എല്ലാം ശരിയെന്ന് സുലു തലകുലുക്കി സമ്മതിച്ചു. തന്റെ പിതാവു ഇതേ രീതിയിൽ സംസാരിക്കാറുണ്ട്. ഒരു യഥാർത്ഥ മനുഷ്യനേ അങ്ങനെ യൊക്കെ പറയാൻ കഴിയൂ. അല്ലെങ്കിൽ എന്താണ് ജീവിതം? ഒരു തൂവൽ... കാറ്റിൽപ്പെട്ട് എവിടെയൊക്കെയോ ചെന്നു വീഴും. ഒരു പുൽവിത്ത്.... അതിനിടെ ചിലപ്പോൾ മുളച്ചും വളർന്നും. പെരുകിയെന്നുവരും. ചില പ്പോൾ മുളപൊട്ടാതെ ഒടുങ്ങിയെന്നും ഇനിയും ചിലപ്പോൾ സ്വർഗ്ഗംവരെ പോകാനായെന്നും വരും. എന്നാൽ, ഇത്തിരി ഗുണവും കനവുമുള്ള ഒരു വിത്താണെങ്കിൽ അതിന് ഇഷ്ടപ്പെടുന്ന ഒരു വഴിയിലൂടെ ഇത്തിരി ദൂര മെങ്കിലും മുന്നേറാൻ കഴിഞ്ഞെന്നു വരും. ഈ പറഞ്ഞമാതിരി മുന്നോട്ടു പോകാൻ പറ്റുമോ എന്ന് ശ്രമിച്ചു നോക്കുന്നതിൽ ഒരു തെറ്റുമില്ല. എന്താ യാലും നമ്മളെല്ലാം മരിക്കും. പിന്നൊന്നു പൊരുതി നോക്കുന്നതിൽ എന്താണ് തെറ്റ്? താങ്കൾ തെരഞ്ഞെടുക്കുന്ന ഏതു വഴിയിലൂടെയും ഒപ്പം വരാൻ ഞാനെപ്പോഴും തയ്യാറാണ്. ഇടയിലെങ്ങാനും തളർന്നുവീ ണാലല്ലാതെ പിന്മാറുന്ന പ്രശ്നമില്ല."

എനിക്കറിയാം, തുടങ്ങിയാൽ നിർത്താതെ പറഞ്ഞുകൊണ്ടിരിക്കുന്ന ഒരു രീതി ഈ സുലു ജാതിക്കാർക്കുണ്ടെന്ന്. ഉംബെപയും അതിന് ഒര പവാദമായിരുന്നില്ല. തെല്ലിടനിർത്തിയശേഷം ഇടതടവില്ലാതെ പിന്നെ യുമവൻ സംസാരിച്ചുകൊണ്ടിരുന്നു. "എന്താണു ജീവിതം? ദയവായി എനിക്കൊന്നു പറഞ്ഞുതരൂ, എന്റെ വെള്ളക്കാരാ. നിങ്ങൾ ബുദ്ധിശാ ലികളല്ലെ, ലോകരഹസ്യങ്ങളെല്ലാം അറിയുന്നവരല്ലെ? നക്ഷത്രലോക ത്തെക്കുറിച്ചുപോലും വിവരമുള്ളവരല്ലെ. അതിന് അപ്പുറത്തും ഇപ്പുറ ത്തുമുള്ളതെല്ലാം കണ്ടവരല്ലെ. പറയൂ വെള്ളക്കാരാ, ജീവിതത്തെ ചൂഴ്ന്നുനില്ക്കുന്ന രഹസ്യങ്ങളെക്കുറിച്ച് എനിക്കു പറഞ്ഞുതരൂ. അത് എവിടെനിന്ന് വരുന്നു, എങ്ങോട്ട് പോകുന്നു എന്നുംമറ്റും..."

"ഇല്ല. നിങ്ങൾക്കതു പറഞ്ഞുതരാനാവില്ല. നിങ്ങൾക്ക് അറിഞ്ഞിട്ടു വേണ്ടെ. കേൾക്ക്, ഞാൻ പറഞ്ഞു തരാം. നമ്മളെല്ലാം ഇരുട്ടിൽനിന്നു വന്നു; ഇരുട്ടിലേക്ക് യാത്ര തുടരുന്നു. കാറ്റടിച്ചു പറത്തുന്ന ഒരു രാപ്പ ക്ഷിയെപ്പോലെ നാം എങ്ങോട്ടോ പറന്നുപോകുന്നു. തീയുടെ തിളക്ക ത്തിൽ ഒരുനിമിഷം നമ്മുടെ ചിറകുകൾ വ്യക്തമാകുമെന്നുമാത്രം. വീണ്ടു മതാ അറിഞ്ഞുകൂടാത്ത ആ ഏതോ ഇടം തേടി നാം യാത്ര തുടരുക യായി. ജീവിതം ഒന്നുമല്ല, ജീവിതം എല്ലാമാണ്. മരണത്തെ അകറ്റി നിർത്തുന്ന കൈയാണത്. രാവിൽ തിളങ്ങുന്ന മിന്നാമിന്നിയാണത്. പക ലായാൽ ഇരുണ്ടുപോകുന്ന ഒരു മിന്നാമിന്നി. ശീതകാലത്തെ കാളകൂറ്റ ന്മാരുടെ ശ്വാസം. പകൽവേളകളിൽ പുൽപ്പരപ്പുകളിൽ തെളിയുകയും പകലറുതിയോടെ ഇല്ലാതാവുകയും ചെയ്യുന്ന ചെറുനിഴൽ."

സർ ഹെൻറി തീർച്ചയായും ഉംബെപായുടെ ആ തത്ത്വവിചാരം

ആസ്വദിക്കുകതന്നെ ചെയ്തു. “നമ്മൾ രണ്ടുപേരും ഒരുപോലെയാണ് ഇൻകുമ്പു (പിതാവേ),” ഉംബെപ തുടർന്നു. “പർവ്വതങ്ങളിൽ ഞാൻ തിരയുന്നതു ചിലപ്പോൾ ഒരു സഹോദരനെതന്നെയാണ്.”

അപാരതയിൽ തലയുയർത്തിനില്ക്കുന്ന പർവ്വതങ്ങളെക്കുറിച്ച് കാപ്പിരിക്ക് ഒന്നുമറിഞ്ഞുകൂടെന്ന് ഒരുനിമിഷം ഞാൻ സംശയിച്ചു. അങ്ങനെയൊരു ചോദ്യമുന്നയിച്ചപ്പോൾ, ഇല്ല. ഒന്നുമറിഞ്ഞുകൂടാ, എന്നുതന്നെ കാപ്പിരി പ്രതിവചിച്ചു. അപ്പുറം ഏറെ വിചിത്രമായ ഒരു ലോകം. അവിടെ ദുർമന്ത്രവാദമുണ്ട്. സൗന്ദര്യവുമുണ്ട്. ധൈര്യശാലികളായ മനുഷ്യരുണ്ട്. വൃക്ഷങ്ങളും അരുവികളും മഞ്ഞുമൂടിയ കുന്നുകളും മലകളും വെളുത്ത വലിയ വഴിത്താരയും എല്ലാമുണ്ട്. ഞാൻ എല്ലാം കേട്ടിട്ടുണ്ട്. പക്ഷേ, പറഞ്ഞിട്ടു കാര്യമില്ല. ഇരുട്ടാവുകയാണ്. കാണാൻ വേണ്ടി ജീവിക്കുന്നവർ കാണും.

ഇയാൾക്ക് ആവശ്യത്തിലേറെ അറിയാമെന്നുതോന്നുന്നു.

എന്റെ സംശയഭാവം കണ്ടാവണം ഉംബെപ പിന്നെ എന്നോടായി സംസാരം. “എന്നെക്കുറിച്ചു പേടിവേണ്ട മകുമഴൻ, താങ്കളെ വീഴ്ത്താൻ ഞാൻ കള്ളക്കുഴിയൊന്നും കുഴിക്കാൻ പോകുന്നില്ല. ഒരു ഗൂഢതന്ത്രവും തങ്ങൾക്കെതിരെ ഉപയോഗിക്കുകയില്ല. പർവ്വതം കടന്ന് അപ്പുറമെത്താൻ വല്ലവിധേനയും കഴിയുന്നപക്ഷം അവിടെക്കണ്ടത് പറഞ്ഞുതരാം. പക്ഷേ, അവിടെയുള്ളതിലെല്ലാം മരണം പതിയിരിപ്പുണ്ട്. വിവേകപൂർവ്വം പിന്തിരിയുന്നതാവും താങ്കളെ സംബന്ധിച്ചിടത്തോളം നല്ലത്. ഹേയി, ആനകളെ വേട്ടയാടിക്കോളൂ, രണ്ടുപേരോടുംകൂടി പറയുകയാണ്. ഇകുമ്പുവിന്റെകൂടെ ഞാൻ പോയിക്കൊള്ളാം.”

ഇത്രയും പറഞ്ഞശേഷം ഞങ്ങൾക്ക് അഭിവാദ്യമർപ്പിക്കുന്ന രീതിയിൽ കുന്തം ഉയർത്തി ക്യാമ്പിനുനേരെ നടന്നു. ഞങ്ങൾ ചെന്നപ്പോൾ മറ്റേതൊരു കാഫിറിനേയുംപോലെ തോക്ക് വൃത്തിയാക്കുകയാണ്.

ഒരു വിചിത്ര മനുഷ്യൻതന്നെയെന്ന് സർ ഹെൻറിയുടെ അഭിപ്രായം വന്നു. ഉവ്വെന്നു ഞാൻ സമ്മതിച്ചു. പക്ഷേ, ഇവനെ സൂക്ഷിക്കണം. ഇവന് പലതുമറിയാം. പക്ഷേ, പറയില്ല. എന്നാൽ, തർക്കിച്ചതുകൊണ്ടൊന്നും കാര്യമില്ല. അസാധാരണമായ ഒരു യാത്രയിലാണ് നമ്മൾ. അതുകൊണ്ട് അസാധാരണനായ ഒരു സുലുവിന്റെ സാന്നിദ്ധ്യം ഒരുതരത്തിലല്ലെങ്കിൽ മറ്റൊരുതരത്തിൽ അത് ഒരു വ്യത്യാസവുമുണ്ടാക്കാൻ പോകുന്നില്ല.

അടുത്ത ദിവസംതന്നെ യാത്രയ്ക്കുള്ള ഒരുക്കങ്ങൾ ആരംഭിച്ചു. മലകയറാനുള്ള വിഷമം പരിഗണിച്ച് ആനവേട്ടയ്ക്ക് ഉപയോഗിക്കുന്ന വലിയമാതിരി ആയുധങ്ങളെല്ലാം ഉപേക്ഷിച്ചു. എന്നുവച്ചാൽ ഗ്രാമത്തിനടുത്തു താമസിക്കുന്ന ഒരു കാപ്പിരിയെ സൂക്ഷിക്കാൻ ഏല്പിച്ചു. ആളൊരു ചെകുത്താനാണെന്ന് മുഖം കണ്ടാൽ അറിയാം. അഥവാ തിരിച്ചുവരാൻ കഴിഞ്ഞാൽത്തന്നെ ഒരു സാധനവും തിരിച്ചു നല്കില്ലെന്നുറപ്പ്. അതുകൊണ്ട് പോകുംമുമ്പ് ഒന്നു വിരട്ടിവിടാൻ തീരുമാനിച്ചു. ഏതു വലിയ മൂർഖനും അന്ധവിശ്വാസങ്ങൾക്കടിമയായിരിക്കും. പ്രേതങ്ങ

ളെയും ദുർമന്ത്രവാദികളെയും പേടിക്കും. പിന്നെ തോക്കുകളെയും. ഏല്പിച്ച ആയുധങ്ങളിൽ തൊട്ടാൽ ആ നിമിഷംതന്നെ വെടിയുതിർന്ന് തലതെറിച്ചുപോകുമെന്ന് പറഞ്ഞ് വിശ്വസിപ്പിച്ചു. തോക്കും തിരനിറച്ച ശേഷമാണ് ഏല്പിച്ചത്. തെളിവിനായി ഒന്നിൽ കരുതിക്കൂട്ടി കൈ പിടിപ്പിച്ച് പൊട്ടിച്ചുകാട്ടുകയും ചെയ്തു. ഉണ്ടകൊണ്ട് തൊഴുത്തിൽനിന്ന കാള മറിഞ്ഞുവീഴുന്നതു കണ്ടതോടെ സംഗതി സത്യമാണെന്നു ബോദ്ധ്യപ്പെട്ടു. "തിരിച്ചുവരുമ്പോൾ അതിൽ ഒന്നെങ്ങാനും കുറവു കണ്ടാലുണ്ടല്ലോ, തന്നെ മാത്രമല്ല തന്റെ ആളുകളെയും മന്ത്രവാദികളെ അയച്ചു കൊല്ലും." എന്നുകൂടി പറഞ്ഞു. അഥവാ ജീവനോടെ തിരിച്ച് വന്നില്ലെങ്കിൽ പ്രേതമായി വന്ന് എല്ലാറ്റിന്റേയും കഥകഴിക്കും. കന്നുകാലികൾക്ക് ഭ്രാന്തിളക്കിക്കും. പാലെല്ലാം പിരിപ്പിച്ചുകളയും. ശേഷം ഒന്നും പേടിക്കാനില്ലെന്ന് കാപ്പിരിയുടെ മുഖഭാവവും ചലനവും വ്യക്തമാക്കി. വിരട്ടിവിട്ടില്ലെങ്കിൽ തലയിൽ കയറുന്ന വർഗ്ഗമാണെന്നതിന് എത്രയോ അനുഭവങ്ങൾ മുമ്പിലുണ്ട്.

പിറ്റേദിവസം പകൽ എല്ലാവരും നന്നായി ഉറങ്ങി. സൂര്യാസ്തമയത്തോടെ രുചിയുള്ള ഭക്ഷണം കഴിച്ചു. (അവസാനത്തെ അത്താഴം?) നിലാവു തെളിയാൻ തുടങ്ങിയതോടെ പുറപ്പെടാൻ വട്ടംകൂട്ടി. ഏതാണ്ട് ഒരു ഒമ്പതു മണിയായിക്കാണും. ചന്ദ്രൻ അതിന്റെ പൂർണ്ണമായ തനിമയിൽ എത്തിക്കഴിഞ്ഞിരുന്നു. തെളിനിലാവിൽ തിളങ്ങിനിന്ന അതിവിശാലമായ ആ മണൽപ്പരപ്പ് കാണേണ്ട ഒരു കാഴ്ചതന്നെയാണ്. അലൗകികമായ ഒരു ശാന്തിയും സമാധാനവും എങ്ങും കളിയാടിനിന്നു. താരനിബിഡമായ ആകാശംപോലെതന്നെ ഇതാ താഴെയും മനുഷ്യന് അന്യമായിത്തോന്നുന്ന ഒരു ലോകം! പുറപ്പെടുംമുമ്പ് എല്ലാവരും ഇത്തിരിയൊന്നു ശങ്കിച്ചുനില്ക്കാതിരുന്നില്ല. പിൻവലിക്കാൻ പറ്റാത്തതെന്നു ബോദ്ധ്യമുള്ള ഒരു അടിവെപ്പിനു മുമ്പ് അല്പമൊന്നു ശങ്കിച്ചു നില്ക്കുക മനുഷ്യസ്വഭാവമാണ്. തോളിൽ തൂക്കിയിട്ട റൈഫിളും കൈയിൽ ഉയർത്തിപ്പിടിച്ച് അസ്ഗയിയുമായി ഉംബെപ അല്പം മുന്നിൽ നടന്നു. പിന്നെ ചുരയ്ക്കതോടുകളിൽ വെള്ളവുമായി ചില കാപ്പിരികൾ, വെന്റ്വോജ എന്നിവർ പിന്നിലും.

"നല്ലതിനായാലും ചീത്തതിനായാലും നമ്മൾ മൂന്നുവെള്ളക്കാരും ഒന്നിച്ചുനില്ക്കും." സർ ഹെൻറി ഗംഭീരശബ്ദത്തിൽ പറഞ്ഞു. തുടർന്ന്, 'മനുഷ്യഭാഗധേയങ്ങൾക്ക് തീരുമാനമുണ്ടാക്കുന്ന ആ ശക്തി'യെ വന്ദിച്ചശേഷം യാത്ര ആരംഭിച്ചു.

ഈശ്വരവിശ്വാസിയൊക്കെയാണെങ്കിലും മുന്തിയതരത്തിലുള്ള ഒരു ഭക്തനൊന്നുമല്ല ഞാൻ. ഞാനെന്നല്ല, മിക്കവാറും എല്ലാ വേട്ടക്കാരും അങ്ങനെയൊക്കെയാണ്. എങ്കിലും സർ ഹെൻറിയുടെ ആ സമയത്തെ ഭാവങ്ങൾ എന്നെ വല്ലാതെ സ്പർശിക്കുകതന്നെ ചെയ്തു. അതുകൊണ്ട് ഞാൻ നടത്തിയ പ്രാർത്ഥനയിലും അതു നന്നായി പ്രതിഫലിച്ചു. അതുപോലെ ഒന്ന് അതിനുമുമ്പോ പിന്നീടോ അതിവിരളമായേ ഉണ്ടായിട്ടു

ണ്ടാവൂ. അതെന്തായാലും എനിക്കതു അതിയായ സന്തോഷം നല്കുകയുണ്ടായി. ഭാവി പൂർണ്ണമായും അജ്ഞാതമായിരിക്കെ, അറിഞ്ഞുകൂടാത്തതും ഭയഭക്തി ബഹുമാനമുണ്ടാക്കുന്നതുമെല്ലാം മനുഷ്യനെ അവന്റെ സൃഷ്ടി കർത്താവിന്റെ കൂടുതൽ അടുത്തെത്തിക്കാൻ സഹായകമാകുന്നു എന്നാണെന്റെ വിശ്വാസം.

വഴികാട്ടിയായി ഞങ്ങൾക്കെന്താണുള്ളത്? മുമ്പിൽ അവ്യക്തമായി തെളിഞ്ഞുകാണുന്ന ആ പർവ്വതങ്ങൾ, പിന്നെ ഡ സിൽവെസ്ട്രയുടെ ഒരു പഴയ ചാർട്ട്. മൂന്നുവർഷം മുമ്പ് മരണാസന്നനായ ഒരു മനുഷ്യൻ അതും തന്റെ അർദ്ധബോധാവസ്ഥയിൽ ദ്രവിച്ചുമോശമായ ഒരു കണ്ടം തുണിയിൽ കോറിയിട്ടത്. എനിക്കതു അത്ര തൃപ്തികരമായി ഒരിക്കലും തോന്നിയിട്ടില്ല. എന്നാലും വിജയപ്രതീക്ഷകൾ മുഴുവൻ അതിനെ ചുറ്റിപ്പറ്റിയാണ് നിലകൊള്ളുന്നത്. പുറപ്പെട്ട സ്ഥലത്തുനിന്ന് 60 നാഴിക അകലെ കിഴവൻ അടയാളപ്പെടുത്തിയ മട്ടിൽ വെള്ളക്കുഴി കണ്ടെത്താൻ പറ്റാതെ പോകുന്നപക്ഷം, കരുതിവച്ച കുടിവെള്ളം തീർന്ന് ദാഹിച്ചുവരണ്ട് മരുഭൂമിയിൽ വച്ചുതന്നെ എല്ലാവരുടെയും ജീവിതം അവസാനിക്കുമെന്നുറപ്പ്. പർവ്വതനിരകളിലേക്ക് പിന്നെയും ഏറെ പോവാനുണ്ട്. മരുഭൂമിയുടെ പാരാവാരത്തിനും കാരൂപടർപ്പുകളുടെ വന്യതയ്ക്കുമിടയിൽ പ്രതീക്ഷ സഫലമാകാനുള്ള സാദ്ധ്യത തീരേകുറവാണെന്നു തന്നെ ഞാൻ വിശ്വസിച്ചു. ഡ സിൽവെസ്ട്രയുടെ സൂചന ശരിയെങ്കിൽ ദാഹവും സൂര്യതാപവുമേറ്റ് അയാൾ മരിക്കാനിടയായതെങ്ങനെ? ഒരു പക്ഷേ, ഏതെങ്കിലും മൃഗം അയാളെ ചവുട്ടിക്കൊന്നതാകുമോ? അതോ മണൽക്കാറ്റിൽപ്പെട്ട് ഒടുങ്ങിയതാകുമോ? അഥവാ കൃത്യമായി വെള്ളം കണ്ടെത്തിയെങ്കിൽത്തന്നെ ഇത്തരം ദുരന്തങ്ങളിൽനിന്നും സംരക്ഷണം നല്കാൻ എന്താണുണ്ടായിരുന്നത്?

ഇങ്ങനെ ഓരോന്നാലോചിച്ചുകൊണ്ട് രാത്രി മുഴുവൻ മണലിലൂടെ നടന്നു. കാരൂപടർപ്പുകൾ പലപ്പോഴും ഞങ്ങളെ ഇരുഭാഗത്തുനിന്നും പിടിച്ചു വലിച്ചു നിർത്താൻ ശ്രമിച്ചു. കനത്ത പാദരക്ഷകൾ മണലിൽപ്പൂണ്ട് ദുർഘടം സൃഷ്ടിച്ചു. എങ്കിലും തണുത്ത അന്തരീക്ഷവും സുഖദമായ വായുവും ഏറെ ആശ്വാസം പകർന്നു. അതുകൊണ്ട് കുറെയേറെ മുന്നോട്ടു പോകാൻ വിഷമമുണ്ടായില്ല. മരുഭൂമിയിലൂടെ നടക്കുമ്പോൾ കൂടെ ആളുണ്ടായാലും നമുക്ക് വല്ലാത്ത ഏകാകിതയും നിശ്ശബ്ദതയും അനുഭവപ്പെടും. ഗുഡിനെ സംബന്ധിച്ചിടത്തോളമത് അസഹനീയം തന്നെയായിരുന്നു എന്ന് എനിക്ക് മനസ്സിലായി.

ഇടയ്ക്കുവച്ചുണ്ടായ ചെറിയ അനുഭവം ആദ്യം പേടിപ്പിച്ചെങ്കിലും പിന്നീട് എല്ലാവരിലും ചിരിപടർത്തി. ദിശാസൂചി കൈയിലുണ്ടായിരുന്നതുകൊണ്ട് ഗുഡായിരുന്നു മുമ്പിൽ. നാവികനെന്നനിലയിൽ അതിനെക്കുറിച്ചൊക്കെ നല്ല ഗ്രാഹ്യമുള്ള ആളല്ലെ. ഒറ്റവരിയായി അങ്ങനെ നടന്നുകൊണ്ടിരിക്കെ പെട്ടെന്ന് ഒരു ചൂളംവിളിയോടെ അയാൾ അദൃശ്യനായി. തുടർന്ന്, തൊട്ടടുത്തുനിന്ന് ഞരക്കങ്ങളും ചീറ്റലുകളുമൊ

ക്കെയായി ഒരു ബഹളം. ഏതോ വന്യമൃഗം ഓടിയടുക്കുന്ന മട്ടിൽ കാലൊച്ചകൾ. കുതിച്ചുപായുന്ന ചില അവ്യക്തരൂപങ്ങൾ മങ്ങിയവെളിച്ചത്തിൽ ദൃഷ്ടിയിൽപ്പെട്ടു. കാപ്പിരികൾ കൈയിലെ ആയുധങ്ങൾ വലിച്ചെറിഞ്ഞ് ഓടിരക്ഷപ്പെടാൻ തയ്യാറായി. എന്നാൽ, എങ്ങോട്ടും ഓടിപ്പോകാനാകില്ലെന്ന തിരിച്ചറിവിൽ അടുത്ത നിമിഷം അവരുടെ കാലടികൾ നിശ്ചലമായി. തുടർന്ന് മണ്ണിൽവീണുരുണ്ട് പ്രേതങ്ങളെക്കുറിച്ച് അതുമിതും പുലമ്പാൻ തുടങ്ങി. സർ ഹെൻറിയാണെങ്കിൽ, എന്നെപ്പോലെതന്നെ തരിച്ചുനില്ക്കുകയാണ്. തുടർന്ന് ഗുഡിന്റെ നിഴൽരൂപം കുന്നുകൾക്കുനേരെ നീങ്ങുന്നതു കണ്ടിട്ടും അത്ഭുതം അവസാനിച്ചില്ല. അയാൾ ഒരു ജന്തുവിന്റെ പുറത്തുകയറി സവാരി ചെയ്യുകയാണെന്ന് തിരിച്ചറിയാൻ വിഷമമുണ്ടായില്ല. അടുത്ത നിമിഷം ഒരു ശബ്ദത്തോടെ അയാൾ നിലത്തേക്കു ചാടി.

തുടർന്ന്, എന്താണു സംഭവിച്ചതെന്നറിയാൻ അല്പം സമയമെടുത്തു. മുന്നിൽ നടക്കുകയായിരുന്ന ക്യാപ്റ്റൻ ക്വാഗെ ഇനത്തിൽപ്പെട്ട ഒരു കാട്ടുകഴുതയുടെ ദേഹത്തുചെന്നുമുട്ടി. വഴിയിൽ കിടന്നുറങ്ങുകയായിരുന്നു ആ സാധുമൃഗം. മുതുകിൽവന്നു പതിച്ച മനുഷ്യനുമായി ഞെട്ടിയുണർന്ന ആ ജീവി മണൽക്കുന്നിനുനേർക്ക് ഓരോട്ടംവെച്ചുകൊടുത്തു. കാര്യം വ്യക്തമായതും കുഴപ്പമില്ലെന്ന് കൂട്ടുകാരെ വിളിച്ചറിച്ചുകൊണ്ട് ഞാൻ ക്യാപ്റ്റന്റെ കൂടെ ചേർന്നു. വല്ല മുറിവോ മറ്റോ പറ്റിയിട്ടുണ്ടെങ്കിൽ... പക്ഷേ, ഭാഗ്യത്തിന് ഒന്നും സംഭവിച്ചില്ല. ഞാൻ ചെല്ലുമ്പോൾ ഇഷ്ടൻ മണലിൽ പടിഞ്ഞിരിക്കുന്നു. ഇത്തിരിപോലും ഇളകാതെ ഒറ്റക്കണ്ണട ഇടതുകണ്ണിനു മുകളിൽത്തന്നെയുണ്ട്. നന്നായി പേടിച്ചിട്ടുണ്ടെന്നു മനസ്സിലായി.

പിന്നീട് പ്രശ്നങ്ങളൊന്നുമുണ്ടായില്ല. രാത്രി ഒരു മണിക്ക് ഒരിടത്തിരുന്നു വിശ്രമിച്ചു. ദാഹം തീർത്തു. വെള്ളം കുറവായതുകൊണ്ട് അല്പമേ കുടിച്ചുള്ളു. പിന്നെ അരമണിക്കൂർ വിശ്രമം. വീണ്ടും നടത്തം. വെള്ളകീറുംവരെ അതു തുടർന്നു. പിന്നെപ്പിന്നെ സൂര്യൻ പുറത്തുവന്നതോടെ മണൽപ്പരപ്പൊക്കെ തങ്കംപോലെ തിളങ്ങി. അനന്തരം നൂറുനൂറു നേർത്ത കുന്തങ്ങളായി വന്യതയിലേക്കു തുളഞ്ഞിറങ്ങുകയും മൂടൽമഞ്ഞു വിടർത്തിയിട്ട നനുത്ത വിരികളെ തൂത്തെറിയുകയും ചെയ്തു. എല്ലാം വെയിലിൽ കുളിച്ച് മിന്നിത്തിളങ്ങുംവരെ ഈ പ്രതിഭാസം തുടർന്നു. പക്ഷേ, നടത്തം നിർത്താൻ തോന്നിയില്ല. വെയിലിനു ശക്തികൂടുന്നതോടെ നടത്തം തന്നെ അസാദ്ധ്യമാകും. ഒരുമണിക്കൂർ നടന്നപ്പോൾ വിശാലസമതലത്തിന്റെ ഒരു ഭാഗത്തു ദൂരെ ചില ഉരുളൻ കല്ലുകൾ പ്രത്യക്ഷപ്പെട്ടു. ഒന്നാന്തരം വിശ്രമസങ്കേതമാണെന്നുകണ്ട് കുറച്ചുനേരം അവിടെ തങ്ങി. ദാഹം തീർത്തു. അവിടെ ചൂടിൽനിന്നു നല്ല സംരക്ഷണം കിട്ടി. തണലത്തിരുന്ന് ഇത്തിരി ഭക്ഷണം കഴിച്ചശേഷം എല്ലാവരും ഉറങ്ങി.

ഉണരുമ്പോൾ സമയം ഉച്ചതിരിഞ്ഞ് മൂന്നുമണി. ചുമട്ടുകാർ പിരിഞ്ഞുപോയി. ബാക്കിയുള്ള വെള്ളം കൂടിച്ചുകുടിച്ച് ചുരയ്ക്കപ്പാത്രങ്ങൾ ഏതാണ്ട് കാലിയാക്കിയശേഷം നടത്തം തുടർന്നു. സമയം നാലര.

തീരെ വിജനമായ പ്രദേശങ്ങളായിരുന്നു പിന്നീടങ്ങോട്ട്. ഏതാനും ഒട്ടകപ്പക്ഷികളെയൊഴികെ ചെറുജീവികളെപ്പോലും കണ്ടില്ല. ജീവികൾക്കൊന്നും ജീവിക്കാൻ കഴിയാത്തവിധം അത്രയും വരണ്ട പ്രദേശമായിരുന്നു. ങ്ഹാ, കാഴ്ചയ്ക്ക് ഭീകരനെന്നുതോന്നിച്ച ഒരു മൂർഖൻ പാമ്പിനെ കണ്ടു. തുടർന്ന് ഈച്ചകളുടെ വരവായിരുന്നു. ആയിരക്കണക്കിന്, പതിനായിരക്കണക്കിന് ഈച്ചകൾ. വലിയ മേഘക്കൂട്ടംപോലെ അവ പറന്നുവന്നു. വീട്ടിൽ വളരുന്ന പ്രാണിയാണെങ്കിലും ഇത്തരം ഈച്ചകൾ അസാധാരണമായ ഒരു ഇനം തന്നെയാണ്. എവിടെച്ചെന്നാലും കാണാം. ഏതു സമയത്തും കാണാം. അരദശലക്ഷം വർഷത്തെ പഴക്കമുള്ള ആമ്പറിൽനിന്നുപോലും അവയെ കണ്ടെടുത്തിട്ടുണ്ട് എന്ന് ഞാൻ കേട്ടിട്ടുണ്ട്. ഇന്നത്തെ അതേരൂപമാണ് അന്നും. അവസാന മനുഷ്യൻ മരിക്കാൻ കിടക്കുമ്പോഴും ഇവൻ അയാളുടെ മൂക്കിനു മുകളിൽ ചെന്നിരിക്കാൻ തക്കം പാർത്ത് അരികെത്തന്നെയുണ്ടാകുമെന്ന് ഞാൻ വിചാരിക്കുന്നു.

സൂര്യൻ താഴാൻ തുടങ്ങിയതും ഞങ്ങൾ നടത്തം മതിയാക്കി. പിന്നെ, ചന്ദ്രനുദിക്കാൻ കാത്തിരുന്നു. രണ്ടു മണിക്കൊരു വിശ്രമം ഒഴിച്ചു നിർത്തിയാൽ നടത്തംതന്നെയായിരുന്നു. സൂര്യനുദിച്ചപ്പോഴേക്കും തളർന്നുപോയി. ഉടനെ കിടന്ന് ഉറക്കമായി. പേടിക്കാൻ ഒന്നുമില്ലാത്തതുകൊണ്ട് മതികെട്ടുറങ്ങി. ചൂട്, ദാഹം, ഈച്ച ഈ മൂന്നിനെയുമല്ലാതെ ഒരു മനുഷ്യനെയും ഒരു വന്യമൃഗത്തിനേയും എനിക്കു പേടിയില്ലായിരുന്നു. പക്ഷേ, കിടന്നസ്ഥലത്ത് വെയിലു പരന്നു കഴിഞ്ഞിരുന്നതുകൊണ്ട് ചൂടു സഹിക്കാനാകാതെ ഏഴുമണിക്കുതന്നെ എഴുന്നേല്ക്കേണ്ടിവന്നു. വറവുചട്ടിയിലിട്ടു പൊരിക്കുന്നതുപോലുള്ള ആ ആനുഭവം മറക്കാനാവില്ല. പക്ഷേ, ഈച്ചകൾക്കു ഒരു കുറവുമുണ്ടായില്ല. പൊരിവെയിൽപോലും അവയെ ബാധിക്കുന്നതായി തോന്നിയില്ല.

തണലിനായി എല്ലായിടത്തും തിരഞ്ഞിട്ടും ഒരു ചെറുചെടിയോ കല്ലോ പാറയോ ഒന്നും കാണാൻ കഴിഞ്ഞില്ല. നേരം വെളുത്തിട്ട് അധികനേരമായിട്ടില്ലെങ്കിലും വായുവും മണൽത്തരികളും എത്രവേഗം ചുട്ടുപഴുത്ത് തീ പറത്താൻ തുടങ്ങിക്കഴിഞ്ഞു!

എന്തു ചെയ്യണമെന്നറിയാതെ എല്ലാവരും അന്തിച്ചുനിന്നു. എത്ര നേരം ഇതു സഹിക്കും? പെട്ടെന്ന് ക്യാപ്റ്റന് ഒരു ബുദ്ധിതോന്നി. നിലത്തു കുഴികുത്തി അതിനകത്തു കടന്ന് വായ്ഭാഗം അപ്പുറത്തുകണ്ട കാരുപടർപ്പുകൾ ഒടിച്ചുകൊണ്ടുവന്ന് മൂടാം. പക്ഷേ, എനിക്കത് അത്ര നല്ല ആശയമായി തോന്നിയില്ല. എന്നാലും, മറ്റൊന്നും ചെയ്യാനില്ലാത്ത സ്ഥിതിക്ക് അങ്ങനെ ചെയ്യാമെന്നു നിശ്ചയിച്ചു. കൈയിൽ കരുതിയ ചെറിയ ആയുധവും പിന്നെ കൈകളുമുപയോഗിച്ച് കുഴിതോണ്ടി. രണ്ടു

മണിക്കൂർകൊണ്ട് പത്തടി നീളത്തിലും പന്ത്രണ്ടടി വീതിയിലും കുഴിയുണ്ടാക്കി. പിന്നെ അതിനകത്തു കടന്ന് കാട്ടുപടർപ്പുകൾകൊണ്ട് ശരീരം മൂടി. വെന്റ്‌വൊജെൽമാത്രം പുറത്തുനിന്നു. ജന്മനാ അലഞ്ഞു തിരിഞ്ഞു ശീലിച്ചതുകൊണ്ട് കടുത്തചൂടായാലും അയാളെ ഏശാറില്ല. എന്നാൽ, അകത്തെ പുഴുക്ക് അസഹ്യമായിരുന്നു. ഞാൻ പറഞ്ഞു കേൾക്കുന്നതിനേക്കാൾ അതു നിങ്ങൾത്തന്നെ സങ്കല്പിക്കുന്നതായിരിക്കും നല്ലത്. കല്ക്കത്തയിലെ കറുത്തകുഴി ഇതിനു മുന്നിൽ നാണം കെടും. അന്നത്തെ ദിവസം ജീവനോടെ എങ്ങനെ കഴിച്ചുകൂടിയെന്നത് ഇന്നും എനിക്കത്ഭുതമാണ്. തീരെ കുറച്ച് വെള്ളം മാത്രമേ പാത്രത്തിൽ അവശേഷിച്ചിരുന്നുള്ളൂ. അതുകൊണ്ട് ഒരു തുള്ളിപോലും കുടിച്ചു തീർക്കാതെ പരമാവധി സഹിച്ചു. പ്രലോഭനത്തിന് കീഴടങ്ങിയിരുന്ന പക്ഷം എല്ലാവരും അതിനകത്തു കിടന്ന് അന്നേദിവസം തന്നെ മരിച്ചു പോകുമായിരുന്നു.

പക്ഷേ, എല്ലാറ്റിനും ഒരവസാനമുണ്ടല്ലോ. അതുവരെ ജീവൻ നഷ്ടപ്പെടാതെ നിലനില്ക്കാൻ കഴിയണമെന്നു മാത്രം. എന്തായാലും അന്നത്തെ ആ ദിവസം അവസാനിക്കാറായി. വെയിൽ കുറഞ്ഞു. ഉച്ച തിരിഞ്ഞു മൂന്നു മണിയായപ്പോൾ തന്നെ പിടിച്ചുനില്ക്കാൻ പറ്റാത്ത ഒരവസ്ഥയിലെത്തിക്കഴിഞ്ഞിരുന്നു എല്ലാവരും. വറവുചട്ടിയിൽ കിടന്നു ചാകുന്നുതിനേക്കാൾ നടത്തത്തിനിടയിൽ കുഴഞ്ഞുവീണു അവസാനിക്കുന്നതാണെന്നുപോലും തോന്നി. അതുകൊണ്ട്, അല്പസ്വല്പം വെള്ളം എല്ലാവരും കുടിച്ചു. ശേഷം കുഴിയിൽനിന്ന് പുറത്തു വന്ന് നടക്കാൻ തുടങ്ങി.

വിജനതയിലൂടെ ഒരൻപതു നാഴിക അങ്ങനെ നടന്നു. കിഴവൻ ഡാ സിൽവെസ്ട്രയേല്പ്പിച്ച പടംനോക്കിയാൽ അറിയാം, കുറുകെ ഏതാണ്ടൊരു നാല്പതു ലീഗ് വിസ്താരമുള്ള ഒരു മരുപ്പരപ്പാണതെന്ന്. ജലക്കുഴി സ്ഥിതിചെയ്യുന്നതോ അതിന്റെ മദ്ധ്യത്തിലും. നാല്പതു ലീഗ് എന്നു പറഞ്ഞാൽ ഏതാണ്ട് 12 നാഴികയായി. അങ്ങനെയൊരു കുഴി അവിടെയുണ്ടെങ്കിൽ പരമാവധിയൊരു പന്ത്രണ്ടുനാഴിക മാത്രമേ സഞ്ചരിക്കാനുള്ളൂ എന്നതും.

അന്നു വൈകുന്നേരം മുഴുവൻ ഇഴഞ്ഞും മുട്ടുകുത്തിനടന്നും കഷ്ടപ്പെടേണ്ടിവന്നു. മണിക്കൂറിൽ ഒന്നരനാഴികയിലേറെ ദൂരം ആ രീതിയിൽ മുന്നേറാനായില്ല. സൂര്യനസ്തമിച്ചതും വീണ്ടും വിശ്രമിച്ചു. ചന്ദ്രനുദിക്കാൻ കാത്തുകിടന്നു. അതിനിടെ ചെറുതായി ഉറങ്ങി.

ചന്ദ്രൻ തെളിഞ്ഞതും എണീറ്റ് നടത്തം തുടർന്നു. അസഹനീയമായ ക്ഷീണമുണ്ടായിരുന്നു. കൈകാലുകൾ തളർന്ന മട്ടിലായിരുന്നു. വീണ്ടും ഉറങ്ങാൻ പോകുംമുമ്പ് ഉംബൊപ അവ്യക്തമായ ഒരു ചെറിയ കുന്ന് ചൂണ്ടിക്കാണിച്ചു. കുറഞ്ഞത് എട്ടു നാഴികയെങ്കിലും സഞ്ചരിക്കേണ്ടിവരുമെന്ന് കണക്കുകൂട്ടി. നിലാവെളിച്ചത്തിൽ നടത്തം തുടർന്നു. ചൂടോ ദാഹമോ ഒന്നും വഴിമുടക്കാൻ സമ്മതിച്ചില്ല. വീണ്ടും എഴുന്നേ

ല്ക്കാനാകാതെ ഇഴഞ്ഞും വീണ്ടും നിലം പതിച്ചും ഒരുവിധം മുന്നോട്ടു നീങ്ങി എന്നേ പറയാൻ കഴിയൂ. അതുവരെ ചിരിക്കുകയും തമാശ പറയുകയുമൊക്കെ ചെയ്തുകൊണ്ടിരുന്ന ക്യാപ്റ്റൻപോലും നാവനക്കാനാകാതെ നിശ്ശബ്ദനായി.

എന്തായാലും മണി ഏതാണ്ട് രണ്ടായതോടെ വിചിത്രമായ ആ കുന്നിന്റെ അടിവാരത്തിലെത്താൻ ഭാഗ്യമുണ്ടായി. സത്യത്തിലതൊരു മണൽക്കൂനയായിരുന്നു. വലിയ ഒരെറുമ്പുപുറ്റ് എന്നുവേണമെങ്കിൽ പറയാം. ഒരു നൂറടി ഉയരമുണ്ടാകും. അടിവാരം ഒരു രണ്ടേക്കറെങ്കിലും വരും. ആകെക്കൂടി നല്ല സുഖമുള്ള പരിസരം. വെള്ളത്തിന്റെ അവസാനത്തെത്തുള്ളിയും അവിടെവെച്ചു കുടിച്ചുതീർത്തു.

ഉറക്കത്തിൽ വീഴാൻ തുടങ്ങവെ ഉംബെപായുടെ ശബ്ദം കാതിൽ വന്നുവീണു. വെള്ളം കണ്ടെത്താൻ കഴിയാത്തപക്ഷം നാളെ നിലാവുദിക്കും മുമ്പ് എല്ലാവരുടെയും കഥകഴിയും.

സ്വയം പറഞ്ഞതാണ്. എങ്കിലും ഞാനതുകേട്ട് പേടിച്ചുവിറച്ചു. അങ്ങനെയൊരു ദയനീയമായ അന്ത്യം ആസന്നമാണെന്ന അറിവ് ഒട്ടും സുഖകരമായി തോന്നിയില്ല. എന്നാൽ, എന്നെ സംബന്ധിച്ചാണെങ്കിൽ അങ്ങനെയൊരു ചിന്തയ്ക്കുപോലും ആ സമയത്തെ എന്റെ ഉറക്കം കെടുത്താൻ കഴിഞ്ഞില്ല.

6

വെള്ളം! വെള്ളം!

ഒരു മണിക്കൂർ കൂടിക്കഴിഞ്ഞ് സമയം ഏതാണ്ട് നാലു മണിയായപ്പോൾ ഞാനുണർന്നു. ക്ഷീണം മാറ്റുകയെന്ന ആദ്യത്തെ ആവശ്യം പരിഹരിച്ചുകഴിഞ്ഞു. അടുത്തപ്രശ്നം ദാഹമാണ്. ദാഹമെന്നു വെച്ചാലോ അതികഠിനമായ ദാഹം. ദേഹത്തൊരിടത്തും ഒറ്റത്തുള്ളിവെള്ളം പോലുമില്ലെന്നു തോന്നി. വരണ്ടുണങ്ങിയ തൊണ്ടയും നാവും എത്ര ശ്രമിച്ചിട്ടും ഉറങ്ങാനായില്ല. തെളിനീരിൽ മുങ്ങിക്കിടക്കുകയാണെന്ന് അതിനിടെയൊരു സ്വപ്നവും കണ്ടു. ഇരുകരയിലും നിറയെ വൃക്ഷങ്ങൾ, ചെടിപ്പടർപ്പുകൾ. എന്നാൽ, കണ്ണുതുറന്നു നോക്കിയപ്പോഴോ ചുറ്റും വരണ്ടുണങ്ങിയ പരിസരംമാത്രം. ഉംബെപ ഓർമ്മപ്പെടുത്തിയ പോലെ ഇന്നു രാത്രിക്കകം വെള്ളം കണ്ടെത്താനായില്ലെങ്കിൽ നമ്മുടെ കാര്യം തുലഞ്ഞതുതന്നെ. കണ്ണു തുറക്കാൻ നന്നെ പാടുപെടേണ്ടിവന്നു. കൺപോളകൾ മാത്രമല്ല, ചുണ്ടുകളും വേർപെട്ടു മാറാൻ മടിച്ചുനില്ക്കുന്നു. എഴുന്നേറ്റിരിക്കുന്ന എന്റെ പാരവശ്യം ഉറങ്ങിക്കിടക്കുന്നവരാരും അറിയുന്നില്ല.

അങ്ങനെയിരിക്കെ കുറേശ്ശയായി വെളിച്ചം പരന്നു. കൂട്ടുകാർ ഇപ്പോഴും ഉറക്കത്തിൽത്തന്നെ. വെളിച്ചം കുറച്ചുകൂടി തെളിഞ്ഞപ്പോൾ കീശയിൽനിന്ന് പോക്കറ്റുബുക്കെടുത്തു. *ഇങ്കോൾ സ്ബിലജന്റ്സ്* എന്ന പുസ്തകത്തിന്റെ കോപ്പിയാണത്. എപ്പോഴും ഞാനതു കൂടെകൊണ്ടു നടക്കും. ചുണ്ടുകൾക്കു വ്യായാമം നല്കാൻ വായന നല്ലതെന്നു തോന്നി. പുസ്തകം തുറന്നപ്പോൾത്തന്നെ കണ്ണിൽപെട്ടത് വെള്ളത്തെക്കുറിച്ചു പറയുന്ന ഭാഗമാണ്. നല്ലവനായ ഒരു കുട്ടി. സ്വർണ്ണക്കമണ്ഡലുവിൽ ശുദ്ധവെള്ളം നിറയ്ക്കുന്നു. അറിയാതെ ചുണ്ടുകൾക്കിടയിൽ നിന്ന് ഒരു ശബ്ദം പുറത്തുവന്നു. വെള്ളത്തെക്കുറിച്ചുള്ള ആ വരികൾ എന്നെ ഭ്രാന്തുപിടിപ്പിച്ചു. കർദ്ദിനാളിന്റെ ജലപാത്രമായാലും താനതു തട്ടിപ്പറിച്ച് ചുണ്ടോടു ചേർക്കുമായിരുന്നു. ദാഹം കലശലായിത്തീരുന്ന ഒരു ഘട്ട

ത്തിൽ നമ്മുടെ തലക്കനത്തെയത് വല്ലാതെ ലഘുവാക്കുമെന്നു തോന്നുന്നു. കർദ്ദിനാളിന്റേയും കുട്ടിയുടെയും ഇടയിൽ ചാടിവീണ് ജലപാത്രം തട്ടിപ്പറിച്ച് ചുണ്ടോടു ചേർക്കുന്ന പരുക്കനായ ഒരു വേട്ടക്കാരനെക്കുറിച്ച് അതല്ലായിരുന്നെങ്കിൽ ഞാനാസമയം ഉറക്കെ ചിന്തിക്കുമായിരുന്നോ? അറിയാതെ ചിരിച്ചുപോയി. ഏതായാലും ചിരി കേട്ട് മറ്റുള്ളവർ ഉണർന്നു.

പിന്നെ, ചർച്ച അടിയന്തര സാഹചര്യം നേരിടുന്നതിനെക്കുറിച്ചായി. പ്രശ്നം അതീവഗൗരവമുള്ളതാണ്. പാത്രങ്ങളിൽ ഒരു തുള്ളിവെള്ളം പോലും ബാക്കിയില്ല. ഗുഡാകട്ടെ, ഫ്ളാസ്കിൽ സൂക്ഷിച്ചുവന്ന ബ്രാൻഡിയിലേക്ക് കൊതിയോടെ നോക്കി. എന്നാൽ, സർ ഹെൻറി അങ്ങേരെത്തടഞ്ഞു. ഈയവസ്ഥയിൽ മദ്യപിക്കുന്നത് കൂടുതൽ അപകടം ചെയ്യുമെന്നായിരുന്നു മൂപ്പരുടെ പക്ഷം. പക്ഷേ, എങ്ങനെയെങ്കിലും വെള്ളം കണ്ടെത്തിയേ തീരൂ. അതല്ലെങ്കിൽ മരണം ഉറപ്പ്. ഡോമിന്റെ മേപ്പിനെക്കുറിച്ച് തുടർന്ന് പറഞ്ഞെങ്കിലും ആരും അത്ര കാര്യമാക്കിയില്ല. മേപ്പിൽ രേഖപ്പെടുത്തിയ മട്ടിൽ ജലം കണ്ടെത്താമെന്ന വിശ്വാസം എല്ലാവർക്കുമതിനകം നഷ്ടപ്പെട്ടു കഴിഞ്ഞിരുന്നു. അതിനിടെ വെന്റ് വോഗ് എഴുന്നേറ്റ് നോട്ടം നിലത്തുറപ്പിച്ച് നടക്കുന്നതുകണ്ടു. നടന്നും അലഞ്ഞും ശീലമുള്ളവനല്ലെ. എന്തെങ്കിലും കാര്യം അതിലുണ്ടെന്നു കരുതിയത് തികച്ചും ശരിയായിരുന്നു. ഇതാ കിട്ടിപ്പോയി എന്ന മട്ടിൽ അയാൾ ഞങ്ങളെ വിളിച്ചു. അവിടെ അടുത്തുതന്നെ അടിയിൽ നീരൊഴുക്കുണ്ടെന്ന് അയാൾ സത്യം ചെയ്തു പറഞ്ഞു. കലമാനുകളുടെ മണം പിടിച്ചതായിരുന്നു കാരണം. കലമാനുകളെ കണ്ടാൽ അധികദൂരയല്ലാതെ നീരുറവയുണ്ടാകുമെന്ന് ഉറപ്പിക്കാമത്രെ.

ഈ പുതിയ അറിവ് ഞങ്ങൾക്ക് പുതുജീവൻ പകർന്നു. കൂരിരുട്ടുള്ള രാത്രി ഒരു താരകം തെളിഞ്ഞാൽപ്പോലും അതൊരു വലിയ പ്രതീക്ഷയാണല്ലൊ.

അതിനിടെ വെന്റ്വൊഗിനു വെള്ളത്തിന്റെ മണം കിട്ടി. ഞങ്ങളെല്ലാം തുള്ളിച്ചാടി. ഓ, എന്തൊരുതരം ജന്മവാസനയാണ് തനിക്കാടനായ ഈ മനുഷ്യന്.

ആ സമയം തന്നെ സൂര്യൻ ഉദിച്ചുയർന്ന് പ്രഭ ചൊരിയാൻ തുടങ്ങി. സ്വർഗ്ഗീയമായ ആ കാഴ്ചയിൽ ഒരു നിമിഷം ദാഹം മറന്നുപോയി. നാല്പതു നാല്പത്തഞ്ചു നാഴിക അപ്പുറം അതാ ഷേബയുടെ സ്തനദ്വയങ്ങൾ! അവയ്ക്ക് ഇരുവശവുമായി നൂറുകണക്കിനു നാഴികകൾ പരന്നു കിടക്കുന്ന സുലൈമാൻ ബർഗ് എന്ന ആ മഹാഹിമശിഖരം. ഇപ്പോൾ ഇവിടെയിരുന്നതുകൊണ്ട് അന്നു കണ്ട ആ ദൃശ്യങ്ങളുടെ അസാധാരണ സൗന്ദര്യവും മാഹാത്മ്യവും വർണ്ണിക്കാനൊരുമ്പെടുമ്പോൾ മതിയായ വാക്കുകൾ കിട്ടാതെ പതറിപ്പോവുകയാണ് എന്റെ എഴുത്തുതൂവൽ. ആഫ്രിക്കയിൽ സാധാരണ കാണാത്തതരത്തിലും രണ്ടു മഹാമേരുക്കളാണ് ഞാനവിടെ കണ്ടത്. ഷേഖയുടെ സ്തനദ്വയങ്ങളെക്കുറിച്ചാണ് പറഞ്ഞുവരുന്നത്. ഓരോന്നിനും ചുരുങ്ങിയത് പതിനയ്യായിരമടിയെങ്കിലും പൊക്കമുണ്ടാകുമെന്നു തോന്നുന്നു. രണ്ടിനുമിടയിൽ കഷ്ടിച്ച് ഒരു ഡസൻ നാഴികകളുടെ ദൂരവ്യത്യാസം മാത്രം.

കുത്തനെയുള്ള ഒരു പാറ രണ്ടിനേയും തമ്മിൽ കൂട്ടിച്ചേർക്കുന്നു. തൂവെള്ളനിറം നല്കുന്ന പരമശാന്തഭാവത്തിൽ രണ്ടും നേരെച്ചെന്ന് ആകാശദേശങ്ങളെ ഉമ്മവെക്കുന്നു. അതോ, ഭീമാകാരമായ ഒരു കവാടത്തിന്റെ സ്തംഭങ്ങളാണിവയെന്നാണോ കരുതേണ്ടത്? സ്തനമാതൃകയിൽ തീർത്ത ഒരു കലാസൃഷ്ടി? മഞ്ഞിന്റെ മൂടുപടവും നിഴലുകളുമെല്ലാം ചേർന്ന് ചിലപ്പോൾ സ്ത്രീരൂപങ്ങൾ തന്നെയെന്നു തോന്നു. നിഗൂഢനിദ്രയുടെ കരങ്ങളിൽ സുഷുപ്തികൊള്ളുന്ന മനുഷ്യത്തികൾ – അതോ ദേവതകളോ?

ആ മുലക്കണ്ണുകൾ ഇവിടെനിന്നു നോക്കിയാൽ എനിക്കു വ്യക്തമായി സങ്കല്പിക്കാം. സമതലത്തിൽനിന്ന് സാവധാനം ഉരുണ്ടു മുകളിലോട്ടു പോകുന്ന മുലതടം, ഓരോന്നിനും മുകളിൽ മഞ്ഞുമൂടി വിശാലമായ ഉരുണ്ട ഓരോ ചെറുകുന്നുകൾ. സ്ത്രീയുടെ മുലക്കണ്ണുകൾ എന്ന് ആരും ഒറ്റനോട്ടത്തിൽ പറഞ്ഞുപോകുമെന്നുറപ്പ്. രണ്ടിനേയും ബന്ധിപ്പിക്കുന്ന തൂക്കാംപാറയ്ക്ക് ആയിരക്കണക്കിനടി പൊക്കമുണ്ടാകും. അവയുടെ ഓരോ പാർശ്വത്തിലും കണ്ടെത്താവുന്ന ദൂരം വരെ അത്തരം തൂക്കാംപാറകളുടെ നീണ്ടനിരകൾ. ഇടയ്ക്കിടെ മാത്രം പരന്ന് മേശകൾപോലുള്ള ഉപരിതലങ്ങൾ. കേപ്പ്ടൗണിലെ ലോകപ്രശസ്തമായ ആ നിർമ്മിതിയാണോർമ്മ വരിക. പ്രകൃതിയുടെ അത്തരം സൃഷ്ടികൾ ആഫ്രിക്കയിൽ സാധാരണമാണെന്നറിയാമല്ലൊ.

ഷേബയുടെ സ്തനദ്വയങ്ങളെ മേഘംവന്ന് കാഴ്ചയിൽനിന്നു മറച്ചതും ആ നിമിഷംതന്നെ മറന്നുപോയ ദാഹം തിരിച്ചുവന്ന് ഞങ്ങളെ പീഡിപ്പിക്കാൻ തുടങ്ങി. വെന്റ്‌വൊഗിന് എളുപ്പം പറയാം, എന്നാൽ വെള്ളമെന്നു പറഞ്ഞതു കൊണ്ടായില്ലല്ലൊ, അതു കൈയിൽ കിട്ടണ്ടേ? നോട്ടം ചെല്ലുന്നയിടങ്ങളിലെല്ലാം വരണ്ട മരുപരപ്പുമാത്രം മുന്നിൽ നില്ക്കേ ദാഹജലം എങ്ങനെ പ്രതീക്ഷിക്കാനാണ്. ഏതു ഭാഗത്തേക്കു നോക്കിയാലും ഉണങ്ങിച്ചുളിഞ്ഞ ഭൂമിമാത്രം. മണൽപ്പരപ്പിൽ അങ്ങിങ്ങ് ജലപ്പറ്റില്ലാത്ത കാരൂമുരടിപ്പുകൾ മാത്രം. ഒരുമണൽക്കൂനയിൽ കയറി ആകാംക്ഷയോടെ മറുഭാഗത്തേക്കു കണ്ണയച്ചു. ഒരു വ്യത്യാസവുമില്ല. നനവിന്റെ ഒരു ലക്ഷണവും എവിടെയും കാണാനില്ല. നീയൊരു പരനാറിയാണെന്ന് ഞാനാ കാപ്പിരിയെ ചീത്ത പറഞ്ഞു. മറുത്തൊന്നും പറയാതെ അവർ തന്റെ മൂക്കു വിടർത്തി പിന്നെയും മണം പിടിക്കാൻ തുടങ്ങി.

"വെള്ളത്തിന്റെ മണം കിട്ടുന്നുണ്ട് ബായ്. ചിലപ്പോഴത് കുന്നിനു മുകളിലായാൽ മതി."

"ശരിയാണ്. അവിടെ മുകളിൽ മേഘങ്ങളിൽ അത് തീർച്ചയായുമുണ്ടാകും. കോപം സഹിക്കാനാകാതെ ഞാൻ അലറി.

"ഇവനൊരു ഭ്രാന്തൻ തന്നെയാണ്. കുന്നിന്റെ ഉച്ചിയിൽ വെള്ളമുണ്ടാകുമെന്ന് സുബോധമുള്ള ആരെങ്കിലും പറയുമൊ?" ഗുഡിനും സഹികെട്ടു.

"എന്നാലും ചെന്നു നോക്കാം. സ്ഥലപരിചയമുള്ള ഒരുത്തൻ പറയുന്നതല്ലെ." എന്ന് ഞാൻ ഒരു വീണ്ടുവിചാരത്തിൽ അയാളെ തണു

പ്പിച്ചു. തുടർന്ന് മണൽനിറഞ്ഞ ചരിവ് വിഷമിച്ചു കയറി ഞങ്ങൾ കുന്നിന്റെ നെറുകയിലെത്തി. മുമ്പിലായിരുന്ന ഉംബൊപ തരിച്ചുപോയ മട്ടിൽ പെട്ടെന്ന് നിശ്ചലനായി. പിന്നെ, 'നൻസിയ അമർസി' എന്ന് ഉറക്കെ ഞങ്ങളെ നോക്കി പറഞ്ഞു. 'ഇതാ ഇവിടെ വെള്ളമുണ്ട്' എന്നായിരുന്നു അതിനർത്ഥം.

എന്തൊരത്ഭുതമെന്നാണ് പറയേണ്ടത്! അവിടെ ചെറിയ ഒരു മണൽക്കൂമ്പാരത്തിനിടയിലെ ആഴത്തിലുള്ള വിള്ളലിൽ നിറയെ വെള്ളം. അങ്ങനെയൊരു സ്ഥലത്ത് അത് എങ്ങനെ സംഭവിച്ചു എന്ന് ആലോചിച്ചുനില്ക്കാനുള്ള മാനസികാവസ്ഥയിലൊന്നുമായിരുന്നില്ല ആ സമയം ഞങ്ങൾ. കുടിക്കാതെ തന്നെ മനം കുളിർത്തു. കറുപ്പുനിറമാണതിനെന്നുപോലും ചിന്തിച്ചില്ല. ഏതു നിറത്തിലായാലും അതു വെള്ളമാണ്. നിലത്തു വയറുരമ്പുവോളം കുനിഞ്ഞുകിടന്ന് വേണ്ടുവോളം നക്കിക്കുടിച്ചു. ദൈവങ്ങൾ ഒരുക്കിവച്ച അമൃതിനു തുല്യമായ ജീവജലം! മതിയെന്നു തോന്നിയപ്പോൾ വസ്ത്രങ്ങൾ പിഴുതുമാറ്റി അതിൽ ഇരുന്നും കിടന്നു സുഖംസുഖം നുകർന്നു. വെള്ളടാപ്പകൾക്കിടയിൽ കഴിഞ്ഞുകൂടുന്ന മോനേ, ഹാരി, അതിന്റെ സുഖമൊന്നും നിനക്ക് പറഞ്ഞാൽ മനസ്സിലാവില്ല. ഉപ്പും ചളിയും നിറഞ്ഞതെങ്കിലും ചിലപ്പോൾ വെള്ളം എത്രമാത്രം ആസ്വാദ്യമായി തീരുമെന്ന് അന്നാദ്യം നേരിട്ട് അനുഭവിച്ചറിഞ്ഞു. പിന്നെ, കുറേക്കഴിഞ്ഞ് മനസ്സും ശരീരവും ഒരുപോലെ തണുത്തു കഴിഞ്ഞെന്ന് ഉറപ്പായപ്പോൾ കരയ്ക്കു കയറി അനന്തര കാര്യങ്ങളെക്കുറിച്ച് ആലോചിച്ചു.

അന്നു മുഴുവൻ ആ സ്ഥലത്തു ചെലവഴിച്ചു. അതിനിടെ വയറു നിറയെ ഭക്ഷിച്ചു, പുകവലിച്ചു. തമാശകൾ പറഞ്ഞ് രസിച്ചു. കുപ്പികളിൽ വെള്ളം നിറച്ചു. മരണമടുത്തുനില്ക്കേ മൃതസഞ്ജീവനി കാട്ടിത്തന്ന ആ പഴയ മനുഷ്യൻ ഡാ സിൽവെസ്ട്രയ്ക്ക് മുക്തകണ്ഠം നന്ദി പറയാനും മറന്നില്ല. എന്നാൽ മണൽക്കൂനയിൽ ഇത്രയും ഉയരമുള്ള ഒരു ഭാഗത്ത് ഇത്രയും നീര് എങ്ങനെ നിലനില്ക്കുന്നു എന്ന കാര്യം അത്ഭുതമായിത്തന്നെ നിലനിന്നു. മണലിന്റെ ആഴത്തിലെവിടെയോ കിടക്കുന്ന നീരുറവയുമായി ദുരൂഹമായ ഏതോ രീതിയിൽ അത് ബന്ധപ്പെട്ടു കിടക്കുകയാവുമെന്ന് അവസാനം സമാധാനിച്ചു.

ചന്ദ്രൻ ഉദിച്ചുയർന്നതും ഞങ്ങൾ യാത്ര പുനഃരാരംഭിച്ചു. തുടർന്ന് ഏറെദൂരം മുന്നേറിയെങ്കിലും വെള്ളം പിന്നീട് കണ്ടെത്താനായില്ല. എങ്കിലും പിറ്റേ ദിവസം എത്തിച്ചേർന്ന ചെറിയൊരു കുന്നും അടിയിലെ തണലും ആശ്വാസമായി. വിസ്താരം ചുരുക്കിയാൽ, പിറ്റേന്ന് നേരം പരാപരാവെളുത്തപ്പോൾ തന്നെ ഷേബയുടെ ഇടത്തേ സ്തനത്തിനടിയിൽ കാലുകുത്താൻ ഞങ്ങൾക്കായി. അതിനിടെ വെള്ളം തീർന്നു. ദാഹം വീണ്ടും അസഹ്യമായി. ഏറെക്കയറിക്കഴിഞ്ഞ് മഞ്ഞുമൂടിയ കൊടുമുടിയിലെത്താതെ ഇനി വെള്ളം കണികാണുകപോലും കിട്ടില്ലെന്ന് ഞാൻ ഉറപ്പിച്ചു. പക്ഷേ, കടുത്ത ദാഹവുമായി എങ്ങനെ അവിടംവരെ ചെല്ലും? ഒന്നുരണ്ടു മണിക്കൂർ അവിടെ വിശ്രമിച്ചു. പിന്നെ ഏറെ കഷ്ടതകൾ സഹിച്ച് ലാവ വീണുറച്ച ചരിവു കയറാൻ തുടങ്ങി. അതൊരു അണ

ഞ്ഞുപോയ അഗ്നിപർവ്വതമാണെന്ന് മനസ്സിലായി. ഏതോ വിദൂരകാലത്ത് ഭൂമിയുടെ വയറിനകത്തു നിന്നൊഴുകിവന്ന് ഉറച്ചു കട്ടിയായിത്തീർന്ന ലാവാമെത്തകൾ ആ ഭാഗം മുഴുക്കെ കാണാനുണ്ടായിരുന്നു.

ഇപ്പോൾ സമയം പതിനൊന്നുമണി. ക്ഷീണിച്ച് പുല്ലായിരിക്കുന്നു. ലാവ തണുത്തുറഞ്ഞുണ്ടായ അംഗാരശിലകളിലൊന്നിന്റെ പരപ്പിലേക്ക് ഒരുവിധം പിടിച്ചു കയറി. പറഞ്ഞുകേട്ടതിനേക്കാൾ മിനുസമുണ്ടായിരുന്നു ആ ഭാഗങ്ങൾക്ക്. എങ്കിലും കാലുകളിൽ പുണ്ണുവീഴാൻ അതുമതിയായിരുന്നു; ആരോഗ്യസ്ഥിതി അത്രയും വഷളായതുകൊണ്ടുകൂടിയാവാം, മുകളിൽ ഒരു നൂറുവാര കയറ്റത്തിൽ ചരിഞ്ഞ് എഴുനിന്ന കല്ലുകളായിരുന്നു അടുത്ത ലക്ഷ്യം. അവിടെ അല്പം തണലുണ്ട്. സൂര്യതാപമേല്ക്കാതെ ഇത്തിരിനേരത്തെ വിശ്രമം. ഏറെ കഷ്ടം സഹിച്ചാണെങ്കിലും ശ്രമം വിജയിച്ചു. അവിടെ എത്തിയപ്പോഴല്ലെ കാണുന്നത്, അത് ഇടുങ്ങിയ ഒരു പീഠഭൂമിയാണെന്ന്. ഒരു ഭാഗത്ത് ശിലാകല്ക്കങ്ങൾക്കിടയിൽ പച്ചപ്പു കണ്ടു. ചീഞ്ഞളിഞ്ഞ ലാവ ഇങ്ങനെയൊരു പ്രകൃതിക്ക് ജന്മം നല്കിയതാവണം. വിത്തുകൾ വിതറി ജീവനുണ്ടാക്കാൻ പക്ഷികൾ വിചാരിച്ചാൽ കഴിയുമല്ലോ. നെബുച്ചാഡ്നെസർ ഇനത്തിൽപ്പെട്ട ഉപകാരമില്ലാത്ത പുല്ലുകളായതുകൊണ്ട് അധികം ശ്രദ്ധിക്കാനൊന്നും പോയില്ല. ഗതികെട്ടാൽ ഈ പുല്ലും തിന്നേണ്ടിവരും. പക്ഷേ, ദഹിപ്പിക്കാൻ പറ്റിയ ഇന്ദ്രിയം ഒന്നുവേറേതന്നെ വേണ്ടിവരുമെന്നുമാത്രം.

താല്ക്കാലികമായ ആശ്വാസം. എങ്കിലും എല്ലാവരും ആശങ്കയിലായിരുന്നു. ഇവിടം വിട്ടാൽ പിന്നെന്ത്? വേണ്ടായിരുന്നു എന്നുപോലും തോന്നിയ നിമിഷങ്ങൾ. എണീറ്റ് ഒരടിപോലും നടക്കാനാവില്ലെന്ന് ഞാൻ വിചാരിച്ചു. ആ സമയമതാ ഉംബൊപ എഴുന്നേല്ക്കുന്നു. നേരെ പച്ചപ്പടർപ്പുകളിലേക്കു നടന്നു ചെല്ലുന്നു. കൈയിൽ കുറേ പച്ചയുമായി തിരിച്ചുവരുന്നു. എന്തെല്ലാം ഭ്രാന്തുകളാണ് ഈ വിഡ്ഢിക്കുഷ്മാണ്ഡം കാട്ടിക്കൂട്ടുന്നത്. എനിക്കു നല്ല ദേഷ്യം വന്നു. കഴുതേ, എന്താണ് നീ ഈ കൊണ്ടുവരുന്നത്? വെള്ളവും ഭക്ഷണവും, ഇളിച്ചുകാട്ടിക്കൊണ്ട് അവൻ പറഞ്ഞു. ദൈവമേ! തണ്ണിമത്തനാണല്ലോ ഇവന്റെ കൈയിൽ! പറഞ്ഞുതീർന്നില്ല, ക്യാപ്റ്റന്റെ വെപ്പുപല്ലുകൾ അതിൽ അമർന്നു. എപ്പോഴാണാവോ അങ്ങോർ അത് അവന്റെ കൈയിൽനിന്നു തട്ടിപ്പറിച്ചത്! പറഞ്ഞിട്ടു കാര്യമില്ല. ഇരുപത്തിനാലു മണിക്കൂറിനിടയിൽ ഒരുതരി ഭക്ഷണംപോലും അകത്തു ചെന്നിട്ടില്ല. എല്ലാവർക്കും ഒരുവിധം വയറുനിറയ്ക്കാൻ പാകത്തിൽ ഉംബൊപാ പോയി ആറെണ്ണം ശേഖരിച്ചു. കുറേ വീര്യം തിരിച്ചുകിട്ടി. ഒരു പുകകൂടി എടുത്തപ്പോൾ സമാധാനമായി.

എന്നാൽ, അധികം വൈകാതെ എല്ലാവർക്കും വിശക്കാൻ തുടങ്ങി. ദാഹം തീരുമെന്നല്ലാതെ വിശപ്പു മാറ്റാൻ തണ്ണീർമത്തൻ മതിയാവില്ലെന്നു മനസ്സിലായി. വല്ല ഇരയും തടയാൻ വഴിയുണ്ടോ എന്നു നോക്കിയായിരുന്നു പിന്നീടുള്ള നടത്തം. ഭാഗ്യം നോക്കണേ! ഏതാണ്ട് പത്തോളം വലിയ പക്ഷികൾ ഞങ്ങൾക്കു നേരെ പറന്നുവരുന്നു. വെടിവെക്കൂ യജമാനനെ എന്നു കാപ്പിരി പറഞ്ഞു. ആ നിമിഷംതന്നെ തോക്കുകൾ

ഗർജ്ജിച്ചു. വലിയതരം ബസ്റ്റാഡു പക്ഷികളായിരുന്നു. ഇരുപതു റാത്തലോളം തൂക്കം വരുന്ന ഒന്നു നിലംപതിച്ചു. ബാക്കി രക്ഷപ്പെട്ടു. തല്ക്കാലത്തെ ആവശ്യത്തിന് അതുതന്നെ ധാരാളം. തീക്കൂട്ടി പൊരിച്ചുതിന്നു. കൊക്കും കുറേ എല്ലിൻകഷണങ്ങളും മാത്രമേ ബാക്കിയായുള്ളു.

പേറാവുന്നത്ര തണ്ണിമത്തനും വഹിച്ചായി പിന്നീടങ്ങോട്ടുള്ള നടത്തം. സമതലത്തിലങ്ങോളം സുലഭമായല്ലെങ്കിലും അവ വളരുന്നുണ്ടായിരുന്നു. പിന്നീട് കയറ്റം കയറുന്തോറും തണുപ്പനുഭവപ്പെടാൻ തുടങ്ങി. കുളിർക്കാറ്റ് വീശാൻ തുടങ്ങി.

നേരം പുലരാറായപ്പോഴേക്കും ഹിമരേഖയുടെ ഒരു പന്ത്രണ്ടു നാഴികയിലും കുറഞ്ഞ ദൂരമെത്തിക്കഴിഞ്ഞെന്ന് കണക്കുകൂട്ടി. അവിടെനിന്ന് തണ്ണിമത്തനുകൾ കുറേക്കൂടി കിട്ടി. ദാഹവും തളർച്ചയും ഇനി അകലെയെന്നുറപ്പ്. പിന്നെ ഹിമഭൂമിയായതുകൊണ്ട് വെള്ളത്തിനും ക്ഷാമമുണ്ടാകാനിടയില്ല. എന്നാൽ, കയറ്റം ദുസ്സഹമായിക്കഴിഞ്ഞിരുന്നു. കുത്തനെ എഴുന്നുനില്ക്കുന്നതും മുനകളുള്ളതുമായ പാറകളിലൂടെ വേണം കയറാൻ. എത്ര ശ്രമിച്ചിട്ടും മണിക്കൂറിൽ ഒരു നാഴികയിലേറെ പുരോഗമിക്കാനായില്ല. പോരുമ്പോൾ കരുതിയിരുന്ന ഉണക്കയിറച്ചിയുടെ അവസാനത്തെ കഷണവും അന്നു രാത്രിയോടെ തിന്നു തീർന്നു. ബസ്റ്റാഡുപക്ഷിയെ കണ്ടതിൽ പിന്നെയൊരു ചെറുജീവിപോലും ആ വഴി വന്നതുമില്ല. അരുവിയോ നീരുറവയോ ഒന്നും കണ്ടില്ല. മുകൾഭാഗം മുഴുവൻ ഹിമപാളികളുടെ പാരാവാരമായിട്ടും ഇതെന്തുകൊണ്ട് ഇങ്ങനെ എന്ന് അത്ഭുതപ്പെടാതിരിക്കാൻ കഴിഞ്ഞില്ല. പിന്നീടു ഞാൻ മനസ്സിലാക്കി, ഇവിടെ പ്രകൃതി ആ രീതിയിലൊരു സ്വഭാവമാണ് കൈക്കൊണ്ടിരിക്കുന്നതെന്ന്. കൂടുതൽ വിശദീകരണമൊന്നും എനിക്കു നല്കാനായില്ല. എന്നാൽ, ഒരു കാര്യം പറയാം: അജ്ഞാതമായ ഏതോ കാരണത്താൽ, ഈ ഭാഗത്തെ അരുവികളെല്ലാം ഈ പർവ്വതങ്ങൾക്കുള്ളിലുള്ള ഭാഗത്ത് വടക്കുനിന്ന് നേരെ കീഴ്പ്പോട്ടാണ് ഒഴുകിപ്പോകുന്നത്.

അതികഠിനമായ പരീക്ഷണമായിരുന്നു പിന്നീടങ്ങോട്ടുള്ള ഞങ്ങളുടെ ജീവിതം. വിശപ്പും ദാഹവും പരമകാഷ്ഠയിലെത്തി. അങ്ങനെ മൂന്നു ദിവസം. ആ ദിവസത്തെ ഡയറിക്കുറിപ്പുകൾ അതേപോലെ ഇവിടെ പകർത്തുന്നു.

മെയ് 21 - പകൽ സഞ്ചാരത്തിനു പറ്റിയ ദിവസം. കുളിർമ്മയുള്ള അന്തരീക്ഷം. ഏതാനും തണ്ണിമത്തങ്ങകളുമായി 11 മണിക്ക് പുറപ്പെട്ടു. ദിവസം മുഴുവൻ കയറ്റംകയറി. വഴിയിലെവിടെനിന്നും പിന്നെ തണ്ണിമത്തങ്ങകൾ കിട്ടിയില്ല. ഇനിയങ്ങോട്ട് അവയ്ക്ക് വളരാൻ പറ്റിയ സാഹചര്യമല്ലെന്നു വേണം വിചാരിക്കാൻ. ജന്തുജാതികളും തീരെയില്ലെന്നു വന്നാൽ... സൂര്യാസ്തമയം. വിശ്രമം. ഒഴിഞ്ഞ വയറ്. തണുപ്പ് വല്ലാതെ ശല്യപ്പെടുത്തി.

മെയ് 22 - സൂര്യനുദിച്ചതും ഉണർന്നു. വല്ലാത്ത ക്ഷീണം. തളർച്ച. നിവർന്നുനില്ക്കാൻപോലും കഴിയാത്ത അവസ്ഥ. എങ്കിലും ഇരിക്കപ്പൊറുതി വന്നില്ല. പകൽ ആകെ പിന്നിടാൻ കഴിഞ്ഞത് അഞ്ചുനാഴികമാത്രം. മഞ്ഞുവാരിത്തിന്നു. വലിയൊരു പീഠഭൂമിയുടെ വക്കിൽ രാപ്പാർത്തു.

തണുപ്പുകടിച്ചുപറിച്ച ഇത്തിരി ബ്രാൻഡിയുണ്ടായിരുന്നതു കുടിച്ചശേഷം പരമാവധി പറ്റിച്ചേർന്നുകിടന്നു. അല്പവസ്ത്രധാരിയായ വെന്റ് തണുപ്പുകൊണ്ട് ചത്തുപോകുമെന്നുതന്നെ ഞാൻ വിചാരിച്ചു.

മെയ് 23 - സൂര്യനുദിച്ചുയർന്നതും തിടുക്കത്തിൽ എഴുന്നേറ്റ് നടത്തമാരംഭിച്ചു. സൂര്യൻ ഉയർന്നു കഴിഞ്ഞിരുന്നതുകൊണ്ട് കാലുകളുടെ മരവിപ്പ് മാറികിട്ടി. ഇനിയും ഭക്ഷണം കിട്ടിയില്ലെങ്കിൽ ഇന്നുകൊണ്ട് എല്ലാം അവസാനിക്കും. ക്യാപ്റ്റനോ ഉംബെപക്കൊ പറയത്തക്ക കുഴപ്പമില്ല. എന്നാൽ, വെന്റ് തീരേ പരവശനാണ്. അവന്റെ വർഗ്ഗക്കാർ പൊതുവേ അങ്ങനെയാണ്. തണുപ്പൊഴികെ മറ്റെന്തും സഹിക്കും.

കീഴ്ക്കാംതൂക്കുകളുടെ നിരപ്പിൽ എത്തി നില്ക്കുകയാണിപ്പോൾ ഞങ്ങൾ. ലാവാഭിത്തികൾകൊണ്ടു തീർത്ത ഒരു ചങ്ങലമാതിരി ഈ ചെങ്കുത്തുകൾ ഷേബയുടെ ഇരു സ്തനങ്ങളെയും ബന്ധിപ്പിച്ചിരിക്കുന്നു. പിന്നിൽ മരുപ്പരപ്പ് പിന്നോട്ട് തെന്നിമാറുന്നു. മുന്നിലാകട്ടെ, ഏതാണ്ട് ഒരേ നിരപ്പിൽ മൃദുവെങ്കിലും കട്ടിയുള്ള ഹിമാവരണമാണ് നാഴികകളോളം. ഹിമനിരപ്പിൽ ഇവിടെ മുകളിലോട്ടൊരു മുഴുപ്പ്. അതിനു നടുവിലായി കുന്നുമുലയുടെ കണ്ണ്. മുലക്കണ്ണെന്നു പറഞ്ഞാൽ നാഴികകളുടെ വിസ്തൃതിയിൽ നാലായിരമടി ഉയരത്തിൽ ആകാശത്തേക്കുന്തിനില്ക്കുന്നു. പക്ഷേ, ജീവനുള്ള ഒരു ചെറുജീവിയെപ്പോലും കാണാനില്ല. ദൈവമേ! നീ മാത്രം ശരണം. സമയമായെന്നു തോന്നുന്നു....

ഡയറിയുടെ ഭാഗങ്ങൾ ഇവിടെ വെച്ച് അവസാനിപ്പിക്കാം. ഒന്നാമതായി വായിക്കാൻ അത്ര രസമുള്ള കാര്യമൊന്നുമല്ലല്ലൊ. അതുകൊണ്ട് ഇനിയങ്ങോട്ടു പറയുന്ന കാര്യങ്ങൾക്ക് മുൻഗണന നല്കുന്നതാവും കൂടുതൽ നല്ലത്.

മെയ് ഇരുപത്തിമൂന്നാം തീയതി മുഴുവൻ മഞ്ഞുമൂടിയ ഭാഗത്തെ ചരിവുവരെ പാടുപെട്ട് ഇഴഞ്ഞുകയറി. ഇടയ്ക്ക് ഇരുന്നും കിടന്നും വിശ്രമം. അങ്ങനെ ഏഴു നാഴികയിൽ കൂടുതൽ പോകാൻ കഴിഞ്ഞില്ല. എങ്കിലും സൂര്യാസ്തമയമായപ്പോഴേക്കും ഷേബയുടെ ഇടതു മുലക്കണ്ണിന്റെ അടിവാരംവരെയെത്താൻ കഴിഞ്ഞു. ആകാശംവരെ അനേകായിരമടി ഉയർന്ന് ഞങ്ങൾ ഇപ്പോൾ നില്ക്കുന്നഭാഗം ഒരു ചെറുകുന്നാണ്. മഞ്ഞുമൂടിയ ഒരു വിശാലഭൂമി. മനോഹരമായ കാഴ്ച. ക്ഷീണവും തണുപ്പും കലശലാണെങ്കിലും ആസ്വദിക്കാതിരിക്കാൻ കഴിയുമായിരുന്നില്ല.

“മൂന്നു നൂറ്റാണ്ടുമുമ്പ് ആ മനുഷ്യൻ സൂചിപ്പിച്ച ഗുഹ ഇവിടെ അടുത്തെങ്ങാനുമായിരിക്കുമെന്ന് എനിക്കു തോന്നുന്നു.” ക്യാപ്റ്റൻ പറഞ്ഞു.

“ഉവ്വ്, അങ്ങനെയൊരു ഗുഹയുണ്ടെങ്കിൽ” ഞാൻ പ്രതിവചിച്ചു.

“അരുത് ക്വാട്ടെർ മെയ്ൻ, ആ രീതിയിൽ ഒരിക്കലും സംസാരിക്കരുത്” സർ ഹെൻറി എന്നെ തടഞ്ഞു. “വെള്ളത്തിന്റെ കാര്യം ശരിയായതുപോലെ ഇതും ശരിയാവാതിരിക്കില്ല. ശ്രമിച്ചു നോക്കാം.”

“പക്ഷേ, ഇരുട്ടും മുമ്പുതന്നെ വേണം. ഇന്നു കണ്ടെത്താൻ കഴിഞ്ഞില്ലെങ്കിൽ പിന്നെ ഒരിക്കലുമില്ല.” തുടർന്നങ്ങോട്ട് എല്ലാവരും പൂർണ്ണ നിശ്ശബ്ദരായി നടന്നു. കുറേക്കഴിഞ്ഞ് എനിക്കൊപ്പം നടന്ന ഉംബെപ

മൗനം ഭഞ്ജിച്ചു. തണുപ്പിൽ മരവിച്ചുപോവാതിരിക്കാൻ കരിമ്പടത്തിൽ പൊതിഞ്ഞായിരുന്നു അവന്റെ നടത്തം. എന്നാൽ, കണ്ണുകളും കാതുകളും നാസികാദ്വാരങ്ങളും എപ്പോഴുമെന്ന മട്ടിൽ അതീവ ജാഗ്രത്തായിരുന്നു. നോക്ക്, മുലക്കണ്ണിന്റെ ചരിവിലേക്ക് വിരൽ ചൂണ്ടി അവൻ പറഞ്ഞു. അവിടെ മഞ്ഞിനിടയിൽ ഒരു ദ്വാരം. ഞങ്ങൾ ശരിക്കും കണ്ടു. ഗുഹയാണെന്ന് കാപ്പിരി വിശദീകരിച്ചു.

പുതുജീവൻ കിട്ടിയതുപോലെ പരമാവധി വേഗത്തിൽ ഞങ്ങൾ അങ്ങോട്ടു കുതിച്ചു. ദ്വാരമായിക്കണ്ടത് ഒരു പിളർപ്പിന്റെ വാമുഖമാണെന്നു വ്യക്തമായി. തീർച്ചയായും ഡാ സിൽവെസ്ട്ര എഴുതിവച്ചത് ഇതിനെക്കുറിച്ചുതന്നെയാണ്. അവിടെ എത്തിയതും സൂര്യൻ പെട്ടെന്നു താണു. ചുറ്റും ഇരുട്ടു പരന്നു. സൂര്യനും ഇരുട്ടിനുമെല്ലാം വലിയ തിരക്കാണെന്നു തോന്നി. ഭാഗ്യം, കാഴ്ച തീരെ മങ്ങുംമുമ്പ് എത്തിയല്ലൊ. ഇത്തരം സ്ഥലങ്ങളിൽ സന്ധ്യ എന്ന പ്രതിഭാസം തീരെ പരിമിതമായിരിക്കുമെന്ന് പക്ഷേ, എനിക്കറിയാം. തണുപ്പ് വർദ്ധിച്ചു കഴിഞ്ഞു. എല്ലാവരും വേഗംചെന്ന് ഗുഹയ്ക്കകത്തു കയറി പറ്റിച്ചേർന്നിരുന്നു. ബ്രാന്റികുപ്പിയിൽ ഇത്തിരി ബാക്കിയുള്ളത് പങ്കിട്ടു കുടിച്ചു. പിന്നെ, ഉറക്കത്തിൽ സർവ്വതും മറക്കാമെന്നു കരുതിയെങ്കിലും തണുപ്പ് അനുവദിച്ചില്ല. വിശന്നുപൊരിയുന്ന കുറേ മൃതശരീരങ്ങൾ മാത്രമായിരുന്നു ആ സമയം ഞങ്ങളെന്നുകൂടി ഓർക്കണം. മനോബലം ഒന്നുകൊണ്ടുമാത്രമാണ് അന്നത്തെയാ ഭീകരരാത്രിയെ അതിജീവിക്കാൻ കഴിഞ്ഞത് എന്നു വേണം വിചാരിക്കാൻ.

നേരം പുലരുന്നതിനും എത്രയോ മുമ്പ് വെന്റ്‌വോയുടെ ദീർഘനിശ്വാസം കേട്ടു. പിന്നീട് ഒന്നും കേട്ടില്ല. രാത്രി മുഴുവൻ അവന്റെ പല്ലുകൾ കൂട്ടിയടിക്കുന്നുണ്ടായിരുന്നു. ഇപ്പോൾ ആ ശബ്ദവും നിലച്ചിരിക്കുന്നു. പുറംചാരിയിരുന്ന് ഉറങ്ങിപ്പോയിട്ടുണ്ടാകുമെന്ന് ഞാൻ കരുതി. സത്യത്തിൽ തണുപ്പുകൊണ്ട് ആ പാവം ശരീരം മരിച്ചു കഴിഞ്ഞിരുന്നു. അവസാന ശ്വാസമാണ് നേരത്തേ കേട്ടത്. കാലത്ത് നോക്കിയപ്പോൾ മരവിച്ച നിലയിൽ കണ്ടു. ആ നിമിഷങ്ങളെക്കുറിച്ച് എന്റെ മകനേ, നീയൊന്നാലോചിച്ചു നോക്കൂ. മരവിച്ച് വടിയായ ഒരു ശരീരത്തിനു ചുറ്റും ഞങ്ങൾ മൂന്നുപേർ. കൈകൾ കാൽമുട്ടുകളിൽ ചേർത്തു ഇരിക്കുന്ന നിലയിൽത്തന്നെ അതിനെ അവിടെ ഉപേക്ഷിച്ച് ഞങ്ങൾ പുറത്തു കടന്നു.

ആ സമയം പുലർവെളിച്ചത്തിൽ ഗുഹാകവാടത്തിൽ ഞാൻ മറ്റൊരു കാഴ്ച കണ്ടു. ഒരു മനുഷ്യരൂപം. അതും ഒരു ശവശരീരമായിരുന്നു. സർ ഹെൻറിയുടെ വായിൽനിന്ന് പേടിച്ച മട്ടിലൊരു ശബ്ദം പുറത്തു വന്നു.

അത് ഒരു വെള്ളക്കാരനായിരുന്നു.

7

സോളമന്റെ വഴിത്താര

അതിനകം ഗുഹയ്ക്ക് വെളിയിലെത്തിയിരുന്ന ഞാൻ, എന്തോ ഗുഹയുടെ ആ ഭാഗത്ത് തല നെഞ്ചിലേക്ക് തൂക്കിയിട്ട് നിശ്ചലമായി ഇരിക്കുന്ന ആ രൂപത്തെ ആദ്യം ശ്രദ്ധിച്ചിരുന്നില്ല.

അത് സ്വന്തം സഹോദരന്റെ ശരീരമാകുമെന്ന് സംശയിച്ച് സർ ഹെൻറി തിരിഞ്ഞു നടന്നു.

അല്ല, അത് അയാളുടെ സഹോദരൻ ആയിരുന്നില്ല.

സർ ഹെൻറി ആശ്വാസപൂർവ്വം ഒരു ദീർഘനിശ്വാസം വിട്ടു.

ഏതാണ്ട് മദ്ധ്യവയസ്സു തോന്നിക്കുന്ന പൊക്കം കൂടിയ ഒരാളായിരുന്നു അത്. കഴുകൻമൂക്ക് ഞാൻ പ്രത്യേകം ശ്രദ്ധിച്ചു. നര കയറിയ മുടിയായിരുന്നു. കറുത്ത താടിയായിരുന്നു. ഷർട്ട് ഊരിമാറ്റി അസ്ഥികൂടം കൊണ്ടുള്ള പുറംചട്ടകൂടി വെളിപ്പെട്ട നിലയിൽ ഒരു രൂപം, കഴുത്തിൽ ആനക്കൊമ്പുകൊണ്ടുണ്ടാക്കിയ കുരിശ് തൂങ്ങിനില്പുണ്ടായിരുന്നു.

“ആരായിരിക്കാം?” ഞാൻ ചോദിച്ചു.

“തനിക്ക് ഊഹിക്കാവുന്നതേയുള്ളൂ.” സർ ഹെൻറി പറഞ്ഞു.

“മനസ്സിലായി.” ഡോം ജോസ് ഡ സിൽവെസ്ട്ര. മറ്റാരാകാൻ!”

“അല്ല, അതു സാദ്ധ്യമല്ല. മൂന്നു നൂറ്റാണ്ടു മുമ്പ് മരിച്ചു പോയതാണയാൾ.”

“പക്ഷേ, ഈ മാതിരിയൊരു ചുറ്റുപാടിൽ ഒരു ശവം മൂന്നൂറല്ല. അതിലേറെക്കാലം മാറ്റമില്ലാതെ നിലനിന്നെന്നു വരും.” ക്യാപ്റ്റൻ എന്നെ പിന്തുണച്ചുകൊണ്ടു പറഞ്ഞു. തീരെ കുറഞ്ഞ ഊഷ്മാവിൽ, സൂര്യൻ എത്തിനോക്കാൻ മടിക്കുന്ന ഇത്തരമൊരു സ്ഥലത്ത് ഏതു ശരീരവും ന്യൂസിലാന്റിലെ ആട്ടിറച്ചിപോലെ സുരക്ഷിതമായിരിക്കുമെന്ന് അദ്ദേഹം കൂട്ടിച്ചേർത്തു. ശരിയാണെന്ന് എനിക്കും തോന്നി. പിന്നെ വല്ല കാട്ടുമൃ

ഗവും കീറിവലിക്കാമെന്നുവച്ചാൽ അങ്ങനെ വല്ലതും ഇവിടെ ഉണ്ടായിട്ടുവേണ്ടേ? വസ്ത്രങ്ങൾ നീക്കം ചെയ്തശേഷം അടിമ ഉപേക്ഷിച്ചുപോവുകയായിരുന്നു എന്നു കരുതുന്നതിൽ തെറ്റില്ല. അങ്ങനെയൊരു കാഫിറിനെക്കുറിച്ച് മൂപ്പർ തന്റെ കുറിപ്പിൽ സൂചിപ്പിക്കുന്നുണ്ടല്ലോ.

കുനിഞ്ഞ് മൃതദേഹം പരിശോധിച്ചപ്പോൾ ക്യാപ്റ്റൻ അതിന്റെ ഏതോ ഭാഗത്തു കിടക്കുകയായിരുന്ന നീണ്ടു കോർത്ത ഒരെല്ല് കണ്ടെടുത്തതോടെ സംശയം വല്ലതും ബാക്കിയുണ്ടെങ്കിൽ അതും തീർന്നു. കീറത്തുണിയിൽ കോറിയിടാൻ ആ മനുഷ്യൻ ഉപയോഗിച്ച സാധനം! പോരാത്തതിന് മഷിയായി ഉപയോഗപ്പെടുത്തിയ രക്തം ശേഖരിച്ചിരിക്കാനിടയുള്ളതെന്നു കരുതേണ്ട ഒരു മുറിവ് പ്രേതത്തിന്റെ ഇടതുകൈത്തണ്ടയിൽ സർ ഹെൻറി തന്നെ കണ്ടെത്തുകയും ചെയ്തു. ഈ ഇരിക്കുന്നതാണ് ആ മനുഷ്യൻ. അത്ഭുതാദരങ്ങളോടെയല്ലാതെ എനിക്കാ മുഖത്തേക്ക് നോക്കാനാവുമായിരുന്നില്ല. ആ അവസാന രംഗം മുഴുവൻ ഞാൻ ഭാവനചെയ്തു. കഴുത്തിൽ കെട്ടിയ കുരിശിൽ അവസാനമായി ചുംബിച്ച് മരണത്തിനു കീഴടങ്ങിയ ആ രംഗം. പട്ടിണിയും പാരവശ്യവും കൊടുംതണുപ്പും കൊണ്ടു സംഭവിച്ച ദയനീയമായ ആ അന്ത്യം. തന്നോടുകൂടി നിധിയെ സംബന്ധിക്കുന്ന ആ രഹസ്യവും അവസാനിക്കാതിരിക്കാൻ മരണം അനിവാര്യമെന്നു തോന്നിയ ഏതോ നിമിഷത്തിൽ എല്ലു ചോരയിൽ മുക്കി എഴുതിവെക്കാൻ തോന്നിയതാകും. ശരിയാണ്. ഇരുപതു വർഷം മുമ്പ് ഈ കൈകളിൽ കിടന്നു മരിച്ച എന്റെ സുഹൃത്ത് സിൽവെസ്ട്രക്കും ഇതേ ശരീരപ്രകൃതിയാണ്.

കൂടുതൽ ആലോചിക്കാൻ നില്ക്കാതെ എത്രയും വേഗം സ്ഥലം വിടണമെന്ന് സർ ഹെൻറി നിർബ്ബന്ധം പിടിച്ചു. അതല്ലെങ്കിലും ആദരണീയനായ ഈ പൂർവ്വികന് കൂട്ടിരിക്കാനായിരിക്കും നമ്മുടെയും വിധി. പോരുംമുമ്പ് എല്ലുകൊണ്ടുള്ള ആ പേന ഞാനെടുത്തു. ഇതെഴുതുമ്പോഴും അത് എന്റെ മുമ്പിൽ കിടപ്പുണ്ട്. ഒപ്പിടാൻ ചിലപ്പോൾ ഉപയോഗിക്കാറുണ്ട്.

പുറത്ത് സാമാന്യം നല്ല വെയിലായിരുന്നു. ഇനി എത്ര സമയം വേണ്ടിവരും അവരെപ്പോലെ ഞങ്ങളുമാകാൻ എന്നാണ് മുന്നോട്ടു നടക്കുമ്പോൾ ഞാനാലോചിച്ചത്.

അര നാഴികദൂരം അങ്ങനെ നടന്നു. പീഠഭൂമി അവസാനിക്കുകയാണ്. ഇവിടെനിന്ന് നോക്കിയാൽ കുന്നിന്റെ നെറുകയിലെ മുലക്കണ്ണ് അതിന്റെ കൃത്യമായ മദ്ധ്യഭാഗത്തുനിന്ന് ഉയർന്നുനില്ക്കുന്നത് കണ്ണിൽ പെടുകയില്ല. മരുഭൂമിയിൽ നില്ക്കുമ്പോൾ മാത്രമാണ് അത്തരമൊരു ദൃശ്യത്തിന് നാം സാക്ഷിയാകുന്നത്. മുമ്പിൽ എന്താണെന്ന് ഇവിടെനിന്ന് കാണാനാവില്ല. കാരണം കാഴ്ചവട്ടം മുഴുവൻ നനുത്ത മഞ്ഞിൽ മൂടിക്കിടക്കുകയാണ്. മുകളിൽനിന്ന് താഴോട്ട് അന്തരീക്ഷം കുറേശ്ശയായി തെളിഞ്ഞുവരുന്നുണ്ട്. അവസാനം മുന്നിൽ ഒരു ചരിവുദൃശ്യമായി. അതാകെ മൂടിയ നിലയിലായിരുന്നു. അല്പം പച്ചപ്പുല്ലും തല വെളിക്കു

കാട്ടിനില്പുണ്ട്. ഒരഞ്ഞൂറ് വാര അപ്പുറത്ത് താഴെ അതിനിടയിലൂടെ ഒഴുകിപ്പോകുന്നത് ഒരരുവിയാണ്. മറ്റൊരു മഹാത്ഭുതം കൂടി ഞാന വിടെ കണ്ടു. അരുവിക്കരയിൽ നില്ക്കുന്ന ഒരു മാൻകൂട്ടം. നല്ല വലിപ്പ മുള്ള കൊവൂർ കൃഷ്ണമൃഗങ്ങളാണെല്ലാം. പതിനഞ്ചെണ്ണമെങ്കിലുമു ണ്ടാകും.

ആ സമയമുണ്ടായ സന്തോഷം, മകനേ, അച്ഛന് അത് എഴുതി അറി യിക്കാൻ കഴിയുമെന്ന് തോന്നുന്നില്ല. ഒന്നിനെയെങ്കിലും പിടിക്കാൻ കഴി ഞ്ഞാൽ ഭക്ഷണത്തെക്കുറിച്ച് പിന്നെ അടുത്തൊന്നും ചിന്തിക്കേണ്ടിവരി ല്ലെന്നുറപ്പ്. പക്ഷേ, എങ്ങനെ? ഏതാണ്ട് അറുനൂറു വാരയെങ്കിലും ദൂര മുണ്ടാകും അങ്ങോട്ട്. വെടിവെച്ചാൽ ഏല്ക്കാൻ ഒരു സാദ്ധ്യതയും കാണുന്നില്ല. അവസാനം മനസ്സിലാമനസ്സോടെയെങ്കിലും ശ്രമം ഉപേ ക്ഷിച്ച് നടത്തം തുടരേണ്ടിവരുമെന്നുപോലും തോന്നി. എന്നാൽ സർ ഹെൻറിയുണ്ടോ വിടുന്നു. എന്തിലും ഒരു ശുഭപ്രതീക്ഷയാണങ്ങേർക്ക്. നില്ക്കുന്ന സ്ഥലത്തുനിന്ന് ശ്രമം നടത്തിയാലെന്തെന്നായി പിന്നത്തെ ചോദ്യം. ഏതുതരം തോക്കാണ് കൂടുതൽ നല്ലതെന്ന് എന്നോട് അഭി പ്രായം ചോദിക്കുകയും ചെയ്തു.

വിൻച്ചസ്റ്റർ, എക്സ് പ്രസർ എന്നിങ്ങനെ രണ്ടുതരം തോക്കുകൾ മാത്രമേ ആ സമയം ഞങ്ങളുടെ കൈയിലുണ്ടായിരുന്നുള്ളൂ. ബാക്കി യെല്ലാം വഴിയിൽ സൂക്ഷിക്കാനേല്പിച്ചശേഷം യാത്ര തുടരുകയായിരു ന്നല്ലോ. വിൻച്ചസ്റ്റർ രണ്ടെണ്ണമുള്ളത് ഒന്ന് ഉംബെപയുടേതാണ്. മറ്റേത് മരിച്ചുപോയ വെന്റ് വോഗലിന്റെ സ്വന്തം. ഇതുകൊണ്ട് ആയിരം വാര അകലെവരെ ഉന്നംവെക്കാം. എന്നാൽ, ഈ എക്സ് പ്രസറുകളുണ്ടല്ലോ. ഒരു മുന്നൂറ് മുന്നൂറ്റമ്പത് വാരയ്ക്കപ്പുറം ചില ഊഹങ്ങൾ നടത്താമെന്ന ല്ലാതെ അങ്ങനെ തിട്ടമായി ഒന്നും പറയാനാവില്ല. അതേ സമയം എക്സ്പ്രസിൽ നിന്നുള്ള ഉണ്ടകൾ കൊണ്ടാൽ കൊണ്ടതുതന്നെ. ഇര പിടഞ്ഞുവീഴുമെന്ന് ഉറപ്പ്. അല്പം റിസ്കെടുത്താലും എക്സ്പ്രസറു കൾ തന്നെയായിരിക്കും നല്ലതെന്ന് ഞാൻ അഭിപ്രായം പറഞ്ഞു.

തുടർന്ന്, മറ്റു ചില കാരണങ്ങൾകൂടി പറഞ്ഞു. ഓരോരുത്തരും തൊട്ടെതിരുള്ള ഇരയെ ലക്ഷ്യം വെക്കുക. എല്ലാവരും ഒന്നിച്ചു വെടി വെക്കുന്നതായിരിക്കും നല്ലത്. വെടിവെക്കാനും ഓഡർ ഉംബെപയിൽ നിന്നുണ്ടാവണം. തുടർന്ന് എല്ലാ തോക്കുകളും ഒരേ സമയം ഗർജ്ജിക്കും. പറഞ്ഞ പ്രകാരംതന്നെ എല്ലാം നടന്നു. ഒരേ സമയം മൂന്നു പേരും വെടിയുതിർത്തു. പുകപടലം അടങ്ങിയപ്പോൾ ദൂരെ കണ്ട കാഴ്ച ഞങ്ങളെല്ലാം ആനന്ദസാഗരത്തിൽ ആറാടിച്ചു എന്നുതന്നെ പറയാം. വലിയൊരു ആൺമാൻ നിലത്തു പിടഞ്ഞുവീണ് മരണവെപ്രാളം കാട്ടുന്നു! ബാക്കി രക്ഷപ്പെട്ടു, കൊടും പട്ടിണിയിൽ നിന്ന്, ദയനീയമായ മരണത്തിൽനിന്ന് രക്ഷപ്പെട്ടിരിക്കുന്നു. പത്തു മിനിറ്റുകൊണ്ട് ഹൃദയം, കരൾ എല്ലാം വെവ്വേറെയായി. മറ്റു ഭാഗങ്ങൾ വേർതിരിക്കുന്നത് പിന്ന ത്തേക്ക് മാറ്റിവെച്ചു.

പക്ഷേ, പാചകം എങ്ങനെ നടത്തും? വിറകുപോയിട്ട് പുല്ലുപോലുമില്ല. പച്ചയിറച്ചി അത്ര മോശമൊന്നുമല്ലെന്ന് അപ്പോൾ ക്യാപ്റ്റൻ പറഞ്ഞു. എന്തായാലും വിശന്നു ചാവുന്നതിനേക്കാൾ അതല്ലേ നല്ലത്? പിന്നെ ആർക്കും സംശയമുണ്ടായില്ല. കരളും ഹൃദയവും ആദ്യം രണ്ടും മഞ്ഞിൽ പൂഴ്ത്തിവച്ച് തണുപ്പിച്ചെടുത്തശേഷം അരുവിയിൽ കഴുകി ആർത്തിയോടെ തിന്നുതീർത്തു. കേൾക്കുമ്പോൾ അറപ്പു തോന്നുമായിരിക്കും. എന്നാൽ, സത്യം പറയാമല്ലൊ, ഇത്ര സ്വാദുള്ള ഭക്ഷണം ഞാനതിനു മുമ്പു കഴിച്ചിട്ടില്ല.

അല്പസമയം കൊണ്ടുതന്നെ ഞങ്ങളെല്ലാം പുതിയ മനുഷ്യരായി മാറി. നഷ്ടപ്പെട്ട ഊർജ്ജവും ഉന്മേഷവും തിരിച്ചു കിട്ടി. എന്നുവച്ച് ആരും ആവശ്യത്തിലേറെ ഭക്ഷിക്കുകയുണ്ടായില്ല കേട്ടോ. ദീർഘനാളത്തെ പട്ടിണിക്കുശേഷമുള്ള അമിതഭക്ഷണം ഗുണത്തെക്കാളേറെ ദോഷം ചെയ്യുമെന്നതിനെക്കുറിച്ച് എല്ലാവർക്കും നല്ല ബോദ്ധ്യമുണ്ടായിരുന്നു.

അത് പുതിയതരത്തിലുള്ള ഒരു ആന്റിലോഡ് മാനാണെന്ന് പിന്നീടാണ് ശ്രദ്ധിച്ചത്. ഒരു കഴുതയുടെ വലിപ്പം. പതിവിലേറെ വളഞ്ഞ വലിയ കൊമ്പുകൾ. ഇങ്ങനെയൊന്ന് ഇതിനുമുമ്പ് എന്റെ ശ്രദ്ധയിൽപ്പെട്ടിട്ടില്ല. തവിട്ടു നിറമുള്ള മേനിയിൽ മങ്ങിയ ചുവപ്പുവരകൾ. കട്ടിയുള്ള തൊലി. നാട്ടുകാർ 'ഇൻകൊ' എന്നു വിളിക്കുന്നത് ഈ മാതിരി മാനുകളെയാണെന്ന് പിന്നീട് മനസ്സിലാക്കാൻ കഴിഞ്ഞു. അപൂർവ്വജാതിയാണ്. മറ്റു ജന്തുക്കൾക്കൊന്നും നിലനില്ക്കാൻ കഴിയാത്ത അത്യുന്നതികളാണ് പൊതുവെയുള്ള ആവാസം. ആകെ ഒരുണ്ടയേ കൊണ്ടിട്ടുള്ളൂ. ആരുടേതെന്ന് നിശ്ചയമില്ല. തന്റേതാണെന്ന് ക്യാപ്റ്റൻ വാദിച്ചു. പഴയ ജിറാഫിന്റെ കാര്യമോർത്ത് ആരും തർക്കിക്കാൻ നിന്നില്ല.

പെട്ടെന്ന് വിശപ്പു മാറ്റാൻ ഇരയുടെ കരളും ഹൃദയവും മാത്രമേ ഞങ്ങൾ വേർതിരിച്ചിരുന്നുള്ളൂ. വിശപ്പ് ശമിച്ചതും ബാക്കിഭാഗങ്ങൾ മുറിച്ചെടുക്കുന്ന കൃത്യം ഉംബെപയെ ഏല്പിച്ച് മൂന്നുപേരും മാറിയിരുന്നു. വിശപ്പിന്റെ കാളിച്ചയിൽ ചുറ്റുപാടുകളെ നിരീക്ഷിക്കാനൊന്നും മിനക്കെട്ടിരുന്നില്ലെന്നോർമ്മവന്നു. തെല്ലുനേരത്തെ വിശ്രമത്തിനുശേഷം കാഴ്ചകൾകണ്ട് നടക്കാൻ തുടങ്ങി. മൂടലെല്ലാം നീങ്ങി പ്രകൃതിസുന്ദരമായിരിക്കുന്നു. ദൂരെ നേരെ മുമ്പിൽ കാഴ്ചകളെല്ലാം വർണ്ണിക്കാൻ എനിക്കാവുമെന്നു തോന്നുന്നില്ല. ഇങ്ങനെയൊരു ദൃശ്യം അതിനു മുമ്പു കണ്ടിട്ടില്ല. ശേഷവും കാണില്ല എന്നുമാത്രം പറഞ്ഞ് അവസാനിപ്പിക്കുന്നു.

അകലെ മുകളിൽ ഷേബയുടെ സ്തനദ്വയങ്ങൾ തലയുയർത്തി നിന്നു. ഇവിടെ അയ്യായിരമടി താഴെ ഞങ്ങൾ നില്ക്കുന്നു. ഈ സ്ഥലം നിറയെ ഓരോ അടിവെപ്പിലും ഹരിതാഭമായ ഒരു സ്വർഗ്ഗം. കൂറ്റൻ മരങ്ങൾ നിറഞ്ഞ കാടുകളുടെ ചെറുഭാഗങ്ങൾ വെള്ളിനീരുമായി വളഞ്ഞു പുളഞ്ഞൊഴുകിപ്പോകുന്ന അരുവികൾ. ഇടതുഭാഗത്ത് താണുംപൊങ്ങിയും സ്ഥിതിചെയ്യുന്ന വിശാലമായ പച്ചപുല്മേടുകൾ. അവിടവിടെ

യായി മേഞ്ഞുനടക്കുന്ന വൻകാലിക്കൂട്ടങ്ങൾ. അതോ മറ്റേതെങ്കിലും ജാതി ജന്തുക്കളൊ? ഇത്ര ദൂരെനിന്നു കാണുമ്പോൾ തീർച്ചയായും അവ്യക്തതയുണ്ട്. വലതുഭാഗം ഏറക്കുറെ പർവ്വതനിബിഡമാണ്. തനിച്ചുനില്ക്കുന്ന ചെറുതും വലുതുമായ എത്രയോ കുന്നുകൾ, ഇടയിലെല്ലാം കൃഷിസ്ഥലങ്ങൾ, ചെറുകുടിലുകൾ ഇഷ്ടംപോലെ, വലിയൊരു ഭൂപടം പോലെ ഈ പ്രകൃതിദൃശ്യങ്ങൾ ഞങ്ങളുടെ മുമ്പിൽ കിടന്നു. വെള്ളിപ്പാമ്പുകളായി ഇഴഞ്ഞു നീങ്ങിയ പുഴകൾ, ആൽപ് പർവ്വതനിരകളിലെന്നപോലെ ഹിമപാളികൾ, ധവളഹാരം ചാർത്തിയ കൊടുമുടികൾ, രാജകീയപ്രൗഢിയോടെ തലയുയർത്തി നില്ക്കുന്ന ഉന്നതശൃംഗങ്ങൾ, കുന്നായാലും പുഴയായാലും പുല്മേടായാലും കൃഷിയിടമായാലും കാടുകളായാലും എല്ലാം മനം കുളിർപ്പിക്കുന്ന ദൃശ്യങ്ങൾ. സൂര്യപ്രഭയിലും പ്രകൃതിയുടെ സന്തുഷ്ടജീവിതത്തിന്റെ ശ്വാസചലനങ്ങളിലും ഈ ദേശം മുഴുവൻ ആണ്ടുകിടക്കുകയാണെന്ന് തോന്നി.

സ്ഥലനിരീക്ഷണത്തിൽനിന്ന് രണ്ടു കാര്യങ്ങൾ ബോദ്ധ്യപ്പെട്ടു. ഒന്ന്, ഞങ്ങൾ വിശ്രമിക്കുന്ന ആ സ്ഥലം നേരത്തെ താണ്ടിയ മരുനിരപ്പിൽനിന്ന് ഒരു മൂവായിരം അടിയെങ്കിലും പൊക്കത്തിലാണ് സ്ഥിതി ചെയ്യുന്നത്. രണ്ടാമതായി, ഈ ഭാഗത്തെ എല്ലാ പുഴകളും തെക്കുനിന്ന് വടക്കോട്ടാണൊഴുകുന്നത്. വിശാലമായ ഈ ഭാഗത്തിന്റെ തെക്കുവശം ജലക്ഷാമംമൂലം തീരെ വരണ്ടുകിടക്കുകയാണ്. ഞങ്ങൾ ഇപ്പോൾ നില്ക്കുന്നത് ഇത്തരമൊരു സ്ഥലത്തും, ദൂരെ കാണുന്ന കണ്ണ് കുളിർപ്പിക്കുന്ന കാഴ്ചകളെല്ലാം അങ്ങു വടക്കുഭാഗത്തും.

“സോളമന്റെ മഹാപാതയെക്കുറിച്ച് സിൽവെസ്ട്രയുടെ ചാർട്ടിൽ എന്തോ പറയുന്നുണ്ടല്ലോ?” കാഴ്ചകളിൽ ലയിച്ചിരിക്കുകയായിരുന്ന ഞാൻ സർ ഹെൻറി ആ സമയം പറഞ്ഞത് വ്യക്തമായി കേട്ടോ എന്നു സംശയം. ഏതായാലും പ്രകൃതിദൃശ്യങ്ങളിൽ നിന്ന് കണ്ണെടുക്കാതെ തന്നെ ഞാൻ തലയിളക്കി. തുടർന്നദ്ദേഹം ദൂരെ വലതുഭാഗത്തുകണ്ട ഒരു കാഴ്ചയിലേക്ക് ശ്രദ്ധ ക്ഷണിച്ചു. വളഞ്ഞു പുളഞ്ഞു മേലോട്ടു പോകുന്ന ഒരു പാതയായിരുന്നു അത്. ഇടയിൽ തടസ്സങ്ങളും വേലിക്കെട്ടുമുള്ളതായി ഒറ്റ നോട്ടത്തിൽ തോന്നി. നേരത്തെ കാണാതിരുന്നത് സമതലത്തിൽവച്ച് അത് ശിഥിലമായിക്കിടന്ന ഏതോ ഉൾനാട്ടിന്റെ പിന്നിലേക്ക് കടന്നു പോയതുകൊണ്ടാവാം. അപരിചിതമായ ഒരു നാട്ടിൽ റോമിൽ കാണപ്പെടുന്നതുപോലെ ഒരു പാത! അത് എന്നെ അത്ഭുതപ്പെടുത്തുകതന്നെ ചെയ്തു. പക്ഷേ, കാണുന്നത് സത്യമാണെന്ന് അംഗീകരിക്കാതിരിക്കുന്നതെങ്ങനെ?

“വലതു ഭാഗത്തേക്കു കുറുകെ നടന്ന് ചെന്നാൽ വഴിദൂരം ഏറെക്കുറയാനിടയുണ്ടെന്ന് എനിക്കു തോന്നുന്നു.” ക്യാപ്റ്റൻ പറഞ്ഞു. തീർച്ചയായും. അതൊരു നല്ല നിർദ്ദേശമായി എനിക്കെന്നപോലെ സർ ഹെൻറിക്കും തോന്നിയതുകൊണ്ട് അപ്പോൾത്തന്നെ പുറപ്പെട്ടു. ഒരു നാഴികദൂരംവരെ ഉരുളൻ കല്ലുകളും മറ്റും വഴി ദുർഘടമാക്കി. അങ്ങ

നെയിരിക്കെ ചെറിയൊരു കുന്നിനു മുകളിലെത്തിയതും തൊട്ടുതാഴെ കല്ലുമൂടി കാണാതായ വഴി തെളിഞ്ഞുകണ്ടു. ചുരുങ്ങിയ അമ്പതടിയെ ങ്കിലും വീതിയിൽ കട്ടിപ്പാറവെട്ടിയുണ്ടാക്കിയ ഒന്നാന്തരം റോഡ്. തീർത്തും അപ്രതീക്ഷിതം. ആരോ അതിന് മതിയായ സംരക്ഷണം നല്കുന്നുണ്ടെന്നു വ്യക്തം. പക്ഷേ, വിചിത്രമെന്നല്ലാതെ എന്തു പറ യാൻ, റോഡ് അവിടെനിന്ന് ആരംഭിക്കുന്നേയുള്ളു എന്ന പ്രതീതിയാണ് ആകപ്പാടെ നോക്കിയപ്പോൾ ഉണ്ടായത്. ഏതായാലും റോഡിൽ കയറി നടക്കാൻ തുടങ്ങി. ഒരു നൂറടി മുന്നോട്ടുപോയതേയുള്ളു. ഷേബയുടെ മുലകൾ കാണാതായി. കല്ലുകളും പാറകളും അങ്ങിങ്ങായി മഞ്ഞുപട ലവും നിറഞ്ഞ പർവ്വതഭാഗം മാത്രം ദൃശ്യമായി.

"നിങ്ങൾക്കെന്തു തോന്നുന്നു?" സർ ഹെൻറി ചോദിക്കുന്നു.

ഒന്നും പറയാനാകാതെ ഞാൻ തലയിളക്കുകമാത്രം ചെയ്യുന്നു. എന്നാൽ ക്യാപ്റ്റൻ ഗുഡിന്റെ കൈയിൽ കൃത്യമായ ഉത്തരമുണ്ടായി രുന്നു. "നേരെ പർവ്വതനിരകളുടെ മുകളിൽ ചെന്നിറങ്ങി അത് മരുഭൂ മിയും കടന്ന് മറുവശത്ത് ചെന്നുചേരുന്നു. അവിടെ പൂഴിയിൽ ആണ്ട് അദൃശ്യമായിക്കിടക്കുകയാണ്. നമുക്കു തൊട്ടുമുകളിലാണെങ്കിലോ എന്നോ സംഭവിച്ച ഒരു അഗ്നിപർവ്വത ഉത്സർജ്ജനം മൂലം ലാവ ഉരുകി യൊലിച്ച് അതിനെ ഇല്ലാതാക്കി. പിന്നെയെങ്ങനെ തോന്നാതിരിക്കും റോഡിന്റെ തുടക്കം ഈ ചെറുകുന്നിനു കീഴിൽ നിന്നാണെന്ന്?"

തീർച്ചയായും അതൊരു ശരിയായ വിലയിരുത്തലാണെന്ന് സർ ഹെൻറി സമ്മതിച്ചു. എന്തായാലും ബാക്കി മൂന്നുപേരും അത് അംഗീക രിച്ചു. അടിവാരത്തിലൂടെ യാത്ര തുടർന്നു. നിറഞ്ഞ വയറുമായി ഈ രാജകീയപാതയിലൂടെ മുന്നോട്ടു പോകുന്നതും ഒഴിഞ്ഞ വയറുമായി നേരത്തെ നടത്തിയ സാഹസങ്ങളും തമ്മിൽ എന്തു വ്യത്യാസം! മുന്നോട്ടു പോകുന്തോറും അന്തരീക്ഷം കൂടുതൽ സുഖകരമായി. പ്രകൃ തിയുടെ സൗന്ദര്യം വർദ്ധിച്ചു. പിന്നെയാ റോഡിന്റെ കാര്യം പറഞ്ഞാൽ, മനുഷ്യൻ വിചാരിച്ചാൽ അങ്ങനെയൊന്നുണ്ടാക്കാൻ കഴിയുമെന്ന് സ്വപ്നേപി വിചാരിച്ചിരുന്നില്ല. അത്രയും വിശിഷ്ടമായിരുന്നു അതിന്റെ സാങ്കേതിക മികവുകൾ. സ്വിറ്റ്സർലാന്റിലെ സെന്റ് ഗൊതാഡ് റോഡ് അതുപോലെയാണെന്ന് സർ ഹെൻറിയപ്പോൾ പറഞ്ഞു. പക്ഷേ, ഇതു പഴയ ലോകമല്ലേ? പുതിയ ലോകത്തിലെ എഞ്ചിനീയർമാരേപ്പോലെ മാസ്മരവിദ്യകൾ ഇവിടെയുള്ള വിദഗ്ദ്ധർക്ക് ഇവിടെ കാട്ടാൻ കഴിയുമോ? എന്നാൽ, അത്തരം സംശയങ്ങൾക്ക് ഒരു പ്രസക്തിയില്ലെന്ന് തുടർന്ന് വഴിനീളെക്കണ്ട ഓരോ അത്ഭുതദൃശ്യവും വ്യക്തമാക്കി. ഒരിടത്ത് മുന്നൂ റടി വിസ്താരവും നൂറടി ആഴവുമുള്ള ഒരു പെരുംകുഴി. ചെത്തിമിനു ക്കിയ കല്ലുകൾപാകി വൻപലകകൾപോലെയാക്കി അഗാധഗർത്തം നിക ത്തിയെടുത്തിരിക്കുന്നു. അത് എങ്ങനെയെന്നാൽ ഈ ഭാഗം നിറയെ അത്യത്ഭുതകരമായ കമാനങ്ങൾ. അതാണെങ്കിലോ, അഗാധമായ ഒരു ജലപ്പരപ്പിനെ തുരന്നു മുറിച്ചും. ഒന്നും സംഭവിച്ചിട്ടില്ലെന്ന മട്ടിൽ മുകളി

ലൂടെ കടന്നു പോകുന്ന വിശാലമായ പാത. മറ്റൊരിടത്ത് ചെങ്കുത്തായ ഒരു പർവ്വതത്തിന്റെ പാർശ്വഭാഗങ്ങളിൽ ഉയർന്നും താണും ഇടംവലം വെട്ടിത്തിരിഞ്ഞും അഞ്ഞൂറടി ആഴത്തിലൂടെ അത് കടന്നുപോകുന്നു. മറ്റൊരിടത്ത് അഗാധമായ ഒരു തുരങ്കം, രണ്ടു പാറക്കെട്ടുകൾക്കിടയിലെ ആഴമേറിയ അടിത്തട്ടിൽ അത് അല്പനേരം അദൃശ്യമാകുന്നു.

തുരങ്കഭിത്തിയിലങ്ങോളമിങ്ങോളം മനോഹരമായ ശില്പങ്ങൾ കൊത്തിവച്ചിട്ടുണ്ടായിരുന്നു. രഥം വലിച്ചുപോകുന്ന പുരുഷരൂപങ്ങളാണ് അധികവും. കൂട്ടത്തിൽ ഏറെ മനോഹരമായ ഒന്ന് ഒരു യുദ്ധരംഗമായിരുന്നു. ദൂരെ പശ്ചാത്തലത്തിൽ തടവുകാരായി പിടിക്കപ്പെട്ട ശത്രു സൈനികരുടെ നീണ്ടനിര. എല്ലാം പഴമ ചുമക്കുന്ന കലാസൃഷ്ടികൾ. സോളമന്റെ രാജപാത എന്ന പേരിനെ അന്വർത്ഥമാക്കുന്ന മഹാസൃഷ്ടികൾ എന്ന് എല്ലാം നോക്കിക്കണ്ടശേഷം സർ ഹെൻറി പറഞ്ഞു. എന്നാൽ, സോളമൻ ഇവിടെ കാലുകുത്തുന്നതിന് എത്രയോ മുമ്പ് ഇവിടം ഈജിപ്തുകാരുടെ കളിയരങ്ങായിരുന്നു എന്ന് വിനീതനായി ഒരഭിപ്രായം ഞാനപ്പോൾ മുന്നോട്ടു വച്ചു. ഈജിപ്തുകാരുടെയോ ഫിനീഷ്യക്കാരുടേയോ കരവിരുതല്ലെങ്കിൽത്തന്നെ അവരുടേതുമായി ഏറെ സാമ്യതയുള്ള കാര്യങ്ങളാണ് ഇവിടെ കാണുന്നതെന്ന് എനിക്കുതോന്നി.

ഉച്ചയായപ്പോഴേക്കും കുന്നിറക്കം ഏതാണ്ടു പൂർത്തിയായി, ഇനിയങ്ങോട്ടു വൃക്ഷനിബിഡമായ ഒരു ഭാഗമാണ്. ആദ്യമാദ്യം അങ്ങിങ്ങായി ചില കുറ്റിക്കാടുകൾ, ഒറ്റപ്പെട്ട മരങ്ങൾ. പിന്നീടങ്ങോട്ട് വിശാലമായ വൃക്ഷമേഖല. റോഡ് അതിനിടയിലൂടെ വളഞ്ഞും പുളഞ്ഞും മുന്നോട്ടു നീങ്ങി. എല്ലാം വെള്ളിമരങ്ങളാണ്. കേപ്പിലെ ടേബിൾ മലഞ്ചെരുവിലെ മരങ്ങൾക്ക് സദൃശമാണെന്നു തോന്നി ഒറ്റനോട്ടത്തിൽ. ഇതുവരെ കടന്നുപോയ വഴികളിലൊന്നും ഇവയെ കാണാൻ കഴിഞ്ഞിട്ടില്ലെന്നോർത്തു, കേപ്പിലല്ലാതെ. അതുകൊണ്ടുതന്നെ അത്ഭുതംതോന്നി.

തിളക്കമാർന്ന ഇലകളുമായി തലയുയർത്തി നില്ക്കുന്ന ഈ വൃക്ഷങ്ങൾ ക്യാപ്റ്റനെ ആവേശംകൊള്ളിച്ചു. ഇഷ്ടംപോലെ വിറക്, പാചകം നടത്താൻ ഏറ്റവും പറ്റിയ സ്ഥലം. പിന്നെ താമസിച്ചില്ല. അതിനുള്ള ഒരുക്കങ്ങൾ ആരംഭിച്ചു. മാൻകരളും ഹൃദയവുമൊക്കെ എപ്പോഴേ ദഹിച്ചു തീർന്നു! തൊട്ടരികിൽ തന്നെ നീരുറവയുണ്ടായിരുന്നു. അവിടെ അടുപ്പുകൂട്ടി. കൂടെക്കൊണ്ടുവന്ന ഇങ്കൊഇറച്ചി കാഫിറുകളുടെ രീതിയിൽ ചുട്ടുതിന്ന് വിശപ്പടക്കി. പിന്നെ പുകവലിച്ചും തമാശകൾ പറഞ്ഞും കുറച്ചു സമയം ചെലവഴിച്ചു.

അരുവിയുടെ ഇരുകരയിലും മെയ്ഡെൻഹെയർ പന്നലുകൾ മാനംമുട്ടെ കട്ടിയിൽ വളർന്നു നില്പുണ്ടായിരുന്നു. ഇടയ്ക്കിടെ വലിയ ജാതി ശതാവരിച്ചെടികളും കണ്ടു. മരച്ചില്ലകളിലും മറ്റുമായി ഇഷ്ടംപോലെ പക്ഷികൾ. അവയുടെ കൂജനം. തണൽ സുഖദായകമായ ഇളം കാറ്റ്. ഏറെ കഷ്ടപ്പാടുകൾക്കുശേഷം സ്വർഗ്ഗലോകത്തിൽ എത്തിച്ചേർന്ന അനുഭവം.

ഇത്തരം സന്ദർഭങ്ങളിൽ കഴിഞ്ഞുപോയ കഷ്ടപ്പാടുകളെക്കുറിച്ച് ഓർത്തു പോവുക സ്വാഭാവികം. അവസാനമിതാ വാഗ്ദത്ത ഭൂമി കൈപ്പിടിയിൽ ഒതുങ്ങാറായി മുന്നിൽ നില്ക്കുന്നു. ചിന്തകളിൽ സ്വയം നഷ്ടപ്പെട്ട് സ്വയമറിയാതെ എല്ലാവരും നിശ്ശബ്ദരായി. സർ ഹെൻറിയും സുലുവും പിന്നീട് മുറിഇംഗ്ലീഷിലും തരംതാണ സുലുഭാഷിയിലും ശബ്ദംകുറച്ച് അതുമിതും സംസാരിച്ചിരുന്നു. പന്നൽ ഇലകൾ കൂട്ടിവെച്ച് തലയണയാക്കി അതിൽ ചാരിക്കിടന്ന് നിശ്ശബ്ദം ഞാനതെല്ലാം ശ്രദ്ധിച്ചുകിടന്നു.

ഗുഡിനെ കാണാനില്ലെന്ന് അപ്പോഴാണ് ശ്രദ്ധിച്ചത്. എപ്പോഴോ എഴുന്നേറ്റു പോയതാണ്. എവിടെയെന്നു നോക്കാൻ എണീറ്റ് അരുവിക്കരയിലൂടെ നടന്നു. അധികം പോകേണ്ടിവന്നില്ല. ഇഷ്ടൻ നീരാടുകയാണ്. വെറും നീരാട്ടല്ല, വൃത്തിയുടെ ആശാനാണല്ലോ. ഡ്രസ്സും ഷൂസുമെല്ലാം ഉരച്ചുകഴുകി വൃത്തിയാക്കാനും മിനക്കെടുന്നുണ്ട്. അതിനിടെ കരയ്ക്കു കയറി സഞ്ചിയിലെ ചെറുപെട്ടിയിൽനിന്ന് കണ്ണാടിയും ബ്ലേഡുമെടുത്ത് മുഖം ക്ഷൗരം ചെയ്തുമിനുക്കാൻ തുടങ്ങി. ഏതു കാട്ടിലായാലും പപ്രശ്ശവേഷത്തിൽ കാട്ടാളനായി നടക്കാൻ ക്യാപ്റ്റനെ കിട്ടില്ല!

ക്ഷൗരകർമ്മം നിർവ്വഹിക്കുന്നതിനിടയിൽ തലയ്ക്കു മുകളിലൂടെ കടന്നുപോയ ഒരു മിന്നലൊളി ആ മനുഷ്യന്റെ ശ്രദ്ധയാകർഷിച്ചു. സത്യത്തിൽ അങ്ങനെയൊന്ന് എന്റെ ശ്രദ്ധയിലും പെട്ടിരുന്നു. പെട്ടെന്ന് അറിയാതെ ശരീരമിളക്കിയത് അതുകൊണ്ടാവണം. എന്താണ് കാര്യമെന്നറിയാൻ മുന്നോട്ടു കണ്ണയച്ചപ്പോൾ അപ്പുറത്ത് സ്വല്പം മാറി ഒരുകൂട്ടം ആളുകൾ നില്ക്കുന്നതു കണ്ടു. ആളുകളെന്നുവച്ചാൽ, വെറും കാട്ടുമനുഷ്യർ. നന്നെ കിളിരം കൂടി ചെമ്പുനിറത്തിൽ തലയിൽ കറുപ്പുനിറമുള്ള വലിയ പക്ഷിത്തൂവലുകളൊക്കെ ചൂടി പുലിത്തോൽ ധരിച്ച് അങ്ങനെയൊരു വിചിത്ര വേഷത്തിലായിരുന്നു എല്ലാവരും. ഏതാണ്ട് പതിനേഴു വയസ്സുതോന്നിക്കുന്ന ഒരു യുവാവാണ് മുമ്പിൽ. കുന്തമെറിയുന്ന ഒരു ഗ്രീക്ക് തരുണന്റെ പ്രതിമ പണ്ടെവിടെയോ കണ്ടത് ഓർമ്മവന്നു. അതേ രീതിയിൽ ഒരു കൈ ഉയർത്തിയും ശരീരം മുന്നോട്ടു വളച്ചുമാണ് നില്പ്. ഏതോ ഒരായുധം അവൻ ഞങ്ങളുടെ നേർക്ക് വലിച്ചെറിയുകയുണ്ടായെന്നു വ്യക്തം. രണ്ടുപേരെയും അമ്പരപ്പിച്ച ആ മിന്നൽ അതിന്റെ സൃഷ്ടിയാകണം.

ആ സമയംതന്നെ കൂട്ടത്തിൽനിന്ന് യോദ്ധാവെന്നു തോന്നിച്ച പ്രായം ചെന്ന ഒരു മനുഷ്യൻ മുന്നോട്ടു നടന്ന് ഞങ്ങൾക്കരികിലെത്തി. അതിനിടെ യുവാവിന്റെ കൈപിടിച്ച് അവനോട് എന്തോ പറയുന്നുണ്ടായിരുന്നു. അടുത്ത നിമിഷം അയാളെ പിന്തുടർന്നു ബാക്കിയുള്ളവരും ഞങ്ങൾക്കരികിലെത്തി.

സംഭവം അറിഞ്ഞ് സർ ഹെൻറിയും ഉംബൊപയും ചാടിപ്പിടഞ്ഞെഴുന്നേറ്റ് റൈഫിളുകളെടുത്ത് അവർക്കു നേരെ ഓങ്ങിപ്പിടിച്ചു. എന്നാൽ, ആ മനുഷ്യർ അതൊന്നും കാര്യമാക്കിയതായി തോന്നിയില്ല. തോക്കി

നെക്കുറിച്ചോ വെടിവെക്കുന്നതിനെക്കുറിച്ചോ അവർക്ക് ഒന്നുമറിഞ്ഞുകൂടെന്ന് ആ നിമിഷം പെട്ടെന്ന് എനിക്കു തോന്നി. അതുകൊണ്ട് തോക്കുകൾ താഴ്ത്തിപ്പിടിച്ച് അങ്ങനെ ചെയ്യാൻ മറ്റുള്ളവരോടും ഉറക്കെ ആവശ്യപ്പെട്ടു. അനുരഞ്ജനം മാത്രമാണ് ഏകപോംവഴിയെന്ന് എനിക്കാസമയം തോന്നിയത് ഭാഗ്യം! ഏതായാലും കൂട്ടുകാർ തോക്കുകൾ പിൻവലിച്ചു. പ്രായംചെന്ന മനുഷ്യനോടു സംസാരിക്കാനായി ഞാൻ മുൻകൈയെടുത്തു.

സുലു ഭാഷയിൽ ഒരു നമസ്കാരം ആദ്യമായി വച്ചുനീട്ടിയത് അയാളെ സന്തോഷിപ്പിച്ചതായി തോന്നി. യഥാർത്ഥ സുലുവിന്റെ വകഭേദമായ ഒരു നാട്ടുഭാഷയിൽ സംസാരിച്ചത് തീർച്ചയായും ഫലമുണ്ടാക്കി. എനിക്കോ ഉംബൊപയ്ക്കോ അവരുടെ ഭാഷ മനസ്സിലാക്കാൻ തെല്ലുപോലും പ്രയാസമുണ്ടായില്ല.

ആരാണ് ഞങ്ങൾ, എവിടെനിന്ന് എന്തിന് വന്നു? ഇതൊക്കെയാണവർക്കറിയേണ്ടത്. നിങ്ങൾ മൂന്നുപേരുടെ മുഖം വെളുത്തിരിക്കുന്നു. എന്താണതിനു കാരണം. പക്ഷേ, നാലാമതുള്ള ഒരാൾ ഞങ്ങളുടെ മക്കളെപ്പോലെ കറുത്തിരിക്കുന്നല്ലോ. എന്താണ് അതിന്റെയർത്ഥം, എന്നിങ്ങനെ കിഴവൻ ചോദ്യങ്ങൾ ഒന്നിനു പിറകെ ഒന്നായി തൊടുത്തുവിട്ടുകൊണ്ടിരുന്നു.

ഉംബൊപായെക്കുറിച്ച് കിഴവൻ പറഞ്ഞത് ശരിയാണല്ലോ. അവന്റെ മുഖം അവരുടെ മുഖംപോലെതന്നെയാണല്ലോ. ശരിക്കും ഒരേ അച്ഛനു പിറന്നവർ. ശരീരഘടനയും പൊക്കവും ഏതാണ്ട് ഒരേമാതിരി. എന്നാൽ, കൂടുതൽ ആലോചിച്ചു നില്ക്കാൻ സമയമില്ലായിരുന്നു. ഈ കാട്ടുമക്കളെ എത്രയും വേഗം മെരുക്കിയെടുത്തില്ലെങ്കിൽ കുഴപ്പമാണെന്ന് എന്തുകൊണ്ടോ എനിക്കു തോന്നി.

"ഞങ്ങൾ ശത്രുക്കളല്ല, ഈ നാട് പരിചയമില്ലാത്തവരാണെന്നേയുള്ളൂ. കറുപ്പുനിറമുള്ള ഇയാൾ ഞങ്ങളുടെ പരിചയക്കാരനാണ്. കുഴപ്പമുണ്ടാക്കാനല്ല നിങ്ങളുമായി പരിചയപ്പെടാൻ ഞങ്ങൾ ആഗ്രഹിക്കുന്നു." കിഴവന് മനസ്സിലായില്ലെങ്കിലോ എന്നുപേടിച്ച് ഓരോവാക്കും വളരെ സാവധാനത്തിലും സ്പഷ്ടമായുമാണ് ഞാനുച്ചരിച്ചത്.

എന്നാൽ, അതു വിശ്വസിക്കാൻ അവർ കൂട്ടാക്കിയില്ല. പർവ്വതശൃംഗങ്ങൾ കയറിമറിഞ്ഞ് ഇവിടെയെത്താൻ ആരുവിചാരിച്ചാലും കഴിയില്ലെന്ന് കിഴവൻ ദൃഢസ്വരത്തിൽ ആവർത്തിച്ചു പറഞ്ഞു. അങ്ങനെ ചെയ്യാൻ ശ്രമിച്ചവരെല്ലാം മരണത്തിനു കീഴടങ്ങിയിട്ടേയുള്ളൂ. പിന്നെ ഞങ്ങളുടെ ഈ നാട്ടിൽ നിങ്ങൾക്കെന്തുകാര്യം? മരണം മാത്രമാണ് ഇതിനുള്ള ശിക്ഷ. കുകുവനകളുടെ നാട്ടിൽ പുറത്തുനിന്ന് എത്തുന്ന അപരിചിതർക്കാർക്കും സ്ഥാനമില്ല. ഞങ്ങളുടെ രാജാവിന്റെ നിയമമാണിത്. അതുകൊണ്ട്, എല്ലാവരും മരിക്കാൻ തയ്യാറായിക്കോളൂ!" ആജ്ഞാസ്വരത്തിൽ അയാൾ പറഞ്ഞു.

ചെറുതായെങ്കിലും ഞാനൊന്നു പതറി. ആ മനുഷ്യനിൽ ചിലരുടെ

അരയോടു ചേർന്ന് വശങ്ങളിൽ തൂങ്ങുന്ന നീണ്ട കത്തികളിലേക്ക് അറിയാതെ എന്റെ കണ്ണുകൾ ചെന്നുവീണു. ഓ, എത്രമാത്രം വലിപ്പവും ഭാരവുമുള്ള ആയുധങ്ങൾ!

"എന്താണ് ആ തെണ്ടി പറയുന്നത്?" അതിനിടെ ഗുഡിന്റെ ചോദ്യം.

"നമ്മളെ കൊല്ലാൻ പോകുന്നെന്ന്!"

"എന്റെ ദൈവമേ!" എന്ന് ഞരങ്ങിക്കൊണ്ട് ക്യാപ്റ്റൻ വാപൊളിച്ച് തന്റെ കൃത്രിമപ്പല്ലുകൾ പുറത്തേക്ക് വലിച്ചെടുത്തു. വിഷമം വന്നാൽ മൂപ്പർ അങ്ങനെയാണ്. പല്ലുവലിച്ച് പുറത്തെടുക്കും. അറിയാതെ, സംഭവിക്കുന്നതാണ്. അദ്ദേഹം വിചാരിച്ചാലും അത് വേണ്ടെന്നുവെക്കാനാകില്ല. ഏതായാലും ഈ സമയം അത് വലിയ അനുഗ്രഹമായി. സ്വന്തം പല്ലുകൾ വായിൽനിന്നു പുറത്തെടുക്കാൻ കഴിയുന്ന ഒരു മനുഷ്യൻ. ആ ആദിവാസികൾക്ക് അത് ഒരു മഹാത്ഭുതം തന്നെയായിരുന്നു. അവർക്കില്ലാത്ത ആ കഴിവുകൊണ്ടാകണം കിഴവനടക്കം എല്ലാവരും പിറകോട്ടുമാറി. മുഖഭാവം മാറി. പേടിച്ചരണ്ട മട്ടിൽ അവർ ഒരു ശബ്ദമുണ്ടാക്കി.

പേടി പതുക്കെ കൗതുകമായി മാറുകയായിരുന്നു. നേരത്തെ കൊല്ലാനടുത്തവരിപ്പോൾ ക്യാപ്റ്റന്റെ കൈയിലെ പല്ലുകൾ അടുത്തുനിന്നു കാണാൻ അറച്ചറച്ചാണെങ്കിലും അടുത്തേക്കുവന്നു.

ക്യാപ്റ്റൻ തന്റെ വെപ്പുപല്ലുകൾ വീണ്ടും വായ്ക്കകത്ത് ഉറപ്പിച്ചു നിർത്തി. പിന്നെയത് വീണ്ടും പുറത്തെടുത്തു കാട്ടി. ഇതു പലതവണ ആവർത്തിച്ചതോടെ കുകുവനകളുടെ അത്ഭുതത്തിന് അതിരുകളില്ലാതായി. ഏതോ ഒരു പുതിയ ദൈവത്തെ കണ്ടതുപോലെ അവർ ക്യാപ്റ്റനെ നോക്കി.

നീരാട്ടിനിടയിൽ കയറിവന്ന ഗുഡ് ആ സമയം എത്രയും വിചിത്രമായ ഒരു വേഷത്തിലായിരുന്നു എന്നു കൂടി ഓർമ്മ വേണം. പാതിമാത്രം വടിച്ച താടി ഒറ്റക്കണ്ണടയും അതിന്റെ മാറ്റ് ഒന്നുകൂടി വർദ്ധിപ്പിച്ചു. പിന്നെയീ പല്ലുകൾ കൊണ്ടുള്ള കളികൂടിയായപ്പോൾ കുകുവനകൾ ശരിക്കും വീണു. കൊല്ലുന്നകാര്യം പാടെ മറന്ന് അവർ ഞങ്ങൾക്കു ചുറ്റും വാപൊളിച്ചുനിന്നു.

പല്ലുകൾ എടുത്തുമാറ്റിയ വാ തുറന്നുപിടിക്കാൻ ഞാൻ ക്യാപ്റ്റനോടാവശ്യപ്പെട്ടു. ചുവന്നു തുടുത്ത മോണകൾ അവർക്ക് മറ്റൊരത്ഭുതമായിത്തീർന്നു. വിചിത്രമായ ആ വേഷത്തിൽനിന്ന് ക്യാപ്റ്റൻ ചില ഗോഷ്ഠികൾ കൂടി കാണിച്ചതോടെ ആ കിരാതന്മാർ വീണ്ടും ഭയത്തിന് അടിമകളായി. മഹാമന്ത്രവാദിയാണ് ആ നില്ക്കുന്ന മനുഷ്യനെന്ന് അവർ ശരിക്കും തെറ്റിദ്ധരിച്ചു. ഓ, തെറ്റിപ്പോയി. മനുഷ്യനല്ല, പ്രേതം. അഥവാ പ്രേതബാധയിൽ എന്തും ചെയ്യാൻ കഴിയുന്ന അത്ഭുതജീവി! ഞങ്ങൾ മറ്റൊരു ലോകത്തിൽ ജീവിക്കുന്നവരാണെന്നും ആ ലോകത്തിൽ എല്ലാം ഈ രീതിയിൽ വിചിത്രമാണെന്നുംകൂടി പറഞ്ഞതോടെ ഞങ്ങൾ പറഞ്ഞതെന്തും അനുസരിക്കാൻ കുകുവാനകൾ തയ്യാറായി.

തുടർന്ന്, ഞാൻ ഞങ്ങളുടെ ചില ആവശ്യങ്ങൾ അവരുടെ മുമ്പിൽ വച്ചു. കുറച്ചുനേരം ഞങ്ങൾ ഇവിടെ തങ്ങും. ഈ പുഴക്കരയിലൂടെ സഞ്ചരിച്ച് എല്ലാവർക്കും അനുഗ്രഹം ചൊരിയും. ഒരക്ഷരം എതിരു പറയാതെ കുകുവാന മൂപ്പൻ വിനീതവിധേയനായി എല്ലാം സമ്മതിച്ചു.

അതിനിടെ ഞാനൊരു സൂത്രമെടുത്തു. പല്ലുകൾ പുറത്തെടുക്കാൻ കഴിവുള്ള ആ അത്ഭുത മനുഷ്യനു നേർക്ക് കത്തിയെറിഞ്ഞ(ഒരു മിന്നലായി ഞങ്ങൾക്കു തോന്നിയത് ആ ഏറായിരുന്നു.)വനെ അതിനുള്ള ശിക്ഷയായി ഇപ്പോൾത്തന്നെ വധിച്ചുകളയുമെന്ന് ഞാൻ ഭീഷണി മുഴക്കി. അതു കേട്ടതും അതു രാജ്പുത്രനാണെന്നു പറഞ്ഞു കിഴവൻ എന്റെ കാൽക്കൽ വീണു. താൻ അവന്റെ മാമനാണ്. അവനു അങ്ങനെ വല്ലതും സംഭവിച്ചാൽ അതിന്റെ കുറ്റം തനിക്കായിരിക്കും.

ഒരുപക്ഷേ, അങ്ങനെ ചെയ്യാനുള്ള ഞങ്ങളുടെ കഴിവിൽ നിങ്ങൾക്ക് വേണ്ടത്ര വിശ്വാസമില്ലെന്നുവരാം. ഓ, ഇക്ഷണം തന്നെ ഞാനതു നിങ്ങളെ ബോദ്ധ്യപ്പെടുത്താം. എടാ, എമ്പോക്കീ, സംസാരിക്കാൻ കഴിവുള്ള ആ കുഴൽ എടുത്തുകൊണ്ടുവാ എന്ന് ഉംബൈപയുടെ നേർക്ക് തിരിഞ്ഞ് കൃത്രിമ ഗൗരവം നടിച്ച് ഞാൻ പറഞ്ഞു. റൈഫിളാണ് ഞാനുദ്ദേശിച്ചത്.

ഉംബൊപയാകട്ടെ, അവസരത്തിനൊത്തുയർന്നു. അതിനകം അധികദൂരെയല്ലാതെ പാറപ്പുറത്തു ചെറിയൊരു മാൻ നില്ക്കുന്നതു കണ്ണിൽ പെട്ടതിനെ അവസരോചിതമായി ഉപയോഗപ്പെടുത്തിക്കൊണ്ടായിരുന്നു എന്റെയീ നാടകം. അനുസരണയോടെ കാപ്പിരി തോക്ക് കൊണ്ടുവന്നു. എന്നെ ഏല്പിച്ചു. സംസാരിക്കുന്ന കുഴൽ. അതു നീട്ടിപ്പിടിച്ചുകൊണ്ട് കാരണവരുടെ നേരെ തിരിഞ്ഞു. അതാ, ആ കാണുന്നത് പെട്ടെന്ന് കുതിച്ചോടി മറയാൻ കഴിയുന്ന വിശേഷപ്പെട്ട ഒരു ജാതി മാനാണെന്ന് എനിക്കറിയാം. ഇനി പറയൂ, പെണ്ണിനു പിറന്ന ഒരു ആണിന് ഇവിടെനിന്നുകൊണ്ട് വെറും ഒരു ശബ്ദംകൊണ്ട് അതിനെ വീഴ്ത്താൻ കഴിയുമോ?

ഒരിക്കലും കഴിയില്ലെന്ന് കിഴവൻ ആണയിട്ടു. "എന്നാൽ താൻ കണ്ടോളൂ. ഞാനതിനെ കൊല്ലുന്നത്." മറുപടി ഒരു ചിരിയായിരുന്നു. "ഇല്ല. യജമാനനേ ഒരിക്കലും നടപ്പില്ല." ഒന്നും പറയാതെ ഒരിക്കൽക്കൂടി ഞാനാ ജന്തുവിനെ ലക്ഷ്യംവച്ചു. ഇതുപോലൊരു ചെറിയ ജീവിയെ കൊല്ലാൻ എളുപ്പമല്ലെന്നറിഞ്ഞുകൊണ്ടുതന്നെ ഞാനതിന് മുതിർന്നു. നാട്ടിലാണെങ്കിൽ ഏതു വിദഗ്ദ്ധനും അതൊരു കഴിവുകേടായിക്കാണില്ല. പെട്ടെന്നു ഞാൻ കാഞ്ചിവലിച്ചു. ഠേ.. ഭാഗ്യം, അടുത്ത നിമിഷം ഏറെ ചുറുചുറുക്കുള്ള ആ ജീവി ഒരു വശത്തേക്കു തെറിച്ചുവീണു. ഒരു പിടച്ചിൽപോലുമില്ലാതെ അതിന്റെ ശ്വാസം നിലച്ചു. കുകുവാനകളിൽനിന്ന് ആകെ പേടിച്ചരണ്ട മട്ടിൽ ഒരു നിലവിളിയുയർന്നു.

ഇറച്ചി വേണമെങ്കിൽ ചെന്ന് മാനിനെ എടുത്തോളൂ എന്ന് ഞാൻ പറഞ്ഞു. മൂപ്പൻ അടയാളം കാട്ടിയതും യുവാക്കളിൽ ഒരാൾചെന്ന് ജഡശരീരം എനിക്കരികിലെത്തിച്ചു. വെടിയുണ്ടാക്കിയ തുളയിൽത്തന്നെ

നോക്കിക്കൊണ്ട് കാപ്പിരികൾ അതിനുചുറ്റും കൂടിനിന്നു. കണ്ടില്ലേ, കള വല്ല ഞാൻ പറഞ്ഞതെന്ന് ഇപ്പോൾ മനസ്സിലായില്ലേ. ഇനിയും വിശ്വാസം വരില്ലെങ്കിൽ, നിങ്ങളാർക്കുവേണമെങ്കിലും ആ പുറത്തു ചെന്നു നില്ക്കാം. മാനിനെക്കൊന്നപോലെ ഞാൻ അവനെയും കൊല്ലാം. ആരും ഒരക്ഷരം പറഞ്ഞില്ല. അവസാനം രാജപുത്രനാണ് നിശ്ശബ്ദത ഭഞ്ജിച്ചത്. ഈ മനുഷ്യൻ കൊന്നത് വെറുമൊരു മാനിനെയാണ്. ഈ സാധനംകൊണ്ട് മനുഷ്യനെ കൊല്ലാൻ കഴിയില്ലെന്ന് എനിക്ക് നല്ല ഉറപ്പുണ്ട്. എന്താ, മാമനു ചെന്ന് അവിടെ നില്ക്കാൻ പാടില്ലേ. പേടിക്കണ്ട, ഒന്നും സംഭവിക്കാൻ പോകുന്നില്ല."

"വേണ്ട, വേണ്ട. നീ ഒന്നും പറയണ്ട. ഈ പഴയ കണ്ണുകൾക്ക് എല്ലാം പെട്ടെന്ന് മനസ്സിലാവും. പുറംലോകത്തു നിന്നുവന്ന ഈയാളുകൾ മന്ത്രവാദികൾത്തന്നെയാണ്. ആദ്യം നമുക്കിവരെ രാജാവിന്റെ മുമ്പിലെത്തിക്കാം. പിന്നീട് എന്തുവേണമെന്ന് അദ്ദേഹം തീരുമാനിക്കട്ടെ. വല്ലവർക്കും ഇക്കാര്യത്തിൽ സംശയമുണ്ടെങ്കിൽ അവർക്ക് പാറപ്പുറത്തു ചെന്നു നില്ക്കാം. ഇവരുടെ മാന്ത്രികക്കുഴൽ മനുഷ്യനെക്കൊല്ലുമോ എന്ന് നേരിട്ട് അനുഭവിച്ചറിയാം. ഏതായാലും ഞാനതിനു തയ്യാറില്ല."

കിഴവൻ മാത്രമല്ല, ആരും തയ്യാറില്ലായിരുന്നു. അവരുടെ കൈയിലുള്ളതിലും വലിയ മന്ത്രവാദമാണ് ഞങ്ങളുടെ കൈയിലുള്ളതെന്ന് എല്ലാവരും തലകുലുക്കി സമ്മതിച്ചു.

തുടർന്ന്, ഊഷ്മളമായ ചില പരിചയപ്പെടുത്തലുകൾ. "ഞാൻ കഫയുടെ മകൻ ഇൻഫെഡ്യൂസ്. കുകുവാനകളുടെ പഴയരാജാവ്. ഈ ചെക്കൻ സ്രൂഗ" എല്ലാറ്റിനും കിഴവൻ മുൻകൈയെടുത്തു.

സ്രൂഗ. രാജാവായ ട്വാലയുടെ മകൻ സ്രൂഗ. ആൾ ചില്ലറക്കാരനൊന്നുമല്ല. ആയിരം ഭാര്യമാരുള്ള മഹാശക്തൻ. കുകുവാനകളുടെ മഹാദൈവം. സോളമൻ തീർത്ത മഹാപാതയുടെ സംരക്ഷകൻ. ശത്രുക്കളുടെ ഉൾക്കിടിലം. ദുർമന്ത്രവാദങ്ങളുടെ മഹാശില്പി. ആയിരം പടയാളികളുടെ സേനാമേധാവിയായ ഒറ്റക്കണ്ണൻ. കറുത്തവൻ, മഹാഭീകരൻ. ഇതായിരുന്നു പറഞ്ഞതിന്റെ ചുരുക്കം. "ഉടനെ ഞങ്ങളെ രാജാവിന്റെ മുമ്പിലെത്തിക്കുവിൻ. ഇത് ആജ്ഞയാണ്. തങ്ങളിൽ താണവരോട് ഞങ്ങൾ സംസാരിക്കില്ല."

"ഉത്തരവുപോലെ തമ്പുരാനേ!" എന്നു താണുവണങ്ങിക്കൊണ്ട് കിഴവനും കുട്ടികളും ഞങ്ങളെ രാജാവ് ടാളയുടെ മുമ്പിലേക്ക് ആനയിച്ചു. രാജകൊട്ടാരത്തിലേക്ക് മൂന്നു ദിവസത്തെ വഴിദൂരമുണ്ടായിരുന്നു. കിഴവനും കൂട്ടുകാരും നായാട്ടിനിടയിൽ ഇവിടെയെത്തിയതാണ്. ഒരു തിരക്കും കാട്ടാതെ ഞങ്ങൾ സഹകരിച്ചു. "പക്ഷേ, ഇൻഫെഡ്യൂസ്, സ്രൂഗ, ഞങ്ങളോട് കളിവേണ്ട, പറഞ്ഞേക്കാം. വല്ല കെണിയുമാണ് ഉദ്ദേശിക്കുന്നതെങ്കിൽ കഴുത്തിനു മുകളിൽ തലയുണ്ടാവില്ല. മന്ത്രക്കുഴൽ കണ്ടല്ലോ. ഒന്നല്ല നാലെണ്ണമുണ്ട് ഞങ്ങളുടെ കൈയിൽ. ഒറ്റക്കണ്ണും പാതിമുഖരോമവുമുള്ള ഈ മഹാ മന്ത്രവാദിയുണ്ടല്ലോ, പുറത്തെടു

ക്കാൻ കഴിവുള്ള അയാളുടെയാ പല്ലുകൾകൊണ്ട് നിങ്ങളെയെല്ലാം ചവച്ചരച്ച് വിഴുങ്ങിക്കളയും..."

അങ്ങനെ പേടിപ്പിക്കാൻ കഴിയുന്നതിന്റെ പരമാവധി പേടിപ്പിച്ച ശേഷം ഞങ്ങളവരെ പിന്തുടർന്നു.

ഗുഡിന്റെ കനംകൂടിയ വസ്ത്രങ്ങളടക്കം ഞങ്ങളുടെ സാധനങ്ങളെല്ലാം അവർ ചുമക്കാൻ തയ്യാറായി മുന്നോട്ടു വന്നു. ഗുഡിന്റെ നഗ്നമായ കാലുകളോട് അവർ കാട്ടിയ ഭ്രമം കണ്ട് ഞാൻ ചിരിച്ചുമണ്ണുകപ്പി. വസ്ത്രങ്ങൾ ധരിക്കാനനുവദിക്കാതെ ഏതോ പവിത്ര വസ്തുക്കളെന്ന വണ്ണം അവ കൈയിൽ കൊണ്ടുനടക്കാൻ ചെറുപ്പക്കാർ പിടിവലി നടത്തി. ക്യാപ്റ്റനു ദ്വേഷ്യംവന്നു. നഗ്നനായി നടക്കാൻ അങ്ങോർക്ക് തീരെ സമ്മതമല്ലായിരുന്നു. അവസാനം സർ ഹെൻറി പരിഹാരമുണ്ടാക്കേണ്ടിവന്നു. നാട്ടുകാരുടെ നിഷ്ക്കളങ്കമായ ആ ഭ്രാന്തിനു വഴങ്ങുന്നതാണ് തല്ക്കാലം ഗുണം ചെയ്യുകയെന്ന് ക്യാപ്റ്റനെ പറഞ്ഞു ബോദ്ധ്യപ്പെടുത്തി. അതിൻ പ്രകാരം വെളുത്ത കാലുകൾ പ്രദർശിപ്പിച്ചും കൃത്രിമദന്തങ്ങൾ പുറത്തെടുത്തു പ്രദർശിപ്പിച്ചും തന്നെ അങ്ങോർ നടത്തം തുടർന്നു.

ഒരിക്കൽ സംശയം തോന്നിയാൽ നിഷ്കളങ്കരായ ഈ മനുഷ്യർ എന്തും ചെയ്യാൻ മടിക്കുകയില്ലെന്ന് സർ ഹെൻറിക്ക് നന്നായറിയാം.

പുതിയ ജീവിതരീതിയുമായി പൊരുത്തപ്പെട്ടുവരാൻ ക്യാപ്റ്റന് പക്ഷേ, ദിവസങ്ങൾത്തന്നെ വേണ്ടിവന്നു.

8

കുകുവാന എന്ന ദേശം

ആ സായാഹ്നം മുഴുവൻ ഞങ്ങളാ പാതയിലൂടെ യാത്ര ചെയ്തു. മുന്നോട്ടു പോകുന്തോറും അതിന്റെ പ്രൗഢി കൂടിവരികയാണെന്നു തോന്നി. വഴിമാറാതെ നേരെ വടക്കുപടിഞ്ഞാട്ടു ദിശയിലാണ് നീങ്ങുന്നതെന്ന് എനിക്കു തോന്നി. ഇൻഫെഡ്യൂസും സ്രൂഗയും ഞങ്ങൾക്കൊപ്പം നടന്നു. അനുയായികളാകട്ടെ ഒരു നൂറു ചവിട്ടടിയെങ്കിലും മുമ്പിലായിരുന്നു.

ഈ റോഡ് ആരുണ്ടാക്കിയതെന്ന് ഞാൻ ആ മനുഷ്യനോട് ചോദിച്ചു.

"പഴയ യജമാനൻ. ആരെന്നോ എപ്പൊഴെന്നോ അറിഞ്ഞുകൂടാ. വിദൂഷിയായ ഞങ്ങളുടെ ഗഗൂണിനുപോലും അതിനെക്കുറിച്ച് ഒന്നുമറിഞ്ഞുകൂട. എത്രയോ തലമുറയായി ഈ മണ്ണിൽ ജീവിക്കുന്ന ഒരു രാക്ഷസ സ്ത്രീയാണവർ. പക്ഷേ, ഏതു സാധനംകൊണ്ട് ഉണ്ടാക്കിയതെന്നുപോലും മൂപ്പത്തിക്കറിഞ്ഞുകൂട. പിന്നെ, എന്റെ കാര്യം പറഞ്ഞാൽ അറിയാൻതക്ക പ്രായം എനിക്കായിട്ടുമില്ല. ഇന്നുള്ള ആർക്കും ഇതുപോലൊരു വഴി ഉണ്ടാക്കാൻ അറിഞ്ഞുകൂട. ഞങ്ങളുടെ രാജാവാണെങ്കിൽ ഒരു പുൽക്കൊടിപോലും അതിനുമേൽ വളരാൻ അനുവദിക്കുകയില്ല." ഇൻഫെഡ്യൂസ് പറഞ്ഞു.

"വഴിയിൽ ഞങ്ങൾ ചില ഗുഹകൾ കണ്ടു. ഭിത്തിയിൽ വരകളും ചിത്രങ്ങളും എഴുത്തുകളുമുള്ള ഗുഹകൾ. ആരുടെ സൃഷ്ടിയാണത്?

"റോഡുപണിത അതേ യജമാനൻ തന്നെയാണ് ആ എഴുത്തുകളുടെയും ചിത്രങ്ങളുടെയും നാഥനെന്ന് മറുപടിയായി ആ സൈനികമൂപ്പൻ പറഞ്ഞു.

"കുകുവനകൾ ഈ നാട്ടിൽ ജീവിക്കാൻ തുടങ്ങിയത് എന്നുതൊട്ടാണെന്ന് പറഞ്ഞു തരാൻ കഴിയുമോ?"

"പതിനായിരം പൂർണ്ണചന്ദ്രന്മാർ ഉദിച്ചുയരുന്നതിനും മുമ്പായിരുന്നു അത്. ഒരു കൊടുങ്കാറ്റിന്റെ നിശ്വാസംപോലെ ഞങ്ങളുടെയാ മുതുമുത്തച്ഛന്മാർ ഇവിടെയെത്തിയെന്നേ പറയാനാവൂ. അപ്പുറമുള്ള ആ വലിയ നാട്ടിൽനിന്നായിരുന്നു വരവ്" എന്ന് വടക്കോട്ട് ചൂണ്ടി അയാൾ പറഞ്ഞു. "ഉയരംകൂടിയ മലകളും കുന്നുകൾ തീർത്ത വലയവും പിന്നീടങ്ങോട്ടുള്ള യാത്രയ്ക്കു തടസ്സമായി. പഴയകാരണവന്മാർ പറഞ്ഞു കേട്ടതാണ്. ഗഗൂളും അതുതന്നെ പറയുന്നു. മന്ത്രവാദിയാണെങ്കിലും ഭയങ്കര അറിവാണവർക്ക്. പറഞ്ഞാൽ അച്ചട്ടാണ്. പിന്നെ, ഹിമാവൃതമായ കൊടുമുടികൾ ചൂണ്ടിക്കാട്ടി. നല്ല മണ്ണായതുകൊണ്ട് അവിടെയുള്ളവരും ഇവിടെവന്നു താമസിച്ചു. ശക്തി, അധികാരം എല്ലാം നേടിയെടുത്തു. കടപ്പുറത്തെ മണൽത്തരികൾപോലെയാണ് ഇപ്പോൾ ഞങ്ങളുടെ എണ്ണം. ട്വാള ഒരു വിരലനക്കേണ്ട താമസം, എല്ലാം ഈ സമതലത്തിൽ വന്നു നിറയും. കണ്ണെത്തുന്ന ഇടങ്ങളെല്ലാം പിന്നെ ഞങ്ങളുടെ ആളുകൾ മാത്രമായിരിക്കും."

"പക്ഷേ, ചുറ്റും കോട്ടകളായിരിക്കെ അതെല്ലാം മറികടന്ന് ആരാണിവിടേക്ക് വരിക? പിന്നെന്തു യുദ്ധം?"

"അങ്ങനെയല്ല വലിയവരേ, വടക്കു ഭാഗത്ത് എല്ലാം തുറന്നു കിടക്കുകയാണ്. മേഘക്കൂട്ടങ്ങൾപോലെ പട്ടാളം അതിലൂടെ കടന്നുവരാറുണ്ട്. ഏതു നാട്ടിൽ നിന്നെറിഞ്ഞുകൂട. അവർ വന്ന് ഞങ്ങളെ ആക്രമിക്കാൻ നോക്കും. പക്ഷേ, ഞങ്ങൾ എല്ലാറ്റിനേയും കൊല്ലും. അവസാനത്തെ യുദ്ധം നടന്നിട്ട് ഒരു പുരുഷായുസ്സിന്റെ മുക്കാലംശമായിട്ടുണ്ടാവും. ആയിരങ്ങൾ അതിൽപ്പെട്ട് ചത്തു. ഞങ്ങളെ തിന്നാനായി വാപൊളിച്ചെത്തിയവരുടെയെല്ലാം കഥ ഞങ്ങൾ കഴിച്ചു. പിന്നീട് ഇക്കാലംവരെ സമാധാനമാണ്."

"പക്ഷേ, ഇങ്ങനെ ഏറെക്കാലം ആയുധമെടുക്കാതെ ഇരുന്നു മടുത്തുകാണും നിങ്ങളുടെ പട്ടാളക്കാർ."

"വലിയവരെ, ഇടയിലുണ്ടായ ഒരു യുദ്ധത്തെക്കുറിച്ച് ഞാൻ പറഞ്ഞില്ലന്നേയുള്ളു. കാരണം, അത് ഞങ്ങൾ തമ്മിൽത്തന്നെയുള്ള കലഹമായിരുന്നു. അതിർത്തി കടന്നു വന്ന ശത്രുക്കളെ മുഴുവൻ നശിപ്പിച്ച് കഴിഞ്ഞയുടനായിരുന്നു. പട്ടി, പട്ടിയെ തിന്നു എന്നു പറഞ്ഞതുപോലെ."

"മനസ്സിലായില്ല."

"അത് ഇങ്ങനെയാണ് വലിയവരെ. ഇപ്പോഴത്തെ രാജാവ് എന്റെയൊരു സഹോദരനായിവരും. അയാൾക്കൊരു സഹോദരനുണ്ടായിരുന്നു. രണ്ടുപേരും ഇരട്ടയായിരുന്നു. ഇരട്ടകളെ വളർത്താൻ അനുവദിക്കാറില്ല ഞങ്ങൾ. രണ്ടിൽ കൂടുതൽ ദുർബ്ബലൻ ഏതാണോ അതിനെക്കൊല്ലും. എന്നാൽ പ്രസവിച്ച അമ്മ അതിന് തയ്യാറായില്ല. കൊല്ലേണ്ട കുഞ്ഞിനെ രഹസ്യമായി വളർത്തി വലുതാക്കി.

ഞങ്ങൾ രണ്ടുപേരുടെയും പിതാവായ കഫ അകാലത്തിൽ മരിച്ചപ്പോൾ പകരം ഇമോട്ടു രാജാവായി. തനിക്ക് ഏറ്റവും പ്രിയപ്പെട്ട പത്നിമാരിൽ ഒരാളിൽ അയാൾക്ക് ഒരു പുത്രൻ ജനിച്ചു. ഈ കുഞ്ഞിന് മൂന്നു വയസ്സുള്ളപ്പോൾ നാട്ടിൽ ക്ഷാമം പടർന്നുപിടിച്ചു. യുദ്ധം കഴിഞ്ഞയുടനെയായിരുന്നു സംഭവം. നാടാകെ മുടിഞ്ഞു. കൃഷി ചെയ്യാനോ പണിയെടുക്കാനോ പറ്റാത്ത അവസ്ഥ. പട്ടിണിമരണം നിത്യസംഭവമായി. ആ സമയം ചിരംജീവിയും ഭയങ്കരിയുമായ ആ രക്ഷസിയുണ്ടല്ലോ ഗഗൂൾ, അവൾ ജനങ്ങളോടു ഒരു രഹസ്യം തുറന്നു പറഞ്ഞു. ഇമോട്ടു ഇനി മുതൽ രാജാവല്ല. മുറിവേറ്റ് അവശനായി സ്വന്തം താവളത്തിൽ കിടക്കുകയാണങ്ങേർ. ആ സമയം അങ്ങനെയൊരാളെ രാജാവെന്നു വിളിക്കാൻ പറ്റില്ല.

അനന്തരം ഈ ഗഗൂൾ എന്തുചെയ്തെന്നോ? നേരെ ട്വാലയുടെ കുടിലിലേക്കങ്ങുചെന്നു. എന്നിട്ട്, അയാളെ പുറത്തേക്ക് ആനയിച്ചു. ജനിച്ച നാൾ തൊട്ട് അയാളെ അവളൊരു ഗുഹയ്ക്കുള്ളിൽ പാർപ്പിക്കുകയായിരുന്നു. അതീവ രഹസ്യമായിരുന്നു എല്ലാം. സാധാരണ ഞങ്ങൾക്കിടയിൽ ഒരു ആചാരമുണ്ട്. ഭാവിയിൽ രാജാവാകേണ്ട കുട്ടി ജനിക്കുമ്പോൾത്തന്നെ അതിന്റെ അരയിൽ ഞങ്ങൾ ആരാധിക്കുന്ന വിശുദ്ധ സർപ്പത്തിന്റെ രൂപം പച്ചകുത്തും. ഗഗൂൾ കുഞ്ഞിനെ ജനമദ്ധ്യത്തിൽ പ്രദർശിപ്പിച്ചുകാട്ടിയപ്പോൾ ആ രാജകീയകല അതിന്റെ അരയിൽ ഉണ്ടായിരുന്നു. അതോടെ ആളുകളുടെ സംശയം തീർന്നു. എല്ലാവരും ട്വാലയെ രാജാവായി അംഗീകരിച്ചു.

പുറത്തു ഈ ബഹളമെല്ലാം നടക്കുമ്പോൾ ഇമോട്ടു കുടിലിനകത്തുണ്ട്. അവശനെങ്കിലും, കാര്യമറിയില്ലെങ്കിലും അയാൾ അതിനെക്കുറിച്ച് അന്വേഷിക്കുന്നുണ്ട്. അന്നേരമതാ പുതിയ രാജാവ് കഠാരിയുമായി അകത്തുകടക്കുന്നു. ഒറ്റക്കുത്തിന് ഇമോട്ടുവിന്റെ കഥ കഴിക്കുന്നു.

പക്ഷേ, സംഗതി സത്യമല്ലെന്ന് എനിക്കുമാത്രമറിയാം. രാജപദവിക്കർഹൻ സത്യത്തിൽ ഇമോട്ടു തന്നെയാണ്. ഇരട്ടകളിൽ മൂത്തത് അയാൾത്തന്നെയാണ്. എന്നാൽ വിശന്നുവലഞ്ഞു ഭ്രാന്തുപിടിച്ച ജനങ്ങൾക്ക് ഇതൊന്നും മനസ്സിലാവില്ലല്ലൊ. നാട്ടിലെ സകലദുരിതങ്ങൾക്കും കാരണം ഇമോട്ടുവാണെന്നല്ലെ എല്ലാവരുടെയും വിചാരം?

അപ്പോൾ ട്വാലയുടെ കുടുംബത്തിന് എന്തു സംഭവിച്ചു? അയാളുടെ പുത്രൻ ഇഗ്നൊസിക്ക് എന്തു സംഭവിച്ചു, നിങ്ങൾക്ക് അതറിയാൻ ആകാംക്ഷയുണ്ടാകുമെന്ന് എനിക്കറിയാം. അച്ഛൻ മരിക്കുമ്പോൾ ചെറിയ കുട്ടിയായിരുന്ന ഇഗ്നൊസിയെയുമെടുത്ത് ഇമോട്ടുവിന്റെ ഭാര്യ ഓടിരക്ഷപ്പെട്ടു. പിന്നീട് കൈക്കുഞ്ഞുമായി അവളൊരു ഗുഹയിൽ അഭയം തേടിയെന്നാണ് കേട്ടത്. അമ്മയെക്കുറിച്ചോ മകനെക്കുറിച്ചോ പിന്നീടാർക്കും ഒന്നുമറിഞ്ഞുകൂട.

ഇനിയഥവാ ഇഗ്നൊസി ജീവനോടെയുണ്ടെങ്കിലോ? യഥാർത്ഥ രാജാവ് ആ കുഞ്ഞായിരിക്കണ്ടെ? തീർച്ചയായും. എനിക്കാ സംശയം

ഉന്നയിക്കാതിരിക്കാൻ കഴിഞ്ഞില്ല. മൂപ്പൻ അതിനോടു പൂർണ്ണമായും യോജിച്ചു. വിശുദ്ധസർപ്പത്തിന്റെ മുദ്ര അയാളുടെ അരക്കെട്ടിലുമുണ്ടാകും. തീർച്ചയായും. പക്ഷേ, പറഞ്ഞിട്ടെന്തുകാര്യം, അയാൾ പണ്ടേ മരിച്ചു പോയിട്ടുണ്ടാവില്ലേ?"

കുറച്ചുകൂടി പോയപ്പോൾ ഒരു ക്രാൽ കണ്ണിൽപ്പെട്ടു. വേലിക്കെട്ടിനകത്തായി ഒട്ടേറെ കുടിലുകൾ. വേലിക്കെട്ടിനെ വൃത്തത്തിൽ ചുറ്റി ആഴത്തിലൊരു കിടങ്ങ്. ഇഗ്നൊസിയോടൊപ്പം ഇമോട്ടുവിന്റെ സഹധർമ്മിണിയെ അവസാനം കണ്ടത് ഇതിനകത്താണെന്ന് ആ മനുഷ്യൻ പറഞ്ഞു. ഇന്നു രാത്രി നമ്മൾ ഇവിടെ വിശ്രമിക്കും. എന്നാൽ, നിലത്തു കിടന്നു ശീലമുണ്ടാകുമോ വലിയവർക്ക് എന്നതായിരുന്നു ഇൻഫെഡ്യൂസിനെ അലട്ടിക്കൊണ്ടിരുന്ന കാര്യമായ ഒരു സംശയം. അതിനെന്താ? ഞാൻ പറഞ്ഞു. കുകുവനകൾക്കൊപ്പമാകുമ്പോൾ ഞങ്ങൾ അവരുടെ രീതികളെല്ലാം പാലിക്കും. അല്പം പിന്നിലായിരുന്ന ഗുഡിനെ അറിയിച്ചപ്പോൾ അയാൾക്കും സന്തോഷമായി. ഇൻഫെഡ്യൂസുമായി ഞാൻ നടത്തിയ സംഭാഷണമെല്ലാം താല്പര്യപൂർവ്വം കേൾക്കുകയായിരുന്ന ഉംബെപായുടെ മുഖത്ത് പ്രത്യേകമായ ഒരു കൗതുകം ഓളം വെട്ടുന്നുണ്ടെന്ന് എനിക്കു തോന്നി. പണ്ടെന്നോ മറന്നുപോയ ഒരു കാര്യം ഓർമ്മിച്ചെടുക്കാൻ പാടുപെടുകയും അതിൽ ഭാഗികമായി വിജയിക്കുകയും ചെയ്ത ഒരാളുടെ ഭാവമാണ് അ സമയം ആ മുഖത്തെന്ന് എനിക്കു തോന്നി.

കോളനി അടുത്താണെന്ന് ആദ്യം തോന്നിയെങ്കിലും ഉയർന്നും താണും കിടക്കുന്ന മലനിരകൾ താണ്ടി സമതലത്തിലെത്താൻ പിന്നെയും സമയമെടുത്തു. ഇവിടെ പ്രകൃതി ഏറ്റവും മനോഹരമാണെന്നുതോന്നി. മുന്നോട്ടു പോകുന്തോറും അതിന്റെ മാറ്റു വർദ്ധിച്ചു. ഷേബയുടെ മുലകൾ തൊട്ടുമുകളിൽത്തന്നെയാണെങ്കിലും മഞ്ഞുപടലങ്ങൾക്കുള്ളിലായതുകൊണ്ട് തീരെ ദൃശ്യമല്ല.

ഇതൊരു ഉഷ്ണമേഖലാപ്രദേശമേയല്ല. എന്നിട്ടും എന്തുമാത്രം സസ്യസമൃദ്ധി. സുഖദമായ ഇളം ചൂടു നല്കിക്കൊണ്ട് സൂര്യൻ തിളങ്ങിനിന്നു. ഇളം കാറ്റു നല്കിയ സുഖത്തിൽ വെയിലിനെ മറക്കാൻ കഴിഞ്ഞു. പൂക്കളുടെ മത്തുപിടിപ്പിക്കുന്ന സുഗന്ധം ലഹരിയായ സിരകളിൽ പടർന്നു. ശരിക്കും ഇതൊരു സ്വർഗ്ഗംതന്നെയാണ്. പ്രകൃതി അതിന്റെ എല്ലാ സൗഭാഗ്യങ്ങളും ലോഭമില്ലാതെ പുറത്തെടുത്ത് ഒരുക്കിവച്ച പറുദീസ. മൂപ്പൻ ഞങ്ങൾക്കു മുമ്പേ പറഞ്ഞയച്ച ദൂതൻ ഇപ്പോൾ കോളനിയിൽ എത്തിയിട്ടുണ്ടാകും. വിശിഷ്ടാതിഥികളുടെ വരവിനെക്കുറിച്ച് വിവരം കൈമാറിയിട്ടുണ്ടാകും. വലിയവർക്ക് മുഷിച്ചിൽ തോന്നാത്തമട്ടിൽ സ്വീകരണമൊരുക്കേണ്ടെ? ഈ സ്ഥലം ഇൻഫെഡ്യൂസിന്റെ സൈനികച്ചുമതലയിൽ വരുന്ന ഒരിടമാണെന്ന് അയാൾ നേരത്തെ സൂചിപ്പിച്ചത് ഞാനോർത്തു. ഓ, എന്തൊരു വേഗതയായിരുന്നു ദൂതനായി ഓടിപ്പോയ ആ മനുഷ്യന്. ദൂരെ ക്രാലിൽ എത്തുംവരെ അതിൽ

ലവലേശം മാറ്റമുണ്ടാവില്ലെന്ന് ഇൻഫെഡ്യൂസ് പറഞ്ഞു. ഓടുകയെന്നത് കുട്ടിക്കാലംതൊട്ട് വാർദ്ധക്യകാലം വരെ ഇവിടെ ഓരോ പൗരനും നിർബ്ബന്ധമായും ശീലിക്കുന്ന വ്യായാമമാണ്.

എല്ലാം കണ്ടുംകേട്ടും പിന്നിൽ നടന്ന സർ ഹെൻറിയുടെ മുഖം കോളനിയിൽ കിട്ടാൻ പോകുന്ന അതിഗംഭീരമായ സ്വീകരണത്തെക്കുറിച്ച് ഓർത്താകണം ഏറെ പ്രസന്നമായിരുന്നു.

എന്നാൽ, അനന്തരം, എല്ലാ പ്രതീക്ഷകളേയും നിസ്സാരമാക്കുന്ന രീതിയിലുള്ള ഒരു വരവേല്പാണ് ഞങ്ങൾക്കവിടെ ലഭിച്ചത്. എങ്ങനെയാണ് ഞാനത് വിവരിക്കേണ്ടത് എന്റെ മകനേ! കിടങ്ങിനടുത്തെത്തുന്നതിന് മുമ്പ് നീണ്ട ഒരു വലിയ തട്ടിലൂടെ മേല്പോട്ടു കയറിയാൽ റോഡിൽനിന്ന് കോളനിയിലെത്താം. ആ ഭാഗങ്ങളിലെല്ലാം കൈയിൽ കുന്തവും തലയിൽ നീണ്ട് ഭംഗിയുള്ള തൂവലുകളുമണിഞ്ഞ് പുലിത്തോൽ ധരിച്ച നൂറുകണക്കിന് പട്ടാളക്കാർ നിരന്നുനിന്ന് താളത്തിൽ തലയും കരചരണങ്ങളും ചടുലഗതിയിൽ ചലിപ്പിച്ച് ഞങ്ങളെ അഭിവാദ്യം ചെയ്തു. ഓരോന്നിലും മുന്നൂറോളം അംഗങ്ങൾ വരുന്ന അത്തരം പന്ത്രണ്ടുകമ്പനികളുണ്ടെന്ന് ഞാൻ ശ്രദ്ധിച്ചു. എല്ലാംകൂടി മൂവായിരത്തി അഞ്ഞൂറ്.

ഏറ്റവും ഗംഭീരമെന്നു പറയാവുന്ന ഒരു സൈനികനിരയെയാണ് ഞങ്ങൾ അഭിമുഖീകരിക്കുന്നതെന്നും താമസിയാതെ വ്യക്തമായി. എന്തൊരു പക്വതയും പാകതയും അഭ്യാസമികവുമാണ് എല്ലാവർക്കുമെന്നാണ് ഞാനപ്പോൾ ആലോചിച്ചത്. ഒരു നാല്പതു വയസ്സിൽ കുറഞ്ഞവർ ആരുമുണ്ടാവില്ല. ഓരോരുത്തരുടെയും വലതുകാൽമുട്ടിനുതൊട്ട് താഴെയായി ചുറ്റും വെള്ളനിറത്തിൽ കാളവാലുകൾ വരച്ചുവെച്ചിരിക്കുന്നു. ഇടതു കൈയിൽ പരിച. വലതുകൈയിൽ കുന്തം. ഇരുപതിഞ്ചോളം വിസ്താരംവരുന്ന ഈ സാധനത്തെക്കുറിച്ച് ഒരു വാക്ക് പ്രത്യേകമായി സൂചിപ്പിക്കാതിരിക്കാൻ വയ്യ. തീർത്തും വിചിത്രമായ ഒരു സാധനം തന്നെയാണിത്. അടിച്ചു പരത്തി നേർപ്പിച്ച ഇരുമ്പുപലകയിൽ വെളുത്ത കാളത്തൊലി വലിച്ചുമുറുക്കിക്കെട്ടിയ രീതിയിലുള്ള ഒരു ചട്ടക്കൂട് പ്രയാസപ്പെട്ടാണെങ്കിലും ഞാൻ അതെല്ലാം നോക്കി മനസ്സിലാക്കിയെടുത്തു.

ങ്ഹാ, ഇവരുടെ അരയിൽ തൂക്കിയിട്ടിരിക്കുന്ന കത്തിയെക്കുറിച്ച് തല്ക്കാലം ഞാൻ ഒന്നും പറയുന്നില്ല എന്നേയുള്ളൂ. ആയുധ സംവിധാനങ്ങളെക്കുറിച്ച് വിസ്തരിക്കാൻ തുടങ്ങിയാൽ പിന്നെയും ഏറെ പറയാനുണ്ടാകും. പിന്നെ കുന്തങ്ങൾ രണ്ടറ്റവും കൂർത്തതാണ് കേട്ടോ. എടുത്തു പൊക്കാൻ തന്നെ വേണം അപാരമായ ശരീരശക്തി. എന്നാൽ, മിന്നൽപോലെ ചലിപ്പിച്ച് ഏറ്റവും ചെറിയ സമയംകൊണ്ട് പരമാവധി പരിക്കേല്പിക്കാൻ കഴിയും. ഇവരുടെ എല്ലാ ആയുധങ്ങൾക്കും ഈയൊരു സവിശേഷതയുണ്ടെന്ന് എനിക്കു തോന്നുന്നു. സുലുക്കൾ സാധാരണ കൊണ്ടുനടക്കാറുള്ള സാധനങ്ങൾക്കുപോലും ഈയൊരു

പ്രത്യേകതയുണ്ടെന്ന് ഒരുപക്ഷേ, നിനക്കറിഞ്ഞുകൂടായിരിക്കും. ബാംഗ്വാർ, അസെഗയ് തുടങ്ങിയ ഇവരുടെ പാരമ്പര്യ ആയുധങ്ങളെക്കുറിച്ചാണ് പറയുന്നത്.

ഉപചാരചടങ്ങുകളെല്ലാം പൂർത്തിയായതും സൈനികവ്യൂഹത്തിന്റെ അകമ്പടിയോടെ വേലിക്കെട്ടിനുള്ളിലേക്ക്. പുറത്തെ കിടങ്ങിനടുത്തേക്ക് ഇനിയും ദൂരമുണ്ട്. വെറും കിടങ്ങല്ല, ചുറ്റും എന്തെല്ലാംതരം വൃക്ഷങ്ങൾ, ചെടിപ്പടർപ്പുകൾ. ഒരു പരിഷ്കൃതസമൂഹത്തിനു മാത്രം കഴിയുന്നതരത്തിൽ എല്ലാം മനോഹരമായി സംരക്ഷിച്ചിരിക്കുന്നു. കിടങ്ങു കടക്കാൻ വിസ്തൃതിയിൽ ഒന്നാംതരമൊരു മടക്കുപാലം. സാങ്കേതികമികവിന്റെ നേർക്കാഴ്ചയായിരുന്നു അതും. പക്ഷേ, ഒറ്റനോട്ടത്തിൽ തീരെ പ്രാകൃതമെന്നു തോന്നും. മടക്കാനും നിവർത്താനും കാവലാളുണ്ട്. ക്രാലിലെ കുടിലുകളെല്ലാം എത്രമാത്രം മിടുക്കോടെയാണ് ഒരുക്കിവച്ചിരിക്കുന്നതെന്ന് ടോം, നീയിതൊന്നു നേരിൽ കാണണമായിരുന്നു. മദ്ധ്യഭാഗത്തായി വിശാലമായ വീഥികൾ തലങ്ങുംവിലങ്ങും. കോളനിയെ ഇത് സമചതുരങ്ങളായി പകുത്തിയിരിക്കുന്നു. താഴികക്കുടങ്ങൾ പോലെ കുടിലുകളുടെയെല്ലാം മേല്ക്കൂര. എല്ലാറ്റിനും ഒരേ സ്വഭാവം. എന്നുവച്ചാൽ സാധാരണ സുലുക്കുടിലുകൾപോലെതന്നെ എല്ലാം. ചുള്ളിക്കമ്പുകൾക്കൊണ്ടുള്ള വാരിയും കഴുക്കോലും. മേയാൻ ഒരേ ജാതിപ്പുല്ലുതന്നെ ഉപയോഗിച്ചിരിക്കുന്നു. ആകെക്കൂടിയൊരു വ്യത്യാസമുള്ളത് മുൻവശത്തെ വാതിലാണ്. ചുറ്റും ഏതാണ്ട് ആറടി വീതിയിൽ ചുണ്ണാമ്പുകൽപ്പലകകളിൽ പാകിയ വരാന്തയൊക്കെയായി സാധാരണ സുലുക്കുടിലുകളെക്കാൾ ഏറെ വലിപ്പവും ഇവയ്ക്കുണ്ടെന്നു തോന്നി. ആകെക്കൂടി പരമ്പരാഗത രീതികളുടെ പരിഷ്കൃതവകഭേദങ്ങൾ എന്നു വിശേഷിപ്പിക്കാം.

അകത്തെ ഈ വീഥികളിലേക്കു കടന്നപ്പോഴോ, പരമ്പരാഗത വേഷത്തിൽ അണിഞ്ഞൊരുങ്ങി നില്ക്കുന്ന സ്ത്രീകളുടെ നീണ്ടനിരകൾ ഞങ്ങളെ എതിരേറ്റു. സാധാരണ ആദിവാസിപ്പെണ്ണുങ്ങളിലും ഏറെ സുന്ദരികളാണിവർ. മുടി നീളംകുറഞ്ഞ്, ചുരുണ്ടു കറുത്ത് അങ്ങനെ. കാഴ്ചയ്ക്ക് അസുഖമുണ്ടാകുന്ന രീതിയിൽ അത്ര തടിപ്പൊന്നും ചുണ്ടുകൾക്കില്ല. എല്ലാറ്റിലുമേറെ ആകർഷകമായി തോന്നിയത് ശാന്തവും അന്തസ്സേറിയതുമായ അവരുടെ മുഖഭാവമാണ്. അറിവും പരിഷ്കാരവുമുള്ളവരിൽ മാത്രം കണ്ടുവരുന്ന ഒരു സംസ്കാരമികവ് ഞാനിവരുടെ പെരുമാറ്റത്തിൽ കണ്ടു. ഈയൊരു കാരണത്തിൽ സുലുക്കളിൽനിന്നും അവരുടെ മച്ചുനിയന്മാരായ സാൻസിബാൻ സമസികളിൽനിന്നും വ്യത്യസ്തരായിനിന്നു. കൗതുകം അടക്കിവെക്കാനാകാതെ നക്ഷത്രങ്ങളിൽനിന്ന് ഇറങ്ങിവന്നവരും ഒരു നോക്കു കാണാൻ അണിനിരക്കുകയായിരുന്നു. സംസ്കാരമില്ലാത്ത ഒരു വാക്കോ നോട്ടമോ ചലനമോ ഒന്നും പ്രാകൃതരെന്നു പറയപ്പെടുന്ന അവരിൽനിന്നുണ്ടായില്ലെന്നത് എന്നെ വളരെയധികം അത്ഭുതപ്പെടുത്തി. പരിഷ്കൃതലോകത്തിലെ മാന്യവനി

തകളിൽനിന്ന് ഒരിക്കലും അന്തസ്സുള്ള ഇത്തരം പെരുമാറ്റം പ്രതീക്ഷിക്കാനാവില്ലെന്ന് എനിക്കുതോന്നി.

ഇൻഫെഡ്യൂസ് ആരാധനാഭാവത്തിൽ താൻ കാണുന്ന ഏറ്റവും വലിയ അത്ഭുതമെന്ന നിലയിൽ ഗുഡിന്റെ വെളുവെളെവെളുത്ത കാലുകൾ ചൂണ്ടിക്കാട്ടിയപ്പോൾപോലും ആഭാസകരമായ ഒരു പെരുമാറ്റവും അവരിൽനിന്നുണ്ടായില്ലെന്നു പറഞ്ഞാൽ കാര്യങ്ങളുടെ ഒരേകദേശരൂപം വ്യക്തമാകുമെന്നു തോന്നും. ഒരു കലാശില്പം കാണുന്നതുപോലെ അവർ അങ്ങോരുടെ കാലുകൾ നോക്കിക്കാണുകയായിരുന്നു.

ഞങ്ങൾ ക്രാലിന്റെ മദ്ധ്യഭാഗത്തെത്തിയതും ഇൻഫെഡ്യൂസ് വലിയൊരു കുടിലിന്റെ കവാടത്തിൽ നിശ്ചലനായിനിന്ന് ഞങ്ങളെ അകത്തേക്കു ക്ഷണിച്ചു. വിശ്രമവും ഭക്ഷണവും അവിടെയായിരുന്നു.

ആദ്യം ചെറിയ രീതിയിൽ വിശ്രമം. അതിനിടെ കുടിക്കാൻ തേനും, പാലും. അതു കഴിഞ്ഞ് വരാനിരിക്കുന്നതു രണ്ട് മുട്ടൻ കാളകളും ഏതാനും ആടുകളുമാണത്രെ! “അത്ര കൂടുതലൊന്നുമില്ല, കഷ്ടിച്ച് വയറുനിറയ്ക്കാൻ വേണ്ടതുമാത്രം!”

കുടിലിനകം രാജകീയമായിരുന്നു. ഇരിക്കാനും കിടക്കാനും വേണ്ട എല്ലാ സുഖസൗകര്യങ്ങളുമുണ്ടായിരുന്നു. തേനും പാലുമായി ഒരു സംഘം പെൺകുട്ടികൾ തന്നെ ഉമ്മറവാതിലിനു വെളിയിൽ അണിനിരന്നു. അടുത്ത നിമിഷം തൊട്ടു പിറകിലായി ഒരു തടിയൻ കാളയെ ഓടിച്ചുകൊണ്ട് ഒരു സംഘം യുവാക്കൾ. ബഹളം കേട്ട് പുറത്തിറങ്ങിച്ചെന്ന ഞങ്ങളുടെ മുമ്പിൽവച്ചുതന്നെ അതിനെ കൊന്ന് കഷണമാക്കി. ഏറ്റവും രുചിയുള്ള ഭാഗങ്ങൾ അതിഥികൾക്ക്. ബാക്കി ഞങ്ങളുടെ ആയുരാരോഗ്യം വർദ്ധിക്കുന്നതിനായി കാഴ്ചക്കാരായികൂടിനിന്ന സൈനികർക്ക്. വെളുത്ത തമ്പുരാക്കന്മാർ കനിഞ്ഞേകിയ സമ്മാനങ്ങൾ എന്ന നിലയിൽ വിതരണം ചെയ്യപ്പെട്ടു.

തുടർന്ന്, ഉംബെപ മുന്നോട്ടുവന്ന് വെട്ടിയൊരുക്കി വച്ച ഇറച്ചിയും മറ്റും സ്വീകരിച്ച് പാചകം ആരംഭിച്ചു. സുന്ദരിയായ ഒരു സ്ത്രീ അവനെ സഹായിക്കാൻ തയ്യാറായി നില്പുണ്ടായിരുന്നു. വിഭവങ്ങളെല്ലാം വിളമ്പിക്കഴിഞ്ഞ് വിരുന്നിൽ പങ്കെടുക്കാനായി ഇൻഫെഡ്യൂസിനേയും സ്രൂഗയേയും ക്ഷണിച്ചു.

ചെറുതരം പീഠങ്ങൾ ഇരിപ്പിടമായി ഉപയോഗിച്ചു. സുലുക്കളെപ്പോലെ കുകുവനകൾ നിലത്തിരുന്ന് ഭക്ഷണം കഴിക്കാറില്ല. കിഴവൻ ഇൻഫെഡ്യൂസ് തികഞ്ഞ ഒരു മാന്യനാണെന്ന് അതിനകം ഞങ്ങൾക്ക് ബോദ്ധ്യപ്പെട്ടുകഴിഞ്ഞിരുന്നു. എന്നാൽ, സ്രൂഗയെക്കുറിച്ച് അങ്ങനെ പറയാൻ കഴിയില്ല. ഇപ്പോഴുമവൻ ഞങ്ങളെ സംശയിക്കുന്നുണ്ട്. തൂവെള്ള നിറത്തിലുള്ള ഞങ്ങളുടെ രൂപവും മാന്ത്രികശക്തിയുമെല്ലാം അവനെ കീഴ്പ്പെടുത്തിയിട്ടുണ്ടെന്നതു ശരിതന്നെ. എന്നാൽ, സാധാരണ മനുഷ്യരെപ്പോലെ ഞങ്ങൾ തിന്നുകയും കുടിക്കുകയും സംസാരിക്കുകയും ഉറങ്ങുകയുമൊക്കെ ചെയ്യുന്നതുകൊണ്ടാകണം ഏതാനും ദിവസത്തെ പരി

ചയം കൊണ്ടുതന്നെ ഞങ്ങളോടുള്ള ഭയവും ബഹുമാനവും ഇത്തിരിയൊന്നു കുറഞ്ഞിട്ടുണ്ടെന്നു വ്യക്തം.

സർ ഹെൻറി അപ്പോഴും നിധി തേടി വന്നിരിക്കാനിടയുള്ള സ്വന്തം സഹോദരനെക്കുറിച്ചു വ്യാകുലനായിരുന്നു. ആഥിത്യവും ആദരവും ആസ്വദിക്കുമ്പോഴും അത് അയാളെ അലോസരപ്പെടുത്തി. ഇൻഫെഡ്യൂസിനോട് ചോദിക്കാൻ തുനിഞ്ഞെങ്കിലും ഞാനതു വേണ്ടെന്നു പറഞ്ഞു. നക്ഷത്രലോകത്തിൽനിന്ന് ഇറങ്ങിവന്നതായി ഇവർ വിശ്വസിക്കുന്ന അത്ഭുത മനുഷ്യർക്ക് സാധാരണ മനുഷ്യരുടേതുപോലുള്ള പ്രശ്നങ്ങൾ ഉണ്ടെന്നു വന്നാൽ ഈ നിഷ്കളങ്കർ അതിനെ മറ്റൊരു രീതിയിലായിരിക്കും സ്വീകരിക്കുന്നതെന്ന് എനിക്കുതോന്നി.

ഭക്ഷണം കഴിഞ്ഞ് പുകവലിക്കുഴലുകൾ പുറത്തെടുക്കുന്നതും അവയിൽ പുകയില നിറയ്ക്കുന്നതും വായിൽ വച്ച് തീകൊളുത്തുന്നതും പുകവിടുന്നതുമെല്ലാം അവർ അവിശ്വസനീയഭാവത്തിൽ നോക്കിയിരിക്കുകയാണ്. അവർക്കെന്നല്ല, ആ നാട്ടിലെല്ലാവർക്കും പുകയില പരിചയമുള്ള സാധാരണ തന്നെയാണ്. എന്നാൽ, ഉണക്കിപ്പൊടിച്ച് മൂക്കിൽ വലിച്ചുകയറ്റുന്നതല്ലാതെ ധൂമപാനത്തിന്റെ സ്വർഗ്ഗീയസുഖം തീരെ പരിചയമില്ല. പുകയിലച്ചെടികളാണെങ്കിലോ, നാടു മുഴുവൻ സുലഭവും. ഇലകൾ ഉണക്കിപ്പൊടിച്ച് മൂക്കുപൊടിയായി ഉപയോഗിക്കാറുണ്ടെന്നുമാത്രം.

പിറ്റേന്നുകാലത്തുതന്നെ യാത്ര തുടങ്ങാൻ കഴിയുമെന്ന ഉറപ്പോടെ ഞാനും ക്യാപ്റ്റനും സർ ഹെൻറിയും ഉറങ്ങാൻ കിടന്നു. ഒരു മുൻകരുതലെന്ന നിലയിൽ ഉംബെപ ഉറങ്ങാതെ കാവലിരുന്നു.

ടാല രാജാവിനെ വിവരമറിയിക്കാൻ ദൂതന്മാർ നേരത്തേ പോയിക്കഴിഞ്ഞു. ലൂ എന്ന പേരിൽ അറിയപ്പെടുന്ന തന്റെയൊരു സ്ഥലത്ത് അയാൾ ഞങ്ങളെ കാത്തിരിപ്പുണ്ടത്രെ.

വരുന്ന ജൂൺ മാസത്തിൽ അവിടെയൊരു രാജകീയ വിരുന്നു നടക്കാൻ പോവുകയാണ്. മുഴുവൻ സൈനികരും വിരുന്നിൽ പങ്കുകൊള്ളും. അനുബന്ധമായി ദുർമ്മന്ത്രവാദിവേട്ട എന്ന വാർഷികമേളയും അരങ്ങേറും. ടാല ഇപ്പോൾ അതിന്റെ മേൽനോട്ടത്തിലാണ്.

കാലത്തെഴുന്നേറ്റു നടന്നാൽ രണ്ടാം ദിവസം രാത്രി ലൂവിലെത്താം. നദികളിലെ വെള്ളപ്പൊക്കം തടസ്സമായി വന്നാൽ പക്ഷേ, സമയം പിന്നെയും വൈകും. ഏതായാലും നന്നെ കാലത്തുതന്നെ പുറപ്പെട്ടു.

9

ടാല എന്ന രാജാവ്

ലൂവിലേക്കു നടത്തിയ യാത്രയെക്കുറിച്ച് അങ്ങനെ വിശദമായി ട്ടൊന്നും ഇവിടെ പറയേണ്ട കാര്യമുണ്ടെന്നു തോന്നുന്നില്ലെടാ മകനെ. സോളമന്റെ രാജവീഥിയിലൂടെ നടന്ന് രണ്ടു ദിവസം കൊണ്ട് അവിടെ യെത്തി എന്നുമാത്രം പറഞ്ഞുകൊണ്ട് നിർത്തുന്നു. പ്രകൃതിസമ്പത്തിന്റെ കാര്യത്തിൽ കുകുവനപോലെ ഏറെ സമ്പന്നമാണെന്ന് ഒറ്റനോട്ട ത്തിൽത്തന്നെ മനസ്സിലായി. കുകുവനയിലെന്നപോലെ ലൂവിലും നിറയെ സൈനികരാണ്. ലൂവിലെ വാർഷികോത്സവത്തിൽ പങ്കെടുക്കാൻ മാർച്ചു ചെയ്തു നീങ്ങുന്ന പടയാളികളെ വഴിനീളെക്കണ്ടു. ആരോഗദൃഢഗാ ത്രരാണ് ഇവിടെയുമെല്ലാവരും. ആക്രമിക്കാനും പ്രതിരോധിക്കാനും ഒരു പോലെ കെല്പുള്ളവരാണെല്ലാവരും. പടയാളികളുടെ പ്രവാഹം ഒരി ക്കലുമവസാനിക്കില്ലെന്ന മട്ടിൽ പിന്നെയും ഇടതടവില്ലാതെ തുടർന്നു കൊണ്ടിരുന്നു.

റോഡ് ലൂവിൽചെന്നു ചേരുന്ന മലയിലെത്തിയപ്പോഴേക്കും സൂര്യൻ അസ്തമിക്കാറായിക്കഴിഞ്ഞിരുന്നു. താഴെ ഫലപുഷ്ടമായ പീഠഭൂമി. ലൂ നാട്ടിൻപുറത്തെ നഗരം. ആ നിലയിൽ നോക്കുമ്പോൾ ഇതൊരു വലിയ സ്ഥലംതന്നെയാണ്. അഞ്ചുനാഴിക ചുറ്റളവ് എന്നു പറയുന്നത് ഇങ്ങനെയൊരു നാട്ടിൽ അത്ര കുറവൊന്നുമല്ലല്ലൊ. ചുറ്റും വേലിക്കെട്ടു കൾക്കുള്ളിൽ ക്രാലുകൾ വേണ്ടതിലുമധികമുണ്ട്. എല്ലാവരും ഉത്സവ ലഹരിയിലാണെന്നു മനസ്സിലാക്കി തിരക്കും ബഹളവും തന്നെ എല്ലാ യിടത്തും. എല്ലാറ്റിനുമിടയിൽ സൈനികർ താളത്തിൽ അടികൾ വച്ചു കൊണ്ട് കടന്നുവന്നുകൊണ്ടിരുന്നു.

ചുറ്റും കാണുന്ന ഈ കുടിലുകളെല്ലാം സൈനികർക്ക് തങ്ങാ നുള്ളതാണെന്ന് മനസ്സിലായി. കുന്നിൽനിന്ന് രണ്ടു നാഴികമാറി കുതിര ലാടത്തിന്റെ ആകൃതിയിൽ മറ്റൊരു കുന്നും ശ്രദ്ധയിൽപ്പെട്ടു. കുടിലു

കൾ പൂന്തിട്ട ക്രാലിനു നടുവിലൂടെ ഒഴുകിപ്പോകുന്ന പുഴ അതിനെ രണ്ടു ഭാഗമായി വിഭജിക്കുന്നു. പല സ്ഥലങ്ങളിലുമായി അതിൽ പാലങ്ങൾ പണിതുയർത്തിയിട്ടുണ്ട്. ഷേബയുടെ ചരിവിലായിരിക്കെ ദൂരെ നിന്നു കണ്ടത് ഒരുപക്ഷേ, ഈ സേതുക്കളാണെന്നുവരാം. മഞ്ഞുതൊപ്പിയ ണിഞ്ഞ ആ മൂന്നു മഹാപർവ്വതങ്ങളിലേക്ക് ഇവിടെനിന്ന് 70-80 നാഴിക യെങ്കിലും ദൂരമുണ്ടാകും. ഒരു ത്രികോണത്തിലെ മൂന്നു ബിന്ദുക്കളാ ണെന്നു കണ്ടാൽ തോന്നും. ഷേബയുടെ മുലകളിൽനിന്നു വ്യത്യസ്ത മായി മുനകളും പരുക്കൻ അരികുകളുമായി കുത്തനെ എഴുന്നു നില്ക്കു കയാണ് ഈ മൂന്നു കൂറ്റന്മാരുമെന്ന് എനിക്കു തോന്നി.

പർവ്വതത്രയത്തിലാണ് ഞങ്ങളുടെ ശ്രദ്ധയെന്നുകണ്ട് ഇൻഫെ ഡ്യൂസ് മൗനം ഭഞ്ജിച്ചു. മൂന്നു ദുർമന്ത്രവാദിനികളാണ് ആ നില്ക്കു ന്നതെന്ന് അയാൾ അങ്ങോട്ട് കൈചൂണ്ടിപ്പറഞ്ഞു.

“നിറയെ ഗുഹകളാണിതിൽ. ഇടയിൽ ഓരോ പടുകുഴികൾ. എത്രയോ ബുദ്ധിശാലികൾ ഈ നാട്ടിലേക്കു വന്നിട്ടുണ്ട്. അവർ എന്താണോ തേടിവന്നത് അതിനുവേണ്ടി അവിടെ എത്തിയിട്ടുണ്ട്. മൃത്യു വിന്റെ ഇടം സ്ഥിതിചെയ്യുന്നതും അവിടെയാണ്. മരിച്ച രാജാക്കന്മാരെ യെല്ലാം ഞങ്ങളവിടെ കുഴിച്ചുമൂടുന്നു.”

അപ്പോൾ പുറമെനിന്ന് ഒരുപാടാളുകൾ അവിടേക്കു വരാറുണ്ടെ ന്നർത്ഥം. പക്ഷേ, എന്താണവർ അന്വേഷിച്ചത്. ഇൻഫെഡ്യൂസിനോ മറ്റു ള്ളവർക്കോ അതുമാത്രമറിഞ്ഞുകൂട. താരാപഥങ്ങളിൽ നിന്നെത്തിയ ഞങ്ങൾക്ക് എല്ലാമറിയാമെന്ന് ഇവർ വിശ്വസിക്കുന്നു. അതുകൊണ്ടു തന്നെ ഈ ചോദ്യത്തിനുള്ള ഉത്തരം ഇവർ ഞങ്ങളിൽനിന്നു പ്രതീക്ഷി ക്കുന്നു.

പക്ഷേ, കിഴവന്റെ മുഖഭാവം കണ്ടാലറിയാം. ഇയാൾക്ക് പലതുമ റിയാമെന്ന്. എന്നാലും, ഒന്നുമറിഞ്ഞുകൂടെന്നു സമ്മതിക്കുന്നതു നക്ഷ ത്രലോകത്തുനിന്നെത്തിയവർക്ക് ക്ഷീണമല്ലെ. അതുകൊണ്ട് ഞാൻ എല്ലാമറിയുന്നതായി നടിച്ചു. പർവ്വതങ്ങളിൽ വിളയുന്ന തിളക്കമാർന്ന രത്നക്കല്ലുകൾതേടി പണ്ട് ഇവിടെ ആളുകൾ വരാറുണ്ടായിരുന്നെന്ന് ഞാൻ പറഞ്ഞു. ഓമനിക്കാനും സൂക്ഷിച്ചുവെക്കാനും പറ്റിയ സുന്ദര മായ കല്ലുകൾ. പിന്നെ മഞ്ഞനിറമുള്ള ആ ലോഹവും.

“കൂടുതലൊന്നും എനിക്കറിഞ്ഞുകൂട വലിയവരേ! വലിയവർ പറ ഞ്ഞതെല്ലാം ശരിയാണെന്നു തന്നെയാണെന്നാണ് ഈ കിഴവന്റെ വിശ്വാസം. ഗഗൂളിനോടു ചോദിച്ചാൽ കൂടുതലറിയാം. അവളിപ്പോൾ രാജ കൊട്ടാരത്തിലുണ്ടാകും.”

ഇത്രമാത്രം പറഞ്ഞ് അയാൾ തന്ത്രത്തിൽ തടിയൂരി. പിന്നെ, സുഹൃ ത്തുക്കളെ നോക്കി, സോളമന്റെ രത്നഖനികൾ അവിടെയായിരിക്കു മെന്നു പറഞ്ഞു.

ഉംബെപ അതു ശരിവച്ചു. കാശും കളിപ്പാട്ടങ്ങളും ഏറെ ഇഷ്ടമാ യതുകൊണ്ട് അത് വെള്ളക്കാർക്കുതന്നെ കിട്ടുമെന്ന് തനിക്കുറപ്പുണ്ടെ ന്നുകൂടി ചേർക്കുകയെന്നാൽ അത് അവൻ മനസ്സിലാക്കിയത് എങ്ങനെ

യാണെന്നുവച്ചാൽ. "ഇന്നലെ രാത്രി ഞാനൊരു സ്വപ്നംകണ്ടു. യജമാനരേ!" എന്തു സ്വപ്നം എന്നു പറയാനൊന്നും നില്ക്കാതെ അവൻ തിരിഞ്ഞു നടന്നു.

"ഈ കാപ്പിരിക്ക് നമ്മൾ വിചാരിക്കുന്നതിലും കൂടുതൽ അറിയാമെന്ന് ഞാൻ വിചാരിക്കുന്നു. എന്റെ സഹോദരനെക്കുറിച്ച് അവന് എന്തെങ്കിലും അറിവുണ്ടെന്നുവരുമോ?" സർ ഹെൻറി സംശയം പ്രകടിപ്പിച്ചു.

"ഏയ്, അങ്ങനെയൊന്നുമില്ല സർ. പരിചയമുള്ളവരോടെല്ലാം അവൻ തിരക്കുന്നുണ്ട്. എന്നാൽ, പ്രതീക്ഷിക്കാൻതക്കവണ്ണമുള്ള ഒരുത്തരം ആരിൽനിന്നും കിട്ടിയിട്ടില്ല ഇതുവരെയും. അതുറപ്പ്. ഈ നാട്ടിൽ ഒരു വെളുത്ത മനുഷ്യനും ഇതുവരെ വന്നിട്ടില്ലെന്നാണ് ഇവിടെയുള്ളവർ ആണയിട്ട് പറയുന്നത്."

"അങ്ങനെയൊരാൾ ഇവിടെ വന്നിട്ടേയില്ലെന്നാണോ നിങ്ങൾ പറയുന്നത്?" ഗുഡ് ചോദിച്ചു. "മേപ്പിന്റെ ചാർട്ടിന്റെ സഹായമില്ലാതെ താങ്കളുടെ അനുജൻ ഇവിടെ എത്തിയിട്ടുണ്ടാകുമോയെന്ന് താങ്കൾ വിചാരിക്കുന്നുണ്ടോ?"

"എങ്ങനെയായാലും ഞാനവനെ കണ്ടെത്തുകതന്നെ ചെയ്യും." ദുഃഖിതനെങ്കിലും നിശ്ചയദാർഢ്യത്തിന് ഇളക്കംതട്ടാത്തമട്ടിൽ സർ ഹെൻറി പറഞ്ഞു.

സൂര്യൻ അസ്തമിക്കുകയും പെട്ടെന്ന് ഇരുട്ടു പരക്കുകയും ചെയ്ത ഭൂമിയുടെ ഈ ഭാഗത്ത് സന്ധ്യ എന്നൊരു സംഗതിതന്നെ ഇല്ലെന്നു തോന്നി. ജീവിതത്തിൽനിന്ന് മരണത്തിലേക്കുള്ള മാറ്റത്തെപോലെ ഇവിടെയിത് പെട്ടെന്നു സംഭവിക്കുന്നു. ഒരല്പനേരത്തേക്ക് ചിന്തകളിൽ ഞാൻ സ്വയം നഷ്ടപ്പെട്ടു. പിന്നെയെപ്പോഴോ ഇൻഫെഡ്യൂസിന്റെ ശബ്ദം കേട്ടുണർന്നു.

അന്നു രാത്രി താമസിക്കാനായി ലൂവിൽ ഞങ്ങൾക്കൊരു താല്ക്കാലികമായ താവളം ഒരുക്കിയിട്ടുണ്ടായിരുന്നു. ചന്ദ്രനുയർന്ന് ആവശ്യത്തിന് വെളിച്ചം പരന്നു കഴിഞ്ഞു. അതുകൊണ്ട് ഇരുട്ടിൽ തപ്പിത്തടഞ്ഞു വീഴുന്ന പ്രശ്നമില്ല.

അധികം വൈകാതെ ഞങ്ങൾ പട്ടണത്തിനു വെളിയിൽ കടന്നു. കുറച്ചുകൂടി മുന്നോട്ടുപോയപ്പോൾ എടുത്തുമാറ്റാവുന്ന ഒരു ഫലം കണ്ടു. അവിടെയൊരു കാവല്ക്കാരൻ സൈനികരീതിയിൽ ഞങ്ങളെ അഭിവാദ്യം ചെയ്തു. തുടർന്നങ്ങോട്ട് ഒരു വലിയ പുൽമേട് നഗരത്തിന്റെ പ്രധാന തെരുവിലൂടെ ഞങ്ങൾ യാത്രചെയ്തു. അരമണിക്കൂർ അങ്ങനെ നടന്നപ്പോൾ അവസാനമില്ലെന്നു തോന്നുംവിധം കുടിലുകളുടെയൊരു വൻനിരതന്നെയാണ് അവിടെ കണ്ടത്. ചെറിയ ഒരുകൂട്ടം കുടിലുകൾ മുന്നിൽക്കണ്ടു. ഇൻഫെഡ്യൂസ് നില്ക്കാൻ പറഞ്ഞു. എല്ലാവരും നിന്നു. ചുണ്ണാമ്പുപൊടി വിതറിയമുറ്റം. ഞങ്ങൾക്കുവേണ്ടി ഒരുക്കിയ താമസസ്ഥലമാണതെന്നു മനസ്സിലായി.

ഓരോ കുടിലും ഞങ്ങൾ ഓരോരുത്തർക്കുമുള്ളതാണെന്ന് താമസിയാതെ വ്യക്തമായി. വഴിനീളെ കണ്ട കുടിലുകളിൽ നിന്നെല്ലാം വലി

പ്പംകൊണ്ടും പ്രൗഢികൊണ്ടും ഏറെ മുന്നിൽ നില്ക്കുന്നവയായിരുന്നു എല്ലാം. അകത്ത് ഇഷ്ടംപോലെ സൗകര്യം. ഊറയ്ക്കിട്ടു വൃത്തിയാക്കിയ തോലുകൊണ്ടുണ്ടാക്കിയ ഇരിപ്പിടങ്ങളും കിടപ്പിടങ്ങളും. സുഗന്ധപ്പുല്ലുകൊണ്ടുണ്ടാക്കിയ പായകളിലാണവ ഒരുക്കിയിരിക്കുന്നതെന്ന് മനസ്സിലായി. ശരീരശുദ്ധിവരുത്തിയപ്പോഴേക്കും ഭക്ഷണം നിറച്ച താലങ്ങളുമായി ഒരുകൂട്ടം പെൺകുട്ടികൾ ഞങ്ങളുടെ മുമ്പിൽ പ്രത്യക്ഷപ്പെട്ടു. ഇഷ്ടംപോലെ തിന്നുംകുടിച്ചും രസിച്ചു. അത്രയും സ്വാദിഷ്ഠമായ വിഭവങ്ങളായിരുന്നു എല്ലാം.

രാവിലെ സൂര്യനുദിച്ച് ഏറെ കഴിഞ്ഞിട്ടാണ് ഉണർന്നത്. അല്പവസ്ത്രധാരിയായി യാത്ര തുടരാൻ ഗുഡിന് ഏറെ മടിയുണ്ടായിരുന്നു. എന്നാൽ, വസ്ത്രങ്ങൾ തിരിച്ചു നല്കാൻ ഇൻഫെഡ്യൂസ് തയ്യാറായില്ല. അയാൾ ആഗ്രഹിച്ചാലും അതു നടക്കുമായിരുന്നില്ല. തിരുവസ്ത്രങ്ങൾ എന്ന നിലയിൽ അതെല്ലാം രാജാവിനെ ഏല്പിച്ചു കഴിഞ്ഞിരിക്കുകയാണത്രെ! ഏതായാലും ശരീരം പരമാവധി ശുചിവരുത്തിയശേഷംമാത്രമാണ് അങ്ങോർ യാത്രയ്ക്കു തയ്യാറായത്. അതിനിടെ മുഖത്തിന്റെ വലതുഭാഗം ക്ഷൗരംചെയ്തുമിനുക്കുകയും ചെയ്തു.

പ്രഭാതഭക്ഷണം കഴിയേണ്ട താമസം ട്വാലാരാജാവ് ഞങ്ങളെ സ്വീകരിക്കാൻ തയ്യാറായി കാത്തിരിക്കുകയാണെന്ന് സന്ദേശമെത്തി. എന്നാൽ, ഒരുക്കങ്ങൾക്ക് കുറേക്കൂടി സമയമെടുത്തു ഞങ്ങളത് ഇത്തിരിക്കൂടി വൈകിച്ചു. പരിഷ്കാരമില്ലാത്ത കാട്ടുജാതികളെ കാണാൻ പോകാൻ അങ്ങനെ, ധൃതികാട്ടുന്നത് പരിഷ്കാരികൾക്ക് ചേർന്ന നടപടിയല്ലല്ലോ. വിനയം കാട്ടിയാൽ അത് ഭയമായി തെറ്റിദ്ധരിക്കുന്നവരോട് അങ്ങനെ ചില അടവുനയങ്ങളൊക്കെ സ്വീകരിക്കേണ്ടതായിവരും.

എങ്കിലും, എത്രയുംവേഗം രാജാവിനെ ചെന്നു കാണാൻ എല്ലാവർക്കും ധൃതിയുണ്ടായിരുന്നു. വിശേഷിച്ചും സർ ഹെൻറിക്ക്. എത്രയുംവേഗം ലക്ഷ്യം പൂർത്തിയാക്കാതെ അങ്ങേർക്ക് മനഃസമാധാനം കിട്ടുന്നതെങ്ങനെ. ഏതായാലും രണ്ടു മണിക്കൂറോളം രാജാവ് ക്ഷമയോടെ കാത്തിരിക്കുന്നു. ചോന്നുവെളുത്ത വലിയവരോടു ക്ഷമകേട് കാട്ടരുതല്ലോ.

വെന്റ്വോഗ് ഉപയോഗിച്ച വിൻച്ചസ്റ്റർ റൈഫിളും തിരകളും ഞങ്ങൾ രാജാവിനു സമ്മാനിക്കാൻ മാറ്റിവെച്ചു. ഭാര്യമാർക്കും മറ്റുമായി കുറേയേറെ മുത്തുമണികളും നല്കി. ഈ രീതിയിൽ ചിലതെല്ലാം ഇൻഫെഡ്യൂസിനും സ്ക്രാഡയ്ക്കും നേരത്തേതന്നെ നല്കുകയുണ്ടായി. എല്ലാവർക്കും പ്രതീക്ഷിച്ചതിലുമേറെ സന്തോഷമായി.

അവസാനം, സമയമായിക്കഴിഞ്ഞിരിക്കുകയാണെന്ന് ഇൻഫെഡ്യൂസിനെ അറിയിച്ചതും ഉപചാരപൂർവ്വം എല്ലാവരും രാജസന്നിധിയിലേക്ക് ആനയിക്കപ്പെട്ടു. ഒരു മണിക്കൂറോളം കാത്തിരിക്കേണ്ടിവന്നു. നേരത്തേ പറഞ്ഞ സമ്മാനങ്ങളെല്ലാം ദൂതൻ വശം കൊടുത്തയച്ചു. ഞങ്ങളുടെ താമസത്തിനായി ഒരുക്കിയ വീടിനെയപേക്ഷിച്ച് ഒരമ്പതിരട്ടിയെങ്കിലുമുണ്ടാകും മഹാരാജാവിന്റെ കുടിലിന്. പരിസരവും മറ്റു കുടിലുകളും

വേലിക്കെട്ടുമെല്ലാം ചേർന്ന് ആറേഴേക്കർ വിസ്തൃതിയുണ്ടാവും. രാജപത്നിമാർക്കുള്ള കുടിലുകൾ പുറംവേലിക്ക് പുറത്ത് പ്രത്യേകം പണിതൊരുക്കിയിരിക്കുന്നു. തൊട്ടെതിരെയാണ് രാജകൊട്ടാരം. ഏറ്റവും വലുതും രാജകീയപ്രൗഢിയുള്ളതുമായ അതും ഒരു കുടിലുതന്നെ. ചുറ്റുമുള്ള തുറസ്സു മുഴുവൻ പടയാളികളുടെ നീണ്ടനിരകൾത്തന്നെ. സ്ഥാനമുറപ്പിച്ചിരിക്കുന്നു. ചുരുങ്ങിയത് ഒരു ഏഴായിരം എട്ടായിരമെങ്കിലുമുണ്ടാകും അവരുടെ എണ്ണം. പ്രതിമകൾപോലെ ചലനമറ്റുനിന്ന ഈ ആയിരങ്ങൾക്കിടയിലൂടെ ഞങ്ങൾ അകത്തു കടന്നു. പാരമ്പര്യവേഷവും വെട്ടിത്തിളങ്ങുന്ന ഇരുതലമൂർച്ചയുള്ള കുന്തങ്ങളും തലയിൽ ചാർത്തിയ ഒട്ടകപ്പക്ഷിത്തൂവലുകളും ഒക്കെയായി ചലനമറ്റുനിന്ന ആ വൻപടയുടെ ഗാംഭീര്യവും സൗന്ദര്യവും ഞാൻ എങ്ങനെയാണ് വർണ്ണിക്കേണ്ടത്?

കൊട്ടാരത്തിന്റെ മുൻഭാഗത്തുതന്നെയുള്ള സ്ഥലം ഞങ്ങളെത്തുമ്പോൾ ശൂന്യമായിരുന്നു. അടുത്ത നിമിഷം അവിടെ പീഠങ്ങൾ നിരന്നു. ഇൻഫെഡ്യൂസ് നല്കിയ സൂചനകളെ പിന്തുടർന്ന് മൂന്നെണ്ണത്തിൽ ഞങ്ങൾ ഉപവിഷ്ടരായി. ഉംബെപ തൊട്ടുപിന്നിലായിവന്നുനിന്നു. ഇൻഫെഡ്യൂസാകട്ടെ പുറംവാതിലിനടുത്തായി ഒരു പട്ടാളമേധാവിക്ക് അനുയോജ്യമായ രീതിയിൽ അറ്റൻഷനായി നിന്നു. സൂചി വീണാൽ കേൾക്കുന്ന നിശ്ശബ്ദത. അങ്ങനെ പത്തുമിനിട്ടു നേരത്തെ കാത്തിരിപ്പുകൂടി. എണ്ണായിരം ജോഡിയോളം വരുന്ന കണ്ണുകളെല്ലാം ഞങ്ങളിൽ തറഞ്ഞു നില്പാണെന്ന് അറിയുന്നുണ്ട്. അങ്ങനെയായിരിക്കെ വാതിൽ തുറന്ന് ഒരു ഭീമാകാരമായ രൂപം അകത്തു പ്രവേശിച്ചു. പുലിത്തോൽ കൊണ്ടുള്ള ഒരു അങ്കി തോളിൽ വിശാലമായി വലിച്ചിട്ടിരിക്കുന്നു. സ്ക്രാഗ നിഴൽപോലെ പിന്നാലെ. പിന്നെ രോമക്കുപ്പായം ധരിച്ച മുഖം മറച്ച കുരങ്ങനെപ്പോലെ ഒരു രൂപം. ആകെ അലങ്കോലപ്പെട്ട ഒരു രൂപം. രാക്ഷസരൂപം നേരെവന്ന് പ്രധാന ഇരിപ്പിടത്തിൽ ഉപവിഷ്ഠനായി കുരങ്ങൻ രൂപമാകട്ടെ, നാലുകാലിൽ നടന്ന് കുടിലിന്റെ നിഴലിൽ ഒരിടത്തു ചെന്നിരുന്നു.

എല്ലാം പൂർണ്ണമായും നിശ്ശബ്ദം. അങ്ങനെയിരിക്കെ രാക്ഷസരൂപം എഴുന്നേല്ക്കുന്നു. ഞങ്ങളുടെ നേർക്ക് നടന്നടുക്കുന്നു. ആരും പേടിച്ചു പോകുന്ന ഒരു വികൃതരൂപമായിരുന്നു അത്. നീഗ്രോവിന്റേതുപോലെ ഏറെത്തടിച്ച ചുണ്ടുകൾ. പരന്ന നാസിക. ഒറ്റക്കണ്ണു മാത്രമേയുള്ളൂ. കറുകറാ കറുത്ത ഒന്നായിരുന്നു അത്. മറ്റേക്കണ്ണ് എവിടെയെന്നു ചോദിച്ചാൽ, അതിന്റെ സ്ഥാനത്ത് കുഴിമാത്രമേ കണ്ടുള്ളു. ആകെയൊരു ക്രൂരഭാവമാണ് മുഖത്ത്. ഒരളവോളം അത് ആസക്തി നിറഞ്ഞ ഒന്നുകൂടിയാണെന്ന് തോന്നി. വലിയ തലയിൽ ഏറ്റവും നീണ്ട ഒരു വെളുത്ത ഒട്ടകപ്പക്ഷിത്തൂവൽ ധരിച്ചിരിക്കുന്നു. കവചഭൂഷിതവും മിന്നലൊളി ചിതറുന്നതുമായ അങ്കിയാണ് പ്രധാനവേഷം. അരയിലും കാൽമുട്ടിനു ചുറ്റും കുലചിഹ്നമായ കാളവാലുകൾ, വലതു കൈയിൽ നീണ്ട കുന്തം, കഴു

ത്തിൽ സ്വർണ്ണച്ചങ്ങല, നെറ്റിയിൽ ഏറെ വലിപ്പമുള്ളതും ചെത്തിമിനുക്കാത്തതുമായ രത്നം.

നിശ്ശബ്ദത ഭഞ്ജിച്ചുകൊണ്ട് ട്വാലരാജാവ് കൈയിലെ ആ വലിയ കുന്തമൊന്നു ചലിപ്പിച്ചു. ഞൊടിയിടയിൽ പ്രതികരണമെന്ന നിലയിൽ എണ്ണായിരം കുന്തങ്ങൾ അതേ രീതിയിൽ ഒന്നിച്ചു ചലിച്ചു. എണ്ണായിരും കണ്ഠങ്ങളിൽ നിന്ന് 'കൂം!' എന്ന രാജകീയ സ്വാഗതപദം ഒന്നിച്ചുയർന്ന് അന്തരീക്ഷത്തെ ശബ്ദമുഖരിതമാക്കി. ഇതു മൂന്നു പ്രാവശ്യം ആവർത്തിക്കപ്പെട്ടു. മൂന്നു തവണയും ഭൂമി ഇടിമുഴക്കം കൊണ്ടെന്നപോലെ ഞെട്ടി വിറച്ചു.

"രാജാവ് എഴുന്നള്ളിയിരിക്കുന്നു." തീരെ നേർത്ത ആ ശബ്ദം മൂലയിൽ പടിഞ്ഞിരിക്കുകയായിരുന്ന കുരങ്ങുരൂപത്തിന്റെ വായിൽനിന്നും പുറത്തുവന്നു. എട്ടായിരം തൊണ്ടകൾ അത് ഒച്ചത്തിൽ വിളിച്ചു പറഞ്ഞു. അന്തരീക്ഷം വീണ്ടും കിടന്ന് വിറച്ചു.

മുൻനിരയിലെ ഒരു ഭടന്റെ കൈയിലെ പരിച നിലത്തുവീണ് ശബ്ദമുണ്ടാക്കി. രാജാവിന്റെ മുഖഭാവം മാറി. ഒറ്റക്കണ്ണ് ആ മനുഷ്യന്റെ ദേഹത്തു ചെന്നു തറച്ചു. "ഇവിടെ വാ" എന്ന സിംഹഗർജ്ജനം തുടർന്നു കേട്ടു. ഭടൻ മുന്നോട്ടുവന്ന് രാജാവിനെ വണങ്ങി.

"നിന്റെ പരിചയാണ് വീണത്, അല്ലേടാ നായേ. നക്ഷത്രങ്ങളിൽ നിന്ന് ഭൂമിയിൽ ഇറങ്ങിവന്ന ഈ വലിയവരുടെ മുമ്പിൽവച്ച് നീ എന്നെ അപമാനിക്കും അല്ലേടാ?"

മറുപടി പറയാനാവാതെ ആ പാവം നിന്നുവിറച്ചു. പിന്നെ, "അബദ്ധം പറ്റിയതാണ് കറുത്ത പശുവിൻ കിടാവേ!" എന്നു അവ്യക്തമായ രീതിയിൽ ഒരുവിധം പറഞ്ഞൊപ്പിച്ചു.

"എന്നാൽ ആ അബദ്ധം കാട്ടിയതിന് നീ ശിക്ഷ അനുഭവിക്കണം. രാജാവിനെ പരിഹസിച്ച നായേ, മരിക്കാൻ തയ്യാറെടുത്തു കൊള്ളുക!"

"രാജാവിന്റെ കാളയായ ഈയുള്ളവന് മാപ്പ് നല്കിയാലും ഉടയവരെ!"

"സ്ക്രൂഗ!" അതു കേൾക്കാത്ത മട്ടിൽ വീണ്ടും ഗർജ്ജനമുയർന്നു. "രാജാവിനെ അപമാനിച്ച ഈ പട്ടി നിന്റെ കുന്തത്തിന്റെ മൂർച്ചയറിയട്ടെ!"

അതുകേട്ട് വൃത്തികെട്ട ഒരിളിയുമായി സ്ക്രൂഗ മുന്നോട്ടുവന്നു. അവന്റെ കുന്തം മുന്നറിയിപ്പുപോലെ വായുവിൽ ഉയർന്നുതാണു. പാവം ഇര രണ്ടു കൈകൊണ്ടും കണ്ണുപൊത്തി അനങ്ങാതെ നിന്നു. ഭീകരമായ ആ ദൃശ്യം കണ്ട് ഞങ്ങളെല്ലാം മരവിച്ചപോലെയായി.

അതിനിടെ മൂർച്ചയേറിയ ആ ആയുധം ഒരിക്കൽക്കൂടി ഉയർന്ന താണ്. കൃത്യം നിർവ്വഹിച്ചു കഴിഞ്ഞിരുന്നു. ദയനീയമായ ഒരു കരച്ചിലോടെ ആ മനുഷ്യൻ ഒരു ഭാഗത്തേക്കു വീണു. കുറച്ചു നേരത്തെ പിടച്ചിൽ. പിന്നെ എല്ലാം നിശ്ശബ്ദം. ചോര ഒഴുകിക്കൊണ്ടിരുന്നു.

പരിസരബോധമുണ്ടാകാൻ അല്പസമയം വേണ്ടിവന്നു. സർ ഹെൻറി ചാടിയെഴുന്നേറ്റ് എന്തോ ഉച്ചത്തിൽ പറഞ്ഞു. പിന്നെ ചുറ്റു

മുള്ള തണുത്ത നിശ്ശബ്ദതയ്ക്കു സ്വയം വഴങ്ങിക്കൊടുത്ത് ഇരിപ്പിടത്തിൽ തിരികെ ഇരുന്നു.

"നന്നായി നിന്റെ കുത്ത്." എന്നു പറഞ്ഞ് രാജാവ് സ്രൂഗയെ അഭിനന്ദിച്ചു. പിന്നെ, ശരീരം നീക്കം ചെയ്യാൻ പരിചാരകരെ വിളിച്ചു. ചോരക്കറ മറയ്ക്കാൻ ആജ്ഞാപിച്ചു. കൃത്യമായ അനുസരണയോടെ എല്ലാം നിർവ്വഹിക്കപ്പെട്ടു. കുരങ്ങൻ ഓരോവാക്കും ഏറ്റു പറയുന്നുണ്ടായിരുന്നു.

ഒരു പെൺകുട്ടി മുന്നോട്ടുവന്ന് കുമ്മായപ്പൊടി വിതറി ചോരപ്പാടുകൾ മറച്ചു.

ഞാനപ്പോൾ സർ ഹെൻറിയെ തന്നെ ശ്രദ്ധിക്കുകയായിരുന്നു. രോഷംകൊണ്ട് വിറയ്ക്കുകയാണങ്ങേർ. ഇരിക്കപ്പൊറുതിയില്ലാതെ തിളക്കുകയാണങ്ങേർ. നിയന്ത്രിക്കാൻ ഞാനേറെ പാടുപെട്ടു. ഗുഡും. ജീവൻതന്നെ അതിനെ ആശ്രയിച്ചിരിക്കുന്നു എന്ന് ഞാൻ അങ്ങേരെ ഓർമ്മിപ്പിച്ചു.

ക്രൂരതയുടെ അടയാളങ്ങളെല്ലാം അദൃശ്യമായതോടെ ട്വാല ഞങ്ങളെ നോക്കി സംസാരിക്കാൻ തുടങ്ങി.

"വലിയവരായ വെള്ളക്കാരെ, എന്റെ രാജ്യത്ത് നിങ്ങൾ എവിടെനിന്നുവന്നു, എപ്പോൾ വന്നു, എന്തിന് വന്നു എന്നൊന്നും അറിഞ്ഞുകൂടെങ്കിലും നിങ്ങൾക്കെന്റെ സ്വാഗതം"

"കുകുവനകളുടെ തമ്പുരാനേ, നിങ്ങൾക്കും സ്വാഗതം!"

"ഞങ്ങൾ നക്ഷത്രങ്ങളിൽനിന്ന് വന്നു. എങ്ങനെ വന്നു എന്നു ചോദിക്കരുത്. ഈ നാടു കാണാൻ വന്നു. എന്നു വിചാരിച്ചാൽ മതി!"

"തീരെ ചെറിയ കാര്യങ്ങൾ കാണാൻ മാത്രമായി. ഏറെ അകലെ നിന്നുവരുന്നു. ഈ കറുത്ത സാധനവും നക്ഷത്രങ്ങളിൽനിന്നു വരുന്നതാണോ?"

"അതെ. അവിടെ നക്ഷത്രങ്ങളുടെ നാട്ടിലും കറുത്തവരുണ്ടെന്ന് ഇപ്പോൾ മനസ്സിലായില്ലെ? പിന്നെ മഹാനായ രാജാവേ, അവിടത്തെ കാര്യങ്ങൾ കൂടുതലൊന്നും ചോദിക്കരുത്. താഴെയുള്ള കറുത്ത ജാതികൾ അതൊന്നും അറിയേണ്ട കാര്യമില്ല."

"നക്ഷത്രത്തിൽനിന്ന് ഇവിടെയെത്തിയവർ വളരെ ഒച്ചയോടെ സംസാരിക്കുന്നു വലിയവരെ!" രാജാവ് തുടർന്നു. "നക്ഷത്രങ്ങൾ വളരെ അകലെയാണെന്നും അവിടെനിന്ന് ഏറെ ദൂരത്തുള്ള ഒരു സ്ഥലത്താണ് നിങ്ങൾ ഇപ്പോഴുള്ളതെന്നും ഓർമ്മവേണം ഉടയവരെ! ഇപ്പോൾ എടുത്തുകൊണ്ടുപോയവന്റെ ഗതി നിങ്ങൾക്കും വരില്ലെന്ന് എന്താണിത്ര ഉറപ്പ്. എന്റെ തമ്പുരാക്കന്മാരെ!"

ആ സ്വരം എനിക്ക് തീരെ ഇഷ്ടപ്പെട്ടില്ല. ചിരിക്കാനുള്ള അവസരമല്ലെന്ന് നന്നായറിഞ്ഞിട്ടും ഞാൻ ഉറക്കെ ചിരിച്ചു. മനസ്സിൽ ചിരി തീരെയില്ലാത്ത ഒരാളുടെ ചിരിയായിരുന്നു അത്.

"രാജാവേ! സൂക്ഷിച്ചു സംസാരിക്കണം." ശബ്ദം കടുപ്പിച്ച് ഞാൻ തുടർന്നു. "ചുട്ടുപഴുത്ത കല്ലുകളിൽക്കൂടി വെറുതെ നടക്കാൻ നോക്കേണ്ട,

പറഞ്ഞേക്കാം. വെറുതെ കാലുപൊള്ളിക്കുന്നത് നല്ലതിനാവില്ല. കുന്തം മാറ്റിവെക്കുന്നതാവും നല്ലത്. വെറുതെ കൈയിൽ മുറിവുണ്ടാകുന്നതെന്തിന്? ഞങ്ങളുടെ ഒരു രോമം തൊട്ടാലുണ്ടല്ലൊ, ജീവനോടെ ആരും പിന്നെ ബാക്കിയുണ്ടാവില്ല. എന്തു, ഇൻഫെഡ്യൂസോ ഈ കഴുവേറി മകൻ സ്രൂഗയോ ഞങ്ങളെ പറ്റി ഒന്നും പറഞ്ഞിട്ടില്ലെന്നാണോ? ഏതു തരക്കാരാണ് ഞങ്ങളെന്ന് അവർക്കറിയാം. ചോദിക്കട്ടെ, ഞങ്ങളെപോലെ ആരെയെങ്കിലും നിങ്ങളിതുവരെ കണ്ടിട്ടുണ്ടോ?"

എന്തായാലും ഗുഡിനെപോലെ ഒരു മനുഷ്യനെ രാജാവും പ്രജകളും അതിനു മുമ്പു കണ്ടിട്ടില്ലെന്നുറപ്പ്. അതുവച്ചു കളി തുടരാൻ തന്നെ ഞാൻ തീരുമാനിച്ചു.

രാജാവ് ക്യാപ്റ്റനെ ശരിക്കും ശ്രദ്ധിക്കുന്നതു അപ്പോൾ മാത്രമാണ്.

"ദൂരെനിന്നുകൊണ്ട് മരണമെറിയാൻ ഞങ്ങൾക്കാകുമെന്ന് ഇൻഫെഡ്യൂസ് നിങ്ങൾ എന്തുകൊണ്ടാണ് ഇവരെ ധരിപ്പിക്കാതിരുന്നത്?"

"പറഞ്ഞിരുന്നു. പക്ഷേ, ഞാനതു വിശ്വസിക്കുന്നില്ല. ആദ്യം ഈയുള്ളവൻ അതൊന്നു നേരിൽ കാണട്ടെ. എന്നിട്ടു വേണമെങ്കിൽ വിശ്വസിക്കാം." തുടർന്ന് ക്രാലിന് എതിർവശത്തായി നില്ക്കുന്ന മനുഷ്യരിലേക്കു ചൂണ്ടി അവിടെനിന്നുകൊണ്ട് അവരിലൊരാളെ കൊന്നു വീഴ്ത്താൻ നിർദ്ദേശിച്ചു.

"ഇല്ല തെറ്റു ചെയ്തെന്നു ബോദ്ധ്യപ്പെട്ടാലല്ലാതെ ഞങ്ങളാരേയും ശിക്ഷിക്കാറില്ല, കൊല്ലാറില്ല. നിരപരാധികളുടെ ചോര ഒരിക്കലും ചീന്താറില്ല, മനുഷ്യർക്കു പകരം അവിടെയൊരു കാളയെ നിർത്താമെങ്കിൽ കാട്ടിത്തരാം. പത്തടി ഓടും മുമ്പ് പിടഞ്ഞു വീണു മരിക്കുന്നതുകാട്ടിത്തരാം."

"അതുവേണ്ട മനുഷ്യനെത്തന്നെ കൊന്നുകാണിച്ചാൽ മാത്രമേ ഞാൻ വിശ്വസിക്കൂ."

"എങ്കിൽ നിങ്ങളെതന്നെ കൊന്നു കാണിക്കാം. നേരെ മുമ്പോട്ടു നടന്നോളൂ. ഗെയ്റ്റിനടുത്തെത്തുംമുമ്പ് നിങ്ങളെ കൊന്നുവീഴ്ത്താം. നിങ്ങൾക്കു പറ്റില്ലെങ്കിൽ പ്രിയപുത്രൻ സ്രൂഗ ആയാലും മതി. എന്താ, വിരോധമുണ്ടോ?"

(സത്യത്തിൽ എനിക്കു ദാഹം സ്രൂഗയുടെ ചോരയ്ക്കുവേണ്ടിയായിരുന്നു. ഒരു പാവം പട്ടാളക്കാരനെ കൊന്നുവീഴ്ത്തിയവനല്ലെ!)

എന്റെ വാക്കുകൾ കേട്ടതും സ്രൂഗയുടെ വായിൽനിന്ന് ഉച്ചത്തിൽ ഒരു ആർത്തനാദം പുറത്തുവന്നു. അടുത്തനിമിഷമവൻ കുടിലിനുള്ളിലേക്ക് ഓടിയൊളിച്ചു.

മകനെക്കുറിച്ച് പറഞ്ഞ കാര്യങ്ങൾ രാജാവിനും ഇഷ്ടപ്പെട്ടില്ല. അതുകൊണ്ട് കാളയെ കൊന്നാൽ മതിയെന്നു സമ്മതിച്ചു. അടുത്ത നിമിഷം കാളവന്നു. തുടർന്ന് സർ ഹെൻറിയോട് ഞാനതിനെ വെടിവെച്ചിടാനാവശ്യപ്പെട്ടു. ഞാൻ മാത്രമല്ല, ഈ കൂട്ടത്തിലെ ഭയങ്കരനെന്ന് ഈ തെമ്മാ

ടികൾ മനസ്സിലാക്കട്ടെ. വെടിയുടെ കാര്യത്തിൽ ക്യാപ്റ്റനെ വിശ്വസിക്കാൻ പറ്റില്ലതാനും.

ഒട്ടും എതിർപ്പുകാട്ടാതെ സർ ഹെൻറി തന്റെ എക്സ്പ്രസ് റൈഫിളെടുത്ത് ഉന്നംപിടിച്ചു. കൃത്യമായ ചില നിർദ്ദേശങ്ങൾ എന്റെ വകയായും നല്കി. അങ്ങനെയിരിക്കെ, ക്രാൽ ഗെയ്റ്റിൽ അനങ്ങാതെ നില്ക്കുകയായിരുന്ന കാളക്കൂറ്റനെ ആരോ മുന്നോട്ടു തള്ളിവിട്ടു. അകത്തെ ആൾക്കൂട്ടം കണ്ട് പകച്ച് ഒരുനിമിഷം അതൊന്നു നിന്നു. പിന്നെ, ചുറ്റും നോക്കി ഉറക്കെ അമറിക്കൊണ്ട് സർ ഹെൻറി എന്ന് ഞാൻ പതുക്കെയൊന്നു വിളിച്ചു. അടുത്ത നിമിഷം വെടിപൊട്ടി. ഠേ.... മറിഞ്ഞുവീണ് കൈകാലിട്ടടിക്കുന്ന കൂറ്റനെയാണ് പിന്നെകാണുന്നത്. കൂടിനിന്ന എട്ടായിരം കണ്ഠങ്ങളിൽനിന്നും പിന്നെ രാജാവിൽനിന്നും ആശ്ചര്യദ്യോതകമായ ഒരു ശബ്ദമുയർന്നു. ശാന്തഭാവത്തിൽ തിരിഞ്ഞുനിന്ന് ഞാൻ രാജാവിനെ നോക്കി.

"ഇപ്പോൾ എന്തു പറയുന്നു മഹാരാജാവേ." എന്ന് പരിഹാസസ്വരത്തിൽ ഞാൻ ചോദിച്ചു.

രാജാവ് പേടിച്ചരണ്ട് നില്ക്കുകയായിരുന്നു. പേടിച്ചരണ്ട സ്വരത്തിലാണ് പിന്നെ അയാൾ സംസാരിച്ചത്.

"ട്വാലാ," ശാന്തഭാവത്തിൽ ഞാൻ പറഞ്ഞു. "കാര്യങ്ങളിപ്പോൾ നേരിൽ കണ്ടു ബോദ്ധ്യപ്പെട്ടല്ലോ. യുദ്ധം ചെയ്യാനല്ല, സ്നേഹിക്കാനാണ് ഞങ്ങൾ വന്നിരിക്കുന്നത്. ഇതാ, ഈ സാധനം കണ്ടോ," തോക്കു ചൂണ്ടി ഞാൻ പറഞ്ഞു, "ആകപ്പാടെയുള്ളത് അകംപൊള്ളയായ ഒരു വടി. ഇതുകൊണ്ട് നിങ്ങൾക്കു വേണമെങ്കിൽ ആളെകൊല്ലാം. അതിനു മുമ്പ് അകത്ത് ഞാനൊരു മന്ത്രം കയറ്റണമെന്നുമാത്രം. പക്ഷേ, എന്നാലും അത്രവേഗം നിങ്ങൾക്കിതു പ്രയോഗിക്കാനൊന്നും പറ്റുകയില്ല. അഥവാ അങ്ങനെ ശ്രമിച്ചാൽ ആദ്യം നിങ്ങൾ തന്നെയാവും ചത്തുവീഴുക. സ്വയം ചത്തുവീഴാതെ ഇത് ഉപയോഗിക്കാനുള്ള മന്ത്രവും ഞങ്ങൾക്കു മാത്രമേ അറിഞ്ഞുകൂടു, എന്നുമാത്രം വേണമെങ്കിൽ ഇപ്പോൾത്തന്നെ അതും കാണിച്ചുതരാം. അതാ, അവിടെ ഒരു നാല്പതടി അപ്പുറത്തായി ഒരു കുന്തം അതിന്റെ പിടി എനിക്കു നേരെ വരുന്നരീതിയിൽ നിലത്തുവെക്കുക. പിന്നെ എന്തുസംഭവിക്കുന്നു എന്ന് ശ്രദ്ധിച്ചുനോക്കുക." അടുത്ത നിമിഷം ഒരാൾ മുന്നോട്ടുവന്ന് അക്ഷരംപ്രതി അത് അനുസരിച്ചതും ഞാൻ ഉന്നം നോക്കി വെടിയുതിർത്തു. വെടിയേറ്റ് കുന്തത്തിന്റെ അലക് രണ്ട് കഷണമായി മുറിഞ്ഞ് വേർതിരിഞ്ഞു. വീണ്ടും ആരവങ്ങൾ ഉയർന്നു.

തുടർന്ന്, ഞാൻ എന്റെ റൈഫിൾ ട്വാലയുടെ കൈയിൽ പിടിപ്പിച്ച് ഇന്നു മുതൽ അതു അയാളുടെ സ്വന്തമാണെന്നു പറഞ്ഞു. അനന്തരം അത് ഉപയോഗിക്കുന്ന രീതി പരിശീലിപ്പിക്കാമെന്നേറ്റു. "പക്ഷേ, മഹാരാജാവേ, നക്ഷത്രലോകത്തിൽ നിന്നെത്തിയവരുടെ ഈ അത്ഭുതക്കുഴൽ ഭൂമിയിലെ മനഷ്യർക്കെതിരെ ഉപയോഗിക്കുന്നതിനു മുമ്പ് രണ്ടുവട്ടം താങ്കൾ ചിന്തിക്കണം. അങ്ങനെയൊരു നിർബ്ബന്ധം ഞങ്ങൾക്കുണ്ട്."

ട്വാല സന്തോഷപൂർവ്വം അതു സ്വീകരിച്ച് സ്വന്തം കാല്ക്കീഴിൽ സൂക്ഷിച്ചു. ഇതെല്ലാം സംഭവിച്ചുകൊണ്ടിരിക്കെ കുടിലിന്റെ നിഴലിൽ ചെന്നൊളിച്ച ആ കുരങ്ങുരൂപമുണ്ടല്ലോ, നാലുകാലിൽ ഇഴഞ്ഞ് അത് ഞങ്ങൾക്കരികിലേക്കുവന്നു. രാജാവിരിക്കുന്നിടത്ത് എത്തിയതും രണ്ടു കാലിൽ എഴുന്നേറ്റുനിന്ന് പൊടുന്നനവെ അത് അതിന്റെ മുഖത്തുനിന്ന് മുഖംമൂടിയെടുത്തുമാറ്റി. ഏറ്റവും വിചിത്രവും വികൃതവുമായ ഒരു മുഖം ഞാനവിടെ കണ്ടു. ഒരുപാടു വയസ്സിയാണതെന്നു ഞാൻ മനസ്സിലാക്കി. ചുളുങ്ങിച്ചുരുണ്ട് ഒരു വയസ്സുള്ള ഒരു കുട്ടിയുടെ മുഖത്തിന്റെ വലിപ്പം മാത്രമേ അതിനുണ്ടായിരുന്നുള്ളൂ. മുഖമെന്നു പറഞ്ഞാൽ ആഴത്തിൽ ചുളിവുകളും ചാലുകളും മാത്രം. എല്ലാറ്റിനുമിടയിൽ വായയെന്നു പറയാൻ നേർത്ത ഒരു കീറുമാത്രം. അതിനു കീഴെ കൂർത്ത് പുറത്തോട്ടുന്തിനില്ക്കുന്ന താടി. മൂക്കെന്നു പറയാൻ കാര്യമായി ഒന്നുമില്ല. വലുപ്പമേറിയ രണ്ട് ഇരുണ്ട കണ്ണുകൾ ഇല്ലായിരുന്നെങ്കിൽ അത്യുഷ്ണമേറ്റ് ഉണങ്ങിച്ചുരുണ്ടുപോയ ഒരു ജഡശരീരമാണെന്ന് ആരും വിചാരിച്ചു പോകും. ആ കണ്ണുകൾ നിറയെ തീയാണെന്നു ഞാൻ കണ്ടു; അപാരമായ ബുദ്ധിശക്തി അവയിൽ തുടിച്ചു നില്പുണ്ടായിരുന്നു. മഞ്ഞുപോലെ വെളുത്ത പുരികങ്ങൾക്കു കീഴെ അവ മിന്നിത്തിളങ്ങി. പൂർണ്ണനഗ്നമായ തലയോട്ടിയിലെ മഞ്ഞനിറമാർന്ന ചുളിവുകൾ ഒരു മൂർഖൻ പാമ്പിന്റെ ഫണംപോലെ ചുളുങ്ങുകയും വികസിക്കുകയും ചെയ്തുകൊണ്ടിരുന്നു.

സത്യം പറയാമല്ലൊ, വിചിത്രമായ ആ രൂപം മൂവരിലും വല്ലാത്ത ഭീതിപരത്തി.

ട്വാലയുടെ അടുത്തുചെന്ന് ഒരു നിമിഷം അത് മിണ്ടാതെ നിന്നു. പിന്നെ കൂർത്ത ആണികൾപോലുള്ള നഖങ്ങൾ നിറഞ്ഞ പഴംചാക്കുപോലുള്ള കൈത്തലം രാജാവിന്റെ മുതുകിൽ വച്ചു. തുടർന്ന്, ചിലമ്പിച്ച തന്റെയാ പ്രത്യേകതരം ശബ്ദത്തിൽ ഇപ്രകാരം പറഞ്ഞു:

"രാജാവേ, കേട്ടാലും. ജനങ്ങളേ, കേട്ടാലും. പർവ്വതങ്ങളേ, ശ്രദ്ധിക്കുവിൻ. പുഴകളെ, സമതലങ്ങളെ ശ്രദ്ധിക്കുവിൻ. സൂര്യചന്ദ്രന്മാരേ, മഹാവൃക്ഷങ്ങളേ, മഴവർഷമേ, കൊടുങ്കാറ്റേ ശ്രദ്ധിക്കുവിൻ. ജീവിക്കുന്നതെല്ലാം മരിച്ചേ മതിയാകൂ. കേൾക്കുന്നുണ്ടോ, പറയുന്നത്. മരിക്കുന്നതെല്ലാം ജീവിക്കുകതന്നെവേണം. ജീവചൈതന്യം അപ്പാടെ എന്നിൽ നിക്ഷിപ്തമായിരിക്കുന്നു. കേൾക്കൂ, പ്രവചനം, പ്രവചനം, പ്രവചനം."

വാക്കുകൾ നേർത്തുനേർത്ത് ഇല്ലാതായതോടെ ഭീതിദമായ ഒരു നിശ്ശബ്ദത എങ്ങും പരന്നു. ഞങ്ങളടക്കം എല്ലാവരുടെ മനസ്സിലും അത് ഇരുട്ടു പരത്തി. കിഴവിത്തള്ള ഭീകരരൂപിണിയായി മുമ്പിൽനിന്നു.

"രക്തം, രക്തം, രക്തപ്പുഴകൾ, എല്ലായിടത്തും ഞാൻ അതുമാത്രം കാണുന്നു. ഹാ! അതിന്റെ മണം, രുചി! ഞാനത് ആസ്വദിക്കട്ടെ. എന്തൊരു രുചികരമായ ഉപ്പുരസം. അതാ മഴയായി അത് ആകാശത്തു നിന്ന് പെയ്തിറങ്ങുന്നു.

കാലടിയൊച്ചകൾ, കാലടിയൊച്ചകൾ, കാലടിയൊച്ചകൾ. അകലെ നിന്ന് വെളുത്ത മനുഷ്യർ നടന്നുവരുന്നു. ഭൂമി അതേറ്റു വിറയ്ക്കുന്നു. ഭൂമി അവളുടെ യജമാനനു മുമ്പിൽ വിറച്ചുനില്ക്കുന്നു.

ചോര നല്ലതാണ്. ചെംചോരയ്ക്ക് ഹാ, എന്തൊരു തിളക്കം! പുതു ചോരയുടെ മണം അതിനില്ല. സിംഹങ്ങൾ അതിൽ കിടന്നുരുളും. അലറും. കഴുകന്മാർ അതുകൊണ്ട് ചിറകുകൾ കഴുകിയെടുക്കും. ആഹ്ലാദം അടക്കിവെക്കാനാകാതെ ഒച്ചയുണ്ടാക്കും.

എനിക്കു വയസ്സായിരിക്കുന്നു. എനിക്ക് വയസ്സായിരിക്കുന്നു. ഹാ ഹാ ഹാ! എന്നാൽ, മരണത്തിലൂടെ ഞാൻ കൂടുതൽ അറിയും, സന്തോഷിക്കും. എനിക്ക് എത്ര വയസ്സായെന്നാണ് നിങ്ങളുടെയൊക്കെ വിചാരം? നിങ്ങളുടെ പിതാക്കൾ എന്നെ കണ്ടിട്ടുണ്ട്. അവരുടെ പിതാക്കളും പ്രപിതാക്കളും എന്നെ കണ്ടിട്ടുണ്ട്. പിതാക്കൾ അവരുടെ പിതാക്കൾ, അവരുടെ പിതാക്കൾ.... അവസാനമില്ലാതെ അതങ്ങനെ നീണ്ടുപോകും. വെള്ളക്കാരനെ ഞാൻ കണ്ടിട്ടുണ്ട്. അവന്റെ ആഗ്രഹങ്ങളെക്കുറിച്ച് അറിഞ്ഞിട്ടുണ്ട്. എനിക്ക് വയസ്സായി. എന്നാൽ, ഈ പർവ്വതങ്ങൾക്ക് എന്നെക്കാൾ വയസ്സായി. ഈ വലിയ വഴിത്താര ആരുണ്ടാക്കി? പാറകളിലെ ചിത്രങ്ങൾ ആരുടെ സൃഷ്ടിയാണ്? മഹാഗർത്തത്തിനു നേർക്ക് കണ്ണയച്ചു നില്ക്കുന്ന ആ മൂന്നു മഹാമേരുക്കൾ ആരുടെ സൃഷ്ടിയാണ്? ആ മൂന്നു നിശ്ശബ്ദ രൂപങ്ങളെയും വളർത്തിവലുതാക്കിയത് ആരാണ്? അറിയാമെങ്കിൽ പറഞ്ഞുതരൂ.

നിങ്ങൾക്കറിഞ്ഞുകൂട അല്ലേ; എനിക്കറിയാം. നിങ്ങൾക്കു മുമ്പ് ഇവിടെ വന്ന വെളുത്തവരുടെ പണിയാണിത്. നിങ്ങൾ ഇല്ലാത്ത ഒരു കാലത്ത് അവരിവിടെ ഉണ്ടായിരുന്നു. അവർ നിങ്ങളെ കൊന്നുതിന്നും. ഹൂ ഹൂ ഹുവാ... ഹുവാ...!

അവർ എന്തിനുവന്നു? നിങ്ങൾ ചോദിച്ചിട്ടുണ്ടോ? ഭീകരന്മാരാണവർ. മന്ത്രവാദികളാണവർ. എല്ലാ മാസ്മരവിദ്യകളും അവർക്കറിയാം. ശക്തരാണവർ. അക്ഷീണരാണവർ. അവർക്ക് എല്ലാം അറിയാം. രാജാവേ, നിന്റെ നെറ്റിയിലെ ആ കല്ല് എന്തു സാധനമാണ്? നിന്റെ മാറിടത്തെ അലങ്കരിച്ച തിളങ്ങുന്ന അങ്കി ആരുണ്ടാക്കിയതാണ്? നിനക്കറിഞ്ഞുകൂട, പക്ഷേ, എനിക്കറിയാം. കിഴവിയായ ഞാൻ, വയസ്സിയായ ഞാൻ, ബുദ്ധിശാലിയായ ഞാൻ, 'ഇസനുസി'യായ ഞാൻ, മന്ത്രവാദി വൈദ്യരായ ഞാൻ, അതെ, ഞാൻ തന്നെ."

തുടർന്ന്, ആ ഭയങ്കരി അവളുടെ കഴുകന്റേതുപോലുള്ള കൊട്ടത്തല ഞങ്ങൾക്കു നേരെ തിരിച്ചു.

"നക്ഷത്രങ്ങളിൽ നിന്നുവന്ന ഹേ വെള്ളക്കാരെ, എന്തിനാണ് നിങ്ങൾ ഇങ്ങോട്ടു വന്നത്? ങ്ഹാ, മനസ്സിലായി, മനസ്സിലായി, കാണാതായ ഒരാളെ അന്വേഷിച്ചുവന്നു. അല്ലേ. പക്ഷേ, ഇവിടെ കണ്ടെത്താനാവില്ല. അയാൾ ഇവിടെവന്നിട്ടില്ല. യുഗയുഗാന്തരങ്ങളായി വെള്ളത്തൊലിയുള്ള ആരും ഇവിടെ കാലുകുത്തിയിട്ടില്ല. ഒരിക്കൽ മാത്രം ഒരാൾ

വന്നു. മരിക്കാൻ വേണ്ടി ഇവിടം വിട്ടുപോവുകയും ചെയ്തു. തിളക്കമാർന്ന ആ കല്ലുകൾ, അതാണ് നിങ്ങളുടെ ലക്ഷ്യമെന്ന് എനിക്കറിയാം. ചോര ഉണങ്ങിക്കഴിയുമ്പോൾ നിങ്ങൾ അതുകണ്ടെത്തും. അതുകൊണ്ട് വന്ന സ്ഥലത്തേക്കുതന്നെ മടങ്ങിപ്പോകുന്നതാവും നല്ലത്. അതോ, എനിക്കൊപ്പം ഇവിടെ തങ്ങുന്നോ? ഹ! ഹ! ഹ!

പിന്നെ ഈ കറുത്ത തൊലിയുള്ള ചെറുപ്പക്കാരൻ, ആരാണവൻ? ഇവരുടെ കൂടെനടന്നിട്ട് നീ എന്താണ് ആഗ്രഹിക്കുന്നത്. മിന്നും കല്ലുകല്ലുകളല്ലെന്ന് എനിക്കറിയാം. തിളങ്ങുന്ന മഞ്ഞലോഹവുമല്ല. വെള്ളത്തൊലിയുള്ളവർക്കൊപ്പം ഇറങ്ങിത്തിരിച്ച നീ പക്ഷേ, ആരാണെന്നും നിന്റെ ലക്ഷ്യമെന്തെന്നും എനിക്കറിയാം. ഉണ്ട്, നിന്റെ ഞരമ്പുകളിലൊഴുകുന്ന ചോരയുടെ മണം എനിക്കു കിട്ടുന്നുണ്ട്. അരയിലെ തുണിമാറ്റി എന്നെ കാണിക്കൂ, ചെറുപ്പക്കാരാ...."

ഇത്രയും പൂർത്തിയാക്കിയപ്പോഴേക്കും കിഴവിയുടെ മട്ടാകെ മാറി. ചുഴലിബാധിച്ച മട്ടിൽ ശരീരം വിറയ്ക്കുകയും ഞെരിപിരികൊള്ളുകയും ചെയ്തു. വായിൽനിന്ന് നുരയും പതയും ഒഴുകി. ആ രീതിയിൽ നിലത്തുവീണ് കൈകാലിട്ടടിച്ചു. പരിചാരികമാർ അവരെയെടുത്ത് അകത്തേക്കു കൊണ്ടുപോയി.

വിറച്ചുകൊണ്ട് എഴുന്നേറ്റ് രാജാവ് കൈ ഒരു പ്രത്യേകരീതിയിൽ വീശിയതും പട്ടാളം പിരിഞ്ഞുപോകാൻ തുടങ്ങി. പത്തുമിനിറ്റിനകം രാജാവും ഞങ്ങളും ഏതാനും പരിചാരികമാരുമൊഴികെ മറ്റെല്ലാവരും പിരിഞ്ഞുപോയി.

“വെള്ളത്തൊലിയുള്ളവരെ, എനിക്ക് ഈ നിമിഷം നിങ്ങളുടെ കഥ കഴിക്കാൻ തോന്നുന്നു.” രാജാവ് ഗൗരവഭാവത്തിൽ പറഞ്ഞു. “ഗഗൂൾ പറഞ്ഞത് നിങ്ങളും കേട്ടതാണല്ലോ. എന്തെങ്കിലും പറയാനുണ്ടോ?”

“സൂക്ഷിച്ചു സംസാരിക്കണം രാജാവേ?”

സ്വരം പരമാവധി കടുപ്പിച്ച് ഞാൻ പറഞ്ഞു. “നേരത്തെ കണ്ട കാളയുടെ ഗതിയാണ് ആഗ്രഹിക്കുന്നതെങ്കിൽ ശരി, വിരോധമില്ല.”

“ഒരു രാജാവിനെ ഭീഷണിപ്പെടുത്തുന്നത് നല്ലതിനല്ല പറഞ്ഞേക്കാം.”

“ഭീഷണിയല്ല, സത്യമാണ്. ധൈര്യമുണ്ടെങ്കിൽ കൊല്ലാൻ വാ, അപ്പോൾ കാണാം.”

എന്തോ ആലോചിക്കുന്ന മട്ടിൽ രാജാവ് കൈ നെറ്റിത്തടത്തിൽ ചേർത്ത് ഒരു നിമിഷം മിണ്ടാതിരുന്നു.

“എന്നാൽ ഒരു കാര്യം ചെയ്യ്. ഇപ്പോൾ സമാധാനത്തോടെ പോയി വിശ്രമിക്ക്. രാത്രി മഹാനൃത്തമേള നടക്കുന്നു. കാണാൻ നിങ്ങളും വരണം. കെണിയൊരുക്കി കൊല്ലാൻ വിചാരിക്കുകയാണെന്ന് സംശയമൊന്നും വേണ്ട. അത് ഞങ്ങളുടെ രീതിയല്ല. നൃത്തം കഴിയട്ടെ. ആലോചിച്ച് തീരുമാനം നാളെ പറയാം.”

പൂർണ്ണസഹകരണം വാഗ്ദാനം ചെയ്ത് മൂവരും എഴുന്നേറ്റു. ഇൻഫെഡ്യൂസ് പാർപ്പിടംവരെ ഞങ്ങളെ അനുഗമിച്ചു.

10

മന്ത്രവാദി വേട്ട

കുടിലിനകത്തേക്ക് ഇൻഫെഡ്യൂസിനെ വിളിച്ച് എനിക്ക് ചിലതു സംസാരിക്കാനുണ്ടായിരുന്നു. "നിങ്ങളുടെ ഈ രാജാവ് ഒരു മഹാക്രൂരനാണല്ലോ, ഇൻഫെഡ്യൂസ്." സൈന്യാധിപൻ അതു ശരിയാണെന്ന് സമ്മതിച്ചു. "അയാളുടെ ശരിയായ മുഖം ഇന്നു രാത്രി വലിയവർ കാണാനിരിക്കുന്നതേയുള്ളൂ." അയാൾ തുടർന്നു.

വർഷംതോറും നടക്കുന്ന ദുർമന്ത്രവാദിവേട്ട ഇന്നു രാത്രി നടക്കാൻ പോകുന്നു. രാജാവിനു വിരോധമുള്ള ആരെയും മന്ത്രവാദിയായി മുദ്ര കുത്തി നിർഭയം വധിക്കാം. രാജാവ് ഒരാളുടെ കന്നുകാലികളെ ആഗ്രഹിച്ചാൽ, ആരെങ്കിലും തനിക്കെതിരെ കലാപമുണ്ടാക്കുമെന്നു രാജാവു സംശയിച്ചാൽ അയാളെ ദുഷ്ടമന്ത്രവാദിയെന്നു മുദ്രകുത്തി കാലപുരിക്കയക്കാം. അതുകൊണ്ട് ഏറെ പേടിയോടെയാണ് ഓരോരുത്തരും ഇന്നു രാത്രി നിമിഷങ്ങൾ എണ്ണിത്തീർക്കുക. രാജാവിന്റെ ഏറ്റവും വിശ്വസ്തനെന്നു കരുതപ്പെടുന്ന താൻപോലും ആ ഉൾഭയത്തിൽനിന്നു മുക്തനല്ല. നേരിട്ടുതന്നെ കണ്ടോളൂ. ഇന്നു രാത്രി ചന്ദ്രനസ്തമിക്കും മുമ്പ് പലർക്കും അവരുടെ ജീവൻ നഷ്ടമാകും. ഇൻഫെഡ്യൂസ് പറഞ്ഞവസാനിപ്പിച്ചു.

എങ്കിൽ എന്തുകൊണ്ട് ജനങ്ങൾ ഇതിനെ എതിർക്കുന്നില്ല? രാജാവിന്റെ കഥ കഴിക്കാൻ ജനങ്ങൾ വിചാരിച്ചാൽ എളുപ്പമല്ലേ. "സംഗതി ശരിയാണ്. പക്ഷേ, ടാല പോയാൽ പകരം വരുന്നത് സ്രൂഗയായിരിക്കില്ലേ. അച്ഛനെക്കാൾ പരമദുഷ്ടനാണ് മകൻ. അതുകൊണ്ട് തമ്മിൽഭേദം എന്നുവച്ച് അച്ഛനെ സഹിക്കുന്നു എന്നേയുള്ളൂ. എന്റെ സഹോദരൻ ഇമൊട്ടു കൊല്ലപ്പെട്ടില്ലായിരുന്നെങ്കിൽ, അല്ലെങ്കിൽ അയാളുടെ മകൻ ഇഗ്നൊസി ജീവിച്ചിരിപ്പുണ്ടായിരുന്നെങ്കിൽ ഞങ്ങൾക്ക് ഇതെല്ലാം സഹി

ക്കേണ്ടിവരുമായിരുന്നില്ല. പാവം ഇഗ്നൊസി. കുഞ്ഞായിരിക്കെത്തന്നെ അവന് ജീവിതം നഷ്ടപ്പെട്ടു."

"ഇഗ്നൊസി മരിച്ചുപോയെന്ന് നിങ്ങൾക്ക് എന്താണിത്ര ഉറപ്പ്?" പിന്നിൽ നിന്ന് അപ്രതീക്ഷിതമായ ആ ചോദ്യംകേട്ട് നോക്കിയപ്പോൾ ഉംബെപ. എന്താണതിനർത്ഥമെന്നറിയാതെ ഇൻഫെഡ്യൂസ് അവനെ നോക്കി. വർഷങ്ങൾക്കുമുമ്പ് ഇമൊട്ടു കൊല്ലപ്പെട്ടതും അയാളുടെ പത്നി കൈക്കുഞ്ഞിനേയുംകൊണ്ട് ഒളിച്ചോടിയ കാര്യവും മറ്റും ഇൻഫെഡ്യൂസ് ആവർത്തിച്ചു. അമ്മയും കുഞ്ഞും പിന്നീട് ഏതോ ഗുഹയിൽ കിടന്നു മരിച്ചതും. "പക്ഷേ, അതൊക്കെ പറഞ്ഞുകേട്ട കാര്യങ്ങളല്ലേ? ഇഗ്നൊസി ഇപ്പോഴും ജീവനോടെയുണ്ടെങ്കിലോ?" ഒരു കുസൃതിച്ചിരിയോടെ ഉംബെപ ചോദിച്ചു. പറഞ്ഞുവന്നപ്പോൾ, വെള്ളക്കാരുടെ സേവകനായി നില്ക്കുന്ന ഉംബെപ എന്ന ഈ കാപ്പിരി അതേ ഇഗ്നൊസിയാണ്. ഒളിച്ചോടിയ അമ്മയ്ക്കും മകനും പിന്നീടെന്തു സംഭവിച്ചെന്ന് അയാൾത്തന്നെ വ്യക്തമാക്കി. പർവ്വതം കടന്ന് അവർ പിന്നെയും സഞ്ചരിച്ചു. മരുഭൂമിയിൽ അലഞ്ഞുതിരിയുന്ന ഒരു ആദിവാസിവർഗ്ഗം ഇവരെ സംരക്ഷിച്ചു. പിന്നീട് പുല്ലും മരങ്ങളുമെല്ലാമുള്ള സ്ഥലത്തെത്തി. ഏറെക്കാലം പിന്നെയും അലഞ്ഞുതിരിഞ്ഞ് കുകുവനങ്ങളുടെ ഒരു ഉപവിഭാഗമായ അമസുലുക്കൾക്കൊപ്പം കുറേക്കാലം ജീവിച്ചു. ഇഗ്നൊസിക്ക് കരുത്തും ആരോഗ്യവുമുണ്ടായി. അമ്മ മരിച്ചുപോയി. പിന്നീട് അയാൾ മറ്റൊരു നാട്ടിലെത്തി. വെള്ളക്കാരുടേതുമാത്രമായ ആ അത്ഭുതനാട്ടിൽ. അവിടെ ആ മനുഷ്യരുടെ അറിവും വിവേകവും കുറേയൊക്കെ തനിക്കും സ്വന്തമാക്കാൻ കഴിഞ്ഞു.

മരിക്കുംമുമ്പ് സ്വന്തം നാട്ടിലെത്തണം. സ്വന്തം ആളുകളെ കാണണം, പിറന്നവീടെങ്കിലും ഒരു നോക്കു കാണണം. അതുമാത്രമായിരുന്നു അയാളുടെ ആഗ്രഹം. അതിനായി ഏറെ കഷ്ടപ്പെട്ടു. ഇപ്പോഴിതാ ആ അവസരം വന്നുചേർന്നിരിക്കുന്നു. കുകുവനകളുടെ യഥാർത്ഥ രാജാവ് താനാണ്. സംശയം തീർന്നില്ലെങ്കിൽ മാമൻ കണ്ടുകൊള്ളു എന്ന് പറഞ്ഞ് അടുത്തക്ഷണം ഉംബെപ തന്റെ ശരീരത്തെ മറച്ചിരുന്ന 'മുച്ച' താഴേക്കു വലിച്ചിട്ട് അരഭാഗം ഇൻഫെഡ്യൂസിനെ കാട്ടി. അവിടെയൊരു മഹാ സർപ്പത്തെ പച്ചകുത്തിയ നിലയിൽക്കണ്ടതോടെ ഇൻഫെഡ്യൂസിന്റെ എല്ലാ സംശയവും തീർന്നു. കുകുവനകളുടെ കുലചിഹ്നമാണത്. ആർക്കുമതിനെ നിഷേധിക്കാനാവില്ല. എന്റെ അനന്തിരവൻ, എന്റെ അനന്തിരവൻ എന്ന് സന്തോഷം മറയ്ക്കാനാവാതെ അയാൾ ആർത്തുവിളിച്ചു. എന്നാൽ, ഉംബെപ അയാളെ തടഞ്ഞു. തല്ക്കാലം ഇക്കാര്യം നമ്മൾമാത്രം അറിഞ്ഞാൽ മതി. ഈ വെളുത്ത ആളുകളുടെ സഹായസഹകരണങ്ങൾ ഉപയോഗിച്ച് രാജ്യം നമ്മുടെ സ്വന്തമാകുംവരെ എല്ലാം പരമരഹസ്യം.

അപ്പോൾ കിഴവി ഗുഗൂൾ തന്റെ ഉറഞ്ഞാട്ടത്തിനിടയിൽ കല്പിച്ച കാര്യങ്ങളെല്ലാം ശരിയാണെന്നുവരുന്നു. പൊന്നോ കല്ലോ അല്ല പ്രതി

കാരമാണ് അയാളുടെ ലക്ഷ്യമെന്ന് കിഴവി മുൻകൂട്ടി മനസ്സിലാക്കിയിരിക്കുന്നു. പക്ഷേ, തന്റെ പിതാവ് അവളുടെ വാക്കുകൾ കാരണമാണ് കൊല്ലപ്പെട്ടത്. തന്നെയുംകൊണ്ട് അമ്മ ഓടിപ്പോയതും അവൾ കാരണമാണ്. അവളെയും കൊല്ലണം ആ ചിന്തയിൽ മിതഭാഷിയും ശാന്തപ്രകൃതക്കാരനുമായ ഉംബെപയിതാ മറ്റൊരാളായി മാറിക്കഴിഞ്ഞിരിക്കുകയാണ്. അദൃശ്യമായി നീറിപ്പുകഞ്ഞുകൊണ്ടിരുന്ന ഒരു അഗ്നിപർവ്വതമിതാ ഏതു സമയത്തും പൊട്ടിത്തെറിക്കുമെന്ന സ്ഥിതിയിലെത്തിയിരിക്കുന്നു.

ഉംബെപയുടെ കഥകേട്ട് സർ ഹെൻറി അവന് എല്ലാ സഹായങ്ങളും വാഗ്ദാനം ചെയ്തു. കണ്ടനേരംതൊട്ട് അങ്ങേർക്ക് ആ കാപ്പിരിയെ ഇഷ്ടമായിരുന്നു. പിന്നീടുള്ള ഓരോ അനുഭവവും ആ ഇഷ്ടം വർദ്ധിപ്പിച്ചു. ശാന്തമായ ആ മുഖഭാവത്തിനു പിന്നിൽ ഒരു കടൽ ഇരമ്പുന്നുണ്ടെന്ന് അവന്റെ ചിന്താഭാവവും ഏകാകിതാവ്യഗ്രതയും കാണുമ്പോഴെല്ലാം അങ്ങേർക്കു തോന്നാറുണ്ടായിരുന്നു. സർ ഹെൻറിയെ പിന്തുണച്ച് ഞാനും ക്യാപ്റ്റനും ഉംബെപയുടെ സംരംഭങ്ങൾക്ക് ഐക്യദാർഢ്യം പ്രഖ്യാപിച്ചു, ആ നിമിഷംതന്നെ.

അതേ സമയംതന്നെ ഇത്തരം കാര്യങ്ങളിൽ എനിക്കുള്ള ഉറച്ച നിലപാടിനെക്കുറിച്ച് ഇഗ്നൊസിയോടും അയാളുടെ മാതുലനോടും തുറന്നു സംസാരിക്കാൻ ഞാനാഗ്രഹിച്ചു.

“ഉംബെപ ഇനി ആ പേരു വേണ്ട, ഇഗ്നൊസി എന്നു തന്നെ വിളിക്കാം. വിപ്ലവങ്ങളും കലാപങ്ങളും എന്റെ രീതിയല്ല. സമാധാനം ഇഷ്ടപ്പെടുന്ന ഒരു സാധുപ്രകൃതക്കാരനാണ് ഞാൻ പൊതുവെ. ഭീരു എന്നു വിളിച്ചാലും (ആ സമയം ഇഗ്നൊസിയുടെ മുഖത്ത് ഒരു ചെറുചിരി പരന്നു.) കുഴപ്പമില്ല. എന്നുവച്ച് വിശ്വസിക്കുന്നവരെ തള്ളിപ്പറയുകയെന്നത് എന്റെ ശീലമല്ല. ഈ ദൂരമെല്ലാം നീ ഞങ്ങളുടെ കൂടെ പോന്നു. ഞങ്ങൾക്കുവേണ്ടി പല കഷ്ടതകളും സഹിച്ചു. അതിനുള്ള നന്ദി ഞാൻ അങ്ങോട്ടും കാണിക്കും. പക്ഷേ, ഞാനൊരു ബിസിനസ്സുകാരനാണെന്ന കാര്യം നീ മറക്കരുത്. ബിസിനസ് ചെയ്താണ് ഞാൻ ജീവിക്കുന്നത്. അതിന്റെ ഭാഗമായി ഈ മാന്യന്മാർക്കൊപ്പം ചേർന്നു. ആ രീതിയിൽ പ്രതിഫലം പ്രതീക്ഷിക്കുന്നു. അതുകൊണ്ട് രത്നങ്ങളെക്കുറിച്ച് നീ നേരത്തെ നല്കിയ വാഗ്ദാനം സ്വീകരിക്കുന്നു. പിന്നെ, മറ്റൊരു ലക്ഷ്യംകൂടി ഞങ്ങളുടെ ഈ സാഹസത്തിനു പിന്നിലുണ്ടെന്ന് നിങ്ങൾക്കറിയാമല്ലൊ. ഈ ഇൻകുസി(സർ ഹെൻറി)യുടെ സഹോദരനെ കണ്ടെത്തിയേ തീരൂ. ഈ രണ്ടു കാര്യങ്ങൾക്കും നിന്റെ ആത്മാർത്ഥമായ സഹായവും സഹകരണവും ഞങ്ങൾക്കുവേണം. അതിന് ഇപ്പോൾത്തന്നെ ഒരു തീരുമാനമുണ്ടാകണം.”

ഇഗ്നൊസിക്ക് ആലോചിക്കാൻ ഒന്നുമില്ലായിരുന്നു. “ഇൻഫെഡ്യൂസ് മാമാ, സത്യം പറയണം, ഇതിനു മുമ്പ് ഏതെങ്കിലും വെള്ളക്കാർ ഇവിടെ കാലുകുത്തിയതായി മാമന് അറിയുമോ?”

“ഇല്ല. അങ്ങനെയൊരു സംഭവം ഉണ്ടായിട്ടില്ല. എനിക്കത് ഉറപ്പായി പറയാൻ കഴിയും.”

അതുകേട്ട് സർ ഹെൻറിയിൽനിന്ന് ഒരു നെടുവീർപ്പുയർന്നു. ഞാൻ പെട്ടെന്നു വിഷയം മാറ്റി. ഇഗ്നൊസിയുടെ നേർക്കു തിരിഞ്ഞ്, നഷ്ടപ്പെട്ട അധികാരം പിടിച്ചെടുക്കാൻ അയാൾ സ്വീകരിക്കാനുദ്ദേശിക്കുന്ന തന്ത്രമെന്തെന്നതിനേക്കുറിച്ച് അന്വേഷിച്ചു. ഇൻഫെഡ്യൂസാണ് അതിനു മറുപടി നല്കിയത്. ഇങ്ങനെയായിരുന്നു അതിന്റെ ചുരുക്കം.

“ഇന്നു രാത്രി അതിനുപറ്റിയ അവസരമായി ഉപയോഗിക്കാം. ആദ്യം ആട്ടവുംപാട്ടും. പിന്നെ, മന്ത്രവാദിവേട്ടയുടെ സമയം ചന്ദ്രനസ്തമിക്കും മുമ്പ് പലരും ചാവും. അതിനനുസരിച്ച് പലരിലും പ്രതികാരദാഹം നുരഞ്ഞുപൊന്തും. മരിച്ചവരുടെ ചോര അവർ ഇല്ലാതാകുന്നതോടെ ഉറഞ്ഞുപോവുകയൊന്നുമില്ല. ആട്ടം കഴിഞ്ഞശേഷം ഞാൻ ചില മുഖ്യന്മാരുമായി സംസാരിക്കും. അവർ അവരവരുടെ സൈന്യവിഭാഗങ്ങളുമായി ആശയം പങ്കുവെക്കും. പ്രതികാരം ചെയ്യാൻ ആഗ്രഹിക്കുന്നവർ എല്ലായിടത്തുമുണ്ടാകും. യഥാർത്ഥ രാജാവ് ഇഗ്നൊസിയാണെന്ന് തെളിയിച്ചാൽ അവർ സഹകരിക്കുമെന്ന് ഉറപ്പ്. അവർക്കെല്ലാം എന്നെ അത്രയധികം വിശ്വാസമാണ്. നാളെ നേരം പുലരും മുമ്പ് കുന്തമേന്തിയ ഇരുപതിനായിരം പേരെങ്കിലും ഇഗ്നൊസിയുടെ കൂടെയുണ്ടാകുമെന്നാണ് എന്റെ വിശ്വാസം. കൂടുതൽ പറയാൻ നേരമില്ല. ഞാൻ പോട്ടെ. അത്യാവശ്യകാര്യങ്ങൾ ഉടൻതന്നെ ചെയ്യട്ടെ. ഇന്നത്തെ ദിവസം ഒരു കാരണവശാലും പാഴായിപ്പോകരുത്. പാട്ടിനും കൂത്തിനും ശേഷം ഞാൻ ജീവനോടെയുണ്ടെങ്കിൽ നീ ജീവനോടെയുണ്ടെങ്കിൽ നമ്മളെല്ലാവരും ജീവനോടെയുണ്ടെങ്കിൽ അപ്പോൾ കാണാം, ബാക്കിപ്പറയാം. പരമാവധി ഒരു യുദ്ധം, അതുതന്നെ.” മാമൻ ആവേശഭരിതനായി.

ആ സമയം തന്നെ ഏതാനും രാജകിങ്കരന്മാർ അതിഥികൾക്കുള്ള സമ്മാനങ്ങളുമായി വന്നു. അതീവസുന്ദരവും കലാനൈപുണ്യത്തിന്റെ ഉത്തമ നിദർശങ്ങളുമായി മൂന്നു കവചകങ്ങളായിരുന്നു ആ സമ്മാനങ്ങൾ. ഈ നിർമ്മിതികൾക്കുപിന്നിൽ പ്രവർത്തിച്ച വിദഗ്ദ്ധ ഹസ്തങ്ങളെക്കുറിച്ച് അത്ഭുതംകൂറി നില്ക്കേ കിട്ടിയ ആ കരവിരുതിനെക്കുറിച്ച് സ്വതേ മിതഭാഷിയായ ഇൻഫെഡ്യൂസ് ഏറെ വാചാലനായി. ഒരു കുന്തത്തിനും തുളഞ്ഞിറങ്ങിച്ചെല്ലാൻ കഴിയാത്ത അസാമാന്യസൃഷ്ടികളായിരുന്നു അവ. രാത്രി മുഴുവൻ ഈ കവചമണിഞ്ഞേ പുറത്തിറങ്ങാവൂ എന്ന് പക്വമതിയായ ആ സൈനിക മൂപ്പൻ പേർത്തും പേർത്തും ഞങ്ങളോട് നിഷ്കർഷിച്ചു.

അന്നത്തെ പകലിന്റെ ബാക്കി കിടന്നുറങ്ങിയും ഭാവികാര്യങ്ങളെക്കുറിച്ച് ചർച്ച ചെയ്തും. നിശോത്സവത്തിന്റെ വിശദവിവരങ്ങൾ അന്വേഷിച്ചും ചെലവഴിച്ചു. സൈനിക സംഘങ്ങൾ ആയിരങ്ങളും പതിനായിരങ്ങളുമായി ഉത്സവപ്പറമ്പിലേക്ക് മാർച്ചു ചെയ്യാൻ തുടർങ്ങിക്കഴിഞ്ഞിരുന്നു. രാത്രി ഇൻഫെഡ്യൂസ് നിഷ്കർഷിച്ച മട്ടിൽ രാജാവു സമ്മാനിച്ച കവചങ്ങൾ അണിഞ്ഞ് പുറത്തിറങ്ങി. റിവോൾവറും മറ്റും കൂടെക്കരു

താൻ പ്രത്യേകം ശ്രദ്ധിച്ചിരുന്നു. എന്തും സംഭവിക്കാം എന്ന തോന്നൽ എല്ലാവർക്കും ഉണ്ടായിരുന്നു.

അതിനകം സൈനികശക്തിയുടെ മൂന്നിലൊരു ഭാഗം മൈതാനിയിൽ അണിനിരന്നു കഴിഞ്ഞിരുന്നു. ബാക്കിവരുന്നതിൽ ഒരു മൂന്നിലൊന്ന് ക്രമസമാധാനനില നിരീക്ഷിച്ചുകൊണ്ട് ഗ്രൗണ്ടിനു പുറത്തു നില്ക്കും. മാന്ത്രികവേട്ടയുടെ ഭാഗമായി നടക്കുന്ന കൊലകൾക്കെതിരെ തിരിച്ചടിയുണ്ടാകാമെന്ന ഭയം രാജാവ് എപ്പോഴും കൊണ്ടു നടക്കുന്നു. ബാക്കിയുള്ള പട്ടാളം ലുവിനു ചുറ്റും അണിനിരക്കും. കുറേപ്പേർ നാട്ടിൻപുറത്തെ ക്രാലുകളിൽ നിരീക്ഷണം നടത്തിക്കൊണ്ടിരിക്കും. വല്ല അപകടവുമുണ്ടോ എന്ന പേടി സർ ഹെൻറിയേയും ക്യാപ്റ്റനേയും അലോസരപ്പെടുത്തുന്നുണ്ടായിരുന്നു. ഞാൻ പിന്നെ പ്രകൃത്യാതന്നെ ഭീരുവാണല്ലോ. ഇൻഫെഡ്യൂസിനെ ആശങ്ക അറിയിച്ചപ്പോൾ അയാളും അതു പങ്കുവെക്കുകയാണുണ്ടായത്. കാരണം, മന്ത്രവാദിവേട്ട ആരെയും ലക്ഷ്യമിടാം. ഒന്നും മുൻകൂട്ടി പറയാനാവില്ല. ദുഷ്ടരാക്ഷസിയാ ഗഗൂൾ എല്ലാം തീരുമാനിക്കുന്നു. രാജാവ് അക്ഷരംപ്രതി അനുസരിക്കുന്നു.

അതാ രാജാവ് ട്വാലയും പുത്രൻ സ്രൂഗയും ഗഗൂൾ മുത്തിയും പ്രധാനവേദിയിൽ ഹാജരായിക്കഴിഞ്ഞു. പിൻനിരയിൽ നിരന്നു നില്ക്കുന്നവർ കൊല നടത്തുന്ന ആരാച്ചാരന്മാരാണ്.

ഇപ്പോൾ രാജാവ് പീഠത്തിൽ ഉപവിഷ്ടനായനിലയിൽ. അയാളുടെ കാല്ക്കീഴിലായി നിലത്ത് ഗഗൂൾ. പിന്നെ അച്ചടക്കമുള്ള അടിമകളായി കൊലയാളികളും. "കാഴ്ച കാണാൻ നക്ഷത്രലോകത്തുനിന്ന് എഴുന്നള്ളിയ വെളുത്ത തമ്പുരാന്മാർക്ക് ഹാർദ്ദമായ സ്വീകരണം.

എന്റെ രാജ്യത്തിലെ കുത്സിതവൃത്തികളെല്ലാം ഈയൊരു രാത്രിയോടെ തുടച്ചുമാറ്റപ്പെടുന്നു. നോക്ക് വലിയവരെ നോക്ക്, ഈ മാതിരിയൊരു കാഴ്ച നിങ്ങൾക്ക് നിങ്ങളുടെ നാട്ടിൽ കാണാൻ കഴിയുമോ? നോക്ക്, പേടിച്ച്വിറയ്ക്കുന്ന ആ ആളുകളെ. സ്വന്തം ദുഷ്കർമ്മങ്ങളെച്ചൊല്ലി, അതിന് ഈ എളിയവനിലൂടെ ദൈവം നല്കാൻ പോകുന്ന ശിക്ഷയെച്ചൊല്ലി പേടിച്ചുവിറയ്ക്കുകയാണവർ."

"അതാ, കുറുനരികളുടെ നിലവിളി കേൾക്കാൻ തുടങ്ങിക്കഴിഞ്ഞു. വിശന്നു കരയുകയാണവ. ഭക്ഷണമെറിഞ്ഞുകൊടുക്കാൻ ഇനിയും വൈകിക്കൂട. കൊല്ല്, കൊല്ല്, കൊല്ല്." ഗഗൂളിന്റെ ചിലമ്പിച്ച ശബ്ദം.

തുടർന്ന്, രാജാവെഴുന്നേറ്റ് കുന്തമുയർത്തി. പിന്നെ ഇരുപതിനായിരം കുന്തങ്ങൾ അനുസരണയോടെ ഒരേതാളത്തിൽ ഉയർന്നുപൊങ്ങിത്താണ് നിലത്തടിച്ച് ഇടിമുഴക്കംപോലെ ശബ്ദമുണ്ടാക്കി. ഇത് മൂന്നു തവണ ആവർത്തിക്കപ്പെട്ടു. ഭൂമി വിറച്ചു. അന്തരീക്ഷം നിശ്ചലമായി. ആ സമയം തന്നെ ദൂരെയൊരു വൃത്തത്തിനുള്ളിലെ ഒരു ബിന്ദുവിൽ നിന്ന് ഒരു പാട്ടിന്റെ പല്ലവിപോലെ ഒരു വിലാപം ഉയർന്നു.

സ്ത്രീക്കു പിറന്ന പുരുഷന്റെ വിധിയെന്തു?

ചുറ്റും കൂടിനിന്ന ആളുകൾക്കിടയിൽനിന്ന് അതിന് മറുപടിയു

ണ്ടായി. മരണം. അനന്തരം കൂടിനിന്ന പട്ടാളനിരകളെല്ലാം ഈ ചോദ്യവും ഉത്തരവും ആവർത്തിച്ചു. ഒറ്റവരി. ഒരു മുഴുവൻ പാട്ടായി വികസിച്ചു. മനുഷ്യവികാരങ്ങളുടേയും ഭീതികളുടേയും സന്തോഷങ്ങളുടേയും അനുരണനങ്ങൾ അതിലുണ്ടെന്ന്മാത്രം എനിക്കു കഷ്ടിച്ചു മനസ്സിലായി. ഇടയിൽ അതൊരു പ്രണയഗാനമാകുന്നു. പിന്നെ, യുദ്ധകാഹളത്തിന്റെ മാനം കൈവരിക്കുന്നു. അവസാനം ചരമഗീതമായി പൊടുന്നനവെ രൂപം മാറി അപ്രതീക്ഷിതമായ ഒരു വിലാപത്തിന്റെ രൂപം കൈവരിച്ച് പ്രതിദ്ധ്വനിക്കുകയും അലയൊലി മുഴക്കുകയും ചോര ഉറഞ്ഞുപോകുന്നതരത്തിലുള്ള ഒരു ശബ്ദത്തിൽ അവസാനിക്കുകയും ചെയ്യുന്നു.

തുടർന്ന്, ഭീതിതമായ നിശ്ശബ്ദത. രാജാവ് വീണ്ടും കുന്തമുയർത്തുന്നു. വെഞ്ചാമരം പോലെ നരച്ചമുടിയും ചായംപൂശിയ മുഖങ്ങളും മത്സ്യങ്ങളിൽനിന്നു വേർതിരിച്ചെടുത്ത ചെറുമാതിരി ശ്വാസസഞ്ചികൾക്കൊണ്ടുണ്ടാക്കിയ ആഭരണങ്ങളുമണിഞ്ഞ പത്തോളം മുതിർന്ന സ്ത്രീകൾ വേദിയിലേക്കു കടന്നുവരുന്നു. വെള്ളയും മഞ്ഞയുമായ വരകൾ മുഖംനിറയെ. പിന്നിൽ തൂക്കിയിട്ട പാമ്പിൻതോലുകൾ. അരയ്ക്കു ചുറ്റും എല്ലിൻതുണ്ടുകൾ അലങ്കാരമായി തൂക്കിയിട്ടിരിക്കുന്നു. ചുളിവു വീണ കൈകളിൽ കവരമുള്ള ചെറിയ മാന്ത്രികവടി. വേദിയിലെത്തിയതും കൈയിലെ വടി ഗഗൂളിനു നേർക്കുചൂണ്ടി, അമ്മേ, അമ്മേ, ഞങ്ങൾ ഇവിടെയുണ്ട് എന്ന് ഉറക്കെ വിളിച്ചു പറയുന്നു.

നിങ്ങളുടെ ചെവികൾ തുറന്നു കിടപ്പാണോ, കുട്ടികളെ? ഞാൻ പറയുന്നത് നിങ്ങൾ കേൾക്കുന്നുണ്ടോ?

ഉണ്ട്. കേൾക്കുന്നുണ്ട്. ഭംഗിയായി കേൾക്കുന്നുണ്ട്.

എങ്കിൽ ചോരയുടെ മണംപിടിച്ചെടുക്ക്.

പിടിച്ചെടുത്തു.

രാജാവിനെ കൊല്ലാൻ നോക്കുന്ന ദുഷ്ടന്മാരുടെ മണം കിട്ടുന്നുണ്ടോ?

കിട്ടുന്നുണ്ട്.

ദൈവം കാട്ടിത്തരുന്ന നീതി നടപ്പാക്കാൻ തയ്യാറുണ്ടോ?

തയ്യാറുണ്ട്.

എങ്കിൽ വേഗംചെന്ന് കൊലയാളികളെ വിളിക്ക്. പിന്നിൽ, എന്തിനും തയ്യാറായി നില്ക്കുന്ന ആ കഴുകന്മാരെ നിങ്ങൾ കാണുന്നുണ്ടല്ലോ. ഇല്ലേ. വേഗം ചെന്ന് ആ രക്തദാഹികളുടെ കുന്തത്തിന്റെ മുന കൂർപ്പിക്ക്. നക്ഷത്രലോകത്തുനിന്നെത്തിയ വെളുത്തവർ അതു കാണാനതാ കണ്ണു കൂർപ്പിച്ചു നില്ക്കുകയാണ്.

ഇത്രയും കേട്ടത് രാക്ഷസവിരൂപികളായ ആ കിഴവിത്തള്ളമാർ നാലുഭാഗത്തേക്കും പരക്കം പായാൻ തുടങ്ങി. അരയിൽ തൂക്കിയിട്ട എല്ലിൻ കഷണങ്ങൾ കിലുങ്ങി ഒച്ചയുണ്ടാക്കി. ആളുകൾക്കിടയിൽ ചെന്ന് കുറ്റവാളികളെന്നു തോന്നിയവരെ പിടിച്ച് വലിച്ചിഴച്ച് കൊലയാളികളെ ഏല്പിക്കുകയാണവർ. ഞങ്ങളുടെ കണ്ണുകൾ ആ സമയമെല്ലാം

ഞങ്ങൾക്ക് ഏറ്റവുമരുകിൽ നിന്ന മുത്തിയമ്മയിൽത്തന്നെ കേന്ദ്രീകരിച്ചു നില്ക്കുകയായിരുന്നു ആ സമയം. ചലനമറ്റു നിശ്ചലരായി നിന്ന ഭടന്മാർക്കരികിലെത്തിയതും വന്യമായ രീതിയിൽ അവൾ ഓരോ പേക്കൂത്തുകാട്ടാൻ തുടങ്ങി. അവിശ്വസനീയവേഗതയിൽ നിർത്താതെ വട്ടം കറങ്ങിക്കൊണ്ട് അവൾ പലതും ജല്പിച്ചു. അതിൽ ചിലതുമാത്രം എനിക്കു പിടിച്ചെടുക്കാൻ കഴിഞ്ഞു. മണംവരുന്നു. ദ്രോഹിയുടെ മണം വരുന്നു. അമ്മയ്ക്കുവിഷംകൊടുത്ത ദുഷ്ടന്റെ മണം. അവൻ അടുത്തുതന്നെയുണ്ട്. അവന്റെ മനസ്സ് ഞാൻ കാണുന്നു. രാജാവിനെ കൊല്ലാൻ.... രാജാവിനെ കൊല്ലാൻ....

ഓരോ നിമിഷം കഴിയുന്തോറും ഗഗൂൾ ശിഷ്യകളിൽ ഒരുവളായ ഇനാസുനുസിയുടെ ചലനവേഗത കൂടിക്കൂടിവന്നു. അവസാനമവൾ ഭൂമിയിലേക്കു മറിഞ്ഞുവീണ് നുര തുപ്പാൻ തുടങ്ങി. അങ്ങനെയിരിക്കെ ചലനങ്ങൾ പൂർണ്ണമായും നിലച്ച് ചത്തതുപോലെ അല്പനേരം കിടന്നശേഷം കൈയിൽ മാന്ത്രികവടിയും നീട്ടിപ്പിടിച്ച്, നിശ്ചലമായി നില്ക്കുന്ന സൈനികനിരയ്ക്കടുത്തേക്ക് ഇഴഞ്ഞു ചെന്നു. കുറച്ചുനേരം ഓരോരുത്തരേയും തുറിച്ചുനോക്കി. പിന്നെയാക്കൂട്ടത്തിൽനിന്ന് പൊക്കമുള്ള ഒരുവനെ മാന്ത്രികവണ്ടി ചൂണ്ടി അടയാളംവച്ച് പിടികൂടി സൂചന കിട്ടിയതും ആ മനുഷ്യന്റെ ഇരുപുറവും നിന്ന കൂട്ടുകാർ ആളെ പിടിച്ചു മാറ്റി ഉന്തിത്തള്ളി രാജാവിനരികിലെത്തിച്ചു. എതിർപ്പു കാട്ടാതെ അയാൾ എല്ലാറ്റിനും വഴങ്ങി. ദുർമുഖനായ കൊലയാളി മുന്നോട്ടുവന്ന് അയാളെ കുന്തത്തിൽ തറച്ചു.

പലതവണ ഈ കൃത്യം ആവർത്തിക്കപ്പെട്ടു. പത്ത് ഗഗൂൾ ശിഷ്യകളും ഇതുതന്നെ ചെയ്തു. പേരും പ്രശസ്തിയും ധനശേഷിയുമുള്ള സൈനികമുഖ്യന്മാർ പോലും ഈ രീതിയിൽ രാജശത്രുക്കളായി മുദ്രകുത്തപ്പെട്ട് മരണത്തിനിരയായി.

ഓരോ ഇര ചത്തുവീഴുമ്പോഴും ഒന്ന്, രണ്ട് എന്നിങ്ങനെ രാജാവ് എണ്ണമെടുക്കുന്നുണ്ടായിരുന്നു. രാത്രി ഏതാണ്ട് പത്തു മണിയായപ്പോൾ എല്ലാറ്റിനും ഒരു വിരാമമുണ്ടായി. എന്നാൽ, അത് താല്ക്കാലികം മാത്രമായിരുന്നു. മന്ത്രവാദി വേട്ട നടത്തുന്ന ഗഗൂൾ സ്ത്രീകൾ വീണ്ടും ക്രിയാശേഷി കൈവരിച്ചു. സൈനികനിരയുടെ പല ഭാഗങ്ങളിലും ചെന്ന് ഉറഞ്ഞുതുള്ളി അവർ അപരാധികളെ കണ്ടെടുത്തു. അവസാനം ഏതോ മൂലയിൽ ചുരുണ്ടുകൂടി ഇരിക്കുകയായിരുന്ന സാക്ഷാൽ ഗഗൂൾ വലിയ മുത്തിതന്നെ എഴുന്നേറ്റു. എന്ത് അതിശയമാണെന്നാണ് പറയേണ്ടത്, ശവംപോലെ ചുരുണ്ടുകൂടിയിരുന്ന ആ രാക്ഷസി എത്ര പെട്ടെന്നാണ് വീര്യം വീണ്ടെടുത്തതെന്നൊ. കലിതുള്ളിക്കൊണ്ട് അവൾ സൈനികർക്കിടയിലേക്കുപാഞ്ഞുചെന്നു. അടുത്ത ഇര ആരാണെന്നു ശ്വാസമടക്കിപ്പിടിച്ചു നില്ക്കെ മാന്ത്രികവടികൊണ്ട് തടിയും പൊക്കവും സ്ഥാനമാനങ്ങളുമുള്ള ഒരു ഉദ്യോഗസ്ഥനെ തൊട്ടു. ഭടന്മാർക്കിടയിൽ നിന്ന് ആർത്തനാദമുയർന്നു. നിമിഷനേരത്തേക്കുമാത്രം കരയാനൊരുമ്പെട്ടവർ

തന്നെ അയാളെ വലിച്ചിഴച്ച് വേദിയിലെത്തിച്ചു. രാജാവിന്റെയൊരു അകന്ന സഹോദരൻ തന്നെയാണയാളെന്ന് പിന്നീട് അറിയാൻ കഴിഞ്ഞു.

ഈ പാതകം പൂർത്തിയായതും രാജാവ് 103 എന്ന് എണ്ണി.

അതിനിടെ ഗഗൂൾ രാക്ഷസി വീണ്ടും ഇരകളെ തേടി ഉഴറി നടക്കാൻ തുടങ്ങി. ഇക്കുറി വേദിതന്നെയായിരുന്നു അവളുടെ ലക്ഷ്യം. അടിവച്ചടിവച്ച് അവൾ ഞങ്ങൾക്കരികിലെത്തി. കളി നമ്മളോടാണെന്നുറപ്പ്. ക്യാപ്റ്റൻ ചെവിയിൽ പറഞ്ഞു. സർ ഹെൻറി അതിനെ ചിരിച്ചുതള്ളി. എന്നാൽ, എനിക്കങ്ങനെ തോന്നിയില്ല. പേടി എന്നെ കീഴടക്കാൻ തുടങ്ങിക്കഴിഞ്ഞിരുന്നു.

ഇതിനിടെ ആ സത്വത്തിന്റെ നോട്ടം ഉംബെപയിൽ ചെന്നുവീണു. അടുത്ത നിമിഷം അവൾ അവനെ മാന്ത്രികവടികൊണ്ടു തൊട്ടു. പിന്നെ കൊല്ലിവനെ എന്ന് ആക്രോശിച്ചു.

രണ്ടു ഭടന്മാർ വന്ന് അവനെ പിടിച്ചു. ആരാച്ചാർ കുന്തവുമായി ഓടിയെത്തി.

"ഹേ രാജാവേ! ഈ മനുഷ്യൻ നിങ്ങളുടെ അതിഥിയാണ്. അതിഥികളെ കൊല്ലുന്നത് മാന്യതയാണോ എന്ന് ഒരു നിമിഷം ചിന്തിച്ചുനോക്കിയാലും. ആഥിത്യമര്യാദയെന്ന പാവനമായ നിയമമനുസരിക്കാൻ ഞാനങ്ങയോട് ആവശ്യപ്പെടുന്നു." ഇരിപ്പിടത്തിൽനിന്ന് ചാടിയെഴുന്നേറ്റ് വിനയപൂർവ്വം ഞാൻ പറഞ്ഞു.

എന്നാൽ, രാജാവ് അത് കേൾക്കാൻ കൂട്ടാക്കിയില്ല. ഗഗൂൾ പറഞ്ഞാൽ അത് അവസാനവാക്കാണ്. അനുസരണക്കേട് മഹാവിപത്തുകൾ വിളിച്ചുവരുത്തും. മരിക്കണമെന്നു ഗഗൂൾ നിശ്ചയിച്ചാൽ അയാൾ മരിച്ചേ തീരൂ. ദൈവനീതിയാണത്.

"ഇല്ല, ഇയാൾ മരിക്കില്ല. ഇയാളുടെമേൽ കൈവെക്കുന്നത് ആരായാലും ആ നിമിഷം മരിച്ചുവീഴും." റൈഫിളിൽ കൈവെച്ച് ഞാൻ അലറി.

"പിടിച്ചുകെട്ടവനെ." ട്വാലയുടെ സ്വരമുയർന്നു. എതിർത്താൽ ചെറുക്കുമെന്ന ഭാവത്തിൽ ഇഗ്നൊസി കുന്തമുയർത്തി. ഞങ്ങളുടെ വിരലുകൾ തോക്കിന്റെ കാഞ്ചിയിലേക്കു നീണ്ടു. നായേ മാറിനില്ക്കെന്ന് അതിനകം ഉംബെപയോടടുത്ത ആരാച്ചാരോട് ഞാൻ അലറി. പിന്നെ ട്വാലയെ ബന്ധിയാക്കിയ മട്ടിൽ അയാളുടെ തൊട്ടരികെ നിലയുറപ്പിച്ചു. സർ ഹെൻറി ആരാച്ചാരെ പിടികൂടി. ക്യാപ്റ്റൻ ഗഗൂളിനേയും.

തോക്ക്, ട്വാലയുടെ വിശാലമായ നെഞ്ചിനു നേർക്ക് ചൂണ്ടിനില്ക്കുകയാണ് ഞാനിപ്പോൾ. "എന്തു പറയുന്നു രാജാവേ? അവസാനമായി ഞാൻ ചോദിക്കുന്നു."

"ഈ മന്ത്രക്കുഴൽ പിൻവലിക്കുക. പേടികൊണ്ടല്ല. അതിഥികളായതുകൊണ്ട് അയാളെ വെറുതെ വിടുന്നു." അയാൾ പറഞ്ഞു.

ഞങ്ങൾക്ക് അതു മതിയായിരുന്നു.

അതിനിടെ അന്നത്തെ ചടങ്ങുകൾ അവസാനിച്ചു. പിരിഞ്ഞുപോകാൻ പട്ടാളത്തിന് രാജാവ് ആജ്ഞ കൊടുത്തു, കുത്തിവീഴ്ത്തിയവരുടെ ശരീരം കഴുതപ്പുലികൾക്കും കഴുകന്മാർക്കും എറിഞ്ഞുകൊടുക്കാനും.

ഉംബെപ ഞങ്ങൾക്കു നന്ദി പറഞ്ഞു. അനന്തരം ഇൻഫെഡ്യൂസിനെ കാത്തിരുന്നു. ചില സൈനികമുഖ്യന്മാരുമായി ചർച്ചയിലായിരുന്നു അയാൾ ആ സമയം.

11

അടയാളം കാട്ടിക്കൊടുക്കുന്നു

അല്പം മുമ്പുവരെ സാക്ഷ്യംവഹിച്ച ഭീകരദൃശ്യങ്ങളുണ്ടാക്കിയ ഞെട്ടലിൽ തരിച്ചിരുന്നുപോയി ഏതാണ്ട് രണ്ടു മണിക്കൂറോളം. ഒരൊറ്റയക്ഷരം ആരുടെ വായിൽനിന്നും പുറത്തുവന്നില്ല. അവസാനം അകത്തുകടന്ന് കിടക്കാമെന്നുവച്ച് എഴുന്നേല്ക്കാൻ തുനിഞ്ഞപ്പോൾ പുറത്ത് കാല്പ്പെരുമാറ്റംകേട്ടു. ഇൻഫെഡ്യൂസായിരുന്നു. കൂടെ ചില സൈനികമുഖ്യന്മാരും.

ഇഗ്നൊസിയെക്കുറിച്ചുള്ള കാര്യങ്ങളുമായിബന്ധപ്പെട്ട് ആദ്യവട്ട ചർച്ചകൾ പൂർത്തിയാക്കിയശേഷമാണ് വരുന്നതെന്നു വ്യക്തമായിരുന്നു. ചില്ലറക്കാരല്ല ആ വന്നവരെന്ന് താമസിയാതെ വ്യക്തമായി. ഓരോ മുഖ്യനും മൂവായിരം വരുന്ന സൈനികവ്യൂഹത്തിന്റെ പൂർണ്ണ നിയന്ത്രണം അവകാശപ്പെടാം. ആ രീതിയിൽ കരുത്തന്മാരായ ആറോളം പ്രമുഖന്മാരാണ് ഇപ്പോൾ മുമ്പിലിരിക്കുന്നത്. ഏത് അട്ടിമറിയും ഇവർ വിചാരിച്ചാൽ സാദ്ധ്യമാണെന്നു വ്യക്തം.

എന്നാൽ, ആ രീതിയിൽ എളുപ്പം വഴങ്ങുന്നവരൊന്നുമല്ല ഈ ധീരശൂരപരാക്രമികൾ. സത്യംവിട്ട് ഒന്നും ചെയ്യാത്തവർ. ഇഗ്നൊസി കാട്ടിക്കൊടുത്ത മഹാസർപ്പമെന്ന കുലചിഹ്നമൊന്നും അവരുടെ സംശയം ദൂരീകരിക്കാൻ പര്യാപ്തമായിട്ടില്ല. രാജാവിനെതിരെ അവർക്കു പരാതികളുണ്ട്, കാട്ടിക്കൂട്ടുന്ന മഹാപാതകങ്ങളോട് കഠിനമായ എതിർപ്പുണ്ട്. ഒക്കെശരി. പക്ഷേ, പൂർണ്ണമായും ബോദ്ധ്യമില്ലാതെ കാര്യങ്ങൾ വച്ച് അപരിചിതനായ ഒരു ചെറുപ്പക്കാരന്റെ വിദ്രോഹപ്രവർത്തനങ്ങൾക്ക് കൂട്ടുനില്ക്കാൻ അവരാരും തയ്യാറല്ല. അർത്ഥശങ്കയ്ക്കിടയില്ലാത്തവിധം അവരതു വ്യക്തമാക്കി.

തുടർന്ന്, ഇൻഫെഡ്യൂസ് ഉന്നയിച്ച ന്യായവാദങ്ങൾ അവർ ഓരോന്നായി ഖണ്ഡിച്ചു.

കൂട്ടത്തിൽ ഏറ്റവും പ്രായംകൂടിയ നരച്ചമുടിയുള്ള പ്രമുഖനാണ് ആദ്യം സംസാരിച്ചത്.

"ഇന്നു രാത്രി മരിച്ചവരിൽ എന്റെ സ്വന്തം സഹോദരനുണ്ട്. എന്നു വച്ച് ബോദ്ധ്യമില്ലാത്ത കാര്യങ്ങൾ ചെയ്യുന്നതെങ്ങനെ? ഒരു തെമ്മാടിക്കുവേണ്ടിയാണ് കുന്തമുയർത്തുന്നതെങ്കിൽ അത് എത്ര വലിയ പാപമായിരിക്കുമെന്ന് നിങ്ങൾക്കറിയാമോ? എന്തായിരിക്കും അതിന്റെ അനന്തരഫലമെന്ന് നല്ല ബോദ്ധ്യമുള്ളതുകൊണ്ടാണ് പറയുന്നത്? രക്തപ്പുഴകൾ അവസാനമില്ലാതെ ഒഴുകിക്കൊണ്ടിരിക്കും. രാജാവിന്റെ കഥകഴിയും മുമ്പുതന്നെ അത് ആരംഭിക്കും. രാജാവിന്റെ പിന്നിൽ ഒരുപാടാളുകൾ ഉണ്ടാകുമെന്ന് ഓർമ്മവേണം. സൂര്യൻ പ്രകാശം ചൊരിയുന്ന കാലത്തോളം അതിന് ആരാധകരുണ്ടാവും. ഇനിയും ഉദിച്ചുയർന്നിട്ടില്ലാത്ത ഒരാകാശഗോളത്തിന് എന്തുവന്നാലും ആ സ്വീകരണം കിട്ടില്ല. നക്ഷത്രങ്ങളിൽ നിന്നെത്തിയ ചുവന്നു വെളുത്ത തൊലിയുള്ള ഈ മനുഷ്യരുടെ മന്ത്രവാദം കേമംതന്നെ, സമ്മതിക്കുന്നു. ഇഗ്നൊസിക്ക് അവരുടെ സംരക്ഷണമുണ്ടാവുകയും ചെയ്യും. യഥാർത്ഥ രാജാവ് താൻ തന്നെയാണെന്നതിന് എന്തെങ്കിലും അടയാളം ഇയാൾക്കു കാട്ടിത്തരാൻ കഴിയുമോ? മഹാസർപ്പംപോര, രാജാവിനെ തോല്പിക്കാൻ കഴിവുണ്ടെന്ന് സംശയലേശമന്യേ ഞങ്ങളെ ബോദ്ധ്യപ്പെടുത്താൻ കഴിയുന്ന എന്തെങ്കിലും ഒരു പ്രവൃത്തി ചെയ്തുകാട്ടാൻ കഴിയുമോ? ഇഗ്നൊസിതന്നെ വേണമെന്നില്ല. നക്ഷത്രങ്ങളിൽ നിന്നെത്തിയ വെളുത്ത ചുവന്ന തൊലിയുള്ള ഈ വലിയവർ ചെയ്തുകാട്ടിയാലും മതി."

അപ്പോൾ പ്രശ്നം അതാണ് - ഞാൻ വിചാരിച്ചു. യഥാർത്ഥ രാജ്യാവകാശി ഇഗ്നൊസിയാണെന്നു ബോദ്ധ്യമില്ലാഞ്ഞിട്ടല്ല, കലാപം പരാജയപ്പെട്ടാൽ തങ്ങൾക്കുണ്ടാകുന്ന ഭവിഷ്യത്തുകളെക്കുറിച്ചുള്ള ഉൾഭയമാണ് നല്ലവരായ ഈ മഹാപൗരന്മാരെ ഭീരുക്കളാക്കുന്നത്. ഇവർക്ക് ധൈര്യം കൊടുക്കാൻ എന്തുചെയ്യാൻ കഴിയുമെന്നാണ് ഇനി ആലോചിക്കേണ്ടത്.

ആലോചിച്ച് മറുപടി പറയാമെന്നതിന്റെ ഉറപ്പിൽ മുഖ്യന്മാർ തല്ക്കാലം പിരിഞ്ഞുപോയി. ശേഷം എല്ലാവരും ആലോചനയിലാണ്ടു.

ക്യാപ്റ്റൻ എണീറ്റ് തന്റെ മരുന്നുപെട്ടി പുറത്തെടുത്ത് അതിൽനിന്ന് പഴയൊരു നോട്ടുബുക്ക് തെരഞ്ഞെടുത്തു. അതിൽ കലണ്ടർപോലെ ഒന്നു പകർത്തിവച്ചിട്ടുണ്ടായിരുന്നു. കുറച്ചുനേരം അതിൽത്തന്നെ നോക്കിയിരുന്നു. ഗാഢചിന്തയിൽ നെറ്റി ചുളിഞ്ഞു. തുടർന്ന് ചില കണക്കുകൂട്ടലുകൾ. മുഖത്ത് പുതിയൊരു തെളിച്ചം.

"നാളെ നേരം വെളുത്താൽ തീയതി എത്രയാണ്? ജൂൺ 4. എന്താണ് ഈ തീയതിയുടെ പ്രത്യേകത? ഇതാ ഈ പഞ്ചാംഗത്തിൽ നിങ്ങൾക്കതു വ്യക്തമായി കാണാമല്ലോ. ചന്ദ്രഗ്രഹണം. പൂർണ്ണ ചന്ദ്ര

ഗ്രഹണം. രാത്രി കൃത്യം 8.15 ന് തുടങ്ങും. സൗത്ത് ആഫ്രിക്കൻ ഭാഗ ങ്ങളിൽ, ഈ പ്രദേശമടക്കം, ഇത് ഏറെ സമയം നീണ്ടുനില്ക്കും. ഇതു വച്ച് ഒരു കളികളിച്ചാൽ, നമ്മുടെ ശക്തിക്കുള്ള വ്യക്തമായ ബോദ്ധ്യമായി അത് ഉപയോഗപ്പെടുത്താൻ കഴിഞ്ഞാൽ...... ഏതായാലും നമുക്കി തൊന്നു പരീക്ഷിച്ചു നോക്കാം. നാളെ രാത്രി ചന്ദ്രനെ കാണാതാകു മെന്ന് നമ്മളിവരോടു പറയുന്നു. രാത്രി 8.15 ഓടെ ശരിക്കും അതു സംഭ വിക്കാൻ തുടങ്ങുന്നു."

അപാരമായ ബുദ്ധിതന്നെ ഈ മനുഷ്യന്റേത്! ആകെ പേടിക്കാനു ള്ളത് ദൈവത്തിന്റെ പഞ്ചാംഗം പറഞ്ഞപോലെ കൃത്യമായി പ്രവർത്തി ക്കുമോ എന്ന കാര്യത്തിൽ മാത്രം. തെറ്റെങ്ങാനും പറ്റിയാൽ വിശ്വാസം മാത്രമല്ല, പിഴച്ചാൽ ഞങ്ങളോടുള്ള ഭയവും ആരാധനയും എല്ലാം എന്നെ ന്നേക്കുമായി ഇല്ലാതാവും. എങ്കിലും പരീക്ഷണത്തെ അതിജീവിച്ചേ പറ്റൂ. ന്യായീകരിക്കാനെന്ന മട്ടിൽ ക്യാപ്റ്റൻ ഗ്രഹണങ്ങളെക്കുറിച്ച് തനി ക്കുള്ള ശാസ്ത്രീയമായ ധാരണകൾ വെളിപ്പെടുത്തുകയും ചെയ്തു.

ഉടനെ ഉംബെപയെ അയച്ച് മുഖ്യന്മാരെ തിരികെ വരുത്തി. വിഷ യാവതരണം സർ ഹെൻറിക്കു വിട്ടുകൊടുത്തു.

"പ്രിയപ്പെട്ട കുകുവനമുഖ്യന്മാരെ, സുഹൃത്ത് ഇൻഫെഡ്യൂസ്, ശ്രദ്ധിച്ചു കേൾക്കുവിൻ. ജന്മസിദ്ധമായ ശക്തി ഞങ്ങൾ അനാവശ്യമായി വെളിപ്പെടുത്താറില്ല. അങ്ങനെ പറയുന്നത് പ്രകൃതിശക്തികൾക്കെതി രാണെന്ന് ഞങ്ങൾ വിശ്വസിക്കുന്നു. നാടിനെ പേടിയിലും സംശയത്തിലും കൊല്ലുക ഞങ്ങളുടെ ലക്ഷ്യമേയല്ല. എന്നാൽ ഇതൊരു മുഖ്യവിഷയ മാകയാൽ തുറന്നു പറയാൻ നിർബ്ബന്ധിതമായിരിക്കുന്നു. നിങ്ങളുടെ മഹാരാജാവിന്റെ നടപടികളിൽ ഞങ്ങൾ അത്യന്തം കുപിതരായിരി ക്കുന്നു. നല്ലവനായ ഇഗ്നൊസിയെ കുന്തത്തിൽ കോർക്കാൻ ശ്രമിച്ച ദുഷ്ടമന്ത്രവാദിയായ ഗഗൂൾ അടക്കം എല്ലാവരും ശിക്ഷയർഹിക്കുന്നു. പ്രസ്തുത ശിക്ഷ ഞങ്ങൾ ഉടനെ നിർവ്വഹിക്കാൻ പോകുന്നു. അതിന്റെ ആദ്യലക്ഷണമായി ചന്ദ്രനെ കാണാതാവും. പിന്നീട് ഒരിക്കലും തിരി ച്ചുവരാത്തവിധം അത് അപ്രത്യക്ഷമാകും. ഈ നാടാകെ നിത്യമായ ഇരുട്ടിൽ ആണ്ടുപോകും. വെളിച്ചം നല്കാൻ സൂര്യൻ ഒരിക്കലും തിരി ച്ചുവരാത്തവിധം ഘോരാന്ധകാരം. എല്ലാവരും തയ്യാറായിക്കൊള്ളൂ.

മഹാമുഖ്യരേ, ഞാനൊന്നു ചോദിക്കട്ടെ, പുലർച്ചെ അസ്തമിക്കും മുമ്പ്, തിളങ്ങിനില്ക്കുന്ന ചന്ദ്രനെ നിങ്ങൾ വിചാരിച്ചാൽ കാണാതാ ക്കാൻ കഴിയുമോ?

ഞങ്ങൾക്കെന്നല്ല, മനുഷ്യകുലത്തിൽ പിറന്ന ആർക്കും കഴിവി ല്ലെന്ന് മുഖ്യന്മാർ വാദിച്ചു. പക്ഷേ, നാളെ രാത്രി ഞങ്ങളതുചെയ്തു കാട്ടാം. നേരം അർദ്ധരാത്രിയാകുന്നതിന് കൃത്യം രണ്ടു മണിക്കൂർ മുമ്പ് ചന്ദ്രനെ പൂർണ്ണമായും കാണാതാവും. അതിന് ഏറെ നേരം മുമ്പുതന്നെ അത് കുറേശ്ശെകുറേശ്ശയായി ഇല്ലാതാവാൻ തുടങ്ങും. അത്ഭുതശക്തി കൾ നക്ഷത്രലോകത്തു നിന്നെത്തിയ ഞങ്ങളിൽ കുടികൊള്ളുന്നു

ണ്ടെന്ന് അതോടെ നിങ്ങൾക്കു ബോദ്ധ്യമാകും. എല്ലാ സംശയങ്ങളും തീരും. ഇഗ്നൊസിതന്നെയാണ് രാജപദവിക്ക് അർഹൻ എന്നു പിന്നെ സംശയമുണ്ടാകില്ലല്ലോ. എന്തു പറയുന്നു. പൂർണ്ണതൃപ്തിയുണ്ടെങ്കിൽ പറഞ്ഞാൽ മതി. ഇല്ലാത്തപക്ഷം നിത്യമായ കൂരിരുട്ടിൽ കുരുങ്ങി മരിച്ചു പോകാനാണ് വിധിയെന്ന് നിരൂപിച്ചുകൊണ്ടാൽ മതി."

"സമ്മതിച്ചു വലിയവരേ, സമ്മതിച്ചു. പറയുന്നതുപോലെ എല്ലാം സംഭവിച്ചാൽ നിങ്ങൾ പറയുന്നതെന്തും ഞങ്ങൾ അനുസരിക്കും."

പക്ഷേ, ഇതു പറയുമ്പോൾ എല്ലാവരുടെയും മുഖത്ത് ചിരിയായിരുന്നു. പറയുന്നതൊന്നും വിശ്വാസമായിട്ടില്ലെന്നു വ്യക്തം.

എന്നാലും, ലോകമാതാവായ ചന്ദ്രനെ അവൾ പൂർണ്ണരൂപത്തിൽ തിളങ്ങിക്കൊണ്ടിരിക്കെ കെടുത്തിക്കളയുമെന്നു പറയുന്നത് കടുംകൈ തന്നെ!

"നാളെ രാത്രി ഒരു ചടങ്ങുകൂടിയുണ്ട്. വലിയവരേ." ഇൻഫെഡ്യൂസ് മറന്നുപോയതെന്തോ ഓർമ്മിപ്പിക്കുന്ന മട്ടിൽ പറഞ്ഞു. "സൂര്യനസ്തമിച്ച് രണ്ടു നാഴിക കഴിഞ്ഞാൽ പെൺകുട്ടികളുടേതുമാത്രമായി ഒരു കേളി നടക്കാനുണ്ട്. ഒരു നാഴികനേരം അത് കണ്ടിരുന്നശേഷം ട്വാല കൂട്ടത്തിൽ ഏറ്റവും സുന്ദരിയായ കുട്ടിയെക്കൊല്ലാൻ സ്രൂഗയോടാവശ്യപ്പെടും. അക്കാണുന്ന പർവ്വതങ്ങളുടെ പർവ്വതങ്ങളുണ്ടല്ലോ, നാടിന്റെ കാവല്ക്കാരായ ആ മൂന്നു കേമന്മാരുടെ ഐശ്വര്യത്തിനു വേണ്ടി കൊല്ലം തോറും നടക്കാറുള്ള ചടങ്ങാണത്. ആ സമയം ചന്ദ്രനെ കാണാതാക്കുകയും നിരപരാധിയായ ആ പെൺകുട്ടിയെ മരണത്തിൽനിന്നു രക്ഷിക്കുകയും ചെയ്താൽ അതൊരു പുണ്യകർമ്മമായിരിക്കും വലിയവരെ!" പാവം വൃദ്ധന്റെ നിർമ്മലമായ മനസ്സു മുഴുവൻ അതിൽ പ്രതിഫലിക്കുന്നുണ്ടെന്ന് എനിക്കു തോന്നി.

"ലൂവിൽനിന്ന് ഒരു മൂന്നു നാഴിക ദൂരെ ചന്ദ്രക്കലപോലെ വളഞ്ഞ ഒരു കുന്ന് സ്ഥിതിചെയ്യുന്നുണ്ട്. എന്റെ പൂർണ്ണ നിയന്ത്രണത്തിലും സൈനികവ്യൂഹത്തിന്റെ ആസ്ഥാനവും ശക്തികേന്ദ്രവുമാണത്. ഒന്നോ രണ്ടോ വ്യൂഹങ്ങൾകൂടി അവിടേക്കു നീങ്ങി താവളമുറപ്പിക്കാൻ വേണ്ട ഏർപ്പാടുകൾ ഇപ്പോൾ തന്നെ തുടങ്ങാൻ പോകുന്നു, നേരം നന്നായൊന്നു വെളുക്കേണ്ട താമസം മാത്രം. പിന്നെ രാത്രിയാകുന്നതോടെ ഈ വലിയവർ ചന്ദ്രനെ കാണാതാക്കുന്നപക്ഷം, ആ കൂരിരുട്ടിൽ വലിയവരുടെ കൈപിടിച്ച് ഞങ്ങൾ നിങ്ങളെ അവിടെയെത്തിക്കും. ഏറ്റവും സുരക്ഷിതമായ സ്ഥലമാണത്. അവിടെ നിലയുറപ്പിച്ച് ട്വാലയെ ആക്രമിക്കാൻ കഴിഞ്ഞാൽ പിന്നെ ഒന്നും പേടിക്കാനില്ല."

എല്ലാം ഞങ്ങൾ അംഗീകരിച്ചു. ഇൻഫെഡ്യൂസ് യാത്ര ചോദിച്ചു പിരിഞ്ഞു. നേരം വെളുത്തുതുടങ്ങിയെങ്കിലും കുറച്ചൊന്നു വിശ്രമിക്കാമെന്നു കരുതി ഞങ്ങൾ കിടന്നു.

അതിനു മുമ്പ് ഇഗ്നൊസി, ഉള്ളു തുറന്ന ഒരു ചിരിയോടെ ചന്ദ്രനെ കാണാതാകുന്നതിനെക്കുറിച്ച് ഞങ്ങൾ പറഞ്ഞത് ശരിക്കും സത്യ

മാണോ അതോ മുഖ്യന്മാരെ പറ്റിക്കാനുള്ള വെറും സൂത്രം മാത്രമാണോ എന്ന് സംശയം ചോദിക്കാതിരുന്നില്ല. എന്നാൽ, ഇംഗ്ലീഷുകാർ ഒരിക്കലും കള്ളം പറയാറില്ലെന്ന് അവൻ ഉറച്ചു വിശ്വസിക്കുന്നതുകൊണ്ട് സംഗതി ഗൗരവമായി എടുക്കാൻ നിർബ്ബന്ധിതനായിരിക്കുകയാണുതാനും!

അധികാരത്തിൽ വന്നാൽ, രാത്രികണ്ട രക്തച്ചൊരിച്ചിലും ക്രൂരതകളുമെല്ലാം എന്നെന്നേക്കുമായി അവസാനിപ്പിക്കാൻ നടപടികളുണ്ടാകണമെന്ന് സർ ഹെൻറി ആവശ്യപ്പെട്ടപ്പോൾ ഒരു നിമിഷം ഭാവിരാജാവ് മൗനത്തിൽ അഭയം തേടി. പിന്നെ ഇങ്ങനെ പറഞ്ഞു. "കറുത്ത മനുഷ്യരുടെ രീതികൾക്ക് വെളുത്തവരുടേതിൽനിന്ന് തുലോം വ്യത്യാസമുണ്ടെന്ന് ദയവായി മനസ്സിലാക്കണം. പൊന്നുടയവരേ, നിങ്ങൾ ചെയ്യാറുള്ളതുപോലെ ജീവന് അത്രയൊന്നും വില കല്പിക്കുന്നവരല്ല ഞങ്ങൾ. എങ്കിലും വലിയവരുടെ ആഗ്രഹം നടപ്പാക്കുമെന്ന് ഉറപ്പുതരുന്നു. വിചാരണയില്ലാതെ ആരും ശിക്ഷിക്കപ്പെടാത്ത ഒരു ദേശം, അങ്ങനെയൊരു സ്വപ്നം ഞാനും കാണുന്നുണ്ട്."

ഉണർന്നപ്പോൾ പകൽ പതിനൊന്നു മണി കഴിഞ്ഞിരുന്നു. ദൈനംദിന കൃത്യങ്ങൾ നിർവ്വഹിച്ച്, വയറു നിറയെ ഭക്ഷണം കഴിച്ച് (എപ്പോഴാ ഇനി ഭക്ഷണമെന്ന് ഒരുറപ്പുമില്ലല്ലൊ) പുറത്തിറങ്ങി കാഴ്ചകൾ രസിച്ച് കുറേസമയം ചെലവഴിച്ചു.

എല്ലാം പറഞ്ഞപടി നടക്കുമെന്ന് ഹെൻറി പ്രതീക്ഷപുലർത്തി. ഇല്ലെങ്കിൽ എല്ലാം തുലഞ്ഞതുതന്നെ. "പക്ഷേ, എത്ര വിശ്വസിക്കാൻ പറ്റിയവരായാലും ഇൻഫെഡ്യൂസ് വിശ്വാസത്തിലെടുത്ത പ്രമുഖരിൽ ചിലരെങ്കിലും സംഗതി രാജാവിനെ അറിയിക്കുമെന്നുറപ്പ്. തുടർന്നുണ്ടാകുന്നത് നമ്മളാരും ഇഷ്ടപ്പെടാത്ത ഒരു ഗ്രഹണമായിരിക്കും." ഞാൻ പറഞ്ഞു.

രാത്രി എട്ടു മണിക്കുമുമ്പേ പെൺകൂത്തു നടക്കുന്ന വേദിയിലേക്ക് ഞങ്ങളെ ആനയിച്ചുകൊണ്ടുപോകാൻ ഭടന്മാരെത്തി. കവചങ്ങളും റൈഫിളുമൊക്കെ ധരിച്ച് വേണ്ടത്ര മുൻകരുതലോടെ ഞങ്ങൾ പുറത്തിറങ്ങി. പുറമെ ധൈര്യം ഭാവിച്ചെങ്കിലും ഉള്ള് കിടുകിടുക്കുന്നുണ്ടായിരുന്നു. പൂക്കിരീടം ചൂടി ഒരുങ്ങിനില്ക്കുന്ന തരുണികളെ ദൂരെനിന്നുതന്നെ കണ്ടു. പതിവുപോലെ രാജാവ്, പിന്നിൽ സ്രൂഗ, കാല്ക്കീഴിൽ ദുഷ്ട ഭൂതം ഗഗൂൾ, ഏറ്റവും പിന്നിലായി കുന്തമേന്തിയ അനുചരന്മാർ. നൃത്തം ആരംഭിച്ചു. അതിനിടെ ഭാര്യമാരെ വേണമെങ്കിൽ ഏറ്റവും നല്ല സുന്ദരിമാരെ നോക്കി ഇഷ്ടംപോലെ തെരഞ്ഞെടുക്കാമെന്ന് സ്നേഹനിർഭരമായ ഒരു അഭ്യർത്ഥന രാജാവ് ഞങ്ങളുടെ മുമ്പിൽവച്ചു.

അതിനിടെ ഇഗ്നൊസിയും രാജാവും തമ്മിൽ വാഗ്വാദം നടന്നു. ഗഗൂളിന്റെ കാരുണ്യം ഒന്നുകൊണ്ടുമാത്രമാണ് നീ ജീവനോടെ ബാക്കിയിരിക്കുന്നതെന്ന് രാജാവ് പറഞ്ഞു. പിന്നെ ഈ വെളുത്തവർക്കൊപ്പം നക്ഷത്രങ്ങളിൽനിന്ന് ഇറങ്ങിവന്നതും നിന്നെ തുണച്ചു. വീണ്ടുമതിനു മുതിർന്നാൽ എന്നെ കൊല്ലുന്നതിനു മുമ്പ് താൻ രാജാവിനെ കൊല്ലു

മെന്ന് അതിനു മറുപടിയായി ഇഗ്നൊസി തിരിച്ചടിച്ചു. അതുകേട്ട് ട്വാല യുടെ ഭാവം മാറി.

"ആരുടെ ചുണ്ടിലാണോ സത്യം നിലയുറപ്പിച്ചിരിക്കുന്നത് അയാ ളുടെ ശബ്ദം ധീരമായിരിക്കും രാജാവേ" ഒട്ടും കുലുങ്ങാതെ ഇഗ്നൊസി തിരിച്ചടിച്ചു.

എല്ലാം കേട്ടുകൊണ്ടിരുന്ന ട്വാലയുടെ ഒറ്റക്കണ്ണ് തീക്കട്ടപോലെ ജ്വലിച്ചു. എങ്കിലും പിന്നീട് ഒന്നും പറയാതെ നൃത്തവേദിയിലേക്കു ശ്രദ്ധ തിരിച്ചു. സൂചന നല്കിയതും നൃത്തം തുടങ്ങി.

എല്ലാവരും അതിമനോഹരമായി നൃത്തം ചെയ്തു. തുടർന്ന് അവ രിലൊരാൾമാത്രം മുന്നോട്ടുവന്ന് നൃത്തം പുനഃരാരംഭിച്ചു. പരിഷ്കൃത ലോകത്തിലെ ഏതു ബാലെ നർത്തകിയേയും അതിശയിപ്പിക്കുന്ന പ്രക ടനമായിരുന്നു അത്. അവസാനം ക്ഷീണിച്ചു തളർന്ന് വീണപ്പോൾ മറ്റൊരു പെൺകൊടി ആ സ്ഥാനം കൈയടക്കി. അങ്ങനെയത് ഏറെ നേരം തുടർന്നു. എന്നാൽ ആദ്യ നൃത്തക്കാരിയെ അതിശയിക്കാൻ പിന്നീട് മറ്റാർക്കും കഴിഞ്ഞില്ല.

ഒന്നാം സ്ഥാനക്കാരിയെ നിശ്ചയിക്കേണ്ട ചുമതല അതിഥികൾക്കാ യിരുന്നു. സ്വാഭാവികമായും ആദ്യനർത്തകിയെ ചൂണ്ടിക്കാട്ടി. ആലോചി ക്കാതെ പറഞ്ഞുപോയതാണ്. അടുത്ത നിമിഷം എനിക്കു വീണ്ടുവിചാ രമുണ്ടായി. അടുത്ത നിമിഷം സ്രൂഗ അവളെ കൊല്ലും. സോളമൻ റോഡുചെന്നവസാനിക്കുന്ന മൂന്നു മഹാപർവ്വതങ്ങളുടെ പ്രീതിക്കായി അവളെ ബലികൊടുക്കും.

ഗഗൂളിന്റെ കഴുകൻ കണ്ണുകളതാ അവളെ തുറിച്ചു നോക്കുന്നു! ട്വാലയുടെ മുഖം രക്തദാഹത്താൽ ഒന്നുകൂടി പൈശാചികമാകുന്നു. അവളെ കൊല്ലൂ! എന്ന് അയാൾ ഗർജ്ജിക്കുന്നു.

"പക്ഷേ, എന്തിന്?" രാജാവിനെ തടഞ്ഞുകൊണ്ട് ഞാൻ ചോദിച്ചു. "ഒന്നാന്തരം നൃത്തമായിരുന്നില്ലെ അവളുടേത്. ഞങ്ങൾ മാത്രമല്ല, ഇവിടെ കൂടിയവരെല്ലാം അത് ഏറെ ആസ്വദിക്കുകയും ചെയ്തു. രാജാ വടക്കം ഇങ്ങനെയൊരു സുന്ദരിയെ കൊല്ലുന്നതിനോട് എനിക്ക് ഒരുത രത്തിലും യോജിപ്പില്ല. ഞാൻ അത് അനുവദിക്കില്ല." "അനുവദിച്ചാലും കൊള്ളാം, ഇല്ലെങ്കിലും കൊള്ളാം. ആചാരം അനുഷ്ഠിച്ചേ മതിയാവൂ." ട്വാല ഞങ്ങളെ പറഞ്ഞു മനസ്സിലാക്കിക്കാൻ ശ്രമിച്ചു. "ഏറ്റവും സുന്ദരി യെയല്ല ബലികഴിക്കുന്നതെങ്കിൽ ദുർനിമിത്തങ്ങളായി ഇന്നു രാത്രി തന്നെ ഞാനും ഞാൻ താമസിക്കുന്ന കുടിലും അതിന്റെ ദോഷമനുഭവിക്കും. അറിയാമോ വലിയവരേ, എനിക്കു മുമ്പു രാജ്യം ഭരിച്ച എന്റെ സഹോദ രൻ ബലി വേണ്ടെന്നുവച്ചു. കൊല്ലാൻ നിർത്തിയ പെണ്ണിന്റെ കണ്ണീർ കണ്ട് മനമലിഞ്ഞ് അയാൾ അവളെ പോകാൻ അനുവദിച്ചു. ഫലം അനു ഭവിക്കുകയും ചെയ്തു. ആ പെണ്ണല്ല, എന്റെ സഹോദരൻ. തുടർന്ന്, എനിക്ക് ഭരണം ഏറ്റെടുക്കേണ്ടിവന്നു. അതുകൊണ്ട് വെളുത്ത തൊലി യുള്ളവർ കൂടുതലൊന്നും പറയണ്ട. അവൾ മരിച്ചേ മതിയാകൂ."

അടുത്ത നിമിഷം അനുചരന്മാർ അവളെ വേദിയുടെ മുമ്പിൽ കൊണ്ടുനിർത്തി. ആജ്ഞ കേൾക്കാൻ കാതു കൂർപ്പിച്ച് കൈയിൽ പെരും കുന്തവുമായി സ്രൂഗയും തയ്യാറായിനിന്നു.

പെൺകുട്ടി ഉറക്കെ കരഞ്ഞപ്പോൾ ദുഷ്ടരാക്ഷസിയായ ഗഗൂൾ അവളെ പരിഹസിച്ചു. കുതറിയോടാൻ ശ്രമിച്ചപ്പോൾ അനുചരന്മാരുടെ പിടി ഒന്നുകൂടി മുറുകി. അതിനിടെ അപമാനിക്കാൻ കഴിയുന്ന രീതിയിലെല്ലാം ഗഗൂൾ അവളെ അപമാനിച്ചു. രക്ഷയില്ലെന്നുകണ്ട് അവൾ ഞങ്ങളെ നോക്കി സഹായം തേടി.

ഫൗലറ്റ, അതായിരുന്നു അവളുടെ പേര്. ആ സമയം ഗുഡിൽനിന്നുണ്ടായ അനുകൂലമെന്നു തോന്നിയ ഒരു ചലനം നല്കിയ പ്രേരണ കൊണ്ടാകണം ആ പെൺകുട്ടി അപ്രതീക്ഷിതമായ ഒരു ദ്രുതചലനത്തിലൂടെ മുൻനിരയിലിരുന്ന ഗുഡിന്റെ നഗ്നമായ കാലുകളിൽ ചെന്നു വീണു. "നക്ഷത്രങ്ങളിൽ നിന്നെത്തിയ എന്റെ അച്ഛാ, ഈ മകളോട് കനിവുണ്ടാകണേ!"

"തീർച്ചയായും എന്റെ പൊന്നേ. എന്റെ മിടുക്കിക്കുട്ടിയല്ലെ, എഴുന്നേല്ക്ക്!" ഏതു പ്രേരണയാലാണ് ഗുഡിന് അങ്ങനെ പറയാൻ തോന്നിയതെന്ന് അറിഞ്ഞുകൂട. രംഗമാകെ അതു മാറ്റിമറിച്ചു. ട്വാല ജ്വലിച്ചുകൊണ്ട് സ്രൂഗയെ നോക്കി. ഗഗൂൾ ആക്രോശിച്ചുകൊണ്ട് ഇഴഞ്ഞടുത്തു.

"ഇനി നിങ്ങളുടെ അവസരമാണ്. ആരെയാണ് നിങ്ങൾ കാത്തിരിക്കുന്നത്?" സർ ഹെൻറി ചെവിയിൽ മന്ത്രിക്കുന്നു. ഗ്രഹണത്തെയെന്ന് ഞാൻ അതേമട്ടിൽ പ്രതിവചിക്കുന്നു. അതെ. കഴിഞ്ഞ അരമണിക്കൂറായി എന്റെ ശ്രദ്ധ മുഴുക്കെ ചന്ദ്രഗോളത്തിലായിരുന്നു. പൂർണ്ണാരോഗ്യവതിയായി ഉദിച്ചുയർന്നു നില്ക്കുകയാണ് ഇപ്പോഴത്.

"ഉടനെ എന്തെങ്കിലും ചെയ്തില്ലെങ്കിൽ പശ്ചാത്തപിക്കേണ്ടിവരും. ക്ഷമകെട്ടുനില്ക്കുകയാണ് ട്വാല."

മിന്നിത്തിളങ്ങുന്ന ചന്ദ്രഗോളം. ആ കാഴ്ച എന്നെ നിരാശയിലാഴ്ത്തുകയാണോ? അവിടെ ഒരു മാറ്റവുംകാണാനില്ലല്ലോ ദൈവമേ!

പെട്ടെന്നു ഞാൻ ട്വാലയുടെ നേരെ തിരിഞ്ഞു. "രാജാവേ! പെൺകുട്ടിയെ വെറുതെ വിടുന്നതായിരിക്കും നിങ്ങൾക്കു നല്ലത്."

"ഇല്ല. വെള്ളത്തൊലിയാ ഇല്ല. സിംഹത്തിന്റെ ഗുഹയിൽ കയറി കുരയ്ക്കാൻ നിനക്ക് എവിടന്ന് ധൈര്യം കിട്ടി? കരുതിയിരുന്നോ. അല്ലെങ്കിൽ ഈ കറുത്ത കോഴിക്കുഞ്ഞിന്റെ വിധി തന്നെ നിനക്കും നിന്റെ കൂട്ടർക്കുമുണ്ടാകും. സ്രൂഗ, കൊല്ലിവളെ. കാവല്ക്കാരേ, ഈ വെളുത്ത പട്ടികളെ പിടിച്ചു കെട്ട്."

സർ ഹെൻറിയും ഗുഡും ഉംബൊപയും അവരുടെ തോക്കുകൾ ഉയർത്തിപ്പിടിച്ച് എനിക്കുചുറ്റും നിന്നു.

"വേണ്ട." ഉൾഭയത്തിനു കുറവുണ്ടായില്ലെങ്കിലും ധീരത നടിച്ച ഞാൻ ഗർജ്ജിച്ചു. "അനങ്ങിപ്പോകരുത്. നക്ഷത്രങ്ങളിൽ നിന്നെത്തിയ വെളുത്ത തമ്പുരാക്കന്മാരുടെ ആജ്ഞയാണിത്. ഇല്ലാത്തപക്ഷം ഈ

നിമിഷം ഞാൻ ചന്ദ്രനെ കെടുത്തിക്കളയും. അതെ. കാറ്റിൽ വിളക്കെന്നപോലെ ചന്ദ്രൻ അണഞ്ഞുപോകും. ലോകം മുഴുവൻ ഇരുട്ടു നിറയും. ധൈര്യമുണ്ടെങ്കിൽ ചെറുത്തു നോക്ക്. വെളുത്ത തമ്പുരാക്കന്മാരുടെ മഹാമന്ത്രത്തിന്റെ ശക്തി നിങ്ങൾ അറിയാൻ പോകുന്നു. ധൈര്യമുണ്ടെങ്കിൽ ചെറുത്തു നോക്ക്!"

എന്റെ വാക്കുകൾക്കു ഫലമുണ്ടായി. കാവല്ക്കാർ അറച്ചുനിന്നു. ഫ്രൂഗ അങ്കലാപ്പിലായി. ട്വാല നിശ്ശബ്ദനായി. ഗഗൂൾമാത്രം ചിലച്ചു. നിറഞ്ഞ പരിഹാസത്തോടെ അവൾ ഞങ്ങളെ വെല്ലുവിളിച്ചു.

"ചന്ദ്രനെ കാണാതാക്കുമത്രെ. കാറ്റിൽ വിളക്കണയുംപോലെ അണഞ്ഞു പോകുമത്രെ! കള്ളൻ മഹാകള്ളൻ. ഈ പട്ടി പറയുന്നതു ശരിയെങ്കിൽ നമുക്കതൊന്നു കാണണമല്ലോ. രാജാവേ, ഈ വെള്ളക്കാരൻ പറഞ്ഞപോലെയെല്ലാം സംഭവിച്ചാൽ ആ നിമിഷം ഞാനിവളെ വെറുതെ വിടും. അല്ലാത്തപക്ഷം ഇവളോടൊപ്പം ഇവനും മരിക്കും."

നിസ്സഹായതയുടെ നെല്ലിപ്പടിയിൽ നില്ക്കെ അറിയാതെയെന്ന വണ്ണം വായിൽനിന്നു വീണുപോയ വാക്കുകൾ മാത്രമായിരുന്നു അവ. ചന്ദ്രനെ ഒന്നുകൂടി ഇടംകണ്ണിട്ടു നോക്കി ഇല്ല. ഒരു പ്രതീക്ഷയും കാണുന്നില്ല. ശോഭ കൂടിക്കൂടി വരികയാണ്. വെള്ളത്തളികയായി അതു കിടന്ന് ശോഭ പരത്തുകയാണ്. പഞ്ചാംഗമുണ്ടാക്കിയവർക്കും തെറ്റുപറ്റാം. ഞാനറിയാതെ എന്റെ കൈകൾ ചന്ദ്രഗോളത്തിനു നേർക്കുനീണ്ടു. സർ ഹെൻറിയും ഗുഡും അത് അനുകരിച്ചു. ചുണ്ടുകൾ ഉരുവിടുന്ന മട്ടു കാണിച്ചു. ഹെൻറി പഴയ നിയമത്തിലെ ചില വരികൾ മന്ത്രമുഗ്ദ്ധമായി ആലപിച്ചു. ഗുഡിന്റേതായിരുന്നു ഏറ്റവും വലിയ തമാശ. ചീത്തഭാഷയ്ക്ക് കുപ്രസിദ്ധിയാർജ്ജിച്ച 'നിശാ രാജ്ഞി'യിലെ ഏതോ അശ്ലീല ഭാഗം ഉരുവിട്ടുകൊണ്ടിരുന്നു.

എന്തത്ഭുതമെന്നാണ് പറയേണ്ടത്, ആ സമയംതന്നെ ഗ്രഹണം ആരംഭിച്ചു. ഒരു വിളുമ്പിലായി അത് ആരംഭിച്ചു. സാവധാനമത് കൂടുതൽ ഭാഗങ്ങളിലേക്ക് പടർന്നു. ആകാശം മങ്ങി.

രാജാവും പ്രജകളും ദുഷ്ടരാക്ഷസിയായ ഗഗൂളും ഇപ്പോൾ അടക്കിപ്പിടിച്ച മട്ടിൽ ചന്ദ്രബിംബത്തിലേക്കുതന്നെ നോക്കിനില്ക്കുകയാണ്. ചന്ദ്രന്റെ നിഴൽ അവരുടെ മുഖത്തും നിഴൽ പരത്തുകയാണ്. പക്ഷേ, ഗഗൂളിനുമാത്രം ഒരു കുലുക്കവുമില്ല. "അതു പോകും. ഇതിനുമുമ്പും ഇതുപോലെ സംഭവിച്ചിട്ടുണ്ട്. ചന്ദ്രനെ കാണാതാക്കാൻ മനുഷ്യൻ വിചാരിച്ചാൽ കഴിയില്ല. നക്ഷത്രങ്ങളിൽ നിന്നുവന്ന തൊലിവെളുത്തവർ വിചാരിച്ചാലും അതു നടക്കാൻ പോകുന്നില്ല. അല്പം കഴിയുമ്പോൾ ഈ നിഴലെല്ലാം മാഞ്ഞുപോകും." തികഞ്ഞ ആത്മവിശ്വാസത്തോടെ അവൾ ചീറി.

"കുറച്ചുകൂടി കാത്തിരുന്നാൽ നിനക്കത് നേരിൽ കാണാം." ഞാൻ പറഞ്ഞു. തുടർന്ന്, മങ്ങിവരുന്ന ആ സമയത്തെ ഞങ്ങളുടെ ദൈവത്തെ നോക്കി ആയിടെ വായിച്ച ഒരു നോവലിലെ ചില ഭാഗങ്ങൾ ഓർത്തെ

ടുത്ത് ഉറക്കെ വിളിച്ചു പറഞ്ഞു. അപാരമായ തന്റെ ചില സിദ്ധിവിശേഷങ്ങൾ അവസരോചിതമായ രീതിയിൽ ക്യാപ്റ്റനും ഉപയോഗപ്പെടുത്തി.

അതിനിടെ ഇരുണ്ട വലയത്തിന് കൂടുതൽ വലിപ്പം വച്ചുതുടങ്ങി. വിചിത്രവും പാപപങ്കിലവുമായ ചില നിഴലുകൾ നിലാവിനെ ആക്രമിച്ച് വരുതിയിലാക്കാൻ ശ്രമിച്ചുകൊണ്ടിരുന്നു. പ്രകൃതിയാകെ മരണം പോലെ ചലനമറ്റു കിടപ്പായി. അനിർവ്വചനീയമായ നിശ്ശബ്ദത ചുറ്റും പരന്നു. നിമിഷങ്ങൾ കടന്നുപോയി. നിഴലിനു പിന്നെയും കട്ടികൂടി. ചന്ദ്രന്റെ വലിയൊരുഭാഗം അപ്രത്യക്ഷമായിക്കഴിഞ്ഞു. നിലാവിനു പകരം നിഴലുകളാണ് ഇപ്പോൾ എങ്ങും. ഗ്രഹണം അതിന്റെ പൂർണ്ണതയിലേക്കു കടന്നതോടെ മങ്ങിയ ചുവപ്പുരാശിക്കിടയിലൂടെ അവളിലെ പർവ്വതങ്ങളും സമതലങ്ങളും തിളക്കമാർന്നുനിന്നു.

ഗ്രഹണമിപ്പോൾ ആ ചുവപ്പുതളികയുടെ പാതിയിലേറെ ഭാഗത്തേയും വിഴുങ്ങിക്കഴിഞ്ഞു. വെളിച്ചം തീരെ മങ്ങിക്കഴിഞ്ഞു. തൊട്ടപ്പുറം നില്ക്കുന്ന ഭീകര രൂപികളുടെ മുഖങ്ങൾപോലും വ്യക്തമായി കാണാൻ കഴിയാതായിരിക്കുന്നു. ആരും ഇപ്പോൾ ഒന്നും മിണ്ടുന്നില്ല. സൈനികനിരയിൽനിന്ന് ഒരു നേർത്ത ശബ്ദംപോലും കേൾക്കുന്നില്ല.

“വെളുത്ത മാന്ത്രികൻ നമ്മുടെ ചന്ദ്രനെകൊന്നിരിക്കുന്നു കൂട്ടരേ.” അവസാനം സ്ക്രൂഗ മൗനം ഭഞ്ജിച്ചു. പേടികൊണ്ടോ രോഷംകൊണ്ടോ എന്നറിയില്ല, കുന്തമുന സർ ഹെൻറിയുടെ നേർക്കു നീണ്ടു. രാജാവ് നേരത്തേ സമ്മാനിച്ച കവചഅങ്കിയെ കുറിച്ചൊന്നും ആ സമയമവൻ ഓർത്തിരിക്കാനിടയില്ല. അപകടസാദ്ധ്യതകൾ മുൻകൂട്ടിക്കണ്ട് അത് എടുത്തണിയാൻ ഞങ്ങൾ പ്രത്യേകം ശ്രദ്ധവച്ചിരുന്നല്ലോ. സ്വന്തം ദേഹത്തുകൊള്ളുംമുമ്പ് സർ ഹെൻറി അത് സമർത്ഥമായി പിടിച്ചെടുത്ത് കൂർത്തമുന അവന്റെ ദേഹത്തേക്ക് കുത്തിക്കയറ്റി. സ്ക്രൂഗ പിടഞ്ഞുവീണ് തല്ക്ഷണം മരിച്ചു.

ഭീതിതമായ ആ കാഴ്ചകണ്ട് വിളറിപൂണ്ട് ആൾക്കൂട്ടം ചിതറിയോടി. പെൺകുട്ടികൾ അലമുറയിട്ടുകൊണ്ട് നാലുപാടും പാഞ്ഞു. പ്രജകൾക്കിടയിലൂടെ രാജാവും മുഖ്യസൈനികരും. എന്തിന് എഴുന്നേറ്റുനില്ക്കാൻ കഴിയാത്ത ഗഗൂൾ രാക്ഷസിപോലും കാറ്റിന്റെ വേഗതയിൽ പ്രാണനും കൊണ്ടോടി. ഫൗലറ്റയും ഇൻഫെഡ്യൂസും മുഖ്യരിൽ ചിലരും പിന്നെ ഉംബെപയടക്കം ഞങ്ങൾ നാലുപേരുംമാത്രം വേദിയിൽ ബാക്കിയായി.

തുടർന്ന്, ഞാൻ മുഖ്യരോട് സംസാരിച്ചു. കാട്ടിക്കൊടുത്ത അടയാളത്തെക്കുറിച്ച് ഓർമ്മിപ്പിച്ചു. നോക്കൂ, ചന്ദ്രനെ കാണാതായില്ലെ? വെളിച്ചം പൂർണ്ണമായും ഇല്ലാതായില്ലേ? എത്രയുംവേഗം നമുക്ക് ഇൻഫെഡ്യൂസ് സൂചിപ്പിച്ച ആ മലയടിവാരത്തിലെത്തണം. ഇരുട്ടു നീക്കി വെളിച്ചം തിരികെകൊണ്ടുവരുംമുമ്പ് ഇരുട്ടുനല്കിയ സംരക്ഷണത്തിൽനിന്ന് പൂർണ്ണമായും നാം മുതലെടുക്കണം.”

ക്രാലിന്റെ കവാടം പിന്നിടുമ്പോൾ ഇരുണ്ട ആകാശം താരനിബിഡമായിക്കഴിഞ്ഞിരുന്നു.

12

യുദ്ധം തുടങ്ങും മുമ്പ്

കൂരിരുട്ടായിരുന്നു. ചന്ദ്രക്കലകുന്നിൻചോട്ടിലെ സൈനികത്താവളമായിരുന്നു ഞങ്ങളുടെ ലക്ഷ്യം. ഇൻഫെഡ്യൂസിന് നഗരവീഥികളെല്ലാം സുപരിചിതമായതുകൊണ്ട് ഇരുട്ട് പ്രശ്നമായില്ല. രാജവീഥികളും പിന്നെ ഊടുവഴികളും ചുറ്റി അവസാനം ലക്ഷ്യസ്ഥാനത്ത് സുരക്ഷിതമായി എത്തിച്ചേർന്നു.

ഒരു മണിക്കൂറിലേറെ ആ രീതിയിൽ നടക്കുന്നതിനിടയിൽ തന്നെ ഗ്രഹണം ഒഴിയാൻ തുടങ്ങിയിരുന്നു. ചന്ദ്രബിംബത്തിന്റെ ആദ്യം അദൃശ്യമായിത്തീർന്ന വിളുമ്പുതന്നെ ആദ്യം തെളിഞ്ഞുവന്നു. അങ്ങനെയിരിക്കെ പൊടുന്നനവെയെന്നോണം നീണ്ടുവന്ന വെള്ളിസൂചിപോലെ ഒരു പ്രകാശരേഖ. തുടർന്ന് അതിശയിപ്പിക്കുന്ന ഒരു കടുംചോപ്പ് തിളക്കം. ഇരുണ്ടു കറുത്ത ആകാശത്തിൽ ഒരു സ്വർഗ്ഗീയദീപകമായി അതു തൂങ്ങിനിന്നു. വന്യവും അസുലഭവുമായ ഒരു ചാരുദൃശ്യംതന്നെയായിരുന്നു അത്.

ഇപ്പോൾ ഇരുട്ടു കുറേശ്ശയായി നീങ്ങി വെളിച്ചം തെളിഞ്ഞു കഴിഞ്ഞിരിക്കുന്നു. ലു നഗരത്തിനു വെളിയിലുള്ള സ്ഥലങ്ങളെല്ലാം തെളിഞ്ഞു കാണാം. പരന്ന മേല്ത്തട്ടുള്ള ഒരു വലിയ കുന്നിനടിയിലാണ് ഞങ്ങളിപ്പോൾ. സൗത്ത് ആഫ്രിക്കൻ പ്രകൃതിയിലെ സാധാരണ കാഴ്ചകളാണ് ഇത്തരം രൂപങ്ങൾ, പരമാവധി പൊക്കം ഇരുന്നൂറടിയിലപ്പുറം വരില്ല. മാറിനിന്നു നോക്കിയാൽ ശരിക്കുമൊരു കുതിരലാടം തന്നെ. എങ്കിലും, പാർശ്വങ്ങൾ ചെങ്കുത്തായിരിക്കും. കല്ലുകൾ ധാരാളമുണ്ടാകും. മുകളിലെ മേശപോലെ പരന്ന പുൽപ്പരപ്പിൽ സൈനികത്താവളം. മൂവായിരത്തോളം യോദ്ധാക്കൾ അടങ്ങിയ അത്തരം നിരവധി സംഘങ്ങൾ അവിടെയിപ്പോൾ തമ്പടിച്ചുകഴിഞ്ഞിട്ടുണ്ടെന്ന് താമസിയാതെ മനസ്സിലായി.

ചരിവു കയറിച്ചെന്നപ്പോൾ ഗ്രഹണത്തെ പേടിച്ചിരിക്കുന്ന ആൾക്കൂട്ടങ്ങൾ ആദ്യം കണ്ണിൽപ്പെട്ടു. പ്രകൃതിയൊരുക്കിയ അതിമനോഹരമായ ഒരു പ്രതിഭാസത്തെ ഏതോ മാന്ത്രികശക്തിയായി തെറ്റിദ്ധരിച്ചിരിക്കുകയാണിവർ. ക്യാമ്പിൽ ഞങ്ങൾക്കായി ഒരുക്കിയ താല്ക്കാലിക പാർപ്പിടത്തിനു വെളിയിൽ, തിരക്കിനിടയിൽ ലുവിൽ ഉപേക്ഷിച്ചുപോന്ന സാമഗ്രികളുമായി ചിലർ നില്ക്കുന്നുണ്ടായിരുന്നു.

ക്യാപ്റ്റനാണ് ഏറ്റവും സന്തോഷമുണ്ടായത്. എന്നെന്നേക്കുമായി നഷ്ടപ്പെട്ടുപോയെന്നു കരുതിയ അയാളുടെ നീണ്ട കാലുറ അക്കൂട്ടത്തിലുണ്ടായിരുന്നു. വേഗം തട്ടിപ്പറിച്ചെടുത്ത് 'നാണം' മറച്ചു. വെളുത്ത കാലുകളുടെ ഭംഗി നഷ്ടപ്പെടുത്തുന്നതുകണ്ട് ഇൻഫെഡ്യൂസ് പരിഭവിച്ചു. എന്നാൽ, ഗുഡാകട്ടെ, പിന്നീടൊരിക്കലും അവ നഗ്നമാക്കാൻ തയ്യാറായില്ല. നീണ്ട കൊമ്പൻമീശയും പാതി ക്ഷൗരംചെയ്തു മിനുക്കിയ മുഖവും വെള്ളാരംകല്ലുപോലുള്ള കണ്ണുകളും ആവശ്യംപോലെ പുറത്തെടുത്തു കാട്ടാൻ കഴിയുന്നതരത്തിലുള്ള പല്ലുകളും കണ്ടാസ്വദിച്ച് തദ്ദേശവാസികൾക്ക് അവരുടെ സൗന്ദര്യാസ്വാദനതൃഷ്ണ ശമിപ്പിക്കേണ്ടിവന്നു.

അങ്ങനെയിരിക്കെ നേരം പുലർന്നു. പ്രഭാതകൃത്യങ്ങൾ ധൃതിയിൽ നിർവ്വഹിച്ചു. സൂര്യനുദിച്ചുപൊങ്ങിയപ്പോഴേക്കും സൈനികരോടു കാര്യങ്ങൾ നേരിട്ടു ചെന്നു വിശദീകരിക്കേണ്ട സമയമായി. ഇരുപതിനായിരം പേരടങ്ങുന്ന വലിയൊരു സംഘമാണ് ഞങ്ങൾക്കായി കാത്തിരിക്കുന്നത്.

അതിവിശാലമായ ഒരു ചതുരം. അതിന്റെ മൂന്നുഭാഗത്തും സൈനികനിരകൾ ശ്രദ്ധാലുക്കളായി ഞങ്ങളെ കേൾക്കാൻ കാത്തിരുന്നു. തുറസ്സായ ബാക്കിഭാഗത്ത് ഞങ്ങളെ സ്വീകരിച്ച് ഉപവിഷ്ടരാക്കി. ഇൻഫെഡ്യൂസ് ആമുഖമായി ചിലതു സംസാരിച്ചു. സൗമ്യനായ ആ മനുഷ്യൻ പ്രഗത്ഭനായ ഒരു പ്രഭാഷകൻകൂടിയാണെന്നു താമസിയാതെ മനസ്സിലായി. ഭടന്മാർക്കോ, എന്തിന് മുഖ്യന്മാർക്കുപോലുമോ അറിഞ്ഞുകൂടാതെ പഴയ ചരിത്രം ഹൃദയസ്പർശിയായ രീതിയിലങ്ങേർ സദസ്യരുടെ മുമ്പിൽ ആവിഷ്കരിച്ചു. ഇഗ്നൊസിയുടെ പിതാവിനെക്കുറിച്ച്, ട്വാല അയാളെ മൃഗീയമായി കൊലപ്പെടുത്തിയതിനെക്കുറിച്ച്, അമ്മ കൈകുഞ്ഞുമായി ഓടിപ്പോയതിനെക്കുറിച്ച്, അനാഥനായ വളർന്നതിനെക്കുറിച്ച്, നക്ഷത്രലോകത്തുനിന്നെത്തിയ വെളുത്ത തൊലിയുള്ള തമ്പുരാക്കന്മാർക്കൊപ്പം ലൂവിലെത്തിയതിനെക്കുറിച്ച്, നഷ്ടപ്പെട്ടരാജ്യം യഥാർത്ഥ അവകാശിക്കുതന്നെ നല്കുന്നതിനെക്കുറിച്ച്, ആ രീതിയിൽ നാട്ടിൽ നടമാടുന്ന കൊടുംക്രൂരതകൾ അവസാനിപ്പിക്കേണ്ടതിനെക്കുറിച്ച്, നിയമവും നീതിയും പുനഃസ്ഥാപിക്കുന്നതിനെക്കുറിച്ച്.... പ്രസംഗം അങ്ങനെ അനർഗ്ഗളമായി നീണ്ടുപോയി.

തുടർന്ന്, ഇഗ്നൊസിയുടെ ഊഴമായിരുന്നു. മാതുലൻ വിശദമാക്കിയ കാര്യങ്ങളെല്ലാം അക്ഷരംപ്രതി ശരിയാണെന്ന് അയാൾ വ്യക്ത

മാക്കി. അവസാനം താഴെ പറയുന്ന രീതിയിൽ ശക്തമായ വാക്കുകൾ ഉപയോഗിച്ച് പ്രസംഗം ഉപസംഹരിച്ചു:

"മുഖ്യരേ, കപ്പിത്താന്മാരേ, ഭടന്മാരേ, സാധാരണ ജനങ്ങളേ, സുഹൃത്തുക്കളേ, ഞാൻ ഇതുവരെ പറഞ്ഞ കാര്യങ്ങൾ ശ്രദ്ധിച്ചു കേട്ട സ്ഥിതിക്ക് ഞാനാണോ അവനാണോ വേണ്ടതെന്ന് നിങ്ങൾ തീരുമാനിക്കുക. സ്വന്തം മാമനെ വകവരുത്തിയ ദുഷ്ടൻ സ്വന്തം സഹോദരപുത്രന് തണുത്തുവിറച്ചു മരിക്കാൻ സാഹചര്യമൊരുക്കിയ കശ്മലൻ..... മുഖ്യന്മാരേ, എന്റെ അരക്കെട്ടിലെ സിംഹചിഹ്നം നിങ്ങളിൽ പലരും നേരിൽക്കണ്ട് ബോദ്ധ്യപ്പെട്ടതാണല്ലോ. സൂക്ഷ്മമായി പരിശോധിച്ച് അതിന്റെ സത്യം ബോദ്ധ്യപ്പെട്ടതാണല്ലോ. യഥാർത്ഥ രാജാവ് ഞാൻ തന്നെയാണെന്നതിന് അതില്പരം തെളിവെന്തുവേണം കൂട്ടരേ? രാജാവ് ഞാനല്ലെങ്കിൽ നക്ഷത്രലോകത്തുനിന്നുവന്ന ഈ വലിയ മനുഷ്യർ എന്നെ സ്വീകരിക്കുമായിരുന്നോ? മന്ത്രവിദ്യകൾകൊണ്ട് എന്തും കണ്ടുപിടിക്കാൻ കെല്പുള്ളവരാണ് അവരെന്നോർക്കുക. മുഖ്യരേ, കപ്പിത്താന്മാരേ, ഭടന്മാരേ, സാധാരണ ജനങ്ങളേ, സുഹൃത്തുക്കളേ, ചന്ദ്രനെ കാണാതാക്കി ഇരുട്ടു സൃഷ്ടിച്ച് ഇങ്ങോട്ടുള്ള ഞങ്ങളുടെ വരവിന് മറയുണ്ടാക്കിയത് ഈ വലിയവരായിരുന്നില്ലേ? സത്യം എന്റെ ഭാഗത്താണെന്നു ബോദ്ധ്യമുള്ളതുകൊണ്ടല്ലേ വലിയവർ അതു ചെയ്തത്? ചന്ദ്രൻ മറഞ്ഞതും കൂരിരുട്ട് പരന്നതും പിന്നെ തെളിഞ്ഞതും നിങ്ങളെല്ലാം നേരിൽ കണ്ടതല്ലേ?

ഒരു സംശയവും ആരുടെ മനസ്സിലും ബാക്കിയില്ലെന്നുതോന്നി സദസ്സിന്റെ പ്രതികരണം കണ്ടപ്പോൾ.

നീണ്ടുനിവർന്ന് നെഞ്ചുപരമാവധി വിരിച്ച് ചുമലിൽ കുകുവാനകളുടെ പ്രധാന യുദ്ധായുധ മഴുവുമേന്തി നിന്ന ആ അതികായനെ ഒരു നോക്കുകാണുന്ന ആരും തലകുലുക്കി സമ്മതിച്ചുപോകും, ഒരു രാജാവിനല്ലാതെ അങ്ങനെ ആത്മവിശ്വസത്തിന്റെ മൂർത്തിമദ്ഭാവമായി നില്ക്കാനാവില്ലെന്ന്. വെല്ലുവിളിക്കാൻ ആരെങ്കിലുമുണ്ടെങ്കിൽ എഴുന്നേറ്റു വാ. ഒരു കൈ നോക്കാം. പക്ഷേ, ആരു വരാൻ? തന്നെ ജയിക്കുന്നവർക്ക് ഒരുകൂട്ടം കാളകളേയും ഭാര്യമാരാക്കാൻ ഒരു കൂട്ടം സുന്ദരിമാരേയും പിന്നെ നിരവധിസ്ഥാനമാനങ്ങളുമാണ് അതികായൻ വാഗ്ദത്തം ചെയ്തത്. പക്ഷേ, ആർ പ്രതികരിക്കാൻ?

"ശ്രദ്ധിക്കുവിൻ. ഇങ്ങനെയൊരുറപ്പുകൂടി പ്രിയരേ, ഞാൻ നിങ്ങൾക്കു നല്കുകയാണ്. ഇഗ്നൊസി, അയാളുടെ മുത്തച്ഛന്മാർ ഇരുന്ന സിംഹാസനത്തിൽ ഉള്ളിടത്തോളം കാലം ഇവിടെ അനാവശ്യമായി ഒരു തുള്ളിച്ചോര വീഴില്ല. നീതിക്കായി ആർക്കും മുറവിളികൂട്ടേണ്ടിവരില്ല. കുറ്റവാളികളെ തേടി നടക്കുന്ന മന്ത്രവാദി വേട്ടക്കാർ പഴംകഥകളായി മാറും. അതിന്റെ പേരിൽ ഒരൊറ്റ ചോരത്തുള്ളി നമ്മുടെ മണ്ണിൽ വീഴില്ല. കുടിലുകളിൽ സുരക്ഷിതമായി കിടന്നുറങ്ങാനുള്ള സാഹചര്യം എല്ലാവർക്കുമുണ്ടാകും. നീതിദേവത കണ്ണുകെട്ടി കാത്തിരിപ്പുണ്ടാവും. ഏതു

ഭാഗത്തും ഏതു സമയത്തും. ഇനി പറയൂ മുഖ്യരേ, മന്ത്രിമാരേ, ഭടന്മാരെ, സുഹൃത്തുക്കളെ. നിങ്ങൾ തെരഞ്ഞെടുത്തോ? നിങ്ങൾക്കു വേണ്ട രാജാവിനെ നിങ്ങൾ തെരഞ്ഞെടുത്തോ?"

"ഞങ്ങൾ തെരഞ്ഞെടുത്തിരിക്കുന്നു." ഇടിവെട്ടുംപോലെ മുഴങ്ങിയ ആ ശബ്ദം ഏകകണ്ഠമായിരുന്നു. തന്നെ കുരുതികൊടുക്കാനായി ട്വാലയുടെ ദൂതന്മാർ അലഞ്ഞു നടക്കുകയാണെന്നും പടയൊരുക്കം നടത്തുകയാണെന്നും അടുത്ത ദിവസം, അല്ലെങ്കിൽ അതിനടുത്ത ദിവസം തന്നോടു കൂറുകാട്ടുന്നവരുടെ നിരയുമായി അയാൾത്തന്നെത്തേടിയെത്തുമെന്നും തുടർന്ന് ഇഗ്നൊസി സദസ്സിനെ ധരിപ്പിച്ചു. ആര് ആരുടെ ഭാഗത്തെന്ന് അതോടെ വ്യക്തമാകും. മരിക്കാൻ പേടിയില്ലാത്തവരെല്ലാം തനിക്കൊപ്പമുണ്ടാകും. ഉറപ്പ്. ഒപ്പം നിന്നവരെ താനൊരിക്കലും കൈവെടിയില്ല.

തുടർന്ന് യുദ്ധാഹ്വാനമായിരുന്നു. സ്വന്തം കുടിലുകളിൽ തിരിച്ചു ചെന്ന് യുദ്ധസന്നാഹങ്ങൾ ഒരുക്കി കൂട്ടുന്നതിനുള്ള ആഹ്വാനം.

അതിനോടുള്ള പ്രതികരണമായി കൂം... കൂം.... എന്ന് എല്ലാ സൈനികവ്യൂഹങ്ങളിൽനിന്നും ഉച്ചത്തിൽ ശബ്ദമുയർന്നു. ഈ രീതിയിൽ അഭിവാദ്യമർപ്പിച്ചുകൊണ്ട് മുഖ്യരും കപ്പിത്താന്മാരുമൊഴികെ ബാക്കിയെല്ലാവരും പിരിഞ്ഞുപോയി.

അരമണിക്കൂർ കഴിഞ്ഞുചേർന്ന കൂടിയാലോചനയിൽ ചില അടിയന്തര തീരുമാനങ്ങളുണ്ടായി. ട്വാലയുടെ ഭാഗത്തുനിന്നുണ്ടാകാനിടയുള്ള ആക്രമണം മുൻകൂട്ടികാണണം. ഉന്നതമായ ഈ സ്ഥലത്തുനിന്ന് സൈനിക നീക്കങ്ങൾ വ്യക്തമായി കാണാനാകുമെന്നതിനാൽ ഇവിടെ താവളമടിച്ചിരിക്കുന്ന ഇരുപതിനായിരം പേരേയും ശത്രുതന്ത്രമനുസരിച്ച് ഉടനെ യഥാവിധി വിന്യസിക്കണം. രാജ്യത്തിലെ ഏറ്റവും മികച്ച ഏഴോളം സൈനികഘടകങ്ങൾ നമ്മളോടൊപ്പമാണ്. ഒരു മുപ്പത് മുപ്പത്തഞ്ചായിരം ഭടന്മാരെങ്കിലും ട്വാലയ്ക്കൊപ്പമാണെന്ന് ഇൻഫെഡ്യൂസ് കണക്കുകൂട്ടിപറഞ്ഞു. എന്നാൽ വരുംനാളുകളിൽ ഇതിൽ ഒരുവിഭാഗം കൂറുമാറാൻ സാദ്ധ്യതയുണ്ട്. എന്നാൽ അത്തരം സാദ്ധ്യതകളെ അധികം ആശ്രയിക്കുന്നതു ശരിയല്ല. നമ്മളെ നിർവ്വീര്യപ്പെടുത്താനുള്ള നീക്കങ്ങൾ തീർച്ചയായും നടക്കുന്നുണ്ടാവും. കുന്നിനടിവാരത്തിൽ ശത്രുപക്ഷം റോന്തുചുറ്റുന്നുണ്ടെന്നതൊഴിച്ചാൽ ഉടനെയുണ്ടാകാനിടയുള്ള ആക്രമണത്തിന് തെളിവൊന്നും ഇതുവരെ ലഭിച്ചിട്ടില്ല.

അതു രാത്രി നടക്കാനിടയില്ലെന്ന് ഇൻഫെഡ്യൂസും മുഖ്യരും ഉറപ്പിച്ചു. രാത്രി മുഴുവൻ തയ്യാറെടുപ്പുകളായിരിക്കും. ചന്ദ്രനെ കാണാതാക്കിയ മാന്ത്രികവിദ്യയുടെ പ്രതികൂലഫലങ്ങൾ ഇല്ലാതാക്കാനും കുറച്ചു സമയം വേണ്ടിവരും. പട്ടാളക്കാരെ അത് വല്ലാതെ സ്വാധീനിച്ചിട്ടുണ്ടാകുമല്ലോ. അതുകൊണ്ട് യഥാർത്ഥ ആക്രമണം നാളെ പുലർച്ചക്കായിരിക്കും. അത് സത്യമായി ഭവിക്കുകയും ചെയ്തു.

പിറ്റേദിവസം സൂര്യാസ്തമയത്തിനു തൊട്ടുമുമ്പ് ലൂഭാഗത്തുനിന്ന്

ചെറിയ ഒരു സൈന്യം മാർച്ചുചെയ്ത് കുന്നിനു നേർക്കു വരുന്നതു കാണായി. ദൂതനാണെന്ന സൂചനയുമായി പനയോല നിവർത്തിപ്പിടിച്ച് ഒരാൾ മുമ്പേ നടന്നു.

ഇൻഫെഡ്യൂസ്, രണ്ടു മുഖ്യന്മാർ, പിന്നെ ഞങ്ങളും വേഗം കുന്നിറങ്ങി അടിവാരത്തു ചെന്നുനിന്നു.

അവിശുദ്ധത്തിനു കാരണമായവർക്ക് അഭിവാദ്യമർപ്പിച്ചുകൊണ്ടാണ് ദൂതരുടെ വരവ്. "ഓരിക്കുറുക്കന്മാരേ, സിംഹരാജാവിൽ നിന്നുള്ള ഈ ക്ഷണം സ്വീകരിച്ചാലും." ആഗതൻ പരിഹസിച്ചു.

ഉടൻ കീഴടങ്ങാത്തപക്ഷം കടുത്ത പ്രത്യാഘാതങ്ങൾ നേരിടേണ്ടി വരുമെന്ന് വളച്ചുകെട്ടില്ലാതെ തുടർന്ന് ഭീഷണി മുഴങ്ങി. മുതുകിൽ പരുക്കേല്പിച്ച് രുധിരത്തിൽ കുളിപ്പിച്ച കറുത്ത കാളപ്പുറത്തേറി രാജാവ് ശത്രുപാളയത്തിലേക്ക് പുറപ്പെട്ടുകഴിഞ്ഞിരിക്കുന്നു!

"ആട്ടെ, ഉപാധികൾ കേൾക്കട്ടെ." ഒരു കൗതുകത്തിന് ഞാൻ തിരക്കി.

"ഒരു രാജാവിനു ചേർന്നവിധം കാരുണ്യം വഴിഞ്ഞൊഴുകുന്ന ഉപാധികൾ." ദൂതൻ വാചാലനായി. തുടർന്ന്, രാജാവിന്റെ വാക്യങ്ങൾ അതേപടി ഞങ്ങൾക്കു മുമ്പിൽ അവതരിപ്പിച്ചു. "ഇത്തിരിമാത്രം ചോരചിന്തി പ്രശ്നം അവസാനിപ്പിക്കാൻ നാം ദയാപുരസ്സരം സമ്മതിച്ചിരിക്കുന്നു. പത്തിൽ ഒരാളെ എന്ന രീതിയിൽ മാത്രമേ കൊല്ലുകയുള്ളൂ. ബാക്കിയുള്ളവരെ വെറുതെവിടും. എന്നാൽ, സ്രൂഗയെക്കൊന്ന വെളുത്ത ഇൻകുവിനു മാപ്പില്ല. നമുക്കെതിരെ കലാപമൊരുക്കിയ സ്വന്തം സഹോദരൻ ഇൻഫെഡ്യൂസിനുമില്ല. അനങ്ങാതെ നില്ക്കുന്ന നമ്മുടെ മൂന്നു മഹാപർവ്വതങ്ങളുടെ പ്രീതിക്കായി നിവേദ്യമർപ്പിക്കാൻ നമുക്ക് ഈരണ്ടുപേരുടെയും ഇറച്ചി വേണം."

തുടർന്ന്, അല്പനേരത്തെ കൂടിയാലോചനകൾക്കുശേഷം സൈനികർകൂടി കേൾക്കാൻ പാകത്തിൽ മുന്നോട്ടുചെന്ന് ശബ്ദമുയർത്തി പറഞ്ഞതിന്റെ ചുരുക്കം ഇപ്രകാരമായിരുന്നു.

"ട്വാലേ, പട്ടീ, എത്രയും വേഗം തിരിച്ചു പോകുന്നതാണ് നിനക്കു നല്ലത്. ദൂതൻ ചെന്ന് പറയട്ടെ, കുകുവനകളുടെ രാജാവായ ഇഗ്നൊസി, അയാളുടെ മാതുലനും സർവ്വാദരണീയനുമായ ഇൻഫെഡ്യൂസ്, നക്ഷത്രങ്ങളിൽനിന്ന് ഇവിടെയെത്തി ചന്ദ്രനെ കാണാതാക്കിയ മഹാമാന്ത്രികരായ വെളുത്തുചുവന്ന തൊലിയുള്ള മൂന്നു പ്രതിഭാശാലികൾ എന്നിവർ ഇതാണാവശ്യപ്പെടുന്നതെന്ന് ആ പട്ടിയോടു ചെന്നു പറയട്ടെ. ഇവിടെ ഒത്തുകൂടിയിരിക്കുന്ന സൈനിക മുഖ്യരും സേനാധിപതികളും യോദ്ധാക്കളും സാധാരണക്കാരും അതുതന്നെ ആവശ്യപ്പെടുന്നു. ഞങ്ങൾ കീഴടക്കാൻ വന്നവല്ല, സൂര്യൻ രണ്ടുതവണ ഉദിച്ചസ്തമിക്കുംമുമ്പ് ട്വാലയുടെ ശവം അയാളുടെ കൊട്ടാരത്തിൽ വീണുരുളുന്നതുകാണാം. അവൻ കൊന്ന സ്വസഹോദരന്റെ മകൻ ഇഗ്നൊസി യഥാർത്ഥ രാജാവായി അവ

രോധിക്കപ്പെടും. വിഡ്ഢിയായ രാജദാസാ, നിന്റെ ധൈര്യത്തേയും കൂട്ടി തിരിഞ്ഞു നടക്കുന്നതാണ് നിന്റെ ആരോഗ്യത്തിന് നല്ലത്."

ദൂതന് അതുകേട്ട് ചിരിവന്നു. അയാൾ ഉറക്കെയുറക്കെ തുടർച്ചയായി ചിരിച്ചുകൊണ്ടിരുന്നു. "അങ്ങനെ പറഞ്ഞുപേടിപ്പിക്കാനൊന്നും നോക്കണ്ട, വലിയവരേ! നമുക്കൊന്നുനേർക്കുനേർ കാണാം. നാളെ. ആർക്കാണ് ധൈര്യമെന്ന് അപ്പോളറിയാം. ചന്ദ്രനെ കാണാതാക്കിയെന്ന് വീമ്പടിക്കുന്നവരല്ലെ, യുദ്ധക്കളത്തിൽ കാണട്ടെ, ധൈര്യം. ങ്ഹാ, ഇപ്പോ ചിരിച്ചോ, കാക്കകൾ കൊത്തിവലിച്ച് എല്ലും ഇറച്ചിയും വേറെവേറെയാക്കുംവരെ കുന്നിന്മേൽ കൂടിയിരുന്ന് ചിരിച്ചുരസിച്ചോ. ശരി. അവിടെ കാണാം, അവിടെ. നമസ്കാരം!"

അന്നത്തെ രാത്രി തിരക്കുപിടിച്ച ഒന്നായിരുന്നു. നിലാവെളിച്ചം നല്കിയ സൗകര്യം ഉപയോഗപ്പെടുത്തി തയ്യാറെടുപ്പുകൾ പൂർത്തിയാക്കി. കൂടിയാലോചനകൾക്ക് നേതൃത്വം നല്കി ഞങ്ങളിരുന്ന സ്ഥലത്തേക്ക് ദൂതന്മാർ വന്നുപോയ്ക്കൊണ്ടിരുന്നു. രാത്രി ഏതാണ്ട് ഒരു മണിയോടെ എല്ലാം പൂർത്തിയായി. പിന്നെ വിശ്രമം. ഇഗ്നൊസിയോടൊപ്പം സർ ഹെൻറിയും ഞാനും മുഖ്യരിൽ ഒരാളും കുന്നിറങ്ങിച്ചെന്ന് ചുറ്റുപാടുകൾ നിരീക്ഷിച്ചു. പെട്ടെന്ന് നാലുഭാഗത്തുനിന്ന് കുന്തങ്ങൾ ഉയർന്നു ചന്ദ്രപ്രകാശത്തിൽ വെട്ടിത്തിളങ്ങി. അടുത്ത നിമിഷം ഞങ്ങളൊരു അടയാളവാക്ക് ഉച്ചരിച്ചതോടെ അതേ വേഗതയിൽ എല്ലാം അപ്രത്യക്ഷമാവുകയും ചെയ്തു. എല്ലാം ഭദ്രമാണെന്നു വ്യക്തമായി. ഉറങ്ങാതെ ജാഗ്രതയോടെ കാത്തുകിടപ്പാണെല്ലാവരും. തുടർന്നു, മുകളിലെ കുന്നിൻപരപ്പിൽ ഉറങ്ങിക്കിടക്കുന്ന പതിനായിരങ്ങൾക്കിടയിലേക്ക് തിരിച്ചുപോയി. പാവങ്ങൾ, പലർക്കുമിത് ചിലപ്പോൾ അവസാനത്തെ ഉറക്കമാണെന്നു വരാം, ഞാൻ വിചാരിച്ചു.

സർ ഹെൻറിയും അതുതന്നെയാണ് ചിന്തിച്ചുകൊണ്ടിരുന്നതെന്ന് താമസിയാതെ വ്യക്തമായി. ഉറങ്ങിക്കിടക്കുന്ന ആ ചാവേറുകളുടെ നേർക്ക് ഒരിക്കൽക്കൂടി നോക്കാതിരിക്കാൻ കഴിഞ്ഞില്ല. മനുഷ്യസ്പർശമേറ്റുകിടക്കുന്ന കുറേ മനുഷ്യജീവികൾ എന്നെല്ലാം ആ സമയം ഞാൻ വിചാരിച്ചുപോയി. മനഃകണ്ണിൽ കുരുതിക്കായി പ്രത്യേകം മാറ്റിവെച്ചവരുടെ രൂപങ്ങൾ തെളിഞ്ഞുവന്നു. അടുത്തനിമിഷം മനുഷ്യജീവിതമെന്ന മഹാരഹസ്യത്തിലേക്ക് അറിയാതെ ഞാനിറങ്ങിച്ചെന്നു. ജീവിതത്തിന്റെ ഫലശൂന്യതയേയും സങ്കടങ്ങളെയുംകുറിച്ച് ഞാനാലോചിച്ചുപോയി. പറഞ്ഞറിയിക്കാനാവാത്ത മനോവിഷമം അപ്പോൾ ഞാനനുഭവിച്ചു. ഇക്കാണുന്നവരെല്ലാം ഇന്നു രാത്രി സുഖമായി ഉറങ്ങുമായിരിക്കും. നാളെ ഇതിനുമധികമാളുകൾ ഇവരോടൊപ്പം തണുത്തു മരവിച്ചു കിടക്കുകയാവും. പലരുടെയും ഭാര്യമാർ വിധവകളായിമാറിയിട്ടുണ്ടാവും. കുട്ടികൾ അനാഥരായിട്ടുണ്ടാവും. അവർ പിറന്നുവീണ നാട് അവരെ എന്നെന്നേക്കുമായി മറന്നുപോയിട്ടുണ്ടാവും. പഴയ ചന്ദ്രൻ ഒന്നും സംഭവിച്ചിട്ടില്ലാത്തപോലെ പിന്നെയും പ്രഭപരത്തിക്കൊണ്ടിരിക്കുമെന്നുമാത്രം. രാക്കാറ്റു

വന്ന് പച്ചപ്പുല്ത്തണ്ടുകളെ ഇക്കിളിപ്പെടുത്തും. വിശാലമായ ഈ ഭൂമി സുഖമായി വിശ്രമിക്കും. നമുക്കുമെത്രയോ മുമ്പ് കല്പാന്തകാലംതൊട്ട് അത് ചെയ്തുകൊണ്ടിരുന്നതെല്ലാം പിന്നെയും തുടർന്നുകൊണ്ടിരിക്കും.

മനുഷ്യൻ മരിച്ചാലും അവന്റെ പേര് മറവിയിലാണ്ടുപോയാലും അവൻ പുറത്തുവിട്ട ശ്വാസവായു പർവ്വതശിഖരങ്ങളിലെ പൈൻമരങ്ങളുടെ ചില്ലകളിൽ എന്നുമെന്നും കുസൃതികാട്ടിക്കൊണ്ടിരിക്കും. അവനുണ്ടാക്കിയ ശബ്ദങ്ങൾ കുന്നുകളിൽ പ്രതിദ്ധ്വനിച്ചുകൊണ്ടേയിരിക്കും. പണ്ടെപ്പോഴോ അവൻ ജന്മം നല്കിയ ചിന്തകൾ ഇന്നും നമ്മളിലൂടെ പുതിയ ചക്രവാളങ്ങൾ തേടുകയല്ലേ? അവന്റെ ആഗ്രഹങ്ങളും വികാരങ്ങളുമല്ലെ നമ്മളെ ഇന്നും ജീവിപ്പിക്കുന്നത്. അവൻ വിട്ടേച്ചുപോയ ആഹ്ലാദങ്ങളും സങ്കടങ്ങളുമല്ലെ ഇന്നത്തെ നമ്മുടെ സുപരിചിതരായ ചങ്ങാതിമാർ. അവൻ ചാടിപ്പുറപ്പെട്ട ആ അവസാനം നമ്മളെയും മറികടക്കുമെന്നു തീർച്ച....

അന്നത്തെ ആ പ്രത്യേക അന്തരീക്ഷത്തിൽ അങ്ങനെ പലതും ചിന്തിച്ചുപോയ് ടോം. പ്രായമേറുന്തോറും, എന്തുചെയ്യാം, ഈ ദുഃസ്വഭാവം വിടാതെ പിന്തുടരുകയാണെന്ന് ഞാൻ തിരിച്ചറിയുന്നു. സർ ഹെൻറിയുമായി ഞാനതു പങ്കുവച്ചു. ദയനീയമായ ഒരവസ്ഥയിലാണ് ഞാൻ ചിലപ്പോൾ എന്നു ഞാൻ പറഞ്ഞപ്പോൾ അദ്ദേഹം ചിരിച്ചു. ആ രീതിയിൽ ചിന്താകുലനാകുന്നതും സ്വയം പിറുപിറുക്കുന്നതും പലപ്പോഴുമദ്ദേഹം ശ്രദ്ധിച്ചിട്ടുണ്ടത്രെ. ഈ രീതിയിലെല്ലാം ചിന്തിക്കാൻ നാളെ ഈ സമയം നമ്മളുണ്ടാകുമോ എന്നദ്ദേഹം ചോദിച്ചു. സഹോദരനെ കണ്ടെത്തണമെന്ന എല്ലാ പ്രതീക്ഷയും അസ്തമിച്ച സ്ഥിതിക്ക് മരിച്ചാലും വിരോധമില്ലെന്ന് അദ്ദേഹം പറഞ്ഞു. എങ്കിലും ഞാനൊരു കൈ നോക്കും. ഭാവി എപ്പോഴും ധീരന്മാരെ മാത്രമേ തുണയ്ക്കുകയുള്ളൂ. അതുകൊണ്ട് നമ്മൾ വിജയിക്കും. എങ്കിലും ചോരപ്പുഴയിലവസാനിക്കുന്ന ഒരുകൂട്ടക്കൊലയെക്കുറിച്ച് ആലോചിക്കാൻ വിഷമമുണ്ട്. എങ്കിലും നമുക്കതിന്റെ ഭാഗമായി നില്ക്കാതിരിക്കാൻ പറ്റില്ല.

വാക്കുകളിൽ സങ്കടം. കണ്ണുകളിൽ പുതിയൊരു തിളക്കം. സർ ഹെൻറി പോരാടാൻ ഇഷ്ടപ്പെടുന്നു. അങ്ങനെയാണ് എനിക്കു തോന്നിയത്.

പിന്നീട്, എപ്പോഴോ രണ്ടുപേരും ഉറങ്ങി.

അതിരാവിലെ ഇൻഫെഡ്യൂസ് വിളിച്ചുണർത്തി. വൻസൈനികനീക്കങ്ങൾ പുരോഗമിക്കുന്നുണ്ടെന്ന് സൈന്യാധിപന്റെ മുഖം വ്യക്തമാക്കി. ശത്രുക്കൾ അടുത്തെത്തിക്കഴിഞ്ഞു.

സുരക്ഷിതകവചം എടുത്തണിഞ്ഞ് പെട്ടെന്ന് തയ്യാറെടുത്തു. ഈയൊരു സമ്മാനത്തിന് ട്വാലയോട് എത്ര നന്ദി പറഞ്ഞാലാണ് അധികമാവുക! ഹെൻറി വലിയ ആവേശത്തിലായിരുന്നു. കുകുവാനകളുടെ നാട്ടിൽ ചെന്നാൽ കുകുവാനയായി പെരുമാറുക, അയാൾ ഓർമ്മപ്പെടുത്തി. പുലിത്തോലും ഒട്ടകത്തൂവലും ഇരുതല മൂർച്ചയുള്ള കുന്തവും

പരിചയും കോടാലിയുമെല്ലാം എടുത്തണിഞ്ഞ് ശരിക്കും കുകുവാനഭട ന്മാരായി ഞങ്ങളും വേഷധാരണം പൂർത്തിയാക്കി.

ഗുഡിനാണെങ്കിലോ നീണ്ട കാലുറയും ഒറ്റക്കണ്ണടയും പാതിഭാ ഗത്തെ ക്ഷൗരവും ഉപേക്ഷിക്കാൻ പറ്റില്ലെന്നു നിർബ്ബന്ധം. പിന്നെ, ഞങ്ങൾക്കെന്തിനു വിസമ്മതം. ഏതായാലും വിചിത്രമായ ആ രൂപത്തെ നോക്കി ഞങ്ങൾ ശരിക്കും ആസ്വദിച്ചു. എന്തൊക്കെ വൈചിത്രങ്ങളു ണ്ടായാലും രക്തദാഹികളുടെ രൂപഭാവങ്ങൾ ഞങ്ങൾ മൂന്നുപേർക്കുമു ണ്ടായിരുന്നു.

വേഷവിധാനങ്ങളൊക്കെ പൂർത്തിയാക്കി ആവശ്യത്തിനു ഭക്ഷ ണവും കഴിച്ച് ക്യാമ്പിനു പുറത്തിറങ്ങി സ്ഥിതിഗതികൾ നിരീക്ഷിച്ച പ്പോൾ സ്വന്തം അണികളാൽ ചുറ്റപ്പെട്ട് ഇൻഫെഡ്യൂസിനെ കണ്ടു. 'നര യൻപട' എന്ന പേരിൽ അറിയപ്പെടുന്ന വീരശൂരപരാക്രമികളുടെ ഒരു സംഘത്തിന്റെ അധിപനാണയാൾ. കുകുവാനസൈന്യത്തിലെ ഏറ്റവും മികച്ച വിഭാഗം നേരത്തേ എനിക്കറിയാമായിരുന്നു. പുല്ലിൽ കിടന്ന് ദൂര ക്കാഴ്ചകൾ നിരീക്ഷിക്കുകയാണവർ. ഉറുമ്പിൻനിരപോലെ ദൂരെ രാജ സൈന്യം ഇഴഞ്ഞടുക്കുന്നത് സൂക്ഷിച്ചുനോക്കിയാൽ കാണാം. മൂന്നു നിരകളിലായി ഒരു പന്ത്രണ്ടായിരം പേരെങ്കിലുമുണ്ടാകുമെന്നുതോന്നി.

ശത്രുക്കൾ അടുത്തെത്തിയതും മുഖ്യന്മാർ ജാഗരൂകരായി. ദൂരെ ശത്രുപക്ഷം മൂന്നായിപ്പിരിഞ്ഞു. രണ്ടെണ്ണം ഇടത്തും വലത്തും ഭാഗങ്ങ ളിലേക്കു നീങ്ങി. മൂന്നാമത്തേത് ഞങ്ങളുടെ നേർക്ക് നടന്നടുത്തു.

മൂന്നുഭാഗങ്ങളിൽനിന്നും ഒരേ സമയം ആക്രമണം അഴിച്ചുവിടാ നുള്ള തന്ത്രം. ഇൻഫെഡ്യൂസ് ഉറക്കെ പിറുപിറുത്തു.

പ്രശ്നം ഗൗരവതരമാണെന്ന് അതുകേട്ട് എനിക്കുതോന്നി. പ്രതി രോധതന്ത്രം അതിനനുസരിച്ച് മാറ്റിയേ തീരൂ. ആക്രമണം ഏതു രീതി യിലായിരിക്കുമെന്ന് നിശ്ചയമില്ലാത്തതുകൊണ്ട് അവസരം ഏറ്റവും ഫല പ്രദമായ രീതിയിൽത്തന്നെ വിനിയോഗിച്ചേ പറ്റൂ. നിമിഷനേരംകൊണ്ട് എല്ലാം തീരുമാനിച്ചു. ഏതു ഭാഗത്തുനിന്നു മുന്നേറ്റമുണ്ടായാലും തട യാൻ സൈന്യത്തെ സജ്ജമാക്കി.

13

ആക്രമണം

സാവധാനം, തിരക്കിന്റെ ചെറിയൊരു സൂചനപോലും നല്കാതെ മൂന്നു സൈനികസംഘങ്ങളും ഇഴഞ്ഞിഴഞ്ഞ് മുന്നോട്ടു നീങ്ങി. ഞങ്ങൾ ഏതാണ്ട് അഞ്ഞൂറുവാര അടുത്തെത്തിയതും കുന്നിലേക്കു പടർന്നു കയറുന്ന തുറസ്സിന്റെ ആരംഭഭാഗത്തുവച്ച് ഇതിലെ മുഖ്യവ്യൂഹമായ മദ്ധ്യവരിയുടെ ചലനം പൊടുന്നനവെയെന്നോണം നിശ്ചലമായി. ഈ സമയം മറ്റു രണ്ടു സംഘങ്ങൾ ഞങ്ങളെ ഏതാണ്ടൊരു കുതിരലാട ത്തിന്റെ ആകൃതിയിൽ ചുറ്റിനിന്നു. ഈ ലാടത്തിന്റെ രണ്ടു കീഴറ്റങ്ങളും ലൂ നഗരത്തെ ചൂണ്ടിനിലയുറപ്പിച്ചു. ത്രിമുഖമായ ആക്രമണം ഒന്നിച്ച് ഒരേസമയം അഴിച്ചുവിടുകതന്നെയായിരുന്നു ലക്ഷ്യം എന്ന് അത് പകൽപോലെ വ്യക്തമാക്കി.

ഇരുപതുമിനിറ്റുകൊണ്ട് താൻ സമതലത്തിൽനിന്നു പുറത്തു കട ക്കുമെന്ന് ഗുഡ് ഉറപ്പു നല്കി. ഒരു വെടിപൊട്ടിച്ചശേഷം ശത്രുസൈന്യ ത്തിന്റെ കമാണ്ടർ എന്നു തോന്നിയ ആ പൊക്കം കൂടിയ ഭടനരികിലെ ത്താൻ അങ്ങേർ എന്നോടു നിർദ്ദേശിച്ചു. വെടി ലക്ഷ്യത്തിൽ കൊള്ളാ നുള്ള സാദ്ധ്യത അമ്പതു ശതമാനം മാത്രമാണെന്ന് ഓർമ്മിപ്പിക്കുകയും ചെയ്തു. ഏതായാലും എവിടെയോ അത് എനിക്ക് ഏറ്റു. അതുകൊണ്ട് കട്ടിയുള്ള ഒരു ഉണ്ട തന്നെ എക്സ്പ്രസിനകത്തു നിറച്ച് നമ്മുടെ സുഹൃത്ത് സ്വന്തം സൈനികനിരയിൽനിന്ന് ഒരു പത്തുവാര മുന്നോട്ടു നീങ്ങിനില്ക്കുംവരെ കാത്തുനിന്ന് ഞങ്ങളുടെ കൃത്യമായ ഒരു ദൃശ്യം ലഭ്യമാകാൻ അയാൾ അങ്ങനെ ചെയ്യുമെന്ന് എനിക്ക് ഉറപ്പുണ്ടായിരു ന്നു. നെഞ്ചത്തു ലക്ഷ്യം പിടിച്ച് ഞാൻ കാത്തിരുന്നു. ഒന്നാന്തരം ചാൻസായിരുന്നു. എന്നാൽ ആ സമയത്തെ വികാരത്തള്ളൽക്കൊണ്ടോ കാറ്റിന്റെ ഗതിയോ എന്താണെന്നറിഞ്ഞുകൂടാ, ഉന്നം പിഴച്ചു അയാളുടെ

ഒരു രോമത്തിനുപോലും ഹേമംതട്ടിയില്ല. അതേസമയം തൊട്ടുപിന്നിൽ നില്ക്കുകയായിരുന്ന അയാളുടെയൊരു പരിചാരകനാണെന്നു തോന്നിയ ആൾ പിടഞ്ഞു വീഴുകയും ചെയ്തു. ഏതായാലും വെടിയൊച്ച ആളെ പേടിപ്പിച്ചു. വ്യക്തമായ പരിഭ്രാന്തിയോടെ അയാൾ സ്വന്തം നിരയുടെ നേർക്ക് ഓടി. ഗുഡിന്റെ വകയായി അതിന് ഒരഭിനന്ദനം കിട്ടി.

പരസ്യമായിത്തന്നെ ലക്ഷ്യം പിഴച്ചുപോവുക, എന്നിട്ട് അർത്ഥം വച്ച് എന്തെങ്കിലും പറയുക. അസഹനീയമാണ് എന്നെ സംബന്ധിച്ചിട ത്തോളം അത്തരം സന്ദർഭങ്ങൾ. ഒരുകാര്യം മാത്രമേ ചെയ്യാൻ കഴിയൂ എന്നുവരുന്ന പക്ഷം അത് ഏറ്റവും നന്നായി ചെയ്യുക. അതാണ് എന്റെ യൊരു രീതി. ആ രീതിയിലും പ്രശസ്തിയേ ഞാൻ കാംക്ഷിക്കുന്നു ള്ളൂ. ഏതായാലും പരാജയം എന്റെ സമനിലതെറ്റിച്ചു. അതുകൊണ്ട് ഓടിയ ആളുടെ പിന്നാലെ മറ്റൊരുണ്ട തൊടുത്തുവിട്ടു. പാവം കൈക കൾ ഇരുഭാഗത്തേക്കും നീട്ടി മൂക്കുകുത്തി മുഖമടിച്ച് വീണു. ഇക്കുറി വിജയിക്കാൻ കഴിഞ്ഞത് ആദ്യ പരാജയം എന്റെ അഹംബോധത്തെ മുറിപ്പെടുത്തിയതുകൊണ്ടാണെന്നു വ്യക്തം. ഇങ്ങനെയാണ് നമ്മൾ നമ്മുടെ അഭിമാനത്തിനും സല്പേരിനും കളങ്കം പറ്റുകയാണെന്നു തോന്നുന്നതോടെ നാം മറ്റുള്ളവരെ പാടേ മറന്നുകളയും. ആ മനുഷ്യൻ പിടഞ്ഞുവീഴുന്ന കാഴ്ച കണ്ട് മൃഗീയമായ ആനന്ദംതന്നെ ഞാനാ സമയം അനുഭവിച്ചുവെങ്കിൽ അതിന് മറ്റെന്തു കാരണമാണ് എനിക്കു പറയാനുള്ളത്!

ഞാൻ കാട്ടിയ അത്ഭുതവിദ്യകണ്ട് എന്റെ ട്രൂപ്പിലെ അംഗങ്ങളായ നാടോടികളെല്ലാം അഭിനന്ദനസ്വരത്തിൽ കൂകിവിളിക്കുകയും നൃത്തം ചെയ്യുകയും ചെയ്തു. അവിചാരിതമായുണ്ടായ ആ രംഗം ശത്രുസൈ ന്യത്തെ ആകമാനം ആശയക്കുഴപ്പത്തിലാക്കി. ഒരുവിഭാഗം ചിതറിയോടി. അദൃശ്യമായ ഒരു ശക്തി ചീറിപ്പാഞ്ഞുവന്ന് ഒരാളുടെ കഥകഴിക്കുന്നത് അവരുടെ ആദ്യത്തെ അനുഭവമാണ്. അതിനിടെ ഗുഡും സർ ഹെൻറിയും അവരുടെ തോക്കുകൾ സമർത്ഥമായി ഉപയോഗിക്കുന്നു ണ്ടായിരുന്നു.

എന്നാൽ എല്ലാവരും പേടിച്ചു പിൻമാറുമെന്ന ഞങ്ങളുടെ ധാരണ അസ്ഥാനത്തായിരുന്നു. മദ്ധ്യനിര അല്പമൊന്നു പിൻവലിഞ്ഞെങ്കിലും ഇടതും വലതുമുള്ളവർ മുന്നേറിക്കൊണ്ടിരുന്നു. കൊലവിളിമുഴക്കി ക്കൊണ്ട് അവർ ഞങ്ങൾക്കിടയിലേക്കു ചാടിവീണു. ഇഗ്നൊസിയടക്കം നാലുപേരും വെടിയുതിർത്തുകൊണ്ടിരുന്നു. എന്നാൽ, പതിനായിരക്ക ണക്കിന് ഭടന്മാർ ഒന്നിടയഴിച്ചുവിട്ട രോഷത്തിനു മുമ്പിൽ ചരൽക്കല്ലു വാരി എറിയുന്ന കൊച്ചുകുട്ടികളായി സ്വയം മാറുകയായിരുന്നു ഞങ്ങ ളെല്ലാം.

കുന്തങ്ങൾ ചീറിപ്പാഞ്ഞുവരികയാണ്. മഹാമാരിവർഷംപോലെ അത് ഞങ്ങളുടെ ഭാഗത്തെ നിസ്സഹായമാക്കുകയാണ്. കുന്നടിവാര ത്തിലെ പാറക്കൂട്ടങ്ങളിൽ ഞങ്ങളൊരുക്കിവച്ച താവളങ്ങളെല്ലാം അതി

നിടെ ശത്രുനിര വളഞ്ഞുകഴിഞ്ഞു. അതിനുശേഷം മുന്നേറ്റത്തിന്റെ വേഗത ഇത്തിരിയൊന്നു കുറഞ്ഞതായി തോന്നിയെങ്കിലും അതിൽ ആശാവഹമായ എന്തെങ്കിലും ഉള്ളതായി എനിക്കനുഭവപ്പെട്ടില്ല. അധികം ക്ഷീണിക്കാതെ കുന്നുകയറാനുള്ള അടവിന്റെ ഭാഗം മാത്രമാണതെന്ന് താമസിയാതെ വ്യക്തമാവുകയും ചെയ്തു.

"ട്വാലാ! ട്വാലാ! ചീലി! ചീലി! എന്ന് പോർവിളി മുഴങ്ങിക്കൊണ്ടിരിക്കെ ഇഗ്നൊസി! ഇഗ്നൊസി! ചീലി! ചീലി! എന്ന് ആർത്തുവിളിച്ച് ഞങ്ങളുടെ സൈന്യം അതിനെ നേരിട്ടു. ട്വാലവരുന്നു! ഇഗ്നൊസി വരുന്നു! ഇതാ അവർ വളരെ അടുത്തെത്തിക്കഴിഞ്ഞു. തോല എന്നു പറയുന്ന ഏറുകത്തികൾ ഞങ്ങളുടെ നേർക്ക് വലിച്ചെറിയാൻ തുടങ്ങിക്കഴിഞ്ഞു.

ശരത്ക്കാലത്തെ കാറ്റ് കരിയിലകളെ പറപ്പിച്ചുവിടുംപോലെ പോരാളികൾ ഒന്നിനുപിറകെ ഒന്നായി ചിതറിവീഴുകയാണ്. മുന്നേറാൻ ഒരു പഴുതും തരാതെ ശത്രുക്കൾ ഞങ്ങളെ തിരിച്ചോടിച്ചുവിടുകയാണ്. പേടിച്ച് കുന്നിന്റെ കൊടുമുടി തേടി രക്ഷപ്പെടാൻ വലിയൊരു സംഘം ശ്രമം തുടങ്ങിക്കഴിഞ്ഞു. ഭാഗ്യം, കൃത്യമായും ആ സമയം തന്നെ ഞങ്ങളുടെ മൂന്നാംനിര മുന്നോട്ടു ഇരച്ചുകയറി. ആക്രമണകാരികൾക്ക് തളർച്ച ബാധിക്കാൻ തുടങ്ങിയ സമയം കൂടിയായതുകൊണ്ട് അടവ് ഫലിച്ചു. മുറിവേറ്റും ചോര നഷ്ടപ്പെട്ടും ക്ഷീണിതരായവർക്ക് പുതുമഴപോലെ ഇരച്ചുവന്ന പുതിയ നിരയുടെ കുന്തവർഷത്തിൽ പിടിച്ചുനില്ക്കാൻ പാടുപെടുക സ്വാഭാവികമാണല്ലൊ.

എന്നാൽ, ശത്രുനിരകളുടെ ഈ പിന്മാറ്റം താല്ക്കാലികം മാത്രമായിരുന്നു. യുദ്ധം അതിന്റെ പാരമ്യാവസ്ഥയിലേക്കു നീങ്ങാൻ അധികസമയം വേണ്ടിവന്നില്ല. ചിലപ്പോൾ ഞങ്ങൾ മുന്നേറും. അടുത്ത നിമിഷം ശത്രുപക്ഷം അതേനാണയത്തിൽ തിരിച്ചടിക്കും. ആരുജയിക്കും എന്നു പറയാനാവാത്ത അവസ്ഥ. ഇത് അങ്ങനെ അധികസമയം തുടരുന്നത് കടുത്ത പ്രത്യാഘാതങ്ങളുണ്ടാക്കുമെന്നു കരുതിയാകണം, സർ ഹെൻറി തന്റെ റൈഫിളുമായി യുദ്ധമുഖത്തേക്ക് ചാടിയിറങ്ങി. ഗുഡ് അദ്ദേഹത്തെ പിൻതുടർന്നു. ഞാനാകട്ടെ, പതിവുരീതിയിൽ നിന്നേടത്തുനിന്ന് ഒരിഞ്ചുപോലും ഇളകാതെ നിന്നു.

സർ ഹെൻറിയുടെ വരവ് കുകുവാനകളെ ആവേശഭരിതരാക്കിയെന്നു വ്യക്തം. ആന വന്നിരിക്കുന്നു, ആന വന്നിരിക്കുന്നു. (നൻസിയ ഇങ്കുബു) എന്ന് ആർത്തുവിളിച്ചുകൊണ്ട് അവർ ആവേശഭരിതരായി. അതോടെ യുദ്ധം ഒരു പുതിയ ഘട്ടത്തിലേക്കു കടന്നു. വിജയത്തെക്കുറിച്ച് എന്റെ സംശയങ്ങളെല്ലാം തീർന്നു. പിന്നീടങ്ങോട്ട് എല്ലാം പെട്ടെന്ന് അവസാനിച്ചു. ശത്രുസൈന്യം പേടിച്ചോടി. പിടിച്ചുനില്ക്കാൻ കഴിയാത്തവിധം അത്രയും കടുത്ത നഷ്ടം സംഭവിച്ചു കഴിഞ്ഞിരുന്നു. ഇടതുഭാഗത്തുനിന്ന് വ്യൂഹം പിൻവലിഞ്ഞതായി ഒരു ദൂതൻ വന്ന് അറിയിച്ചതിന്റെ ആശ്വാസം പക്ഷേ, അധികനേരം നീണ്ടുനിന്നില്ല. വലതുഭാ

ഗത്ത് സ്ഥിതിഗതികൾ നേരെ മറിച്ചാണെന്ന് അധികം താമസിയാതെ വ്യക്തമായി. വലതുഭാഗത്തുനിലയുറപ്പിച്ച പ്രതിരോധനിര ചെറുത്തു നില്ക്കാനാവാകെ കുന്നിറങ്ങി സമതലത്തിലേക്ക് ഓടുന്ന കാഴ്ചയ്ക്ക് അവിടെയെനിക്ക് സാക്ഷ്യം വഹിക്കേണ്ടിവന്നു.

തൊട്ടടുത്തുതന്നെ ഇഗ്നൊസി നില്പുണ്ടായിരുന്നു ആ സമയം. ഒരു നിമിഷം പാഴാക്കാതെ അയാൾ ഇൻഫെഡ്യൂസിന്റെ നരയൻ സേനയ്ക്ക് ആജ്ഞ നല്കി. അവസാന നിമിഷങ്ങൾ മുന്നിൽക്കണ്ട് കരുതൽ പടയായി ഒരുക്കിനിർത്തിയ ഏറ്റവും വീര്യം കൂടിയ സേനാനികളുടെ ഒരു നിരയായിരുന്നു അത്.

മാറി നില്ക്കുകയായിരുന്ന ഞാനും ആ അണിയുടെ ഭാഗമായിക്കഴിഞ്ഞിരിക്കുകയാണെന്ന് പിന്നെയും കുറേക്കഴിഞ്ഞാണ് ബോദ്ധ്യമായത്.

അതിനിടെ ശത്രുനിരയിലെ ഒരു ഭീകരനെ ഞാൻ തോക്കിനിരയാക്കി. എന്നാൽ, വിജയം ആഘോഷിക്കാൻ കഴിയും മുമ്പേ ആരോ എന്നെ തട്ടിവീഴ്ത്തി.

കണ്ണുതുറന്നപ്പോൾ താവളത്തിനകത്ത് തളർന്നുകിടക്കുകയാണ്. മുഖത്ത് വെള്ളംതളിച്ചുകൊണ്ട് ഗുഡ് എനിക്ക് മുകളിൽ കുനിഞ്ഞുനില്ക്കുന്നു.

ഒന്നും സംഭവിച്ചിട്ടില്ലാത്തമട്ടിൽ ഞാൻ എണീറ്റിരുന്നു. ബോധം നഷ്ടപ്പെട്ടതല്ലാതെ മറ്റൊന്നും സംഭവിച്ചിട്ടില്ലായിരുന്നു.

യുദ്ധഗതിയെക്കുറിച്ചായിരുന്നു എനിക്കറിയേണ്ടിയിരുന്നത്.

ജയിച്ചു. പക്ഷേ, വലിയവിലകൊടുക്കേണ്ടിവന്നു. മരിച്ചും മുറിവേറ്റും ഒരു രണ്ടായിരം പേരെങ്കിലും പിൻവലിഞ്ഞു. മൂവായിരം അവരുടെ ഭാഗത്തുനിന്നും പിൻമാറിയിട്ടുണ്ടാവും.

തുടർന്ന്, ഗുഡ് വിരൽ ചൂണ്ടിയ ഭാഗത്തേക്കു നോക്കി. നാല് പേർവീതം ചേർന്ന് വഹിച്ചുകൊണ്ടുപോകുന്ന തോൽമഞ്ചലുകൾ വരിയായും വരിതെറ്റിയും നീങ്ങിക്കൊണ്ടിരിക്കുന്ന അസാധാരണമായ കാഴ്ച. മുറിവേറ്റവരെ വഹിച്ച് സുരക്ഷിതസ്ഥാനങ്ങളിലേക്ക് അതിവേഗം നീങ്ങിക്കൊണ്ടിരിക്കുന്ന കുകുവാനകളിലെ ആതുരപരിചരണവിഭാഗം. നോക്കെത്താത്ത ദൂരംവരെ അവ ഉണ്ടായിരുന്നു. ശുശ്രൂഷാ വിഭാഗം മുറിവേറ്റ ഈ ഹതഭാഗ്യരെ പരിശോധിക്കും. പ്രതീക്ഷയ്ക്കുവകയുണ്ടെന്നു തോന്നുന്നവരെമാത്രം പ്രത്യേക പരിചരണം നല്കി സംരക്ഷിക്കും. മറ്റുള്ളവരെ മരണത്തിനു വിട്ടുകൊടുക്കും. ഇവരോടു ഒരു ദയാദാക്ഷിണ്യവും കാട്ടാറില്ലത്രെ. പലരേയും ജീവനോടെ തന്നെ കുഴിച്ചുമൂടും. ആ രീതിയിൽ കുഴിച്ചുമൂടാൻ വിധിക്കപ്പെട്ടവരാണ് ആ കടന്നുപോവയരിൽ ഒട്ടുമുക്കാലുമെന്ന് ഗുഡ് എനിക്കു പറഞ്ഞുതന്നു.

ആ സമയം മറ്റൊരു ഭാഗത്ത് സർ ഹെൻറി, ഇഗ്നൊസി, ഇൻഫെഡ്യൂസ് എന്നിവർ ചൂടുപിടിച്ച ചർച്ചയിലായിരുന്നു. ട്വാല തല്ക്കാലം പിന്മാറിയെങ്കിലും പരാജയം സമ്മതിച്ചിട്ടില്ലെന്നും ശത്രു വ്യൂഹത്തെ, അതായത് ഞങ്ങളെ പട്ടിണിയിട്ടുകൊല്ലാനുള്ള തന്ത്രം

നടപ്പിലാക്കുന്ന തിരക്കിലാണെന്നും സർ ഹെൻറി പറഞ്ഞു. അതിന്റെ ഭാഗമായി ഞങ്ങളുടെ ക്യാമ്പുകളിൽ വെള്ളം കിട്ടാതിരിക്കാൻ എല്ലാ പഴുതുകളും അടച്ചിരിക്കുകയാണത്രെ.

"ഇത്ര വലിയ ഒരു സൈന്യത്തിനാവശ്യമായ വെള്ളം ഉറവകളിൽ നിന്ന് എടുക്കാനാകില്ല. നേരം ഇരുട്ടുമ്പോഴേക്കും നമ്മുടെയാളുകൾ ദാഹിച്ചു പരക്കം പായാൻ തുടങ്ങും. കേൾക്കൂ വലിയവരല്ലെ. വലിയവലിയ യുദ്ധങ്ങൾ കണ്ടവരല്ലെ നിങ്ങൾ? നക്ഷത്രലോകത്തും പോരാട്ടങ്ങൾ പലതും നടന്നിട്ടുണ്ടാകാനിടയുണ്ടല്ലൊ. ഈ ഒരവസ്ഥയിൽ നിന്ന് വലിയവർ വിചാരിച്ചാലേ ഒരു രക്ഷ കണ്ടെത്താനാകൂ. ട്വാല പുതിയ പല ആളുകളേയും ഉൾപ്പെടുത്തിക്കഴിഞ്ഞു എന്നാണറിവ്. നമുക്കും നമ്മുടെ വീര്യം വീണ്ടെടുത്തേ പറ്റൂ."

തുടർന്ന്, ഞാൻ ഇഗ്നൊസിയോട് അഭിപ്രായമാരാഞ്ഞു. പ്രാകൃതമായ ഒരു പോരാട്ടത്തിന്റേതായ എല്ലാത്തരം കോപ്പുകളുമണിഞ്ഞ് ശരിക്കുമൊരു രാജാവായി നില്ക്കുകയായിരുന്നു അപ്പോഴും ഞങ്ങളുടെ പഴയ വാലിയക്കാരൻ. "താങ്കളുടെ അഭിപ്രായംകേട്ടതിനു ശേഷംമാത്രം എനിക്കു പറയാനുള്ള പറഞ്ഞുകൊള്ളാം. ബാനം അറിവിന്റെ കാര്യത്തിൽ നിങ്ങൾ വലിയവരുടെ മുമ്പിൽ ചെറിയ കുട്ടിമാത്രമല്ലെ സാർ ഞാൻ? അതുകൊണ്ട് ആദ്യം നിങ്ങൾ മൂന്നുപേരും പറയുന്നതു കേൾക്കട്ടെ."

തുടർന്ന്, സർ ഹെൻറിയും ഗുഡുമായി തിരക്കിട്ട് കൂടിയാലോചന നടത്തി. കുടിവെള്ളത്തിന് തടസ്സം സൃഷ്ടിച്ച സ്ഥിതിക്ക് എത്രയും വേഗം കേറി ആക്രമിക്കുകയായിരിക്കും ബുദ്ധി എന്ന് ഞാൻ പറഞ്ഞു. മുറിവുകൾ പഴുത്ത് ഭടന്മാർ കൂടുതൽ അവശരാകുംമുമ്പ് അതുവേണം. അതുപോലെതന്നെ, ഇരമ്പിയടുക്കുന്ന ട്വാലപ്പടയെക്കണ്ട് നമ്മുടെ ഭടന്മാരുടെ ആത്മവീര്യം ചോർന്നുപോകാൻ ഇടവേളയനുവദിക്കുന്നതും അത്രതന്നെ വലിയ മണ്ടത്തരമാകും. പിന്നെ, ഇപ്പോൾ നമ്മോടൊപ്പം നില്ക്കുന്ന ചില മുഖ്യന്മാരെങ്കിലും കൂറുമാറി മറുപക്ഷം ചേരാനുള്ള സാദ്ധ്യതയും തള്ളിക്കളയാനാവില്ല. അവശതകളും പരാജയഭീതിയും മാറിച്ചിന്തിക്കാൻ പ്രേരണയായിക്കൂട. അവർക്കു നമ്മെ ഒറ്റികൊടുക്കാൻ അവസരമുണ്ടാക്കിക്കൂട.

പൊതുവിൽ എല്ലാവരും ഈ അഭിപ്രായത്തെ അംഗീകരിച്ചതായി എനിക്കു തോന്നി. എന്റെ ഈ അഭിപ്രായപ്രകടനങ്ങൾ കുകുവാനകളെ മുമ്പില്ലാത്തവിധം വിശ്വാസത്തിലെടുക്കാൻ സഹായകമായ ഒരാദരവ് അവർക്ക് നല്കുകകൂടിയുണ്ടായി എന്ന് എനിക്ക് തോന്നുന്നു. ഏതായാലും അവസാനതീരുമാനം ഇഗ്നൊസിക്കു വിട്ടുകൊടുത്തു.

അവസാനം അഗാധമെന്നു തോന്നിയ ഒരു ആലോചനയ്ക്കുശേഷം ഭാവിയിലെ യുവരാജാവ് ഞങ്ങളെ ഈ പറയുന്നരീതിയിൽ അഭിസംബോധന ചെയ്തു.

"ഇൻകുബു, മകുമസൻ, ബൗഗുവാൻ, വീരപരാക്രമികളായ വെള്ള

ക്കാർ, ഇൻഫെഡ്യൂസ് മാമൻ, മുഖ്യന്മാരേ, സ്നേഹിതന്മാരേ," എന്നിങ്ങനെയാരംഭിച്ച തീർത്തും ഹ്രസ്വമായ ഒരു പ്രഭാഷണമായിരുന്നു അത്. ഇന്ന്, ഈ നിമിഷംതന്നെ ട്വാലയോട് ഏറ്റുമുട്ടാൻ സന്നദ്ധനാണെന്ന് സംശയത്തിനിടനല്കാതെ അയാൾ വിളംബരം ചെയ്തു. ഇന്ന് താൻ ഏല്പിക്കുന്ന ആഘാതം എന്റെ മാത്രമല്ല ഈ കൂടിയിരിക്കുന്ന മാന്യന്മാരുടെയെല്ലാം ഭാവി നിർണ്ണയിക്കുന്ന ഒന്നായിമാറും.

"സമയം ഏതാണ്ട് ഉച്ചയായിട്ടേയുള്ളൂ. ഭക്ഷണം കഴിച്ച് എല്ലാവരും ക്ഷീണം തീർക്കും. പിന്നെ ഏതാണ്ട് പകലറുതിയിലേക്ക് സൂര്യൻ നീണ്ടു ചെല്ലുന്ന നേരത്ത് മാമന്റെ സൈന്യത്തോടൊപ്പം ഞാൻ എന്റെ സേനയെ പച്ചനാക്ക് എന്നു പറയുന്ന ഭാഗത്തേക്കു നയിക്കും. തീർച്ചയായും ട്വാല അതു കാണുന്നുണ്ടാകും. ഉടനെ ആക്രമണം അഴിച്ചുവിടും. എന്നാൽ വഴി തീരെ ഇടുങ്ങിയതായതുകൊണ്ട് ഒറ്റയൊറ്റയായി കയറിവരാനേ പറ്റൂ. അതുകൊണ്ട് ഒന്നൊന്നായിക്കൊന്നൊടുക്കാൻ നമ്മൾക്ക് വിഷമമുണ്ടാകില്ല. ഇതുവരെ നടക്കാത്ത ഒരു യുദ്ധത്തിനാവും ട്വാല ഇതിലൂടെ സാക്ഷിയാവുക. ഒരിക്കലും പ്രതീക്ഷിക്കാത്ത ആൾനഷ്ടം. നരയൻ പടയുടെ മുന്നേറ്റംകണ്ട് അവന്റെ ബോധം പോകും. പിന്നാലെ തന്നെ എന്റെ സൈന്യവുമുണ്ടാകും. എനിക്കു പിന്നാലെ ബുദ്ധിജീവികളായ മകുമസൻമാരും."

സത്യത്തിൽ ഈ കുകുവനകൾ ഒരത്ഭുതം തന്നെയാണ്. യുദ്ധം അവർക്കൊരു കടമ നിർവ്വഹിക്കലാണ്; അതിനിടയിൽ മരണമൊന്നും ഒരു പ്രശ്നമേയല്ല.

ആസൂത്രണം വിജയിച്ചാൽ, വിചാരിക്കുന്നതുപോലെ എല്ലാം നടന്നാൽ നേരം പുലരുന്നനേരം നമ്മളെല്ലാം ലൂ വിലെ വസതിയിൽ സുഖമായി ഇരിക്കുന്നുണ്ടാവും! കൂടിയ ആത്മവിശ്വാസത്തോടെ ഇഗ്നൊസി പറഞ്ഞവസാനിപ്പിച്ചു.

ചുരുക്കം വാക്കുകൾകൊണ്ട് അയാൾ ഞങ്ങളുടെ മുമ്പിൽവച്ച ആ ആക്രമണതന്ത്രം കുകുവനങ്ങളുടെ സൈനികസമ്പ്രദായത്തിന്റെ പഴുതുകളില്ലാത്ത ആസൂത്രണത്തെക്കുറിച്ച് ഏറെ മതിപ്പുളവാക്കുന്ന ചിത്രം കൂടി ഞങ്ങളുടെ മുമ്പിൽ കാഴ്ചവച്ചു.

എല്ലാവരും പിരിഞ്ഞുപോയപ്പോൾ സർ ഹെൻറി എന്റടുത്തേക്കു വന്നു. മുഖത്ത് അസ്വസ്ഥത വ്യക്തമായി കാണാനുണ്ടായിരുന്നു. സംസാരിച്ചപ്പോൾ സ്വരത്തിനൊരു ചിലമ്പൽ ഉണ്ടായിരുന്നു. "എന്തോ നാളത്തെ സൂര്യനെ കാണാൻ കഴിയില്ലെന്ന് എനിക്കൊരു തോന്നൽ. അവസാനത്തെ ആളും ചത്തുവീഴുംവരെ നരയൻപട പോരാടിക്കൊണ്ടിരിക്കുമായിരിക്കും. ഒപ്പം ഞാനും. ങ്ഹാ, വരുന്നതുവരട്ടെ. എന്തായാലും അത് പുരുഷോചിതമായ ഒരു അന്ത്യമായിരിക്കുമല്ലൊ. വിട, സഖാക്കളെ രത്നങ്ങൾ കണ്ടെത്താൻ നിങ്ങൾക്കു കഴിയുമെന്നുതന്നെ ഞാൻ പ്രതീക്ഷിക്കുകയാണ്. അതിനായി എന്റെ ആശംസകളും. അവസാനമായി ഒരു കാര്യംകൂടി, ഉപദേശമാണെന്നു വിചാരിച്ചാലും തെറ്റില്ല. ദൗത്യം വിജ

യിച്ചാൽ ഒരു സിംഹാസനത്തിന്റെ അധിപന്മാരായി നടിക്കുന്നവരോട് അധികം അടുപ്പമുണ്ടാകാതിരിക്കാൻ ശ്രദ്ധിച്ചേക്കണം."

അതിനിടെ വലതുനിരയുടെ ഭാഗമെന്ന നിലയിൽ ഗുഡ് ഞങ്ങൾ രണ്ടുപേരോടും യാത്ര ചോദിച്ചുപോയി. ഇൻഫെഡ്യൂസ് വന്ന് സർ ഹെൻറിയെ കൂട്ടിക്കൊണ്ടുപോയി. മുൻനിരയിൽ നരയൻ പടയുടെ മുന്നണിപ്പോരാളി എന്ന നിലയിലായിരുന്നു അങ്ങേർക്ക് സ്ഥാനമനുവദിച്ചിരുന്നത്. തുടർന്ന്, എന്റെ ഊഴമായിരുന്നു. ഇഗ്നൊസിയ്ക്കൊപ്പം രണ്ടാമതായി ആക്രമണം അഴിച്ചുവിടാൻ നിയോഗിക്കപ്പെട്ട അയാളുടെ കൂടെ പടയുടെ മുൻനിരയിൽ.

14

നരയൻ പടയുടെ വീര്യം

മുമ്പിൽ നരയന്മാർ, പിന്നിൽ കാട്ടുപോത്തുകൾ. ഇഗ്നൊസി നേതൃത്വം നല്കുന്നതും ഞാൻ കൂടി അംഗമായതും നരയന്മാർക്കു പിൻബലം നല്കുന്നതുമായ സൈനികവ്യൂഹം ആ പേരിലാണ് അറിയപ്പെടുന്നത്. പക്ഷേ, ഈ നരയന്മാരെക്കുറിച്ച് എന്തായാലും എനിക്കത്ര വിശ്വാസം പോര. നാല്പതുവയസ്സിൽത്താഴെയുള്ളവർ അക്കൂട്ടത്തിൽ ഒരാൾപോലുമില്ല. വീണു മരിക്കുകയല്ലാതെ ഈ കിഴന്മാർക്ക് പിന്നെന്തു സംഭവിക്കാനാണ്?

പക്ഷേ, ഇൻഫെഡ്യൂസ് ഓരോ ഭാഗത്തും നടന്ന് നരയന്മാരിലേക്ക് ആവേശം ഊതിക്കയറ്റുകയാണ്. പടയുടെ മനോവീര്യം പരമാവധി കൂട്ടിയല്ലാതെ പ്രത്യേകിച്ച് ഒന്നും ചെയ്യാനാവില്ലെന്ന് ഒരുപക്ഷേ, അയാൾക്കറിയുമായിരിക്കാം. സർ ഹെൻറിയെ മുമ്പിൽ നിർത്തി അയാളുടെ അപദാനങ്ങൾ വർണ്ണിച്ചു കേൾപ്പിക്കുകയാണ്. നക്ഷത്രങ്ങളിൽ നിന്നെത്തിയ ഇതുപോലൊരു അമാനുഷ്യൻ നേതാവായി മുന്നിലുള്ളപ്പോൾ എന്തിനു പേടിക്കണമെന്നാണ് ചോദ്യം.

പ്രായമായവരുടെ നിരയാണെങ്കിലും, നരയന്മാർക്ക് ഒരു കൂസലുമില്ലെന്ന് പക്ഷേ, അവരുടെ മുഖഭാവം വ്യക്തമാക്കി. ഇൻഫെഡ്യൂസിന്റെ ആവേശപ്രസംഗംകൊണ്ട് പ്രത്യേകിച്ചൊരു മാറ്റവും അവരിൽ ഉണ്ടാകാൻ പോകുന്നില്ല എന്നാണ് ഞാൻ വിചാരിച്ചത്. ഓരോ അണുവിലും ആത്മവിശ്വാസം തുടിച്ചുനില്ക്കുന്ന ഭാവവും ശരീരഭാഷയും ചിലപ്പോൾ ഈ വർഗ്ഗക്കാരുടെ രീതികളെക്കുറിച്ച് വേണ്ടത്ര അറിവില്ലാത്തതുകൊണ്ടുണ്ടായ തെറ്റിദ്ധാരണയാവാം എന്റേത്. ചെറുപ്പക്കാരെക്കുറിച്ചും പ്രായം ചെന്നവരെക്കുറിച്ചുമൊക്കെയുള്ള പരമ്പരാഗത ധാരണകൾക്ക് ഇവിടെ തിരുത്ത് ആവശ്യമാണെന്നുവരാം. ഏതായാലും ഇഗ്നൊസി

തനിക്കാവുന്നതെല്ലാം ചെയ്യുന്നുണ്ട്. ഇഗ്നൊസി വിജയിക്കുമെന്ന് ഉറപ്പ്. ജയിച്ചാൽ കന്നുകാലിക്കൂട്ടങ്ങളും മറ്റുമായി ഒട്ടേറെ സമ്മാനങ്ങൾ, സ്ഥാനക്കയറ്റം, ബഹുമതി. ഒന്നിനും ഒരു കുറവുമുണ്ടാകില്ല.

ഇഗ്നൊസി എത്തിച്ചേർന്നതും ഹോ, എന്തൊരു വലിയ ഹർഷാരവമായിരുന്നെന്നോ. ഗ്ലാഡിയേറ്റർമാർ ഒരു റോമൻ ചക്രവർത്തിയേയും ഇത്ര ആവേശത്തോടെ യുദ്ധമുഖത്തേക്ക് ആനയിച്ചിട്ടുണ്ടാവില്ല!

പടച്ചട്ട, ഏറുകത്തി, കുന്തം തുടങ്ങിയ പരമ്പരാഗത ആയുധങ്ങളും കൈയിൽ യുദ്ധക്കോടാലിയുമേന്തിനിന്ന ഇഗ്നൊസി അതിമാനുഷികതയുടെ ജീവിക്കുന്ന ഒരാൾരൂപംതന്നെയായിരുന്നു ശരിക്കും.

ആദ്യം നരയന്മാർ, പിൻനിരയിൽ കാട്ടുപോത്തുകൾ. മൂന്നുവരികളിലായി ആയിരത്തോളം നരയന്മാർ. പിന്നിൽ അല്പം ഇടവിട്ട് മറ്റൊരു മൂന്നുവരിയായി കാട്ടുപോത്തുകൾ. ആജ്ഞ മുഴങ്ങിയതും എല്ലാവരും മാർച്ചുചെയ്തു മുന്നോട്ടുനീങ്ങി. എനിക്കു പക്ഷേ, ആത്മവിശ്വാസം അത്ര പോരായിരുന്നു. മനസ്സുനിറയെ പ്രാർത്ഥനകളായിരുന്നു.

ഞങ്ങൾ സമതലത്തിന്റെ വിളുമ്പിലെത്തിയപ്പോഴേക്കും നരയൻപട പച്ചനാക്കിൽ ചെന്നവസാനിക്കുന്ന ചരിവിന്റെ ഏതാണ്ട് പാതി ഭാഗം ഇറങ്ങിക്കഴിഞ്ഞിരുന്നു. കുന്നിന്റെ വളവിൽ സ്ഥിതിചെയ്യുന്ന ഭാഗമാണിത്. പുല്മേട് വളവിറങ്ങുന്നത് കണ്ടിട്ടാകണം ശത്രുക്കൾ ലൂവിലേക്കിറങ്ങിച്ചെല്ലാൻ കഴിയുംവിധം കുന്നിറങ്ങുന്നതിനെ പ്രതിരോധിക്കാനാകും ആദ്യശ്രമമെന്ന് ഞാൻ വിചാരിച്ചു.

ഇപ്പോൾ നരയന്മാർ അവരുടെ ലക്ഷ്യസ്ഥാനമായ നാവിടുക്കിൽ എത്തിക്കഴിഞ്ഞു. ഒറ്റവരിയിൽ ചരിവിറങ്ങി വീണ്ടും മൂന്നുനിരയായി നിരന്നുനിന്ന് ശ്രദ്ധാപൂർവ്വം കാത്തിരിക്കുകയാണവർ.

ഇവിടെ നിന്നാൽ കുന്നിനു താഴെ വിന്യസിച്ചിരിക്കുന്ന ട്വാലയുടെ സൈനികവ്യൂഹത്തെ വ്യക്തമായിക്കാണാം. നാശനഷ്ടങ്ങൾ ഏറെയുണ്ടായിട്ടും ഏതാണ്ടൊരു നാല്പതിനായിരത്തിൽ താഴെയുണ്ടാകുമെന്ന് ഒറ്റനോട്ടത്തിൽ എനിക്കുതോന്നി. മുഴുവൻ സൈന്യവ്യൂഹത്തേയും അവൻ ഇങ്ങോട്ടു ആനയിച്ചിരിക്കുന്നു എന്നു വ്യക്തം.

കേറ്റത്തിലേക്കുള്ള ഒറ്റയടിപ്പാതയുടെ ഇരുവശത്തും മറികടക്കാനാകാത്ത കട്ടിപ്പാറകളും പുറ്റുമാണെന്നതാണ് ശത്രുസൈന്യം ഇപ്പോൾ നേരിടുന്ന ഏറ്റവും ഗുരുതരമായ പ്രശ്നം.

എങ്കിലും ഏറെ പ്രയാസപ്പെട്ടാണെങ്കിലും ഒരുവരിയായി അവരിപ്പോൾ കുന്നുകയറുകയാണ്.

മുന്നിലെ മൂന്നു വരിയായി തീർന്ന മനുഷ്യമതിലിനു മുമ്പിൽ ആദ്യമവർ അറച്ചുനിന്നു. പിന്നെ ആകസ്മികമായ ഒരു അലർച്ചയോടെ കുന്തങ്ങളുയർത്തി ഞങ്ങളുടെ പക്ഷത്തേക്കു ചാടിവീണു. ഇടിമുഴങ്ങി. മിന്നൽപിണറുകൾ പുളഞ്ഞു. പൊടിയുടെ കൊടുങ്കാറ്റ് ആഞ്ഞടിച്ചു. എല്ലാം ശാന്തമായിക്കഴിഞ്ഞു നോക്കിയപ്പോൾ ശത്രുനിര പൂർണ്ണമായും അപ്ര

ത്യക്ഷമായിക്കഴിഞ്ഞിരുന്നു. നരയൻപടയുടെ രണ്ടുവരികൾ പിന്നെയും കേടുകൂടാതെ ബാക്കിയുണ്ടായിരുന്നു.

സർ ഹെൻറി വിശ്രമമില്ലാതെ അദ്ധ്വാനിക്കുകയാണ്. സൈന്യനിരയുടെ എല്ലാ ഭാഗങ്ങളിലും അങ്ങേരുടെ സാന്നിദ്ധ്യമുണ്ടാകുന്നത് എനിക്കിവിടെ നിന്നാൽ കാണാമായിരുന്നു.

വേണ്ടതെല്ലാം നരയന്മാർ ചെയ്തിരുന്നതുകൊണ്ട് കാട്ടുപോത്തുകൾക്ക് പ്രത്യേകമായി ഒന്നും ചെയ്യാനില്ലായിരുന്നു. അവസരത്തിനായി കാത്തുനില്ക്കുകയേ നിർവ്വാഹമുള്ളൂ. എങ്കിലും നിന്നസ്ഥലത്ത് ഉറച്ചു നില്ക്കാതെ യുദ്ധം നടന്നുകൊണ്ടിരുന്ന മേഖലയിലേക്കിറങ്ങിച്ചെന്നു. മരിച്ചവരും മരിക്കാറായവരുമെല്ലാം കൂടി പടനിലമാകെ രക്തരൂക്ഷിതമായിരുന്നു. കുന്തങ്ങളും പരിചകളും ഏറുകത്തികളും കോടാലികളും നാലുഭാഗത്തും ചിതറിക്കിടന്നു. മുറിവേറ്റു കിടന്നവരെ ഉപദ്രവിക്കരുതെന്ന് ഇഗ്നൊസി കർശനമായി ആജ്ഞ പുറപ്പെടുവിച്ചു. ഞാൻ ശ്രദ്ധിച്ചിടത്തോളമത് കർശനമായിത്തന്നെ പാലിക്കപ്പെടുകയും ചെയ്തു.

കൂടുതലാലോചിക്കാൻ സമയം കേൾക്കുംമുമ്പ് യുദ്ധകാഹളം വീണ്ടും മുഴങ്ങി. ഇക്കുറി പരചകളും വെള്ളത്തൂവലുകളുമണിഞ്ഞ രണ്ടാം റജിമെന്റിന്റെ വരവാണ്. ബാക്കിയുള്ള രണ്ടായിരം വരുന്ന നരയന്മാരിലാണ് കണ്ണ്. പ്രതിമപോലെ ചലനമറ്റുനിന്ന അവരുടെ നിര ശത്രുകഷ്ടിച്ച് നാല്പതുവാര അടുത്തെത്തിയപ്പോൾ മാത്രം സജീവമായി. കൊടുംദുരന്തം ഒരിക്കൽകൂടി ആവർത്തിക്കപ്പെട്ടു.

എണ്ണംകൊണ്ടും വീര്യംകൊണ്ടും ഏറെ മുന്നിലായിരുന്ന ഒരു സൈന്യത്തെ നരയൻപട മുട്ടുകുത്തിച്ചത് ശക്തിയെക്കാൾ അച്ചടക്കംകൊണ്ടാണെന്നു മനസ്സിലാക്കാൻ എനിക്ക് ഏറെ പ്രയാസപ്പെടേണ്ടിവന്നില്ല. പിന്നെ, ഇളക്കം തട്ടാത്ത ധീരതയും ആത്മവിശ്വാസവും. മറ്റൊരു സേനയായിരുന്നെങ്കിൽ പലതവണ തോറ്റോടിയിട്ടുണ്ടാകുമായിരുന്നെന്ന് പിന്നീട് ഞാൻ സർ ഹെൻറിയോടു പറയുകയുണ്ടായി.

ഈ വിവരണം വായിക്കുന്ന ആരും എത്രയോ മുമ്പേതന്നെ മനസ്സിലാക്കിയിട്ടുള്ള ഒരു കാര്യം അതെ, പലതവണ ഞാനതു വ്യക്തമാക്കിക്കഴിഞ്ഞു - എന്റെ ഭീരുത്വത്തെക്കുറിച്ചുള്ളതാകുന്നു. യുദ്ധത്തിൽ നിന്ന് പരമാവധി ഒഴിഞ്ഞുമാറിനില്ക്കുന്ന എന്റെയൊരു രീതിയോട് പലർക്കും യോജിപ്പുണ്ടാകാനിടയില്ലെന്നറിയാം. മനുഷ്യരുടെ ചോര വീഴുന്നതു കാണാൻ എനിക്കെന്തോ മടിയാണ്. അത് എന്റേതായാലും. അത്തരം രംഗങ്ങളിൽനിന്ന് രക്ഷപ്പെടാൻ കാലുകളെ പലപ്പോഴും വിവേകപൂർവ്വം ഉപയോഗപ്പെടുത്തേണ്ടിവരുന്നത് അതുകൊണ്ടാണ്. എന്നാൽ, ഈയൊരു ദിവസം അതെല്ലാം മറന്ന് കിരാതമെന്നുതന്നെ പറയേണ്ട ഒരു അഭിനിവേശത്തിന് ഞാൻ അടിമയായിത്തീർന്നു. സ്വയം മറന്ന് ഞാൻ യുദ്ധത്തിൽ പങ്കാളിയാവാൻ അതാണ് കാരണം. അങ്ങനെ പോരാടിപ്പോരാടി അവസാനം ബാക്കിവന്ന നരയന്മാരുടെ മദ്ധ്യംവരെ കയറിച്ചെല്ലുകയുണ്ടായി. ബോധംവന്നപ്പോൾ അവിടെ സർ

ഹെൻറിയുണ്ട്. എങ്ങനെ അവിടെ എത്തിയെന്ന് പിന്നീട് അങ്ങേർ തന്നെ പറഞ്ഞുതന്നു. കാട്ടെരുമകൾ നടത്തിയ അതിശക്തമായ ഒരു മുന്നേറ്റത്തിനിടയിൽ മൂപ്പരുടെ കാൽച്ചുവട്ടിൽ തെറിച്ചു വീഴുകയായിരുന്നത്രെ. പട പിന്മാറിയപ്പോൾ ഞാനവിടെ തനിച്ചായി. സമയം കളയാതെ സർ ഹെൻറിയെന്നെ സുരക്ഷിത കേന്ദ്രത്തിലെത്തിച്ചു.

തുടർന്ന് നടന്ന പോരാട്ടത്തെക്കുറിച്ച് ഞാനെന്താണ് പറയേണ്ടത്? ആവർത്തിച്ചു പലതവണ ശത്രുവിനെ പിരിപ്പിക്കാൻ കഴിഞ്ഞു എന്നുകൂടി ഈയവസരത്തിലോർക്കുന്നു.

പിന്നെയോർമ്മയുള്ളത് യുദ്ധകാഹളം മുഴക്കിക്കൊണ്ടുള്ള ട്വാലയുടെ ആ വരവാണ്. ഉറക്കെ കൊലവിളി മുഴക്കിക്കൊണ്ടു കുന്തവും കോടാലിയുമായുള്ള വരവ്. “എവിടെ നീ ചതിയനായ വെള്ളക്കാരാ? എവിടെ ആ പട്ടിയുടെ കാൽ നക്കുന്ന ഇഗ്നൊസി? സ്രൂഗയെക്കൊന്നവൻ വിചാരിച്ചാൽപോലും എന്റെ രോമത്തിൽ തൊടാനാവില്ല. ധൈര്യമുണ്ടെങ്കിൽ വാ, ഒരു കൈ നോക്കാം.” പറഞ്ഞുതീർന്നതും ഒരു കത്തി സർ ഹെൻറിയുടെ നേർക്ക് ചീറിപ്പാഞ്ഞുവന്നു. ഭാഗ്യംകൊണ്ട് രക്ഷപ്പെടുകയായിരുന്നു. തുടർന്ന് മൃഗത്തെപ്പോലെ അലറിക്കൊണ്ട് ട്വാല നേരിട്ടു ചാടിവീണ് കോടാലി ആഞ്ഞുവീശി. വെട്ട് പരിചയിൽകൊണ്ടു. ഹെൻറി മുട്ടുകുത്തിവീണു.

എന്നാൽ, കൂടുതലായി എന്തെങ്കിലും സംഭവിക്കാൻ ഇടംകിട്ടുംമുമ്പ് ചിലതെല്ലാം സംഭവിച്ചു. ഇടതുഭാഗത്തുനിന്നും വലതുഭാഗത്തുനിന്നും സൈനിക സംഘങ്ങൾ ഒരേ വീറോടെ ഇരച്ചുകയറി. പുറത്തെ നിരകളുടെ സുരക്ഷയ്ക്കായി ഇരമ്പിക്കയറുകയായിരുന്നു. അതിന് അവർ തെരഞ്ഞെടുത്ത സമയം ഞങ്ങളെ സംബന്ധിച്ചിടത്തോളം ഏറ്റവും വലിയ അനുഗ്രഹം തന്നെയായിമാറി. ഇഗ്നൊസി സൂചിപ്പിച്ചതുപോലെ ടാല യുടെ സംഘം മുന്നേറിയിരുന്നപക്ഷം, നരയൻപടയുടെ ബാക്കിവരുന്ന ഭാഗത്തിലവർ ശ്രദ്ധ മുഴുവൻ കേന്ദ്രീകരിച്ചിരുന്നില്ലായിരുന്ന പക്ഷം സ്ഥിതിഗതികൾ ഞങ്ങൾക്കെതിരെ തിരിയേണ്ടതായിരുന്നു. അതുണ്ടായില്ല.

അങ്ങനെ വെറും അഞ്ചുമിനിട്ടിനകം വിധി നിർണ്ണയിക്കപ്പെട്ടു. നരയന്മാരേയും കാട്ടുപോത്തുകളേയും പേടിച്ച് ടാലയുടെ സൈന്യം ചിതറിയോടി. തിരിച്ചുവരാൻ കഴിയാത്തവിധത്തിലുള്ള തിരിഞ്ഞോട്ടമായിരുന്നു അത്. ശവങ്ങളും അർദ്ധശവങ്ങളും കൊണ്ട് കുന്നിനും ലൂവിനുമിടയിലുള്ള തുറസ്സുകളെല്ലാം നിറഞ്ഞു. എല്ലാം ശാന്തമായപ്പോൾ ഞങ്ങളൊന്നു സ്വയം വിലയിരുത്തി. ഇൻഫെഡ്യൂസിനു കൈയിലൊരു മുറിവേറ്റതല്ലാതെ മറ്റു കുഴപ്പമൊന്നും പറ്റിയിട്ടില്ല. ഏറ്റവും വീരോചിതമായ പോരാട്ടം കാഴ്ചവച്ചത് സർ ഹെൻറിയാണെന്ന് പറഞ്ഞു കിഴവൻ അങ്ങേരെ പ്രത്യേകം അഭിനന്ദിച്ചു. “ഈ ജീവിതകാലത്തിനിടയിൽ ഈയുള്ളവൻ പല വീരകേസരിമാരേയും കണ്ടിട്ടുണ്ട് വലിയവരെ, എന്നാൽ, ഇതുപോലൊരനുഭവം ജീവിതത്തിൽ ആദ്യമാണ്.”

പക്ഷേ, എവിടെ ഗുഡ്? എന്തുപറ്റി അങ്ങേർക്ക്? അധികദൂരം മുന്നോട്ടുപോകുന്നതിനുമുമ്പ് ഒരു ആറടി അകലെയൊരു ഉറുമ്പിൻ പുറ്റിനു മുകളിലായി അങ്ങേർ ഇരിപ്പുറപ്പിച്ചതായി കണ്ണിൽപ്പെട്ടു. തൊട്ടുതാഴെത്തന്നെയായി ഒരു കുകുവാന ഭടന്റെ ശരീരവും കിടപ്പുണ്ടായിരുന്നു. മുറിവേറ്റ് തളർന്നിരിക്കുകയാവുമെന്ന് കരുതി ഹെൻറി മുന്നോട്ടു നീങ്ങവെ അപ്രതീക്ഷിതമായി ചിലതു സംഭവിച്ചു. ജഡമെന്നു തോന്നിയ ഭടന്റെ ശരീരം പെട്ടെന്ന് സജീവമായി. ഒരു നിമിഷാർദ്ധത്തെ ചടുലവേഗതയിൽ അതു ചാടിയെണീറ്റ് ഗുഡിനെ ഉറുമ്പുപുറ്റിൽനിന്നു താഴേക്കു തള്ളിയിട്ട് കുന്തമുനകൊണ്ട് കുത്തിക്കീറാൻ തുടങ്ങി. ഞങ്ങളെക്കണ്ട് ഏറ്റവും ശക്തിയാൽ അവസാനത്തെകുത്തുനല്കി. ഇതു കൂടിക്കിടക്കട്ടെ, എന്നു ജല്പിച്ചുകൊണ്ട് ഓടിപ്പോയി. മരിച്ചെന്നു കരുതി ദുഃഖത്തോടെ അടുത്തുചെന്നപ്പോൾ ഞങ്ങളെയെല്ലാം അത്ഭുതപ്പെടുത്തിക്കൊണ്ട് പ്രശാന്തമായ ഒരു ചെറുചിരിചിരിച്ചു. മുഖം വിളറിവെളുത്തിരുന്നെങ്കിലും ഒറ്റക്കണ്ണട അപ്പോഴും മൂക്കിനു മുകളിലുണ്ടായിരുന്നു. നോക്കണേ പാരിതോഷികമായി ട്വാല നേരത്തേ നല്കിയ ആ കവചത്തിന്റെ മികവ്. “സാധനം ഒന്നാന്തരമാണെന്ന് എനിക്ക് അന്നേ തോന്നിയതാണ്. ഇപ്പോൾ ശരിക്കും ബോദ്ധ്യപ്പെട്ടു.”

എന്നാൽ, അടുത്ത നിമിഷം അയാൾ തളർന്ന് നിലത്തുവീഴുകയാണുണ്ടായത്. കാലിൽ ഏറുകത്തി കൊണ്ടേറ്റ മുറിവിലൂടെ ചോരവാർന്നുപോയതാണ് കാരണമെന്നു വ്യക്തമായി. ഉടനെ താങ്ങിയെടുത്തു താഴെയെത്തിച്ചു. കുന്നിനു താഴെ ആദ്യ ലൂ കവാടത്തിൽ മേലോട്ടു ശ്രദ്ധിച്ചുകൊണ്ട് ഇഗ്നൊസിയും രണ്ടു സൈനിക വിഭാഗങ്ങളും കാത്തിരിപ്പുണ്ടായിരുന്നു. ട്വാല രക്ഷപ്പെട്ടിരിക്കുകയാണെന്നും പട്ടണത്തിൽ ബാക്കി ഭടന്മാർക്കൊപ്പം അഭയം തേടിയിരിക്കുകയാണെന്നും പടത്തലവന്മാരിൽ ഒരാൾ വന്ന് പുതിയ രാജാവിനെ അറിയിച്ചു. മനോവീര്യം ആകെ നഷ്ടപ്പെട്ടുപോയ സ്ഥിതിക്ക് കീഴടങ്ങാനാണ് സാദ്ധ്യത. അനന്തരം ഞങ്ങളുമായിട്ടെത്തിയ കൂടിയാലോചനയുടെ വെളിച്ചത്തിൽ ഇഗ്നൊസി ദൂതന്മാരെ അയച്ച് തന്റെ വിശാലമനസ്കതയ്ക്കും ജീവകാരുണ്യപരമായ മനഃസ്ഥിതിക്കും ചേരുംപടി ആയുധംവച്ചു കീഴടങ്ങുന്ന എല്ലാവർക്കും നിരുപാധികം മാപ്പുനല്കുന്നതായി അറിയിച്ചു. തുടർന്ന് സന്ധിസംഭാഷണങ്ങൾക്കായി മന്ത്രവാദിവേട്ട നടന്ന വിശാലമായ മൈതാനിയിൽ സ്ഥിതിചെയ്യുന്ന ട്വാലയുടെ വിശാലമായ ക്രാലിനകത്തേക്കു ക്ഷണിക്കപ്പെട്ടു. അവിടെ രാജാവിനൊപ്പം ഒരാൾമാത്രം. ഗഗൂൾ! ധീരശൂലപരാക്രമിയായ പഴയ രാജാവിന്റെ ക്ഷീണിച്ചു തളർന്നുള്ള ആ ഇരിപ്പ് അതൊരു ദയനീയമായ കാഴ്ചതന്നെയായിരുന്നു.

എന്നാൽ വാക്കുകളിലെ പരിഹാസത്തിന് ഒരു കുറവുമുണ്ടായിരുന്നില്ല. “നമസ്കാരം മഹാരാജാവേ!” ഇഗ്നൊസിയെ നോക്കി അയാൾ പറഞ്ഞു. “എന്റെ ചോറുതിന്നു വളർന്ന നീ വെള്ളത്തൊലിക്കാരായ കുറേ മന്ത്രവാദികളേയുംകൂട്ടി എന്നെ നിലംപരിശാക്കിയിരിക്കുന്നു,

അല്ലേടാ പട്ടീ? ഏതു വിധിയാണ് നമുക്കു വേണ്ടി നീ ബാക്കി വച്ചിരിക്കുന്നത്?"

"എന്റെ പിതാവിൽനിന്ന് രാജ്യവും അധികാരവും പിടിച്ചു പറ്റിയ നിനക്കു കിട്ടിയ അതേ വിധി!" ഉരുളയ്ക്കുപ്പേരിപോലെ ഇഗ്നൊസി മറുപടി പറഞ്ഞു.

കീഴടങ്ങുന്നതോടെ എല്ലാം അവസാനിക്കുന്നില്ല എന്ന ഭാവംതന്നെയാണ് ട്വാലയ്ക്കെന്ന് ഏതാനും നിമിഷംകൊണ്ടുതന്നെ മനസ്സിലായി. രക്ഷയില്ലെന്നറിഞ്ഞിട്ടും പ്രതികാരദാഹം പുകഞ്ഞുകൊണ്ടിരുന്നു. അതേ സമയം മാനംകെട്ടും തുടർന്നു ജീവിക്കാൻ അയാൾ ആഗ്രഹിക്കുന്നില്ല. വീരമൃത്യുവാണ് അതിനേക്കാൾ കാമ്യം. പക്ഷേ, കുകുവനരാജ വംശത്തിന്റെ രാജകീയ കുടീരത്തിൽ തന്നെ കിടന്നു മരിക്കുന്നത്, ആ ഒരു കാര്യം മാത്രമാണ് അയാൾക്ക് അപേക്ഷിക്കാനുള്ളത്. ഇഗ്നൊസി അപ്പോൾ തന്നെ അത് അനുവദിച്ചു.

അതിനിടെ ട്വാലയുടെ ഒറ്റക്കണ്ണ് എന്റെ നേർക്ക് തിരിഞ്ഞു. അത് എന്റെ മനസ്സിൽ പുതുതായി ഒരു ഭയം സൃഷ്ടിച്ചു. എന്നെ ഒറ്റപ്പെടുത്തി ചാടിവീഴാനോ മറ്റോ ആയിരിക്കുമോ മനസ്സിലിരിപ്പ്. ആറടി അഞ്ചിഞ്ച് പൊക്കമുള്ളവനും ഇടംവലം നോക്കാനില്ലാത്തവനുമായ ഒരു കാട്ടാളൻ പ്രതികാരത്തിനൊരുമ്പെട്ടാൽ എനിക്കെന്തുചെയ്യാൻ കഴിയും? ആത്മഹത്യയായിരിക്കും കൂടുതൽ അഭികാമ്യം. ഒരു വെല്ലുവിളിയെങ്ങാൻ മുഖത്തുനോക്കി നടത്തിയാൽ.... ഇല്ല ഞാനതു തള്ളിക്കളയും. അതിന്റെ പേരിൽ ഇഗ്നൊസി എന്നെ കുകുവനദേശത്തുനിന്നു പുറത്താക്കിയാലും വേണ്ടില്ല. ഒരു രാക്ഷസന്റെ കോടാലിക്കിരയാകുന്നതിലും എത്രയോ നല്ലതാണത്.

ആ സമയം തന്നെ ട്വാല വീണ്ടും വാ തുറന്നു. പുറത്തുവന്നത് ഞാനുദ്ദേശിച്ചതുപോലെയൊരു ക്ഷണം തന്നെയായിരുന്നു. ഇഗ്നൊസി ഇടപെട്ടു. ധൈര്യമില്ലെങ്കിൽ വേണ്ട എന്നായപ്പോൾ ആ രാക്ഷസന്റെ ഉദ്ദേശ്യമെന്തെന്നു വ്യക്തം. എന്തായാലും അവൻ തുടർന്ന് ജീവിക്കാൻ ആഗ്രഹിക്കുന്നില്ല. അതുകൊണ്ട് വെളുത്ത തൊലിയുള്ള വലിയവരുമായി ഏറ്റുമുട്ടി മരണം ഏറ്റുവാങ്ങാം. ആ നിമിഷം അതിനു തയ്യാറായിരുന്നു.

നിർഭാഗ്യവശാൽ അവൻ നാട്ടുഭാഷയിൽ പറഞ്ഞതിന്റെ സാരം സർ ഹെൻറിക്ക് മനസ്സിലായി. അങ്ങേരുടെ രക്തം തിളച്ചു.

"ഞാൻ തയ്യാർ. ആരാണ് ഭീരുവെന്ന് ഇവനു മനസ്സിലാവട്ടെ."

"ദൈവത്തെ വിചാരിച്ച് അങ്ങനെയൊന്നും പറയരുത് സർ." ഞാൻ താണുവീണ് അപേക്ഷിച്ചു. "ഒരു ഭ്രാന്തന്റെ ജല്പനം കേട്ട് തുലയ്ക്കാനുള്ളതല്ല അങ്ങയുടെ ജീവിതം."

പക്ഷേ, എന്റെ വാക്കുകൾ പൂർത്തിയാകുംമുമ്പ് ട്വാല മഴുവെടുത്ത് പുറപ്പെട്ടുകഴിഞ്ഞു.

ഇഗ്നൊസി പറഞ്ഞിട്ടും സർ ഹെൻറിയും പിന്മാറിയില്ല. അസ്തമയസൂര്യൻ ഇരു യോദ്ധാക്കളുടെ മുഖത്തും സ്വർണ്ണനിറം വാരിപ്പൂശി.

മഴുകൊണ്ട് പൊരുതുന്ന രണ്ട് അതികായന്മാർ!

ഏറെ നേരം അതു നീണ്ടുനിന്നു. പോരാട്ടം മുറുകിയ ഒരു ഘട്ടത്തിൽ സർ ഹെൻറിയുടെ കൈയിൽ നിന്ന് മഴു തെറിച്ചുവീണു. തുടർന്ന്, നടന്ന ഘോരമായ ആക്രമണത്തിനും പ്രതിരോധത്തിനും ശേഷം അത് വീണ്ടും ഹെൻറി സ്വന്തമാക്കി. കുന്തവും ഏറുകത്തിയും മഴുവുമെല്ലാം മാറിമാറി പ്രയോഗിക്കപ്പെട്ടു. അപ്രതീക്ഷിതമായ ഒരു നീക്കത്തിന്റെ അവസാനം ട്വാലയുടെ ചുവടു പിഴച്ചു. സർ ഹെൻറി എറിഞ്ഞ കത്തി കൃത്യമായും അയാളുടെ തലയരിഞ്ഞുവീഴ്ത്തി. ഉരുണ്ടുരുണ്ട് അത് ഇഗ്നൊസിയുടെ കാല്ക്കീഴിൽത്തന്നെ ചെന്നു വീണു. ഒരു നിമിഷം നിവർന്നുനിന്ന കബന്ധത്തിൽനിന്ന് ചോര പൂക്കുറ്റിപോലെ മുകളിലോട്ടുതെറിച്ചു. പിന്നെയതു നിലത്തേക്കു ചരിഞ്ഞുവീണു. ചോരവാർന്നുപോയ ക്ഷീണവും തളർച്ചയുംമൂലം സർ ഹെൻറി തന്റെ പ്രതിയോഗിയുടെ തലയില്ലാത്ത ആ ശരീരത്തിലേക്ക് മറിഞ്ഞുവീണു.

മുഖത്തു വെള്ളം തളിച്ചപ്പോൾ കണ്ണു തുറന്നു. മരണത്തിന് ആ മനുഷ്യനെ വേണ്ടായിരുന്നു.

സൂര്യൻ അസ്തമിച്ചു കഴിഞ്ഞിരിക്കുന്നു. പൊടിയിൽ വീണുകിടക്കുന്ന ട്വാലയുടെ ശരീരത്തിനടുത്തേക്ക് നടന്നുകൊണ്ട് ഞാൻ ഇഗ്നൊസിയെ വിളിച്ചു. ഇതാ എടുത്തുകൊള്ളുക, കുകുവനകളുടെ നിയമപ്രകാരമുള്ള രാജാവേ! നെറ്റിയിലെ പതക്കം അടർത്തിയെടുത്ത് ഞാനത് പുതിയ രാജാവിനു നല്കി. ഭക്തിപൂർവ്വം അയാളതു തന്റെ നെറ്റിയിൽ ചേർത്തുറപ്പിച്ചു. ശത്രുവിന്റെ നെഞ്ചിൽ കാലൂന്നിനിന്നുകൊണ്ട് പരിപാവനമായ ഒരനുഷ്ഠാനംപോലെ അയാൾ അതു നിർവ്വഹിച്ചു. ചുണ്ടുകൾ ആദിവാസികളുടെ ഏതോ പാട്ട് ഉരുവിടുന്നുണ്ടായിരുന്നു. പണ്ടൊരു പണ്ഡിതൻ ഗ്രീക്കു മഹാകവി ഹോമറിന്റെ ഏതോ പദ്യം ഉറക്കെ വായിക്കുന്നതു കേട്ട ഓർമ്മയിലേക്ക് അതെന്നെ കൊണ്ടുപോയി. ഏറ്റവും സുന്ദരവും ഗ്രീക്കുഭാഷപോലെ അനുനാസികവുമായ ഒരു സ്വരമായിരുന്നു ഇഗ്നൊസിയുടേത്. മനസ്സ് ഉലഞ്ഞുനില്ക്കുകയായിരുന്ന ആ നിമിഷത്തിലും അതെന്നെ രോമാഞ്ചം കൊള്ളിച്ചു.

ഇപ്പോൾ ഞങ്ങളുടെ കലാപത്തെ വിജയം വിഴുങ്ങിക്കഴിഞ്ഞ സാഹചര്യത്തിൽ തെറ്റുകളെ ന്യായീകരിക്കുംവിധം ശക്തി ഉണർന്നു പ്രവർത്തിച്ചുകഴിഞ്ഞിരിക്കുന്നു.

മർദ്ദകൻ കാലത്തെ ഉണർന്നെഴുന്നേറ്റ് സ്വയം നിന്നു വിറച്ചു; തലയിൽ ചൂടിയ തൂവലുകളെ യുദ്ധസന്നദ്ധമാക്കി.

എഴുന്നേറ്റ് കുന്തങ്ങളിൽ പിടിമുറുക്കി. സൈന്യാധിപന്മാർ തലവന്മാരെ ഉണർത്തി. വരിക, ഞങ്ങളെ നയിക്കുക. തലവന്മാർ തങ്ങളെ നയിക്കാൻ രാജാവിനോടപേക്ഷിച്ചു.

അവൻ അഭിമാനംകൊണ്ടു ചിരിച്ചു; ഇരുപതിനായിരം മനുഷ്യർ.

ഒരു പക്ഷിയുടെ ഇളംതൂവലുകൾ അതിന്റെ കൂടിനെ മറയ്ക്കുന്നതുപോലെ അവരുടെ തൂവലുകൾ ഭൂമിയെ മറച്ചു. അവർ കുന്തം വിറപ്പിച്ചു. കുന്തം ഉയർത്തിപ്പിടിച്ചു. കുന്തം സൂര്യപ്രകാശമേറ്റു തിളങ്ങി. അവരുടെ യുദ്ധക്കൊതി അസ്സഹനീയമായി. അവർക്കു സന്തോഷമായി.

അവർ എന്നെത്തേടിവന്നു. അവരിൽ ശക്തിശാലികൾ എന്റെ തല ചവുട്ടിയരയ്ക്കാനായി മുന്നോട്ടുവന്നു. ഹ! ഹ! ഹ! അവൻ ഇപ്പോൾ ത്തന്നെ മരിച്ചുകഴിഞ്ഞെന്ന് അലറിവിളിച്ചു.

അപ്പോൾ ഞാനവരുടെ നേർക്ക് എന്റെ ശ്വാസം ഊതിവിട്ടു. അതൊരു കൊടുങ്കാറ്റായി അതിൽപ്പെട്ട് അവർ ഇല്ലാതായി.

ഞാനേല്പിച്ച മിന്നലുകൾ അവരെ ഭസ്മമാക്കി. കുന്തത്തിന്റെ മിന്നലൊളിയാൽ ഞാനവരുടെ കരുത്തെല്ലാം നക്കിയെടുത്തു. ഇടിമുഴക്കം പോലുള്ള ശബ്ദം കൊണ്ട് വിറപ്പിച്ചുവിട്ടു.

അവർ ഇളകി, അവർ ചിതറി. പ്രഭാതവേളയിലെ മഞ്ഞുതുള്ളികൾപോലെ അദൃശ്യമായി. അവർ കുറുനരികൾക്കും കഴുകന്മാർക്കും ഇരയാകുന്നു. പടക്കളം അവരുടെ ചോരകുടിച്ച് വീർത്തുകഴിഞ്ഞു.

കാലത്തേ എഴുന്നേറ്റ കരുത്തന്മാരെ നിങ്ങളെവിടെ?

തൂവലുകൾ വിറപ്പിച്ചുകൊണ്ട് അവൻ ഇപ്പോൾ തന്നെ മരിച്ചതിനു തുല്യമായിരിക്കുന്നു എന്നലറിവിളിച്ച ആ അഹങ്കാരികൾക്ക് ഇപ്പോൾ എന്തു സംഭവിച്ചു?

എന്റെ ചിറകുകൾക്കു കീഴിൽ എന്റെ നാട്ടുകാരേ, എല്ലാവർക്കും അഭയം; ആശ്വാസം.

ശിശിരകാലത്തെ ശീതക്കാറ്റ് അവസാനിച്ചുകഴിഞ്ഞു. നിറയെ പൂക്കളുമായി വേനൽവന്നെത്തിക്കഴിഞ്ഞു.

ആനന്ദിക്കുക! ആനന്ദിക്കുക! ആനന്ദിക്കുക! എന്റെ നാട്ടുകാരേ.

15

ഗുഡ് കിടപ്പിലാവുന്നു

ടാല വധിക്കപ്പെട്ടശേഷം എല്ലാവരും ചേർന്ന് ഹെൻറിയേയും ഗുഡിനേയും താങ്ങിപ്പിടിച്ച് ട്വാലയുടെ കുടിലിലെത്തിച്ചു. ക്ഷീണവും ചോരവാർച്ചയും ഇരുവരേയും വല്ലാതെ പരവശരാക്കിയിട്ടുണ്ടായിരുന്നു. എന്റെയവസ്ഥ അതുമായി തട്ടിച്ചുനോക്കുമ്പോൾ ഏറെ ഭേദമാണ്. തളർച്ചയെ അതിജീവിക്കാൻ മറ്റുള്ളവരേക്കാൾ കഴിവുണ്ടെനിക്ക്. എന്നാൽ, അന്നു രാത്രി പതിവിലേറെ ക്ഷീണം അനുഭവപ്പെട്ടു. അങ്ങനെയുള്ള അവസ്ഥയിൽ പണ്ട് സിംഹം കടിച്ചുണ്ടായ മുറിവിന്റെ പാട് വല്ലാതെ വേദനപ്പെടുത്താൻ തുടങ്ങും. കാലത്തു തലയ്ക്കേറ്റ ആഘാതത്തിന്റെ നൊമ്പരം ഇനിയും വിട്ടുമാറിയിട്ടില്ല. എത്ര ക്ഷീണമുണ്ടെങ്കിലും മരണത്തിൽനിന്ന് മൂന്നുപേരും രക്ഷപ്പെട്ടല്ലോ എന്ന ആശ്വാസം ഏറെ സന്തോഷം നല്കി. പടക്കളത്തിൽ ചിതറിക്കിടക്കുന്ന ആയിരക്കണക്കിന് ശവശരീരങ്ങളിൽ ഒന്നായി കിടക്കുന്ന അവസ്ഥയെക്കുറിച്ച് ചിന്തിക്കാൻതന്നെ പേടിതോന്നി.

സുന്ദരിയായ ആ കന്യകയുണ്ടല്ലോ, ആട്ടക്കളത്തിൽനിന്ന് ഗുഡ് രക്ഷിച്ച് കൂടെക്കൊണ്ടുവന്ന അ പെൺകൊടി, ഫൗലറ്റ, ചുറുചുറുക്കോടെ അവൾ ഹെൻറിയേയും ഗുഡിനേയും ശുശ്രൂഷിച്ചു. കവചം മാറ്റിയപ്പോഴാണറിയുന്നത്, ഹെൻറിയുടെ ശരീരത്തിൽ ഒരു ഭാഗത്ത് ആഴത്തിൽ മുറിവേറ്റിട്ടുണ്ട്. കവചച്ചങ്ങലയും കടന്ന് കൂർത്തുമൂർത്ത ആയുധം അങ്ങനെ പരിക്കേല്പിക്കണമെങ്കിൽ എന്തായിരിക്കും ആ ഏറിന്റെ ശക്തി! ഫൗലറ്റ ചില പച്ചമരുന്നുകൾ കൊണ്ടുവന്ന് മുറിവിൽ വച്ചുകെട്ടി. ഗുഡിന്റെ കാലിലുണ്ടായ തുള താരതമ്യേന ഗൗരവം കുറഞ്ഞതായിരുന്നു. ഗുഡ് മിടുക്കനായ ഒരു സർജൻ കൂടിയായിരുന്നതുകൊണ്ട് അടിയന്തരമായി വേണ്ട കീറലും മുറിക്കലുമെല്ലാം സർ ഹെൻറിയുടെ ശരീര

ത്തിന്റെ വിവിധഭാഗങ്ങളിലേറ്റ മുറിവുകളിൽ ചടുലവേഗതയിൽ അങ്ങേർ നിർവ്വഹിച്ചു.

അത്യാവശ്യ ശുശ്രൂഷകളെല്ലാം പൂർത്തിയാക്കിയശേഷമാണ് കിടന്നത്. രാജകീയ സൗകര്യങ്ങൾക്ക് ഒരു കുറവുമുണ്ടായിരുന്നില്ല. ടാലയുടെ സ്വന്തം കിടക്കയിൽത്തന്നെയാണ് സർ ഹെൻറി വിശ്രമിക്കുന്നതെന്നു മനസ്സിലായി.

എല്ലാ സുഖസൗകര്യങ്ങളുമുണ്ടായിട്ടും പക്ഷേ, ഉറക്കം കഷ്ടിയായിരുന്നു. മരിച്ചവരുടെയും മരിച്ചവരെ ഓർത്ത് അലമുറയിടുന്ന സ്ത്രീകളുടെയും ദൃശ്യങ്ങൾ മാത്രമായിരുന്നു കണ്ണുകൾക്കു മുമ്പിൽ. എന്തിനുവേണ്ടിയായിരുന്നു ഇതെല്ലാം. മനുഷ്യന്റെ ചില ദുരാഗ്രഹങ്ങൾ ശമിപ്പിക്കാൻ വേണ്ടി, അല്ലാതെന്തിന്? ഇങ്ങനെ പോയി എന്റെ ചിന്തകൾ.

രാത്രി മുഴുവൻ നാലുഭാഗത്തുനിന്നും അലമുറകൾ കേട്ടുകൊണ്ടിരുന്നു. പിന്നെ കുറെക്കഴിഞ്ഞ് എല്ലാം ശമിച്ചു. അങ്ങനെയിരിക്കെ തൊട്ടുപിന്നിലെ കുടിലിൽനിന്ന് ഹൃദയഭേദകമായ ഒരു നിലവിളി കേൾക്കാൻ തുടങ്ങി. മരിച്ചുപോയ രാജാവിനെ വിളിച്ച് ഗഗൂൾ ഉച്ചത്തിൽ കരയുകയാണെന്നു മനസ്സിലായി.

എങ്ങനെയോ ആ രാത്രി കഴിഞ്ഞുകിട്ടി എന്ന് പറഞ്ഞാൽ മതിയല്ലോ. കാലത്തെഴുന്നേറ്റു നോക്കിയപ്പോൾ കൂട്ടുകാർ സുഖമായി ഉറങ്ങുകയാണ്. ചിന്തകളുടെ അലോസരം അവരെയങ്ങനെ ബാധിച്ചിട്ടില്ലെന്നു മനസ്സിലായി. എന്നാൽ ഗുഡിന്റെ ആരോഗ്യസ്ഥിതി വഷളാകുന്ന കാഴ്ചയാണ് പിന്നീടു കണ്ടത്. പനി മൂത്ത് പിച്ചും പേയും പറയാൻ തുടങ്ങി. തുടർന്ന് ചോരതുപ്പി. ഇന്നലെ കുന്തം പ്രയോഗിച്ച ആ കുകുവാനഭടൻ ഏല്പിച്ച പരിക്ക് ഞങ്ങൾ ശ്രദ്ധിക്കാതെ പോയതാണെന്നു വ്യക്തമായി. ഉറുമ്പിൻ പുറ്റിലിരിക്കെ നടത്തിയ ആ ആക്രമണം ഓർമ്മയില്ലേ? കവചത്തിന് പൂർണ്ണസംരക്ഷണം ഉറപ്പുവരുത്താൻ കഴിഞ്ഞിരുന്നില്ലെന്ന് ഇപ്പോൾ മാത്രമാണ് തിരിച്ചറിയുന്നത്.

സർ ഹെൻറിയെ സംബന്ധിച്ചാണെങ്കിൽ ഉന്മേഷം തിരിച്ചുകിട്ടിയെങ്കിലും താടിയെല്ലിനേറ്റ ക്ഷതംകൊണ്ട് ഭക്ഷണം കഴിക്കാൻ പ്രയാസമായിരുന്നു.

എട്ടു മണിയായപ്പോൾ ഇൻഫെഡ്യൂസ് അന്വേഷിച്ചുവന്നു. രാത്രി ഉറങ്ങാൻ പറ്റിയില്ലെന്നതൊഴിച്ചാൽ മറ്റു കുഴപ്പമൊന്നുമുണ്ടായിരുന്നില്ല. ഗുഡിന്റെ അവസ്ഥ കണ്ട് വല്ലാതെ വികാരാധീതനായി. സർ ഹെൻറിയോടു മിണ്ടിയപ്പോൾ പ്രത്യേകമായ ഒരാദരവുതന്നെ ശബ്ദത്തിലും ശരീരചലനങ്ങളിലും ഉണ്ടായി. ഇൻഫെഡ്യൂസ് മാത്രമല്ല, മറ്റു സൈനികമുഖ്യന്മാരും സാധാരണ ഭടന്മാരുമടക്കം എല്ലാ കുകുവാനകളും അങ്ങേരെ ഒരതിമാനുഷനായാണ് കാണുന്നത് എന്ന് ഇതിനകം എനിക്കു മനസ്സിലായിരുന്നു. അസാധാരണമായ കരുത്തോടെ ഏല്പിക്കപ്പെടുന്ന ഏതു ആഘാതവും 'ഇൻകുബുവിന്റെ അടി' എന്നപേരിൽ പെട്ടെന്ന് പ്രസിദ്ധിനേടിയതിനും ആ ദിവസങ്ങളിൽ ഞങ്ങൾ സാക്ഷ്യംവഹിച്ചു.

ട്വാലയുടെ നേരിട്ടുള്ള നിയന്ത്രണത്തിലായിരുന്ന സൈന്യം പുതിയ രാജാവിനു അടിയറവു പറഞ്ഞതായി ആ സമയം ഇൻഫെഡ്യൂസ് ഞങ്ങളെ അറിയിച്ചു. മറ്റു റെജിമെന്റുകളും അതേപോലെ ചെയ്യാൻ അവസരം കാത്തിരിക്കുകയാണത്രെ. സർ ഹെൻറി ട്വാലയുടെ കഴുത്തറുത്തതോടെ ആഭ്യന്തരകലാപങ്ങൾക്കുള്ള എല്ലാ സാദ്ധ്യതകളും ഇല്ലാതായിക്കഴിഞ്ഞു. ഇനിയങ്ങോട്ട് പുതിയ രാജാവിന് മനഃസമാധാനത്തോടെ നാടുവാഴാമെന്നർത്ഥം.

ചോരപ്പുഴയൊഴുക്കിയാണ് ഇഗ്നൊസി അധികാരത്തിലേറുന്നതെന്ന് ഞാനപ്പോൾ സൈനികമുഖ്യനെ ഓർമ്മിപ്പിച്ചു. "ഉവ്വ്." ഇഗ്നൊസി സമ്മതിച്ചു. "പക്ഷേ, ചോരപ്പുഴ ഒഴുക്കിയല്ലാതെ കുകുവനകളെ പലപ്പോഴും ശാന്തരാക്കിനിർത്താനാവില്ല. ഒരുപാടാളുകളെ നഷ്ടപ്പെട്ടു. ശരിയാണ്. പക്ഷേ, സ്ത്രീകൾ ബാക്കിയുണ്ടല്ലോ. കുട്ടികൾ വളർന്നുവരും. സ്ത്രീകൾ പ്രസവിക്കും. എല്ലാ നഷ്ടവും ആ രീതിയിൽ നികത്തിയെടുക്കാവുന്നതേയുള്ളു. ആ രീതിയിൽ ചുരുങ്ങിയ സമയംകൊണ്ട് എല്ലാം സാധാരണഗതിയിലാകും."

കുറേ കഴിഞ്ഞ് ഇഗ്നൊസി കടന്നുവന്നു. നെറ്റിത്തടത്തിൽ വജ്രപ്പതക്കം തൂക്കിയിട്ട് ശരിക്കും രാജാവിനെപ്പോലെയാണ് വരവ്. ഉപചാരക്കാരും കാവല്പ്പടയുമൊക്കെയായി ശരിക്കുമൊരു രാജാവിന്റെ ഗാംഭീര്യത്തോടെയുള്ള വരവുതന്നെ. മാസങ്ങൾക്കു മുമ്പ് ദർഖാനിൽവച്ചു പരിചയപ്പെടുകയും പിന്നീട് സേവകനാകുകയും ചെയ്ത രാജകീയ പ്രൗഢിയുള്ള കിളരംകൂടിയ സുലുവിനെ പെട്ടെന്നോർമ്മ വന്നു. കാലചക്രത്തിന്റെ തിരിച്ചിൽ എന്നു പറയുന്നത് ഒരത്ഭുതസംഭവംതന്നെ.

രാജാവിനു ചേർന്നവിധം അഭിവാദ്യം ചെയ്തപ്പോൾ ഇഗ്നൊസി വിനീതനായി! "എല്ലാം നിങ്ങൾ മൂന്നുപേരുടെ വലതുകൈകൾ കാട്ടിയ മിടുക്ക്" എന്നു പറഞ്ഞു. എല്ലാം ശാന്തമാവുകയാണെന്നും ഒരാഴ്ചയ്ക്കകം വലിയൊരു സദ്യ നടത്താൻ ആലോചനയുണ്ടെന്നും അറിയിച്ചു. പൊതുജനങ്ങളുമായുള്ള രാജാവിന്റെ ആദ്യസമ്പർക്കം ആ രീതിയിലായിരിക്കുമെന്നുംകൂടിപ്പറഞ്ഞപ്പോൾ എനിക്കത് ഏറെ സ്വീകാര്യമായിത്തോന്നി.

"അപ്പോൾ ഗഗൂളിനെ എന്തു ചെയ്യും?"

"ആ ദുഷ്ടരാക്ഷസിയെ വച്ചുപൊറുപ്പിക്കാനാവില്ല. അവളെമാത്രമല്ല, ആ ജാതിയിൽപ്പെട്ട എല്ലാ മന്ത്രവാദികളെയും കൊന്നുകളയും."

"എന്തിന്?"

"ഈ രാജ്യത്ത് ദുഷ്ടമന്ത്രവാദം പ്രചരിപ്പിച്ചത് അവളല്ലെ. പഠിപ്പിച്ചുവിട്ടതും അവൾ ഒരുത്തിയല്ലെ. എത്രയോ കാലമായി ജീവിക്കുന്നു. എത്ര വയസ്സായെന്നുപോലും ആർക്കുമറിഞ്ഞുകൂട. അങ്ങനെയുള്ള ഒരുത്തിയെ ജീവനോടെ വച്ചാൽ അതു നാട്ടിനുതന്നെ ദോഷമാവില്ലെ ബാൻ?"

“പക്ഷേ, അവൾ എല്ലാമറിയുന്നവളാണ്. അറിവിനെ നശിപ്പിക്കാൻ എളുപ്പമാണ്. സ്വരൂപിച്ചു സൂക്ഷിച്ചുവെക്കാനാണ് വിഷമം.” ഞാൻ ഓർമ്മിപ്പിച്ചു. “ശരിയാണ്, മകുമസാൻ..... അങ്ങു പറഞ്ഞതിൽ കാര്യമുണ്ട്.” ആ ശോചനാഭാവത്തിൽ രാജാവ് പ്രതിവചിച്ചു.” മൂന്നു ദുർമ്മന്ത്രവാദികൾ എന്നു വിളിക്കുന്ന ആ പർവ്വതങ്ങളുടെ രഹസ്യം അവൾക്കു മാത്രമേ അറിഞ്ഞുകൂടൂ. സോളമൻ പണിതീർത്ത രാജപാത അവയുടെ ചുവട്ടിൽച്ചെന്നാണല്ലോ നീണ്ടുചെല്ലുന്നത്. കുകുവന രാജാക്കന്മാരുടെ ശവക്കല്ലറകൾ അവിടെയാണുള്ളത്. മൂന്ന് നിശ്ശബ്ദരൂപികളുടെ വിശ്രമസ്ഥാനമാണത്.”

“രത്നശേഖരവും അവിടെയാണ് രാജാവേ! ഞാൻ ഓർമ്മിപ്പിച്ചു. ഞങ്ങൾക്കുതന്ന വാഗ്ദാനം മറന്നുപോകരുത്. ഞങ്ങൾ മൂന്നുപേരെയും അവിടെയെത്തിക്കുമെന്ന വാഗ്ദാനം. ഗഗൂളിനെ ജീവിക്കാൻ അനുവദിക്കേണ്ടിവന്നാലും സത്യം തെറ്റിക്കുകയില്ലെന്നു കരുതുന്നു. വഴികാട്ടാൻ അവൾത്തന്നെ വേണ്ടിവരുമായിരിക്കും.”

“ഇല്ല മകുമസൻ, തന്ന വാക്ക് ഞാൻ പാലിക്കുകതന്നെ ചെയ്യും. ആലോചിക്കാൻ അല്പംകൂടി സമയം വേണമെന്നുമാത്രം.”

തുടർന്ന് ഗുഡുമായി സംസാരിക്കാമെന്നുവച്ചു ചെന്നപ്പോൾ അയാൾ അതീവഗുരുതരാവസ്ഥയിലായിരുന്നു. പനി അയാളുടെ ശരീരമാകെ പടർന്നുപിടിച്ച് അവയവങ്ങളെയെല്ലാം നിർവീര്യമാക്കിയിരിക്കുകയാണെന്ന് എനിക്കുതോന്നി. ഉള്ളിലേറ്റ മുറിവ് പ്രശ്നം ഗുരുതരമാക്കിയിരിക്കുന്നു. അഞ്ചാറു ദിവസം അതേ അവസ്ഥയിൽ തുടർന്നു. അവസാനം രക്ഷപ്പെട്ടെങ്കിൽ അത് ഫൗലറ്റയെന്ന ആ പെണ്ണിന്റെ മിടുക്കുകൊണ്ടു മാത്രമാണെന്നേ ഞാൻ പറയൂ.

ലോകത്തെവിടെയായാലും പെണ്ണ് പെണ്ണുതന്നെ. സാന്ത്വനത്തിന്റെ സുഖദമായ ഇളംചൂടു പകരാൻ സ്ത്രീയുടെ വിരലുകൾക്കു മാത്രമേ ശേഷിയുള്ളൂ. തൊലിയുടെ നിറം ഏതായാലും അതു അങ്ങനെതന്നെ. ആദ്യത്തെ ഒന്നുരണ്ടു രാത്രികൾ ഞാൻ സഹായിക്കാൻ തുനിഞ്ഞെങ്കിലും ക്ഷമാപൂർവ്വം അവൾ എന്നെ ഒഴിവാക്കി. സുഖപ്പെട്ടുകൊണ്ടിരുന്ന ഹെൻറിയേയും സ്നേഹപൂർവ്വം മാറ്റിനിർത്തി. സ്നേഹത്തിന്റേയും ക്ഷമയുടേയും നിറദീപമായി അവൾ അവിടമാകെ വെളിച്ചം പരത്തി. ശാസ്ത്രീയമായ എല്ലാ പരിശീലനവും കിട്ടിയ ഒരാശുപത്രി നെഴ്സിനുപോലും അവളുടെ പാതിപോലുമാകാൻ കഴിയുമെന്നു തോന്നുന്നില്ല.

ഞങ്ങളുടെ സാമീപ്യം ഗുഡിനെ കൂടുതൽ അസ്വസ്ഥമാകുകയേ ഉള്ളൂവെന്ന് ഫൗലറ്റ പറഞ്ഞത് അക്ഷരംപ്രതി ശരിയായിരുന്നു. ഒരുപോള കണ്ണടയ്ക്കാതെ രാപ്പകൽ ഭേദമില്ലാതെ അവൾ അടുത്തുള്ളതുതന്നെയായിരുന്നു രോഗിയെ സംബന്ധിച്ചിടത്തോളം ഏറ്റവും വലിയ മരുന്ന്. സ്നേഹത്തിനും കാരുണ്യത്തിനുമപ്പുറം അവൾ ഉപയോഗിച്ച ഒരേയൊരു ഔഷധം ഒരുതരം ട്യൂലിപ്പു ചെടിയുടെ ഉള്ളിപോലുള്ള ഒരു ഭൂകാണ്ഡം മാത്രമായിരുന്നു. ഇത് പാലിൽ അരച്ചുചേർത്ത് ഉപയോഗിക്കും. പിന്നെ

ഈച്ചകളെ ആട്ടിപ്പായിച്ചുകൊണ്ട് ഏതുസമയത്തും അവൾ അടുത്തു തന്നെയുണ്ടാകും. വെറുംനിലത്ത് കണ്ണിലെണ്ണയൊഴിച്ചു കാത്തിരിക്കുന്ന ആ പെൺകൊടിയെ തിരിച്ചറിയാൻ കഴിയുംവിധം സ്വബോധം തിരിച്ചു കിട്ടാൻ ഗുഡിന് പിന്നെയും കുറേദിവസം കഴിയേണ്ടിവന്നു. മെലിഞ്ഞ് എല്ലും തൊലിയുമായ ആ ശരീരത്തിൽ തിളക്കമേറിയ രണ്ടു കണ്ണുകൾ മാത്രം ബാക്കിനിന്നു.

സഹാനുഭൂതിക്കപ്പുറം ആ പെൺകുട്ടിയുടെ കണ്ണുകളിൽ ആ സമയം മറ്റു ചിലതുകൂടി ഉണ്ടായിരുന്നില്ലെ?

ഗുഡ് ജീവനോടെ ബാക്കിയാകില്ലെന്നു തന്നെ ഞങ്ങൾ ആദ്യം വിചാരിച്ചു. ജീവിക്കുമെന്ന ഉറപ്പ് ഫൗലറ്റയ്ക്ക് മാത്രമായിരുന്നു.

ഞങ്ങൾ വിശ്രമിക്കുന്ന ആ കുടിലിനു ചുറ്റും കുറച്ചു ദൂരംവരെ എല്ലാം ശാന്തമായിരുന്നു. രാജാവിന്റെ കല്പനയനുസരിച്ച് ചുറ്റും താമസിക്കുന്നവരെയെല്ലാം ആ സ്ഥലത്തുനിന്നു മാറിപ്പാർപ്പിക്കുകയായിരുന്നു. രോഗികളായിക്കിടക്കുന്ന അതിഥികളോടു കാട്ടിയ പ്രത്യേകപരിഗണന. അഞ്ചാമത്തെ ദിവസം രാത്രി സ്വന്തം മുറിയിൽനിന്നു പുറത്തിറങ്ങി ഞാൻ ഗുഡിനരികിലെത്തിയപ്പോൾ അങ്ങേർ അനക്കമറ്റ നിലയിൽ മലർന്നുകിടക്കുകയാണ്. പനി കുറഞ്ഞിട്ടുണ്ട്. പിച്ചുംപേയും നിന്നിട്ടുണ്ട്. എങ്കിലും ആ കാഴ്ചകണ്ട് കണ്ണുനിറഞ്ഞുപോയി.

ശ്.... ശ്.... കിടക്കയ്ക്കരികിൽ നിന്ന് നിഴൽ പോലുള്ള കറുത്ത രൂപം എന്നെ വിലക്കി.

രോഗി നല്ല ഉറക്കത്തിലാണെന്നു മനസ്സിലായി. പേടിക്കാനില്ലെന്ന് അറിഞ്ഞപ്പോൾ ആശ്വാസമായി. ദീർഘനേരം അല്ലലില്ലാതെ ഉറങ്ങാൻ ഇപ്പോൾ കഴിയുന്നുണ്ടെന്ന് ഫൗലറ്റ പറഞ്ഞു. അങ്ങേരുടെ കൈയിൽ വിരൽചേർത്ത് ആ സമയമെല്ലാം ഒറ്റയിരിപ്പാണ് ആ പെൺകുട്ടി. ഇളകിയാൽ ഉണർന്നുപോകുമെന്ന പേടിയിൽ ചെറുതായി ഒന്നനങ്ങുന്നുപോലുമില്ല. തരിപ്പിളകി മരവിച്ച് വല്ല അസുഖവും വന്നാലോ എന്നുപോലും ഞാൻ പേടിച്ചുപോയി. സംഗതി ഏതാണ്ട് അതേ രീതിയിൽത്തന്നെയാണ വസാനിച്ചത്. അവസാനം അങ്ങേർ ഉണർന്നപ്പോൾ മരവിച്ചനിലയിലായിക്കഴിഞ്ഞ ആ പെൺകുട്ടിയെ താങ്ങിയെടുത്തുകൊണ്ടുപോകേണ്ടിവന്നു.

പിന്നെ കുറച്ചു ദിവസംകൂടിക്കഴിഞ്ഞ് സർ ഹെൻറി പറഞ്ഞപ്പോഴാണ് ക്യാപ്റ്റൻ ഫൗലറ്റയുടെ ത്യാഗത്തെക്കുറിച്ചറിയുന്നത്. ഞങ്ങൾ ഞങ്ങളുടെ പഴയ ക്വാർട്ടേഴ്സിൽ തന്നെ തിരിച്ചെത്തിക്കഴിഞ്ഞിരുന്നു. ഉടനെ എന്നെയും കൂട്ടി ഫൗലറ്റയെ കാണാൻ ചെന്നു. അവളപ്പോൾ ഉച്ചഭക്ഷണം തയ്യാറാക്കുന്ന തിരക്കിലായിരുന്നു. താൻ പറഞ്ഞതു മനസ്സിലായില്ലെങ്കിലോ എന്നു കരുതി ദ്വിഭാഷിയായ എന്നെകൂടി കൂട്ടിയതായിരുന്നു.

ക്യാപ്റ്റനുമായി സംസാരിച്ചുനിന്നപ്പോൾ ആ പെൺകുട്ടി ഗുഡിനെയൊഴികെ മറ്റൊന്നും കാണുന്നില്ലെന്നാണ് എനിക്കു തോന്നിയത്. ട്വാല

യുടെ നഖങ്ങളിൽനിന്ന് അവളെ രക്ഷിച്ചെടുത്തതിൽ എനിക്കോ ഹെൻറിക്കോ യാതൊരു പങ്കുമില്ലെന്ന വിധത്തിലായിരുന്നു അവളുടെ പെരുമാറ്റം. പറഞ്ഞിട്ടും കാര്യമില്ല. ഇങ്ങനെയൊക്കെത്തന്നെയാണ് ഈ പെണ്ണുങ്ങളുടെ രീതികൾ. എന്റെ പ്രിയപ്പെട്ട സഹധർമ്മിണിയും ഈ രീതിയിലൊക്കെത്തന്നെയല്ലെ പെരുമാറിയിരുന്നത്? ആ കൂടിക്കാഴ്ച കഴിഞ്ഞ് നിറഞ്ഞ ദുഃഖത്തോടെയാണ് വീട്ടിൽ തിരിച്ചെത്തിയത്. ഗുഡിനോടുള്ള ആ കുട്ടിയുടെ മൃദുസമീപനം എനിക്ക് തീരെ ഇഷ്ടപ്പെട്ടില്ല. ഈ നാവികന്മാരെ അവൾക്ക് അറിയാത്തതുകൊണ്ടാണ്. തീരെ സദാചാരനിഷ്ഠയില്ലാത്ത വിടന്മാരാണ് ഇക്കൂട്ടർ പൊതുവെ. ക്യാപ്റ്റൻ ഗുഡ് അതിനൊരു അപവാദമായിരുന്നില്ല.

പ്രതിരോധം അസാദ്ധ്യമായ രണ്ടു കാര്യങ്ങൾ ഈ ലോകത്തിലുണ്ടെന്നു വിചാരിക്കുന്ന കൂട്ടത്തിലാണ് ഈയുള്ളവൻ. ഒരു സുലുവിനെ ആയുധമെടുക്കുന്നതിൽ നിന്നോ കപ്പൽ സഞ്ചാരികളെ ഏറ്റവും നിസ്സാരമായ പ്രകോപനമുണ്ടായാൽപോലും സ്ത്രീകളുടെ പിന്നാലെ പോകുന്നതിൽ നിന്നോ പിന്തിരിപ്പിക്കാനാവില്ല. ഇവിടെയിപ്പോൾ പ്രകോപനം ഒട്ടും നിസ്സാരമല്ലതാനും.

ഈ സംഭവമുണ്ടായി ഏതാനും ദിവസം കഴിഞ്ഞ് ഇഗ്നൊസി രാജാവ് അയാളുടെ ആദ്യത്തെ രാജസദസ്സ് (ഇൻറബ) വിളിച്ചുകൂട്ടി. കുകുവനദേശത്തിലെ മുഖ്യരിൽ പ്രധാനിയായ ആൾ ഭാവിഭരണാധികാരിയുടെ സ്ഥാനാരോഹണം നിർവ്വഹിക്കുന്ന വിശിഷ്ടകർമ്മം ഇതിന്റെ ഭാഗമായി നടക്കുന്നു. സൈനികരെ മുഴുവൻ അണിനിരത്തി ശക്തി തെളിയിക്കുന്ന ചടങ്ങും മറ്റുമായി ഏറ്റവും ആകർഷകമായ ഒരു കാഴ്ചയ്ക്കു തന്നെ അന്നു ഞങ്ങൾ സാക്ഷ്യം വഹിച്ചു. നരയൻ പടയിൽ ജീവനോടെ ബാക്കിയായവർക്കെല്ലാം അതിവിശിഷ്ടമായ ആദരവും അംഗീകാരവും തന്നെ ആ സന്ദർഭത്തിൽ നല്കപ്പെട്ടു. ഉപകാരമായി പടയണിയിലെ ഓരോ അംഗത്തിനും ഒരുകൂട്ടം കന്നുകാലികളെ നല്കി. ഇവരെയെല്ലാം പുതിയ നരയൻ സേനയിൽ ഉയർന്ന ആപ്പീസർമാരായി നിയമിച്ചുകൊണ്ടുള്ള വിജ്ഞാപനവും അപ്പോൾത്തന്നെ ഉണ്ടായി.

ങ്ഹാ, ഒരു കാര്യം വിട്ടു. അത് നക്ഷത്രങ്ങളിൽനിന്ന് രക്ഷകരായെത്തിയ ഞങ്ങൾ മൂന്നുപേരിൽ നിർലോപമായിച്ചൊരിഞ്ഞ ബഹുമതികളാണ്. ബന്ധപ്പെട്ടു നടത്തിയ പ്രസ്താവനകളിൽ പ്രധാനമായ ഒന്ന് ഞങ്ങൾക്കു നല്കിയ വാഗ്ദാനം ജീവൻകൊടുത്തും പാലിക്കുകതന്നെ ചെയ്യുമെന്നുള്ളതാണ്. പിന്നെ മന്ത്രവാദിവേട്ടയ്ക്ക് എന്നെന്നേക്കുമായി നിരോധമേർപ്പെടുത്തുകയും ചെയ്തു.

അടിയന്തരമായി ചെയ്തു തീർക്കേണ്ട നടപടികൾ ഇങ്ങനെ ഓരോന്നായി ചെയ്തുതീർത്തതും സോളമൻ പാത കടന്നുചെന്നവസാനിക്കുന്ന സ്ഥാനത്തു സ്ഥിതിചെയ്യുന്ന അനർഘഖനികളെ ചൂഴ്ന്നുനില്ക്കുന്ന നിഗൂഢതകളെക്കുറിച്ച് ഇഗ്നൊസിയെ ഓർമ്മിപ്പിച്ചു.

"നിങ്ങൾക്ക് അതിനെക്കുറിച്ച് എന്തെങ്കിലും അറിയുമോ, ഇഗ്നൊസി?"

"അറിയും, മഹാമൗനികളായ മൂന്നുരൂപങ്ങൾ അവിടെയാണ്. തൊട്ടപ്പുറത്തെ ഗുഹയിൽ ഞങ്ങളുടെ രാജാക്കന്മാരുടെയെല്ലാം ശവക്കല്ലറയാണ്. അവിടെ പണ്ടേക്കുപണ്ടേ മരിച്ചുപോയ ഞങ്ങളുടെ രാജാക്കന്മാരെല്ലാം ചേർന്ന് കുഴിച്ച ഒരു പടുകുഴിയിൽ ഈ പറഞ്ഞ അമൂല്യനിധികളെല്ലാം വലിയ ഒരറയിലാക്കി സൂക്ഷിച്ചുവച്ചിരിക്കുന്നു. മരണത്തിന്റെ പാർപ്പിടം എന്ന പേരിൽ അറിയപ്പെടുന്ന ആ കല്ലറ എവിടെയാണെന്ന് രാജാവിനും ഗഗൂളിനും മാത്രമേ അറിഞ്ഞുകൂടൂ. പക്ഷേ, അവസാനത്തെ രാജാവും മരിച്ചുപോയില്ലേ. ഞാനാണെങ്കിൽ ഇവിടെ രാജകീയ പരിസരത്തിൽ വളർന്നവനുമല്ല. എന്നാൽ, നാട്ടിൽ പ്രചാരത്തിലുള്ള ഒരു കഥ ഞാനും കേട്ടിട്ടുണ്ട്. പണ്ടുപണ്ട് എത്രയോ തലമുറകൾക്കുമുമ്പ് വെളുത്ത തൊലിയുള്ള, പർവ്വതങ്ങൾ മറികടന്ന് ഒരാൾ ഇവിടെ കടന്നുവന്നത്രെ. അയാളെ അങ്ങോട്ടുകൊണ്ടുപോയത് ഒരു സ്ത്രീയായിരുന്നു. ആ സ്ത്രീ അയാൾക്ക് എല്ലാം കാട്ടിക്കൊടുത്തു. എന്നാൽ, എല്ലാം കടത്തിക്കൊണ്ടുപോകാൻ കഴിയുംമുമ്പ് അയാളെ ചതിച്ചു, രാജാവിന് ഒറ്റിക്കൊടുത്ത് ഓടിച്ച് മലകടത്തിവിട്ടു. പിന്നീട്, ഇതേവരെ മറ്റൊരാളും ആ ഭൂമിയിൽ കാലുകുത്തിയിട്ടില്ല."

നിധി ഇപ്പോഴും അവിടെത്തന്നെയുണ്ടാകും. തടസ്സങ്ങൾ മറികടന്ന് അവിടെയെത്തുന്നവർക്ക് എല്ലാം സ്വന്തമാക്കാം!

ആദ്യം ഗുഹയിലെ അറ കണ്ടെത്തണം.

പക്ഷേ, ഗുഹയിലേക്കുള്ള വഴിയറിയുന്ന ഒരാളേ ജീവിച്ചിരിപ്പുള്ളൂ. ഗഗൂൾ!

പക്ഷേ, അവൾ വരാൻ കൂട്ടാക്കിയില്ലെങ്കിൽ?

"ഇല്ലെങ്കിൽ അവൾ മരിക്കും. ഇതിനുവേണ്ടിമാത്രമാണ് ഞാൻ അവളെ കൊല്ലാതെ വിട്ടതെന്ന് വലിയവർക്കറിയാമല്ലോ."

ഉടനെ ദൂതന്മാരെ അയച്ച് കിഴവിയെ വരുത്തി. ദൂതന്മാർ പിടിവിട്ടതും പഴന്തുണിപോലെ കുഴഞ്ഞ് അവൾ നിലത്തുവീണു. കണ്ണുകൾമാത്രം വിഷസർപ്പങ്ങളുടേതുപോലെ തിളങ്ങി. ഒട്ടും മൂർച്ച നഷ്ടപ്പെടാത്ത ശബ്ദത്തിൽ അവൾ ഇഗ്നൊസിയെ വെല്ലുവിളിച്ചു.

"എന്നെ തൊട്ടാലുണ്ടല്ലോ, മന്ത്രവാദംകൊണ്ട് ഞാൻ നിന്നെ ഭസ്മമാക്കും."

"വായടയ്ക്ക് പിശാചേ, ഞാൻ ചോദിക്കുന്നതിനുമാത്രം മറുപടി നല്കിയാൽ മതി. നിധികൾ സൂക്ഷിച്ചിരിക്കുന്ന അറ അവിടെ എവിടെയാണ്?"

"ഒരിക്കലും പറഞ്ഞുതരില്ല. വെളുത്ത ഈ പിശാചുക്കൾക്ക് അത് ഒരിക്കലും കിട്ടാൻ പോകുന്നില്ല."

"ഇഞ്ചിഞ്ചായിക്കൊല്ലും നിന്നെ ഞാൻ."

ഗഗൂൾ വഴങ്ങിയില്ല. നിന്റെ അച്ഛനും നിന്റെ മുത്തച്ഛനും അവരുടെ മുത്തച്ഛന്മാർക്കും ചെയ്യാൻ കഴിയാത്ത കാര്യമാണോ നീയിനി ചെയ്യാൻ പോകുന്നതെന്ന് രാജാവിനെ വെല്ലുവിളിച്ചു.

ഈ രീതിയിൽ രാക്ഷസിയും ഇഗ്നൊസിയും തമ്മിൽ ഏറെനേരം വാഗ്വാദം നടന്നു. ഒരു ഫലവുമുണ്ടായില്ല. അവസാനം ഇഗ്നൊസി കുന്തം കൈയിലെടുത്ത് ഈ നിമിഷം മരിക്കാൻ തയ്യാറായിക്കൊള്ളൂ എന്ന് അറിയിച്ചു.

എന്നിട്ടും രഹസ്യം വെളിപ്പെടുത്താൻ തയ്യാറായില്ല.

ഇഗ്നൊസി കുന്തം വലിച്ചെറിഞ്ഞ് കിഴവിയെ ഒറ്റക്കൈകൊണ്ട് തൂക്കിയെടുത്തു നിലത്തേക്കെറിഞ്ഞു. ഒരു കരച്ചിലോടെ പിടഞ്ഞെഴുന്നേറ്റ്, നില്ക്കാനാകാതെ വീണ്ടും നിലത്തേക്കു തെറിച്ച് കിടന്നുരുളാൻ തുടങ്ങി.

"ശരി ഇഗ്നൊസി, പക്ഷേ, എന്നെ ജീവിക്കാൻ അനുവദിക്കണം. വെയിലുകാഞ്ഞുകൊണ്ട് ഒരു തുണ്ട് ഇറച്ചികടിച്ചുവലിക്കാൻ അനുവദിക്കണം. എങ്കിൽ എല്ലാ രഹസ്യവും ഞാൻ പറഞ്ഞുതരാം."

"നാളെ നേരംപുലർന്നാൽ ഇൻഫെഡ്യൂസിനെയും ഈ വെളുത്ത ആങ്ങളന്മാരെയും കൂട്ടി അങ്ങോട്ടുപോവുക. പിന്നെയൊരു കാര്യം നിധി സൂക്ഷിച്ച അറ കണ്ടെത്താൻ കഴിയാതെ പോയാൽ ഇഞ്ചിഞ്ചായുള്ള മരണമായിരിക്കും ശിക്ഷ, പറഞ്ഞില്ലെന്നുവേണ്ട."

"പണ്ടൊരിക്കൽ എന്നെപ്പോലൊരു സ്ത്രീ മറ്റൊരു വെള്ളക്കാരന് അതിരിക്കുന്ന സ്ഥലം കാട്ടിക്കൊടുക്കുകയുണ്ടായി. പക്ഷേ, അയാൾക്ക് ആഗ്രഹിച്ചതു കിട്ടിയില്ല. അവളും ഗഗൂളായിരുന്നു. ചിലപ്പോൾ അതു ഞാൻ തന്നെയായിരുന്നു. ആ മനുഷ്യൻ ചാക്കുനിറയെ അതു വാരിനിറച്ചു. പക്ഷേ, കൊണ്ടുപോകാൻ കഴിഞ്ഞില്ല. അതിനു മുമ്പ് ശിക്ഷ കിട്ടി. എന്റെ അമ്മയുടെ അമ്മ പറഞ്ഞുകേട്ട കഥയാണ്. എങ്കിലും അത് രസമുള്ള ഒരു യാത്രയായിരിക്കും. മരിച്ചവരെയെല്ലാം വഴിനീളെ കണ്ടുകൊണ്ട് പോകാം. എല്ലുകൾ പൊടിഞ്ഞ് കണ്ണുകളുടെ സ്ഥാനത്ത് കുഴികളുമായി കിടക്കുന്നുണ്ടാവും. പോ. പോയി നോക്ക്. ഹ! ഹ! ഹ!"

16

മരണത്തിന്റെ വീട്

കഴിഞ്ഞ അദ്ധ്യായത്തിൽ വിവരിച്ച സംഭവങ്ങൾക്കുശേഷം മൂന്നാം ദിവസം നേരം സന്ധ്യ കഴിഞ്ഞപ്പോൾ 'മൂന്നു മന്ത്രവാദി'കളുടെ അടിവാരത്തിലെ ചില കുടിലുകളിലായി ഞങ്ങൾ അന്നത്തെ രാത്രി കഴിച്ചുകൂട്ടാൻ തീരുമാനിച്ചു. ഒരു ത്രികോണത്തിന്റെ മൂന്നു മൂലകളായി തലയുയർത്തി നില്ക്കുന്ന മഹാപർവ്വതങ്ങൾ. സോളമൻ റോഡ് ഇവിടെയെത്തി നടുവിലെ മഹാമേരുവിന്റെ മുകളിലേക്കു നീണ്ടുചെല്ലുന്നു. മറ്റു രണ്ടുകൊടുമുടികൾ ഞങ്ങളുടെ ഇടത്തും വലത്തും.

സംഘത്തിൽ ഞങ്ങൾ മൂന്നുപേർക്കുപുറമെ ഫൗലറ്റയുമുണ്ടായിരുന്നു. ഗുഡിനെ ഒറ്റയ്ക്കു വിടാൻ ആ കുട്ടി തയ്യാറില്ലായിരുന്നു. പിന്നെയുള്ളത് മറ്റൊരു സംഘമായി ഇൻഫെഡ്യൂസും ഗഗൂളും അനുയായികളും. നടക്കാൻ വയ്യാത്തതുകൊണ്ട് കിഴവിയെ മഞ്ചലിൽ ചുമന്നുകൊണ്ടു വരികയായിരുന്നു. വേണ്ടത്ര സഹായികളെയും ഒപ്പം കൂട്ടാൻ മറന്നില്ല. ഒരു മഹാസാഹസത്തിനല്ലേ ഞങ്ങൾ ഒരുങ്ങിക്കൊണ്ടിരിക്കുന്നത്. ഒരു കുറവുമുണ്ടാകരുതല്ലോ.

പിറ്റേന്ന് കാലത്ത് ഇളംവെയിലിൽ കുളിച്ചുനിന്ന ആ മൂന്നു മഹാമേരുക്കൾ നല്കിയ ദൃശ്യചാരുത അവിസ്മരണീയമായിരുന്നു.

അങ്ങ് ഏറ്റവും മുകളിലായി ഇളം നീലയായ ആകാശത്തിൽ ഹിമപുഷ്പങ്ങൾകൊണ്ട് മാലചാർത്തി ഉന്നതമായി നിലനിന്ന ആ ശൃംഗങ്ങൾ ഏറെ നേരം നോക്കിനിന്നു. മഞ്ഞുമലകൾക്കുതാഴെ വിശാലമായ കുറ്റിക്കാടുകൾ നിറഞ്ഞ ചരിവുകൾ ചെംചുവപ്പുനിറമായി. മിന്നിത്തിളങ്ങി. തൊട്ടുതാഴെ അവയിലേക്കിഴഞ്ഞു ചെല്ലുന്ന ചെരുകളിലെ തരിശുകൾക്കും ഏതാണ്ട് അതേ നിറം. നേരെ മുമ്പിൽ പാമ്പിനെപ്പോലെ വളഞ്ഞും പുളഞ്ഞും മലകയറുന്ന സോളമൻ റോഡ്. നേരേ നടുവിൽ

ഞങ്ങൾക്കു മുമ്പിലായി നില്ക്കുന്ന 'മന്ത്രവാദി മല' കയറിപ്പറ്റുകയാണത്. കൊടുമുടിയിലേക്ക് ഇവിടെനിന്ന് ഒരഞ്ചു നാഴികയെങ്കിലുമുണ്ടാകുമെന്നു തോന്നുന്നു.

ആ സമയത്തെ എന്റെ മാനസികവിക്ഷോഭങ്ങളെക്കുറിച്ച് വായനക്കാർ തോന്നുംമട്ടിൽ സങ്കല്പിക്കുന്നതാവും ശരി എന്ന തോന്നലിൽ ഈ വിവരണം ഞാനിവിടെ അവസാനിപ്പിക്കുകയാണ്. പ്രായോഗിക ചിന്തയാണ് തല്ക്കാലം കൂടുതൽ പ്രധാനമെന്ന് മറക്കാനാകാത്ത ഈ കാഴ്ചകൾക്കിടയിലും ഞാൻ തിരിച്ചറിയുന്നു. അത്ഭുതങ്ങൾ ഒളിച്ചുവച്ച ആ ഖനികൾ അതാ അങ്ങ് മുകളിലെവിടെയോ ആണ്. എത്രയും വേഗം അവിടെ എത്തുകയെന്നതാണ് ഞങ്ങളുടെ അടിയന്തര കർത്തവ്യം. മൂന്നു നൂറ്റാണ്ടുമുമ്പ് അവിടെയൊരു പോർച്ചുഗീസുകാരൻ സഞ്ചാരി വീണു മരിച്ചു. പാവം എന്റെ ചങ്ങാതിയുടെ നിർഭാഗ്യവാനായ ഒരു മുത്തച്ഛനായിരുന്നു അങ്ങേർ. പിന്നെ സർ ഹെൻറി കാർട്ടിസിന്റെ സഹോദരനായ ജോർജ് കാർട്ടിസ് ദുഷ്ടശക്തികൾ അവരെകൊണ്ടുപോയി. അങ്ങനെയാണല്ലോ ആ രാക്ഷസി ഗഗൂൾ പറയുന്നത്. അതുതന്നെയാകുമോ ഞങ്ങളുടെയും വിധി? അന്ധവിശ്വാസിയല്ലെങ്കിലും മലകയറുന്ന ഈ നിമിഷത്തിൽ ആ രീതിയിൽ ചിന്തിക്കാതിരിക്കാനാകുമായിരുന്നില്ല. സർ ഹെൻറിയുടെയോ ക്യാപ്റ്റൻ ഗുഡിന്റേയോ മനോനിലയും വ്യത്യസ്തമായിരുന്നില്ല.

ഒന്നരമണിക്കൂർ അങ്ങനെ സോളമൻ റോഡു കയറി. ഇരുഭാഗത്തും കുറ്റിക്കാടുകളാണ്. പിന്നാലെ ഗഗൂളിനേയും ചുമന്ന് മഞ്ചൽ വരുന്നുണ്ട്. ഒപ്പമെത്താൻ കഴിയാത്തതിന്റെ അസഹിഷ്ണുതയിൽ അവൾ ഉറക്കെ ചീത്തവിളിക്കുന്നത് ഇവിടെനിന്നുപോലും കേൾക്കാം. ഇടയ്ക്കിടെ സുപരിചിതമായ ആ കൊലച്ചിരിയും മുഴങ്ങുന്നുണ്ട്. അതു കേൾക്കുമ്പോഴെല്ലാം ഞാൻ പേടിച്ചുമരവിച്ചുപോകും. ഇപ്പോഴും അതുതന്നെ സംഭവിച്ചു.

അതാ മുമ്പിൽ ഭയങ്കരമായ ഒരു വട്ടക്കുഴി. ചരിഞ്ഞ വശങ്ങൾ. ആഴം മൂന്നൂറടിയിൽ കുറയില്ല. കുറുകെ നീളം അരനാഴികയെങ്കിലുമുണ്ടാകും.

എന്താണെന്നു ചോദിച്ചപ്പോൾ ഹെൻറിക്കും ഗുഡിനും മറുപടിയില്ല. കിംബർലിയിലെ രത്നഖനികൾ ഇവർ കണ്ടിട്ടില്ലെന്നു വ്യക്തം. സോളമൻ ഖനികളല്ലാതെ മറ്റെന്താണിത്? ആവേശത്തോടെ പറഞ്ഞു. സംശയമുണ്ടെങ്കിൽ നോക്ക്. ഉണങ്ങിയുറച്ച ആ നീലക്കളിമണ്ണുകൂനകൾ കാണുന്നില്ലേ? വശങ്ങളെ മൂടിയിരിക്കുന്ന കാട്ടു പടർപ്പുകളിൽ ഇത്തരം മണ്ണു കണ്ടാൽ ഉറപ്പിക്കാം രത്നഖനിയാണെന്ന്. അവിടെ കിംബർലിയും ഇവിടെ മന്ത്രവാദി മലയിലും ഒരേതരം രൂപീകരണങ്ങൾ. ഉള്ളിലോട്ട് ഇറങ്ങിച്ചെന്നാൽ കോണാകൃതിയിലുള്ള പലതരം പാറക്കഷണങ്ങൾ ചേർന്നുണ്ടായതും സോപ്പുപോലെ വഴുവഴുപ്പുള്ളതുമായ കുഴൽ രൂപങ്ങൾ കാണാൻ കഴിയും. ഒരു ജലപ്രവാഹത്തിന്റെ നിരപ്പിൽനിന്ന് താഴെയായിരിക്കും എപ്പോഴും ഇത്തരം ചരിവുള്ള കുഴൽപ്പാറകളുടെ സ്ഥാനം.

പണ്ടെന്നോ കാട്ടിപ്പാറയിൽനിന്നു മുറിച്ചു മാറ്റപ്പെട്ടതാണ് ഈ ജലസ്രോതസ്സുകൾ. 'സാധനം' കഴുകിവൃത്തിയാക്കിയെടുക്കാൻ അത് ആവശ്യമായി വന്നിരിക്കണം. ഞാനീ പറയുന്നതൊന്നും ശരിയല്ലെങ്കിൽ തീർച്ചയാക്കാം ഞാനൊരു ഡച്ചുകാരനല്ലെന്ന്.

പ്രായം ചെന്ന ആ സ്പാനിഷ് മാന്യൻ ഏല്പിച്ച മാപ്പുവച്ചു നോക്കിയാൽ മാത്രം മതിയാവും കാര്യം വ്യക്തമാവാൻ. ഈ കാണുന്ന കുഴി അതിൽ അടയാളപ്പെടുത്തിയിട്ടുണ്ട്. സോളമൻ റോഡ് ഇവിടെവച്ച് ഇതിന്റെ രണ്ടുഭാഗത്തേക്കുമായി പിരിഞ്ഞു ചുറ്റി മുകളിലേക്ക് പോകുന്നു. ഈ പിരിവുകൾ പല ഭാഗങ്ങളിലും കട്ടിപ്പാറകൾ കെട്ടി ഭദ്രമാക്കിയിട്ടുണ്ട്. വൻപാറകൾത്തന്നെ കൊത്തിയെടുത്ത് പൂർണ്ണമായും അതുകൊണ്ടുതന്നെ ഉണ്ടാക്കിയ നിർമ്മിതികൾ. വക്കുകൾ ഇടിഞ്ഞുപോകാതിരിക്കാൻ തൂക്കാംപാറകൾ അടർന്നുവീഴാതിരിക്കാനെടുത്ത മുൻകരുതൽ.

അതാ, ഈ വൻഗർത്തത്തിനരികിൽനിന്നു നോക്കിയാൽ മുമ്പിലെ അതികായന്മാരെ വ്യക്തമായി കാണാം. അവിടെ എന്തായിരിക്കാമെന്ന ജിജ്ഞാസയിൽ കയറ്റത്തിന് വേഗതകൂട്ടി. അവിടെയതാ ചില ഭീമാകായരൂപങ്ങൾ കൊത്തിവച്ചിരിക്കുകയാണല്ലോ. ആകെ മൂന്നെണ്ണമുണ്ട്. കുകുവാനകൾ മഹാമൗനികൾ എന്നു വിശേഷിപ്പിച്ചത് ഈ രൂപങ്ങളെയാകാം. കുകുവാനകൾ ഭയഭക്തിബഹുമാനങ്ങളോടെ ആരാധിക്കുന്നത് ഈ രൂപങ്ങളെയാവാം. വ്യക്തമായ ചിത്രം കിട്ടാൻ കുറേക്കൂടി അടുത്തെത്തേണ്ടിവന്നു.

താഴെ ലൂവിനെ ലക്ഷ്യമാക്കി പോകുന്ന റോഡിന് അഭിമുഖമായി മൂന്ന് മഹാരൂപങ്ങൾ. ഒരു പെണ്ണും രണ്ടാണും. ഓരോന്നിനുമിടയിൽ ഒരു ഇരുപതു കാലടികളുടെ വിടവ്. വൻപാറകളിൽ തീർത്ത തറകളിൽ ഗംഭീരഭാവത്തിൽ ഇരിപ്പുറപ്പിച്ച അതികായകർ. ഓരോന്നിനും ഏതാണ്ട് ഇരുപതടിയോളം വലിപ്പം. ശില്പകലാവൈഭവത്തിന്റെ ഉന്നത നിദർശനങ്ങൾ മൂന്നും.

സ്ത്രീരൂപം നഗ്നമായിരുന്നു. സൗന്ദര്യമൂർത്തിയായിരുന്നു. എന്നാൽ നിർഭാഗ്യമെന്നു പറയട്ടെ കാലപ്പഴക്കംകൊണ്ട് പലഭാഗങ്ങളും അടർന്നുപോയിരുന്നതുകൊണ്ട് ഞങ്ങൾക്കാ ലാവണ്യഭംഗി പൂർണ്ണമായും ആസ്വദിക്കാൻ കഴിഞ്ഞില്ല. ഇരുഭാഗങ്ങളിൽ നിന്നുമായി ഉയർന്നുവന്ന നെറ്റിയിൽചേരുന്ന ചന്ദ്രക്കല തലയുടെ പശ്ചാത്തലം. പുരുഷരൂപങ്ങൾ നഗ്നമായിരുന്നില്ല. പേടിപ്പെടുത്തുന്ന ഭൗതികസവിശേഷതകളായിരുന്നു രണ്ടിനും. വിശേഷിച്ചും പിശാചിന്റെ മുഖഭാവവുമായി ഇരിക്കുന്ന വലതുഭാഗത്തെ ആ രൂപം, മറിച്ച് എതിർഭാഗത്തുള്ളതിന് തീർത്തും പ്രശാന്തമായ മുഖഭാവമായിരുന്നു. പേടിപ്പെടുത്തുന്ന ഒരാഴം പക്ഷേ, അതിനുണ്ടെന്ന് എനിക്കു തോന്നി. മാനുഷികമല്ലാത്ത ക്രൂരതയുടേതായി എന്തോ അതിനുണ്ടെന്നുതോന്നി. ഒറ്റനോട്ടത്തിൽ മനസ്സിലാവാത്ത ചില ആന്തരാർത്ഥങ്ങൾ ആ ഭാവങ്ങളിലുണ്ടെന്നായിരുന്നു സർ ഹെൻറിയുടെ

പക്ഷം. അതെന്തായാലും ഈ കലാസൃഷ്ടികൾ പരുവപ്പെടുത്തിയ ആ പ്രതിഭകളുടെ കരവിരുതിനെ എത്ര അഭിനന്ദിച്ചാലും അധികമാവില്ലെന്നു മാത്രമാണ് അതിനെക്കുറിച്ച് തല്ക്കാലം എനിക്കും പറയാനുള്ളത്.

അതേസമയം ഈ കലാസൃഷ്ടികൾ പഴയ നിയമവുമായി ബന്ധപ്പെട്ട ചില കാര്യങ്ങളിലേക്ക് മനസ്സിനെ തിരിച്ചുവിട്ടെന്ന സത്യവും ഇവിടെ സൂചിപ്പിക്കാതിരിക്കാൻ വയ്യ. വിശുദ്ധ പുസ്തകം എനിക്കത്രയും സുപരിചിതമായിരുന്നു. വിചിത്രരൂപികളായ പല ദൈവങ്ങൾക്കു പിന്നാലേയും ഉഴറിനടന്ന ആളായിരുന്നു സോളമൻ. ഇതിൽ മൂന്നു പേരുകൾ ഇപ്പോഴും നന്നായോർക്കുന്നു. സിഡൊവിയനുകളുടെ ദൈവമായ അഷ്ടൊറെത്ത് മൊസബൈറ്റുകളുടെ ദേവതയായ കിമൊഷ്, അമ്മന്റെ സന്തതികൾ ആരാധിച്ചുപോന്ന വിൽകൊം എന്നിവരാണിവർ. ഈ മൂന്നു ശില്പങ്ങളും ഈ മൂന്നു കള്ളദൈവങ്ങളുടെ പ്രതിനിധികളാണെന്നുവരാം.

ക്ലാസിക്കുകളിൽ പാണ്ഡിത്യമുള്ള സർ ഹെൻറി ചോദിച്ചു. ഹീബ്രു ദൈവമായ അഷ്ടൊറെത്ത് ഫിനീഷ്യുകാരുടെ അസ്റ്റാർട്ടെയാണ്. ഫിനീഷ്യന്മാർ സോളമന്റെ കാലത്ത് മഹാ വ്യാപാരികളായിരുന്നു. അസ്ടാർട്ടെ സോളമന്റെ കാലത്ത് രതിദേവതയായ അഫൊഡൈറ്റിന്റെ പദവിയിലേക്കുയർന്നു. ചന്ദ്രക്കലപോലെയുള്ള കൊമ്പുകളോടെ ഈ ദേവിയെ ചിത്രീകരിക്കാറുണ്ട്. ഇവിടെയീ സ്ത്രീരൂപത്തിന്റെ നെറ്റിയിൽ കാണുന്നത് അത്തരം കൊമ്പുകൾത്തന്നെയല്ലേ? ഖനികൾ നോക്കിനടത്തിയ ഏതെങ്കിലും ഫിനീഷ്യക്കാരൻ തന്നെയാകാം ഈ ശില്പങ്ങൾക്കു പിന്നിലെ ബുദ്ധികേന്ദ്രം.

ഞങ്ങൾ ഈ കലാരൂപങ്ങളിൽ തന്നെ ലയിച്ചിരിക്കെ ഇൻഫെഡ്യൂസ് കടന്നുവന്ന് കുന്തമുയർത്തി മൂന്നു രൂപങ്ങളെയും പ്രണമിച്ചു. മരണം ഉറങ്ങുന്ന ഇടത്തേക്ക് ഉടനെ പോകുന്നുണ്ടോയെന്ന് തുടർന്ന് അന്വേഷിച്ചു. ഉച്ചഭക്ഷണം കഴിഞ്ഞു പുറപ്പെടുകയായിരിക്കും നല്ലതെന്ന് കൂട്ടിച്ചേർക്കുകയും ചെയ്തു, ഗഗൂൾ ഏതുസമയത്തും പുറപ്പെടാൻ ഒരുങ്ങി നില്ക്കുകയാണെന്നും സൂചിപ്പിച്ചു. എങ്കിൽ അങ്ങനെയാവാമെന്നു മറുപടി നല്കിയതിന്റെ അടിസ്ഥാനത്തിൽ കിഴവിയെ മഞ്ചലിൽ കൊണ്ടുവന്നു. ഫൗലറ്റചെന്ന് ചുരയ്ക്കത്തോടുകളിൽ കുടിവെള്ളവും ഉണക്കയിറച്ചിയും സംഭരിച്ചു തയ്യാറായിനിന്നു.

ഇനിയങ്ങോട്ട് ഏതാണ്ട് അമ്പതടി പൊക്കത്തിൽ കട്ടിപ്പാറകൾ തീർത്ത വൻമതിലുകളാണ്. ഹിമാവൃത ശൃംഗങ്ങളുടെ അടിവാരങ്ങളിലെത്തുമ്പോൾ സാവധാനം ചരിഞ്ഞ് ഇവ അപ്രത്യക്ഷമാകുന്നു. കൊടുമുടികളിലേക്ക് ഇനിയുമൊരു മൂവായിരം അടിയെങ്കിലും പോകാനുണ്ടാവും.

മഞ്ചലിൽ നിന്നിറങ്ങി വടികുത്തിപ്പിടിച്ച് ഗഗൂൾ അപ്പോൾ ഞങ്ങളെ മുന്നോട്ടു നയിക്കുകയാണ്. എന്തും സംഭവിക്കാം, സഹിക്കാൻ തയ്യാറായിക്കോളൂ എന്ന് ഇൻഫെഡ്യൂസിന്റെ മുന്നറിയിപ്പ്, കിഴവിയുടെ പെരുമാറ്റത്തിൽ ഇപ്പോൾ പ്രകടമായ മാറ്റം സംഭവിച്ചിരിക്കുന്നു. പക ഉപേ

ക്ഷിച്ച് അവൾ സഹകരിക്കാൻ തയ്യാറായിരിക്കുന്നു. ശബ്ദത്തിലും ചല നങ്ങളിലും ആ രീതിയിൽ മാറ്റമുണ്ടായിരിക്കുന്നു. എന്നാൽ, 'സ്വന്തം യജമാനനെ ചതിച്ച' ഇൻഫെഡ്യൂസിന് മാപ്പുകൊടുക്കാൻ തയ്യാറില്ലാ യിരുന്നു. വെള്ളക്കാരായ വലിയവരുടെ ഒരു രോമത്തിനു ക്ഷതമേറ്റാൽ നീ പിന്നെ ജീവനോടെ തിരിച്ചു പോകില്ലെന്ന് ഇതിനു മറു പടിയെന്നോണം സൈനികനേതാവ് കൂടെക്കൂടെ അവളെ ഓർമ്മിപ്പിച്ചു കൊണ്ടിരുന്നു.

ഫൗലറ്റയോട് വിശ്രമിക്കാൻ പറഞ്ഞെങ്കിലും അവൾ തയ്യാറായില്ല. എവിടെ തന്റെ യജമാനനുണ്ടോ നിഴൽപോലെ താനും കൂടെയുണ്ടാകും. ഗുഡിനെ സ്നേഹപൂർവ്വം കടാക്ഷിച്ചുകൊണ്ട് അവൾ പറഞ്ഞു.

വഴി കൂടുതൽ ഇടുങ്ങിവന്നു. കഷ്ടിച്ച് രണ്ടുപേർക്ക് ഒന്നിച്ചുനട ക്കാം. ഇരുട്ട്. നരിച്ചീറുകൾ. എന്നാൽ അധികം താമസിയാതെ എത്തി ച്ചേർന്നതോ സ്വർഗ്ഗംപോലെ സുന്ദരമായ ഒരു സ്ഥലത്ത്. ജീവിച്ചിരിപ്പുള്ള ഒരു മനുഷ്യനും ഇതുവരെ ഉണ്ടാകാനിടയില്ലാത്ത അനുഭവം!

അതിവിശാലമായ ഒരു ഗുഹയുടെ അകത്തളമായിരുന്നു അത്. വാതിലുകളോ ജനാലകളോ ഇല്ലാത്ത അതിഗംഭീരമായ ഒരു ഭദ്രാസന പ്പള്ളിയുടെ ഉള്ളിലാണ് നില്ക്കുന്നതെന്ന് ഒരു നിമിഷം സംശയിച്ചു. മേല്ത്തട്ടിലെ ദ്വാരങ്ങളിലൂടെ മങ്ങിയവെളിച്ചം അകത്തു കടക്കുന്നു. തലയ്ക്കു മുകളിലൊരു നൂറടിഉയരത്തിൽ കമാനാകൃതിയിലാണത്. ആകെകൂടിയുള്ള വിസ്തൃതിയും വലിപ്പവും വായനക്കാരൻ സ്വയം സങ്ക ല്പിക്കുന്നതാവും നല്ലത്. മനുഷ്യനിർമ്മിതമായ ഏതൊരു ശില്പത്തേ യുംകാൾ ഗംഭീരമാണ് പ്രകൃതിയുടെ ഈ സൃഷ്ടിയെന്നുമാത്രം പറ ഞ്ഞുനിർത്താം.

എന്നാൽ ഈ വലിപ്പവും ഗാംഭീര്യവും സൗന്ദര്യവുമൊക്കെയുണ്ട ല്ലൊ, ഞങ്ങളെ കാത്തിരുന്ന അത്ഭുതങ്ങളിൽ ഏറ്റവും നിസ്സാരമായ ഒന്നു മാത്രമാണെന്ന് താമസിയാതെ മനസ്സിലായി. രംഗം തെളിഞ്ഞുവന്നപ്പോ ഴല്ലെ അറിയുന്നത് ഹിമനിർമ്മിതമെന്ന് ഒറ്റനോട്ടത്തിൽ തോന്നിപ്പോകാ നിടയുള്ള എത്രയെത്ര സ്തൂപങ്ങളാണ് അകവശത്ത് ഉടനീളം പൊങ്ങി നില്ക്കുന്നതെന്നോ! ഹിമമെന്ന തോന്നലുണ്ടാക്കിയതെല്ലാം ചുണ്ണാമ്പു വെള്ളം കിനിഞ്ഞുകൂടി ഉറച്ചുണ്ടാകുന്ന വിശേഷപ്പെട്ടതരം കല്ലുകളാ യിരുന്നു.

ഒരു ഗുഹയിൽനിന്ന് മറ്റൊരു ഗുഹയിലേക്ക് അവിടെനിന്ന് വേറൊ ന്നിലേക്ക്. ഇങ്ങനെ എത്ര ദൂരം നടന്നു എന്നു പറയാനാവില്ല. എല്ലാം സ്വർഗ്ഗലോകങ്ങളായതുകൊണ്ട് വിരസതയറിഞ്ഞില്ലെന്നുമാത്രം. ഇങ്ങനെ എത്രയോ ഇടങ്ങൾ കടന്നും കേറിയും മുന്നോട്ട്. ഓരോന്നും കണ്ട് അതിന്റെ സൗന്ദര്യത്തിൽ ഭ്രമിച്ച് അന്തിച്ചുനില്ക്കുകയായിരുന്നെ ങ്കിൽ അതിനേ നേരമുണ്ടാകുമായിരുന്നുള്ളൂ. പാറകൊണ്ടുള്ള വിശാല മായ തറയിലൊരിടത്ത് പഴയ ഗ്രീക്ക് ദേവാലയത്തെ ഓർമ്മിപ്പിക്കുന്ന ചില സ്തംഭങ്ങളും കാണാനിടയായി. ഇതിൽ ചിലതിന്റെ അടിവണ്ണം

മാത്രമളന്നാൽ ഒരു ഇരുപതടിയെങ്കിലുമുണ്ടാകുമെന്നു തോന്നി. അനുപമമായ സൗന്ദര്യധോരണിയോടെ അവ വിദൂരമായ മുകൾത്തട്ടിനെ പുല്കാനെന്നപോലെ ഉയർന്നുനില്ക്കുകയായിരുന്നു. ഇനിയും ചിലത് അവയുടെ രൂപീകരണത്തിന്റെ ആരംഭഘട്ടത്തിലായിരുന്നു.

ഇങ്ങനെ വാപൊളിച്ചു നോക്കിനില്ക്കുമ്പോഴും അവിരാമമായി നടന്നുകൊണ്ടിരുന്ന അത്തരം പ്രക്രിയകളുടെ ശബ്ദം കേൾക്കാമായിരുന്നു. ദൂരെ മുകളിൽ എവിടെയോ സ്ഥിതിചെയ്യുന്ന ഹിമസൂചികളിൽനിന്ന് വെള്ളത്തുള്ളികളോരോന്നായി പൊഴിഞ്ഞുവീണുകൊണ്ടിരുന്നു. ചില തൂണുകളിൽ രണ്ടോ മൂന്നോ മിനിട്ടുകളിൽ ഒന്ന് എന്ന രീതിയിലാണവ വീഴുന്നതെന്നു ശ്രദ്ധിച്ചു. ഈ രീതിയിലിതു നടന്നാൽ ഒരു തൂണ് രൂപം കൊള്ളാൻ എത്രകാലമെടുക്കുമെന്ന് കണക്കുകൂട്ടുക രസകരമായ ഒരഭ്യാസമായിരിക്കുമെന്ന് എനിക്കുതോന്നി. ഈ തുള്ളികളെല്ലാം ഉറച്ചു കട്ടിയായി തൂണിന്റെ രൂപത്തിലാകുന്ന വിചിത്രമായ പ്രതിഭാസം! തൂണുകളിലൊന്നിൽ കണ്ട മുറിവ് ഒരു മമ്മിയെ ഓർമ്മിപ്പിച്ചു. അതിന്റെ തലത്തു നോക്കുമ്പോൾ ഈജിപ്തുകാരുടെ ഏതു ദൈവത്തെയാണോർമ്മ വരിക? തീർച്ചയായുമിത് പഴയകാലത്തെ ഏതോ ഒരു കലാകാരന്റെ കരവിരുതുതന്നെ. ഖനിയിൽ തൊഴിൽതേടി വന്നുചേർന്ന ആരോ. ഇതിനു പിന്നിൽ പ്രവർത്തിച്ച കരങ്ങൾ ഒരു ഫിനീഷ്യന്റേതായാലും ഇംഗ്ലീഷുകാരന്റേതായാലും സ്വാഭാവികമായ ഒരു ഉയരത്തിൽ പ്രകൃതിയുടെ വിശിഷ്ട സൃഷ്ടികളുടെ ചെലവിൽ അമരത്വം നേടിയെടുക്കാൻ അലസവേളകളിൽ അയാൾ നടത്തിയ കൈക്രിയകളുടെ ഫലമാകാനേ തരമുള്ളൂ. ഒരു മൂവായിരം വർഷത്തെ പഴക്കമെങ്കിലും അതിനുണ്ടാകുമെന്നാണ് എന്റെയൊരു കണക്കുകൂട്ടൽ. തൂണിന് ഇപ്പോൾ കഷ്ടിച്ച് എട്ടടി ഉയരമുണ്ടാകും. പണിപൂർത്തിയായിട്ടില്ല. ഹിമജലത്തുള്ളികൾ ഇപ്പോഴുമതു നിർവ്വഹിച്ചുകൊണ്ടിരിക്കുന്നു. ആയിരം കൊല്ലംകൊണ്ട് ഒരടിയോളം വളർച്ച. ഒരു നൂറ്റാണ്ടിൽ ഒരിഞ്ചും ചില്ലറയും. അങ്ങനെപോയി എന്റെ കണക്കുകൂട്ടൽ.

പെട്ടെന്ന് ഗഗൂളിന്റെ ഒച്ചകേട്ട് ചിന്തകൾക്കു വിരാമമിടേണ്ടിവന്നു. വലിയൊരു വാതിലിനു മുമ്പിൽ നില്ക്കുകയാണ് ഇപ്പോളവൾ. ഈ കലാശില്പങ്ങളൊന്നും ഇങ്ങനെയൊരു രാക്ഷസിക്ക് കാഴ്ചകളേയല്ലല്ലൊ. ഈജിപ്ഷ്യൻ ദേവാലയങ്ങളെ ഓർമ്മിപ്പിക്കുന്ന ചതുരാകൃതിയിലുള്ള ആ വാതിലിനു മുമ്പിൽ നിന്നുകൊണ്ട് അക്ഷമയോടെ അവൾ ഞങ്ങളെ വിളിക്കുകയാണ്. “മരണത്തിന്റെ പാർപ്പിടം. മുൻകരുതലെടുത്തോളൂ. ഭീരുക്കളാരും വരണ്ട” എന്നെല്ലാം ചിലമ്പിച്ച ഒച്ചയിൽ ഉറക്കെ പറയുന്നുണ്ട്. എന്റെ ഹൃദയമിടിപ്പ് ഒരു നിമിഷം നിന്നുപോയി. ഇഗ്നൊസി ഞങ്ങളെ ധൈര്യപ്പെടുത്തി. അകത്ത് ഇരുട്ടാണ്. ഊന്നുവടികൊണ്ട് തപ്പിത്തടഞ്ഞാണ് കിഴവിയുടെ നടപ്പ്. ഏതാണ്ട് അമ്പതടി ഉയരത്തിലും ഇരുപതടി നീളത്തിലും കൈകൊണ്ടുണ്ടാക്കിയതെന്ന് എനിക്കു തോന്നിയ ഇടനാഴി. നേരെ കുന്നിനു വെളിയിലേക്ക് അത് ഞങ്ങളെ കൊണ്ടുപോയി.

അവിടെ അടിയിലെ വലിയ ഗുഹയ്ക്കു മുകളിൽ മറ്റൊരു ഗുഹ! ഈ അകത്തളത്തിൽ പ്രകാശം തീരേക്കുറവാണ്. അകത്തിന്റെ അതേ നീളത്തിൽ വലിയൊരു മേശ പരത്തിയിട്ടതുപോലെ തോന്നി. അതിന്റെ അങ്ങേത്തലയ്ക്കൽ ഉപവിഷ്ടനായ ഒരു വെളുത്ത വലിയ രൂപം മങ്ങിയ കാഴ്ചയായിക്കണ്ടു. ഒന്നല്ല, അതിനു ചുറ്റും സാധാരണ മനുഷ്യരുടെ വലിപ്പമുള്ള മറ്റു രൂപങ്ങൾ. ഒന്നല്ല ഒരേപോലുള്ള ഒരായിരം രൂപങ്ങൾ. മഞ്ഞുകൊണ്ട് ഉണ്ടാക്കിയെടുത്തപോലെ എല്ലാറ്റിനും വെള്ളനിറം.

കണ്ണുകൾ അകത്തെ ഇരുട്ടുമായി പൊരുത്തപ്പെട്ടതോടെ എല്ലാം പകൽപോലെ വ്യക്തമായി.

പെട്ടെന്ന് നിയന്ത്രണംതെറ്റുന്ന ഒരു രീതി എനിക്കില്ല. അന്ധവിശ്വാസിയല്ല. അങ്ങനെ എന്തെങ്കിലും കണ്ട് വികാരധീനനാകുന്ന സ്വഭാവവുമില്ല. എന്നാൽ, ആ സമയം കണ്ട കാഴ്ച എന്റെ എല്ലാ നിയന്ത്രണങ്ങളെയും തെറ്റിച്ചു. കോളറിൽ പിടിച്ച് ഹെൻറി പിന്നോട്ടു വലിച്ചില്ലായിരുന്നെങ്കിൽ ഞാനാ ചുണ്ണാമ്പുകല്ലുഗുഹവിട്ട് പുറത്തേക്ക് ഓടിപ്പോയിട്ടുണ്ടാകുമായിരുന്നു. കിംബർലി ഖനികളിലെ അമൂല്യമായ രത്നക്കല്ലുകൾ മുഴുവൻ തരാമെന്നുറപ്പുതന്നാലും ഞാൻ പിന്നെ തിരിച്ചുവരാൻ തയ്യാറാകുമായിരുന്നില്ല. ഏതായാലും സർ ഹെൻറിയുടെ ഇടപെടൽ എന്റെ കാലുകളെ ചലനരഹിതമാക്കി. തുടർന്ന് മുമ്പിൽ കണ്ട കാഴ്ചകളിലേക്ക് നോക്കാതിരിക്കാൻ കഴിഞ്ഞില്ല. ആ വെളുത്ത ഹിമരൂപങ്ങളെല്ലാം മനുഷ്യരായിരുന്നു. ചത്തുപോയവരുടെ ജഡശരീരങ്ങൾ. പിടിവിട്ട് ഹെൻറി നെറ്റിയിൽ ഉരുണ്ടുകൂടിയ വിയർപ്പുതുള്ളികൾ തുടയ്ക്കുന്നതു കണ്ടു. ഗുഡ് ഒരു ശാപവാക്ക് ഉച്ചരിച്ചു. അയാളുടെ ശരീരത്തോടു പറ്റിചേർന്നു നിന്ന് ഫൗലറ്റ ഉറക്കെ നിലവിളിച്ചു.

ഒരാൾമാത്രം നിർത്താതെ ഉറക്കെയുറക്കെ പൊട്ടിച്ചിരിച്ചുകൊണ്ടിരുന്നു. ഗഗൂൾ!

ഭീകരമായ ഒരു കാഴ്ചതന്നെയായിരുന്നു അത്. നീണ്ട മേശയുടെ അറ്റത്ത് ആദ്യം കണ്ണിൽപ്പെട്ട ആ അതികായൻ വെറും ഒരു അസ്ഥികൂടം മാത്രമാണെന്നു ഞാൻ തിരിച്ചറിഞ്ഞു. കൈയിൽ കുന്തമുയർത്തിപ്പിടിച്ച് ആക്രമണോത്സുകമായി നിന്ന ആ രൂപം തന്നെയാണ് മരണമെന്ന് അടുത്ത ക്ഷണം ഞാൻ തിരിച്ചറിഞ്ഞു. എല്ലുകളും കുന്തവും എല്ലാം നല്ല തൂവെള്ളനിറത്തിലാണെന്നുമാത്രം. വെളുത്ത ചുണ്ണാമ്പു തരികളുടെ കളി! പതിനഞ്ചടിയിലേറെ പൊക്കമുള്ള മനുഷ്യരൂപം! എല്ലുകൈകളിലൊന്ന് കൽമേശപ്പുറത്ത് ഊന്നിയനിലയിൽ മറ്റേക്കൈകൊണ്ട് കുന്തമുയർത്തി ലക്ഷ്യംവെച്ച് എറിയുന്നമട്ട്. ശരീരം മുന്നോട്ടുകുനിച്ച് കഴുത്തിലെ കശേരുക്കളും ഇളിച്ചുകാട്ടുന്ന തലയോട്ടിയും ഞങ്ങളുടെ നേർക്ക് തിരിച്ച്, കൺകുഴികൾ രണ്ടും ഞങ്ങളിൽ തറപ്പിച്ച് വാ അല്പമൊന്നു പിളർത്തി ഞങ്ങളെത്തന്നെ നോക്കുകയാണതെന്ന് എനിക്കു തോന്നി. എന്തോ പറയാനുള്ളതുപോലെ. എന്തായിരിക്കാമെന്ന് അറിയാതെ പിറുപിറുത്തുപോയി.

ഹി! ഹി! ഹി! എന്ന് അപ്പോൾ ഗഗൂളിന്റെ കൊല്ലുന്ന ചിരിവീണ്ടും കേട്ടു. മനസ്സിലായില്ലേ, അപ്പുറത്തിരിക്കുന്നത് ആരെന്ന്? അവൻതന്നെ. നിങ്ങൾ കഴുത്തരിഞ്ഞിട്ട എന്റെ രാജാവ്. പിന്നെ ഇഗ്നൊസിയുടെ കഴുത്തിൽ പിടിച്ച് വലിച്ച് മേശപ്പുറത്തിരുന്ന നഗ്നരൂപത്തിന്റെ മുഖം കാട്ടിക്കൊടുത്തു. അതെ. അത് ട്വാലയുടെ ശവശരീരംതന്നെയായിരുന്നു. അപ്പുറം പലകാലങ്ങളിലായി ജീവിച്ച അയാളുടെ പിതാമഹന്മാർ. കിഴവി അവരിൽ പലരോടും സംസാരിക്കുന്നതു കേട്ടു.

ശിലകൾ ഇരിപ്പിടങ്ങളാക്കി പിന്നെയും എത്രയെത്ര ശരീരങ്ങൾ! ചരിത്രാതീതകാലംതൊട്ട് മരണം തട്ടിയെടുത്തുകൊണ്ടുപോയ വലിയവരും ചെറിയവരുമായ മനുഷ്യരുടെ ജഡരൂപങ്ങൾ. മുകളിൽനിന്ന് തുള്ളികളായി ഉറ്റിവീണ ചുണ്ണാമ്പുതുള്ളികൾ എല്ലാറ്റിനേയും വെളുത്ത ഹിമശിലകളാക്കി മാറ്റിയെടുത്തിരിക്കുന്നു. ട്വാലയുടെ ആ ഉണങ്ങിയ ശരീരവും അങ്ങനെയൊരു പ്രക്രിയയിലൂടെ കടന്നുപോവുകയാണിപ്പോൾ.

പക്ഷേ, മേശയ്ക്കു തൊട്ടുമുമ്പിൽ കുന്തമെറിഞ്ഞുകൊള്ളിക്കാൻ ആഞ്ഞുനില്ക്കുന്ന മരണത്തിന്റെയാ ഭീമാകാരരൂപത്തിന് മറ്റ് എല്ലാരൂപങ്ങളേക്കാളും പഴക്കമുണ്ടെന്ന് ഞാനറിയുന്നു. വിജിഗീഷുവായ മരണം. കാലത്തിന്റെ എല്ലാ കാലുഷ്യങ്ങൾക്കും അതീതനായ മരണം!

പക്ഷേ, എന്തിനീ പ്രദർശനം? നിധിയിൽ കണ്ണുവച്ച് ഇവിടെ എത്തുന്നവരെ പേടിപ്പിച്ച് തിരിച്ചയക്കാനോ? അറിഞ്ഞുകൂട. വായനക്കാർക്ക് സ്വയം തീരുമാനിക്കാം.

17

സോളമന്റെ നിധിയറ

മരണവീട്ടിലെക്കാഴ്ചകൾ ഉണ്ടാക്കിയ കടുത്ത ഭയത്തിൽ സാവധാനം മോചനം നേടിക്കൊണ്ടിരിക്കെ, മുറിയുടെ മറ്റൊരുഭാഗത്ത് ഗഗൂൾത്തള്ള ശവങ്ങളെ നിരത്തിയിരുത്തിയ മേശപ്പുറത്തു വലിഞ്ഞു കയറി. (ഇത്തരം കാര്യങ്ങളിൽ ഏർപ്പെടുമ്പോൾ കിഴവിക്ക് എന്തൊരൂർജ്ജമാണെന്നോ!) എന്തോ പരിശോധനകൾ നടത്തുകയായിരുന്നു. അതിനിടെ ജീവിക്കുന്നവരോടെന്നപോലെ ചിലരെ പേരെടുത്തുവിളിച്ച് സുഖവിവരങ്ങൾ അന്വേഷിക്കുന്നുമുണ്ട്. ഇതെല്ലാം കഴിഞ്ഞ് വെളുത്ത മരണം നില്ക്കുന്ന മേശയുടെ ഏതാണ്ട് നടുവിലായി പടിഞ്ഞിരുന്ന് മന്ത്രങ്ങൾപോലെ ചിലത് ഉരുവിടാൻ തുടങ്ങി. മരണത്തോട് എന്തോ പ്രാർത്ഥിക്കുകയാണിവൾ. മനുഷ്യകുലത്തിന്റെ ഏറ്റവും വലിയ ശത്രുവായ മരണമോ ഇവളുടെ ഇഷ്ടദേവൻ? ഇതൊന്ന് കൃത്യമായി അറിയണമല്ലോ എന്നു വിചാരിച്ച് ഞാൻ തുടർന്നുള്ള പരിശോധനകൾക്കു വേഗതകൂട്ടി. തുടർന്ന് ശബ്ദം താഴ്ത്തി മൃദുസ്വരത്തിൽ 'ഗഗൂൾ' എന്നു വിളിച്ച് നിധിയറയിലേക്ക് വഴികാട്ടാൻ നിർദ്ദേശം നല്കി.

"വലിയവർക്ക് ഒട്ടും പേടിയില്ലെന്നോ!" പ്രാർത്ഥന മതിയാക്കി മേശപ്പുറത്തുനിന്നിറങ്ങി അവളുടെ ചോദ്യം.

"നീ വഴി പറഞ്ഞുതരുന്നുണ്ടോ, അതോ..."

"ക്ഷമിക്ക് വലിയവരേ." പിന്നെ മരണത്തെനോക്കി, "ഇവിടെയാണ് ആ അറ" എന്നു പറഞ്ഞു. "ആദ്യം വിളക്ക് തെളിക്ക് വെള്ളക്കാരേ, ഇതാ ഈ ചുരയ്ക്കത്തോടു നിറയെ എണ്ണയുണ്ട്." കൈയിൽ ബാക്കിയുണ്ടായിരുന്ന തീക്കൊട്ടിക്കൊള്ളികളിൽ ഒന്നെടുത്തുരസി ഞാൻ വിളക്കു കത്തിച്ചു. ചുറ്റും പരതിയെങ്കിലും കട്ടിപ്പാറയല്ലാതെ ഒന്നും കാണാൻ കഴിഞ്ഞില്ല.

"വഴി അവിടെത്തന്നെയുണ്ട് വലിയവരെ. ഹി! ഹി! ഹി!"
"ഞങ്ങളെ കളിപ്പിക്കരുത്."
"കളിയല്ല തമ്പുരാക്കന്മാരേ, നോക്കിയാൽ കാണാം."

വിളക്ക് ഒന്നുകൂടി ഉയർത്തിപ്പിടിച്ച് ശ്രദ്ധിച്ച് അവൾ ചൂണ്ടിയ ഇടത്തേക്ക് നോക്കിയപ്പോൾ വലിയൊരു കല്ല് സാവധാനം മുകളിലേക്ക് ഉയർന്നുവരുന്നത് കണ്ണിൽപ്പെട്ടു. മുകളിലെ പാറയിൽ ആ രീതിയിൽ തന്നെ കുറച്ചുകഴിഞ്ഞ് അതു അപ്രത്യക്ഷമായി. അതിനെ സ്വീകരിക്കാൻ അവിടെയൊരു വിടവുണ്ടായിരുന്നു. സാമാന്യം വലിയ ഒരു വാതിലിന്റെ നീളവും വീതിയും വണ്ണവും (നീളം ഒരു പത്തടി, അഞ്ചടിയിൽ കുറയാത്തവണ്ണം, ഇരുപത് മുപ്പതു ടൺ ഭാരം.) ആ കല്ലുകവാടത്തിനുണ്ടെന്ന് ഞാൻ കണക്കുകൂട്ടി. ലളിതമായ ഏതോ ശാസ്ത്രതത്ത്വമുപയോഗിച്ചു അനായാസമായി അതിനെ ഉയർത്തി മാറ്റിയിരിക്കുകയാണെന്നു വ്യക്തം. ഒരുപക്ഷേ, ആധുനികകാലത്ത് പുതിയതരം ജനാലകൾ അടയ്ക്കാനും തുറക്കാനുമുപയോഗിക്കുന്ന സൂത്രത്തിൻ ഏതാണ്ട് സമാനമാണിതെന്നും വരാം. ആര്? എങ്ങനെ ഇത് പ്രവർത്തിക്കുന്നു? എന്തോ, ഒന്നും കാണാൻ കഴിഞ്ഞില്ല. ഗഗൂൾ അതു ഞങ്ങൾ കാണാതിരിക്കാനും പ്രത്യേകം ശ്രദ്ധിച്ചിട്ടുണ്ടാവണം. എന്തായാലും അതൊരു ഉത്തോലകം കൊണ്ടുള്ള വിദ്യയാണ്. ആർക്കും കാണാൻ കഴിയാത്ത ഒരു സ്ഥലത്ത് അത് സ്ഥാപിച്ചതാകാം. ചെറിയ രീതിയിൽ ഇത്തിരി മർദ്ദം പ്രയോഗിച്ചാൽ അതു പ്രവർത്തിക്കുമായിരിക്കും. ഉദാഹരണമായി, കൂടുതലായി അല്പം ഭാരം, കുറഞ്ഞ ഭാരംകൊണ്ട് കൂടിയ ഭാരത്തെ തറയിൽനിന്ന് ഉയർത്തുന്ന ഒരു ലളിതസൂത്രം.

അത് നേരത്തേ കിടന്ന തറയിൽ ഇപ്പോൾ വലിയൊരു വിടവ് തുല്യമായ അളവിൽ പ്രത്യക്ഷമായിരിക്കുന്നു.

സോളമന്റെ നിലവറിയിലേക്കുള്ള വാതിൽ അവസാനം ഇതാ ഞങ്ങൾക്കുവേണ്ടി തുറക്കപ്പെട്ടിരിക്കുന്നു. ആ സമയത്തെ അത്യധികം ഉത്തേജിതമായ മാനസികാവസ്ഥയെക്കുറിച്ച് എന്തു പറയാനാണ്! എന്റെ കാര്യം പറയുകയാണെങ്കിൽ അനിയന്ത്രിതമാംവിധം ശരീരം കിടന്ന് വിറയ്ക്കുകയായിരുന്നു. മനസ്സ് അല്പമൊന്ന് ശാന്തമായപ്പോൾ ആലോചിച്ചു - സംഗതി തട്ടിപ്പാണെങ്കിൽ? ഡസിൽവെസ്ട്ര എന്ന ആ ഡച്ചുപണ്ഡിതൻ പറഞ്ഞത് ശരിയാണെന്ന് എന്താണിത്ര ഉറപ്പ്? ഈ ഇരുട്ടറ നിറയെ അമൂല്യമായ കല്ലുകളും സ്വർണ്ണവുമൊക്കെയാണെന്നു വന്നാൽ? മൂന്നുപേരെയും ലോകത്തിലെ ഏറ്റവും വലിയ കോടീശ്വരന്മാരാക്കി മാറ്റാൻപോന്ന അളവറ്റ സമ്പത്ത്. സത്യം അറിയാൻ ഇനി അധികസമയം വേണ്ട.

"നക്ഷത്രങ്ങളിൽനിന്ന് ഇറങ്ങിയ തമ്പുരാക്കന്മാരേ അകത്തേക്ക് കാലെടുത്തുവെച്ചാലും." വാതിലിനടുത്തേക്ക് നീങ്ങിക്കൊണ്ട് ഗഗൂൾ ഞങ്ങളെ ക്ഷണിച്ചു. "അതിനുമുമ്പ് ദാസിയായ ഈ കിഴവി പറയുന്നത് മനസ്സിരുത്തി കേട്ടാലും. ഇതിനകത്ത് സൂക്ഷിച്ചുവച്ച ഈ കല്ലുകളു

ണ്ടല്ലോ, നേരത്തേ കണ്ട ആ മഹാ മൗനികളുടെ കാല്ചുവടുകൾക്കടിയിൽ നിന്നാണ് അവയെല്ലാം കുഴിച്ചെടുത്തത്. അതെല്ലാം ഇവിടെ എത്തിച്ചതും സൂക്ഷിച്ചതും ആരാണെന്ന് എനിക്കറിഞ്ഞുകൂട. പക്ഷേ, ഒരു കാര്യം ഈ കിഴവിക്ക് നല്ലപോലെ അറിയാം. ഇത് ഇവിടെ എത്തിച്ചവർ വിട്ടുപോയശേഷം ഒരിക്കൽ മാത്രം മറ്റൊരാൾ ഇവിടെ വന്നിട്ടുണ്ട്. ഈ സമ്പത്തെല്ലാം ആരുടേതാണ്? ആരാണ് ഇതിന്റെ അവകാശികൾ. കാലാകാലമായി ഇവിടെ ജീവിച്ചവർ, ഇപ്പോഴും ജീവിച്ചുകൊണ്ടിരിക്കുന്നവർ, അല്ലാതെ മറ്റാര്? എന്നാൽ ആർക്കും ഇതുകൊണ്ടു പോകാനാവില്ല. ഉള്ളിൽ കടക്കാൻ വഴി അറിഞ്ഞിട്ടുവേണ്ടെ? അറിഞ്ഞാൽത്തന്നെ വാതിലിന്റെ രഹസ്യം മനസ്സിലാക്കിയിട്ടുവേണ്ടെ? പക്ഷേ, ഒരാൾവന്നു. പർവ്വതങ്ങൾ മറികടന്നുവന്നു. ഒരു വെള്ളക്കാരൻ. ഒരുപക്ഷേ, നക്ഷത്രങ്ങളിൽനിന്ന് വന്നതാവും. അന്നത്തെ രാജാവ് ആദരിച്ച് സ്വീകരിച്ചു. ആ മേശപ്പുറത്തുകണ്ടവരിൽ ഒരാൾത്തന്നെ. അഞ്ചാമത് ഇരിക്കുന്ന ആൾ. ഒറ്റയ്ക്കല്ല വന്നത്. കൂടെയൊരു പെണ്ണുമുണ്ടായിരുന്നു. നാട്ടുകാരി. എങ്ങനെയെന്നറിഞ്ഞുകൂട. വാതിലിന്റെ രഹസ്യം അവൾക്കറിയാമായിരുന്നു. എന്നുവച്ച് ആയിരംകൊല്ലം അന്വേഷിച്ചാലും നിങ്ങൾക്കത് അറിയാൻ കഴിയുമെന്നു വിചാരിക്കണ്ട. പെണ്ണ് ചെറിയ ഒരു കോലാടിനേയും കൊണ്ടാണ് വന്നത്. ഭക്ഷണപ്പൊതിയും മറ്റും അതിന്റെ പുറത്തായിരുന്നു. അറയിൽനിന്നു പുറത്തു പോകുമ്പോൾ വലിയ ഒരു രത്നം അയാൾ കൈയിലെടുത്തു. നല്ല ഭംഗിയുള്ള ഒരു സാധനം." ഇത്രയും പറഞ്ഞ് അവൾ നിർത്തി.

"ഡസിൽവെസ്ട്രക്ക് പിന്നെ എന്തുപറ്റി?"

ആ പേരു കേട്ട് അവളൊന്നു ഞെട്ടി. "മരിച്ചുപോയ ആളുടെ പേര് അതാണെന്ന് നിങ്ങളെങ്ങനെയറിഞ്ഞു?" ശബ്ദത്തിന് വല്ലാത്ത മൂർച്ചയുണ്ടായിരുന്നെങ്കിലും ഉത്തരത്തിനു കാത്തുനില്ക്കാതെ അവൾ മറുപടി തുടർന്നു.

"അയാൾക്ക് എന്തുപറ്റിയെന്ന് ആർക്കുമറിഞ്ഞുകൂട. പക്ഷേ, ഒരു കാര്യം പറയാം. അയാൾ വല്ലാതെ പേടിച്ചുപോയി. അതുകാരണം ആട്ടിൻ തോലിൽ ശേഖരിച്ച കല്ലുകൾ ഇവിടെത്തന്നെ വലിച്ചെറിഞ്ഞു. കൈയിൽ പിടിച്ച ആ വലിയ കല്ലുമായി പുറത്തേക്കോടി രക്ഷപ്പെടാൻ നോക്കി. രാജാവിന്റെ നെറ്റിയിൽ കണ്ട കല്ല് അതായിരുന്നു. ഇപ്പോൾ ഇഗ്നൊസിയുടെ നെറ്റിയിൽ അതുണ്ടല്ലോ."

"പിന്നീടാരും ഇങ്ങോട്ടുവന്നില്ലെന്നാണോ?"

"അതെ. മകുമസാൻ, പിന്നീട് ആർക്കും അകത്തുകടക്കാൻ കഴിഞ്ഞില്ല. രഹസ്യം അറിഞ്ഞിട്ടു വേണ്ടെ? രാജാക്കന്മാർ വരും, തുറക്കും വാതിൽ തുറക്കാൻ അവർക്കറിയുമായിരുന്നു. എന്നാൽ അവർക്കുപോലും അകത്തുകടക്കാൻ ധൈര്യമില്ലായിരുന്നു. കടന്നാൽ അടുത്ത ചന്ദ്രനെ കാണുംമുമ്പ് മരിച്ചുപോകും. കുന്നിൻ മുകളിലെ ഗുഹയിൽക്കി

ടന്ന് വെള്ളക്കാരൻ പോലും മരിച്ചു. നിങ്ങൾ കണ്ടല്ലോ. ഹ! ഹ! ഹ! ഹി! ഹി! ഹി! ഞാൻ പറഞ്ഞതെല്ലാം സത്യമാണ്."

മൂന്നുപേരും പരസ്പരം കണ്ണുകൾകൊണ്ട് സംസാരിച്ചു. മനസ്സ് വല്ലാതെ അസ്വസ്ഥമായി.

"വന്നാലും, അകത്തു വന്നാലും വലിയവരെ. ഞാൻ പറഞ്ഞതു ശരിയെങ്കിൽ ആട്ടിൻതോലും അതിൽ കൊണ്ടുപോകാൻ നോക്കിയ കല്ലുകളും നിലത്തു ചിതറിക്കിടക്കുന്നതു നിങ്ങൾക്കു കാണാം. അകത്തു കടന്നാൽ മരണം ഉറപ്പാണെന്ന കാര്യത്തിൽ സംശയമുണ്ടെങ്കിൽ അത് പിന്നീട് മനസ്സിലായിക്കൊള്ളും. ഹ! ഹ! ഹ!" തുടർന്ന്, വിളക്കും ഉയർത്തിപ്പിടിച്ച് അവൾ മുമ്പിൽ. ഒരിക്കൽക്കൂടി ഞാൻ അറച്ചുനിന്നു, സമ്മതിക്കുന്നു.

"പക്ഷേ, പേടിക്കാനൊന്നും എന്നെകിട്ടില്ല."

എന്റെ ഭാവമാറ്റം കണ്ട് ഗുഡ് പരിഹാസച്ചിരിയോടെ കിഴവിയെ പിന്തുടർന്നു. ഫൗലറ്റയും അകത്തു കടന്നു. പക്ഷേ, ഇഷ്ടമില്ലാതെയാണ് പോവുന്നതെന്ന് ശരീരം വിറയ്ക്കുന്നതുകണ്ട് മനസ്സിലായി. അറച്ചറച്ചാണെങ്കിലും ഒടുവിൽ ഞാനും അനുസരിച്ചു.

കട്ടിപ്പാറ തുരന്നുണ്ടാക്കിയ ഇടുങ്ങിയ ഇടനാഴിയിലൂടെ കുറച്ചു ദൂരം നടന്നു കഴിഞ്ഞപ്പോൾ ഗഗൂൾ ഞങ്ങളെക്കാത്ത് അല്പനേരം വഴിയിൽത്തന്നെ തങ്ങി. അടുത്തെത്തിയതും പ്രഭാഷണം തുടർന്നു. ഇതിനിടയിൽ ഏതാണ്ട് മൂന്നടിനീളമുള്ള ഒരു കൽപ്പലകയിലേക്കു വിരൽചൂണ്ടി വഴി തടസ്സപ്പെടുത്തിക്കൊണ്ട് അതവിടെ പ്രതിഷ്ഠിച്ചിരിക്കുന്നത് എന്തിനാണെന്നു കൂടി വിശദീകരിച്ചു. വഴിയുടെ വശങ്ങളിലും ഈ രീതിയിലുള്ള ഇളക്കിമാറ്റാൻ പറ്റുന്ന ഇത്തരം പ്രതിരോധഭിത്തികൾ തീർത്തുവച്ചതായി കാണാൻ കഴിഞ്ഞു. ഏറ്റവും വിചിത്രമായി തോന്നിയത് മൂലയിൽ കൂട്ടിയിട്ട കുമ്മായവും ഏതാനും കുമ്മായക്കത്തികളുമാണ്. ഇന്ന് ഉപയോഗിക്കുന്ന രീതിയിൽ തന്നെയുള്ളവയാണവയെന്ന് ഞാൻ പ്രത്യേകം ശ്രദ്ധിച്ചു.

അതിനിടെ തനിക്കു തല ചുറ്റുന്നതായി ഫൗലറ്റ പറഞ്ഞു നിലത്തിരുന്നു. പിന്നീട്, കാത്തിരുന്നോളാമെന്ന് പറഞ്ഞ് ഞങ്ങളെ മുന്നോട്ടു പോകാൻ അനുവദിച്ചു. ഭക്ഷണകൂടയും വെള്ളപ്പാത്രവും അരികെ വച്ച് ഞങ്ങൾ പിരിഞ്ഞു.

തടസ്സം നീക്കി ഒരു പത്തടി നടന്നതേയുള്ളൂ. ചായംതേച്ചു മനോഹരമാക്കിയ ഒരു മരവാതിൽ മുമ്പിൽ തെളിഞ്ഞു. മലക്കെ തുറന്നുകിടക്കുകയാണത്. അവസാനം കടന്നു വന്നയാൾ വാതിലടയ്ക്കാൻ നില്ക്കാതെ തിരക്കിട്ട് ഓടിപ്പോയിട്ടുണ്ടാവും. തിരക്കിനിടയിൽ സ്ത്രീകൾ കൊണ്ടുനടക്കുന്ന ഒരു സഞ്ചി നിലത്തുവീണത് ശ്രദ്ധിച്ചിട്ടുണ്ടാവില്ല. പിന്നെയും നോക്കിയപ്പോൾ കല്ലുകൾക്കിടയിൽ അതാ കിടക്കുന്നു ഒരു ചുരയ്ക്കത്തോട്. എടുത്തുപൊന്തിച്ചപ്പോൾ നല്ല കനം. കനം മാത്രമല്ല, കിലുക്കവും. നിറയെ അമൂല്യങ്ങളായ രത്നക്കല്ലുകൾ!

ഹെൻറിയുടെ ക്ഷമ നശിച്ചു. നിധികൾ സൂക്ഷിച്ച ഉള്ളറയിലെത്താൻ അങ്ങേർക്കു ധൃതിയായി. കിഴവിയുടെ കൈയിൽനിന്ന് വിളക്ക് പിടിച്ചുവാങ്ങി കാലുകൾക്ക് വേഗതകൂട്ടി മുന്നോട്ടാഞ്ഞു. കിഴവിയെ പിന്നിലാക്കി ഞങ്ങൾ പിന്തുടർന്നു. രാക്ഷസികൂടെയില്ലെങ്കിലും ഇനി പ്രശ്നമില്ലെന്നു തോന്നി. അടുത്ത നിമിഷം ഞങ്ങൾ സോളമന്റെ നിധി അറയിലെത്തി.

ഇരുട്ടിനെ പൂർണ്ണമായി അകറ്റി നിർത്താനുള്ള തെളിച്ചം എണ്ണവിളക്കിനില്ലായിരുന്നു. അതുകൊണ്ട് ആദ്യം എല്ലാം മങ്ങിയ കാഴ്ചകൾ മാത്രമായിരുന്നു. പാറതുരന്നുണ്ടാക്കിയ ഒരു പേടകമായിരുന്നു അത്. പത്തടിയിൽ കവിയാത്ത ഒരു സമചതുരം. തൊട്ടടുത്തുതന്നെയായി നിറയെ ആനക്കൊമ്പുകളുമായി മറ്റൊരു അറ. മേല്പുരയിൽ മുട്ടുവോളം അടുക്കിവെച്ച നിലയിൽ, നോട്ടമെത്തിയ ഉയരംവരെ മാത്രം വെച്ചു പറഞ്ഞാൽ ഏറ്റവും മികച്ചതരത്തിൽ പെട്ട ഒരഞ്ചാറു കൊമ്പുകളെങ്കിലുമുണ്ടാകും. ഒരാളെ കോടീശ്വരനാക്കാൻ അതു മാത്രം മതിയാകും. സോളമന്റെ സുപ്രസിദ്ധമായ ദന്തസിംഹാസനമുണ്ടാക്കാൻ കൊമ്പുകൾകൊണ്ടുപോയത് ഇവിടെനിന്നായിരിക്കുമെന്ന് ഞാൻ വിചാരിച്ചു.

കണ്ണുകൾ പിന്നീട് ചെന്നുവീണത് തൊട്ട് എതിർഭിത്തിയിലെ ഇരുപതോ ഇരുപത്തിനാലോ വരുന്ന മരപ്പെട്ടികളിലേക്ക്. ചുവപ്പുചായം പൂശിയിരിക്കുന്നു. മാർട്ടിനി-ഹെൻറി ആയുധപ്പെട്ടികളെക്കാൾ അല്പംകൂടി വലിപ്പം വരും ഓരോന്നിനും. അകത്ത് രത്നക്കല്ലുകളായിരിക്കുമെന്നാണ് വിചാരിച്ചതെങ്കിലും നിറയെ സ്വർണ്ണനാണയങ്ങളായിരുന്നു. കാലം കൊണ്ട് പഴകി ദ്രവിച്ചുപോയ മൂടി തുറക്കാൻ വിഷമമുണ്ടായില്ല. പക്ഷേ, മുമ്പ് ആരോ അടിച്ചുപൊളിക്കാൻ നോക്കിയിട്ട് വിജയിക്കാതെ പോയതിന്റെ ലക്ഷണങ്ങൾ കാണാനുണ്ടായിരുന്നു. ഡ സിൽവെസ്ട്രയാകാം.

"എന്തായാലും വെറുംകൈയോടെ മടങ്ങേണ്ടിവരില്ലെന്നുറപ്പ്." സന്തോഷം സഹിക്കവയ്യാതെ ഞാൻ പറഞ്ഞു.

ഓരോ പെട്ടിയിലും ഏതാനും ആയിരങ്ങൾ. അങ്ങനെയുള്ള ഇരുപതോ അതിലധികമോ പെട്ടികൾ. കണക്കുകൂട്ടി നോക്കൂ, ഞങ്ങളെ കാത്തിരിക്കുന്ന സമ്പത്തിന്റെ വലിപ്പം. സോളമൻ പണ്ട് ശില്പികൾക്കും തൊഴിലാളികൾക്കും കരകൗശല വിദഗ്ദ്ധർക്കും മറ്റുമായി കൂലികൊടുക്കാൻ മാറ്റിവച്ചതാകണം!

പക്ഷേ, രത്നക്കല്ലുകൾ ഒരിടത്തും കാണുന്നില്ലല്ലോ. ആട്ടിൻതോൽ സഞ്ചിയിലും ചുരയ്ക്കത്തോടിലുമായി കണ്ട അത്രയും കല്ലുകളേ ഉണ്ടായിരുന്നുള്ളൂ എന്നു വരുമോ? അതോ സിൽവസ്ട്രെ മറ്റേതെങ്കിലും ഭാഗത്തേക്ക് മാറ്റിവച്ചിട്ടുണ്ടാകുമൊ?

ഞാനിക്കാര്യം ഉറക്കെ പറഞ്ഞപ്പോൾ ഗഗൂൾ സഹായത്തിനെത്തി. "അറയിൽ ഏറ്റവും ഇരുട്ടുള്ള ഭാഗത്തേക്കു നീങ്ങിനില്ക്കൂ വലിയവരെ. നിങ്ങൾ തേടുന്നത് അവിടെയുണ്ടാകും. നോക്കൂ, ആ മൂലയിൽ മൂന്നു പെട്ടികൾ കാണുന്നില്ലേ. ഒന്നുമാത്രം തുറന്നു കിടപ്പാണ്." എനിക്കു മന

സ്സിലാവാത്തത് മറ്റൊരു കാര്യമാണ്. പണ്ടെപ്പോഴോ ഒരു വെള്ളക്കാരനല്ലാതെ മറ്റാരും ഇവിടെ കാലുകുത്തിയിട്ടില്ലെങ്കിൽ, ഇപ്പോൾ ഞങ്ങളെ അറിയിച്ച വിശദാംശങ്ങളെല്ലാം കിഴവിക്ക് എവിടെനിന്നുകിട്ടി? ഞാനീ സംശയമുന്നയിച്ചപ്പോൾ തള്ള പറഞ്ഞത് പാറകൾക്കുള്ളിലൂടെ കാണാൻ കഴിവുള്ളകണ്ണുകളുള്ള ചിലരെങ്കിലും ഈ ഭൂമിയിലുണ്ടെന്നാണ്.

അതിനിടെ ഞങ്ങൾ കിഴവി ചൂണ്ടിക്കാട്ടിയ ഇരുട്ടുമൂലയിൽ എത്തിക്കഴിഞ്ഞിരുന്നു. രണ്ടടിവീതം ചതുരത്തിൽ മൂന്നു പെട്ടികൾ ഞങ്ങളവിടെ കണ്ടു. അതിൽ തുറന്നുകിടന്നതിലേക്ക് വെളിച്ചം പായിച്ച് മൂവരും ഒരേ സമയം നോക്കി. കണ്ണുകളഞ്ചിപ്പോയതുതൊണ്ട് തല്ക്കാലം ഒന്നും കാണാൻ കഴിഞ്ഞില്ല. പിന്നീട് കണ്ണുകൾ പൊരുത്തപ്പെട്ടുവന്നപ്പോൾ ഏതാണ്ട് മുക്കാൽ ഭാഗവും ചെത്താത്ത കല്ലുകൾകൊണ്ട് നിറഞ്ഞിരിക്കുകയാണെന്ന് മനസ്സിലായി. ഒന്നെടുത്തു പരിശോധിച്ചതോടെ എല്ലാ സംശയവും തീർന്നു.

“നാം മൂന്നുപേർ ലോകത്തിലെ ഏറ്റവും വലിയ സമ്പന്നർ. മോൺടിക്രിസ്റ്റൊ പോയിത്തുലയട്ടെ!” സന്തോഷം അടക്കിവെക്കാനാകാതെ ഞാൻ ഉദ്ഘോഷിച്ചു.

“ഏറ്റവും അമൂല്യമായ ഈ കല്ലുകൾകൊണ്ട് നമ്മൾ വിപണികളാകെ നിറയ്ക്കും.” ഗുഡ് അതിൽ പങ്കുകൊണ്ടു.

“അതിന് ആദ്യം ഇതെല്ലാം ഇവിടെനിന്ന് കൊണ്ടുപോകണം.” ആവേശം അത്രയേറെയൊന്നുമില്ലാത്ത മട്ടിൽ ഹെൻറി തിരിച്ചടിച്ചു.

“ഹി! ഹി! ഹി!” എന്ന് ആ സമയംതന്നെ പിന്നിൽനിന്ന് ഗഗൂളിന്റെ ചിരികേട്ടു. “കിട്ടിയില്ലെ തമ്പുരാക്കന്മാരേ! നല്ല ഒന്നാന്തരം സാധനങ്ങളെല്ലാം എടുത്തോ, തൊട്ടോ, കടിച്ചുതിന്നോ. എന്തുവേണമെങ്കിലും ചെയ്തോ. ഹി! ഹി! ഹി!”

വൈരക്കല്ലുകൾ കടിക്കുകയും ചവയ്ക്കുകയും തിന്നുകയും ചെയ്യുന്നതിനെക്കുറിച്ച് കേട്ടാൽ ചിരിക്കാതിരിക്കുന്നതെങ്ങനെ. ഞാൻ ചിരിച്ചു. ഉച്ചത്തിൽ ചിരിച്ചു. ചിരി നിയന്ത്രിക്കാനാവാതെ പിന്നെയും പിന്നെയും ചിരിച്ചു. പകർച്ചവ്യാധിപോലെയത് എന്റെ കൂട്ടുകാരിലേക്കും പടർന്നു. എന്തിനെന്നറിയാതെ ഞങ്ങൾ ചിരിച്ചുകൊണ്ടിരുന്നു. സോളമനുപോലും കൊണ്ടുപോകാൻ കഴിയാതെ പോയ അനർഘരത്നങ്ങൾ. ഡേവിഡിനും കിട്ടിയില്ല. ആർക്കും കിട്ടിയില്ല. ആർക്കും കിട്ടാത്തതു ഞങ്ങൾ കൊണ്ടുപോകാൻ പോകുന്നു. കോടിക്കണക്കിനു പൗണ്ടുവിലവരുന്ന കല്ലുകളുടെയും മഞ്ഞലോഹത്തിന്റേയും വെള്ളിക്കൊമ്പുകളുടെയുമെല്ലാം രൂപത്തിൽ അത് ഇതാ ഞങ്ങളുടെ കാല്ക്കീഴിൽ.

പെട്ടെന്ന് ചിരി നിർത്തി പ്രവർത്തനത്തിലേക്ക് തിരിച്ചുചെന്നു. ഗഗൂൾ മറ്റു പെട്ടികൾ തുറക്കാൻ പറഞ്ഞു. തുറന്ന് വേണ്ടതെല്ലാം എടുത്തുകൊണ്ടുപോകാൻ പറഞ്ഞു. ഏറെ പണിപ്പെട്ടാണെങ്കിലും രണ്ടും തുറന്നു. രണ്ടിലും നിറയെ പ്രാവുമുട്ടയുടെ വലിപ്പമുള്ളവപോലുമുണ്ടാ

യിരുന്നു. 20 കാരറ്റിൽ കുറഞ്ഞ ഒന്നുപോലുമില്ലെന്നുതോന്നി. ചില കറുത്ത ഇനങ്ങളും കൂട്ടത്തിൽ കണ്ടു.

എല്ലാം ഞങ്ങളെ ഏല്പിച്ച് അനുഗ്രഹം ചൊരിഞ്ഞ് ഗഗൂൾ ഇഴഞ്ഞിഴഞ്ഞ് പുറത്തേക്കുപോയി. കല്ലുകൾ പരിശോധിക്കുന്നതിരക്കിൽ ആ മുഖത്തെ പൈശാചികഭാവം ആരും ശ്രദ്ധിച്ചിരുന്നില്ല.

അടുത്തനിമിഷം പുറത്തുനിന്ന് ഫൗലറ്റയുടെ കരച്ചിൽ കേട്ടു. "കൊല്ലുന്നേ. ഓടിവരൂ!"

"ഗഗൂൾ എന്നെ കുത്തി. അടപ്പുകല്ല് എന്റെമേൽ വീഴാൻ പോകുന്നു."

വിളക്കണയാതിരുന്നതുകൊണ്ട് ഇടനാഴിയിലെ ആ രംഗങ്ങൾ വ്യക്തമായിക്കണ്ടു. വാതായനപ്പാറ പതുക്കെ പതുക്കെ കീഴോട്ടു വരികയാണ്. കഷ്ടിച്ച് മൂന്നടിതാഴെ ഫൗലറ്റയും കിഴവിയും നിലത്തു കെട്ടിമറിയുന്നു. ചോരകുത്തിയൊഴുകുന്നുണ്ടെങ്കിലും പെൺകുട്ടി ധൈര്യം കൈവിടാതെ പൊരുതുന്നു. പതുക്കെ അടുത്തുകൊണ്ടിരിക്കുന്ന പാറയ്ക്കടിയിൽ ഞെരിഞ്ഞുമരിക്കുന്നതു ഏതാനും നിമിഷങ്ങൾക്കകം ഞങ്ങൾക്കു കാണേണ്ടിവന്നു. നിലത്തു കിടന്ന് വിശ്രമിക്കുകയായിരുന്ന ആ പാവത്തെ രാക്ഷസി പിന്നിലൂടെ പതുങ്ങിവന്ന് ആക്രമിക്കുകയായിരുന്നു. പിടച്ചിലിനിടയിലും നക്ഷത്രലോകത്തുവച്ചു വീണ്ടും കാണാം എന്നുപറഞ്ഞാണ് അവൾ കാമുകനോടു വിട പറഞ്ഞത്. കിഴവിക്കും രക്ഷപ്പെടാൻ കഴിഞ്ഞില്ല. ഇഴഞ്ഞു പുറത്തുകടക്കാനാകുംമുമ്പ് വാതിൽ അരഞ്ഞ് അവളുടെ കഥയും കഴിഞ്ഞു.

അല്പം കഴിഞ്ഞ് സർ ഹെൻറി ഗുഡിനെ ആശ്വസിപ്പിച്ചത് അധികം വൈകാതെ നിങ്ങൾക്കും അവൾ പോയ ഇടത്ത് എത്തിച്ചേരാം എന്നു പറഞ്ഞാണ്. "നിങ്ങൾ മാത്രമല്ല, നാം മൂന്നുപേരും - കാണുന്നില്ലെ ഇതിനകത്ത് മൂന്നുപേരും ജീവനോടെ കുഴിച്ചുമൂടപ്പെട്ടു കഴിഞ്ഞു."

ആദ്യം എനിക്കതിന്റെ അർത്ഥം മനസ്സിലായില്ല. പുറത്തേക്കുള്ള പാറവാതിൽ എന്നെന്നേക്കുമായി അടഞ്ഞു കഴിഞ്ഞിരിക്കുകയാണെന്നു മനസ്സിലാവാൻ അല്പനേരംകൂടി വേണ്ടിവന്നു. രാക്ഷസിക്കിഴവി അതിഗൂഢമായി എല്ലാം ചെയ്തുവച്ചിരിക്കുന്നു.

സംഭവിച്ചതിന്റെ ഭീകരസ്വഭാവത്തെക്കുറിച്ച് ധാരണ കിട്ടാൻ അല്പം കൂടി സമയമെടുത്തു. വിശന്നും ദാഹിച്ചും ഇതിനകത്തു കിടന്ന് ഇഞ്ചിഞ്ചായി മരിക്കാൻ തന്നെയാണൊ ഞങ്ങളുടെ വിധി? രാക്ഷസി പറഞ്ഞതിന്റെയർത്ഥം ഇപ്പോഴാണ് ശരിക്കും മനസ്സിലാകുന്നത്. സ്വർണ്ണനാണയങ്ങളും രത്നക്കല്ലുകളും തിന്നുംകുടിച്ചും ഇതിനകത്ത് കഴിഞ്ഞുകൂടണം.

ഒരുപക്ഷേ, സിൽവെസ്ട്രെയെ കുടുക്കിയതും ഇതേ രീതിയിലാകണം.

"എണ്ണ തീർന്നു വിളക്ക് കെടാറായിരിക്കുന്നു. ഇരുട്ടു പരക്കുംമുമ്പ് പാറവാതിൽ പൊന്തിക്കാനുള്ള സൂത്രം എവിടെയാണെന്നു കണ്ടുപിടിക്കാൻ കഴിയാത്തപക്ഷം...." ആശങ്കയോടെ സർ ഹെൻറി പറഞ്ഞു. പക്ഷേ, എത്ര ശ്രമിച്ചിട്ടും അതിന്റെയൊരു സൂചനപോലും കിട്ടിയില്ല.

ഏതായാലും വാതിലിനടിയിൽപ്പെട്ട് രാക്ഷസിയും ഞെരിഞ്ഞു മരിച്ചല്ലോ. അത്രയും ആശ്വാസം.

ഒന്നും ചെയ്യാനില്ലാത്തതുകൊണ്ട് പിന്നെ ഞങ്ങൾ നിധിയറയിലേക്കുതന്നെ തിരിച്ചുപോയി. അതിനിടെ ഇടനാഴിയിൽ ഫൗലറ്റ ഉപേക്ഷിച്ച പൊതി ഭക്ഷണം കണ്ണിൽപ്പെട്ടു. നിശ്ചലമായിക്കിടന്ന അവളുടെ ശരീരത്തിനു മുമ്പിൽ അല്പനേരം മൗനികളായി തലകുനിച്ചു നിന്നു. അതിനുശേഷം ഭക്ഷണം പകുത്തുകഴിച്ചു. കുറച്ചു ദിവസം കൂടി വേണ്ടിവരുമെന്നു കരുതി കൂടുതലും കരുതലായി സൂക്ഷിച്ചുവച്ചു. ചുരയ്ക്കപ്പാത്രത്തിലെ വെള്ളം കുറച്ചുദിവസത്തേക്കുകൂടി മതിയാവും.

വിശപ്പുമാറിയതും 'ജയിൽ' ഭിത്തികളിൽ കൂടുതൽ സൂക്ഷ്മമായ പരിശോധന നടത്തി. പക്ഷേ, ഒരു ഫലവുമുണ്ടായില്ല. സമയം ആറുമണിയായെന്ന് എന്റെ വാച്ചു പറഞ്ഞു. "11 മണിക്ക് അകത്തു കയറിയതാണ്. ഇൻഫെഡ്യൂസ് പുറത്തു കാത്തുനില്പുണ്ടാവും. രാത്രി കണ്ടില്ലെങ്കിൽ രാവിലെ അന്വേഷിക്കും." ഞാൻ പറഞ്ഞു.

"വാതിലിന്റെ രഹസ്യം അയാൾക്കുമറിയില്ലെന്ന് എനിക്കു തോന്നുന്നു. ഗഗൂളിനല്ലാതെ അതു ആർക്കുമറിഞ്ഞുകൂട. ഇനി അഥവാ വാതിൽ കണ്ടാൽത്തന്നെ അയാൾക്കതു തകർക്കാൻ കഴിയുമെന്നു തോന്നുന്നുണ്ടോ? കുകുവനപ്പട്ടാളം മുഴുവൻ വന്നാലും അതു നടക്കുമെന്നു തോന്നുന്നില്ല. സർവ്വശക്തന്റെ കാരുണ്യത്തിനുവേണ്ടി മുട്ടുകുത്തുകമാത്രമാണ് ഏകപോംവഴി. നിധിക്കുവേണ്ടിയുള്ള അന്വേഷണം പലരുടെയും ജീവനെടുത്തിട്ടുണ്ടാകും. കൂട്ടത്തിൽ നമ്മളും എന്നു സമാധാനിക്കുകയേ വഴിയുള്ളൂ." സർ ഹെൻറി പറഞ്ഞു.

വിളക്ക് പടുതിരികത്തി. നൈമിഷികമായ അതിന്റെ വിടർന്ന ശോഭയിൽ ഞങ്ങൾ സ്വർണ്ണനാണയങ്ങൾ കണ്ടു. ആനക്കൊമ്പുകൾ കണ്ടു. രത്നക്കല്ലുകൾ കണ്ടു. നിധിപ്പെട്ടികളുടെ മുകളിൽ ഞങ്ങൾത്തന്നെ എടുത്തുകിടത്തിയ ഫൗലറ്റയുടെ ശരീരം കണ്ടു. അങ്ങനെയെങ്കിലും മനസ്സിനു ഇത്തിരി ആശ്വാസം കിട്ടി.

18

പ്രതീക്ഷ മങ്ങുന്നു

ആ രാത്രിയിലെ ഭീകരമായ അനുഭവങ്ങൾ അതേപടി വിവരിക്കാൻ വാക്കുകൾ കിട്ടുമെന്നു തോന്നുന്നില്ല. നിദ്രാദേവിയുടെ അനുഗ്രഹം അല്പമൊരാശ്വാസമായി എന്നു സമാധാനിക്കാമെന്നുമാത്രം. എന്നാൽ, എനിക്കാണെങ്കിൽ അങ്ങനെ ഉറക്കത്തിനു പിന്നിൽ അഭയം തേടാനുമായില്ലെന്നതത്രെ സത്യം. ആസന്നമായ മരണം ഭീകരസത്യമായി മുമ്പിൽ കണ്ണുതുറിച്ചുനിന്നു. ഈ നിലവറയിൽകിടന്നു ശ്വാസംമുട്ടിയുള്ള മരണം, അതും അളവില്ലാത്ത സമ്പാദ്യങ്ങൾക്കുനടുവിൽ. എന്തൊരു വിധിവൈപരീത്യമാണെന്ന് ആലോചിച്ചുനോക്കൂ!

ഈ രീതിയിൽ രാത്രി മുഴുവൻ ഉറക്കം വരാതെ കിടന്ന അനുഭവം നിങ്ങൾക്കുണ്ടെങ്കിൽ, വായനക്കാരാ നിശ്ശബ്ദത എത്രയും പീഡനാത്മകമായി മാറുന്ന അനുഭവം തീർച്ചയായും നിങ്ങളും അനുഭവിച്ചു കാണും. പക്ഷേ, ആ സമയം ഞങ്ങളനുഭവിച്ച ആ പ്രത്യേക മാനസികാവസ്ഥയെക്കുറിച്ച് ചെറിയൊരു ധാരണപോലും നിങ്ങളിലുണ്ടാക്കാൻ എന്റെയീ കുറിപ്പിനു കഴിയുമെന്നു തോന്നില്ല. ഹിമാവൃതമായ ഒരു നെടും കോട്ടയുടെ അന്തരാളത്തിൽ പുറത്തേക്കുള്ള വഴിയറിയാതെ മൂന്നു മനുഷ്യജീവികൾ! നീണ്ട ഒരു തുരങ്കവും അഞ്ചടികട്ടിയിൽ പാറയും ബാഹ്യലോകത്തിലെ എല്ലാ ചലനങ്ങളിൽനിന്നും ഞങ്ങളെ ഒറ്റപ്പെടുത്തിയിരിക്കുന്നു. മരിച്ചവരുടെ ആ വലിയ മുറിയുമായിപ്പോലും ബന്ധമില്ലാത്ത അവസ്ഥ. ഭൂമിയിലെ മുഴുവൻ വെടിമരുന്നും കൂനുകൂട്ടി സ്ഫോടനമുണ്ടാക്കിയാലും അതൊന്നും ഈ തുരങ്കവും ശിലാകവാടവും കടന്നു ഇതിനകത്ത് എത്തുമെന്ന് തോന്നുന്നില്ല.

ഒരു മുഴുവൻ ദേശത്തേയും കടത്തിൽനിന്നു രക്ഷിക്കാൻ ഞങ്ങൾക്കു ചുറ്റും കുന്നുകൂടിക്കിടക്കുന്ന ഈ സമ്പാദ്യങ്ങൾക്കു കഴിയും.

എന്നാൽ ജീവനോടെ മൂന്നു മനുഷ്യജീവികളെ പുറത്തെത്തിക്കാൻ അതിനു കഴിയില്ല. ആരെങ്കിലും അതിനു തയ്യാറായാൽ ഇതെല്ലാം അടിയറവെക്കാൻ ആ നിമിഷം ഞങ്ങൾ തയ്യാറായിരുന്നു. പക്ഷേ, ആരുവരാൻ? എവിടെ ഇൻഫെഡ്യൂസ്? എവിടെ ഇഗ്നൊസി? അങ്ങനെ നേരം പുലർന്നു. ഇരുട്ടുമാത്രം നീങ്ങിയില്ല.

"എത്ര തീപ്പെട്ടിക്കൊള്ളി ബാക്കിയുണ്ട്?"

"എട്ട്."

"ഒന്നുരച്ച് സമയം നോക്ക്."

നോക്കി. അഞ്ചുമണിയായിരിക്കുന്നു. പുറത്തു സൂര്യനുദിച്ചുയരുകയായിരിക്കും. ഭൂമി സ്വർഗ്ഗമായി മാറുകയായിരിക്കും. മഞ്ഞിന്റെ മൂടുപടം നീങ്ങുകയായിരിക്കും. കുറച്ച് ഭക്ഷണം കഴിക്കാമെന്ന് സർ ഹെൻറി. കഴിച്ചിട്ടെന്തു കാര്യമെന്ന് ഗുഡ്. എത്രയും പെട്ടെന്ന് തീർന്നുകിട്ടുന്നോ അത്രയും നല്ലത്. ഹെൻറി അതിനോട് യോജിച്ചില്ല. "ജീവനുള്ളിടത്തോളംകാലം പ്രതീക്ഷയുമുണ്ട്. പ്രതീക്ഷയുള്ളിടത്തോളം സാദ്ധ്യതകളും." അങ്ങേർ പറഞ്ഞു.

അതുകൊണ്ട് ശേഷിക്കുന്ന ഭക്ഷണത്തിൽനിന്ന് ഇത്തിരിയെടുത്തു കഴിച്ചു. വെള്ളം കുടിച്ചു. കഴിയുന്നതും വാതിലിനടുത്തെത്തുന്നതാവും ഗുണകരമാവുമെന്നു കരുതി തപ്പിയും തടഞ്ഞും ഇഴഞ്ഞും വഴികണ്ടു പിടിക്കാൻ നോക്കി. നാവികനായ ഗുഡിന് അതിലൊരു പ്രത്യേകമായ വൈഭവം തന്നെ ഉണ്ടായിരുന്നു. തുടർന്ന്, അങ്ങേർ തുടർച്ചയായി ഒച്ചവച്ച് സാന്നിദ്ധ്യമറിയിച്ചു. അകത്തെ ശുദ്ധശൂന്യതയിൽ അതൊരു പൈശാചികശബ്ദംതന്നെയായിരുന്നു. പക്ഷേ, എവിടെ ഏശാൻ? കട്ടിപ്പാറകൊണ്ടുണ്ടാക്കിയ കതകല്ലെ മുമ്പിൽ? ക്ഷീണിച്ച് വിവശനായി പിന്തിരിഞ്ഞു അവസാനം.

പിന്നെ കുറേ നേരത്തേക്ക് ആരും ഒന്നും പറയാതെ ഒറ്റക്കിടത്തം. നിയന്ത്രണംവിട്ട് ഞാൻ പൊട്ടിക്കരഞ്ഞു. സർ ഹെൻറിയുടെ വിശാലമായ മാറിടത്തിൽ തലചേർത്ത് വാവിട്ടു നിലവിളിച്ചു. ഗുഡും സ്വയം നിയന്ത്രിക്കാൻ പാടുപെടുകയായിരുന്നു. അടക്കിനിർത്താനാവാതെ ഒരു തേങ്ങൽ പുറത്തുചാടിയത് ഞാൻ കേട്ടു. എന്നാൽ, സർ ഹെൻറിക്ക് ഒരു കുലുക്കവുമില്ലായിരുന്നു. അനാഥരായ രണ്ടു കുട്ടികളെ ആശ്വസിപ്പിക്കുന്ന കാരുണ്യവതിയായ ഒരു നെഴ്സിനെപോലെ ആ സമയമെല്ലാം അങ്ങേർ ഞങ്ങൾക്ക് സ്നേഹവും മനോധൈര്യവും പകർന്നു നല്കിക്കൊണ്ടിരുന്നു.

പകൽപോയി രാത്രിയായെന്ന് ഒരു തീപ്പെട്ടിക്കൊള്ളികൂടി ചെലവഴിച്ച് ഞങ്ങൾ മനസ്സിലാക്കി. തുടർന്ന് ഭക്ഷണം കഴിച്ച് ഉറക്കംവരാതെ കിടന്നു. അങ്ങനെയിരിക്കെ എനിക്കൊരു പുതിയ ആലോചനയുണ്ടായി. ഇതിനകത്തെ വായുവിന് കനമുണ്ട്, കട്ടിയുണ്ട്. എന്നാൽ തികച്ചും ശുദ്ധമായ വായുവാണിതെന്ന കാര്യത്തിൽ സംശയമില്ല. ശ്വസിക്കാൻ പ്രയാസം നേരിടുന്നില്ലെന്നു മാത്രമല്ല, നല്ല സുഖം തോന്നുന്നുണ്ട്.

ഏതോ വിടവിലൂടെ ശുദ്ധവായു ഇതിനകത്തു കടക്കുന്നുണ്ടെന്നല്ലെ ഇതിനർത്ഥം? ഞാനീ ആശയം കൂട്ടുകാരുമായി പങ്കുവച്ചപ്പോൾ അവർക്കും അതു ശരിയാണെന്നു തോന്നി.

"കല്ലുവാതിലിനിടയിലൂടെ വായു അകത്തു കടക്കാൻ ഒരു സാദ്ധ്യതയുമില്ലാത്ത സ്ഥിതിക്ക് ചുവരിൽ എവിടെയോ വിടവുണ്ടാകണം." സർ ഹെൻറി പറഞ്ഞു. തുടർന്ന്, തപ്പിത്തടഞ്ഞ് ചുവരു പരിശോധിക്കാൻ തുടങ്ങി.

ഇങ്ങനെയൊരു ചിന്തതന്നെ എല്ലാവരേയും ആവേശഭരിതരാക്കി എന്നതാണ് എടുത്തുപറേയണ്ട കാര്യം. പുതിയൊരു ഉന്മേഷത്തോടെ പരിശ്രമം തുടർന്നു. ഒരു മണിക്കൂറോളം അതു നീണ്ടുനിന്നു. അതിനിടെ തല പലതവണ ഭിത്തിയിലടിച്ചു. ചുവടുകൾ പിഴച്ചു നിലത്തുവീണു. ഞാൻ നിർത്തിയിട്ടും ഗുഡ് പരിശ്രമം തുടർന്നു. അങ്ങനെയിരിക്കെ അയാളുടെ കൈവിരലുകൾ ചുവരിൽ പ്രത്യേകതയുള്ള ഒരു സ്ഥലം തിരിച്ചറിഞ്ഞു. എന്നെ വിളിച്ച് വിരലുകൾ അതിൽ ചേർത്ത് എന്തുതോന്നുന്നു എന്നു ചോദിച്ചു. ഉള്ള് പൊള്ളയാണെന്നു തിരിച്ചറിയാൻ വിരലുകൾക്ക് ഒരു പ്രയാസവുമുണ്ടായില്ല. സർ ഹെൻറിയുടെ വിരലുകളും അത് തിരിച്ചറിഞ്ഞു.

ആകെ ബാക്കിയുള്ള മൂന്നു തീപ്പെട്ടിക്കൊള്ളിയിൽ ഒരെണ്ണം കൂടി ഉരച്ച് വെളിച്ചമുണ്ടാക്കി. അറയുടെ അങ്ങേയറ്റത്തുള്ള മൂലയാണതെന്നു മനസ്സിലായി. എന്റെ ദൈവമേ, അതിനിടെ ഞാനവിടെയൊരു കല്ലുവലയം കണ്ടു. ഒരു നിമിഷം ശ്വാസം നിന്നുപോയി. ഗുഡിന്റെ കൈയിലെ കത്തിയുടെ പിന്നിലും അങ്ങനെയൊരു കൊളുത്തുണ്ടായിരുന്നു. കുതിരലാടത്തിൽ നിന്ന് കല്ല് വേർതിരിച്ചെടുത്തുകളയുന്നതിനുവേണ്ടി പ്രത്യേകം ഉണ്ടാക്കിയതരം ഒരു കൊളുത്തായിരുന്നു അത്. കൂടുതലൊന്നും ആലോചിക്കാതെ സർവ്വശക്തിയുമുപയോഗിച്ച് കൊളുത്തിൽ പിടിച്ചു വലിച്ചു. മൂന്നുപേരും ഒന്നിച്ച് പരമാവധി ശക്തി പ്രയോഗിച്ച് വലിച്ചുകൊണ്ടിരുന്നു. അവസാനം ഫലമുണ്ടായി. അത് ഇളകി വശംതിരിഞ്ഞു നിലയുറപ്പിച്ചെങ്കിലും പക്ഷേ, ഒട്ടും മാറിത്തരാൻ കൂട്ടാക്കിയില്ല. പിന്നെ വലിയോടു വലിതന്നെ. അങ്ങനെ ശ്രമിച്ചുകൊണ്ടേ ഇരിക്കുകയല്ലാതെ പിന്നെ എന്തു ചെയ്യാൻ കഴിയും. ശ്രമം വിജയിച്ചില്ലെങ്കിലും വായു അകത്തു കടക്കുന്നത് അതു വഴിതന്നെയാണെന്ന് വ്യക്തമായിക്കഴിഞ്ഞു.

കൂട്ടത്തിൽ അതിമാനുഷൻ ഹെൻറിയാണല്ലോ. ഗുഡ് അദ്ദേഹത്തോട് ചുവരിനു പുറം ചേർത്ത് ശക്തിയിൽ കൊളിത്തിൽ ബലം പ്രയോഗിക്കാനാവശ്യപ്പെട്ടു. പിന്നെ ശുചിത്വവീരനായ താൻ വിടാതെ കൂടെക്കൊണ്ടു നടക്കുന്ന ഉറുമാൽ കൊളുത്തിൽ കുടുക്കി വലി തുടങ്ങി. ഈ രീതിയിൽ രണ്ടു ദിശയിൽ ബലം പ്രയോഗിച്ച് മൂന്നുപേരും ചേർന്ന് ഒരു ശ്രമം നടത്തി.

സർ ഹെൻറിയുടെ മുതുകിലെ പേശികൾ ഞെരുങ്ങുന്നത് എനിക്കു കേൾക്കാമായിരുന്നു. ശ്വാസത്തിനു വേണ്ടി ആ മനുഷ്യൻ പാടുപെട്ടു കൊണ്ടിരുന്ന നിമിഷങ്ങൾ തീർച്ചയായും അതിനു ഫലമുണ്ടായി. എന്തോ തെന്നിമാറുന്ന ഒച്ച ഞാൻ കേട്ടു. തുടർന്ന് വായു അകത്തേക്ക് ഇരച്ചുകയറി. കനമുള്ള ഒരു കല്ലോടുകൂടി ഞങ്ങൾ രണ്ടുപേരും നിലത്തേക്ക് മലർന്നു വീണു.

ഒരു തീപ്പെട്ടിക്കൊള്ളി കൂടി കത്തിച്ചു. കല്ലുമാറിയ സ്ഥലത്തേക്ക് ഒരു കോണിപ്പടി കണ്ടു. രക്ഷപ്പെടുന്നതിനുമുമ്പ് സർ ഹെൻറി അല്പം വെള്ളവും ഭക്ഷണവുമുണ്ടെങ്കിൽ അതും ആവശ്യപ്പെട്ടു. അതിനുവേണ്ടി തപ്പിത്തടഞ്ഞു ചെന്നപ്പോൾ നിധിയെക്കുറിച്ച് പെട്ടെന്നോർമ്മവന്നു. പോകുന്നപോക്കിൽ പരമാവധി എടുത്ത് സ്ഥലംവിടുന്നതായിരിക്കില്ലെ ഭംഗി. പിന്നെ ആലോചിച്ചില്ല, പോക്കറ്റുകളായ പോക്കറ്റുകളെല്ലാം കല്ലുകളും സ്വർണ്ണനാണയങ്ങളും കൊണ്ടു നിറച്ചു. കിട്ടാവുന്ന പാത്രങ്ങളിലും നിറച്ചു. എന്നാൽ സർ കെർട്ടിസ് അതിനു തയ്യാറായില്ല. ഗുഡ് ആകട്ടെ, തന്നെ ജീവനുതുല്യം സ്നേഹിച്ച ആ കറുത്ത പെൺകുട്ടിയെ അവസാനമായി ഒന്നു കാണുന്നതിൽമാത്രം ശ്രദ്ധ മുഴുവൻ ചെലവഴിച്ചു.

മറ്റു രണ്ടുപേരിൽനിന്ന് തികച്ചും വ്യത്യസ്തമായ ഒരു മാനസിക നില എനിക്കെങ്ങനെ ഉണ്ടായി എന്ന് ഹാരീ, നീയടക്കം ഇതുവായിക്കുന്നവരെല്ലാം ആലോചിക്കുന്നുണ്ടാകുമെന്ന് എനിക്കറിയാം. എന്റെ ജീവിതരീതി, അതുമായി ബന്ധപ്പെട്ട അനുഭവങ്ങൾ എന്നിലുണ്ടാക്കിയ ഒരു പ്രത്യേക സ്വഭാവവിശേഷമായി അതിനെ കണ്ടാൽ മതിയാകും മകനെ. കിട്ടിയ അവസരം എത്ര നിസ്സാരമായി തോന്നിയാലും ജീവിതത്തിൽ പ്രയോജനമുള്ളതൊന്നും അങ്ങനെ ഉപേക്ഷിച്ചു സ്ഥലം വിടരുതെന്ന് ദീർഘകാലത്തെ ജീവിതാനുഭവമാണ് എന്നെ പഠിപ്പിച്ചത്. രക്ഷപ്പെടുന്ന ആ നിമിഷത്തിലും അത് എന്നിലുണ്ടായിരുന്നു.

കോണിപ്പടിയിൽ ആദ്യം കാല്വച്ചത് സർ ഹെൻറി കെർട്ടിസായിരുന്നു. കൂരിരുട്ടാണ്. ഏറെ ശ്രദ്ധിച്ചു വേണം ഓരോ ചുവടും വെക്കാനെന്ന് ഞാനങ്ങേരെ ഓർമ്മിപ്പിച്ചു. അടിയിൽ മറ്റൊരു മുറിയുണ്ടാകാനിടയുണ്ടെന്ന് ആ സമയം ഞങ്ങൾക്കു തോന്നി. പതിനഞ്ചുപടികൾ ഇറങ്ങിക്കഴിഞ്ഞ് അദ്ദേഹം നിന്നു. അടിത്തട്ടായെന്ന് അറിയിച്ചു. അതൊരു ഇടനാഴിയാണെന്നു മനസ്സിലാക്കി ജാഗ്രതയോടെ മുന്നോട്ടുനയിച്ചു.

ബാക്കിയുള്ള രണ്ടുകൊള്ളികളിൽ ഒന്നുകൂടി ഉരച്ച് നിലം ശ്രദ്ധിച്ചുകൊണ്ട് ഞാൻ ഏറ്റവും പിന്നിൽ നടന്നു. ഇടുങ്ങിയ ഒരു തുരങ്കത്തിലൂടെ യാത്രയെന്ന് അതിനകം വ്യക്തമായിക്കഴിഞ്ഞിരുന്നു. അല്പനേരം മുമ്പ് ഇറങ്ങിയ പടികളുടെ ഇടത്തോട്ടും വലത്തോട്ടും കോൺ തിരിഞ്ഞ് പോവുകയാണത്. കൂടുതൽ മനസ്സിലാക്കാൻ കഴിയുംമുമ്പ് കൊള്ളി എരിഞ്ഞു തീർന്നു.

ഏതുവഴി പോകുമെന്ന സംശയമായി പിന്നീടങ്ങോട്ട്. ഏതു ദിശയിലേക്കു നീങ്ങിയാലും എങ്ങോട്ടാണ് അത് ഞങ്ങളെ കൊണ്ടുപോവു

കയെന്നതിന് യാതൊരുറപ്പുമില്ല. പെട്ടെന്ന് ഗുഡിന് ഒരു ബോധോദയ മുണ്ടായി. നേരത്തെ തീപ്പെട്ടിക്കൊള്ളി കത്തിയപ്പോൾ അതിന്റെ ജ്വാല ഇടത്തുഭാഗത്തോട്ടായിരുന്നു എന്ന് അങ്ങേർ ഓർമ്മിപ്പിച്ചു. വായു പ്രവാഹം എതിർദിശയിൽ നിന്നാണ് എന്ന് അതിൽനിന്നു വ്യക്തമാണ്. പുറത്തേക്കു കടക്കാൻ എതിർദിശയിൽ നീങ്ങണമെന്നർത്ഥം.

ആ നിർദ്ദേശമനുസരിച്ച് തപ്പിയും തടഞ്ഞും എതിർദിശയിലൂടെ മുന്നോട്ടു നീങ്ങി. അങ്ങനെ നടക്കുന്തോറും നിധിയറയിൽ ഉപേക്ഷിച്ചു വന്ന ഞങ്ങളുടേതായ അടയാളങ്ങളെക്കുറിച്ച് ആലോചിക്കാതിരിക്കാൻ കഴിഞ്ഞില്ല. ഇനിയെന്നെങ്കിലും മറ്റൊരു മനുഷ്യന് അവിടെ കാലുകു ത്താൻ കഴിയുമെന്നപക്ഷം ഞങ്ങളുടെ സാന്നിദ്ധ്യമറിയിച്ചുകൊണ്ട് അതെല്ലാം അവിടെയുണ്ടാകും. പാവം ഒരു കറുത്ത പെൺകുട്ടിയുടെ വെളുത്ത അസ്ഥികളും.

ഒരു പതിനഞ്ചു മിനിട്ടോളം അങ്ങനെ നടന്നപ്പോൾ തുരങ്കം പെട്ടെന്ന് ഒരു തിരിവിലെത്തിയതായി തോന്നി. അഥവാ ആ വഴി പോകുന്ന മറ്റൊ രുതുരങ്കം അതിനെ ഛേദിച്ചുകൊണ്ടാണ് കടന്നുപോകുന്നത്. എന്തോ, അതിലൂടെ യാത്ര തുടരാനാണ് ഞങ്ങൾക്കു തോന്നിയത്. അങ്ങനെ പോയി മൂന്നാമതൊന്നിലെത്തി. മണിക്കൂറുകൾ കഴിഞ്ഞിട്ടും അത് അവ സാനിക്കുന്ന മട്ടുകണ്ടില്ല. വല്ല ഏടാകൂടത്തിലും അകപ്പെട്ടു കഴിഞ്ഞി രിക്കുകയാണെന്ന് ശങ്കതോന്നി. പുരാതനമായ ഏതോ ഖനികളാകാമെന്ന് പിന്നീട് തോന്നി. അയിരുകൾ നീക്കം ചെയ്യാൻ ഈ നൂലാമാലകൾ പണ്ട് ഉപയോഗിച്ചിട്ടുണ്ടാകും.

എത്ര നേരമാണ് അങ്ങനെ വഴിയറിയാതെ നടക്കാൻ കഴിയുക? സ്വാഭാവികമായും ക്ഷീണം സഹിയാതെ നിലത്തിരുന്നുപോയി. ആകെ ബാക്കിയുണ്ടായിരുന്ന ഉണക്കയിറച്ചിത്തുണ്ടിന്റെ പങ്കും ചവച്ചിറക്കി അവ ശേഷിക്കുന്ന വെള്ളവും പങ്കിട്ട് കുടിച്ചു. വിശപ്പും ദാഹവും ശമിച്ചൊന്നു മില്ലെങ്കിലും ഇരുട്ടറയിൽകിടന്ന് വെള്ളം കിട്ടാതെ മരിക്കേണ്ടിവരില്ലെന്ന ആശ്വാസം എല്ലാറ്റിലും വലുതായിരുന്നു.

എന്നാലും ഇതിൽനിന്നു പുറത്തു കടക്കാൻ കഴിയാത്തിടത്തോളം ഈ ആശ്വാസത്തിന് എന്തർത്ഥമാണുള്ളതെന്നാണ് ഞാൻ ചിന്തിച്ചത്? നിലവറയിൽ കുടുങ്ങുന്നതിനു പകരം തുരങ്കത്തിനകത്തെന്ന വ്യത്യാ സംമാത്രം. അങ്ങനെയിരിക്കെ ചെറുതായി ഒരു ശബ്ദം കേട്ടതുപോലെ. അവ്യക്തമെങ്കിലും അകലെ നിന്നാണെങ്കിലും അത് ബാഹ്യലോക ത്തിൽനിന്നുള്ള ഒരു ശബ്ദമാണ്. വെള്ളം ഒഴുകിപ്പോകുന്നതാണെന്ന് ഗുഡ് ഉറപ്പിച്ചു പറഞ്ഞു.

എങ്കിൽ ലക്ഷ്യം അതിനു നേരെയാകട്ടെ എന്നു തീർച്ചയാക്കി നടത്തം ആ ഭാഗത്തേക്കു തിരിച്ചുവിട്ടു. മുമ്പോട്ടു പോകുന്തോറും ശബ്ദം കൂടുതൽ വ്യക്തമായിവന്നു. അതിനനുസരിച്ച് ഞങ്ങളുടെ പ്രതീക്ഷയും. പക്ഷേ, ഇരുട്ടിൽ ഒന്നും കണ്ടുകൂട. അങ്ങനെയിരിക്കെ ഗുഡ് എന്തിലോ കാല്തട്ടിത്തടഞ്ഞു വീണു. വെള്ളത്തിലേക്കാണ് വീണതെന്ന് ശബ്ദം

കൊണ്ടറിഞ്ഞു. ഓ, എത്ര ആഹ്ലാദകരമായ ഒരു വീഴ്ച. വെള്ളത്തിൽ ഉയർന്നുനിന്ന ഒരു പാറയിൽ ചെന്നുതട്ടുകയായിരുന്നെന്ന് അവസാനത്തെ കൊള്ളിയുടെ വെളിച്ചത്തിൽ വ്യക്തമായി. രക്ഷിച്ചെടുക്കാൻ ഇരുട്ടിൽ ഏറെ പാടുപെടേണ്ടിവന്നു.

കുറ്റാകൂരിരുട്ടിൽ പാറക്കെട്ടുകൾ നിറഞ്ഞ ഈ ഭൂഗർഭജലസ്രോതസ്സിന്റെ കരയിലൂടെ എങ്ങനെ മുന്നോട്ടുപോകും? ആ ചിന്തതന്നെ എന്നെ തളർത്തി. അടുത്ത നിമിഷം ഞാനെന്റെ പേടി കൂട്ടുകാരുമായി പങ്കുവച്ചു. നരകത്തിലെ ആ നദിക്കരയിലൂടെ ഇരുട്ടിൽ യാത്ര ചെയ്യുന്നത് കൂടുതൽ അപകടംവരുത്തുമെന്ന കാര്യത്തിൽ രണ്ടുപക്ഷമായിരുന്നു. എങ്കിലും കുടിക്കാനും ദേഹം നനയ്ക്കാനും അമൃതിനു തുല്യമായ ധാരാളം ജലം അതു ഞങ്ങൾക്കു നല്കി. ദാഹം തീർത്ത് ഉന്മേഷം വീണ്ടെടുത്ത് തുരങ്കത്തിലൂടെ വന്നവഴിയേതന്നെ തിരിച്ചു സഞ്ചരിക്കാൻ അവസാനം തീർച്ചപ്പെടുത്തി.

കുറച്ചുകൂടി സഞ്ചരിച്ച്, മറ്റൊരു തുരങ്കത്തിലെത്തിയതും യാത്ര ആ വഴി തുടർന്നു.

കുറച്ചുകൂടി പോയതേയുള്ളൂ. അതാ അകലെയായി ഒരു വെളിച്ചം. ഹെൻറിയാണ് ആദ്യം കണ്ടത്. മങ്ങിയതെങ്കിലും അതൊരു വീട്ടുജനാലയിലൂടെയോ മറ്റോ പുറത്തുവരുന്നതാണെന്ന് അതിന്റെ വലിപ്പം കണ്ടപ്പോൾ തോന്നി.

അഞ്ചോയഞ്ചു നിമിഷംകൊണ്ട് ബാക്കിയുള്ള സംശയവും തീർന്നു. ശുദ്ധവായു മുഖത്തേക്കു വന്നടിച്ചു.

പക്ഷേ, മുന്നോട്ടുപോയപ്പോൾ തുരങ്കം കൂടുതൽ ഇടുങ്ങിവന്നു. പക്ഷേ, ഇപ്പോൾ പാറപോയി നിറയെ മണ്ണുള്ള നിലത്തു കാലുകുത്തിയിരിക്കുകയാണ് ഞങ്ങൾ. വെറും മണ്ണല്ല. നരിമാളത്തിലെ മണ്ണ്. പക്ഷേ, സർ ഹെൻറി കാലുതെറ്റി അതിൽ വീണുകഴിഞ്ഞിരുന്നു!

ഒരുവിധം വലിച്ചുകയറ്റി വെളിയിൽ വന്ന് മുകളിലേക്ക് നോക്കിയപ്പോൾ തലയ്ക്കുമീതേ നക്ഷത്രനിബിഢമായ ആകാശം! എന്നാൽ ആ നിമിഷം തന്നെ കാലിനടിയിൽ ഭൂമി താഴ്ന്നു പോകുന്നതായി അനുഭവപ്പെട്ടു. മൂന്നുപേരും കാട്ടുപടർപ്പുകളിലേക്കു തെറിച്ചു വീണ് അവിടെ കിടന്നുരുണ്ടു.

ഒരുവിധം എഴുന്നേറ്റിരുന്ന് ഞാൻ ഉച്ചത്തിൽ ഒരു ശബ്ദമുണ്ടാക്കി. അധികം അകലെയല്ലാതെ മറുവിളികേട്ടു.

ആദ്യം യാത്ര ആരംഭിച്ച അതേ ഗുഹയുടെ കവാടം. അതിനടുത്തായി വീതിയേറിയ ഒരു കുഴി. മുകളിൽ പറഞ്ഞ കോലാഹലമെല്ലാം അതിനകത്തു വച്ചായിരുന്നു. അതിനകം കിഴക്കുവെള്ള കീറി വെള്ളനിറം ചുവപ്പായി. അകലെയല്ലാതെ മൂന്നു ഭീകരരൂപികളുടെ രൂപം മങ്ങിയവെളിച്ചത്തിൽ കണ്ടു.

ഒരിക്കലുമവസാനിക്കില്ലെന്നു തോന്നിയ രാത്രി നീളെ ഞങ്ങൾ സഞ്ചരിച്ച നൂലാമാലകൾ പോലുള്ള ആ തുരങ്കങ്ങളെല്ലാം ഏതോ ദുരൂ

ഹമായ രീതിയിൽ സോളമന്റെ നിധിയറയുമായി ബന്ധപ്പെട്ടിരിക്കുന്നു എന്നാണ് ഞങ്ങൾ ഇതിൽനിന്നു മനസ്സിലാക്കിയത്.

സൂര്യൻ ഉയർന്നു കഴിഞ്ഞു. വെയിൽ പരന്നു കഴിഞ്ഞു. ആദ്യം കാണുന്നതു പോലെ ഞങ്ങൾ വെളിച്ചം നിറഞ്ഞ ലോകത്തെ നോക്കി. മരിച്ചു മണ്ണിനടിയിലായ മൂന്നുപേർക്കിതാ പുതുജീവൻ കിട്ടിയിരിക്കുന്നു.

ഇപ്പോൾ ഞങ്ങൾ നില്ക്കുന്നത് ലൂ വിനെ ലക്ഷ്യമാക്കിപ്പോകുന്ന സോളമന്റെ ആ മഹാരാജപാതയിലാണ്.

റോഡുവക്കിൽ ഏതാനുംവാര അപ്പുറത്തായി ചില കുടിലുകൾ കണ്ടു. അകത്ത് അടുപ്പുകൾ കത്തുന്നുണ്ടെന്ന് വെളിച്ചം കണ്ടാലറിയാം. നിഴലുകളായി ചില മനുഷ്യരൂപങ്ങൾ ചുറ്റും. ക്ഷീണവും ക്ഷതങ്ങളും കൊണ്ട് നടക്കാൻ ഏറെ വിഷമിച്ചു. ഒരുവിധം ഇഴഞ്ഞു നീങ്ങി ഏറെ സമയമെടുത്ത് ആ പാർപ്പിടങ്ങൾക്കരികിലെത്തി.

കുടിലിനു മുമ്പിലിരുന്ന ഒരു രൂപം ഞങ്ങളെകണ്ട് എണീറ്റ് ഉറക്കെ നിലവിളിക്കാൻ തുടങ്ങി.

അത് ഇൻഫെഡ്യൂസ് ആയിരുന്നു!

19

ഇഗ്നൊസിയോട് വിട ചോദിക്കുന്നു

ഈ സംഭവം കഴിഞ്ഞ് പത്താം ദിവസം ഞങ്ങൾ ലൂവിലെ ആ പഴയ ക്വാട്ടേഴ്സിൽ തിരിച്ചെത്തി. വിചിത്രമെന്നു പറയട്ടെ, എന്റെ മുടിയുടെ ഒരു ഭാഗത്ത് കൂടുതൽ നര കയറിയിരുന്നു. ഗുഡിനെക്കുറിച്ച് പറയുകയാണെങ്കിൽ പഴയ ഉന്മേഷം ഒരിക്കലും വീണ്ടെടുക്കാനാകില്ലെന്നു തോന്നുംവിധം ഫൗലറ്റയുടെ വിയോഗം അയാളെ അത്രമാത്രം വിഷമിപ്പിക്കുന്നുണ്ടായിരുന്നു. ഒരുതരത്തിൽ നോക്കിയാൽ നിർഭാഗ്യകരമെങ്കിലും അങ്ങനെ സംഭവിച്ചത് കൂടുതൽ നന്നായെന്നു ചിന്തിക്കാനാണ് പക്വതയും വിവേകവും എന്നെ പ്രേരിപ്പിച്ചത്. അവൾ ഒരു സാധാരണ കാടൻ പെണ്ണല്ലായിരുന്നു. രാജകീയമെന്നു തന്നെ വിശേഷിപ്പിക്കേണ്ട അനുപമമായ രൂപലാവണ്യത്തിന്റെ മൂർത്തിമദ്ഭാവമായിരുന്നു. ഒരു കാട്ടുവർഗ്ഗക്കാരിയിൽനിന്ന് ഒരിക്കലും പ്രതീക്ഷിക്കാനാവാത്ത രീതിയിലുള്ള മാനസികസംസ്കാരം അവൾക്കുണ്ടായിരുന്നു. എന്നാൽ, സൗന്ദര്യത്തിലും മനോസംസ്കരണത്തിലും എത്ര മികവുണ്ടായാലും അവളൊരു കറുത്ത കുകുവാനയാണ്. ഗുഡിനെ പോലൊരു മനുഷ്യനുമായി അവൾക്കു ചേർന്നുപോകാൻ കഴിയില്ല. ആ കുട്ടിതന്നെ ഒരു സന്ദർഭത്തിൽ ചൂണ്ടിക്കാട്ടിയതുപോലെ, സൂര്യന് ഇരുളുമായി ചേർന്നുപോകാൻ കഴിയുന്നതെങ്ങനെ? വെള്ളയും കറുപ്പും തമ്മിൽ പൊരുത്തപ്പെട്ടു പോകുന്നതെങ്ങനെ?

പിന്നീടൊരിക്കലും ഞങ്ങൾ സോളമന്റെ നിധിയറയിലേക്ക് തിരിച്ചു പോവുകയുണ്ടായില്ലെന്ന് കൂടി ഇവിടെ ചൂണ്ടിക്കാട്ടാതിരിക്കാൻ വയ്യ. രണ്ടുദിവസംകൊണ്ട് ക്ഷീണമെല്ലാം മാറിക്കഴിഞ്ഞ് രക്ഷപ്പെട്ട് എത്തിയ ആ സ്ഥലം വിശദമായൊന്നു നടന്നു കാണാൻവേണ്ടി മൂന്നു ഭീകരരുടെ ആ ഭൂമിയിലേക്കു ഞങ്ങൾ തിരിച്ചുചെല്ലുകയുണ്ടായി. എന്നാൽ, പുറ

ത്തേക്കു വരാൻ സഹായിച്ച ആ കുഴി എത്ര ശ്രമിച്ചിട്ടും കണ്ടുപിടിക്കാനായില്ല. ശക്തിയായി പെയ്ത മഴയിൽ ഞങ്ങളുടെ കാലടിപാടുകളെല്ലാം മാഞ്ഞുപോയ്ക്കഴിഞ്ഞിരുന്നു. പിന്നെ വിശാലമായ ആ കുഴി നിറച്ചും മഴയ്ക്കുശേഷം പൊന്തിവന്ന ഉറുമ്പുപുറ്റുകളും മറ്റ് ഒരുപാടു കുഴികളും എല്ലാംകൂടി ആ പ്രദേശത്തെയാകെ തികച്ചും അപരിചിതമാക്കി മാറ്റുകയും ചെയ്തു.

കൂടാതെ, ലൂവിലേക്കു പുറപ്പെട്ടതിന്റെ തലേദിവസം ചുണ്ണാമ്പു വെള്ളമൊലിച്ച് ഉറച്ചു കട്ടിയായി രൂപംകൊണ്ട ആ ഗുഹയുടെ വൈചിത്ര്യങ്ങളെക്കുറിച്ച് ചെറിയ തോതിൽ ഞാനൊരു നിരീക്ഷണം നടത്തുകയുണ്ടായി. അടക്കാനാകാത്ത അക്ഷമമൂലം ഒന്നിലേറെത്തവണ മരിച്ചവർ പാർക്കുന്ന ആ വീട്ടിലേക്ക് എത്തിനോക്കുകപോലുമുണ്ടായി. ഞങ്ങളെ ഇരുട്ടിലിട്ടടച്ചു ആ മുട്ടൻ പാറവാതിൽ ഒരിക്കൽക്കൂടി കാണാൻ ഞാനാഗ്രഹിച്ചു. പിന്നെ കുന്തമോങ്ങി വരുന്ന വെളുത്ത മരണമെന്ന പിശാച്. ഒരുവേള എല്ലാറ്റിലുമപ്പുറം അനാഥമായിക്കിടക്കുന്ന അളവില്ലാത്ത ആ സമ്പത്തും വാതിലിനു കീഴിൽ ഞെരിഞ്ഞുമരിച്ച ആ രാക്ഷസി കിഴവിയും പിന്നെ നിഷ്കളങ്കമായ ആ കറുത്ത പെൺകുട്ടിയും. എത്ര സൂക്ഷിച്ചു നോക്കിയിട്ടും ചുവരുകളിൽ വിടവൊന്നും കണ്ടില്ല. പാറവാതിലിനു പിന്നിലെ സൂത്രവും പിടികിട്ടിയില്ല. മൂന്നുപേരും ഒരുമിച്ച് ഒരു മണിക്കൂറിലേറെ പണിപ്പെട്ടിട്ടും ഫലമുണ്ടായില്ല. ലളിതമായ ഒരു സംവിധാനംകൊണ്ട് ഏറെ അപാരമായ കാര്യം നിർവ്വഹിക്കുന്ന അതിനു പിന്നിൽ പ്രവർത്തിച്ച പ്രതിഭാവിലാസത്തെക്കുറിച്ച് എന്താണ് ഞാൻ പറയേണ്ടത്! അതുണ്ടാക്കിയ കാലത്തിന് ഏറെ മുമ്പിലാണ് ഇപ്പോഴും അതിന്റെ സ്ഥാനം എന്നുമാത്രം പറയാം. ഇതുപോലെ രണ്ടാമതൊന്ന് ഇതുവരെ എവിടെയും ഉണ്ടായിട്ടില്ലെന്നും.

പിന്നെ കൂടുതലാലോചിക്കാൻ നില്ക്കാതെ അപ്പോൾത്തന്നെ സ്ഥലംവിടുകയാണുണ്ടായത്. ഇനി അഥവാ പാറവാതിൽ ഞങ്ങൾക്കായി സ്വയം മാറിത്തന്ന് പഴയപടിയായെന്നു വന്നാൽത്തന്നെ അവിടെ ഞെരിഞ്ഞുകിടന്ന രാക്ഷസിയുടെ വികൃതശരീരം കടന്ന് അപ്പുറം നിധിയറവരെ പോകാനുള്ള ധൈര്യം ആർക്കുമില്ലായിരുന്നു. ഇല്ല, അകത്തെ നിധി മുഴുവൻ ചുമന്നുകൊണ്ടുപോകാമെന്നുവന്നാലും ഞങ്ങളതിനു തയ്യാറാകുമായിരുന്നില്ല. അതേസമയം അതെല്ലാം അവിടെ ഉപേക്ഷിച്ചുപോകേണ്ടിവന്നതിന്റെ വിഷമം എന്നെ അസ്വസ്ഥതപ്പെടുത്തുകയും ചെയ്തു.

എങ്കിലും കൂടുതൽ ശ്രമം നടത്താതെ പിന്തിരിഞ്ഞു. ഏറ്റവും ശക്തിയുള്ള സ്ഫോടകവസ്തുതന്നെ ഉപയോഗിച്ചു ശ്രമിച്ചാലും അഞ്ചടി കട്ടിപ്പാറയിൽ തീർത്ത ഭിത്തി തകർക്കാനാവില്ല. എങ്കിലും ഒരു ദിവസം അതു സംഭവിക്കുമായിരിക്കും. ഭാഗ്യവാനായ ഏതെങ്കിലുമൊരു സാഹസിക സഞ്ചാരി ആലിബാബയെപോലെ 'ഓപ്പൺ സിസെയ്ം' എന്ന മന്ത്രം ജപിച്ച് ആ കവാടം മലർക്കെ തുറന്ന് നിധിയറയിൽ പ്രവേശിക്കുമായിരിക്കും. സോളമന്റെ നിധികൾകൊണ്ട് ലോകം നിറയ്ക്കുമായിരിക്കും.

മറ്റു ചിലപ്പോൾ തോന്നും ആ മൂന്ന് കല്പേടകങ്ങളിലെ സമ്പത്തെല്ലാം അങ്ങനെ ഉപയോഗശൂന്യമായി ഇനിയുള്ള കാലവും കിടന്നെന്നുവരാം. ലോകത്തിലെ ഒരു സുന്ദരിക്കും അവയണിഞ്ഞ് സൗന്ദര്യം വർദ്ധിപ്പിക്കാൻ അവസരം ലഭിച്ചില്ലെന്നുംവരാം. ഫൗലറ്റയുടെ വെളുത്ത അസ്ഥികൾ ലോകാവസാനംവരെ അവയ്ക്കു തണുപ്പൻമട്ടിൽ കൂട്ടുകിടന്നെന്നു വരാം. ആർക്കറിയാം എന്തു സംഭവിക്കുമെന്ന്!

എന്റെ കാര്യം പറയുകയാണെങ്കിൽ അങ്ങനെ നിരാശപ്പെടാൻ എന്തിരിക്കുന്നു എന്ന് സ്വയം ചോദിച്ചുപോവുകയാണ്. വേണ്ട സമയത്ത് വേണ്ട മുൻകരുതലെടുത്തത് ഞാൻ മാത്രമായിരുന്നില്ലെ. കുപ്പായക്കീശകളെല്ലാം മുട്ടൻ കല്ലുകളും സ്വർണ്ണനാണയങ്ങളും നിറയ്ക്കാൻ എനിക്കുമാത്രമല്ലെ തോന്നിയത്. യാത്രയ്ക്കിടയിൽ തടഞ്ഞുവീണും കുഴിയിൽ മലക്കംമറിഞ്ഞും അതിൽ കുറേയേറെ നഷ്ടപ്പെട്ടുവെന്നു വന്നാലും ഞാനിപ്പോഴും ഭാഗ്യവാൻതന്നെയാണ്. കോടീശ്വരനാക്കാൻ കഴിഞ്ഞില്ലെങ്കിലും ലോകത്തിലെ ഏറ്റവും സമ്പന്നരിൽ ഒരാളാക്കി മാറ്റാൻ ഈ കല്ലുകൾക്ക് ഇപ്പോഴും കഴിയുമെന്ന് എനിക്കുറപ്പുണ്ട്.

ലൂവിൽ ഇഗ്നൊസി ഞങ്ങളെ ആദരപൂർവ്വം സ്വീകരിച്ചു സല്ക്കരിച്ചു. ഭരണത്തിരക്കൊന്നും അതിൽ പ്രതിഫലിച്ചില്ല. വഴികാട്ടിയായി ഗഗൂളിനെയും കാവലാളായി ഇൻഫെഡ്യൂസിനേയും നിയോഗിച്ചശേഷം തിരക്കിട്ട് ലൂവിലേക്ക് മടങ്ങുകയായിരുന്നല്ലോ പുതിയ രാജാവ്.

സംഭവിച്ചതെല്ലാം ഒന്നൊന്നായി ഞങ്ങൾ ഇഗ്നൊസിയെ പറഞ്ഞു കേൾപ്പിച്ചു. ഗഗൂളിന്റെ ദയനീയമായ അന്ത്യത്തെക്കുറിച്ച് കേൾക്കാൻ അയാൾ കാതുകൂർപ്പിച്ചു. ആ ദുഷ്ടമന്ത്രവാദിനിക്ക് എത്ര വയസ്സായെന്ന് രാജസഭയിലെ ഏറ്റവും പ്രായംകൂടിയ അംഗങ്ങൾക്കുപോലും അറിഞ്ഞുകൂടായിരുന്നു. ഏതു കാലത്തും അവൾ ഇങ്ങനെ ഇതേരൂപത്തിലും പ്രായത്തിലുമായിരുന്നത്രെ.

അധികം വൈകാതെ മല കടത്തിവിടാൻ ഞങ്ങൾ രാജാവിനോടപേക്ഷിച്ചു. അതുകേട്ട ഇഗ്നൊസി ഏറെ ചിന്താകുലനായി. പിന്നെ വാഗ്ദാനം ചെയ്ത് കൂടെ പിടിച്ചുനിർത്താൻ ശ്രമിച്ചു. ഇഷ്ടംപോലെ പശുക്കൾ, സ്ത്രീകൾ, ഓരോ പുരുഷനോടും ഓരോ കാളയെ എത്തിക്കാൻ പറയാം. കാട്ടിലെ കൂറ്റൻ കൊമ്പനാനകളെയെല്ലാം അടിയറവെക്കാം. വേട്ടയാടാൻ ഇഷ്ടംപോലെ മൃഗങ്ങൾ. ഇതൊന്നും പോരെങ്കിലും അതിലപ്പുറവും തരാം. നാടുവിട്ടുപോകരുതെന്ന് മാത്രം.

പക്ഷേ, ഞങ്ങൾക്ക് പോകാതിരിക്കാനാകുമായിരുന്നില്ല. അതിന് ഇഗ്നൊസി ഞങ്ങളോട് സ്നേഹപൂർവ്വം പിണങ്ങി. സോളമന്റെ പേടകങ്ങളിലെ നിധികൾ മുഴുവൻ കൊണ്ടുപോയി നാട്ടിൽചെന്നു സുഖിച്ചോളൂ എന്ന് പരിഭവംകൊണ്ടു. "വെള്ളക്കാർ ആരായാലും അവരുടെ കണ്ണുകൾ സമ്പത്തിൽ മാത്രമാണെന്ന് തനിക്കറിയാം. പൊയ്ക്കോളൂ. ഒട്ടും സമയം കളയാതെ സ്ഥലംവിട്ടോളൂ." കണ്ണീരിനിടയിലൂടെ അയാൾ പറഞ്ഞു.

സമാധാനിപ്പിക്കാൻ ഏറെ പാടുപെടേണ്ടിവന്നു. സുലുനാട്ടിലും നറ്റാലിലും അലഞ്ഞുതിരിഞ്ഞ നാളുകളിൽ സ്വന്തം മണ്ണിലേക്കു മടങ്ങിപ്പോകാൻ നിങ്ങൾ ആഗ്രഹിച്ചിട്ടില്ലേ? പിറന്നുവീണ ആ നാട്, കുട്ടിക്കാലം ചെലവഴിച്ച ആ മണ്ണ്, സ്വന്തം ഉറ്റവരും ഉടവരും, ആരാണെങ്കിലും അവിടേക്ക് മടങ്ങിപ്പോകാൻ ആഗ്രഹിച്ചുപോവുകയില്ലേ? ഞങ്ങൾക്കുമാത്രം എങ്ങനെ വ്യത്യസ്തരാകാൻ കഴിയും, ഇഗ്നൊസി? ഇവിടംവിട്ടുപോയാലും ഈ നാടും ഇവിടത്തെ ജനങ്ങളും രാജാവും ഞങ്ങളുടെ മനസ്സുകളിലും ചിരകാലം ജീവിച്ചുകൊണ്ടിരിക്കും. അതുകൊണ്ട് വിട!

അങ്ങനെ ഞങ്ങൾ അവസാനമായി കുകുവനകളുടെ നാടിനോട് യാത്ര പറഞ്ഞു. ഇൻഫെഡ്യൂസ് നേരിട്ടുവന്ന് ഞങ്ങളെ വലിയൊരു സൈനികസന്നാഹത്തിന്റെ അകമ്പടിയോടെ നഗരത്തിന്റെ പ്രധാനകവാടത്തിലെത്തിച്ചു. അവിടെ മലകൾ മുറിച്ച് ഒരു എളുപ്പവഴിയുള്ളതു ഞങ്ങൾക്കു കാട്ടിത്തന്നു. നഗരാതിർത്തിവരെ കൈയിൽ പൂക്കളുമായി സുന്ദരികളായ പെൺകുട്ടികൾ ഞങ്ങൾക്ക് അഭിവാദ്യമർപ്പിക്കാൻ നിരന്നുനിന്നിരുന്നു. സൂര്യനുദിക്കാൻ തുടങ്ങുന്നേ ഉണ്ടായിരുന്നുള്ളു. സുഖദമായ ഇളങ്കാറ്റും സമാധാനപൂർണ്ണമായ അന്തരീക്ഷവും ആ യാത്രപിരിയലിന് ഒന്നുകൂടി ഹൃദയാവർജ്ജകമാകുന്നതായി എനിക്കു തോന്നി.

ഇടയ്ക്കുണ്ടായ രസകരമായ ഒരു സംഭവത്തെക്കുറിച്ച് ഇവിടെ രേഖപ്പെടുത്താതെവയ്യ. നഗരാതിർത്തിയിലെത്തുന്നതിനു തൊട്ടുമുമ്പായിരുന്നു. കൈനിറയെ ലില്ലിപ്പൂക്കളുമായി അതിസുന്ദരിയായ ഒരു പെൺകുട്ടി വന്ന് ഗുഡിന്റെ മുമ്പിൽനിന്നു. “ബ്വാന, അങ്ങയുടെ ആ വെളുത്തകാലുകൾ ഒന്നു കാണിച്ചിട്ടു പോ. മനോഹരമായ ആ കാഴ്ച എന്റെ ഓർമ്മയിൽ സൂക്ഷിക്കാനാണ്. ദയവായി പറ്റില്ലെന്നു പറയരുതേ!” നാലുദിവസം മുഴുവൻ വഴിനടന്ന് ആ കാഴ്ചകാണാൻ വേണ്ടിമാത്രമായി ദൂരദേശത്തുനിന്നു വരികയാണത്രെ! എന്നാൽ ഗുഡ് അതിന് ഒട്ടു തയ്യാറാല്ലായിരുന്നു. ഇത്രയും ചെറുപ്പക്കാരികളുടെ മുമ്പിൽ വച്ച് കാലുറ ഊരി കാലുകളുടെ നഗ്നത പ്രദർശിപ്പിക്കുക! ഒരു തമാശയായി എടുത്താൽ മതിയെന്ന് ഞങ്ങൾ പരമാവധി നിർബ്ബന്ധിച്ചപ്പോൾ അവസാനം നാണിച്ച് നാണിച്ച് കാലുറ ഊരിമാറ്റി കാലുകൾ പ്രദർശിപ്പിച്ചു. പെൺകുട്ടികളുടെ നിർദ്ദേശമനുസരിച്ച് പിന്നീടങ്ങോട്ടുള്ള ദൂരം മുഴുവൻ ആ രീതിയിൽ നടക്കേണ്ടിവന്നു.

പെൺകുട്ടികളെല്ലാം അസാധാരണമായ ഒരു നിർവൃതിയുടെ സായൂജ്യം അനുഭവിക്കുകയാണെന്ന് അവരുടെ മുഖഭാവം വ്യക്തമാക്കി. അയാളുടെ കാലുകൾ മാത്രമല്ല, ഊരിമാറ്റാവുന്ന പല്ലുകളും ഒറ്റച്ചില്ലുകണ്ണടയുമെല്ലാം പെൺകുട്ടികൾക്ക് നേരത്തേതന്നെ ഹരമായിരുന്നല്ലൊ. ആ രീതിയിൽ സ്ത്രീലോകത്തിന്റെ മുഴുവൻ സ്നേഹവും അങ്ങേർ പിടിച്ചുപറ്റിയിരിക്കുകയാണെന്ന് തോന്നി. നഗരാതിർത്തിയിൽ മനസ്സില്ലാമനസ്സോടെയാണ് അവർ ആ കാമദേവനോട് വിട പറഞ്ഞത്.

പർവ്വതത്തിൽനിന്ന് സോളമൻ റോഡിനെ മുറിച്ചുകടന്ന് വടക്കോട്ടു പോകുന്ന ഒരു പുതിയ വഴിയാണ് ഇൻഫെഡ്യൂസ് ഞങ്ങൾക്കായി തെരഞ്ഞെടുത്തത്. അതൊരു ചുരമായിരുന്നു.

കുകുവനകളുടെ നാടിനെ മഹാമരുഭൂമിയിൽ നിന്നു വേർതിരിച്ചു നിർത്തുന്ന ഒരു പാറക്കെട്ടുകടന്ന് അപ്പുറമെത്തി. ഷേബയുടെ മുലത്തടങ്ങൾക്കിടയിലെ താരതമ്യേന പൊക്കംകുറഞ്ഞ ഒരു ഇടനാഴിയായിരുന്നു ആ സ്ഥലം. ഏതാണ്ട് രണ്ടുവർഷം മുമ്പ് കുകുവനകളുടെയൊരു സംഘം ഒട്ടകപ്പക്ഷികളെതേടി മരുഭൂമിയിൽകടന്നുചെന്നത് ഈ വഴിയിലൂടെയായിരുന്നത്രെ. പടയാളികൾ അവരുടെ ശിരോവസ്ത്രത്തിലണിയുന്ന വസ്തുവെന്ന നിലയിൽ ഒട്ടകപ്പക്ഷികളുടെ തൂവലുകൾക്ക് ആ നാട്ടുകാർ അത്രയുമേറെ വിലകല്പിക്കുന്നുണ്ടല്ലൊ. നടന്നുനടന്ന് ഈ സംഘത്തിനു വഴിതെറ്റി പർവ്വതനിരയിൽനിന്ന് ഏറെ ദൂരം സഞ്ചരിച്ച് ദാഹിച്ചുവലഞ്ഞ് അവസാനം വലിയൊരു മരുപ്പച്ചയിലെത്തി. ആ വഴി മുന്നോട്ടു പോകാനാണ് ഇൻഫെഡ്യൂസ് ഞങ്ങളെ ഉപദേശിച്ചത്. ചുരങ്ങളുടെയും പാറക്കെട്ടുകളുടെയും കഠിനതകളിൽനിന്ന് ഒഴിഞ്ഞുമാറി സഞ്ചരിക്കാൻ കിട്ടിയ ഈ സൗകര്യം ഏറ്റവും ഫലപ്രദമായിത്തന്നെ ഞങ്ങൾ പ്രയോജനപ്പെടുത്തി.

അങ്ങനെ പുറപ്പെട്ടതിന്റെ നാലാം ദിവസം രാത്രി സുഗമമായി ചുരം കടന്നും ഷേബയുടെ മാറിടത്തിൽനിന്ന് ഒരു ഇരുപത്തിയഞ്ചു നാഴികയെങ്കിലും അകലത്താണ് ഞങ്ങളിപ്പോൾ. കുകുവനകളുടെ നാട് കൺമുമ്പിൽനിന്ന് പൂർണ്ണമായും അപ്രത്യക്ഷമായിക്കഴിഞ്ഞു. രാത്രി അവിടെ വിശ്രമിച്ച് അതിരാവിലെ നടന്ന് കുത്തനെയുള്ള ഒരു ഇറക്കത്തിലെത്തി. രണ്ടായിരം അടി താഴെ സ്ഥിതിചെയ്യുന്ന യഥാർത്ഥ മരുഭൂമിയിലേക്കുള്ള നടത്തം ഇവിടെനിന്ന് ആരംഭിക്കുന്നു.

ഇവിടെവച്ച് ഇൻഫെഡ്യൂസും അനുയായികളും കണ്ണീരോടെ വിടപറഞ്ഞു. ഓർമ്മയ്ക്കായി ഗുഡ് അയാൾക്ക് ഒരു ഒറ്റച്ചില്ലുകണ്ണട സംഭാവന ചെയ്തു. (അത്തരം ഒന്നിലേറെ ചില്ലുകൾ അങ്ങേർ സൂക്ഷിച്ചിരുന്നു.) ഇൻഫെഡ്യൂസിനെയത് അത്യധികം സന്തോഷിപ്പിച്ചു. അപ്പോൾ തന്നെയത് ഗുഡിന്റെ സഹായത്തോടെ കണ്ണിൽ ഉറപ്പിക്കുകയും ചെയ്തു. ഒറ്റച്ചില്ലു ധരിച്ചതോടെ തന്റെ അന്തസ്സും മാന്യതയും പതിന്മടങ്ങു വർദ്ധിച്ചുകഴിഞ്ഞിരിക്കുകയാണെന്ന ഭാവമായിരുന്നു പിന്നെ.

തുടർന്ന് കഠിനമായ മലയിറക്കം. ആവശ്യത്തിനു ഭക്ഷണവും വെള്ളവും ഇൻഫെഡ്യൂസ് ഒരുക്കിവച്ചിരുന്നതുകൊണ്ട് വിശപ്പും ദാഹവുമറിഞ്ഞില്ല. സമയം ഏതാണ്ട് സന്ധ്യയായതോടെ ആപത്തൊന്നും കൂടാതെ താഴെനിരപ്പിലെത്തി.

“അറിയാമൊ?” രാത്രി തീകുണ്ഡത്തിനു ചുറ്റുമിരുന്ന് ദൂരെ തലയുയർത്തി നില്ക്കുന്ന കൊടുമുടികളുടെ ഭാഗത്തേക്ക് കണ്ണയച്ചുകൊണ്ട് സർ ഹെൻറി പറഞ്ഞു. “കുകുവനനാടിനെക്കാൾ മോശപ്പെട്ട സ്ഥലങ്ങൾ ലോകത്തിലുണ്ടാകാം. കഴിഞ്ഞ ഒന്നുരണ്ടു മാസക്കാലത്തെ കഷ്ടപ്പാ

ടുകളെ നിസ്സാരമാക്കിത്തള്ളുന്ന ദുരനുഭവങ്ങൾ എനിക്കുണ്ടായിട്ടുമുണ്ട്. എന്നാൽ, ഇത്രയും വൈചിത്ര്യങ്ങളുള്ള ഒരു നാട് ഞാനിതുവരെ കണ്ടിട്ടില്ല, അനുഭവങ്ങൾക്ക് സാക്ഷ്യം വഹിച്ചിട്ടുമില്ല."

"തിരിച്ചുപോകാൻ തോന്നുന്നു!" ഒരു ദീർഘനിശ്വാസത്തോടെ ഗുഡ് പ്രതിവചിച്ചു.

എന്റെ കാര്യം പറഞ്ഞാൽ ശുഭമായി അവസാനിക്കുന്നതെല്ലാം ശുഭകരമാണെന്ന് വിശ്വസിക്കുന്നവരുടെ കൂട്ടത്തിലാണ് എന്റെ സ്ഥാനം. ഇതുവരെയുള്ള ജീവിതത്തിനിടയിൽ അപകടങ്ങളുമായി എത്രയോ തവണ മുഖാമുഖം കാണേണ്ടിവന്നിട്ടുണ്ട്. എന്നാൽ, ഈ യാത്രയിൽ ഉണ്ടായ പോലെ കഷ്ടിച്ചുള്ള രക്ഷപ്പെടലുകൾ ഇതിനു മുമ്പൊരിക്കലും ഉണ്ടായിട്ടില്ലെന്ന് തീർച്ച. അന്നത്തെയാ യുദ്ധത്തെക്കുറിച്ച് വിചാരിക്കുമ്പോൾത്തന്നെ ചോര ഉറഞ്ഞുപോകുന്നു. നിധിയറയിൽ വച്ചുണ്ടായ അനുഭവങ്ങളെക്കുറിച്ച് പറയുകയാണെങ്കിൽ....

മരുഭൂമിയിലൂടെയുള്ള മടക്കം പിറ്റേന്ന് കാലത്തുതന്നെ ആരംഭിച്ചു. ഇൻഫെഡ്യൂസ് നിയോഗിച്ച അഞ്ചുവഴികാട്ടികൾ വെള്ളവും ഭക്ഷണവുമായി കൂടെതന്നെ ഉണ്ടായിരുന്നു.

രാത്രി തുറസ്സുകളിൽ വിശ്രമം. അതിരാവിലെ എഴുന്നേറ്റ് നടത്തം. മൂന്നുദിവസം കഴിഞ്ഞ് ഉച്ചയോടെ മരുപ്പച്ച ദൂരെ തെളിഞ്ഞു. പിന്നെയും നടന്ന് സൂര്യാസ്തമയത്തിന് ഒരു മണിക്കൂർ മുമ്പ് ആദ്യത്തെ ആ അഭയസ്ഥാനത്തെത്തി.

20

കണ്ടെത്തി!

മാസങ്ങൾക്കു മുമ്പ് ഈ മഹാസംരംഭം ആരംഭിച്ചതിനുശേഷമുണ്ടായ ഏറ്റവും അസാധാരണമായ ഒരു സംഭവവികാസത്തെക്കുറിച്ചാണ് ഇനിയങ്ങോട്ടു പറയാനുള്ളത്.

വിചിത്രമായ എന്തെല്ലാം രീതികളിലാണ് കാര്യങ്ങൾ അപ്രതീക്ഷിതമായി അവസാനിക്കുന്നതെന്നതിന് ഉത്തമ ദൃഷ്ടാന്തം കൂടിയാണ് ഈ പറയുന്ന സംഭവം.

കൂട്ടുകാർക്ക് അല്പംകൂടി മുമ്പിലായി, മരുപ്പച്ചയിൽനിന്ന് ആരംഭിച്ച് മരുഭൂമിയിലെവിടെയോ അവസാനിക്കുന്ന ചെറുനീരരുവിയുടെ കരയിലൂടെ നിശ്ശബ്ദം നടക്കുകയായിരുന്നു ഞാനന്നേരം.

പെട്ടെന്ന് എന്റെ ചലനം നിലച്ചു. വിശ്വാസം വരാത്ത മട്ടിൽ കണ്ണു തിരുമ്മി വീണ്ടും വീണ്ടും മുമ്പിൽ കണ്ട കാഴ്ചയിലേക്കു നോക്കി. ഒരു ഇരുപതുവാര അപ്പുറത്തായി അരുവിക്കരയിലെ അത്തിമരത്തണലിൽ കാഫിറുകളുടെ രീതിയിൽ പണികഴിപ്പിച്ച ഒന്നാന്തരമൊരു കുടിൽ നില്ക്കുന്നു. കാഫിർ രീതിയിൽ ചെറിയ ഒരു തുളയ്ക്കു പകരം പൂർണ്ണ വലിപ്പത്തിൽ കതകു പിടിപ്പിച്ച ഒന്നാന്തരമൊരു പാർപ്പിടം.

ഈ വിജനതയിൽ, നിശൂന്യതയിൽ ഇങ്ങനെയൊരു വീട്.... എങ്ങനെ വിശ്വസിക്കും? ഇവിടെ മനുഷ്യസ്പർശമേ ഇല്ലെന്നാണല്ലോ ഞാൻ കേട്ടത്.

അങ്ങനെ അമ്പരന്നു നോക്കിനില്ക്കെ വീടിന്റെ ഉമ്മറവാതിൽ തുറന്ന് ഒരാൾ പുറത്തിറങ്ങുന്നു. നന്നായി മുടന്തുള്ള ഒരു വെള്ളക്കാരൻ. കറുത്തുനീണ്ട താടി. മൃഗത്തോലാണ് ധരിച്ചിരിക്കുന്നതെന്നുമാത്രം. വല്ല വേട്ടക്കാരാകും? ഇല്ല, അത്തരക്കാരൊന്നും ഇവിടെ സ്ഥിരമായി പാർപ്പുറപ്പിക്കാൻ ഇടയില്ല. തുറിച്ചു നോക്കിക്കൊണ്ട് അങ്ങനെനിന്നു. ആ മനുഷ്യനും അതുതന്നെ ചെയ്തു. പരസ്പരം തുറിച്ചു നോക്കി

ക്കൊണ്ട് രണ്ട് അപരിചിതർ! ഞാൻ കൂട്ടുകാരെ ആംഗ്യംകാട്ടി വിളിച്ചു. സർ ഹെൻറി ആ കാഴ്ച കണ്ടു. ക്യാപ്റ്റൻ ഗുഡ് ആ കാഴ്ച കണ്ടു. അപരിചിതനെ അവരും തുറിച്ചുനോക്കി. അപരിചിതർ അവരേയും. ഒരു നിമിഷം, പെട്ടെന്ന് താടിവച്ച അപരിചിതനിൽനിന്ന് ഉറക്കെയൊരു നില വിളി ഉയർന്നു. അടുത്തക്ഷണം അയാൾ മുടന്തിമുടന്തി ഞങ്ങളുടെ നേർക്ക് നടന്നടുത്തു. അടുത്തെത്തിയതും ബോധംകെട്ടപോലെ നില ത്തേക്കു മറിഞ്ഞു.

പെട്ടെന്ന് മുന്നോട്ടു ചാടി സർ ഹെൻറി അയാളെ താങ്ങിയെടുത്തു.

"സർവ്വശക്താ, ഇത് ജോർജ്ജാണല്ലോ. എന്റെ പൊന്നനുജൻ ജോർജ്ജ്!"

പുറത്തെ ഒച്ചകേട്ട് മൃഗത്തോൽ ധരിച്ച മറ്റൊരാൾകൂടി പുറത്തിറ ങ്ങിവന്നു. സന്തോഷസൂചകമായി അയാളും ഒച്ചയുണ്ടാക്കി.

"എന്നെ മനസ്സിലായില്ലേ, മകുമസൻ, ജിം അല്ലേ ഞാൻ. വേടൻ ജിം. ഓർമ്മയില്ലേ. രണ്ടുകൊല്ലം ഒപ്പം നടന്നതല്ലേ?" എന്റെ കാലിൽ വീണു കെട്ടിപ്പിടിച്ച് കരഞ്ഞുകൊണ്ട് അയാൾ പറഞ്ഞു.

ജിമ്മിനെ എനിക്ക് എങ്ങനെ മറക്കാൻ കഴിയും. പിടിച്ചെഴുന്നേല്പിച്ച് തെമ്മാടി! എന്നു പറഞ്ഞ് ഒരടി വച്ചുകൊടുക്കാനാണ് തോന്നിയത്.

അതിനിടെ താടിയുള്ള മനുഷ്യൻ ബോധം തെളിഞ്ഞ് എഴുന്നേറ്റി രുന്നു കഴിഞ്ഞു. ജ്യേഷ്ഠാനുജന്മാർ പരസ്പരം തിരിച്ചറിഞ്ഞു കഴിഞ്ഞി രിക്കുന്നു. ഒരക്ഷരം പറയാതെ പരസ്പരം തടവുകയും ഓമനിക്കുകയും ചെയ്യുകയാണവർ. ഇത്രയേറെ പ്രിയങ്കരരായ രണ്ടുപേർ പരസ്പരം കല ഹിച്ചുപിരിഞ്ഞത് എന്തിനാണെന്നുമാത്രം ഞാൻ ചോദിച്ചില്ല. വല്ല പെണ്ണു കേസുമാകാം. ചോദിച്ചില്ല.

തുടർന്ന്, ഇരുവരും പരസ്പരം കഥകൾ കൈമാറി. ആദ്യം സർ ഹെൻറി സോളമന്റെ നിധിയറവരെ പോയ കാര്യങ്ങളെക്കുറിച്ച് വാചാ ലനായി. അനുജനെക്കുറിച്ചുള്ള എല്ലാ പ്രതീക്ഷകളും നഷ്ടപ്പെട്ട് തിരി ച്ചുവന്ന കാര്യം ഓർമ്മിപ്പിച്ചു.

തുടർന്ന്, ഞാനവരുടെ അരികെച്ചെന്ന്, സുഖമല്ലേ മി.നെവില്ലെ? എന്നെ ഓർമ്മയുണ്ടോ എന്നു ചോദിച്ചു. മി.ക്വാട്ടർ മെയ്നല്ലേ ഉടൻ തിരിച്ചു ചോദ്യമുണ്ടായി. ആരും ആരെയും മറന്നിട്ടില്ല! ഗുഡിനേയും തിരിച്ചറിഞ്ഞു കഴിഞ്ഞിരിക്കുന്നു. അതിനിടെ ജോർജ്ജിനു വീണ്ടും തല ചുറ്റാൻ തുടങ്ങി. എല്ലാ പ്രതീക്ഷകളും നശിച്ച ഒരു മനുഷ്യന് പ്രിയ ജനങ്ങളുടെ സാന്നിദ്ധ്യം ഉണ്ടാക്കിയ മാനസികാവസ്ഥയുടെ പരിണതി യാകാമെന്ന് എനിക്കു തോന്നി.

അന്നു രാത്രി കുടിലിനു പുറത്തുകൂട്ടിയ തീകുണ്ഡത്തിനു ചുറ്റുമി രിക്കെ ജോർജ്ജ് കാർട്ടിസ് അയാളുടെ കഥ വിസ്തരിച്ചു പറഞ്ഞു. ഒരു തരത്തിൽ ഞങ്ങളുടെ കഥപോലെതന്നെ അസാധാരണമായിരുന്നു അതും. ഏതാണ്ട് രണ്ടുവർഷം മുമ്പ് സിറ്റാർഡയിൽനിന്ന് ആരംഭിച്ച ഒരു യാത്രയുടെ കഥ.

സിറ്റാർഡയുടെ ക്രാലിൽ നിന്ന് സോളമൻ ബർഗ്ഗിലേക്കു നടത്തിയ സാഹസികയാത്രയുടെ കഥ. ജിം വഴി ഞാൻ കൊടുത്തയച്ച കുറിപ്പ് ആ കാഫിറിന്റെ കൈയിൽ നിന്ന് വഴിയിലെവിടെയോ നഷ്ടപ്പെട്ടു. അങ്ങനെയൊരു എഴുത്തിനെക്കുറിച്ച് ഇപ്പോൾ ഞാൻ പറഞ്ഞപ്പോഴാണ് പാവം അറിയുന്നത്, എങ്കിലും നാട്ടുകാർ നല്കിയ വിവരംവെച്ച് ഷേബയുടെ മുലഭാഗംവഴിയല്ല, ഞങ്ങൾ ഇറങ്ങിവന്ന ഏണിപ്പടികൾ പോലുള്ള ആ ചെങ്കുത്തു പടവുകൾ കയറിയായിരുന്നു യാത്ര. ഡസിൽവെസ്ട്ര അടയാളപ്പെടുത്തിവച്ച ആ പഴയ വഴിയെ അപേക്ഷിച്ച് എന്തുകൊണ്ടും കൂടുതൽ മെച്ചപ്പെട്ട ഒരു വഴിയായിരുന്നു അത്.

പലപല കഷ്ടതകളും സഹിച്ച് രണ്ടുപേരും മരുപ്പച്ചയിലെത്തി. അവിടെ ജോർജ്ജിനു സുഖമില്ലാതായി. ഭയങ്കരമായ ഒരു അപകടത്തെത്തുടർന്നുണ്ടായതായിരുന്നു അത്. കുത്തിവേദനിപ്പിക്കാത്തതരം തേനീച്ചകളിൽ നിന്ന് തേനൂറ്റിയെടുക്കുകയായിരുന്നു ജിം. മരുഭൂമിയിൽ ഇത്തരം തേനീച്ചകൾ ഇഷ്ടംപോലെയുണ്ടാകും. തൊട്ടുതാഴെ അരുവിക്കരയിൽക്കിടന്ന് ജോർജ്ജ് വിശ്രമിക്കുന്നു. തേനൂറ്റുന്നതിനിടയിൽ വലിയൊരു ഉരുളൻ കല്ല് ഇളകിയുരുണ്ട് താഴോട്ടുചെന്ന് ജോർജ്ജിന്റെ വലതുകാലിൽ പതിച്ചു. എല്ലുപൊട്ടി ആകെ ചതഞ്ഞരഞ്ഞനിലയിൽ ദീർഘവിശ്രമം വേണ്ടിവന്നു. സുഖപ്പെട്ടെങ്കിലും കാലിനു സ്വാധീനം കുറഞ്ഞു. മുന്നോട്ടോ പിന്നോട്ടോ പോകാൻ കഴിയാതെ മരുപ്പച്ചയിൽ തങ്ങേണ്ടിവന്നു. കുടിൽക്കെട്ടി താമസമുറപ്പിച്ചത് അങ്ങനെയാണ്. ഒരു ദിവസം അവിടെക്കിടന്ന് മരിക്കുമെന്ന് നിശ്ചയിച്ചുറപ്പിച്ചതായിരുന്നു. എന്നാൽ, അത് ഉണ്ടായില്ല.

വിജനമായ ആ സ്ഥലത്തും ഭക്ഷണത്തിന് കുറവൊന്നുമുണ്ടായില്ല. വേട്ടയാടിപ്പിടിക്കാൻ ഇഷ്ടംപോലെ മൃഗങ്ങൾ, മരുപ്പച്ചയിൽ നിറയെ സസ്യങ്ങൾ. പഴങ്ങൾക്കും കിഴങ്ങുകൾക്കും യാതൊരു കുറവുമുണ്ടായില്ല. വിശ്വസ്തസഹചാരിയായി ജിം നിഴൽപോലെ ഒപ്പം. അതുകൊണ്ടെല്ലാം ജോർജ്ജിന്റെ ജീവിതം അല്ലലില്ലാതെ മുന്നോട്ടു പോയി.

"ആ രീതിയിൽ ഒരു റോബിസൻ ക്രൂസോ രണ്ടാമനെപ്പോലെ ഒറ്റപ്പെട്ട ഈ സ്ഥലത്ത് ഞങ്ങൾ രണ്ടു വർഷത്തോളം ജീവിച്ചു. ജോർജ്ജ് എന്ന ക്രൂസോയും ജിം എന്ന മാൻഫൈഡെയും. എങ്ങനെയുണ്ട്? സിറ്റാന്റയുടെ ക്രാലിൽ എത്രയും വേഗം എത്തിച്ചേരണമെന്നും രക്ഷപ്പെടാൻ സഹായം തേടണമെന്നും ഈയടുത്ത ദിവസം ഞാൻ ജിമ്മിനോടു പറഞ്ഞതേയുള്ളൂ. ആരെങ്കിലും വരുമെന്നും കാണുമെന്നുമുള്ള പ്രതീക്ഷ അസ്തമിച്ചിട്ട് ഏറെ നാളായി. ഇനിയും എത്ര കാലം ഇവിടെയിങ്ങനെ കഴിയുമെന്ന് ആലോചിച്ചുകൊണ്ടിരിക്കെയാണ്..... സമ്പന്നതയുടെ നടുവിൽ കഴിയുന്ന ജ്യേഷ്ഠൻ ഈ അനുജനെ പണ്ടേ മറന്നുപോയിരിക്കുമെന്നാണ് കരുതിയിരുന്നത്. ഒട്ടും പ്രതീക്ഷിക്കാത്ത ഒരു സമയത്ത് മുമ്പിലെത്തുന്നതിനെക്കുറിച്ച് ആലോചിക്കാറുണ്ട്. നന്ദി ജ്യേഷ്ഠാ. അവസാനം ഈ അനുജനെത്തേടി വരാൻ തോന്നിയല്ലോ."

ഞാൻ ശേഖരിച്ചുകൊണ്ടുവന്ന സ്വർണ്ണവും രത്നക്കല്ലുകളുമെല്ലാം. എന്റേതുമാത്രമാണെന്ന് സന്ദർഭവശാൽ സർ ഹെൻറി പറഞ്ഞു. അത് മൂന്നുപേർക്കുമായി വീതിക്കുന്നതാവും ശരിയെന്നു ഞാനഭിപ്രായപ്പെട്ടു. അഥവാ അദ്ദേഹമതു സ്വീകരിക്കാൻ തയ്യാറില്ലെങ്കിൽ ഞാനതു ജോർജ്ജിനു നല്കാൻ തയ്യാറാണ്. അതിനുവേണ്ടി അങ്ങേരും കുറേ കഷ്ടം സഹിച്ചതല്ലേ. ഏറെ നിർബ്ബന്ധിച്ചപ്പോൾ സർ ഹെൻറി കെർട്ടിസ് അതു സമ്മതിച്ചു. എന്നാൽ ജോർജ്ജ് ആ സമയം ഇതൊന്നും അറിഞ്ഞിരുന്നില്ല.

ഇവിടെ ഈ ചരിത്രം അവസാനിപ്പിക്കാമെന്ന് ഞാൻ വിചാരിക്കുന്നു. ഒട്ടും വൈകാതെ സിറ്റാന്റയുടെ ക്രാലിലേക്കു യാത്ര തിരിച്ച കാര്യമാണ് പിന്നെ പറയാനുള്ളത്. ജോർജ്ജിനെ സഹായിക്കേണ്ടതുള്ളതുകൊണ്ട് യാത്ര അതികഠിനമായിരുന്നെന്ന് പ്രത്യേകം പറയേണ്ടതുണ്ടെന്നു തോന്നുന്നില്ല. ആറുമാസം കഴിഞ്ഞ് ക്രാലിൽ എത്തിയപ്പോൾ അവിടെ ഞങ്ങൾ ഏല്പിച്ച ആയുധങ്ങളും സാധനങ്ങളുമെല്ലാം സുരക്ഷിതമായിത്തന്നെ ബാക്കിയുണ്ടായിരുന്നു. അവിടെവച്ച് ജീവിതത്തിലെ ഏറ്റവും വിചിത്രമായ യാത്രയിൽ പങ്കാളികളായ മറ്റു രണ്ടുപേരോടും യാത്ര ചോദിച്ച് ഞാൻ ഡർബനിലെ ബെറിയ എന്ന ഈ സ്ഥലത്തേക്കു മടങ്ങി.

P:S: ഈ വിവരണം പൂർത്തിയാക്കി പേന അടച്ചുവച്ചതേയുള്ളൂ ഒരു കാപ്പിരിവന്നു അന്നത്തെ തപാലിൽ കിട്ടിയ ഒരു കവർ ഏല്പിച്ചു. പൊളിച്ചു നോക്കിയപ്പോൾ സർ ഹെൻറിയുടെ എഴുത്താണ്. ഉള്ളടക്കം ഞാൻ ഇങ്ങനെ വായിച്ചു.:

ഒക്ടോബർ 2, 1880, യോക്ക്ഷേർ

പ്രിയ സുഹൃത്തേ,

ജോർജ്ജും ഗുഡും ഞാനും സുരക്ഷിതമായി ഇംഗ്ലണ്ടിലെത്തിയിരിക്കുന്നു. സതാംപ്ടൗണിൽ ബോട്ടിറങ്ങി നേരെ ടൗണിൽച്ചെന്നു. നന്നായി മുഖം മിനുക്കിയും പുതുവസ്ത്രങ്ങൾ ധരിച്ചും ഗുഡ് അവിടെ തികച്ചും പുതിയ ഒരു മനുഷ്യനായി. അവിടെ അയാളുടെ മനോഹരമായ കാലുകളെക്കുറിച്ചുള്ള കഥകൾ ഞാൻ ചില സുഹൃത്തുക്കളുമായി പങ്കുവച്ചത് അതിലാരോ പത്രങ്ങൾക്കു നല്കിയത് ഇഷ്ടനെ വല്ലാതെ ചൊടിപ്പിച്ചിരിക്കുകയാണ്.

പിന്നെ കാര്യത്തിലേക്കു കടന്നാൽ, നിങ്ങൾ നല്കിയ കല്ലുകൾ ഞങ്ങളൊരു വ്യാപാരിയെ കാട്ടി വില നിർണ്ണയിച്ചപ്പോൾ സത്യത്തിൽ ഞെട്ടിപ്പോയി. അത്രയും വലിയ ഒരു സംഖ്യയായിരുന്നു അത്. അങ്ങനെയുള്ള അമൂല്യവസ്തുക്കൾ ഒന്നും ഇതുവരെ അവിടെ വിപണിയിൽ എത്തിയിട്ടില്ലാത്ത സ്ഥിതിക്ക് അതൊരു ഊഹം മാത്രമാണെന്ന് വ്യാപാരികൾ പറയുന്നു. അത്രയും കല്ലുകൾ വിലയ്ക്കെടുക്കാനുള്ള സാമ്പ

ത്തികശേഷി തല്ക്കാലം അവർക്കാർക്കുമില്ലത്രെ. അതു കുറേശ്ശയായി കുറേക്കാലംകൊണ്ട് വിറ്റ് ഒഴിവാക്കാമെന്നാണ് ഉപദേശിച്ചിരിക്കുന്നത്. എങ്കിലും ചെറിയൊരു ഭാഗം വിലയ്ക്കെടുക്കാൻ തയ്യാറായിട്ടുണ്ട്.

പിന്നെ പ്രിയപ്പെട്ട ക്വാട്ടർമെയ്ൻ, എത്രയും വൈകാതെ നിങ്ങൾ ഇങ്ങോട്ടുവരണം. സഹോദരന്റെ ഓഹരിയായി എന്നെ ഏല്പിച്ച നിധിയെല്ലാം നിങ്ങൾത്തന്നെ അയാളെ നേരിട്ട് ഏല്പിക്കണം. ഗുഡിന്റെ കാര്യം പറഞ്ഞാൽ അയാളിപ്പോൾ തീരെ ഗുഡല്ലെന്നു പറയേണ്ടിവരും. മുഖം മിനുക്കലും മേക്കപ്പുമൊക്കെയായി അവനവന്റെ ആകാരഭംഗിയിൽ തന്നെ അഭിരമിക്കുന്ന ഒരു പ്രത്യേക മൂഡിലാണയാൾ. അതേ സമയം നാട്ടിൽ വന്നശേഷം ഒറ്റ പെൺകുട്ടിയോടും അയാൾക്ക് തീരെ താല്പര്യം തോന്നുന്നില്ലത്രെ. ഫൗലറ്റയാണ് കാരണം. ആ രൂപം, ആ സൗന്ദര്യം, ആ സ്വഭാവമാധുര്യം അതിനോടു കിടപിടിക്കാൻ തക്കവണ്ണമുള്ള ആരെയുമിപ്പോൾ അയാൾക്ക് നാട്ടിലെവിടെയും കാണാൻ കഴിയുന്നില്ലത്രെ.

പിന്നെ, നമ്മുടെ അനുഭവങ്ങളെക്കുറിച്ച് നിങ്ങൾ വിശദമായിത്തന്നെ എഴുതുന്നുണ്ടെന്നറിഞ്ഞു. എവിടെവരെയെത്തി? ഇതുവരെ ഞങ്ങളത് ആരോടും വെളിവാക്കിയിട്ടില്ല. ഞങ്ങൾ പറഞ്ഞാൽ ആരും വിശ്വസിക്കില്ല. അതുകൊണ്ട് നിങ്ങളുടെ വാക്കുകളിലൂടെ, വരികളിലൂടെ തന്നെ അത് ആളുകളിലെത്തട്ടെ. എത്രയും വേഗം ഇങ്ങോട്ടുവരിക. ഇവിടെ ഞങ്ങൾക്കരികിലായി ഒരു വീടെടുത്ത് താമസിക്കാം. ക്രിസ്തുമസിന് എത്താൻ കഴിയുമെങ്കിൽ എല്ലാ ഏർപ്പാടും ഞാൻ ചെയ്യാം. ജോർജ്ജുണ്ടാകും. നിങ്ങളുടെ കുട്ടി ഹാരി ഇവിടെ നേരത്തേതന്നെയുണ്ട്. ഇവിടെ കോളേജിലാണല്ലോ. ഞാൻ ചെന്ന് കൂട്ടിക്കൊണ്ടുവന്നു. ഞങ്ങളൊന്നിച്ച് വേട്ടയാടാൻ പോയി. എനിക്കവനെ ഇഷ്ടപ്പെട്ടു. എന്റെ കാലിലൊരു ഉണ്ടതറപ്പിച്ചത് ഓപ്പറേഷൻ ചെയ്തു നീക്കം ചെയ്തു. ഡോക്ടറായതിന്റെ പ്രത്യേക ഗുണത്തെക്കുറിച്ച് എന്നെ ബോധവാനാക്കുകയും ചെയ്തു! ശരി. കാണാം. സുഹൃത്തേ,

എന്ന് സ്നേഹപൂർവ്വം
ഹെൻറി കാർട്ടിസ്

ഇന്ന് ചൊവ്വാഴ്ച, വെള്ളിയാഴ്ച ഒരു സ്റ്റീമർ അങ്ങോട്ടു പോകുന്നുണ്ട്. ഹാരീ, മോനെ, എനിക്കു നിന്നെ കാണാൻ തിരക്കായി. പിന്നെയീ ക്കഥ പുസ്തകമാക്കുന്നതിന്റെ പണിയും അവിടെ വന്നാൽ നടക്കുമല്ലൊ. അത് മറ്റാരേയും വിശ്വസിച്ചേല്പിക്കാൻ തല്ക്കാലം ഞാൻ തയ്യാറല്ല.

www.ingramcontent.com/pod-product-compliance
Lightning Source LLC
LaVergne TN
LVHW060626051026
849519LV00002B/772